AF659550

"काय सुरेख पुस्तक लिहिलंस गं बाई!"

पु. ल. देशपांडे

"मला तुझं पुस्तक आवडलं हे, कांचन

लता मंगेशकर

श्रीमती कांचन घाणेकरांचे 'नाथ हा माझा मला विशेष आवडले. कारण बायकांनी आत्मचरित्रे लिहिल्यास ती परिपूर्ण व शुद्ध असतात.

शं. ना. नवरे

तुमचे पुस्तक चाळायला सुरुवात केली. शेवटचे पान वाचून संपले तेव्हा मध्यरात्र होऊन गेली होती. पुस्तक वाचनीय वाटले. मला आवडले; तुमचे अभिनंदन!

विश्राम बेडेकर

मला पुस्तक आवडले व फार आवडले, हे मनापासून लिहितो. विषयातील 'मी' तू इतक्या बेमालूमपणे लपविलास, त्याबद्दल तुझे किती कौतुक करावे हे समजत नाही. तुला त्रिवार शाबासकी देतो. एका उर्दू शेरामध्ये थोडा फेरफार करून मला जे वाटते ते व्यक्त करतो.

पढ़के किताब तुम्हारी वो आ गयी चेहरे पे रौनक
लोग कहने लगे बिमार का हाल अच्छा है।

वामनराव चोरघडे

तुझ्या पुस्तकाचे 'महाराष्ट्र टाइम्स मध्ये आलेले परीक्षण वाचले. आणि त्या चरित्राची तुलना शरदबाबूंच्या शैलीशी व्हावी याच्याइतका गौरव कुठला? तुला 'उदंड यश मिळो' हा माझा आशीर्वाद.

रणजित देसाई

तुमच्या पुस्तकातील अनुभवांचे टक्केटोणपे खात तयार झालेली चिंतनशील अलिप्त वृत्ती व वास्तवाला भिडण्याचे मनोधैर्य आवडले.

शिवाजी सावंत

मी तुमचे पुस्तक समग्र वाचून काढले; शुभेच्छा!

ग्रेस

शेवटच्या एक चतुर्थांशात पुस्तक पकड घेते... अर्थात् त्याचे कारण मला वाटते चरित्र नायक-नायिकेची पक्व, व्यावहारिक बुद्धिनिष्ठ मानसिक जडणघडण त्यात दिसू लागते. 'शेवटचे पत्र' हा त्यातला शेवटचा भाग विलक्षण हृद्य वाटला. डॉ. घाणेकरांबद्दलचे तुमचे विश्लेषण प्रामाणिक व संयमी वाटले.

डॉ. र. म. शेजवलकर

परीकथेतील वाटावे असे पण वास्तवातले प्रेम, हा विरह, हे दुःख जे आजवर केवळ अत्यंत व्यक्तिगत होतं, त्यात आता सहस्रावधी वाचक आज आणि पुढे कित्येक वर्षं सहभागी होतील.

प्रभाकर पेंढारकर

वाचकानं न्यायासनावर बसून कसोट्यांचे निकष लावीत आणि वादविवादाचा कीस पाडीत कोणतेही आत्मचरित्र वाचू नये, असे मला वाटते. आत्मचरित्रात Internal Consistancy आहे की नाही, हे मात्र कटाक्षाने पारखावे. ती अंतर्गत सुसंबद्धता तुमच्या लिखाणात निश्चित आहे.

प्रा. मधुकर तोरडमल

अगदी दोन दिवसांत पुस्तक वाचून काढलं. फारच छान उतरलंय. साधं व सरळ; उगाच उपमा नाहीत की, पाल्हाळीक वर्णनं नाहीत.

फिरोझ रानडे

कॉम्प्युटरप्रमाणे आपण सविस्तर लिहून एका विलक्षण व्यक्तिमत्त्वाचा परिचय समाजाला करून दिला व ती व्यक्तिरेखा अजरामर केलीत, त्याबद्दल असंख्य वाचक रसिकांसारखा मी ऋणी आहे.

डॉ. विकास आमटे

तुझं पुस्तक रात्रभर वाचून सकाळपर्यंत संपवलं. अलीकडे बऱ्याच दिवसांत असं घडलं नव्हतं. माझ्या आवडीचा अनुभव दिलास. तुझ्या पुस्तकानं माझा स्त्री-पुरुष संबंध, प्रेम अशा अनेक विषयावरचा दृष्टिकोन बदलून टाकला आहे. एक मनस्वी आणि दुर्मिळ अनुभव दिल्याबद्दल मनापासून आभार. पुस्तक आता मी बाबांना दिलं आहे. He too is impressed!

प्रिया तेंडुलकर

कांचन काशिनाथ घाणेकरचे हे पहिले प्रसिद्ध झालेले पुस्तक आहे आणि अनेक दृष्टींनी मराठी आत्मकथांमध्ये ते वैशिष्ट्यपूर्ण ठरावे असे आहे. जवळ जवळ दोन तपांची स्वतःला झालेली स्वसंवादाची सवयच कांचनने मुक्त मनाने कागदावर

टिपलेली आहे- एका प्रांजळ आणि नितळ निवेदनशैलीतून. कला आणि जीवन क्षेत्रातील इतक्या गुंतागुंती असलेली प्रेमकथा स्त्रियांच्या आत्मकथनात आत्तापर्यंत मराठीत आलेली नव्हती. त्यामुळे या पुस्तकाद्वारा कांचनने घातलेली भर विशेष मूल्यवान म्हणावी लागेल.

डॉ. (सौ.) सरोजिनी वैद्य, ललित (मे १९९०) मानाचे पान

मराठी हा विषय घेऊन एम. ए. पर्यंत शिकलेल्या कांचनचे मराठीवरील प्रभुत्व प्रसंगाच्या वर्णनात व व्यक्तींच्या चित्रणात प्रत्ययाला येते. यातील प्रत्येक प्रसंग व प्रत्येक व्यक्ती ही प्रत्यक्षातील व कांचनने पाहिली, अनुभवली आहे. म्हणजे ही एक सत्य कहाणीच आहे. प्रसंगवर्णन व्यक्तिचित्रण वगैरेवरून कांचनच्या लेखनाचा वकूब जाणवतो आणि लेखिका म्हणून तिच्या उज्ज्वल भवितव्याचीही चाहूल लागते. उत्तम मुद्रण आणि मुखपृष्ठावरील फोटोप्रमाणेच पुस्तकात घातलेले अनेक फोटो यांनी प्रस्तुत पुस्तक वाचनीयतेबरोबर देखणेही झाले आहे.

डॉ. गं. ब. ग्रामोपाध्ये, गोमंतक (१९८९)

प्रसिद्धीचे आणि लोकप्रियतेचे वलय प्राप्त झालेल्या, सामान्यजनांपेक्षा वेगळे असलेल्या आणि अलौकिकाचे वरदान घेऊन जन्माला आलेल्या व्यक्ती शापही घेऊन येतात, असा महत्त्वाचा निष्कर्ष कांचन यांनी या पुस्तकात काढलेला आढळतो. गोष्टी घडत कशा गेल्या आणि बिघडत कशा गेल्या, यांची ही संगतवार कहाणी आहे. 'प्रेक्षागृहात बसलेल्या माझ्या डोळ्यांसमोर पाण्याचा अंतरपाट उभा होता,' अशासारखी सुंदर वाक्ये त्या सहज लिहून गेल्या आहेत. शेवटचे पत्र अस्वस्थ करते.

वा. य. गाडगीळ, मुंबई तरुण भारत (सप्टें ८९)

चरित्र नव्हे, शरदबाबूंची कादंबरीच. 'नाथ हा माझा' या पुस्तकाने आत्मचरित्रात्मक ग्रंथात एक मोलाची भर टाकली आहे. एक विलक्षण प्रगल्भ, आणि अवजड नसलेलं असं हे लेखन आहे. शरदबाबूंच्या कादंबरीसारखं. हे चरित्र म्हणजे काशिनाथांशी केलेला संवाद आहे. विरोधातून प्रेमाकडे जाणारी ही समर्थ वाटचाल आहे. संवेदनशीलता प्रकट करणारे आणि रंगतदार असे हे पुस्तक आहे.

महाराष्ट्र टाइम्स (सप्टेंबर १९८९)

कै. काशिनाथ घाणेकर यांचे चरित्रलेखन केले आहे, म्हणजे कांचन घाणेकर यांनी शिवधुनष्य उचलण्याचा प्रयत्न केला आहे. तो सफल झाला आहे असे ठाम विधान 'नाथ हा माझा' हे पुस्तक वाचून करता येते, इतके ते लिखाण ओघवते आणि कसदार झाले आहे. हे लेखन करताना त्यांनी काही हातचे राखून ठेवले नसावे असे वाटते. डॉ. घाणेकर, आपल्या मातोश्री सुलोचनाबाई व नाट्य व्यवसायातील

इतरांबद्दल आपली परखड मते या पुस्तकात स्पष्ट व्यक्त केली आहेत. डॉक्टरांची, समव्यवसायिक, तसेच मित्रांची पत्रे तशीच्या तशी छापल्यामुळे पुस्तकाची रंगत वाढली आहे. डॉ.नी अभिनीत केलेल्या नाटका-चित्रपटांतील छायाचित्रांबरोबरच दिलीपकुमार, वैजयंतीमाला, नंदा, अमिताभ बच्चन इ. कलाकारांसमवेतची त्यांची दुर्मिळ छायाचित्रे डॉ. घाणेकरांचे विविध मूड दाखवितात. शेवटी लेखिकेच्या वेदनेतून स्फुरलेली कविता आहे ती. ही वाचकाला मंत्रमुग्ध करून जाते.

मैत्रेयी, सामना (नोव्हेंबर १९८९)

एक भावपूर्ण अशी कथा- चटका लावून जाणारी... या साडेचारशे पृष्ठांमध्ये उलगडते. एकूण या आत्मकथनाला आलेले रूप साजरे जमलेले आहे. डॉ. घाणेकर आणि त्यांचे वैयक्तिक जीवन, त्यांचे मानसिक अस्वस्थपण, मित्रांना व चाहत्यांना ओढ लावणारे आपलेपण व अगत्य, या सर्वांचे कमी अधिक स्पष्ट-अस्पष्ट चित्र या आत्मनिवेदनातून प्रकट होते. डॉक्टरांच्या चाहत्यांना हे अंतरीचे गूज निश्चितच अमोल खजिना गवसल्याचा आनंद देईल.

शंकरा सारडा, महाराष्ट्र साहित्य पत्रिका (पुणे) फेब्रु. १९९०

एक अनोखी दास्तान

रविप्रकाश कुलकर्णी, लोकप्रभा (एप्रिल १९९०)

सारासार विचारांचे भान असलेली कांचन चव्हाण ही किशोरी डॉ. घाणेकरांच्या प्रेमात का पडते...? वर्षानुवर्षे त्यांच्या प्रतीक्षेत का राहते...? या सर्वांचं एकच उत्तर– प्रेम! वेडं प्रेम! निखळ प्रेम! त्याचीच ही अगदी खरीखुरी प्रेमकहाणी – 'नाथ हा माझा.'

अनिल बळेल, मेनका (फेब्रुवारी १९९०)

यातनामय प्रेमाची हृदयस्पर्शी कहाणी

'नाथ हा माझा' या चरित्रचित्रातून डॉ. काशिनाथ घाणेकरांच्या विविध गुण-दोषांचे सम्यक् दर्शन तर घडतेच; शिवाय कांचन घाणेकरांच्या रूपाने एक समर्पित, प्रियकरात पूर्ण गुंतलेली, विव्हळ प्रेमिका वाचकांसमोर येते आणि दाहक प्रेमाचा अनुभव त्यांना देऊन विव्हल करून सोडते. यशस्वी लेखकाचे सामर्थ्य याहून वेगळे काय असते. त्यांनी या ग्रंथाद्वारा सोज्ज्वळ मनाच्या, जुन्या मराठी वळणाच्या-संस्कृतीच्या कुटुंबात वाढलेल्या मराठी मुलीचे एक निष्पाप भाबडे चित्र उभे केले आहे. ते अत्यत मनोज्ञ आहे. प्रत्येक रसिक मराठी वाचकाने अवश्य वाचावे असे हे पुस्तक आहे.

राजा राजवाडे, सोबत (मार्च १९९०)

आपल्या स्नेहीजनांना पुस्तके भेट द्या

नाथ हा माझा...

कांचन
काशिनाथ
घाणेकर

मेहता पब्लिशिंग हाऊस

All rights reserved along with e-books & layout. No part of this publication may be reproduced, stored in a retrieval system or transmitted, in any form or by any means, without the prior written consent of the Publisher and the licence holder.
Please contact us at **Mehta Publishing House Pvt. Ltd.,** Pune 411030.
✆ +91 020-24476924 / 24460313 / Mob. No. 9545000513
Email : production@mehtapublishinghouse.com
Website : www.mehtapublishinghouse.com

- *या पुस्तकातील लेखकाची मते, घटना, वर्णने ही त्या लेखकाची असून त्याच्याशी प्रकाशक सहमत असतीलच असे नाही.*

NATH HA MAZA by KANCHAN GHANEKAR

नाथ हा माझा... : कांचन काशिनाथ घाणेकर / चरित्र

© कांचन काशिनाथ घाणेकर
Email : author@mehtapublishinghouse.com

संस्थापक : सुनील अनिल मेहता

प्रकाशक : मेहता पब्लिशिंग हाऊस प्रा. लि.,
१९४१, सदाशिव पेठ, माडीवाले कॉलनी, पुणे - ४११०३०.

मुद्रक : ट्रिनिटी ॲकॅडमी फॉर कॉर्पोरेट ट्रेनिंग लिमिटेड

मुखपृष्ठ : श्री. इर्शाद हाश्मी

छायाचित्र
मांडणी : चंद्रमोहन कुलकर्णी

प्रकाशनकाल : १४ सप्टेंबर, १९८९ / १९९० /१९९० / १९९१ /
१९९६ / २००० / २००५ / २००९ / २०१४ /
नोव्हेंबर, २०१८ / मार्च, २०१९ / पुनर्मुद्रण : मे, २०२४

किंमत : ₹ ४९५

P Book ISBN 9788177665635
E Book ISBN 9789353171735
E Books available on : amazonkindle Apple Books Google Play Books

---

* पायरेटेड पुस्तकांची खरेदी-विक्री हा कायद्याने गुन्हा आहे आणि अशा गुन्ह्याविरोधात कायदेशीर कारवाई होऊ शकते.

अहो,.....

तुमचा-माझा हा वारस आज तुमच्या
चाहत्यांच्या हाती देत आहे.
तुम्हालाही याचा नक्कीच आनंद वाटेल,
याची मला खात्री आहे.

तुमचीच,
कांचन

■

ऋणनिर्देश

■

हे पुस्तक लिहिताना श्री. वा. य. गाडगीळ यांनी त्यांच्या 'हिरव्या चादरीवर' या पुस्तकात डॉक्टरांच्यावर लिहिलेल्या दीर्घ लेखाचा खूपच उपयोग झाला. तसेच डॉक्टरांचे गुरू कै. रामचंद्र वर्दे यांचे चिरंजीव श्री. माधव वर्दे यांनीही वेळोवेळी उपयुक्त माहिती सांगितली. याबद्दल दोघांचेही मन:पूर्वक आभार.

या पुस्तकात समाविष्ट केलेली छायाचित्रे खालील छायाचित्रकारांमुळे उपलब्ध होऊ शकली.

श्री. मोहन वाघ, श्री. वसंत चिटणीस, श्री. मनोहर रणदिवे, श्री. उदय मिटबावकर, श्री. चिमासाहेब घोरपडे व श्री. राजदत्त.

या त्यांच्या सहकार्याबद्दल मी सर्वांची मन:पूर्वक आभारी आहे.

कांचन काशिनाथ घाणेकर.

■

■

पुलकीय

■

काशिनाथचा आणि माझा, तो कलाकार आणि मी दिग्दर्शक अथवा आम्ही सहकलाकार म्हणून फार अल्प सहवास झाला. त्यामुळे त्याबद्दल मी सांगू शकेन असे वाटत नाही. पण एका त्रयस्थाच्या दृष्टिकोनातून विचार करता मला काशिनाथ कसा वाटला हे सांगताना मी म्हणेन, की काशिनाथमध्ये तीव्र अशा स्वरूपाची 'इन्टेन्सिटी' *(भावनातिशयता)* होती. त्याने एखादे काम एकदा हाती घेतले की, तो त्याचे डोके फुटले तरी हरकत नाही पण तो ते काम पूर्णत्वाला नेल्याशिवाय सोडायचा नाही. पण त्याचे हे 'इन्टेन्सिटीने' कुठलेही काम करणे चांगल्या आणि वाईट अशा दोन्ही गोष्टींच्या टोकाला जायचे. त्याच्या ह्या अशा स्वभावाचा अभ्यास झाला पाहिजे.

पण हे करताना एक लक्षात ठेवले पाहिजे की, माणूस जन्मत:च 'स्वभाव' नावाची एक गोष्ट स्वत:बरोबर घेऊन येत असतो, जो कधीही बदलणे शक्य नसते. काशिनाथचा हा स्वभाव काही बाबतीत चांगल्या गोष्टींसाठी उपयोगी झाला तर वाईट बाबतीत त्या स्वभावाचा अतिरेकही झाला. काशिनाथवरील पुस्तकामध्ये या सर्वांचा शोध घेतला जावा, असे मला वाटते.

काशिनाथ हा अलीकडच्या काळात ज्याचे नाव असामान्य लोकप्रिय कलावंतांच्या यादीत अग्रक्रमाने घालावे असा नट होता. नाटक हा त्याचा केवळ व्यवसाय नव्हता तर ते त्याचे सर्वस्व होते, जीवन होते, ध्येय होते.

रंगभूमीवर 'एंट्री' करताच एक विलक्षण वातावरण तो निर्माण करीत असे. त्याच्या आगमनाबरोबर सभागृहात लकाकणारे झुंबर पेटल्यासारखे वातावरण निर्माण व्हायचे. किती पाहू किती नको अशा जिव्हाळ्याने सर्वसामान्य प्रेक्षक काशिनाथचा अभिनय पाहायचे. तो बुद्धिमान नट होता आणि तेवढाच भावनाप्रधानही होता.

त्याच्या अकाली निधनाची दु:खद वार्ता ऐकून प्रत्येक नाट्यप्रेमी माणूस विलक्षण हळहळल्याशिवाय राहणार नाही. त्याच्यापेक्षा वयाने किती तरी मोठा असलेल्या माझ्यासारख्याला तर 'वळचणीचे पाणी आढ्याला गेले' असेच वाटेल. असंख्य रसिकांच्या डोळ्यांतील आसवांनीच काशिनाथला महाराष्ट्रभर श्रद्धांजली वाहिली जाईल.

■

पु. ल. देशपांडे

■

■

भूमिका

■

कलावंत आईच्या पोटी जन्म घेऊन आणि कलावंत जीवनसाथी लाभूनही मला चित्रपट किंवा रंगभूमीवर भूमिका करण्याचा कधीही योग आला नाही. आजची माझी भूमिका मात्र ह्या पुस्तकाचे प्रयोजन मांडण्यापुरतीच आहे.

डॉक्टर काशिनाथ घाणेकरांच्या वैयक्तिक, सामाजिक आणि व्यावसायिक जीवनातील आठवणीतून डॉक्टर व डॉक्टरांचे जीवनचरित्र उभे राहावे, असा मूळ हेतू मनात होता. त्यासाठी डॉक्टरांच्या जवळ आलेल्या त्या त्या क्षेत्रातील व्यक्तींच्याकडून आठवणी लिहून घ्यायचे, असे ठरविले होते. अर्थात माझ्याही वैयक्तिक आठवणी मी लिहिणार होते. माझा लेख काहीसा दीर्घ असणार होता. या पुस्तकाचे स्वरूप लेखसंग्रहाचेच असणार होते.

डॉक्टरांच्या अकल्पितपणे जाण्याच्या धक्क्यातून लागलीच सावरणे मला तरी शक्य नव्हते. त्यामुळे काही काळ जावा लागला. त्यानंतर मात्र डॉक्टरांच्या स्नेहसंबंधितांना आणि चाहत्यांना प्रत्यक्ष भेटून, वैयक्तिक पत्रे पाठवून आणि वर्तमानपत्रातून आठवणी लिहिण्यासाठी जाहीर आवाहन केले. पहिला प्रचंड प्रतिसाद अर्थातच डॉक्टरांच्या चाहत्यांकडून होता. वर्तमानपत्रातून माझे निवेदन जाहीर झाल्यावर तिसऱ्या दिवसापासूनच चाहत्यांचे लेख यायला लागले. मात्र बऱ्याच जणांनी डॉक्टरांच्या भूमिकांचे रसग्रहण केले होते, तर काही जणांनी डॉक्टरांच्यावर गौरवपर लेख लिहिले होते. काहींनी तर डॉक्टरांचा सगळा नाट्यप्रवास लिहून पाठविला होता. डॉक्टरांच्यावर रचलेल्या कवितांचे तर प्रमाण खूपच होते; परंतु आमचा उद्देश डॉक्टरांच्या विषयीच्या आठवणी जमविण्याचा होता. त्यामुळे ज्या चाहत्यांनी अशा आठवणी पाठविल्या होत्या, त्यांची संख्या फारच अल्प होती.

मी वैयक्तिक जाऊन ज्यांना भेटले त्यांमध्ये पहिलीच भेट श्री. पु. ल. देशपांडे यांच्याशी झाली आणि मी संकल्पना केलेल्या पुस्तकाची रूपरेषाच बदलली. श्री. पु. ल. देशपांडे यांच्या मते लेख मागवून त्याचे पुस्तक प्रसिद्ध केले तर त्याला स्मरणिकेचे स्वरूप येईल. म्हणून मला त्यांनी सुचविले की, मी प्रत्यक्षपणे सर्व संबंधितांना भेटावे, त्यांना डॉक्टरांविषयी बोलते करावे आणि त्या आठवणींवर आधारित डॉक्टरांचे जीवनचरित्र लिहावे.

परंतु अशा तऱ्हेने प्रत्यक्ष मुलाखतीवर आधारित डॉक्टरांच्यावरील एक पुस्तक प्रसिद्ध होत असल्याचे मी त्यांना सांगताच श्री. पु. ल. मला म्हणाले, "तू काशिनाथच्या व तुझ्या ज्या आठवणी लिहिणार आहेस त्या केवळ तुम्हा दोघांच्या

वैयक्तिक आठवणींपुरत्याच मर्यादित ठेवू नकोस. त्याबरोबरच त्या वेळची परिस्थिती, काशिनाथच्या बाबतीत घडणारे चांगले-वाईट प्रसंग, त्याचा पत्रव्यवहार, त्याचे स्वत:चे काही लिखाण इत्यादी सर्व गोष्टी त्यामध्ये येऊ देत.''

श्री. पु. ल. देशपांडे यांची भेट घेऊन आले. पण एक खूप मोठी जबाबदारी शिरावर असल्यासारखी वाटायला लागली. कारण मी काही अनुभवी लेखिका नाही. अशा प्रकारचे लिखाण करण्याचा मला अनुभव नाही आणि सर्वांत महत्त्वाचे म्हणजे लिखाणाचा विषय असणारी व्यक्तीही वादळी व्यक्तिमत्त्वाची, अभूतपूर्व लोकप्रिय असणारी आणि गुंतागुंतीचा स्वभाव असणारी अशी होती. प्रतिभावंत कलावंत, प्रियकर, पती अशा वेगवेगळ्या व्यक्तिमत्त्वांनी डॉक्टरांनी माझे जीवन व्यापून टाकले होते. डॉक्टर माझ्या आयुष्यात आल्यापासून ते माझे सहचर होण्यापर्यंतचा प्रवास अनेक खळबळजनक घटनांचा होता. डॉक्टरांचे जीवन तसे खुल्या पुस्तकासारखे सर्वांच्या समोर होते. ते स्वत:ही कसली लपवाछपवी करत नसत; परंतु ते स्वत: कितीही स्पष्टवक्ते असले तरी काही वेळेला दुसऱ्यांचे हित सांभाळण्यासाठीही त्यांनी काही बाबतीत मौन स्वीकारले.

आणि त्यातूनच डॉक्टरांच्याबद्दलच्या गैरसमजांची मालिका सुरू झाली. डॉक्टरांचा स्वभाव विक्षिप्त नव्हता किंवा त्यांच्यामध्ये काही दोषच नव्हते, असे मी म्हणत नाही; पण डॉक्टरांचा तो स्वभाव प्रत्येक प्रसंगी तसाच असणार असे गृहीत धरूनच काही घटना तिखटमीठ लावून, अधिक खमंग चटकदार करून, काही वेळेला सांगणाऱ्याने स्वत:च्या कल्पनाशक्तीची त्यात भर घालून त्या सुरस कथा, किस्से कर्णोपकर्णी केल्या.

व्यावसायिक मत्सराचाही त्यात भाग असेल. तोही मी समजू शकते. पण आपण डॉक्टरांचे हितचिंतक आहोत, त्यांची काळजी करतो, हे दाखविण्यासाठी अमक्या अमक्या प्रसंगी काशिनाथ कसा चुकीचा वागला आणि आपण त्याला कसे सावरले-सोडवले हे एखादे पान चवीनं चघळावं तसे चघळीत, खासकरून दौऱ्याला बसमधून जाताना सांगण्याचे परमसत्कार्यही काही थोरल्यांनी केले आणि फक्त चारजणांना माहीत असलेली गोष्ट हजारोंपर्यंत पोहोचविण्याचे महत्कार्यही केले.

श्री. माधव मनोहर म्हणतात त्याप्रमाणे जिवंतपणीच डॉक्टर दंतकथा बनले, तर काही वेळेला सरदारजींच्या विनोदासारख्या काही गोष्टी डॉक्टरांच्या नावावर खपविल्या गेल्या.

डॉक्टरांचे जीवनचरित्र उभे करताना पन्नास-पंचावन्न वर्षांतील कुठल्या घटना निवडायच्या आणि कुठल्या बाजूला सारायच्या, हे कठीण काम होते. शिवाय डॉक्टरांचे अलौकिकत्व सांगतानाही त्यांना देवत्व प्राप्त करून देण्याचेही घडू नये याची दक्षता घेणे आवश्यक होते. डॉक्टरांचे ते एक 'कलावंत' याबरोबरच ते एक

'माणूस' म्हणूनही त्यांचे चित्र साकारावे याचाच प्रयत्न होता आणि माणूस म्हटला की गुण-अवगुण आलेच. डॉक्टरांना तर त्यांच्या गुणदोषासहित माझ्यासारखेच अनेकांनी स्वीकारलेले आहे.

डॉक्टरांच्या जीवनाशी मी पुष्कळशी परिचित असले तरी काही भाग अज्ञात होताच. त्याची माहिती डॉक्टरांनीच करून दिली. डॉक्टरांना अगदी छोटीशी चिठ्ठी-चपाटीही जपून ठेवायची सवय आणि तीच मला फायद्याची ठरली. डॉक्टरांच्या कागदपत्रांचा ढीग उपसण्यात माझे कितीतरी दिवस खर्ची पडले. पण खूप माहितीही मिळाली. डॉक्टरांना स्वत:ला लिहिण्याचा खूपच कंटाळा. त्यामुळे त्यांचे त्यांच्या अक्षरातील लिखाण जवळ-जवळ नाहीच. पण त्यांना आलेली अनेक मातब्बरांची पत्रे मी या पुस्तकासाठी घेतली आहेत.

माझ्या आईचे *(सुलोचनाबाई)* आभार मानणे मला आवश्यक वाटतात. कदाचित हे काहीसे औपचारिकही वाटेल; पण तिचा इथे उल्लेख केल्याशिवाय मला राहवत नाही. कारण डॉक्टरांच्या व माझ्या चित्तरकथेतील तिची भूमिका फारच विरोधातील राहिली. वास्तव जीवनात आणि चित्रपटातही मृदू, प्रेमळ असणारी ही नायिका, माझ्या व डॉक्टरांच्या प्रेमकथेत मात्र काही काळाकरिता का असेना खलनायिका ठरली.

तेव्हाचे माझ्या आईचे 'ते रूप', त्या वेळेची कटुता, सर्व काही लिहिणे अपरिहार्य होते. पण तिचा मोठेपणा हा की, तिने ते लिहिण्यास विरोध केला नाही. आत्मकथन करण्यासाठी जितका प्रामाणिकपणा दाखवाल, तितका तो कमीच असतो. माझ्या ह्या प्रयत्नात माझ्या आईनेही मला साथ दिली त्याबद्दलची ही कृतज्ञता.

डॉक्टरांच्या अभिनयाबद्दल त्यांच्या दर वेळी येणाऱ्या नव्या नाटकाच्या वेळी नाट्यसमीक्षकांनी, टीकाकारांनी, जाणकारांनी चांगले-वाईट त्यांना जसे भावले तसे लिहिले, प्रेक्षकांनीही गेल्या पंचवीस वर्षांत डॉक्टरांनी कसे आणि कुठल्या स्वरूपात स्वीकारले हेही अजून ताजे आहे. डॉक्टरांच्या कलाजीवनात महत्त्वपूर्ण ठरलेल्या त्यांच्या अभिनयशैलीची यापूर्वी प्रसिद्ध झालेल्या डॉक्टरांवरील पुस्तकात बऱ्याच जणांनी इतकी सूक्ष्म आणि खोलात जाऊन चिरफाड *(सूक्ष्म परीक्षण)* केली आहे की, डॉक्टर अभिनय तरी करत होते की नाही असा प्रश्न पडावा.

संभाजी, शाम, राहुल, लाल्या, गोपाळराव, बाबुल ह्या व्यक्तिरेखा म्हणजे डॉक्टरांच्या नाट्यप्रवासातील मानस्तंभ, यशोस्तंभ. ह्या भूमिका नुसत्या नजरेसमोर आणल्या तरी डॉक्टरांचे त्यासोबतचे साहचर्य त्या क्षणी मनात येते. परंतु ह्या सगळ्याच भूमिका डॉक्टर संभाजीच्याच पद्धतीने करायचे हा निष्कर्ष काढलेला वाचला आणि पहिला प्रश्न मनात आला तो हा की, डॉक्टरांनी पंचवीस वर्षे

रंगभूमीवर केलेच काय? डॉक्टर जर सर्वच भूमिका संभाजीच्या पद्धतीने करत होते तर प्रेक्षकांनी तरी ते कसे स्वीकारले? सतत पंचवीस वर्षे डॉक्टरांना सहन तरी कसे केले? डॉक्टरांना डोक्यावर तरी का घेतले? डॉक्टरांचा तोच तो अभिनय पाहून प्रेक्षक त्यांना कंटाळले कसे नाहीत?

याचा अर्थ डॉक्टर अगदी परिपूर्ण अभिनेता होते, त्यांच्या अभिनयात काही दोषच नव्हते असे मला म्हणायचे नाही. बदलत्या कालानुसार, परिस्थितीनुसार, डॉक्टरांनी आपल्या अभिनयात काही बदल केले पाहिजेत, असे मलाही वाटायचे. आवाजासारख्या निसर्गदत्त देणगीकडेही डॉक्टरांनी फार दुर्लक्ष केले असेही मला वाटते. पण डॉ. काशिनाथ घाणेकर म्हणजे 'रंगभूमीवरील एक चमत्कार'– एवढेच त्यांचे वर्णन होऊ नये, असे वाटते. डॉक्टरांनी एक-एक व्यक्तिरेखा उभी करताना घेतलेल्या कष्टांची, श्रमांची, ध्यासांची साधी नोंदही घेतली जाऊ नये याची खंत वाटली, दु:ख झाले.

या दु:खातून एक विचार मनात आला तो असा, की डॉक्टरांनी त्यांच्या मरणोत्तर त्यांचा देह वैद्यकीय शाखेच्या विद्यार्थ्यांना अभ्यासासाठी उपयोगी व्हावा असे वाटे. पण मलाच ती कल्पना असह्य वाटणारी होती. त्यामुळे मी त्या गोष्टीला संमती दिली नाही. मात्र डॉक्टरांचा देह वैद्यकीय अभ्यासासाठी जरी उपयोगी पडला नाही तरी अनेक विचारवंताना, कलावंतांना त्यांचा अभिनय तरी विचक्षणा करायला उपयोगी पडला; याचे थोडे तरी समाधान वाटते.

डॉक्टरांनी स्वत: सांगितलेल्या स्वत:च्या आयुष्यातील आठवणी, माहिती, डॉक्टरांच्या विषयीच्या माझ्या व्यक्तिगत आठवणी, अनुभव तसेच वेळोवेळी डॉक्टरांच्यावर लिहिले गेलेले लेख, त्यांच्या मुलाखती, त्यांच्या नाटकांची परीक्षणे, डॉक्टरांना आलेली पत्रे यांवर आधारित हे पुस्तक आहे.

तरीही हे डॉक्टरांचे आत्मचरित्र नाही. कारण डॉक्टरांचे चरित्र यात आले असले तरी आत्मनिवेदन माझे आहे. डॉक्टरांचे व्यक्तिचित्र रेखाटण्याचा हा प्रयत्न आहे. म्हणून याला डॉक्टरांचे चरित्र-चित्र मानावे.

श्री. पु. ल. देशपांडे यांनी सुचविल्याप्रमाणे डॉक्टरांचा स्वभाव शोधण्याचा मी प्रयत्न केला आहे. अर्थात हा अमका प्रसंग घडला म्हणून डॉक्टर असे घडले असे ठळक निष्कर्ष मांडलेले नाहीत; पण प्रसंगान्वये घडलेल्या डॉक्टरांच्या स्वभावदर्शनातून त्यांच्या 'स्व'भावाचा शोध घेण्याचा हा प्रयत्न आहे. त्याला कितपत यश आले आहे, ते वाचकांनी ठरवायचे आहे. यातील सर्व त्रुटितांची, अपयशाची जबाबदारी माझी आहे.

मेहता पब्लिशिंग हाऊस ह्या मान्यवर प्रकाशन संस्थेमार्फत माझ्यासारख्या नवोदित लेखिकेचे पुस्तक प्रकाशित होत आहे, हा सुयोगच आहे. अर्थात ही 'डॉ.

काशिनाथ घाणेकर' या नावाची पुण्याई आहे, याची मला पूर्ण जाणीव आहे. माझ्या लिखाणाची संहिता श्री. अनिल मेहता यांच्यापर्यंत पोहोचविण्याचे बहुमोल कार्य माझे धाकटे बंधू श्री. मदन नाईक यांनी केले. श्री. अनिलभाई मेहता व त्यांचे चिरंजीव श्री. सुनील मेहता यांनी हे पुस्तक उत्तम व्हावे यासाठी मन:पूर्वक परिश्रम घेतले. माझ्या लिखाणात कुठलीही काटछाट न करता हे पुस्तक छापण्याचे मान्य केले, ही त्यांची सहृदयता आहे.

श्री. चिं. स. तथा आण्णा लाटकर यांच्या कल्पना मुद्रणालयामध्ये पुस्तक छपाई म्हणजे सुबक, सुवाच्च आणि आकर्षक मुद्रणाची त्रिवार ग्वाही.

एका कलावंताच्या जीवनावरील पुस्तकाचे मुखपृष्ठ आणि आतील छायाचित्रांची मांडणी करायची आहे, याची जाणीव आर्टिस्ट चंद्रमोहन कुलकर्णी यांनी सुरुवातीपासूनच जपली.

हे पुस्तक लिहिताना, प्रसिद्ध करताना अनेक ज्ञात-अज्ञात व्यक्तींनी मला जे सहाय्य केले त्यांचे आभार मानण्यास शब्द अपुरे आहेत. त्यांचे हे ऋण सदैव माझ्यावर राहील.

कांचन काशिनाथ घाणेकर
१४ सप्टेंबर १९८९

■

कृतज्ञता

प्रिय वाचक,

माझ्यासारख्या नवोदित लेखिकेच्या पहिल्याच पुस्तकाची तिसरी आवृत्ती वर्षाच्या आत प्रसिद्ध होण्याचे भाग्य आपल्या सर्वांच्या प्रचंड प्रतिसादामुळेच शक्य होऊ शकले. पण त्याबरोबरच ही सर्व किमया 'डॉ. काशिनाथ घाणेकर' या नावाची आहे हेही तितकेच सत्य आहे. आजही डॉक्टरांना आपणा सर्वांचे प्रेम लाभत आहे, हेच यातून जाणवते.

दुसऱ्या आवृत्तीची छपाई इतक्या लवकर सुरू झाली की, कृतज्ञता व्यक्त करण्याइतका अवसरही सापडला नाही. त्याबाबतची खंतही मी प्रकाशक श्री. सुनील मेहतांच्याकडे व्यक्त केली. त्यावर ते त्वरित उत्तरले, 'जूनमध्ये तिसऱ्या आवृत्तीच्या वेळी करू.' प्रकाशकाचा आत्मविश्वास मी अचंब्याने पाहात राहिले आणि तो योग खरंच अवतरला.

मेहता पब्लिशिंगने माझे पुस्तक प्रकाशित करताना लहान मुलाचे पुरवावे तसे सर्व हट्ट, आग्रह पुरविले. दुसऱ्या आवृत्तीच्या वेळी तर पुस्तकाची किंमत कमी ठेवावी ही माझी प्रथमपासूनची इच्छाही मान्य केली *(पहिल्या आवृत्तीच्या वेळी ती करणे त्यांना अगदीच अशक्य होते. म्हणूनच ती त्यांनी केली नाही.)*. या उपक्रमाबद्दल मी प्रकाशकांचीही कृतज्ञ आहे.

कळावे, लोभ आहेच, तो वाढावा.

आपली नम्र,
कांचन काशिनाथ घाणेकर
१५ जून, १९९०

इतकी बेपर्वाई आकाशालाच शोभते
तूही स्वत:ला आकाश समजू
लागलास का
मी म्हटले म्हणून?
कितीही म्हटले परस्परांना अलौकिक
असामान्य
तरी अखेर मुळे मातीतच
हे तुला कळत नाही असे का मी म्हणते?
एक विचारू?
कलंदराला हवीच का असली बेपर्वाई
आकाशाची पोकळ पोकळ निळाई?
चिडले नाही रे
चंद्र-सूर्य पाहते ना मी तुझ्याच डोळ्यात!
चंद्र-सूर्यांना का दिसावी आसवे कोणाची?
मातीचे मुके कढ मातीच जाणे
पण तू आकाशच राहा.
नाही तर डोळे उचलून पाहायचे तरी कोणाकडे?

■

पद्मा गोळे
यांच्या 'आकाशवेडी' संग्रहातून.

■

१

उबदार डिसेंबरचा शेवटचा आठवडा होता. साल १९६२. मी त्या वेळी एस्.एस्.सी.ला होते. शाळेला नुकतीच नाताळची सुट्टी सुरू झाली होती. २५ डिसेंबरचा दिवस होता. सकाळीच चारुकाका *(श्री. चारुदत्त सरपोतदार– पूना गेस्ट हाऊसचे चालक)* पुण्याहून आले होते. एखाद्याला एकदा आपले मानले की, सख्ख्या नात्यानेही लाजावे असे प्रेम करणारा हा माणूस. आत्तीशी *(अभिनेत्री सुलोचना– माझी आई)* त्यांचे भावाचे नाते इतके दृढ झाले की, तितके ते त्यांच्या सख्ख्या बहिणीशीही नसेल.

चारुकाकांच्या जवळ 'रायगडाला जेव्हा जाग येते' या नाटकाचे निमंत्रण होते. सौ. सुधा करमरकर यांनी त्यांना निमंत्रित केले होते. चारुकाकांनी मला नाटकाला येणार का असे विचारले. खरं तर गेले दोन महिने मी या नाटकाची जाहिरात वर्तमानपत्रातून पाहात होते. या नाटकाचे नाव वाचून मला याबद्दल खूपच कुतूहल वाटायचे. या नावाचा गर्भितार्थ लक्षातच यायचा नाही. कारण नाटकाला जाण्याचे फारसे वळणच नव्हते. त्याचे मुख्य कारण म्हणजे माझी आजी. आम्ही घरातील सर्व मुले नाटक-सिनेमाला जायची तर माझ्या आजीबरोबर नेहमी जायची; पण तिला तर संगीत नाटकांचे वेड होते आणि त्यातूनही नाटक पाहायचे तर ते बालगंधर्वांचे असे ती म्हणायची. गद्य नाटकांचा तिला कमालीचा तिटकारा होता.

त्यातूनही त्या वेळी माझे लाडके नाटक होते 'लग्नाची बेडी'. दादा *(राजा परांजपे)* त्या नाटकात गोकर्णाची भूमिका करायचे. त्यामुळे ते एकच नाटक मी खूप वेळा पाहिले होते. त्याशिवाय लहान मुलांनी पाहावे असे आदर्श नाटक म्हणून 'दुरितांचे तिमिर जावो' हे नाटक आम्हाला दाखविले होते. एस्.एस्.सी.चे वर्ष

असल्यामुळे नाटक-सिनेमाचा त्या वर्षी विचारच करता येत नव्हता. पण नुकत्याच झालेल्या फॉर्म परीक्षेमुळे अभ्यासाची खूपशी तयारी झालेली होती. मुख्य म्हणजे मीही तोच तोच अभ्यास करून कंटाळलेली होते. काहीतरी वेगळा विषय म्हणून मी चारुकाकांच्या बरोबर भारतीय विद्याभवन येथे दुपारी तीन वाजता 'रायगड' बघायला गेले. माझी आईही बरोबर आलेली होती.

भारतीय विद्याभवन येथील ते चार तास अलीबाबाच्या गुहेत शिरल्यासारखे वाटले. नाटक असंही असू शकते याची प्रथमच मला जाणीव झाली. माझा जन्म कोल्हापूरला झाला. येथील सरंजामशाहीच्या अवशेषामध्ये माझी सुरुवातीची दहा वर्षे गेल्यामुळे ऐतिहासिक वातावरणाची मला आवड होतीच. लेखन, अभिनय, नेपथ्य, पार्श्वगीत, प्रकाशयोजना आणि दिग्दर्शन या सर्वच बाजूंनी श्रीमंती जाणवत होती. तीनही अंक बांधून ठेवल्यासारखे झाले होते. मध्यंतरामध्येही त्या नाटकाचा कैफ उतरत नव्हता. अर्थात सगळ्यात आकर्षित केलं होतं त्या नाटकातील संभाजीच्या भूमिकेतील नटाने. त्या कलाकाराचे नावही मला माहिती नव्हते. पण त्या कलावंताला प्रत्यक्ष पाहावे असे मात्र वाटत होते.

नाटक संपल्यावर सुधाताईंना भेटण्यासाठी आम्ही तिघे रंगपटात गेलो. त्या वेळी मराठी-हिंदी चित्रपटसृष्टीत 'सुलोचना' या नावाचा प्रचंड दबदबा होता. त्यामुळे ती रंगपटात जाताच सारे तिच्याभोवती जमले. सुधाताईंचा व माझ्या आईचा तसा थोडा-फार परिचय होता. सुधाताईंनी एकेकाशी माझ्या आईचा परिचय करून द्यायला सुरुवात केली. त्यामध्ये अर्थातच पहिली व्यक्ती होती. मा. दत्तारामबापू. माझी आई त्यांच्यासमोर आपसूकच आदराने झुकली. माझी नजर मात्र संभाजीला शोधण्यासाठी भिरभिरत होती.

उंचापुरा, भेदक डोळ्यांचा, देखणा, भरदार संभाजी कुठेच दिसत नव्हता. आणि एवढ्यात सुधाताईंचा आवाज आला. "हे संभाजीचे काम केलेले डॉ. काशिनाथ घाणेकर." मी दचकलेच. कारण तंग सुरवार, त्याच्यावर बाह्या असलेला गंजीफ्रॉक घातलेला, प्रकृतीने किरकोळ वाटणारा एक तरुण जिरेटोप छातीशी कवटाळून केव्हाचा माझ्यासमोर उभा होता. सुलोचनाबाईंशी कधी ओळख होते याची वाट पाहात तो तरुण अधीरपणे उभा होता आणि सुधाताई त्या तरुणाची ओळख संभाजीची भूमिका करणारा म्हणून करून देत होत्या. डॉ. काशिनाथ घाणेकर भारावल्यासारखे माझ्या आईसमोर नमस्कारासाठी वाकले. "छान झालं तुमचं काम. अगदी हुबेहुब संभाजी वठवलात," असं कौतुकाने म्हणत माझ्या आईने घाणेकरांना दोन्ही खांद्याला धरून उठवलं.

त्या रंगपटातील संभाजीला बघून माझी थोडीशी निराशाच झाली. मेकअप् पॅडिंगच्या साहाय्याने किरकोळ वाटणाऱ्या घाणेकरांना नखशिखान्त बदलून टाकले

होते. पण त्यांचा अस्सल अभिनय, गाभाऱ्यात घुमावा तसा घुमारदार आवाज आणि भेदक पाणीदार डोळे मात्र त्यांचे स्वत:चे होते. त्या सर्वांनी घाणेकरांच्या इतर उणिवांवर मात केली होती.

कौतुक समारंभ आटपून आम्ही घरी परत आलो. पण 'रायगडाच्या' धुंदीतून बाहेर यायला पुढे काही दिवस जावे लागले. आत्तीला *(माझी आई)* तर 'रायगड' नाटकाची तारीफ करायला शब्द पुरत नव्हते. भेटेल त्याला ती 'रायगडाला जेव्हा जाग येते' हे नाटक पाहाण्याचा आग्रह करीत होती. मी मात्र 'डॉ. काशिनाथ घाणेकर' या नऊ मंत्राक्षरांनी मंतरले गेले होते. या आकर्षणाचे स्वरूप मला सापडत नव्हते. भाऊ, काका, मामा या नात्याचे लेबल मात्र त्याला नक्कीच नव्हते. मात्र खोलवर कुठेतरी बीज रुजले होते. माझ्या नकळत ते वाढत होते.

२

नव्या वर्षात शाळा उघडल्या आणि मी पुन्हा अभ्यासात गुरफटून गेले. १६ ते १८ तास मी अभ्यास करायची. मी खूप हुषार नव्हते; पण मेहनती मात्र होते. मुख्य म्हणजे घेतलेले काम शेवटाला नेण्याची जिद्द, ध्यास असायचा. शिवाय मी मला न आवडणारा आणि न पेलणारा उच्च गणित हा विषय घेतला होता. त्यामुळे तर अभ्यास एके अभ्यास एवढेच ध्येय समोर होते. इतर सर्व विषयांना फाटा दिला होता.

त्याच सुमारास देशात एक नवी खळबळ माजली होती. चीन देशाने केलेला विश्वासघात, पराभवाचे दु:ख आणि पुन्हा प्रतिकाराला सिद्ध होण्यासाठी चाललेली धडपड असे एक मंथन सर्व देशभर सुरू होते. सगळा देश त्यामध्ये ढवळून निघत होता. हिमालयाने सह्याद्रीला घातलेली साद म्हणून यशवंतराव चव्हाण संरक्षणमंत्री या पदावर दिल्लीला रवाना झाले. संरक्षणनिधीसाठी साऱ्या देशातून मदतीचा ओघ वाहायला लागला.

यशवंतराव चव्हाण संरक्षणमंत्री झालेले पाहून मराठी माणसाचा ऊर अभिमानाने भरून आला. त्यामध्ये मराठी चित्रपटसृष्टीही मागे नव्हती. कधी नव्हे ती हिंदी-मराठी चित्रपटसृष्टीतील नामवंत मराठी मंडळी एकत्र आली आणि मनोरंजनाचे कार्यक्रम करून संरक्षणनिधीला मदत करण्याचे ठरले. नृत्य, नाट्यप्रवेश, नकला यासाठी त्या वेळच्या लोकप्रिय चित्रपट-नाट्य कलावंतांनी हजेरी लावली, तर सी. रामचंद्र, वसंत देसाई, सुधीर फडके, वसंत पवार, राम कदम ही मातब्बर मंडळी आपल्या अजोड कलाकृती घेऊन उभी ठाकली. पहिला कार्यक्रम ठरला खामगाव येथे. या कार्यक्रमाचा खरा हीरो ठरला चार-साडेचार वर्षांचा सचिन. लावणी नृत्यावर व्हावी

तशी त्याच्या नृत्यावर दौलत जादा झाली म्हणे. खुल्या जागेत अफाट जनसमुदायासमोर न घाबरता तालासुरात बेफाम नाचणारा सचिन मॅन ऑफ दि मॅच ठरला. हा कार्यक्रम खूपच यशस्वी ठरल्यामुळे सर्व मंडळींचा उत्साह दुणावला आणि मग पुढचे कार्यक्रम नाशिक, औरंगाबाद येथे ठरले.

एस्.एस्.सी.च्या परीक्षेमुळे मी खामगावला जाऊ शकले नाही. पण खामगावच्या कार्यक्रमाचे वर्णन ऐकल्यामुळे नाशिकच्या कार्यक्रमाला आत्तीबरोबर जाण्याचे मी नक्की केले होते. परीक्षेच्या शेवटच्या दिवशी गणिताचा पेपर टाकला आणि घरी येऊन पहिले काम कोणते केले असेल तर रणजित देसाई यांची 'स्वामी' कादंबरी वाचायला घेतली. त्यामध्ये इतकी रंगले की २५ मार्च रोजी नाशिकच्या कलावंत रजनीचाही विसर पडला होता.

त्या दिवशी आम्ही कार्यक्रमाच्या आधी तासभरच नाशिकला पोहोचू शकलो. कार्यक्रमाच्या ठिकाणी तयार होण्यासाठी कलाकारांची झुंबड उडाली होती. त्यातच दिवेही गेले होते. गोंधळामध्ये अधिकच भर पडली होती. अर्थात आत्ती कुठल्या कार्यक्रमात भाग घेणार नव्हती. त्यामुळे आम्ही दोघी तयार होऊन कार्यक्रमाच्या ठिकाणी पोहोचलो. कुठल्याशा पटांगणावर तो कार्यक्रम होता. माणसांनी आवार नुसते फुलून गेले होते. भारतीय बैठकीची बसण्याची व्यवस्था होती. नंतर खूप गर्दी होईल म्हणून आत्तीने मला बाहेर जाऊन बसायला सांगितले. ती कार्यक्रमाची रूपरेषा आखण्यासाठी आतच थांबली होती. कार्यक्रम सुरू व्हायला वेळ होता. बसल्या ठिकाणाहूनच मी इकडेतिकडे बघत वेळ काढीत होते.

आणि एका क्षणी माझी नजर एके ठिकाणी जाऊन अडकली. ती तिथून पुढे सरकेचना. रंगमंचाच्या दुसऱ्या बाजूला, त्याला टेकून एक व्यक्ती उभी होती. पांढरा सूट– मला वाटतं शार्कस्कीनचा असावा– व पांढरा शर्ट अशा वेषात ती व्यक्ती होती. कोट एका खांद्यावर टाकलेला होता. डाव्या पायावर उजवा पाय आडवा टाकून कलंडल्यासारखी ती व्यक्ती स्टेजला टेकून उभी होती. स्वतःच्या तळहाताच्या आधारावर डोके टेकले होते. स्वतःच्या विचारात हरवल्यासारखी ती व्यक्ती उभी होती.

माझ्या हृदयाचा ठोका क्षणभर चुकल्यासारखा झाला. कारण ती व्यक्ती दुसरी-तिसरी कुणी नसून डॉ. काशिनाथ घाणेकर होते. रायगडाच्या प्रयोगानंतर म्हणजे तब्बल तीन महिन्यांनी मी त्यांना पाहात होते. कशाने तरी त्रस्त झाल्यासारखे कंटाळून ते उभे होते. त्यांच्याशी जाऊन बोलावं असं सारखं वाटत होतं; पण माझी त्यांची ओळख कुठे झालेली होती? सुधाताईंनी तर फक्त आत्तीशीच त्या दिवशी त्यांची ओळख करून दिली होती. ओळख नसतानाही जाऊन बोलण्याचे आगाऊ धैर्य माझ्यामध्ये नव्हते. बरीचशी रिझर्व्हड असलेली मी इच्छा होऊनही पुढे जाऊन

त्यांच्याशी बोलू शकले नाही. त्यांच्याकडे एकटक बघत राहणेही शक्य नव्हते. पण माझी नजर परत परत त्यांच्याकडेच वळत होती. तिथेच खिळून राहात होती.

कार्यक्रम सुरू झाला आणि त्या गडबडीत माझ्या नजरेचा पहारा असूनही डॉ. घाणेकर तिथून कुठे नाहीसे झाले ते कळलेच नाही. दुसऱ्या दिवशी मुंबईला जायला निघालो, तर चारुकाका *(चारुदत्त सरपोतदार)* म्हणाले, "काशिनाथचा डोळा कसा आहे कुणास ठाऊक? काल माझी अंगठी त्याच्या डोळ्याला फार जोरात लागली."

आत्तीने विचारले, "घाणेकर आता कुठे आहेत? रात्री दिसले नाहीत ते?"

"तो गजानन जहागिरदारांच्या बरोबर आला होता. पण त्याला आज मुबंईत रायगडचा प्रयोग होता आणि धुमाळलाही आज शूटिंग होते. त्यामुळे रात्रीच तो त्याच्याबरोबर मुंबईला परत गेला." चारुकाकांनी सांगितले.

मला वाटतं आम्ही मुंबईला परत आलो त्याच्या दुसऱ्या दिवशीच श्री. वसंत जोगळेकर यांच्या 'शेवटचा मालुसरा' या मराठी चित्रपटाचा परळ येथील कारदार स्टुडिओत मुहूर्त होता. वसंतराव जोगळेकर यांचा हिंदी चित्रपटसृष्टीतही चांगलाच दबदबा होता. त्यांनी मध्यंतरीच्या काळात प्रामुख्याने हिंदी चित्रपटांची निर्मिती केली होती. हिंदी चित्रपटसृष्टीतील बडी मंडळीही आलेली होती. थोड्याच वेळात मुहूर्ताचा शॉट रमेश देव यांच्यावर पार पडला आणि आत्तीचे शूटिंग असल्यामुळे आम्ही घाईघाईने स्टुडिओच्या बाहेर जायला निघालो.

समोर पाहते तर स्टुडिओच्या दारात चक्क माझे दैवत उभे होते– डॉ. काशिनाथ घाणेकर. त्या घाईगडबडीत आत्तीने काळजीपूर्वक घाणेकरांच्या डोळ्याची चौकशी केली. डोळ्याच्या डॉक्टरांना दाखविले की नाही तेही विचारले. त्यांचा डोळा चांगलाच लाल झाला होता. मात्र गंभीर इजा झालेली नव्हती. आत्तीने त्यांच्याकडे आणखी एका गोष्टीची चौकशी केली. ती म्हणजे, "लेन्सेसचे काय झाले?" त्यावर डॉ. घाणेकरांनी उत्तर दिले की, "ते होऊ शकत नाही." त्यावर आत्तीने विचारले की, "बाबांना सांगितले का?" त्यावर डॉ. घाणेकरांनी उत्तर दिले– "नाही जी. मी आता कोल्हापूरला जाणार आहे. त्या वेळेस बाबांना *(श्री. भालजी पेंढारकर)* हे सर्व सांगतो."

हे सर्व बोलणे कुठल्या संदर्भामध्ये चाललंय याचा मला काहीच अर्थबोध होत नव्हता. मात्र राहून राहून एका गोष्टीचे आश्चर्य वाटत होते की हा कोकणस्थ ब्राह्मण असणारा माणूस प्रत्येक वाक्याला उत्तर देताना 'हो जी', 'नाही जी' म्हणत होता. या खेपेसही डॉ. घाणेकरांची व माझी ओळख झाली नाही.

गाडीतून जाताना वाटेत समजले की बाबा *(भालजी पेंढारकर)* आपल्या शिवाजीवरील आगामी ऐतिहासिक चित्रपटामध्ये शिवाजीच्या भूमिकेसाठी काशिनाथ घाणेकर यांना घेण्याचा विचार करीत होते; पण डॉ. घाणेकरांचे निळसर डोळे

शिवाजीच्या भूमिकेच्या आड येत होते. त्यावर उपाय म्हणून डोळ्यावर काळ्या रंगाच्या लेन्सेस बसवून मिळू शकतील का ते बाबांना हवे होते.

शिवाजीच्या जीवनावरील नाटक म्हणून बाबांनी 'रायगडाला जेव्हा जाग येते' हे नाटक पाहिले होते. 'शककर्ता शिवाजी' हे शिवाजीचे रूप बाबांनी ध्यानीमनी जपलेले होते. त्यामुळे रायगडमधील घरगुती वाटणारा शिवाजी बाबांना रुचणे कितपत शक्य होते?

सगळ्यात महत्त्वाची गोष्ट म्हणजे बाबांना संभाजी अप्रिय होता. संभाजी व्यसनी, रंगेल होता म्हणून नव्हे तर, शिवाजी महाराजांच्या मुलाने मोगलांना जाऊन मिळणे हा बाबांच्या दृष्टीने संभाजीचा अक्षम्य अपराध होता.

हे सर्व जरी असले तरी संभाजीची भूमिका करणाऱ्या काशिनाथ घाणेकर यांच्या प्रेमात मात्र बाबा पडले होते. डॉ. घाणेकर प्रयोगाच्या निमित्ताने कोल्हापूरला जात होते. पण त्याचबरोबर त्यांचा पहिला चित्रपटही जयप्रभा स्टुडिओमध्ये सुरू झाला होता. नाव होते 'पाहू रे किती वाट'. पुण्याच्या काही मंडळींनी सहकारी संस्था सुरू करून त्या संस्थेतर्फे हा चित्रपट सुरू केला होता. त्याचे दिग्दर्शक होते राजा ठाकूर. नायक-नायिका होते अरुण सरनाईक व सीमा, तर नायिकेच्या धाकट्या भावाच्या भूमिकेत होते डॉ. काशिनाथ घाणेकर आणि त्यांची नायिका होती उमा. या चित्रपटाचा मुहूर्त बाबांच्या पत्नी सौ. लीलाबाई पेंढारकर यांच्या हस्ते झाला होता. वरील संस्थेचे जे अनेक भागीदार होते, त्यांपैकी एक चारुदत्त सरपोतदार होते.

त्या चित्रपटामध्ये डॉ. काशिनाथ घाणेकर यांची वर्णी चारुकाकांच्यामुळे लागली होती. त्या दोघांची आता मैत्री जुळायला सुरुवात झाली होती. पुण्यामध्ये प्रयोगाच्या निमित्ताने दोघांच्या गाठीभेटीही वाढल्या होत्या. बालगंधर्व नाट्यगृह होईपर्यंत मुंबईहून पुण्याला नाटकासाठी जाणाऱ्या नाट्यसंस्था चारुकाकांच्या पूना गेस्ट हाऊसमध्ये उतरत. नाट्य-चित्रपटसृष्टीचे माहेरघर म्हणूनही पूना गेस्ट हाऊस प्रसिद्ध होते. ह्या माहेरघरी सर्वांचे आपलेपणाने, प्रेमाने, वात्सल्याने स्वागत करणारी एक आईही होती. त्या म्हणजे चारुकाकांच्या मातोश्री श्रीमती सरस्वतीबाई सरपोतदार. चारुकाका आता काशिनाथ घाणेकर यांना 'काश्या' ह्या लाडक्या नावाने संबोधायला लागले होते. घाणेकर मात्र चारुकाकांना 'अरे चारु'च म्हणत.

३

एप्रिलमध्ये *(१९६३)* दादांनी *(राजा परांजपे)* दिग्दर्शित केलेल्या 'बायको माहेरी जाते' ह्या मराठी चित्रपटाचे रिलीज होते. या चित्रपटाचे निर्माते चारुकाकांचे

धाकटे बंधू श्री.विश्वास सरपोतदार होते.ह्या चित्रपटाचे प्रीमियर सेंट्रल सिनेमामध्ये होते.

चित्रपट सुरुवातीपासूनच पकड घेत होता. प्रेक्षागृह अक्षरश: उसळत होते. थिएटर तुडुंब भरले होते. बाहेर पडणे मुष्कील झाले, इतकी गर्दी झाली होती. बॉक्सला लागून असलेल्या जिन्यावरच आम्ही खोळंबून उभे होतो. अंधारातून बऱ्याच वेळाने उजेडामध्ये आल्यामुळे डोळे किलकिले करून मी गर्दी न्याहाळत होते. बाल्कनीच्या दरवाज्यामधून बाहेर पडणाऱ्या गर्दीत क्रीम कलरच्या पँट-शर्टमध्ये मला एक व्यक्ती दिसली. तिथे प्रकाश बराच अंधूक होता. पण त्या व्यक्तीच्या तोंडामध्ये सिगरेट होती. तिचा झुरका मारताना त्या व्यक्तीच्या हाताची मोठी डौलदार हालचाल होत होती. सिगरेटचा झुरका घेताना सिगरेटचे टोक थोडे अधिक प्रज्वलित होई आणि त्याचा प्रकाश त्या व्यक्तीच्या तोंडावर क्षणभरच पसरे. प्रथम मी पाहिले तेव्हा हृदयाचा ठोकाच क्षणभर चुकल्यासारखे वाटले. ती व्यक्ती कोण आहे याची खात्री होताच मी माझ्या मोठ्या मामेबहिणीच्या कानाशी लागले आणि कुजबुजले–

''बेबी, काशिनाथ घाणेकर.''

कुठल्याही प्रीमियरला जायचे म्हणजे आम्ही दहा-बारा जण तरी सहजच असायचो. त्या दिवशीही होतो. माझी आजी आणि आम्ही बहिणी एका गाडीतून प्रथम थिएटरमधून बाहेर पडलो. आडव्या रस्त्याला सोडून मुख्य रस्त्याला लागताच लक्षात आले पुढे असलेल्या फियाटमध्ये डॉ. काशिनाथ घाणेकर आहेत. त्यांच्या शेजारी एक स्त्रीही होती. त्या त्यांच्या पत्नी होत्या. बॉम्बे सेंट्रलपर्यंत आमची व त्यांची गाडी पुढे-मागे अशी होती. बॉम्बे सेंट्रल आले आणि डॉ. घाणेकरांची गाडी डाव्या हाताला वळली आणि आम्ही सरळ रस्त्याने सायनला निघालो. मग मात्र एखाद्याची अचानक संगत सुटून एकाकी वाटावे तसे सुने सुने वाटायला लागले.

आता मी काशिनाथ घाणेकर यांच्याबद्दल माहिती मिळवायला सुरुवात केली होती. डॉ. घाणेकर स्वत: दातांचे डॉक्टर, तर त्यांच्या पत्नी डॉ. इरावती ह्या स्त्रीरोगतज्ज्ञ असून त्यांचा दवाखाना लालबाग येथे गणेश टॉकीजला लागून आहे. घरातील सर्व कामे स्वत: करून त्या बाई प्रॅक्टिस करतात. डॉ. घाणेकरांचाही स्वत:चा दवाखाना त्यांच्या राहत्या घरी असून तेही प्रॅक्टिस करतात आणि आवड म्हणून नाटकातही कामं करतात. त्यांचा वरळीचा ब्लॉक प्रशस्त होता. स्वत:ची गाडी होती. दोघांचीही प्रॅक्टिस चांगली चालली होती. 'रायगड'च्या यशाने डॉ. घाणेकर यांचे रंगभूमीवरील यश निश्चित झाले होते. पण हे सर्व असूनही एक फार मोठी उणीव त्यांच्या संसारामध्ये होती. ती म्हणजे डॉ. घाणेकर व इरावती यांच्या लग्नाला पाच वर्षे होऊन गेली होती,पण घरात अजून बाळराजाचे आगमन झाले नव्हते.

४

एप्रिल महिन्याचा तिसरा आठवडा असेल. एके दिवशी सकाळी एक फोन आमच्या घरी घणघणला. मी रिसीव्हर कानाला लावून 'हॅलो' म्हटले आणि गाभाऱ्यात घुमतो तसा आवाज कानात घुमला.

"मी काशिनाथ घाणेकर बोलतोय. दीदी आहेत का?"

(माझ्या आईची खासगीतील दोन-तीन नावे प्रचलित आहेत. व्यावसायिक स्नेहीमंडळी बाई, दीदी या नावाने संबोधितात, तर मी जरी माझ्या आईची एकुलती एक मुलगी असले तरी इतर आठ मामेभावंडांच्याप्रमाणे मीही माझ्या आईला आत्तीच– आत्या– म्हणते.)

डॉ. काशिनाथ घाणेकरांचा आवाज इतक्या जवळून ऐकल्यावर माझं तर हृदय आनंदातियशाने बंदच पडायची वेळ आली होती. धडधडत्या हृदयावर एक हात दाबून धरीत जवळ जवळ किंचाळून मी आत्तीला हाक मारली. माझी अशी हाक ऐकून बिचारी आत्ती धावतच फोनजवळ आली.

"काय ग! कुणाचा फोन? इतकं ओरडायला काय झालं?" घाबरलेल्या आत्तीचा प्रश्नांचा मारा सुरू झाला. काहीही न बोलता मी फोन आत्तीच्या हातात दिला. माझे पाय जमिनीला टेकतच नव्हते. काशिनाथ घाणेकरांनी कशासाठी फोन केला आहे ते ऐकायला सगळ्या शरीराचे कान झाले होते.

आत्ती हसून त्यांना सांगत होती–

"हो. येईन ना. तो दिवस मी रिकामाच ठेवला आहे. महाराष्ट्र राज्याचा चित्रपट पारितोषिक समारंभ त्याच दिवशी सकाळी आहे. दुपारी आम्ही तुमच्या नाटकाला नक्की येऊ. हो हो. कांचनही येईल. ती केव्हापासून इथे उड्या मारत उभी आहे. थांबा हं, तिलाच फोन देते."

आत्तीने माझ्यापुढे रिसीव्हर धरताच मी भानावर आले. माझे पाय जमिनीवर स्थिरावले.

"छे! माझी त्यांची ओळख नाही. मी नाही त्यांच्याशी बोलणार." आणि मी झटकन् तिथून निघाले. जाता जाता आत्तीचे हसत हसत बोललेले शब्द कानावर पडले.

"अहो, तिची तुमच्याशी ओळख नाही असं ती म्हणतेय. त्यामुळे ती फोन घ्यायला तयार नाही."

आता मला वेध लागले होते पंचवीस एप्रिलचे. एक तर त्या वर्षी प्रथमच सुरू झालेल्या महाराष्ट्र राज्य चित्रपट पारितोषिकापैकी उत्कृष्ट अभिनेत्रीचे पारितोषिक 'प्रपंच' या चित्रपटाकरिता आत्तीला मिळाले होते. या वेळेचा सामना अटीतटीचा

होता. उषाकिरण, जयश्री गडकर, सीमा यांचेही उत्कृष्ट भूमिकांचे चित्रपट या वेळच्या स्पर्धेमध्ये होते; पण बाजी मात्र आत्तीने मारली होती. दादांना *(राजा परांजपे)* 'सुवासिनी' चित्रपटाच्या दिग्दर्शनाकरिता दुसऱ्या क्रमांकाचे बक्षीस मिळाले होते आणि आता त्यातच 'रायगडाला जेव्हा जाग येते' या नाटकाचा अवघ्या सहा महिन्यांत सुवर्ण महोत्सवी प्रयोग त्या दिवशी होता. त्या समारंभाचे आमंत्रण देण्यासाठी डॉ. घाणेकरांचा फोन आला होता. माझ्या दृष्टीने मणिकांचन, दुग्धशर्करा सगळे योग एकाच दिवशी जुळून आले होते.

आता पन्नासाव्या प्रयोगाचे काही वाटत नाही; पण पंचवीस वर्षांपूर्वी नाटकाचे पंचवीस प्रयोग झाले तरी कोण अपूर्वाई वाटायची. आत्तीलाही लोकमान्यता खूप मिळाली होती. त्याबरोबर आता राजमान्यताही मिळाली होती. आम्हा बहिणींची तर एखाद्या लग्नाला जाण्यासारखी तयारी सुरू होती. नव्या स्कर्टवर नवा ब्लाऊज हवा म्हणून मी फोर्टमधून नुसता ब्लाऊजच दीडशे रुपयांचा *(२५ वर्षांपूर्वी दीडशे रुपये)* आणला होता.

महाराष्ट्र सरकारचा पारितोषिक वितरण समारंभ लिबर्टी चित्रपटगृहामध्ये होता. समारंभाचे प्रमुख पाहुणे युनियन मिनिस्टर बी. गोपाल रेड्डी होते, तर व्ही. शांताराम, दुर्गा खोटे, शांता आपटे, स्नेहप्रभा प्रधान अशी ह्या व्यवसायातील बुजुर्ग मंडळीही आवर्जून उपस्थित होती. स्नेहप्रभाबाई प्रधान *(ह्या ज्युरी होत्या)* यांनी आत्तीचे काम त्यांना खूप आवडल्यामुळे मीनाकाम केलेली राजस्थानी फुलदाणी आत्तीला बक्षीस म्हणून दिली. आत्तीला तर महाराष्ट्र सरकारच्या बक्षिसाहूनही अधिक मोलाचे ते बक्षीस वाटले. कारण एका ज्येष्ठ्य कलावंताने एका दुसऱ्या कलावंताचा केलेला तो सन्मान होता.

तृप्त मनानेच आम्ही सर्व घरी परत आलो. आणि 'रायगडाच्या' समारंभासाठी पुन्हा दुपारी भारतीय विद्याभवनवर पोहोचलो. चारुकाका पुण्याहून ह्या दोन्ही कार्यक्रमांसाठी आले होते. गद्य नाटकं न आवडणारी माझी आजीही 'रायगड' नाटक बघायला आली होती. डॉ. घाणेकर यांनी आमची सर्वांची तिकिटं स्वत: काढली होती. सर्वांना नाटक बघायला बोलवायचे तर स्वत:च्या पैशाने तिकिटं काढून बोलवायचे, ही डॉ. घाणेकर यांची तेव्हापासूनची पद्धत होती. आधुनिक वाल्मिकी ग. दि. माडगूळकर अध्यक्षस्थानी होते. त्यांच्या वक्तृत्वपूर्ण शैलीचा पुन्हा एकदा आस्वाद चाखायला मिळाला.

एक अंक झाल्यावर आत्तीने मला व माझ्या बहिणींना चारुकाकांच्याबरोबर रंगपटात जाऊन काशिनाथ घाणेकर यांना पुष्पगुच्छ द्यायला पाठवून दिले आणि मुख्य म्हणजे आत्तीने आमची सर्वांची *(विशेषत: माझी)* डॉ. घाणेकरांशी आधी ओळख करून द्यायला चारुकाकांना बजावले. आत पोहोचलो तर खुद्द शंभूराजे

आलेल्या निमंत्रितांना चहाचे कप देत होते. चारुकाकांनी पुढे होऊन आम्ही आल्याची डॉ. घाणेकर यांना वर्दी दिली आणि परिचयही करून दिला. माझ्या हातून पुष्पगुच्छ घेत डॉ. घाणेकर आपले नाक फुगवीत मिश्कीलपणे खर्जात बोलले–

"आता तरी झाली का ओळख?"

मला काय बोलावे सुचेना. एवढ्यात त्याच स्वरात पुढचा प्रश्न डॉ. घाणेकरांच्याकडून आला– "चहा घेणार का?'

मी मानेनेच नकार दिला. आम्ही सर्वजणी त्यांचा निरोप घेऊन प्रेक्षागृहात आलो. पुढचे नाटक मी कसे पाहिले ते काहीच आठवत नाही.

५

यानंतर मात्र मी काशिनाथ घाणेकरांच्यासंबंधी येणारे वर्तमानपत्रातील, मासिकातील मजकूर खूपच उत्सुकतेने वाचायला लागले. 'रायगडाला जेव्हा जाग येते' या नाटकावर चर्चा तर सारख्या झडत होत्याच. मनोविश्लेषणात्मक पहिले मराठी ऐतिहासिक नाटक म्हणून 'रायगड'वर सारख्या उलटसुलट चर्चा झडत होत्या आणि संभाजी अतिशय लोकप्रिय झाल्यामुळे काशिनाथ घाणेकर सतत प्रसिद्धीच्या झोतात होते.

आय.एन्.टी.च्या 'माते, तुला काय हवंय' ह्या नाटकात नानासाहेब फाटकांसमोर डॉ. घाणेकर मोठ्या ताकदीने उभे राहात. त्यांची ही भूमिका धी गोवा हिंदी ॲसोसिएशन या संस्थेच्या कलाविभागाचे भिकु पै आंग्ले आणि त्यांच्या सहकाऱ्यांनी पाहूनच डॉ. घाणेकर यांची संभाजीच्या भूमिकेसाठी निवड केली होती. प्रा. वसंत कानेटकर हे तर त्यांनी नव्याने निर्माण केलेल्या संभाजीच्या बाबतीत फारच काटेकोर होते. मागे एकदा ग. दि. माडगूळकर यांनी डॉ. घाणेकरांची 'वेड्याचे घर उन्हात' ह्या वसंत कानेटकर यांच्याच नाटकातील दादाची भूमिका पाहून डॉ. घाणेकरांची तारीफ वसंत कानेटकर यांच्याजवळ केली होती. पण नवीन नट इतक्या अवघड भूमिकेसाठी उभा केलेला पाहून वसंत कानेटकर हे धास्तावलेले असणारच आणि त्यामध्ये काही गैरही असे नव्हते. पण मा. दत्ताराम यांच्या निवडीवर मात्र वसंत कानेटकर यांचा पूर्ण विश्वास होता.

खरी कसोटी होती ती मा. दत्ताराम व डॉ. काशिनाथ घाणेकर यांची. पण नाटक पाहिल्यावर श्री दीपलक्ष्मी मासिकाने त्याबद्दल लिहिताना म्हटले–

डॉक्टरांचा संभाजी रंगभूमीवर आला आणि संभाजीच्या भूमिकेसाठीच डॉक्टरांचा जन्म झालेला आहे, असे सगळे म्हणायला लागले. हा मा. दत्ताराम यांचा विजय, त्यांनी भूमिका अप्रतिम बसवली म्हणून. तसाच तो डॉक्टर घाणेकरांचाही त्यांनी

रागालोभाची पर्वा न करता जिद्दीने, नेटाने संभाजी उभा केला म्हणून! कसबी सोनार असला तरी सोने हे कसदार हवेच की, दत्ताराम-काशिनाथ हा मणिकांचन योग जमून आला आहे.

'माते, तुला काय हवंय' ह्या नाटकातील डॉ. घाणेकरांची भूमिका पाहून नटवर्य केशवराव दाते इतके प्रसन्न झाले होते की, ते आपणहोऊन डॉ. घाणेकर यांना 'हॅम्लेट'ची भूमिका शिकवायला तयार झाले होते.

'रायगड'मधील डॉ. घाणेकरांचा संभाजी पाहिल्यावर मात्र डॉ. घाणेकरांच्या आराध्यदैवताने नटसम्राट नानासाहेब फाटक यांनी तर "डॉक्टरड्या, काम चांगलं केलंस. खूप मोठा हो." असा अगदी त्यांना मनापासून आशीर्वाद दिला.

"काशिनाथने काम चांगलं केलं तर नवल नाही. तोच आहे तो." असे मिश्किलपणे आत्माराम भेंडे म्हणत.

समाजातील इतर क्षेत्रांतील मान्यवरांनीही 'रायगड' नाटकाचे आणि डॉ. घाणेकर यांच्या संभाजीचे उदंड कौतुक केले.

कवी यशवंत म्हणाले– "प्रयोगाला मध्यंतर ठेवूच नका."

प्रा. ना. सी. फडके यांनी वसंत कानेटकरांना कळविले की– "माझ्यातर्फे डॉ. घाणेकरांची पाठ थोपटावी."

ले. ज. थोरात म्हणाले– "दत्ताराम-घाणेकर जोडी चंद्र-सूर्यासारखी शोभते."

एका चिपळूणकरांनी लिहिले– "डॉ. काशिनाथ, आपली गरुडभरारीने होत असलेली प्रगती आणि तेजाने तळपणारा यज्ञसूर्य पाहून आम्ही दिपून गेलो. आमच्या सद्भावना आपल्या पाठीशी आहेत. उत्तरोत्तर यशसूर्य झळाळू दे, हीच ईश्वरचरणी प्रार्थना."

प्रत्यक्ष नाटककार वसंत कानेटकर यांनी त्यांना अभिप्रेत असलेला संभाजी वेळोवेळी आपल्याला समजावून दिला. नाटकाच्या पुस्तकात शेवटी जोडलेल्या पार्श्वभूमीचाही खूप उपयोग झाला, असे डॉ. घाणेकर आवर्जून सांगत. 'रायगड' नाटकाच्या दैदीप्यमान यशात डॉ. घाणेकरांचा सिंहाचा वाटा जाणून रायगडाची पुस्तकप्रत घाणेकरांना सप्रेम भेट देताना To my Sambhaji *(माझ्या संभाजीस)* असा त्यांचा गौरव केला आणि डॉ. घाणेकरांना आभाळ ठेंगणे झाले.

डॉ. घाणेकरांच्या मते, रायगडातील संभाजीने त्यांचे एक सर्वांत मोठे अवघड काम सुरू केले होते. ते म्हणजे त्यांची दुरावलेली घरची मंडळी त्यांच्या पुन्हा जवळ आली होती. नाटकात काम करणे म्हणजे वेळेचा अपव्यय असं म्हणणाऱ्या घाणेकर यांच्या वडिलांनी आपले शब्द मागे घेतले. थोरल्या बंधूंशी असलेला बऱ्याच दिवसांचा अबोला सरला होता. नाटक पाहाताना लहान मुलासारखे रडणारे आणि "मला क्षमा कर, मी चुकलो" असे मोठ्या मनाने म्हणणारे वडील बंधू

आठवून डॉ. घाणेकर गहिवरत होते.

आणखी एक अपूर्वाईची गोष्ट म्हणजे सहसा डॉ. घाणेकरांच्या नाटकाला न येणाऱ्या डॉ. घाणेकरांच्या मातोश्री 'रायगड'च्या पहिल्या प्रयोगाला आवर्जून उपस्थित राहिल्या आणि नाटक सुरू होण्यापूर्वी विंगेमध्ये जाऊन डॉ. घाणेकरांना अंत:करणापासून आशीर्वाद देऊन आल्या. मातृभक्त घाणेकरांच्या मते आईचा आशीर्वाद म्हणजे परमेश्वराचा आशीर्वाद आणि हे सर्व त्याचेच फळ मिळाले आहे. डॉ. घाणेकर यांच्या नाटकाच्या नादाबद्दल नाराज असणाऱ्या त्यांच्या पत्नीही 'रायगड' पाहिल्यावर आपली नाराजी व्यक्त करायच्या बंद झाल्या.

सर्वांहून महत्त्वाचे म्हणजे 'रायगड' नाटकाने डॉ. घाणेकर यांच्या व्यावसायिक यशाचा पाया घातला आणि तोही फार मजबुतीने. यापूर्वीही डॉ. घाणेकर नाटक करीतच होते. आपले सर्वस्व त्यात ओतीत होते. पण २-४ प्रयोगामध्येच नाटक बंद पडत होते. ललितकलाकेंद्राने विजय तेंडुलकरलिखित 'माणूस नावाचे बेट' हे नाटक रंगभूमीवर आणले होते. त्यातील नायक 'काशिनाथाची' अवघड भूमिका मोठ्या कौशल्याने डॉ. घाणेकरांनी वठविली होती. पण ते नाटक पाहायला कुणी फारसे आलेच नाही. तीच कथा इंडियन अकादमी ऑफ ड्रॅमॅटिक आर्टस् या संस्थेतर्फे गो. नी. दांडेकरलिखित 'शितू' या नाटकाची झाली. विजया जयवंत *(विजया मेहता)* दिग्दर्शित आणि अभिनीत या नाटकातील नायक 'विसू',डॉ. घाणेकरांनी साकार केला होता. अरविंद देशपांडे, माधव वाटवे यांची साथ होती. पण नाटकाचे फारसे प्रयोग झाले नाहीत.

इंडियन नॅशनल थिएटरच्या 'फोन नं. ३३३३३' या नाटकातील डॉ. घाणेकरांची प्रशंसनीय भूमिका पाहून दिग्दर्शक आत्माराम भेंडे यांनी विश्राम बेडेकरलिखित 'नरो वा कुंजरो वा' या नाटकात डॉ. घाणेकरांना प्रमुख भूमिका दिली. या नाटकाच्या निमित्ताने विश्राम बेडेकरांचा सहवास आणि मार्गदर्शनही लाभले. डॉ. घाणेकरांच्या याही भूमिकेची तारीफ झाली; पण नाटक मात्र लोकप्रिय होऊ शकले नाही. रक्ताचे पाणी करून घेतलेल्या श्रमावर पाणी पडत होते. सर्वस्व ओतून केलेल्या श्रमाला व प्रयत्नांना यशाची पावती मिळत नव्हती.

६

'रायगड'मुळे केवळ रंगमंचाच्या यशाचे द्वार उघडले असे नाही तर चित्रपट ह्या अभिनयाशी संबंधित आणखी एका माध्यमाचे द्वार खुले झाले. 'पाहू रे किती वाट', 'सुखाची सावली', 'मराठा तितुका मेळवावा' या तीन-तीन चित्रपटांचे करार डॉ. घाणेकरांच्या खिशात होते. या तीनही चित्रपटांचे दिग्दर्शकही मातब्बर

होते. राजा ठाकूर, गजानन जहागिरदार आणि भालजी पेंढारकर. ह्या तिघांनीही डॉ. घाणेकरांच्या चित्रपट ह्या माध्यमाच्या, अभिनयाच्या जाणिवा अधिक विस्तारित केल्या.

बाबांनी *(भालजी पेंढारकर)* 'मराठा तितुका मेळवावा' ह्या चित्रपटाची तयारी सुरू केली आणि जिजाबाईंच्या भूमिकेसाठी आत्तीची *(माझी आई)* निवड केली. दोन महिने आधी संपूर्ण संवादांची वही तिच्या हाती देण्यात आली होती. वजनही कमी करायला सांगितले होते. संवादांची घोकंपट्टी, डाएटिंग आणि इतर चित्रपटांचे शूटिंग अशी तारेवरची कसरत आत्ती करत होती. पूर्वीचा काळ असता तर बाबांनी नेहमीसारख्या आधी तालमीच घेतल्या असत्या; पण मुंबईतील शूटिंगमुळे आत्तीला इतके दिवस कोल्हापूरला जाऊन राहणे शक्य नव्हते. पण बाबांनी तसा आग्रहच धरला असता तर मुंबईतील सगळे चित्रपट नाकारून ती कोल्हापूरला जाऊन राहिली असती. पण बाबांनीही तसा दुराग्रह धरला नाही. मात्र संवाद चोख पाठ करण्याची बाबांनी तंबी दिलेली होती.

आत्तीला साभिनय संवाद पाठ करावे लागत होते. कारण मुंबईमध्ये तिची तालीम दादा *(राजा परांजपे)* घेत होते. दादाही बाबांचे शिष्य. त्यामुळे तेही स्वत:चे पूर्ण समाधान होईपर्यंत आत्तीकडून तालीम करून घेत होते. ह्या दोन्ही अभिजात कलावंतांचे शिकणे आणि शिकविणे *(शिकवणारा स्वत:ही अभिनेता आणि प्रतिभावान दिग्दर्शकही होता.)* पाहणे म्हणजे अपूर्व योग होता.

बाबांनी शिवाजीच्या भूमिकेसाठी प्रख्यात मराठी दिग्दर्शक दत्ता धर्माधिकारी यांच्या मुलाची– आल्हादची– निवड केली होती. आल्हाद पूर्वी चिमणी पाखरं, अबोली, ओवाळणी अशांसारख्या चित्रपटांतून उत्कृष्ट बालनट म्हणून गाजला होता. बाबांना डॉ. घाणेकरांच्या डोळ्यामुळे त्यांना शिवाजीची भूमिका देता आली नाही, पण बाबांनी त्याच चित्रपटातील 'भाव्या' ह्या काल्पनिक पात्राच्या भूमिकेसाठी डॉ. घाणेकरांची निवड केलीच. चारुकाकांचा आनंद तर आता गगनात मावत नव्हता. चारुकाका मला पाठविलेल्या पत्रातून बाबा डॉ. काशिनाथ घाणेकरांचे कसे 'स्पेशल' लाड करतात, त्यांच्याकडे कसे विशेष लक्ष पुरवतात, याचे रसभरीत वर्णन करीत.

७

मे महिन्याचा शेवटचा आठवडा जवळ यायला लागला तशी छातीमध्ये धडधड सुरू झाली. कारण आता एस्.एस्.सी.चा रिझल्ट कधीही जाहीर झाला असता. आत्तीचे कोल्हापूरला 'मराठा तितुका मेळवावा'चे शूटिंग सुरू होते. त्यामुळे इच्छा असूनही ती माझ्या रिझल्टच्या वेळी मुंबईत थांबू शकली नाही.

रिझल्टच्या आदल्या दिवशी रात्री आत्तीचा कोल्हापूरवरून ट्रंक-कॉल आला आणि तिने मला मी पास झाल्याची बातमी दिली. मला आश्चर्य वाटले. हिला कसे समजले? आणि तिने जे सांगितले ते ऐकून मी थक्कच झाले. कारण त्या दिवशी दिवसभर आत्ती व सौ. माई *(सौ. लीलाबाई पेंढारकर)* यांचे चिंतातुर चेहरे आणि ऑक्सिजनवर असल्यासारखी अवस्था बघून बाबा *(भालजी पेंढारकर)* स्वत: एका दैनिकाच्या कार्यालयात रात्री गेले आणि त्यांनी माझा रिझल्ट काढून आणला.

मला मात्र त्या रात्री फारच एकटं वाटत होतं. घरात फक्त माझी आजी आणि माझ्या मामेबहिणी होत्या. माझ्या दिवंगत वडिलांची, आत्तीची तीव्रतेने आठवण येत होती; पण आत्तीचाही नाईलाज होता. शूटिंग तर होतेच. पण त्याशिवाय बाबांच्या चिरंजीवांचा श्री. प्रभाकर पेंढारकर यांचा विवाह होता. रिझल्टमुळे मला त्या विवाहाला जाण्याची खूप इच्छा असूनही जाता आले नाही. हा विवाह खूप गाजला तो हळदी खेळण्यामुळे. आमच्या कोल्हापूरला हळदी खेळण्याची हौस जरा जास्तच असते. अगदी रंगपंचमीसारखी लग्नात हळद खेळतात. प्रभादादांच्या लग्नात हळद खेळविण्याचे प्रमुख सूत्रधार होते बाबूरावकाका *(नटवर्य बाबूराव पेंढारकर– बाबांचे वडील बंधू.)*. स्वत: अलिप्त राहून त्यांनी हळद खेळण्याची अशी काही झुंबड लावून दिली म्हणे की, डॉ. घाणेकरांसारखे मुंबईकरही त्यातून सुटू शकले नाहीत. बाबूरावकाका या खेळाचे सूत्रधार आहेत असे कळल्यावर तर भडकणाऱ्या मंडळींची अधिकच पंचाईत झाली.

माझा एस्.एस्.सी.चा रिझल्ट जाहीर झाला त्या दिवशी तर आत्तीने किलोने साऱ्या स्टुडिओला पेढे वाटले; इतका तिला आनंद झाला होता. स्वत:च्या अपुऱ्या शिक्षणाची पूर्तता ती आमच्या शिक्षणामध्ये पाहात होती. मुंबईला येताच तिने मला त्या वेळी फॅशनमध्ये असलेले चौकोनी आकाराचे सुंदर घड्याळ घेऊन दिले. मी रुईया कॉलेजमध्ये एफ्.वाय. आर्टस्‌ला ॲडमिशन घेतली. कॉलेज सुरू व्हायला अवकाश होता. पण एक नवे अनोळखी जग पाहाण्याची उत्सुकता वाढली होती.

अशातच एक दिवस माझ्या नावे जरासे जाडजूडच लागणारे एक पाकीट पोस्टाने आले. मला आलेले पत्र पाहून घरातील सगळ्यांच्या भुवया उत्सुकतेने ताणलेल्या होत्या. मीही मोठ्या उत्सुकतेने ते पत्र फोडले. ते पत्र पाठविणाऱ्याचे नाव, त्यामध्ये असलेला त्या व्यक्तीचा एक छोटासा फोटो, हे सर्व पाहून माझा माझ्या डोळ्यांवर विश्वास बसेना. कारण ते पत्र चक्क डॉ. काशिनाथ घाणेकर यांनी मला पाठविले होते. पत्र पुढीलप्रमाणे होते–

॥ श्री ॥

४-६-६३

प्रिय कांचन,

अ. आ.

तू एस्.एस्.सी. पास झाल्याचे मला राजाभाऊ परांजपे यांनी कोल्हापूरला सांगितले. त्याबद्दल अभिनंदन करण्यासाठी हे पत्र लिहीत आहे. अभिनंदन करून पुढे असे वाटते की तू खूप खूप शिकावे व असेच यश मिळवावे. तुझी पुढे काय होण्याची इच्छा आहे मला माहीत नाही; पण तू डॉक्टर व्हावे अशी मी इच्छा करतो.

'रायगडाला जेव्हा जाग येते' या नाटकाच्या ५०व्या प्रयोगाला तू मला एक सुंदरसा फुलांचा गुच्छ देऊन अभिनंदन केलेस, याबद्दल मला खूपच आनंद झाला. तो गुच्छ मी खरोखरच मनापासून स्वीकारला हे तुला कळावे म्हणून मी हा सोबत त्या गुच्छासकट काढलेला माझा फोटो तुला पाठवीत आहे.

तुझे प्रत्यक्ष अभिनंदन करण्यासाठी मी बहुतेक दि. ७ जूनला चारुबरोबर येईन. कारण चारु त्या दिवशी पुण्याहून इकडे येणार आहे. तू आजारी होतीस असे चारुने सांगितले. आता प्रकृती कशी आहे?

कळावे,

राजाभाऊ व दीदींना सा. न.

तुझा डॉक्टरकाका,

काशिनाथ घाणेकर

मी ते पत्र कितीदा तरी वाचले पण समाधान होईना. एका शब्दावर मात्र मी परत परत अडखळत होते– 'डॉक्टरकाका' हे संबोधन मात्र मला मुळीच आवडले नाही. त्या नावाने त्यांना हाक मारायची नाही असे मी अगदी पक्के ठरवून टाकले. मी त्यांना नुसतं 'डॉक्टर' एवढंच म्हणायचं ठरवलं.

८

पत्र मिळाल्यावर दोन दिवसांनी सात तारीख उजाडली. सकाळी चारुकाका येऊन पोहोचल्याचा फोन आला होता; पण त्यांच्याबरोबर डॉक्टर येतीलच याची काही मला खात्री नव्हती. त्या दिवशी दुपारी तीन वाजता आत्तीसह आम्ही एका बंगाली चित्रपटाची ट्रायल बघायला फेमस महालक्ष्मी येथे जाणार होतो. भर दुपारच्या उन्हात चारुकाका आणि डॉक्टर आमच्या घरी हजर झाले. माझी तर नुसती तारांबळ उडाली.

डॉक्टर आल्या आल्या मला 'हॅलो' म्हणाले. आमच्या कोल्हापुरी पद्धतीप्रमाणे वयाने मोठ्या असणाऱ्या मंडळींना वाकून नमस्कार करायची आम्हाला सवय लावलेली होती. पण बरोबरीच्या वयाची असल्यासारखे डॉक्टरांनी मला 'विश' केले होते. त्यामुळे त्यांना वाकून नमस्कार करायचा, हात जोडून नमस्कार करायचा, की त्यांच्यासारखेच 'हॅलो' म्हणायचे या गोंधळात मी सापडले होते; पण नेहेमीप्रमाणे पास झाल्याचा म्हणून मी डॉक्टरांना वाकून नमस्कार केला. डॉक्टर स्वत: दुसऱ्यांना वाकून नमस्कार करायचे, पण दुसऱ्यांनी त्यांना नमस्कार केलेला आवडायचा नाही. नंतर पुढे लक्षात आले की सर्वच घाणेकर बंधूंना दुसऱ्यांनी त्यांना नमस्कार केल्याचे आवडत नाही.

त्या दिवशी बंगाली चित्रपटाची ट्रायल बघून चौपाटीला आईस्क्रीम खायला जायचे ठरले होते. माझ्या पास होण्याचे सेलिब्रेशन होते. आमच्याबरोबर डॉक्टरांनीही यायचे ठरवले. माझी तर अवस्था आंधळा मागतो एक आणि... अशी झाली होती. ट्रायल अर्धी झाली आणि डॉक्टर मधूनच उठले. कारण त्यांच्या क्लिनिकमध्ये *(डॉक्टरांना दवाखाना म्हटलेले आवडायचे नाही)* त्यांना एका ऑपरेशनसाठी जायचे होते. आत्तीने डॉक्टरांना गाडी घेऊन जायला सांगितले; पण डॉक्टर म्हणाले–

"आय विल टेक कॅब. तुमचा चित्रपट संपेपर्यंत मीही मोकळा होईन. तुम्ही जाताना मला पिकअप् करा."

डॉक्टर इंग्रजी खूपच स्टाईलीश बोलत होते. टॅक्सीला 'कॅब' म्हणतात हे मला नव्यानेच समजले.

फेमस महालक्ष्मीपासून डॉक्टरांचे घर तसे जवळच होते. त्यांना घेऊन आम्ही चौपाटीला 'क्रीम सेंटर'मध्ये पोहोचलो. आईस्क्रीम येईपर्यंत सर्वांच्या इकडच्या-तिकडच्या गप्पा चालल्या होत्या. मोठी माणसं बोलत असताना लहानांनी मधे मधे तोंड घालायचे नाही, अशी आम्हाला ताकीद असल्यामुळे आम्ही बहिणी गप्पच होतो. मी माझे दोन्ही कोपर टेबलावर टेकवून त्यांचे बोलणे ऐकत बसले होते. एवढ्यात आत्ती चारुकाकांना हसत हसत म्हणाली– "चारु, कांचनकडे बघितलं का? नवं घड्याळ सर्वांना दिसावं म्हणून कशी हात वर ठेवून बसली आहे."

मला आत्तीचा अस्सा राग आला. मी आता लहान का होते? आणि अशी चेष्टा तीही डॉक्टरांच्या समोर? माझा पडलेला चेहरा डॉक्टरांच्या लक्षात आला असावा. त्यांनी माझ्याकडे गंभीर चेहऱ्याने पाहात माझे घड्याळ बघायला मागितले. मी मुकाट्याने माझे घड्याळ त्यांच्या दिशेने सरकविले. डॉक्टरांनी उलट-सुलट करून ते घड्याळ पाहिले आणि आहे बुवा! असा आविर्भाव करीत त्यांनी ते घड्याळ मला परत केले. तेवढीच हळुवार फुंकर.

९

जूनच्या शेवटच्या आठवड्यात आम्ही आत्तीबरोबर कोल्हापूरला गेलो. एकतर 'मराठा तितुका'चे शेवटचे शूटिंग होते आणि जुलैच्या पहिल्याच आठवड्यात बरेच दिवस गाजत असलेला सीमा-रमेश देव यांचा विवाह होता. दोघांशीही आत्तीचे जिव्हाळ्याचे संबंध होते. त्यामुळे त्या लग्नाला हजर राहणे अत्यावश्यकच होते. 'मराठा तितुका'चे आत्तीचे सर्व शूटिंग संपत आले होते. तसा सगळा चित्रपटच पूर्ण होत आला होता. डॉक्टर व जीवनकला यांच्यावरील दोन गाणी तेवढी चित्रीत व्हायची होती आणि त्याच दरम्यान बाबा फ्ल्यूने आजारी पडले होते.

हे मुंबईकर एकदा गेले की परत लवकर सापडत नाहीत असा विचार करून बाबांनी त्या वेळी कोल्हापूरमध्येच असणाऱ्या दादांना *(राजा परांजपे)* सांगितले की, "राजा, तुमच्या नव्या दिग्दर्शन पद्धतीप्रमाणे जो काय ×××तून कॅमेरा लावायचा तो लाव आणि एवढी दोन गाणी घे."

त्या दोन गाण्यांतील एक द्वंद्वगीत होते– 'नाव सांग सांग नाव सांग.' आणि दुसरे गाणे होते– 'रेशमाच्या धाग्यांनी.'

बाबांनी नव्या पद्धतीने गाणी घे असे चेष्टेने सांगितले असले तरी दादांनी त्या ऐतिहासिक वातावरणाशी सुसंगत अशी ती गाणी इतकी सुरेख घेतली की ती कुठेही वेगळी, ठिगळ लावल्यासारखी वाटत नाहीत, की बाबांच्या दिग्दर्शन पद्धतीपेक्षा निराळी वाटत नाहीत. गाणी आणि चित्रपट दोन्हीही पूर्ण झाले.

सीमा-रमेश देव यांचे लग्न झाले. जेवण झाल्यावर लग्नघरातूनच आम्ही मुंबईला जाण्यासाठी निघालो. आमची व जीवनकलाची अशा दोन गाड्या होत्या. जीवनकला आमच्या गाडीत बसली, तर तिच्या गाडीत चारुकाका, तिचे वडील आणि कॅमेरामन अरविंद लाड. ड्रायव्हिंग करत होते डॉक्टर. त्यांच्या इतर सगळ्या लकबींसारखे त्यांचे गाडी चालवणेही डौलदार होते. पण जरा फास्टच होते. चारुकाका पुण्यात उतरले आणि आम्ही मुंबईची वाट धरली. खोपोलीत थांबून ही मंडळी राजमाची पॉइंटवर विसावली. तिथला तो परिसर, पावसाळी वातावरण, संध्याकाळचा भन्नाट वारा पाहून एखादा दगडसुद्धा रोमांचित व्हावा. कथा-कादंबऱ्यांच्या जगात पाऊल *(नुकतीच)* टाकलेली मी भारावलेली असले तर नवल नव्हते.

एवढ्यात एक छोटेसेच पण सुंदर गुलाबाचे फूल तोडून डॉक्टरांनी माझ्यासमोर धरले. ते फूल सुंदर की, त्या फुलासारखे निरागस दिसणारे तांबूस वर्णाचे डॉक्टर अधिक सुंदर असा संभ्रम पडत होता. षोडश वर्षीय मी, आपल्या प्रिय व्यक्तीकडून अशी लोभसवाणी भेट घेताना हरखून गेले. डॉक्टरांच्या यातील काही गावीही

नसेल. त्या वेळी तिथे असलेल्या सर्व मंडळींमध्ये सर्वांत छोटी मुलगी म्हणूनही त्यांनी ते फूल मला सहजही दिले असेल. पण ज्यूलिएटने ज्या भावनेने रोमियोकडून फूल स्वीकारले असेल, त्या भावनेने मीही ते फूल डॉक्टरांच्याकडून स्वीकारले. खंडाळ्यापासून मात्र आमच्या एकापाठोपाठ एक जाणाऱ्या दोन्ही गाड्या एकमेकींपासून दुरावल्या. जीवनकलाही आता आपल्या गाडीत जाऊन बसली. या वेळी मात्र मला मुळीच एकटे वाटले नाही. त्या सुंदर गुलाबाची सोबत बरोबर होती. आजही ते फूल मी जपून ठेवले आहे.

मुंबईला परत आले आणि कॉलेजची नवलाई सुरू झाली. कॉलेजमध्ये आल्यावर समजले की, डॉक्टर आणि अरुण सरनाईक हेही रुईया कॉलेजचे माजी विद्यार्थी आहेत. त्यामुळे तर रुईया कॉलेजबद्दल अधिकच जिव्हाळा वाटायला लागला.

१०

ऑगस्ट महिन्यातील गोष्ट असेल. एका संस्थेने 'रायगडाला जेव्हा जाग येते' या नाटकाचा प्रयोग मदतीसाठी जाहीर केला होता. त्याची काही तिकिटे आत्तीलाही घ्यावी लागली होती. शूटिंगमुळे तिला जाणे शक्य नव्हते, तर डॉक्टरांचे नाटक म्हटल्यावर मी एका पायावर जायला तयार असायची. आम्ही दोघीतिघी बहिणी *(मी व माझ्या मामेबहिणी. माझ्या दोन मामांची आठ मुले आणि मी अशा नऊ जणांना माझ्या आजीने व आईने एकत्रच वाढविले, नावालाच आम्ही आते-मामेभावंडं आहोत. किंबहुना सख्ख्या नात्याहूनही आमचे नाते अधिक घट्ट आहे. आत्तीने आम्हा सर्वांना सारखेच वाढविले. माझ्यामध्ये व त्यांच्यामध्ये ती जरासुद्धा भेदभाव करू देत नसे. स्वत:ही करत नसे.)* आणि आमच्याबरोबर सोबत म्हणून आमच्या जवळ राहणारे मधू आपटे यांना पाठविले होते. कारण रात्री साडेआठ वाजता प्रयोग बिर्ला मातोश्री सभागृहामध्ये होता.

आम्ही येणार याची डॉक्टरांना अजिबात कल्पनाही नव्हती. फोन करून सांगावं तर त्या वेळी त्यांच्याकडे फोनही नव्हता. पण जेव्हा कधी त्यांच्याकडे फोन येईल तेव्हा पहिला फोन ते मला करतील असे त्यांनी मला प्रॉमिस दिले होते. पहिल्या अंकानंतर त्या संस्थेचा काहीतरी समारंभ होता. योगायोगाने त्या दिवशी ७५वा प्रयोग होता. समारंभाचे अध्यक्ष होते ले. ज. शंकरराव थोरात. 'रायगड'चे मी पन्नास आणि पंचाहत्तर असे दोन प्रयोग पाहिले होते. म्हणजे इजा-बिजा-तिजा या नात्याने नाटकाचा शतक महोत्सव पाहायला मिळणे फारसे दूर नव्हते.

मध्यंतरामध्ये आम्ही डॉक्टरांना भेटण्यासाठी आत गेलो. रंगपटात एका बाजूला डॉक्टर कुणाशी तरी बोलत उभे होते. आम्हाला पाहून झालेला विस्मय आणि आनंद

दोन्हीही डॉक्टरांच्या चेहऱ्यावरून लपत नव्हता. डॉक्टर गप्पा मारण्याच्या मूडमध्ये होते. खूप बोलत होते. मी त्यांच्याकडे एकटक बघत उभी होते. ते डॉक्टरांच्या लक्षात आले. त्यांनी विचारले, "काय पाहतेस?"

मी हसून म्हटले, "तुम्ही अंगात घातलेला हा ऐतिहासिक वेष, ही दाढी आणि त्यावर तुमचे हे सिगारेट ओढणे. चमत्कारिक वाटतंय."

डॉक्टर होकाराची मान हलवीत म्हणाले, "खरं आहे. ह्या सिगारेटमुळे एका मोठ्या माणसाच्या भेटीचा योग मी गमावून बसलोय. एका प्रयोगाला इतिहासकार बाबासाहेब पुरंदरे आले होते. माझं काम आवडून ते मला भेटायला आत आले तर मी सिगारेट ओढीत उभा होतो."

सिगारेट ओढणाऱ्या संभाजीला त्यांना भेटायचे नाही असे म्हणून ते आले तसेच मागे फिरले. पण बाबासाहेब पुरंदरे पेशव्यांच्या जीवनावर नाटक लिहीत आहेत. त्यात मात्र डॉ. घाणेकरांनीच पेशव्याचे काम करावे असा त्यांचा आग्रह होता.

गप्पांच्या ओघात कळले की, आम्हाला किंग जॉर्ज शाळेमध्ये *(मुलींच्या शाळेत)* पाचवी ते अकरावी या वर्गांना मराठी व हिंदी भाषा शिकविणाऱ्या शिक्षिका सौ. सुंदर घाणेकर म्हणजे डॉक्टरांच्या तीन नंबर बंधूंच्या पत्नी. त्यांची मुलगी शोभाही शाळेत माझ्यापुढे एक वर्ष होती. तिचाही विषय निघाला. डॉक्टरांची ती विशेष लाडकी दिसली. शोभा खूपच सुंदर दिसायची. तिचे केसही खूप छान, लांब होते. शाळेच्या गॅदरिंगमध्ये वगैरे ती नेहेमी भाग घ्यायची. आम्हाला शिकविणाऱ्या बाईंची मुलगी म्हणून तर आम्हाला तिच्याबद्दल विशेष वाटायचे. गंमतीची गोष्ट म्हणजे तिची व डॉक्टरांची जन्मतारीख एकच होती, १४ सप्टेंबर. डॉक्टरांची जन्मतारीख ऐकून आणखी एका योगायोगाची भर पडली. कारण माझी जन्मतारीख होती– १६ सप्टेंबर *(१९४७)*. डॉक्टरांच्याबद्दल आता अधिकच जवळीक वाटायला लागली. आमचा जन्ममहिना एकच. जन्मतारखा सम. त्याही पाठोपाठच्या. नंतर नंतर डॉक्टर म्हणायचेही, "मी कांचनपेक्षा फक्त दोन दिवसांनी मोठा आहे."

डॉक्टरांच्या व माझ्या वयामध्ये पंधरा वर्षांचे अंतर होते. पण सुरुवातीपासूनच हे अंतर मला कधीही जाणवले नाही. कारण प्रेमाला वयच नसतं ना?

सप्टेंबर उजाडला आणि मला माझ्या वाढदिवसाचे वेध लागले. माझा वाढदिवस अगदी पहिल्यापासून खूपच थाटात साजरा व्हायचा. कितीही धावपळ असली तरी आत्ती तेवढा एक दिवस आठवणीने राखून ठेवायची. माझ्यापेक्षा वयाने सव्वा महिन्यानी मोठ्या असलेल्या माझ्या मामेबहिणीचा विजूचा आणि माझा वाढदिवस एकत्रितपणे साजरा केला जायचा. घरात एखादे कार्य असावे तशी अगदी बाहेरगावाहूनही सर्व मंडळी यायची. लग्नसमारंभाला व्हावा तसा मोठा स्वयंपाक व्हायचा. दिवसभर बऱ्याच दिवसांनी सर्व एकत्र आल्यामुळे धमाल व्हायची. रात्री मात्र एखादा जुना

मराठी सिनेमा पाहून कार्यक्रमाची सांगता व्हायची.

या वेळी डॉक्टरांनाही बोलवावे असे मला तीव्रतेने वाटत होते. आत्तीला तसं मी भीत भीतच विचारले. पण नकार देत आत्ती म्हणाली–

"नको. नुकताच त्यांच्याशी परिचय झाला आहे. ते येणार म्हणजे काही तरी प्रेझेंट आणणार. त्यांना कशाला भुर्दंड?"

मी हिरमुसले. पण एकदा आत्तीने एखादी गोष्ट नाही करायची म्हटली की त्यावर अपील नसे. पण माझे मन मात्र डॉक्टर यायला हवेत हा धोषा सोडायला तयार नव्हते.

पंधरा तारखेला संध्याकाळी खुद्द डॉक्टरांचाच फोन आला. ते फोनवर आत्तीला विचारीत होते-

"कांचनचा उद्या वाढदिवस ना? मला का नाही बोलावलं? तरीही मी उद्या येणार आहे."

आता मात्र आत्तीचा अगदी नाईलाज झाला आणि तिने डॉक्टरांना माझ्या वाढदिवसाचे रीतसर आमंत्रण दिले. मला तर काय करू आणि काय नको असे होऊन गेले. डॉक्टरांच्या घरी फोन नव्हता. त्यांना फोन करण्यासाठी शेजारच्या पेट्रोलपंपावर जावे लागे. त्यामुळे इतका त्रास घेऊन डॉक्टरांचे स्वतःहून फोन करणे, आमंत्रण नसतानाही मी येणारच असे निग्रहाने सांगणे, या सर्वांची संगती लावण्यात दुसरा दिवस कधी उजाडला हे समजलेही नाही.

आणि ते आले. 'स्वयंवर'मधील रुक्मिणीसारखं ते आले ना, *(दादा)* ते आले ना, असं म्हणत नाचावंसं वाटत होतं. पण त्या वेळी ते अशक्य आणि अप्रस्तुतही होतं. सगळ्या भावना आतल्या आत दाबून ठेवीत नम्र मुलीसारखी मी डॉक्टरांच्यासमोर नमस्कारासाठी वाकले. डॉक्टरांनी जरासे चुकचुकत, नाराजीने वरच्यावर मला उचलले. कारण तेच. दुसऱ्यांनी केलेला नमस्कार *(वाकून)* अप्रिय होता. डॉक्टर आले आणि माझ्या दृष्टीने कार्यक्रमात खऱ्या अर्थाने 'जान' आली. पत्त्यांचा डाव बसला. आमच्याबरोबर आरडाओरड करीत डॉक्टर चक्क 'गाढव'सुद्धा खेळले. जेवण, गप्पा, नकला, गाणी इ. घरगुती करमणुकीचे सगळे कार्यक्रम पार पडले. संध्याकाळी मात्र डॉक्टर परत गेले. फुग्यातील हवा जावी तसा माझा उत्साह ओसरला.

वाढदिवसादिवशी चारुकाकांनी डॉक्टरांचा 'रायगड'मधील अतिशय रुबाबदार पोझमधील एक मोठा फोटो फ्रेमसहित माझ्या हातात ठेवला. माझ्यासहित सर्वांचाच समज झाला की, डॉक्टरांनी माझ्या वाढदिवसानिमित्त तो मला प्रेझेंट दिला. त्यानंतर त्यावर दादांनी टीकाही केली की, स्वतःचाच फोटो दुसऱ्याच्या वाढदिवसाला काय म्हणून प्रेझेंट द्यायचा? मी सगळं या कानाने ऐकून त्या कानाने सोडून दिले. कुठलीही प्रतिक्रिया व्यक्त केली नाही. एखाद्या प्रेयसीने प्रियकराचा फोटो स्वीकारावा तसा मी तो

फोटो मनोमनी स्वीकारला आणि मध्यभागी असणाऱ्या जेवणाच्या खोलीत तो भिंतीला अडकवून ठेवला. सगळ्या खोल्यांतून येता-जाता या खोलीतून यावे-जावे लागे. त्यामुळे येता-जाता तो फोटो दिसे. पण नंतर कधी तरी समजले की, चारुकाकांनी डॉक्टरांच्याकडून तसे दोन मोठे फोटो मागून घेतले होते. एक स्वत:साठी आणि दुसरा माझ्यासाठी. मी डॉक्टरांची फॅन आहे असे समजून चारुकाकांनी तो फोटो मला फ्रेम करून दिला होता. बिचाऱ्या डॉक्टरांच्यावर उगीचच टीका झाली.

११

या वेळेपर्यंत चारुकाका, अभिनेत्री रत्ना *(आताच्या रत्ना भूषण)* आणि आम्ही चौघी बहिणी यांची खूपच गट्टी जमली होती. त्यामुळे माझ्या वाढदिवसाला ही मंडळी आली असता, ऑक्टोबरमध्ये चित्रपटसृष्टीच्या सुवर्णमहोत्सवी वर्षानिमित्त क्रॉस मैदानावर एक खूपच भव्य प्रदर्शन भरणार होते. त्याला आम्ही सर्वांनी जायचे ठरविले. डॉक्टरांनीही मीसुद्धा येणार असे सांगितले होते. त्याप्रमाणे तारीख निश्चित करून चारुकाका पुन्हा पुण्याला जाऊन परत आले. त्या दिवशी संध्याकाळी जायचे ठरले होते. डॉक्टरांना तसे कळवायला हवे होते. मी चारुकाकांना आठवण केली. पण चारुकाका नको म्हणाले. मला कधीच अर्थबोध होईना.

त्याचे स्पष्टीकरण करीत चारुकाकांनी सांगितले की, डॉक्टरांनी आपली फियाट गाडी विकून टाकली होती व त्यांचे खास मित्र बाबा जावळे यांच्या सल्ल्यावरून जॉगर ही इंपोर्टेड गाडी घेण्याच्या विचारात होते. नेमकी ती गोष्ट इरावतीबाईंना– डॉक्टरांच्या सौभाग्यवतींना– पसंत नव्हती आणि ते योग्यही होते. कारण जॉगरसारखी गाडी बाळगणे म्हणजे पांढरा हत्ती पोसण्यासारखेच होते. पण डॉक्टरांना हे कुणी समजवायचे? त्यांना गाड्यांचा अतोनात नाद होता आणि त्यांची उडी ही नेहमी उंचावरून असायची. ह्या गाडी घेण्याच्या प्रकरणावरूनच दोघा पती-पत्नीमध्ये अबोला सुरू होता. तेव्हा अशा तंग परिस्थितीमध्ये डॉक्टरांना बोलावू नये, असे चारुकाकांना वाटत होते. बऱ्याचशा नाराजीनेच मी सर्वांच्याबरोबर प्रदर्शन बघायला गेले. जाताना आम्ही डॉक्टरांच्या घरावरून गेलो. घरात डॉक्टर अस्वस्थपणे फेऱ्या घालीत असलेले दिसले. अंगावर बाहेर जाण्याचे कपडेही होते. डॉक्टरांना जाण्याची तारीख व साधारण वेळही माहीत होती. आमची वाट तर पाहात नसतील? माझ्या उद्विग्नतेमध्ये अधिकच भर पडली.

प्रदर्शनामधे पहिलेच दालन प्रभात कंपनीच्या चित्रपट-छायाचित्रांचे होते. तिथे फिरत असताना प्रख्यात नट चंद्रमोहन यांच्या छायाचित्रासमोर मी थांबले आणि कुठे तरी वाचल्याचे आठवले की, डॉक्टरांच्या चित्रपटसृष्टीतील आगमनाविषयी लिहिताना

त्या पत्रकाराने लिहिले होते, डॉ. काशिनाथ घाणेकर यांचे डोळे प्रख्यात नट चंद्रमोहन यांच्या डोळ्यांची 'याद' करून देतात. शेजारी उभ्या असलेल्या चारुकाकांना मी मोठ्या कौतुकाने म्हटले–

"चारुकाका हेच ना ते चंद्रमोहन, ज्यांच्या डोळ्यांशी डॉक्टरांच्या डोळ्यांची तुलना करतात?"

आणि माझ्या कौतुकावर बोळा फिरवीत चारुकाका म्हणाले–

"काश्याचे डोळे काय घेऊन बसलीस? मी स्वत: चंद्रमोहनना प्रत्यक्ष पाहिलंय ना. त्यांनी नुसतं पाहिलं तरी विजारीत ×××ला व्हायचं."

हे एवढं वर्णन ऐकल्यावर मी पुन्हा म्हणून दुसरं काही चारुकाकांना विचारायच्या भानगडीत पडले नाही.

याच महिन्यात सत्तावीस तारखेला यशवंतराव चव्हाणांच्या अध्यक्षतेखाली 'रायगड'चा शंभरावा प्रयोग धुमधडाक्यामध्ये पार पडला. आता डॉक्टरांच्या महोत्सवी नाट्यप्रयोगांना आम्ही निमंत्रित असणे, हे ठरून गेल्यासारखे झाले होते. 'रायगड'चे एकशेतीन प्रयोग झाल्यावर धी गोवा हिंदु ॲसोसिएशनशी मतभेद झाल्यामुळे डॉक्टरांनी 'रायगड'ला राम राम ठोकला. आश्चर्य म्हणजे त्यानंतर दोन वर्षे डॉक्टरांचे एकही नवीन नाटक रंगभूमीवर आले नाही. चांगले नाटकच त्यांना मिळू शकले नाही, की मिळूनही ते डॉक्टरांनी स्वीकारले नाही, हे काही समजू शकले नाही; पण 'रायगड'नंतर धी गोवा हिंदु ॲसोसिएशनतर्फे येणारे वसंत कानेटकरांचे नवे नाटक 'मत्स्यगंधा' होते आणि त्यामध्ये डॉक्टर भीष्माची भूमिका करणार आहेत, असे त्यांच्या मुलाखतीमधून वाचले होते. 'रायगड' डॉक्टरांनी सोडल्यामुळे वसंत कानेटकर त्यांच्यावर रागावले होते. त्यांनीही डॉक्टरांना कदाचित मत्स्यगंधामध्ये भूमिका देण्यास विरोध केला असेल, अगर धी गोवा हिंदु ॲसोसिएशननेही त्यांच्याशी बिनसल्यामुळे डॉक्टरांच्या नावावर फुली मारली असेल. पण दुसरी कुठली संस्थाही डॉक्टरांना आपल्या नाटकामध्ये घेत नव्हती. काय असेल ते असो; पण डॉक्टरांचे रंगभूमीवरील दर्शन दुर्मिळ झाले होते एवढे खरे. 'रायगड'चे झगमगते यश पाठीशी असूनही हे घडले होते, घडत होते.

१२

या दरम्यान डॉक्टरांचे तीनही चित्रपट पूर्ण झाले होते. 'पाहू रे किती वाट' प्रदर्शितही झाला होता. हा चित्रपट फारसा चालला नाही. या चित्रपटातील डॉक्टरांची भूमिका फारशी महत्त्वाची अथवा नजरेत भरणारी नव्हती. त्यांचे पहिल्या चित्रपटातील दर्शनही फारसे सुखावह नव्हते. 'मराठा तितुका मेळवावा' तर बालशिवाजी आणि जिजाबाई यांच्यावर संपूर्णतया बेतलेला होता. डॉक्टरांनी अभिनीत केलेल्या 'भाव्याचे'

पात्रही काल्पनिक. डॉक्टरांचे शहरी, ब्राह्मणी व्यक्तिमत्व त्या मऱ्हाटमोळ्या व्यक्तिरेखेच्या अगदी विरुद्ध. डॉक्टरांनी अभिनयाच्या जोरावर भाव्याची भूमिका निभावून नेली. पण पॅडिंग वगैरे गोष्टीही त्यांच्या बाबतीत केल्या गेल्या नाहीत. त्यामुळे प्रकृतीनेही ते खूपच किरकोळ वाटले. बाबा मात्र 'शूर आम्ही सरदार' या गाण्याच्या चित्रीकरणावर आणि डॉक्टरांनी केलेल्या अभिनयावर तसेच त्यांच्या घोड्यावर बसण्याच्या कौशल्यावर मनापासून खूष होते. काशिनाथच्या विशिष्ट पद्धतीने घोडे चालविण्याच्या पद्धतीमुळेच गाण्याची रंगत वाढली, असे बाबा कौतुकाने म्हणायचे.

'सुखाची सावली' मात्र अजून प्रदर्शित झाला नव्हता.

दिवाळी झाली आणि दादांनी *(राजा परांजपे)* आपल्या श्रीपाद चित्रतर्फे 'पाठलाग' या चित्रपटाची सुरुवात केली. जगाच्या पाठीवर, सुवासिनी या चित्रपटांच्या यशामुळे दादांचा उत्साह द्विगुणित झालेला होता. मोठ्या उत्साहाने त्यांनी 'पाठलाग'ची निर्मिती सुरू केली होती. सदैव काहीतरी नवीन देण्याची प्रथा असणारे दादा या चित्रपटाबद्दल विशेष अपेक्षा ठेवून होते. कारण मराठीतील हा पहिला रहस्य चित्रपट होता. तसा हा नायिकाप्रधान चित्रपट. नायिकेची भूमिकाही दुहेरी होती. जगाच्या पाठीवर व सुवासिनीमुळे, सीमा व दादांचे; कलावंत व दिग्दर्शक म्हणून चांगलेच सूर जमले होते.

त्यामुळे दादांनी सीमाताईंनाच नायिका म्हणून घ्यायचे निश्चित केले होते. त्यांनी तसे सीमाताईंना सांगूनही ठेवले. त्यावर त्यांनी रमेश देव यांना विचारून निर्णय कळविते असे सांगितले. झाले. दादा रागावले. त्यांचे म्हणणे दुसऱ्या कुणाकडे काम करताना सीमाने फारतर रमेशला विचारावे; पण त्यांच्याकडे चित्रपट करताना रमेशला विचारायची काय आवश्यकता आहे? परंतु सीमाताईंचेही बरोबर होते. एकतर आता त्यांचा रमेश देव यांच्याबरोबर विवाह झाला होता आणि दुसरे म्हणजे लग्नानंतर रमेश देव यांच्याशिवाय दुसऱ्या नायकाबरोबर नायिकेचे काम करायचे नाही, असे त्यांनी जाहीरही केले होते. 'पाठलाग' चित्रपटाच्या वेळी तीच तर अडचण प्रमुख होती. कारण पाठलागमध्ये नायकाचे काम करण्यासाठी दादांनी डॉक्टरांना निश्चितही केले होते. दादाही आपला निर्णय बदलणार नव्हते. सीमाताईंच्या निर्णयामुळे संतापलेल्या दादांनी नवीन मुलीकडून ती भूमिका करून घेईन, असा विडा उचलला होता. जिद्दीने त्यांनी सुमन ताटे ह्या रंगभूमीवरील नवीन अभिनेत्रीला त्या भूमिकेसाठी घेतले. तिचे 'भावना' असे बारसे केले.

या वेळी मला एका गोष्टीची आठवण झाली. 'सुवासिनी' चित्रपटाची पात्र-योजना त्या वेळी ठरत होती; त्या वेळची गोष्ट. दादा, आत्ती आणि मी गाडीतून वरळीहून चाललो होतो. डॉक्टरांच्या घराजवळून आमची गाडी जात असताना आत्ती दादांना विचारीत होती–

''काशिनाथला तुम्ही सुवासिनीमध्ये का नाही घेत?''

त्यावर दादा म्हणाले–

"तो नवीन असल्यामुळे वितरक त्याला घेऊ देण्यास तयार नाहीत."

ह्या वेळेपर्यंत आत्ती व दादा कुणाविषयी बोलताहेत याचा मला तरी बोध होत नव्हता. इतकंच काय काशिनाथ नावाचा कुणी नट आहे याचा मला पत्ताही नव्हता. कारण काशिनाथ हे तसे जुनेच वाटणारे नाव ऐकल्यावर मला तर ते एखाद्या वृद्ध नटाचे नाव वाटले. त्यामुळे सुवासिनी चित्रपटातील नायिकेच्या पित्याच्या भूमिकेसाठी *(ही भूमिका चित्रपटात चंद्रकात गोखले यांनी केली आहे.)* ही चर्चा चालली आहे असे वाटले. त्यामुळे मी त्यात फारसा रसही घेतला नाही.

'सुवासिनी'मधील नायकाची भूमिका रमेश देव यांनी केली; ज्यासाठी दादांना आधी डॉक्टरांना घ्यायचे होते. आता 'पाठलाग' चित्रपटात रमेश देव असते तर सीमाताईंनी काम केले असते; पण दादांनी या वेळी मात्र डॉक्टरांना अजिबात बदलायचे नाही, असा पक्का निश्चय केला होता. दोन नवे आणि प्रकृतीने किरकोळ असलेले कलावंत निवडलेले पाहून दादांचे अगदी जवळचे दिग्दर्शक मित्रही 'राजाभाऊ शिशुवर्गातील मुलं घेऊन चित्रपट करताहेत' अशी चेष्टा करायचे.

नाताळच्या सुट्टीत मीही कोल्हापूरला गेले होते. त्या वेळी तिथे आत्तीचे 'गोरा कुंभार' या मराठी चित्रपटाचे तर दादांच्या 'पाठलाग' चित्रपटाचे शूटिंग सुरू होते. माझा दिवसभर मुक्काम जयप्रभा स्टुडिओमध्ये असायचा. थोडा वेळ बाबांच्या *(भालजी पेंढारकर)* ऑफिसमध्ये तर थोडा वेळ सेटवर शूटिंग पाहायला जाणे असा माझा आलटून पालटून दिवसभराचा कार्यक्रम असायचा.

१३

एक जानेवारीचा *(१९६४)* दिवस होता. सकाळी मी स्टुडिओमध्ये पोहोचले तर बाबांच्या निवासस्थानाबाहेरील व्हरांड्यामध्ये *(बाबा सुरुवातीपासून स्टुडिओमध्येच राहायचे)* डॉक्टर तोंडासमोर वर्तमानपत्र धरून वाचत बसले होते. मी अगदी उत्साहाने जाऊन डॉक्टरांना नववर्षाच्या शुभेच्छा दिल्या. पण डॉक्टर इतके शिष्ट की, वर्तमानपत्रातून मानही वर न करता स्वारींनी उत्तर दिले, "मी ख्रिश्चन नाही." मला असा संताप आला होता म्हणून सांगू? त्या क्षणी मी रागावले होते. पण खरं सांगू, 'हम उनकी इन्ही अदाओंपर मरते थे.'

त्या दिवशी डॉक्टरांनी माझं अगदी भरीतच करायचं ठरवलं होतं. आम्ही दोघे बसलो होतो, तिथे बाबाही नंतर येऊन बसले. ३१ डिसेंबर व १ जानेवारी साजरी करण्याच्या पाश्चात्त्यांच्या पद्धतीचा भारतातही प्रभाव वाढत चालल्याबद्दल बाबा चिडून बोलत होते. डॉक्टर मधून मधून त्यांना खाद्य पुरवीत होतेच.

तरुण पिढीच्या वागण्यावर सर्वसाधारण चर्चा चालू होती तोपर्यंत ठीक होते. पण डॉक्टरांनी आता माझ्यावर मोर्चा रोखला. ते बाबांना म्हणाले–

''दुसऱ्यांचे कशाला हवे? तुमच्या ह्या मानसकन्येला विचारा की, दिवसभर उरावर तो ट्रान्झिस्टर घेऊन त्या हिंदी सिनेमांच्या गाण्यात गढलेल्या असतात.''

झालं, आता बाबांची सरबत्ती मला उद्देशून सुरू झाली. बराच वेळ त्यांनी त्या विषयावर माझे बौद्धिक घेतले. मी मनातल्या मनात डॉक्टरांच्यावर चडफडत होते. डॉक्टर, नसलेल्या मिशीवर ताव मारीत कशी झाली ××× असा चेहरा करून बसले होते. मी मान खाली घालून बाबांचे बोलणे ऐकत होते. त्यांच्या एका वाक्याने मात्र लक्ष केंद्रित केले. ते सांगत होते– ''गाणीच ऐकायची तर ती सिनेमातील पांचट आणि पाचकळ प्रेमाची गाणी हवीत कशाला? आपल्याकडे दुसरं संगीत ओस पडलंय का? आणि प्रेम करायचं तर लैलामजनूसारखं करावं. खरं प्रेम सर्व उपाधींच्या पलीकडचे प्रेम.''

'पाठलाग' चित्रपटापासून माझ्या डॉक्टरांशी गाठीभेटी वाढायला लागल्या. डॉक्टर मात्र माझ्याकडे त्यांची एक चाहती या दृष्टिकोनातून पाहात असावेत. कारण डॉक्टरांना चाहत्यांचे अतोनात वेड होते. ते म्हणायचेही विष्णुपंत पागनिसांचे जसे 'संत तुकाराम' चित्रपटामुळे घरोघरी फोटो लागले, तसा माझाही फोटो माझ्या संभाजीमुळे घरोघरी लागला पाहिजे. डॉक्टरांचा दावा तसा अवाजवीही नव्हता.

मी मात्र तशी फारच चिकित्सक होते. एखादी गोष्ट, वस्तू, माणूस, कलावंत मला फारसे लौकर पसंत पडायचे नाहीत. त्यामुळेच माझ्या दृष्टीने अभिनयामध्ये दिलीपकुमार हा शेवटचा शब्द होता. नवीन येणारे कलावंत थोडेफार जरी दिलीपकुमारच्या जवळपास जाणारे असतील तरच मला आवडायचे. त्यामुळेच चाहती म्हणून माझी दुसरी आवड होती अरुण सरनाईक. तेही माझा गंमतीने उल्लेख महाराष्ट्रातील माझी एकमेव पंखी *(फॅन)* असा करीत.

डॉक्टरांना माझे हे दिलीपकुमार वेड माहीत होते. पण त्यांचा आवडता, लाडका होता राजकपूर. आमचे दोघांचे त्या वेळी आणि नंतरही जास्तीत जास्त वादविवाद, भांडणे झाली ती दिलीपकुमार-राजकपूर यांच्यावरूनच. पण दिलीपकुमार, अरुण सरनाईक आवडणाऱ्या कांचनला आपणही संभाजीमुळे आवडतो, याची डॉक्टरांना कल्पना होती. त्यामुळेच मी त्यांचीही फॅन आहे असे त्यांना वाटत होते.

१४

डॉक्टरांचा संभाजी मला नि:संशय आवडत होता. पण त्याहूनही डॉ. काशिनाथ घाणेकर या व्यक्तिमत्वावर माझे मनापासून प्रेम बसले होते. डॉक्टरांच्यामुळे मी पार वेडावून गेले होते.

डॉक्टरांच्यामध्ये मी काय पाहिलं असावं? मला खरं तर उंचपुऱ्या, रुबाबदार, पिंगट डोळ्यांच्या, पुरुषी व्यक्तिमत्वाची आवड होती. कदाचित माझ्या वडिलांना लहानपणापासून पाहिल्यामुळे ती आवड जोपासली असेल. त्यामुळेच वसंत जोगळेकर, चंद्रकांत मांढरे, सी. रामचंद्र ही रुबाबदार मराठी मंडळी मला खूप आवडत असत. कोल्हापूरसारख्या संस्थानी वातावरणामध्ये राहिल्यामुळेही असेल; मला उंचेपुरे रुबाबदार पुरुष खूप आवडत. असं असताना डॉक्टरांचे कोकणस्थी मध्यम बांध्याचे व्यक्तिमत्व माझ्या आवडीमध्ये कुठेच बसत नव्हते.

डॉक्टरांचे मोठे निळे डोळे आरपार वेध घेत. त्यांचे एखाद्या लहान मुलासारखे खळाळून हसणे पाहात राहावेसे वाटे. भावदर्शी चेहराही त्यांच्याजवळ होता. अंहं, पण यातील मी वेडावून जावे असे त्यांच्याजवळ काय होते? घरी, शेजारी, कॉलेजमध्ये त्यांच्याहूनही देखणी मंडळी मी पाहात होते. ते सर्व माझ्या बरोबरीच्या वयाचे होते. अविवाहित होते. मग डॉक्टरच का?

आणि मग एकच उत्तर डोळ्यासमोर येते. डॉक्टरांचे कलंदर व्यक्तिमत्व! 'सो व्हॉट?' असं बेदरकारपणे विचारणारा त्यांचा बेधडक स्वभाव. त्यांच्या रांगडेपणाने, धसमुसळ्या स्वभावाने मला मंत्रमुग्ध केले होते. डॉक्टरांच्यावर झालेल्या मध्यमवर्गीय ब्राह्मणी संस्कारांमध्येही मराठा जातीच्या स्वभावाची वैशिष्ट्ये कुठून निर्माण झाली होती, कळायला मार्ग नव्हता; पण माझ्या उपजत आवडींना ही सगळी डॉक्टरांची वैशिष्ट्ये आकर्षून घेत होती, हे नक्कीच होते. पण हे आकर्षण, हे वाटणे मात्र फक्त माझ्या बाजूचे होते, हेही नक्कीच होते.

८ फेब्रुवारी १९६४ रोजी नटसम्राट बालगंधर्व यांचा ७५वा वाढदिवस मोठ्या धुमधडाक्याने शिवाजी पार्क मैदानावर साजरा होणार होता. हिंदुस्थानातील सर्व राज्यांमधील मातब्बर नाट्य व्यावसायिक मंडळी आवर्जून उपस्थित राहणार होती. सत्तरी उलटलेली आणि फारशी उठबसही करता न येणारी माझी आजीसुद्धा मोठ्या उत्साहाने आपल्या लाडक्या बालगंधर्वांना पाहायला जाणार होती. तिला सदैव चिकटून असणारी मी, नेमकी त्या दिवशी तिच्याबरोबर गेले नाही. आत्ती व माझी मोठी बहीण बेबी तिच्याबरोबर गेल्या होत्या.

मी त्यांच्याबरोबर न जाण्याचे कारण म्हणजे त्याच दिवशी आमचा कॉलेज-डे होता. माझ्या आयुष्यातील पहिला कॉलेज-डे, त्याची अपूर्वाईही तितकीच होती. रुईया कॉलेजचे कॉलेज-डेला दिले जाणारे फिशपॉड्सही फार प्रसिद्ध होते. त्यामुळे तर खूपच उत्सुकता होती.

खूप मजेत त्या दिवशी मी घरी परत आले, तर सगळा मूडच खराब झाला. कारण गंधर्वसोहोळ्याचे जे वर्णन ऐकले, त्यावरून कॉलेज-डे पुढल्या वर्षी बघायला मिळाला असता; पण असा गंधर्वसोहळा आता न होणे असाच सर्वांचा सूर

होता आणि माझ्या दृष्टीने विशेष म्हणजे त्या समारंभाला डॉक्टरही गेले होते. त्या प्रचंड गर्दीतून हातांची साखळी करून डॉक्टरांनी आमच्या सर्व स्त्रियांना गाडीपर्यंत सुरक्षित कसे आणून पोहोचविले, याचे इत्यंभूत वर्णन जेव्हा आमच्या बेबीकडून ऐकले त्यामुळे तर डॉक्टरांच्याबद्दल कोण कौतुक वाटले.

बालगंधर्व हा मराठी रंगभूमीवरील एक अद्‌भुत चमत्कार; पण आमच्या पिढीला ती दंतकथा वाटावी अशी परिस्थिती होती. कारण बालगंधर्वांच्या गाण्याच्या रेकॉर्डस् सोडल्या तर प्रत्यक्ष प्रमाण कोणतेच नाही. त्यांच्या निव्वळ छायाचित्रावर समाधान मानावे लागे; परंतु त्यामध्ये त्यांचे देखणे रूपच पाहायला मिळते. नाही म्हणायला अजून माझी आजी गंधर्वपद्धतीने लुगडे नेसत होती. डाव्या खांद्यावरून घेतलेला पदर उजव्या खांद्यावरून उलटा करून टाकीत होती. गंधर्वांच्या आठवणीत हरवलेली माझी आजी एका पायाने ताल देत आपल्या गोड आवाजात गंधर्वांची गाणी गुणगुणत असायची. कधी तरी गंधर्वांच्या आठवणीही ती सांगायची. पण प्रचीतीला ते पुरत नव्हते. त्यांच्यावर एखादी डॉक्युमेंटरी फिल्म तरी त्या काळी करून ठेवायला हवी होती.

मी गंधर्वांना प्रत्यक्ष असे एकदाच पाहिले होते. २४ जून १९५९ रोजी शिवाजी मंदिर *(जुने)* मध्ये नानासाहेब फाटक यांच्या एकसष्ठी समारंभाला गंधर्व प्रमुख पाहुणे म्हणून आले होते. त्यांना खुर्चीत बसवून उचलून आणावे लागले होते. माझ्या बालमनाला प्रश्न पडला होता हेच का ते बालगंधर्व? दातांची कवळी बसवल्यामुळे शब्दोच्चारही नीट होत नव्हते. उलट त्या दिवशी मनात ठसले ते ६१ वर्षांचे, त्याही वयात जोषात हॅम्लेटची भूमिका करणारे रुबाबदार नानासाहेब फाटक. तरुणपणीची इमारत कशी बुलंद होती ते अवशेषही सांगत होते. 'जगावं की मरावं' हे वाक्य आपल्या सप्तकात फिरणाऱ्या आवाजाने नानासाहेब कसे खेळवीत होते, याचा आजही विसर पडत नाही. त्या वेळी नानासाहेबांच्याही तोंडात दातांची कवळी होती. डॉक्टर नानासाहेबांचे इतके भक्त का होते हे सहज समजून येत होते. मात्र हेही सूर्यप्रकाशाइतके सत्य होते की, ज्यांच्याबद्दल शत्रूंचेही दुमत नाही अशा तीन व्यक्तींची नावे मी ऐकत होते. त्यातील अग्रक्रमावर होते बालगंधर्व तर दुसऱ्या दोन व्यक्ती होत्या– के. एल. सहगल व लता मंगेशकर.

१५

एफ.वाय.ची परीक्षा कॉलेजची असल्यामुळे आमची परीक्षा मार्चमधेच आटपली आणि मी सुट्टीसाठी पुन्हा एकदा मोकळी झाले. १ एप्रिल जवळ येत चालला, तसं कुणाला 'फूल' करावे या विचारात आम्ही असताना पहिले नाव डोळ्यासमोर आले

ते चारुकाकांचे. दोन-तीन दिवस आधीपासूनच सर्व योजना आखली. पण आम्हाला यश आले नाही. अपयशाने आम्ही सगळ्या बहिणी आणि रत्ना खूपच हिरमुसल्या झालो. रत्ना त्या दिवशी सकाळपासूनच आपल्या मातोश्रीबरोबर आमच्याकडे येऊन थांबल्या होत्या; पण बार फुसका निघाला.

मग आम्ही आमचा मोर्चा डॉक्टरांच्याकडे वळविला. सुदैवाने या वेळेपावेतो डॉक्टरांच्याकडे फोनही आला होता.

डॉक्टरांच्याकडे जेव्हा पहिल्यांदा फोन सुरू झाला तेव्हा ते शूटिंगसाठी बाहेरगावी गेले होते. पुढे चार-पाच दिवसांनी ते मुंबईमध्ये परतले होते. ते घरी पोहोचले तेव्हा रात्रीचे अकरा वाजून गेले होते. परंतु फोन पाहिल्यावर त्यांना मला दिलेले प्रॉमिस आठवले. त्यामुळे त्यांनी तेवढ्या रात्री आमच्या घरचा फोन फिरवला. मी केव्हाच झोपेत गुडूप झाले होते. अर्धवट जागी, अर्धवट झोपलेली अशी मी होते. तशाच परिस्थितीमध्ये मी रिसीव्हर कानाला लावला आणि वाऱ्याच्या हळुवार झुळकीसारखे डॉक्टरांचे शब्द कानामधे शिरले-

''रागावली नाहीस ना बेटा, एवढ्या रात्री फोन केला म्हणून? पण तुला कबूल केलं होतं ना? म्हणून तुला झोपेतून उठवलं. आता झोप हं. गुडनाईट.''

आता मात्र मी पूर्ण जागी झाले होते. 'रायगड'मधे काम केल्यापासून 'बेटा' हा शब्दही डॉक्टरांच्या तोंडी सारखा असायचा.

आता नीटसे आठवत नाही. पण आवाज बदलून तारूने टेलिफोन ऑपरेटर आहोत असे सांगून, तुमचा ट्रंक-कॉल येतोय असे सांगून डॉक्टरांना बराच वेळ ताटकळत ठेवले. बराच वेळ झाला तरी ट्रंक-कॉल जोडला जात नाही असे पाहून डॉक्टरांचा पारा चढायला लागला. डॉक्टरांचा आवाज टीपेत गेला आणि आम्हाला हसू आवरणे शक्य होईना. रिसीव्हरही खाली ठेवावा लागला. डॉक्टर तसे चाणाक्ष. त्यांनी लागलीच फोन करून आम्हीच तो चावटपणा केल्याचे कबूल करून घेतले आणि थोड्याच वेळात आपल्या गाडीने आमच्या घरी दत्त म्हणून उभे राहिले.

त्या दिवशी डॉक्टर जेवायलाही थांबले. जेवण, गप्पा यामधे आम्ही तो दिवस घालविला. गप्पा मारता मारता मी डॉक्टरांना सहज म्हणूनच विचारले की त्यांचा विवाह हा प्रेमविवाह आहे की ठरवून झालेला विवाह आहे? प्रश्न ऐकताच डॉक्टर एकदम गंभीर होत म्हणाले–

''का? हा प्रश्न का विचारलास? आमची बायको स्थितप्रज्ञासारखी वाटते म्हणून?''

डॉक्टरांचा चेहरा आणि सूर बदललेला पाहून मी गडबडले आणि घाईघाईने स्पष्टीकरण देत म्हणाले–

''तुम्ही बी.डी.एस. आणि त्या एम.डी. आहेत. ठरवून झालेल्या लग्नात सहसा

असे घडत नाही. मुली शक्यतो आपल्यापेक्षा अधिक शिकलेल्या मुलाशीच लग्न करणं पसंत करतात. त्यामुळे मला सारखं वाटायचं तुमचा प्रेमविवाह असावा. पण खरं सांगू तुमच्याकडे पाहिल्यावर तुम्ही प्रेमविवाह कराल असं वाटतं. पण त्या...''

माझे बोलणे ऐकल्यावर मात्र ताणले गेलेले डॉक्टर काहीसे सैल झाल्यासारखे झाले आणि म्हणाले–

''मी आता आमचे लग्न कसे ठरले ते सांगतो. त्यावरून तूच ठरव आमच्या लग्नाला कोणत्या प्रकारात घालायचे.''

इरावतीबाई एम.बी.बी.एस. झाल्यावर ज्या ससून हॉस्पिटलमध्ये *(पुण्याच्या)* इंटर्नशीप करीत होत्या, तिथे एके दिवशी डॉक्टर आपल्या मित्राला भेटायला गेले होते. त्या वेळी जिना उतरत असलेल्या इरावती गोडबोले या तरुणीला त्यांनी पाहिले. प्रख्यात लेखिका मालतीबाई बेडेकर आणि एका ओळखीच्या गृहस्थांमार्फत विवाहाचा प्रस्ताव मांडला गेला. लग्नानंतर आपल्याला प्रॅक्टिस करायला मिळणार असेल तर या लग्नाला तयार आहोत, असे इरावतीबाईंनी सांगितले. डॉक्टरांनीही ती गोष्ट अमान्य करण्याचा प्रश्न नव्हता. *(उलट लग्नानंतरही एम्.डी.चा अभ्यास डॉक्टरांच्या प्रोत्साहनानेच इरावतीबाईंनी पूर्ण केला.)* दोघांच्याही घरच्या वडील मंडळींच्या संमतीने हा विवाह निश्चित झाला.

डॉक्टर आमच्या घरातून गेल्यानंतरही डॉक्टरांचे एक वाक्य सारखे राहून राहून आठवत होते– ''आमची बायको ना स्थितप्रज्ञ.'' आणि त्यामुळे बाबांच्या 'थोरातांची कमळा' या चित्रपटातील एका प्रसंगाची आठवण येत होती. त्या चित्रपटातील त्या प्रसंगामधे सतत उपदेश करणाऱ्या गंभीर येसूबाई राणीसाहेबांच्याकडे बघून संभाजी महाराज विचारतात– ''राणीसाहेब, तुमच्या पोथीमधे शृंगाराचा एक तरी अध्याय आहे की नाही?''

का कुणास ठाऊक संभाजीच्या वरील प्रश्नाशी डॉक्टरांचे 'ते' वाक्य कुठं तरी जुळतंय, असं मला राहून राहून वाटत होतं.

१६

कॉलेजला सुट्टी असल्यामुळे चित्रपट बघायला जाण्याचे आमचे कार्यक्रम जोरदारपणे सुरू होते. आमच्याबरोबर आमची आजी असायची. तिच्यावर आम्हाला सोपवून आत्ती निर्धास्त असायची. एके दिवशी आम्ही मेहमूदचा 'भूतबंगला' हा चित्रपट बघायला जायचं ठरवलं. चित्रपटाचे नाव ऐकूनच माझ्या आजीने तोंड वाकडे केले. त्यामुळे ती आली नाही. मात्र दुपारी तीनचा शोच पाहायचा आणि दिवेलागणीच्या आधी घरी परत यायचे, अशी तिची ताकीद होती. सकाळीच

डॉक्टरांचा फोन झाला होता. तेव्हा आम्ही लोटस थिएटरमधे चित्रपट बघायला जाणार आहोत हे त्यांना सांगितले होते. बाल्कनीमधे जाण्यासाठी आम्ही जिना चढत असतानाच, डॉक्टरही तिथे आलेले आणि तिकीट काढताना दिसत होते.

आम्ही चौघी बहिणी खूपच नर्व्हस झालो. कारण आमच्याबरोबर घरातील कुणीही मोठे माणूस नव्हते. डॉक्टर तर आता आमच्या जवळच बसणार. त्यातच डॉक्टर प्रसिद्धीच्या झोतातील व्यक्ती. त्यामुळे त्यांना ओळखणाऱ्या लोकांना वाटणार आम्ही सर्व मिळून, ठरवून चित्रपटाला आलेले आहोत. मुख्य म्हणजे आमच्या आजी व आत्तीला समजले तर त्या म्हणणार आम्हाला न विचारता परस्पर कार्यक्रम ठरवला आणि त्याबद्दल भरपूर बोलणीही खावी लागणार. त्या वेळेला डॉक्टरांची एक-दोन अभिनेत्रींबरोबर चर्चा सुरू होतीच. त्यातील एकीबरोबर डॉक्टर त्या लोटसमध्ये चित्रपट पाहायला गेले होते, असे कुणी तरी सांगत होते. म्हणजे आता चर्चा करायला आमची नावं सापडायची. आम्ही चौघीही रडकुंडीला आलो होतो. कुठून सिनेमाला आलो असा पश्चात्ताप वाटायला लागला.

चित्रपटाला काहीच गर्दी नव्हती. त्यामुळे सीट नंबर्स वेगळे येऊन तरी लांब लांब बसता येईल ही आशापण मावळली. आता तर डॉक्टर आमच्याच शेजारी बसणार हे नक्कीच झाले. मी मुद्दामच सगळ्यांत मागे राहिले आणि डॉक्टरांना आमच्या रांगेच्या पुढल्या रांगेत बसण्याची विनंती केली. थिएटरमध्ये अंधार होता म्हणून बरं. नाहीतर उजेडात असलं काही डॉक्टरांना सांगण्याचा धीर मला झाला असता की नाही कुणास ठाऊक! इंटरव्हलपर्यंत माझे धड चित्रपटात लक्षही लागत नव्हते. डॉक्टर नाराज झाले तर नसतील ना अशी शंका येत होती. ते नाराज झाले असतील तर अस्वाभाविक काहीच नव्हते.

इंटरव्हलमध्ये चहा-कॉफी घ्यायला येणार का असे डॉक्टरांनी आम्हाला विचारले. आम्ही नाही म्हणताच ते एकटेच बाहेर गेले. एरवी भरपूर खायला घेऊन चित्रपट बघण्याची आमची सवय. पण तोंडाची सगळी चवच गेली होती. मला अगदी राहवेना म्हणून मी उठून बाहेर गेले. डॉक्टर चित्रपट अर्ध्यावर सोडून तर गेले नाहीत ना, हेही बघायचे होते. एका खिडकीपाशी समुद्राकडे बघत डॉक्टर शांतपणे सिगारेट ओढीत उभे होते. त्यांच्या शेजारी उभी राहात मी हळूच विचारले, "रागावलात?" डॉक्टर उदास हसले आणि मानेनेच 'नाही' म्हणाले. आता थोडेसे दडपणही कमी झाल्यासारखे वाटत होते. पण रुखरुख कायम होती. चित्रपट संपल्यावर डॉक्टर आम्हाला म्हणाले– "आता माझ्या घरी येऊन चहा प्यायला तरी तुमची हरकत नाही ना?"

आता मात्र आम्हालाही नाही म्हणणे अशक्य होते. डॉक्टर त्यांच्या गाडीतून आणि आम्ही आमच्या गाडीतून डॉक्टरांच्या ब्लॉकवर पोहोचलो. डॉक्टरांचा ब्लॉक

आम्ही प्रथम पाहात होतो. डेन्टल कॉलेजमधील लेक्चररची नोकरी सोडून २६ जानेवारी १९६२ रोजी डॉक्टरांनी राहत्या घरीच आपले क्लिनिक सुरू केले होते. नाटक-चित्रपटांची धावपळ त्यांच्यामागे होतीच आणि त्याच्याशिवाय त्यांना करमत नव्हते. डॉक्टरांच्या बरोबर डॉक्टरांचे एक सहकारी डॉ. विद्याधर कापडीही क्लिनिक पाहात होते. पुढे पुढे तर डॉक्टर नाटक-सिनेमामध्ये खूपच व्यस्त झाले आणि डॉ. कापडी पूर्णवेळ क्लिनिक पाहायला लागले. कुणाला डॉ. घाणेकरच ट्रीटमेंट द्यायला हवे असतील तर तेवढ्या वेळेपुरते डॉक्टर स्वत: तिथे हजर राहात.

आम्ही डॉक्टरांच्या घरी पोहोचलो तेव्हा काकी *(इरावतीबाईंना मी माझ्या इतर बहिणी म्हणत त्याप्रमाणे काकीच म्हणायची. तेही नाइलाजाने. नाही तरी मी उघडपणे त्यांना काय म्हणू शकणार होते?)* सायंकाळी पाच वाजताच त्या आपल्या लालबाग येथील दवाखान्यात गेल्या होत्या. त्यांना परत यायला रात्रीचे ८-८।। तरी व्हायचे. सकाळीही त्या ९ ते १२ दवाखान्यात जायच्या. डॉक्टरांच्या घरी गजानन नावाचा एक पोरगेलेसा गडी होता. घरातील सर्व कामं तोच करायचा. डॉक्टरांच्या घरासमोरील गोपचार चाळीतील जयवंती मंत्री या डॉक्टरांच्या मित्राच्या बहिणीचीही खूप मदत व्हायची. डॉक्टरांनी तिला बहीण मानली होती. डॉक्टर बाहेरगावी गेले की, या जयूचीच इरावतीबाईंना सोबत व्हायची.

डॉक्टरांच्या ब्लॉकचा हॉल बऱ्यापैकी मोठा होता. त्यामुळे त्या हॉलचे पार्टिशनने दोन भाग करून, अर्धा भाग पेशंटना बसायला तर अर्धा भाग खाजगी वापरासाठी होता. दोन बेडरूम्सपैकी एका बेडरूमचे क्लिनिक केले होते, तर दुसरी बेडरूम डॉक्टर स्वत:साठी वापरीत होते.

आम्ही घरी पोहोचल्यावर डॉक्टरांनी गजाननला चहा करायला सांगितला आणि आम्ही गप्पा मारत बसलो. थोड्या वेळात चहाही आला. तो घेऊन घरी जाण्याच्या तयारीने आम्ही उठू लागलो, तर डॉक्टर सारखा थांबण्याचा आग्रह करीत होते; पण पळणारे घड्याळ आणि अंधारणाऱ्या दिशा आम्हाला सारखी उठण्याची सूचना देत होत्या.

उदासपणे डॉक्टर म्हणाले–

"आता तुम्ही जाणार. थोड्या वेळाने क्लिनिक बंद करून डॉ. विद्या कापडी जाईल. मग मी एकटा इथे असणार. रोज रोज तरी कुणाकडे किती जायचं? दुसरी मित्रमंडळी आहेत; पण तिथे गेलो की 'त्या चक्रव्यूहात' सापडतो म्हणून इरावती म्हणते घरात बसून प्या. घरात बाटल्यांची खोकीच्या खोकी आणून ठेवते. मग एकटा असलो की पीत बसतो. खरं सांगू ज्या दिवशी छोटी छोटी पावलं माझ्या घरामध्ये रांगतील, त्या दिवशी सगळ्या बाटल्या ह्या गॅलरीतून खाली फेकून देईन."

यावर आम्ही कुणी काही बोलण्यासारखे नव्हतेच. पण परमेश्वराचा मात्र राग येत होता. जी बाई स्वत: निष्णात स्त्री-रोगतज्ज्ञ, जिने शेकडो स्त्रियांना मातृत्व प्राप्त करून दिले होते, तिचीच कूस रिकामी राहावी, हात रिते असावेत, काय म्हणावे या कर्माला? इरावतीबाईंना मूलच होत नव्हते अशातलाही भाग नव्हता. वारंवार गर्भपात व्हायचा. डॉक्टर सांगत होते की, त्या स्वत: किती या बाबतीत प्रयत्न करतात, उपाय करून घेतात. औषधं, इंजेक्शन्स, शस्त्रक्रिया यांना तर गणतीच नव्हती. पण कशालाच यश येत नव्हते. हे सर्व ऐकून मी तर फार विषण्ण होऊनच तिथून उठले.

१७

फेब्रुवारीमध्ये *(१९६४)* प्रदर्शित झालेल्या डॉक्टरांच्या तिसऱ्या चित्रपटाचे– 'सुखाची सावली'चे फारच थंड स्वागत झाले होते. डॉक्टरांची स्वत:चीही खूप निराशा झाली होती. सुमती क्षेत्रमाडे यांच्या 'वृंदा' या कादंबरीवर हा चित्रपट आधारलेला होता. डॉक्टरांच्या चित्रपटाची कथा काय आहे हे जाणून घेण्यासाठी आणि डॉक्टरांच्या सांगण्यावरूनच मी मुद्दाम ही कादंबरी आणून वाचली होती. पण गजानन जहागिरदारांचे दिग्दर्शन, दत्ता डावजेकर यांचे अत्यंत गोड संगीत, नायिका जयश्री गडकर असा सगळा संच असूनही चित्रपटाची भट्टी बिघडली. मी खूप उत्सुकतेने ह्या चित्रपटाच्या प्रीमियरला गेले होते. पण तितकीच निराशा वाट्याला आली. एकच गोष्ट लक्षात राहिली, ती म्हणजे डॉक्टरांच्या शेजारी प्रथमच बसून मी हा चित्रपट पाहिला. हा एवढा आनंद सोडला तर डॉक्टरांच्या चित्रपटसृष्टीतील भविष्याबद्दल चिंताच वाटायला लागली.

डॉक्टर 'पाठलाग' चित्रपटाची प्रतीक्षा चातकासारखी करत होते. पाठलागचे यश निश्चित होते. फक्त सर्व थरांतून त्याचे स्वागत कसे होते याची उत्सुकता आम्हा सर्वांना होती. विशेषत: ग्रामीण भागाबद्दल. कारण 'सांगत्ये ऐका' या चित्रपटाच्या अभूतपूर्व यशामुळे, मराठी चित्रपट हळूहळू फक्त तमाशा-चित्रपटांच्या विळख्यात सापडायला लागला होता. राजा परांजपे, राजा ठाकूर, दत्ता धर्माधिकारी अशांसारख्या हाताच्या बोटावर मोजण्याइतकी मंडळी नव्या वाटा तुडवीत होती. पण तमाशा-चित्रपटांचा धंदा होतो या एकाच गोष्टीवर सर्व निर्माते येऊन अडखळत होते आणि आता सर्व मराठी चित्रपट त्याच रस्त्याने जाणार, असा रंग दिसायला लागला होता.

२६ मार्च रोजी प्लाझा चित्रपटामध्ये 'पाठलाग' प्रदर्शित झाला. अपेक्षेहूनही तो अधिक यशस्वी झाला. हा चित्रपट पाहून पु. ल. देशपांडे इतके प्रभावित झाले की, थिएटरमध्येच दादांना मिठी मारीत म्हणाले, 'राजा, तुझ्यासाठी पुन्हा एकदा मराठी चित्रपट लिहावासा वाटतो.' मराठीतील उत्तमोत्तम लेखक आणि त्यांच्या अप्रतिम

कथा हे मराठी चित्रपटांचे बलस्थान होते. पण अशा लेखकांनीच मराठी चित्रपटाकडे पाठ फिरवली आणि दर्जाच्या दृष्टीने मराठी चित्रपटांची घसरण सुरू झाली. अपवादानेच चांगले मराठी चित्रपट निघत होते.

ह्या सर्व पार्श्वभूमीवर 'पाठलाग'चे यश अद्वितीय होते. डॉक्टरांच्या अभिनयाचीही खूप तारीफ झाली. भावना या अभिनेत्रीचा तर प्रश्नच नव्हता. त्या ती भूमिका अक्षरश: जगल्या. सर्वस्व ओतून ही अवघड भूमिका त्यांनी साकार केली. हवा विरळ होत जाताना एकदम ऑक्सिजन मिळावा, तसा 'पाठलाग'च्या यशाने मराठी चित्रपटसृष्टीमध्ये गुदमरणाऱ्या डॉक्टरांना दिलासा मिळाला. परंतु आधीच्या तीनही चित्रपटांनी डॉक्टरांच्याबद्दल मराठी चित्रपट निर्मात्यांच्या मनात संदेह निर्माण केला होता.

त्या वेळी माधवराव शिंदे *(निर्माता-दिग्दर्शक)* चंद्रकांत काकोडकर यांच्या 'वंदना' ह्या कौटुंबिक कादंबरीवर चित्रपट निर्माण करण्याच्या तयारीमध्ये होते. दोन भावांची कथा. पण सगळा चित्रपट मोठ्या वहिनीवर केंद्रित होता. ती भूमिका आत्ती करत होती. मोठे भाऊ चंद्रकांत होते तर धाकट्या भावाच्या भूमिकेसाठी डॉक्टरांची निवड केली गेली होती; पण आधीच्या तीनही चित्रपटांच्या अपयशाने माधवराव शिंदे डॉक्टरांना बदलण्याच्या विचारात होते. दुसऱ्या एका मराठी चित्रपटाच्या शूटिंगसाठी आत्ती जेव्हा कोल्हापूरला गेली होती, तेव्हा तिला हा बदल समजला. तिने माधवराव शिंदे यांना स्वखर्चाने पुण्याला 'पाठलाग' चित्रपट पाहायला पाठविले आणि तो चित्रपट पाहून मगच तुमचा निर्णय बदला, असे आग्रहाने सांगितले. पुण्यामध्येही 'पाठलाग' तुडुंब गर्दीत सुरू होता. चित्रपट पाहून माधवराव शिंदे यांनी डॉक्टरांची निवड कायम केली.

'पाठलाग' चित्रपटाने सर्वच दृष्टीने चैतन्य आणले. ज्या चित्रपटगृहामध्ये कधी मराठी चित्रपट प्रदर्शित झाले नव्हते, तिथेही मुंबईत 'पाठलाग' झळकला. दादा 'पाठलाग' चित्रपटाच्या फिल्मचा डबा घेऊन मिश्किलपणे हसत पुढे धावताहेत आणि प्रेक्षक त्यांचा पाठलाग करताहेत, असे एक व्यंगचित्र बाळासाहेब ठाकरे यांनी काढून दिले होते. हिंदी चित्रपटसृष्टीतही 'पाठलाग'ची जोरदार हवा पोहोचली. अभिनेते दिलीपकुमारचे सेक्रेटरी प्रेमजी यांनी हिंदी चित्रपटासाठी पाठलागचे अधिकार खरेदी केले. पाठलाग हिंदीमध्ये निर्माण होतो आहे असं ऐकल्यावर इतर प्रांतीय भाषीय निर्मातेही दादांना भेटू लागले. दक्षिणेतील मातब्बर दिग्दर्शक एल. व्ही. प्रसाद यांनी तामीळ, तेलगू इ. भाषांतील हक्कांसाठी दादांची भेट घेतली. त्या वेळी त्यांच्या एका हिंदी चित्रपटासाठी त्यांना एका नवोदित मराठी कलावंताची आवश्यकता होती. प्रसाद यांनी एखादे नाव सुचविण्यास दादांना सांगितले. भूमिका प्रमुख आणि चांगली होती. कथा आणि भूमिकेचे स्वरूप ऐकून दादांनी प्रसादना विचारले, ''या भूमिकेसाठी तुम्ही काशिनाथला का घेत नाही?''

प्रसादना ती सूचना पसंत पडली. डॉक्टरांचा एक इंटरव्ह्यू घेऊन प्रसाद यांनी तीन चित्रपटांसाठी डॉक्टरांना करारबद्ध केले. मराठी वृत्तपत्रांनी, सिनेनियतकालिकांनी ठळक शब्दांमध्ये ही बातमी प्रसिद्ध केली. चित्रपट होता– 'दादी-माँ.'

१८

'दादी-माँ'च्या प्रत्यक्ष चित्रीकरणाला अजून अवधी होता. त्या दरम्यान 'लक्ष्मी आली घरा'चे कोल्हापूर येथील जयप्रभा स्टुडिओमध्ये शूटिंग सुरू झाले. मला वाटतं सुरुवातीचे ३-४ दिवसांचे शूटिंग झालं असेल नसेल; एके दिवशी रात्री उशिराच डॉक्टर आम्ही राहात होतो, त्या सौ. माईंच्या *(सौ. लीलाबाई पेंढारकर)* घरी आले. कोल्हापूरमध्ये आमचे स्वत:चे घर असूनही आत्ती पूर्वीपासून माईंच्या घरीच राहायची. कोल्हापूरला आत्तीचे येणे शूटिंगसाठी असो अथवा खासगी कामासाठी असो, यात कधीही खंड पडला नाही. डॉक्टर हातात एक टेलिग्राम घेऊन आले होते. तो मुंबईहून डॉक्टरांच्या बंधूंनी– शामराव यांनी– पाठविला होता. इरावतीबाईंना हॉस्पिटलमध्ये ठेवण्यात आले होते. कारण 'नेहमीचेच' होते. काळजी करण्यासारखे नव्हते. पण डॉक्टर नंतर रागवायला नकोत म्हणून ती तार पाठविली होती.

डॉक्टर ती तार आत्तीला दाखवून विचारीत होते, ''काय करू?'' त्यांना मुंबईला जायचे असावे. पण शूटिंगही नुकतेच सुरू झाले होते. आत्तीने त्यांना सांगितले की–

''आता तुम्ही कसलीही काळजी करू नका. कसलाही विचार न करता आधी मुंबई गाठा. माधवराव शिंदे यांना काय सांगायचे ते मी त्यांना उद्या सांगेन. चित्रपट आत्ताच सुरू झाला आहे. हे काही शेवटचे शूटिंग नाही. हे कारण ऐकल्यावर माधवराव नक्की सर्व ॲडजस्ट करतील.''

भांबावलेल्या डॉक्टरांना दिलासा मिळाल्यासारखा वाटला. डॉक्टरांनी येताना आणलेल्या सायकलीला वेग दिला आणि क्षणात नाहीसे झाले. वेगाने जाणाऱ्या डॉक्टरांच्याकडे कौतुकाने पाहात आत्ती माईंना म्हणाली–

''पुण्यामध्ये राहिलेल्या मुलांना सायकलीवर किती सहज बसता येतं नाही?''

थोड्याशा विश्रांतीने इरावतीबाई पूर्ववत हिंडू-फिरू लागल्या. डॉक्टरही पुन्हा शूटिंगमध्ये गुंतले. मराठी चित्रपट साधारणपणे महिन्याला दहा दिवस शूटिंग करून चार महिन्यांत पूर्ण केला जातो. 'लक्ष्मी आली घरा'चे शूटिंगही त्याच पद्धतीने पार पडले. कॉलेज सुरू होईपर्यंत मलाही २-३ महिने आत्तीबरोबर ह्या शूटिंगसाठी कोल्हापूरला जाता आले. मला स्वत:ला मराठी चित्रपटांच्या शूटिंगसाठी जायला खूप आवडे. कारण सर्व वातावरण घरगुती वाटे. सगळी माणसं आपली वाटत.

हिंदी चित्रपटाच्या शूटिंगला मी क्वचितच जायची. अगदी माझ्या आवडत्या दिलीपकुमारचे शूटिंगही मी कधी मुद्दाम जाऊन पाहिले नाही इतके तिथले वातावरण परके वाटे.

माधवराव शिंदे यांच्या सुरेल चित्राच्या युनिटने तर मला अगदी जन्मापासून पाहिले होते. त्यामुळे तर तिथे कसलीच औपचारिकता नव्हती. या चित्रपटात आत्ती व डॉक्टर यांच्याशिवाय चंद्रकांत मांढरे, शरद तळवलकर, इंदिरा चिटणीस, रत्ना, उमा ही कलावंत मंडळी होती. डॉक्टरांची व शरद तळवलकरांची १९५४ पासूनची ओळख. त्यामुळे शूटिंग खूपच खेळीमेळीत चाले. गंभीर प्रकृतीचे चंद्रकांत मांढरेही आमच्या हसण्या-खेळण्यात भाग घेत. माधवराव शिंदे हेही तसे अबोलच. पण त्यांचे सहाय्यक माधवराव भोईटे हे त्यांचे व स्वत:चे असे दोघांचेही बोलण्याचे काम करीत.

अभिनेत्री इंदिरा चिटणीस सुंदर कोकणी बोलत. त्यांना कोकणी बोलताना ऐकून डॉक्टरही त्यांच्याबरोबर सफाईदारपणे कोकणी बोलत. आत्तीला ते संभाषण ऐकायला खूप आवडे. ती त्या दोघांना नेहमी कोकणीमध्ये बोला असा आग्रह करायची. डॉक्टरांचे कोकणी बोलणे ऐकून मी तर आश्चर्याने आ वासला होता. मला प्रश्न पडायचा डॉक्टरांना भाषा तरी किती येतात? कारण एकदा मी त्यांना आमच्या घरून फोनवरून कुणाशी तरी छानपैकी गुजराथी बोलताना ऐकले होते. मला त्या वेळी आणि आजही पश्न पडतो की, डॉक्टरांना इतके चांगले गुजराथी येऊनही त्यांनी गुजराथी नाटकातून कसे काम केले नाही? वेळेचा अभाव हे कारण मला एकदा डॉक्टरांनीच सांगितले होते आणि ते खरेही होते. आणखी एक कारण म्हणजे गुजराथी नाटकं शनिवार-रविवार असायची आणि मराठी नाटकांच्या दृष्टीने तेच दिवस महत्त्वाचे असायचे.

डॉक्टरांचे इंग्रजी उत्तम होते. आता 'दादी-माँ'साठी तर ते अगदी शिक्षक ठेवून हिंदी-उर्दू भाषेचा अभ्यास करीत होते. मी परभाषा शिकण्यात फारच कच्ची होते. त्यामुळे तर डॉक्टरांचे बहुभाषिकत्वाचे मला फारच अप्रुप वाटायचे.

११

शूटिंगच्याव्यतिरिक्त डॉक्टर व मी जास्त करून बाबांच्या सहवासात अधिक असायचो. बाबांचे विचार आम्ही मंत्रमुग्ध होऊन ऐकत राहायचो. बाबा खूप वेळेला अध्यात्म, ईश्वराचे स्वरूप अशांसारख्या विषयावर बोलायचे. डॉक्टर अधुनमधून प्रश्न तरी विचारायचे. पण मला तेही धाडस व्हायचे नाही. काही वेळेला काही गोष्टींचा अर्थही कळायचा नाही. पण बाबांचे बोलणे ऐकत राहावे असे वाटायचे. एस्.एस्.सी. होईपर्यंत मला बाबांची खूप भीतीही वाटायची. बाबांना स्टुडिओत भेटायला गेले तरी कधी एकदा त्यांना नमस्कार करते आणि बाहेर पडते असे व्हायचे.

एकदा मला वाटतं मी आत्तीचे काही जुने फोटो आणण्यासाठी जयप्रभा स्टुडिओमध्ये गेले होते, तर नेमके बाबा समोर आले. माझी ओळख सांगून मी नमस्कार करून उभी राहिले, तर बाबांनी कशासाठी आलीस असे विचारले. सारे बळ एकवटून आत्तीचे फोटो न्यायला आल्याचे सांगताच आत्ती म्हणजे कोण याचा बाबांना अर्थबोध होईना. तर आत्ती म्हणजे माझी आई एवढं सांगण्याचंसुद्धा त्या वेळी मला सुचेना. तिथं जवळच उभ्या असलेल्या लताबाई मंगेशकर माझ्या मदतीला धावून आल्या आणि त्यांनी बाबांना सांगितले, ''अहो बाबा, सुलोचनाबाईंना ती आत्ती म्हणते.'' आणि एकदाची त्या समर प्रसंगातून माझी सुटका झाली.

नंतर माझे जयप्रभा स्टुडिओमध्ये जाणेही वाढले. त्यामुळे बाबांना भेटण्याचे प्रसंगही वाढले. बाबांना माझ्या सर्व हावभावात, हसण्यात, बोलण्यात, अगदी पाहण्यातसुद्धा माझ्या वडिलांचा भास व्हायचा. बाबा व माझे वडील अगदी जानी दोस्त होते. त्यामुळे मला पाहताच त्यांना आपल्या मित्राची आठवण होऊन ते खूपच अस्वस्थ व्हायचे. १९५६ साली माझ्या वडिलांचे अकाली निधन झाले. आठ वर्षांच्या वियोगानंतर कांचनच्या रूपानेच आबासाहेब चव्हाण *(माझ्या वडिलांचे नाव)* आपल्याला भेटतात असे बाबांना वाटे. स्वत:च्या मुलींच्यापेक्षाही जास्त प्रेम बाबांनी माझ्यावर केले. त्यांनी मला स्वत:ची धर्मकन्या मानली आहे.

बाबा निव्वळ देव, देश, धर्म, अध्यात्म यावरच बोलत नसत. विविध विषय त्यांच्या बोलण्यात येत. त्यामध्ये मनोरंजक बोधपर कथा असत, संस्कृतचे ते चांगले जाणकार आहेत. संस्कृतमधील उतारेच्या उतारे त्यांना मुखोद्गत आहेत. शिवाय मराठीत ते अर्थासहित स्पष्ट करण्याची हातोटीही त्यांच्याजवळ आहे. तितकेच इंग्रजीवरही त्यांचे प्रभुत्व आहे. शेक्सपीयर, चार्ली चाप्लीन हे त्यांचे लाडके विषय आहेत. डॉक्टरांना तर हे सर्व विषय म्हणजे पर्वणीच असे. जुन्या मराठी नाटकांचेही ते साक्षीदार होते. गणपतराव जोशींना तर त्यांनी प्रत्यक्ष पाहिलेले, अनुभवलेले होते. डॉक्टर तर गणपतराव जोशींना अभिनयातील 'आद्य दैवत' मानीत. त्यामुळे बाबांकडून गणपतराव जोशींच्या आठवणी, त्यांचे आवाज लावणे, अभिनय या बाबतीत ऐकताना डॉक्टर अगदी जिवाचा कान करून ऐकायचे. अनेक प्रश्न त्यासंबंधी बाबांना डॉक्टर विचारायचे. शंका निरसन करून घ्यायचे.

तसे डॉक्टर फार चिकित्सक. अगदी साखरेची साल काढणारे म्हणा ना. सहसा त्यांचे समाधान व्हायचे नाही. समोरच्या माणसाला प्रश्न-उपप्रश्न विचारून ते हैराण करायचे. फक्त बाबांच्या बाबतीत मी पाहिले आहे की त्यांना बाबांनी सांगितलेले पटायचे, तर्कशुद्ध वाटायचे. क्वचित कधी तरी डॉक्टरांनी बाबांचा एखादा मुद्दा खोडून काढला असेल. अगदी वैद्यकशास्त्रावरीलही बाबांची मते डॉक्टर ग्राह्य धरायचे. एरवी वैद्यकशास्त्रावर दुसऱ्या कुणी त्याच्याशी संबंधित नसणाऱ्या व्यक्तीने

काही बोलणे केले तर डॉक्टरांना अजिबात खपायचे नाही. "तू डॉक्टर की मी? तुला त्यातलं काय समजतंय?" असे ते समोरच्या माणसाला फटकारीत. परंतु बाबांच्या बाबतीत डॉक्टरांचे सर्व नियम शिथिल होत.

स्वत: बाबाही एखाद्या गोष्टीचे पूर्ण ज्ञान असल्याशिवाय किंवा माहिती असल्याशिवाय कधीही बोलायचे नाहीत. स्वत:च्या बुद्धिमत्तेचे प्रदर्शन करायचे नाहीत; आणि कुठलीही गोष्ट, कितीही अवघड असली तरी ती जास्तीत जास्त सोपी करून सांगण्याची विलक्षण हातोटी बाबांच्याजवळ आहे.

बाबा डॉक्टरांनाही मनापासून सांगायचे– "काशिनाथ, तू सुविद्य आहेस. तुझा डॉक्टरकीचा व्यवसाय सांभाळ आणि तुझ्या दर्जाला योग्य अशाच भूमिका स्वीकार. मिळेल ती भूमिका स्वीकारून जीवनाचा सिनेमा करू नकोस. तुला उत्तम अभिनयकला अवगत आहे. तिचा जपून वापर कर."

डॉक्टर बाबांना अगदी स्वत:च्या वडिलांसारखा मान द्यायचे. एरवी कुणासमोरही सिगारेट ओढणारे डॉक्टर बाबांना कळेल म्हणून चोरून सिगारेट ओढायचे. काही वेळेला स्टुडिओच्या आवारात मला टेहळणीवर उभी करून, एखाद्या आडोशाला जाऊन सिगारेटचे झुरके मारायचे. कारण दिवसभरात कुठल्याही वेळी बाबा सबंध स्टुडिओला चक्कर मारायचे. त्यांचे पायही मोकळे व्हायचे आणि स्टुडिओची शिस्तही राखली जायची. त्यामुळेच सिगारेट ओढण्यासाठी डॉक्टरांना वेगवेगळ्या जागा शोधायला लागायच्या.

डॉक्टर सकाळी आल्याबरोबर प्रथम येऊन बाबांना वाकून नमस्कार करीत. लागलीच शॉट असला तर मेकअपला जात. पण नसेल तर बाबांच्याजवळ बसून श्रवणभक्ती करीत. त्यापूर्वी मात्र सेटवर जाऊन दिग्दर्शकाला स्वत: आल्याची वर्दी द्यायला ते विसरत नसत. संध्याकाळी हॉटेलवर जाताना अथवा नाटकाला जायचे असेल तर पुन्हा एकदा नमस्काराचा कार्यक्रम होई *(काही चाणाक्ष नाट्य-निर्माते डॉक्टर कोल्हापूरला शूटिंगला जाणार असले की, त्या भागातील नाटकाचा दौरा आखीत).* यात कधीही खंड पडला नाही.

एकदा बाबांच्या ऑफिसबाहेरील चौकात आत्ती, मी व बाबा बोलत उभे होतो. नेहमीप्रमाणे डॉक्टर घाईघाईने आले, बाबांना वाकून नमस्कार केला आणि मेकअपला जातो असे सांगून वाऱ्यासारखे निघूनही गेले. ते गेलेल्या दिशेला पाहात बाबा म्हणाले–

"अनेक धान्यांची सरमिसळ असावी तसा हा आहे. यात धान्य आहे, कडधान्य आहे आणि खडेही आहेत. कुणी ते वेगवेगळे करून स्वच्छ करील का?"

मी मनातल्या मनात म्हणाले, 'हे शक्य झाले तर बाबा तुम्हालाच होईल.'

२०

जुलैमध्ये माझे कॉलेज सुरू झाले आणि माझ्या कोल्हापूरच्या फेऱ्या कमी झाल्या; पण माझी डॉक्टरांविषयीची ओढ वाढतच होती. त्यांच्यामध्ये मन अधिकाधिक गुंतत चालले होते. माझ्यासारखे डॉक्टरांना माझ्याबद्दल वाटत नाही हेही मला पूर्ण माहीत होते; पण माझे मन मला आवरत नव्हते. माझ्याजवळ असलेला संयम इथे मात्र अपुरा पडत होता. मी अनेक वेळा माझ्या मनाला दरडवायची, तुझ्यामध्ये असे काय आहे म्हणून डॉक्टरांनी तुझ्याकडे आकर्षित व्हावे? अशी माझी मीच माझी निर्भत्सना करून घ्यायची. पण 'प्रथम तुज पाहता जीव वेडावला' अशी माझी अवस्था झालेली होती.

डॉक्टर आपले कधीही होऊ शकणार नाहीत, याची मला पूर्ण खात्री होती. कारण डॉक्टर व इरावतीबाईंच्या संसारात एक मूल सोडता कसली उणीव आहे, असे कल्पनेतही वाटत नव्हते. मग डॉक्टर आपल्या आयुष्यात येतील ही नुसती इच्छा करणेही वेडेपणाचे होते. पण कळून-सवरून तो वेडेपणा मी करत होते. त्याची फार जबर किंमत मोजावी लागेल याचीही कल्पना होती. पण मन आता माघार घ्यायला तयार नव्हते. इतकंच काय दुसऱ्या कुणाशी विवाह ही कल्पनाही मला रुचत नव्हती. डॉक्टरांशिवाय इतर कुणाशी विवाह करायचा नाही हे मी पक्के ठरवूनही टाकले होते. डॉक्टरांच्याशिवाय प्रियकर, पती म्हणून दुसऱ्या कुणाचा विचार मी आता करूच शकत नव्हते. माझा डॉक्टरांविषयीचा ध्यास अखंडपणे जागृत होता.

डॉक्टरांच्याशिवाय आता मला दुसरे काही सुचत नव्हते. अभ्यासामध्येही लक्ष लागायचे नाही. वास्तविक पाहता ते माझे इंटरचे वर्ष होते. म्हणजे शिक्षणाच्या दृष्टीने महत्त्वाचे वर्ष होते; पण तिकडेही माझे दुर्लक्ष होत चालले होते. ही अशी जरी माझी परिस्थिती असली तरी कधी एका शब्दाने अथवा कृतीनेही मी माझे डॉक्टरांविषयीचे प्रेम डॉक्टरांच्याजवळ व्यक्त केले नव्हते. नव्हे ते डॉक्टरांसमोर प्रकट होऊ नये, त्यांना कसलीच पुसट कल्पनाही येऊ नये, याचा मी आटोकाट प्रयत्न करायची. कारण डॉक्टरांच्याकडून अपेक्षाभंग, हेटाळणी व्हावी, हे मी सहन करू शकले नसते. त्यापेक्षा माझे प्रेम अबोध, अबोल राहणेच मला मान्य होते.

आगाऊ, आगंतुकपणाचे न वाटेल अशा पद्धतीने मी डॉक्टरांच्यावर प्रेम करीत राहिले. त्यांच्यासाठी आपल्याला काही करता आले तर करीत राहायचे एवढेच माझ्या प्रेमाचे प्रकट स्वरूप राहिले. डॉक्टर काही बाबतीत माझे ऐकू लागले. कांचन इतर मुलींपेक्षा वेगळी आहे एवढी जाणीव तरी नक्कीच त्यांना झाली असावी.

२१

'पाठलाग'च्या अभूतपूर्व यशाने प्रेरित होऊन दादांनी *(राजा परांजपे)* 'पडछाया' या चित्रपटाची तयारी केली. या चित्रपटाची कथा अरविंद गोखले यांची होती. या चित्रपटाचे नायक होते रमेश देव. सर्व कथानक त्यांच्या भोवतीच फिरणारे होते. त्यांच्या मुला-मुलीच्या भूमिकेत डॉक्टर आणि सीमाताई होत्या. डॉक्टरांची या वेळी नायिका होती रत्ना. रमेश देव यांच्याबरोबर नायिकेच्या भूमिकेसाठी वर्षा या नवतारकेला दादांनी संधी दिली होती. लहानखोर चण लाभलेल्या डॉक्टरांना यातील कॉलेज तरुण 'कुमारची' भूमिका अगदी फिट्ट बसली. हा एवढासा रोलही डॉक्टरांनी सर्वांनी दखल घ्यावी इतका सहजपणे वठविला.

याच सुमारास कवी राजा बढे यांनी एका ऐतिहासिक चित्रपटाची तयारी केली. कथा-पटकथा– द. ग. गोडसे, संवाद– पु. भा. भावे, दिग्दर्शक– राजा ठाकूर असा नामी संच होता. कथा होती संभाजी महाराजांच्या पोरवयातील त्यांनी केलेल्या प्रमादाची. संभाजीने गोदावरी नावाच्या एका ब्राह्मण विवाहितेला अनावर आकर्षणाने पळवून नेले होते, अशी एक दंतकथा होती. त्यावर आधारित हा चित्रपट होता. लेखक द. ग. गोडसे यांची एक अट होती की संभाजीच्या भूमिकेसाठी चित्तरंजन कोल्हटकर आणि गोदावरीच्या भूमिकेसाठी सुलोचनाबाईच हव्यात आणि या दोघांच्यापैकी एक जरी कुणी नसले तरी हा चित्रपट होणार नव्हता. आत्तीने पात्रांची निवड समजताच सुरुवातीलाच नकार कळविला होता. पण राजा ठाकूर यांनी येऊन आत्तीला सांगितले की– "बाई, हा एक चित्रपट न केल्याने तुम्हाला काहीच फरक पडणार नाही. कारण तुमच्याजवळ बरेच चित्रपट आहेत. माझ्याकडे सध्या एकही चित्रपट नाही." हे ऐकल्यावर मात्र आत्तीचा नाइलाज झाला.

कुणीही न सांगताच चित्रपटाचे भवितव्य ठरलेले होतेच. चित्रपट दणकून आपटला. कारण सगळे म्हणायचे संभाजीने गोदावरीला पळविले नाही, तर गोदावरीने संभाजीला पळविले असे वाटणार. आत्तीच्या इतक्या वर्षांच्या चित्रपटसृष्टीतील कारकीर्दीमध्ये फक्त दोन वेळा आत्तीवर टीका झाली. एकदा भाऊबीज चित्रपटामध्ये काम केल्यामुळे आणि दुसऱ्यांदा 'रायगडचा राजबंदी' या चित्रपटात काम केल्याबद्दल. एक जिजाबाईच्या भूमिकेतील दुर्गाबाई खोटे यांची निवड वगळता सर्वच पात्रांसाठी चुकीची कलावंत मंडळी निवडली गेली होती. अयोग्य पात्रयोजनेमुळे चांगल्या कथावस्तूची कशी दुर्दशा होते, याचे उत्तम उदाहरण म्हणजे 'रायगडचा राजबंदी.'

या चित्रपटाबद्दल इतकं विस्तारानं लिहिण्याचं कारण म्हणजे आजही मला राहून राहून वाटतं की, त्या चित्रपटामध्ये संभाजीच्या भूमिकेसाठी डॉक्टरांची निवड करायला पाहिजे होती. तो चित्रपट नक्कीच सावरला गेला असता. डॉक्टर व

आत्तीमध्ये इतकी तफावतही जाणवली नसती. तसे त्या चित्रपटामध्ये संभाजी व गोदावरी यांच्यामध्ये प्रेमप्रसंगही घडलेले दाखविले नव्हते. पण चित्तरंजन कोल्हटकर संभाजीच्या भूमिकेत आणि आत्तीसमोरही खूपच किरकोळ वाटले, हेही तितकेच सत्य होते. या चित्रपटाचा विषय निघाला की, बरेच जण विचारीत, डॉक्टर घाणेकरांना संभाजी का केले नाही? उभ्या महाराष्ट्राने डॉक्टरांना संभाजी म्हणून मान्य केले होते. पण...?

१४ जानेवारी १९६५ रोजी 'लक्ष्मी आली घरा' हा चित्रपट मुंबईच्या सेंट्रल सिनेमामध्ये प्रदर्शित झाला. पडछायाचे कोल्हापूरला शूटिंग असल्यामुळे खूप इच्छा असूनही डॉक्टर व रत्ना यांना प्रीमियरला हजर राहता आले नाही. त्यासाठी दादांच्या जवळ केलेली माझी रदबदलीही वाया गेली. दादांनी एक दिवसही ॲडजस्ट करायला नकार दिला. नेमके त्याच दिवशी सकाळी डॉक्टरांना कोल्हापूरला जावे लागले. मात्र जाताना आठवणीने डॉक्टर आमच्या घरी आले. तिळगूळ देऊन, घेऊन माझ्या आजीला, आईला नमस्कार करून पुढे रवाना झाले. चित्रपटाच्या मध्यंतरामध्ये भेटलेल्या इरावतीबाई अगदी मनापासून कौतुकाने मला म्हणाल्या, "दीर-भावजय अगदी शोभून दिसतात नाही?" त्यांचा रोख डॉक्टर आणि आत्तीने अभिनीत केलेल्या त्या चित्रपटातील भूमिकेकडे होता. मीही हसून त्यांच्या म्हणण्याला दुजोरा दिला. मला मात्र डॉक्टर त्या दिवशी नव्हते म्हणून खूप उदास वाटत होते.

२२

जानेवारीमध्ये 'दादी-माँ' या हिंदी चित्रपटाचा मुहूर्त होऊन रीतसर शूटिंग सुरू झाले. डॉक्टरांच्या, माणसांना आकर्षित करण्याच्या स्वभावामुळे निर्माते-दिग्दर्शक एल्. व्ही. प्रसाद यांचा मुलगा आनंद डॉक्टरांच्या प्रेमात पडला. दोघांची इतकी मैत्री जमली की, ते दोघेही सतत बरोबर असायचे. डॉक्टरांच्या बाबतीत तो जास्तीत जास्त लक्ष घालायला लागला. डॉक्टर खऱ्या अर्थाने हिंदी चित्रपटांचे हिरो झाले पाहिजेत म्हणून त्याने हीरोला आवश्यक असणाऱ्या सर्व गोष्टी डॉक्टरांना शिकविण्याचा चंग बांधला होता. घोड्यावर बसणे, पोहणे डॉक्टरांना येत होते. पण त्याने डॉक्टरांना पाश्चात्त्य नृत्य शिकविणाऱ्या एका नृत्यालयामध्येही स्वखर्चाने दाखल केले होते. डॉक्टरांनी किती मन लावून ते आत्मसात केले याची शंकाच आहे. पण तो बिचारा डॉक्टरांसाठी खूप धडपडत होता हे मात्र खरं.

'पडछाया'चे कोल्हापूर येथील शूटिंग संपवून दादा बाह्यचित्रीकरणासाठी मुंबईला आले. डॉक्टर व रत्ना यांचेच शूटिंग आता बाकी होते. माझी परीक्षा जवळ येत चालली होती. अभ्यास करायला हवा होता. लॉजिक हा विषय मला त्रास देणारा होता.

पण मला डॉक्टरांच्याशिवाय दुसरे काही सुचत नव्हते. डॉक्टर, डॉक्टरांचा सहवास हा एकच ध्यास मला होता. त्यामुळे परीक्षा जवळ येऊनही मी शूटिंगला जात होते. दादांनाही घरच्या मंडळींनी शूटिंगला आलेलं आवडायचं. शिवाय मी अभ्यासाच्या बाबतीत प्रामाणिक ही माझी ख्याती होती, तेव्हा तो करूनच मी हिंडते-फिरते असा घरच्या लोकांचा समज होता. मी अभ्यास वगैरे सगळं गुंडाळून ठेवलं होतं.

ऐन परीक्षेच्या वेळीच 'पडछाया' प्रदर्शित झाला. म्हणूनच मी प्रीमियरला गेले नाही. एरवी परीक्षा कधी आली आणि गेली समजलंच नाही. १६ मार्चला महाराष्ट्र राज्य चित्रपट महोत्सवाचा तिसऱ्या वर्षाचा निकाल जाहीर झाला. पाठलाग चित्रपटाला प्रथम पारितोषिक मिळाले, तर डॉक्टरांना त्या चित्रपटासाठी सर्वोत्कृष्ट नटाचे पारितोषिक जाहीर झाले. माझ्या आनंदाला दाही दिशा अपुऱ्या पडत होत्या.

चित्रपटसृष्टीत येऊन जेमतेम एक वर्ष झालेल्या डॉक्टरांनी पहिल्या फेरीमध्येच बाजी जिंकली होती. प्रथम क्रमांक आणि बक्षीस हे तर डॉक्टरांच्या पाचवीला पुजलेलं असावं. बी.डी.एस्.च्या परीक्षेत ते मुंबई विद्यापीठातून पहिले आले होते व सुवर्णपदकाचे मानकरी ठरले होते. ग्रँट मेडिकल कॉलेजला शिकत असताना आंतरमहाविद्यालयीन नाट्यस्पर्धेमध्ये त्यांना दर वर्षी अभिनयाचे प्रथम पारितोषिक मिळायचे. त्यांच्या कॉलेजचे नाटकही पहिले यायचे. भारती विद्याभवनच्या एकांकिका स्पर्धाही त्यांनी गाजविल्या होत्या. नाट्याभिनयासाठी डॉक्टरांना बक्षीस ठरलेले असायचेच. पण एक वर्षी डॉक्टरांचे नाट्यगुरू रामचंद्र वर्दे यांनी डॉक्टरांच्याकडून राणीचा बाग नाटकातील एक पदही गाऊन घेतले होते आणि त्या गाण्यासाठीही डॉक्टरांना पारितोषिक मिळाले होते. तर आता चित्रपटामध्ये पदार्पण करतानाही पूर्वलौकिकाला साजेशीच कामगिरी झाली होती.

२४ एप्रिल १९६५ रोजी रंगभवन येथे स. का. पाटील यांच्या अध्यक्षतेखाली आणि प्रमुख पाहुणे व्ही. शांताराम यांच्या हस्ते हा समारंभ पार पडला. डॉक्टर समारंभाला सूट घालून येणार हे मला माहीत होते. सूट घातला की त्यावर छोटेसे फूल लावलेच पाहिजे असे मला वाटायचे. म्हणून मी त्या दिवशी आमच्या गच्चीतील बागेत फुललेले छोटेसे मोगऱ्याचे फूल माझ्या पर्समधून अगदी जपून समारंभाच्या ठिकाणी घेऊन गेले होते; पण डॉक्टर ते फूल स्वीकारतील की नाही याची खात्री नव्हती. तुझं आपलं काहीतरीच असतं असं फटकन् सर्वांच्या समोर म्हणाले तर? तरीही धीर करून मी डॉक्टरांना हळूच विचारलंच. त्या दिवशी खूप आनंदात असलेले डॉक्टर उत्साहाने ओरडलेच, "हे काय विचारणं झालं? दे. दे. लौकर दे." मी फूल पर्समधून काढून डॉक्टरांच्या समोर धरले. एका छोट्या पानावर विसावलेले छोटेसे, पांढरे, नाजूक मोगऱ्याचे फूल पाहून डॉक्टरांच्या तोंडून उत्स्फूर्त शब्द बाहेर पडले, "ओह! सिंपली ब्यूटिफूल!" खरं तर मला स्वत:ला ते फूल

डॉक्टरांच्या कोटावर लावावे असे वाटत होते. पण...? पण मी मन आवरले. डॉक्टरांच्या नेव्ही ब्ल्यू कोटावर ते फूल उठून दिसत होते. मला वाटत होतं मीच डॉक्टरांच्या हृदयावर विसावले आहे. आजही डॉक्टरांचे त्या समारंभातील फोटो पाहिले की, त्या नाजूक फुलाची आठवण सुगंधित होऊन उठते.

२३

त्या सुमारास आमच्या घरी काहीसे काळजीचे, चिंतेचे वातावरण होते. माझा एक लांबच्या नात्याचा मामा *(आबा)* जो तसा माझ्या आईच्याबरोबर वाढला होता, घशाच्या कॅन्सरच्या आजाराने अंथरुणावर होता. तो ख्यातनाम छायाचित्रकार व्ही. अवधूत *(व्ही. शांताराम यांचे धाकटे बंधू)* यांचा सहकारी म्हणून काम करायचा. मीनाकुमारीच्या 'नूरजहाँ' या चित्रपटाचे काश्मीर येथून शूटिंग करून तो जो परतला ते हे आजारपण घेऊनच. उपचारासाठी आत्ती पाण्यासारखा पैसा खर्च करीत होती. पैशासाठी त्या वेळी तिने 'जोहर महमूद इन काश्मीर'सारख्या चित्रपटातूनही काम केले. आबाच्या उपचारासाठी जिथून मिळेल तिथून आत्ती मदत घेत होती. डॉक्टरांची व इरावतीबाईंची विशेष मदत होत होती. डॉक्टर शूटिंगसाठी कोल्हापूरला गेले तरी पुढीलप्रमाणे पत्र लिहून इरावतीबाईंना आत्तीला मदत करण्याविषयी सूचना देत.

॥ श्री ॥

४, साधना गेस्ट हाऊस,
कोल्हापूर

प्रिय इरावती,

सुलोचनाबाईंचा भाऊ टाटामध्ये आजारी आहे. तरी ललिता पटवर्धनला तू फोन करून तिला request कर म्हणजे डॉ. पेमास्टरचे असिस्टंट डॉ. राव यांना ती सांगेल. डॉ. राव यालाही मी सांगितले आहे. डॉ. राव हा माझा क्लासमेट आहे. त्यालाही मी भेटलो होतो. कदाचित त्यालाही मी पत्र पाठवीनच. तसेच ललिताला पेशंटकडे लक्ष ठेवायला सांग. तसेच तू एकदा दीदींच्या बरोबर ४ ते ५॥ च्या दरम्यान टाटामध्ये जा. म्हणजे त्यांनाही बरे वाटेल. दीदींची मन:स्थिती फार बिकट झाली आहे. कारण अगोदरच त्यांच्यावर जबाबदाऱ्या इतक्या आहेत की, त्यांचं डोकंच काम करेनासं होईल अशी मला भीती वाटते. तेव्हा त्यांना रोज निदान फोनवर contact कर व थोडा धीर देत जा.

तुझा
काशिनाथ

मला वाटतं याच वेळेला डॉक्टरांचे वडीलही आजारी होते. त्यांना मुंबईला आणण्यात आले होते. तेही हॉस्पिटलमध्ये होते. त्यांना पक्षाघात झाला होता. अति रक्तदाबाचा विकार होता. त्या वेळी त्यांचे वय ८५ वर्षांचे होते. या सर्व गडबडीतही डॉक्टर व इरावतीबाई नियमितपणे माझ्या मामाला भेटायला येत. कॅन्सरची शेवटची स्टेज होती. त्यामुळे सर्व उपाय निरुपयोगी ठरले होते. टाटा व के.ई.एम.मधून घरी न्यायला सांगितले होते. औषधे, इंजेक्शन्स तेवढी सुरू होती. रविवारी इंजेक्शन द्यायला डॉक्टर मिळायचा नाही; पण सुट्टी असूनही इरावतीबाई मात्र आठवणीने माझ्या मामांना इंजेक्शन द्यायला येत. पेशंटला दिलासा देत.

शेवटी शेवटी तर माझ्या मामाला असह्य वेदना होत. त्यातून सुटका करून घ्यावी म्हणून त्याने आत्मघात करून घ्यायचा प्रयत्न केला होता. आत्तीने घाबरून त्याला नॅशनल हॉस्पिटल या खासगी रुग्णालयात ठेवले. ऑपरेशन थिएटरमध्ये स्क्रीनिंगसाठी नेले असता तिथेच त्याची प्राणज्योत मालवली. त्यामुळे पोस्टमार्टेम वगैरे लांबड लागली. ही घटना नेमकी संध्याकाळच्या वेळी घडली. त्यातून वार शनिवार होता. दुसरा दिवस रविवार होता. म्हणजे शव मिळायला सोमवार उजाडला असता. दोन दिवस त्या टेन्शनमध्ये घालवायचे विशेषत: माझ्या मामीने, हे फार भयंकर होते.

त्या वेळी डॉक्टर अक्षरश: एखाद्या चित्त्यासारखे जे. जे. हॉस्पिटलकडे झेपावले. रात्री जेवण करून आईस्क्रीम खात बसलेल्या आपल्या डॉक्टर मित्राला डॉक्टरांनी अक्षरश: ओढतच पोस्टमार्टेम सेक्शनमध्ये नेले. सर्व कारवाई त्या रात्रीच पूर्ण करायला लावली. पोस्टमार्टेम सर्टिफिकेट आणि शव घेऊन मध्यरात्री डॉक्टर माझ्या मामाच्या घरी आले. डॉक्टर नसते तर दोन दिवस आमची सर्वांची काय हालत झाली असती, त्याची कल्पना करणेही नको वाटत होते.

२४

पुढे पंधरा दिवसांनी डॉक्टरांचे वडीलही निधन पावले. त्या वेळी राष्ट्रपतींची चित्रपटांसाठीची बक्षिसे जाहीर झाली होती. 'पाठलाग'ला राष्ट्रपतींचे प्रादेशिक भाषेतील सर्वोत्कृष्ट चित्रपटाचे रौप्यपदक मिळाले होते. त्या वर्षी बक्षीस समारंभ मुंबईत होता. डॉक्टर समारंभाला जाण्याच्या मन:स्थितीमध्ये नव्हते. पण राष्ट्रपतींच्या बक्षिसांची एक विचित्र अट असते. त्या समारंभाला तुम्ही हजर राहिलात तरच ते बक्षिस त्या कलावंताला दिले जाते. अन्यथा घरी पाठविले जात नाही. त्या चित्रपटाच्या नायकाचे पारितोषिक डॉक्टरांना होते. आत्तीने डॉक्टरांची खूपच समजूत घालून ते बक्षीस स्वीकारायला येण्यासाठी भाग पाडले. डॉक्टरांना फार थोड्या अवधीत हा मान मिळत होता आणि तो हातचा जाऊ नये म्हणून आत्ती इतकी

धडपडत होती. आत्तीच्या प्रयत्नांना यश आले. डॉक्टरांनी ते बक्षीस स्वीकारले.

डॉक्टरांच्या वडिलांना *(डॉ. बाळकृष्ण कृष्ण घाणेकर)* मी प्रत्यक्ष पाहिले नाही किंवा त्यांचा फोटोही पाहिला नव्हता. पण डॉक्टर स्वत:च्या वडिलांबद्दल इतकं भरभरून सांगत की, एका करड्या शिस्तीच्या माणसाचे, सेवाभावी डॉक्टरचे, कर्तव्यदक्ष पित्याचे चित्र माझ्या मनात आपोआप तयार झाले होते. डॉक्टरांचे वडील सरकारी डॉक्टर होते. त्यामुळे त्यांची गावोगावी बदली होई. अशा वेळी १४ सप्टेंबर १९३२ रोजी काशिनाथ घाणेकरांचा जन्म राजापूर या गावी झाला होता. नटसम्राट गणपतराव जोशींचा जन्मही राजापूरचा, याची डॉक्टरांना कोण अपूर्वाई वाटे. डॉक्टरांच्या एक आत्या काशीहून यात्रा करून त्या वेळेस परत आल्या होत्या. त्यामुळे डॉक्टरांचे नाव काशिनाथ असे ठेवण्यात आले. डॉक्टरांना आणखी इतर सहा भाऊ आणि एक बहीण होती. डॉक्टर सगळ्यांत धाकटे. शेंडेफळ.

ह्या आठही मुलांना डॉक्टरांच्या वडिलांनी यथाशक्ती शिक्षण देऊन आत्मनिर्भर बनविले. गजाननराव *(बापूसाहेब)*, परशुराम आणि काशिनाथ हे तिघे डॉक्टर झाले. नरहरपंत इन्कमटॅक्स ऑफिसर झाले. भार्गवराम मेडिकल रिप्रेझेंटेटिव्ह झाले, तर श्यामराव एअर इंडियाच्या सेवेमध्ये रुजू झाले. सगळ्यांत मोठे बंधू कोल्हापूरला स्थायिक झाले, तर एकुलत्या एका मुलीचा– ताईंचा– माधवराव काळे ह्या सुशिक्षित, प्रामाणिक तरुणाशी विवाह करून दिला. ताई आता मालती काळे झाल्या.

डॉक्टरांचे वडील निव्वळ शिक्षण पूर्ण होईपर्यंतच मुलांना अर्थसहाय्य करीत. पदवी प्राप्त केल्यानंतर मुलांना कुठल्याही प्रकारची कुबडी ते देत नसत. ज्याने त्याने स्वत:चा मार्ग स्वत:च निवडायचा, अशी त्यांची धारणा होती. आपल्या वडिलांनी आपल्या कुटुंबासाठी घेतलेले कष्ट आठवले तरी डॉक्टरांना गहिवरून येई. डॉक्टरांचे वडील पहाटे जे बॅग घेऊन बाहेर पडत ते काही वेळेला रात्रीच परत येत. त्या वेळी दळणवळणाची साधने तरी कुठे होती? पायी, सायकल घेऊन जमेल तसे डॉक्टरांचे वडील पेशंट तपासायला जात. साधारणपणे १९४६ साली ते चिपळूणला स्थायिक झाले. तसे त्यांचे मूळगाव साखरपा. डॉक्टरांच्या वडिलांची काही मते घाणेकरी विशेषता दाखविणारी होती. त्यांनी आपल्या नावाची पाटी कधीही दारावर लावली नाही. डॉ. घाणेकर कुठे राहतात हे माणसं शोधत आली पाहिजेत, असे त्यांचे म्हणणे असायचे. रामायण-महाभारतापेक्षा मुलांनी 'केसरी' वाचला पाहिजे असे त्यांना वाटे.

मुलांनी जेवावे कसे यावरही त्यांचा कटाक्ष असे. लोणचं लोणच्यासारखं खाल्लं पाहिजे, भाजी भाजीसारखी खाल्ली पाहिजे. आवश्यक तेवढंच, थोडी भूक ठेवूनच खावं. उगीच संडासाची भर कशाला असं ते प्रत्यक्ष जेवतानाच ऐकवीत. मुलांना घरकामाच्या पाळ्या लावून दिलेल्या असत. ताटवाटी विसळणे, ताक करणे अशांसारखी कामंही सर्व मुलांना ते करायला लावीत. सुभाषिते ते सतत ऐकवीत–

आज हसशील उद्या रडशील,
असतील शिते, तोवर जमतील भुते,
ज्याचा तो असतो,

काश्याचा काशिनाथ व्हायला वेळ लागतो; पण काशिनाथचा काश्या व्हायला वेळ लागत नाही.

डॉक्टरांचे नाट्यवेड त्यांच्या वडिलांना पसंत नसायचे. डॉक्टरांचे एकांकिका स्पर्धेतील भाग घेणे त्यांच्या वाचण्यात आले, तेव्हा त्यांनी डॉक्टरांना एक खरमरीत पत्र लिहिले की, मी पैशासाठी मरत असतो आणि तुम्ही नाटकं करता. डॉक्टरांनीही आपल्या वडिलांना कळविले– तुमचा मुलगा म्हणून तुम्हाला वचन देतो की बी.डी.एस्.मध्ये पहिला नाही आलो तर तुमचे वडील म्हणून नाव लावणार नाही. डॉक्टर शेंडेफळ म्हणून त्यांच्या वडिलांचे त्यांच्यावर अधिक प्रेम होते. त्यांना डॉक्टरांची काळजीही वाटायची. तू काय करशील सांगता येत नाही असे ते डॉक्टरांना म्हणायचे; पण डॉक्टरांच्या गैरहजेरीत मात्र त्यांना त्यांचे वडील 'हिरा' म्हणायचे. त्यांना डॉक्टरांची काळजीही अधिक वाटे. डॉक्टर म्हणजे त्यांना वळलं तर सूत नाही तर भूत वाटे.

दादांच्या *(सगळी मुले डॉक्टरांच्या वडिलांना दादा नावाने हाक मारीत.)* मृत्यूनंतर डॉक्टरांनी त्यांची दोन तैलचित्रे कोल्हापूरचे अभिनेते आणि प्रख्यात चित्रकार चंद्रकांत मांढरे यांच्याकडून करून घेतली. एक चिपळूणच्या घरी दिले आणि दुसरे स्वतःच्या बेडरूममध्ये लावले. तैलचित्रातील दादांचाही डॉक्टरांना कोण धाक वाटे.

दादांच्या अस्थिविसर्जनानंतर डॉक्टरांचे नासिकचे बंधू भार्गवराम यांनी डॉक्टरांना पुढीलप्रमाणे पत्र लिहिले–

नासिक-२,
१०-६-६५

प्रिय काशिनाथ,

ती. दादांचे अस्थिविसर्जन आज सकाळी गंगेवर केले. सगळे व्यवस्थित झाले. माझे मन अगदी दाटून आले होते. काय करणार? ज्या गोष्टी होणार असतात त्या अटळ आहेत. आपण सर्वांनी आता खूप कष्ट करून काम केले पाहिजे. ती. दादांनी किती sacrifice केले, किती कष्ट केले. अगदी निर्व्यसनी राहून, अगदी देवपुरुषच. तेव्हा त्यांची मुले तशीच पाहिजेत नाही का? तेव्हा आपण सर्वांनी तसे व्हायचा निश्चय करू या.

तुझाच
भार्गव

मी एकदा डॉक्टरांना विचारले होते, ''तुमचे वडील इतके करड्या शिस्तीचे.

तुमचे सगळे भाऊही चारचौघांसारखे जीवन घालविणारे आहेत. मग तुम्हीच एकटे असे का? वेगळे, बेबंद जीवन जगणारे.'' तर एखादे गुपित सांगावे तसे डॉक्टरांनी मला सांगितले की, त्यांची आई त्यांना सांगायची की, डॉक्टर आपल्या आजोबांसारखे *(म्हणजे आईच्या वडिलांसारखे)* झाले आहेत. आपल्या स्वभावातील गुण-दोषांचे उत्तरदायित्व आजोबांच्या गुणदोषांवर सोपवून डॉक्टर निश्चिंत होत.

२५

माझ्या इंटर आर्टस्च्या परीक्षेचा निकाल माझ्या अपेक्षेप्रमाणेच लागला. आयुष्यात पहिल्यांदाच मी नापास झाले. माझ्या अपयशाने बाकीचे सगळे आश्चर्यचकित झाले. कांचन आणि नापास हे समीकरणच जुळत नव्हते. माझ्याबद्दल धक्का बसायला मला वाटतं इथूनच सुरुवात झाली असावी. वर्तमानपत्रात रिझल्ट आलेला पाहून नेमकं डॉक्टरांनी फोन करून काय झाले, याची चौकशी केली. मला सांत्वनाचे चार शब्द सांगावेत म्हणून ते मला फोनवर बोलवीत होते. इंटर सायन्स सोडून इंटर आर्टस्ला माझ्याबरोबर बसलेली तारू मात्र पास झाली. डॉक्टर तिचे अभिनंदन करायला विसरले नाहीत.

अजूनही डॉक्टरांच्याकडे नवीन नाटक येत नव्हते. फक्त शूटिंग असे. तीही धावपळ फार नव्हती. रंगभूमीची अधिक ओढ असलेले डॉक्टर नाटक नाही म्हणून बेचैन होते. तशातच मदिरेची जवळीक वाढली होती. त्यामुळे जवळची मंडळी अस्वस्थ होती. डॉक्टरांच्या नासिकच्या बंधूंनी डॉक्टरांना कळवळून लिहिले होते–

॥ श्री ॥

नासिक

प्रिय काशिनाथ,

१ जुलैपासून तू अगदी व्यवस्थित राहणार हे तू आम्हाला बोलला होतास. अरे, तू मनाचा अगदी निश्चय केलास तर ही तारीख तू ह्याच्यापेक्षा जवळ आणशील. मुख्य म्हणजे तू त्या बाहेरच्या लोकांत पिऊ नकोस. तू कायमच available असतोस असे का दाखवतोस? Say I am sorry. I am busy. लिकरसुद्धा १ किंवा २ पेग घरीच घ्यायची, जास्त नाहीच घ्यायची, हा निश्चय ठेव. धूम्रपान तर सर्वच दृष्टीने घातक आहे. तेही कमी करण्याचा प्रयत्न कर. नियमित जेवण व झोप, थोडा व्यायाम आणि प्रफुल्लित मन बघ तरी सर्वांनाच आनंद होईल. माझे सगळे लक्ष तुझ्याकडे आहे.

तुझाच

भार्गव

डॉक्टरांच्या लाघवी आणि आकर्षून घेणाऱ्या स्वभावामुळे त्यांच्यापेक्षा ज्येष्ठ वयाची मंडळीही त्यांच्याशी मैत्री करायला उत्सुक असत. डॉक्टरांच्यावर ते प्रेम करत आणि म्हणूनच काळजी करत. डॉक्टरांचे असेच एक ज्येष्ठ मित्र नटवर्य बाबूराव पेंढारकर यांनी वडिलकीच्या नात्याने लिहिले–

कोल्हापूर

प्रिय मित्रवर्य डॉक्टर,

प्रकृती व डोळ्यांची काळजी घ्या. 'ग्रंथवाचन' आठवड्यातून एकच दिवस. तेही निवडक स्नेहीमंडळींसोबत करा. स्नेहाचा चव्हाटा करू नका.

तुमचा स्नेहांकित,

बाबूराव पेंढारकर

दोन वर्षांच्या विश्रांतीनंतर डॉक्टरांच्याकडे नवे नाटक आले होते. रंगदर्शन संस्थेचे निर्माते-दिग्दर्शक, पुरुषोत्तम बाळ श्री. ना. पेंडसे यांच्या लोकप्रिय व बहुचर्चित कादंबरीवर– 'गारंबीच्या बापूवर' त्याच नावाने नाटक करीत होते. अफाट बापूच्या भूमिकेसाठी डॉक्टरांची निवड झाली होती. ती निवड ऐकून प्रत्येकाची मान योग्य निवडीबद्दल खुषीने डोलायची. नायिका राधेच्या भूमिकेसाठी प्रख्यात अभिनेत्री उषाकिरण यांची निवड केलेली होती. उषाबाईंचा आजवरचा लौकिक लक्षात घेता त्यांच्या व डॉक्टरांच्या अभिनयाची जुगलबंदी पाहायला नाट्यप्रेमी उत्सुक होते. डॉक्टर तालमीसाठी भरपूर दिवस घेत. त्याशिवाय ते पहिल्या प्रयोगाला उभे राहात नसत. तालमीच्या वेळाही ते न चुकता, न कंटाळता इमानेइतबारे पाळीत. स्वतःच्या प्रवेशांपुरतीच तालीम करणे हेही त्यांना मान्य नसायचे. दुसऱ्यांचे प्रवेशही ते तितक्याच तन्मयतेने पाहात. त्यामध्ये भाग घेत. आख्खे नाटक त्यांना पाठ असायचे. डॉक्टर पूर्णतया बापूमय झाले होते. दुसरीकडे 'दादी-माँ' या हिंदी चित्रपटाचे शूटिंगही सुरू होते. त्यामुळे डॉक्टरांचे आमच्याकडे येणेही कमी झाले होते.

२६

इंटरच्या परीक्षेच्या अपयशाने मी भलतीच खच्ची होऊन गेले होते. पुन्हा परीक्षेला बसण्यासाठी अभ्यास सुरू केला होता; पण पुन्हा तोच अभ्यास करण्याचा मनस्वी कंटाळा येत होता. पास झाले पाहिजे ही कर्तव्याची जाणीव सारखी टोचणी देत होती. कारण आत्ती आमच्यासाठी रात्रंदिवस कष्ट करीत होती. आम्ही शिकून किमान पदवीधर तरी व्हावे एवढीच तिची अपेक्षा होती आणि तीही आपण पूर्ण करू शकत नाही, याचा मला त्रास व्हायचा. डॉक्टरांच्या नादामध्ये आपण अभ्यास केला

नाही ही अपराधाची भावना सारखी ठसठसत राहायची. शिवाय इतकं करूनही हे सर्व एकतर्फीच होते. त्याला तसा काहीसुद्धा अर्थ नाही हे कळत असूनही वळत नव्हते. डॉक्टरांना माझ्याविषयी काही वाटेल याची सुतराम शक्यता वाटत नव्हती. मग मीच का झुरत आहे, असाही मला प्रश्न पडायचा.

डॉक्टरांच्याबद्दल मला नुसतेच आकर्षण होते का? नाही. कारण नुसतेच आकर्षण वाटत असते तर ते फार काळ टिकले नसते आणि यापूर्वीच मी डॉक्टरांना माझ्याकडून हरप्रकारे आकर्षित करण्याचा प्रयत्न केला असता. उत्सुकता संपली की आकर्षण संपते; पण मला डॉक्टरांच्याबद्दल तसले बाह्यात्कारी शारीरिक आकर्षण नव्हतेच मुळी. माझा डॉक्टरांच्यावर जीव जडला होता. जिवाच्या ओढीने मी डॉक्टरांच्याकडे ओढली जात होते आणि तीच ओढ मला डॉक्टरांच्याकडूनही जाणवायला हवी होती. आपणहोऊन ते डॉक्टरांनी व्यक्त करायला हवे होते. त्यासाठी मी कितीही वर्षं वाट पाहायला तयार होते. तितका संयम, तितका मनोनिग्रह वयाच्या १७-१८व्या वर्षीही माझ्यामध्ये होता. चार दिवस गंमत केली आणि सोडून दिले हे माझ्या स्वभावात बसणारे नव्हते. सातत्याने, प्रामाणिकपणे, निष्ठेने केलेल्या गोष्टींवर माझा गाढ विश्वास होता.

डॉक्टरांच्या व माझ्या बालपणातील काही गोष्टींमध्ये, त्यांच्या माझ्या आवडी-निवडीमध्ये मला खूपच साम्य वाटायचे. जन्मतारीख, महिना, आद्याक्षर 'क' इथूनच ह्या साम्यांना सुरुवात व्हायची. डॉक्टरांना लहानपणी 'बाळ' म्हटले जाई. मुलगा नसल्यामुळे माझी आजीही मला 'बाळ' म्हणून मुलाची हौस भागवून घ्यायची. कोल्हापुरी पद्धतीने त्या नावाचे बाळासाहेबही झाले होते. डॉक्टर वयाच्या पाचव्या वर्षांपर्यंत आईच्या अंगावर पीत असत, तर मी वयाच्या ७-८ वर्षांपर्यंत माझ्या आजीच्या अंगावर प्यायची. दूध हा आमच्या दोघांचा वीक पॉईंट होता, तर केळीच्या शिकरणीशिवाय आणि दूधभाताशिवाय मोठेपणीही आमचे सकाळ-संध्याकाळचे जेवण होत नव्हते. चहाची आम्हा दोघांनाही आवड नव्हती. मुंबईशिवाय राहायला आम्हाला दुसरे ठिकाण आवडत नव्हते.

मला बंगाली संस्कृतीची, वातावरणाची खूपच आवड होती. फडके-खांडेकरांच्या कादंबऱ्यांपेक्षा अनुवादित बंगाली साहित्य मला खूप आवडायचे. बंगाली स्त्रीचे वर्णन, तिचे साडी नेसणे, मोठे लाल सिंदूर लावणे, लांब मोकळे केस सोडणे या सर्वांची खूप मोहिनी पडायची आणि त्यातच एक दिवस कळले की डॉक्टरांनाही त्याची खूप आवड आहे. इरावतीबाईंना तर ते जास्त करून बंगाली साड्याच आणीत. त्याच अधिक करून नेसायला लावीत. डॉक्टरांनी माझ्या वाढदिवसाला दिलेली पहिली भेट बंगाली साडीची होती. बंगाली साडी सर्व साड्यांमध्ये ग्रेसफूल साडी आहे, असे डॉक्टरांचे लाडके मत होते. डॉक्टरांच्या, माझ्या किती आवडी जुळत चालल्या होत्या.

डॉक्टरांना साधी राहणी खूप आवडायची. विशेषत: त्यांच्या 'स्त्री'ने तसे राहावे ही त्यांची अपेक्षा असायची. भालजी व लीलाबाई पेंढारकर यांचे संस्कार आणि आदर्श आमच्यासमोर असल्यामुळे आमच्या घरी आधुनिक झगमगाट कधीच नव्हता. तेव्हा साधेपणा आमच्या पाचवीला पुजलेला होता. डॉक्टरांना तर लिपस्टिक, नेलपॉलिशसारख्या फॅशन्सही खपायच्या नाहीत. डेन्टल कॉलेजमध्ये लेक्चरर असताना वर्गातील विद्यार्थीनींना त्या बाबतीत ते धारेवर धरीत. मला त्या वेळी आधुनिक सौंदर्यप्रसाधने वापरावी असे वाटायचे. सुरुवातीला मी ती वापरलीही; पण डॉक्टरांची त्या बाबतची नापसंती पाहून मीही हळूहळू त्या बाबतीत उदासीन व्हायला लागले. पण सेंट वापरणे हा आम्हा दोघांचा 'जिवलग' विषय होता. डॉक्टर घरी येणार आहेत, हे आधी कळले तरी मी नीटनेटकी राहायची नाही. अगदी घरगुती अवतारातच असायची. कधी तरी मी डॉक्टरांना आवडले तर आहे त्या स्वरूपातच आवडावी असे मला वाटायचे.

विवाहित स्त्रीने कुंकू, मंगळसूत्र वापरलेच पाहिजे असा डॉक्टरांचा आग्रह असायचा. गंधापेक्षाही कोरडे कुंकू त्यांना अधिक आवडे. आधुनिक पद्धतीने नवऱ्याला हाक मारणे किंवा 'अरे' म्हणणेही त्यांना खपायचे नाही. त्यांचे इरावतीबाईंशी लग्न झाल्यावर त्यांनी डॉक्टरांना 'अरे, काशिनाथ' म्हणताच डॉक्टरांनी सुरुवातीलाच इरावतीबाईंना सांगून टाकले होते की, असले काही त्यांना चालणार नाही. नावानी तर हाक मारायची नाहीच, पण 'अरे'सुद्धा न म्हणता 'अहोच' म्हणायचे. मला स्वत:लाही स्त्रियांनी नवऱ्याला 'अरे' म्हटलेले, नाव घेऊन हाक मारलेले आवडत नाही. "अहो ऐकलंत का?" यातील खुमारी 'अरे जारे'मध्ये नाही. आणि 'अरे' म्हणताना 'कारे' म्हणायलाही वेळ लागत नाही असं मला वाटतं.

एकूण काय डॉक्टरांच्या व माझ्यामध्ये बऱ्याच बाबतीत मला सारखेपणा जाणवायला लागला. मला डॉक्टर आवडल्यामुळे कदाचित तो सारखेपणा मी अधिकाधिक शोधायला लागले असेन. वर दिलेली कारणे इतरांच्या दृष्टीने फार नगण्य असतील. पण माझ्या दृष्टीने फार अर्थपूर्ण होती. काही गोष्टी डॉक्टरांना आवडतात असं कळल्यावर मलाही त्या आवडायला लागल्या. अपवाद एकच. दारू सोडून. काही गोष्टी डॉक्टरांना आवडत नाहीत म्हटल्यावर मलाही आवडेनाशा झाल्या. डॉक्टरांच्या रंगात कळत नकळत का होईना मी रंगायला लागले.

२७

'गारंबीच्या बापू'ची पहिल्या प्रयोगाची तारीख झळकली होती– ७ ऑगस्ट १९६५. डॉक्टर सर्वस्वाने झटत होते. कारण दोन वर्षांच्या गैरहजेरीनंतर डॉक्टर

रंगभूमीवर येत होते. 'रायगड'मुळे त्यांच्याबद्दल वाढलेल्या लोकांच्या अपेक्षा डॉक्टरांना टेन्शनमध्ये ठेवीत होत्या. असह्य ताणामध्ये डॉक्टर तालमी करत होते. पहिला प्रयोग रवींद्र नाट्यमंदिरामध्ये पार पडला. आम्हाला साहित्य संघातील दुसऱ्या प्रयोगाचे आमंत्रण होते.

डॉक्टरांच्या बापूबद्दल किती आणि काय काय सांगावं? बापूचा भाबडेपणा, रांगडेपणा आणि अफाटपणा डॉक्टरांनी सही सही दाखविला. मुख्य म्हणजे डॉक्टरांचा बापू कोकणातील लाल मातीशी इमान राखणारा होता. लहान मुलासारखा रुसणारा, अन्यायानं चिडून उठणारा, मुसाशेटसारखा सुपारीचा बडा व्यापारी होण्याची स्वप्ने पाहणारा, विठोबासाठी हळवा होणारा, बदनाम राधेचा हात हिंमतीने जगासमोर घेणारा; पण आपण 'अक्करमाशा' आहोत हे समजताच अंतर्बाह्य उन्मळून पडणारा, फुटून तडफडणारा, गलितगात्र होणारा अशी बापूची कितीतरी रूपे डॉक्टरांनी सजीव केली. बापूचे सगळे सगळे जीवन त्या चार तासांमध्ये डॉक्टर परकायाप्रवेश केल्यासारखे पूर्णपणे जगत होते. म्हणूनच डॉक्टरांचा बापू जिवंत वाटत होता.

डॉ. काशिनाथ घाणेकर म्हणजेच 'गारंबीचा बापू' ही नंतर कल्पक मोहन वाघ यांनी केलेली जाहिरात म्हणजे अतिशयोक्ती वाटत नव्हती.

जाणकारांचेही त्या बाबतीत दुमत नव्हते. ग. वा. बेहेरे यांच्यासारख्या परखड पत्रकाराने 'माणूस' साप्ताहिकातील आपल्या परीक्षणात 'गारंबीच्या बापू'विषयी लिहिताना म्हटले–

"प्रत्येकाच्या अंत:करणात एक बापू असतो. चटेल, रंगेल, बंडखोर, उपेक्षित. तो बापू आपल्यासमोर एकाएकी उभा राहिला तर आश्चर्य आणि सफलतेचा आनंदही प्रेक्षकांना मिळतो. डॉ. घाणेकरांच्या डोळ्यांतील भाबडेपणा, हळवेपणा, करारीपणा, पराक्रमाची धुंदी आणि अशक्य असं काही नाही याची खात्री पटविणारा बेबंदपणा हे सारं बापू उभं करण्यासाठी हवंच होतं. डॉ. घाणेकरांशिवाय अन्य कुणी पर्यायी नट या भूमिकेसाठी तरी उपलब्ध नाही असं जे मत मी पुरुषोत्तम बाळ यांना पात्रनिवडीच्या वेळी बोलून दाखविलं होतं, ते एवढ्या प्रमाणात खरं ठरेल असं मलासुद्धा वाटलं नव्हतं. 'राजे मास्तर'मध्ये राजे मास्तर भेटले नाहीत. 'यशोदे'मध्ये यशोदा भेटली नाही. पण... गारंबीच्या बापूमध्ये 'बापू' भेटला. आणि तो भेटला इतकंच नव्हे तर तो 'गारंबीतच' भेटला."

पु. ल. देशपांडे यांनी 'प्ले ऑफ दी इयर' असा गारंबीच्या बापूचा गौरव केला. श्री. ना. पेंडसे यांनी 'गारंबीच्या बापू'ची नाटकाची प्रत डॉक्टरांना देताना त्यावर लिहिले– "अफाट बापूला सप्रेम."

डॉक्टरांच्या एका मित्राने गारंबीचा बापू पाहून लिहिले–

अतिप्रिय काशिनाथ,

तुझं 'गारंबी' पाहिलं आणि खरोखरच आनंद झाला. आजच्या स्टेजवरील गद्य नटवर्यांत मला तूच आवडलास. भूमिका करताना तू अतिशय समरस होतोस; परंतु खऱ्या अर्थाने मला तू उत्कृष्ट कलावंत वाटावास याचं कारण तन्मयतेने केलेली तुझी तालमीतील मेहनत. ही फारच थोड्या प्रेक्षकांना पाहायला मिळते. तुझा फटकळ स्वभाव मला आवडला. तो दोन्ही ठिकाणी– स्टेजवर आणि स्टेजबाहेरही. काय असेल ते असो, तुझ्याविरुद्ध कितीही लोक जावोत. तुझा त्याच गतीनं उत्कर्ष होत राहिलेला पाहिला म्हणजे आनंद वाटतो.

'रायगड' तू सोडलंस आणि तुझ्या पाठीशी शिजत असलेली कारस्थानं मी स्वतः ऐकली. कुणी म्हणे काश्याचा राजा पटवर्धन होणार. कुणी म्हणे काश्या महामूर्ख आहे. परंतु झालं उलटंच. तुझा 'पाठलाग' लागला आणि पडद्यावरही तू गाजलास. त्यामुळे कारस्थानं हळूहळू बंद झाली. असो. तू कितीही ज्येष्ठ असलास तरी जोपर्यंत तू नट आहेस असं मला वाटतं तोपर्यंत अरे तुरे करण्यातच आपुलकी वाटते. स्टेजवर पाहिलं तर वीस वर्षांचा कोवळा पोर वाटतोस. ओठ पिळला तर दूध निघेल आणि तुला डॉक्टर कसं काय म्हणायचं? ते आपल्याला पटतच नाही.

कालीमाता, आईभवानी आणि व्याघ्रेश्वर तुला असेच यश देवो.

तुझाच एक स्नेहांकित

सुरेश केंकरे

पुन्हा एकदा 'हाऊसफुल्ल' गर्दीची नशा डॉक्टर अनुभवायला लागले. डॉक्टरांना गर्दीचे अगदी सुरुवातीपासूनच वेड होते. या बाबतीत नाट्यदिग्दर्शक व नट श्री. दामू केंकरे यांची आठवण सांगण्यासारखी आहे. १९५६ सालातील गोष्ट आहे. श्री. दामू केंकरे यांनी ललित कला केंद्रासाठी श्री. विजय तेंडुलकरांच्या 'माणूस नावाचे बेट' या नाटकाचे दिग्दर्शन केले होते. त्या नाटकातील 'काशिनाथ' नावाच्या नायकाचीच भूमिका डॉक्टरांनी केली होती. नाटक आणि डॉक्टरांची भूमिका उत्तम असूनही त्यांना यश लाभू शकले नाही. कसाबसा चौथा प्रयोग जाहीर झाला आणि डॉक्टरांनी दामू केंकरे यांना फोन करून आपली दाढ दुखत असल्यामुळे प्रयोग करू शकणार नसल्याचे कळविले. श्री. दामू केंकरे यांनी डॉक्टरांच्या घरी जाऊन, स्टेजवर बोलता न येण्याइतकी दाढ दुखते आहे का असे डॉक्टरांना विचारले. आधी डॉक्टरांनी होकार दिला आणि मग हळूच दामू केंकरे यांना डॉक्टर म्हणाले–

"काय रे, जेमतेम पन्नास प्रेक्षक, प्रयोग कसा करणार?"

'हाऊसफुल्ल' थिएटर म्हणजे डॉक्टर नखशिखान्त मोहरून जायचे. एखाद्या

लहान मुलासारखे ते एक्साईट व्हायचे. ते आनंदाने उड्या मारीत धावत जाऊन ही आनंदाची बातमी उषाकिरण यांना द्यायचे. त्या मग गंमतीने डॉक्टरांना विचारायच्या– "मग आज तुम्ही काही स्पेशल अभिनय करणार आहात का? हाऊसफुल्ल नाटक झाले म्हणजे नेमके आपण वेगळे काय करणार आहोत?" उषाकिरण यांचे स्पष्ट मत होते की, प्रेक्षक दोन असोत की हजार, आपण आपली भूमिका तोलामोलाने व समरसून केली पाहिजे; पण त्यांच्या मते डॉक्टरांच्या बाबतीत "He was always acting for the gallery" अशी परिस्थिती असायची.

डॉक्टरांचा गॅलरीवर अगदी मनापासून जीव होता. कारण त्यांना हमखास रसरशीत दाद यायची ती गॅलरीतून. पुढच्या रांगेत बसणारा प्रेक्षक हा फार तोलून मापून दाद देतो, अशी त्यांची भावना होती. प्रेक्षकांच्या मिळणाऱ्या शाबासकीवरच आपला अभिनय फुलत जातो. रोज नव्या नव्या अभिनयाच्या जागा सापडतात असे डॉक्टर सांगत. त्यामुळे रोजचे नाटक हा एक नवा प्रयोग असतो असे डॉक्टर मानीत. त्या कारणासाठीच प्रायोगिक व व्यावसायिक अशी नाटकांची विभागणी डॉक्टरांना मंजूर नव्हती आणि प्रेक्षकांना न कळणारे नाटकही त्यांना मान्य नव्हते.

आपल्या अभिनयाला, वाक्याला, प्रवेशाला, एन्ट्रीला कुठे कुठे दाद मिळते, याचे डॉक्टरांना अचूक भान असे आणि ती दाद जर त्या वेळी मिळाली नाही तर ते खूपच अस्वस्थ होत. आपण अभिनयात काही कसूर तर केली नाही ना असे त्यांना वाटे. रसिकदेवता अधिकाधिक प्रसन्न झाली पाहिजे यासाठी ते धडपडत. अभिनयाच्या नव्या नव्या जागा सारखे शोधीत राहात. प्रेक्षकांनीही कधी डॉक्टरांच्या बाबतीत कसलीही कसूर केली नाही. आपले प्रेम, कौतुक प्रेक्षकांनी भरभरून डॉक्टरांच्यावर उधळले.

२८

या वेळी पुन्हा एकदा आमच्या घरी चिंतेचे, अस्वस्थतेचे वातावरण पसरले होते. माझे मोठे सख्खे मामा विलासराव लाटकर *(यांना आम्ही सगळे दादा म्हणत असू)* यांना, ते खूप आजारी झाल्यामुळे कोल्हापूरचे डॉक्टर पी. बी. भद्रे यांच्या सल्ल्यावरून टाटा हॉस्पिटलमध्ये डॉ. बोर्जीस यांना दाखवण्यासाठी आणले होते. टाटा हॉस्पिटलमधील तपासणी म्हणून चिंता अधिक वाटत होती. बहुतेक ऑपरेशन करावे लागणार होते. त्यापूर्वीच्या तपासण्या चालू होत्या. माझे हे मामा आत्तीच्या अगदी विरुद्ध प्रकृतीचे होते. त्यांना ऑपरेशन तरी कसे सोसणार, ही शंकाच होती. आत्ती नेहमीप्रमाणे शूटिंग आणि ऑपरेशनसाठी लागणाऱ्या पैशाच्या जुळवाजुळवीत मग्न होती. तसे घरातील बाकीचे व्यवहार नेहमीप्रमाणे चालू होते आणि मी

रडतखडत का होईना इंटरच्या अभ्यासामध्ये मन एकाग्र करत होते.

मला वाटतं आक्टोबर महिना असावा. आक्टोबर हीटच्या झळा दुपारचे चार वाजायला आले तरी कमी झाल्या नव्हत्या. अशा गरम वातावरणात डॉक्टर कोमेजल्यासारखे होऊन आमच्या घरी आले. त्यांना पाहून मला आश्चर्य वाटले. कारण डॉक्टर फोन करून आत्ती, दादा घरी आहेत की नाही याची चौकशी करूनच भेटायला येत. त्यांना असं न कळवता-सवरता दारात उभं राहिलेलं पाहून मला आश्चर्य वाटलं. डॉक्टरांचा मूडही नेहमीप्रमाणे उत्साही, खेळकर नव्हता. आल्याबरोबर डॉक्टर गार पाणी प्यायले. नेहमीप्रमाणे, थंड झालेला तो ग्लास दोन्ही डोळ्याला लावला. गारव्याने डोळे मिटून घेतले. नंतर सिगारेट पेटविली. डॉक्टर थोडेसे तरतरीत वाटायला लागले. मला मात्र ती शांतता असह्य व्हायला लागली. आमच्या घरातील वामकुक्षीही अजून आटपली नव्हती. सगळीकडे सामसूम होती आणि डॉक्टर मात्र अजून बोलत नव्हते. का येणं केलंत हा रुक्ष प्रश्नही विचारायला माझी जीभ धजावत नव्हती.

शेवटी एकदाचे डॉक्टरांनी तोंड उघडले आणि म्हणाले–

"आज फार अस्वस्थता आलीय. आई, दादा, चिपळूण यांची फार आठवण यायला लागली आहे. मला चिपळूणला जाण्याविषयी अथवा माझ्या घरच्या मंडळींना भेटण्याविषयी इरावती कधीही आडकाठी करत नाही. मला तिकडची आठवण येते असं म्हणायचा अवकाश, ती मला लागलीच चिपळूणला जाऊन या म्हणते; पण ह्या प्रयोगांच्या तारखांमुळे सध्या जाणंही अवघड आहे. ही अस्वस्थता आज मी दारूच्या बाटलीतही बुडवू शकलो असतो. पण आज तीही इच्छा होत नाहीए. का कुणास ठाऊक तुझ्याकडे यावंसं वाटलं. तुझ्याशी बोलत बसावंसं वाटलं. कारण माहीत नाही."

मी गडबडले. मला डॉक्टरांच्या बरोबर कुठल्या विषयावर गप्पा माराव्यात हे त्या क्षणाला तरी सुचेना आणि एकदम चिपळूण आठवले. डॉक्टरांना त्या प्रिय विषयावर बोलतं करावं असं ठरवलं. चिपळूणचा विषय निघाला आणि डॉक्टर पुन्हा एकदा लहान झाले. बालपणीच्या आठवणींमध्ये हरवून गेले.

डॉक्टर सांगत होते, "आठ भावंडांत मी तसा लाडोबाच. आम्ही शेंडेफळ ना. सर्व भावंडांना जेवायला भाकरी असे, तर मला एकट्यालाच पोळी मिळायची. आई माझ्यापुरता तुपाचा शिरा करून लपवून ठेवायची आणि एकटा बघून खायला द्यायची. दुधाच्या सायीवरही माझीच मालकी असायची."

मला नेहमी वाटतं की डॉक्टरांच्या मनस्वी स्वभावाने जे मूळ धरले त्याची बीजे इथेच लपली असतील का? लहानपणीची ही 'स्पेशल ट्रीटमेंट' डॉक्टरांच्या पुढील आयुष्यातील अविभाज्य गोष्ट बनली. आपण सर्वांपासून वेगळे आहोत, आपल्याला

इतरांपेक्षा सर्व चांगले आणि वेगळे मिळते. कारण आपण सर्वांपासून वेगळे आहोत, विशेष आहोत, म्हणूनच ते आपल्याला मिळते. नंतर नंतर तर ते मिळायलाच हवे हा आग्रही स्वभाव बनत गेला असावा.

डॉक्टरांच्या पुढच्या वाक्याने मी भानावर आले. डॉक्टर सांगत होते–

"आई मला रागावली तर 'खापऱ्या' म्हणायची. ती मला ही एकमेव शिवी द्यायची. सर्व भावंडांमध्ये तसा मी जरासा सावळाच. माझ्या तांबूस सावळ्या रंगामुळे ती मला खापऱ्या *(खापरी कौलं)* म्हणत असावी. दादांची तशी मला भीतीच वाटायची. पण त्यांचंही माझ्यावर खूप प्रेम होतं. पण ते बाहेर व्यक्त व्हायचं नाही. ते मला 'बाळ' म्हणत. त्या वेळी आम्ही दोघं-तिघं भावंडं माळ्यावर झोपत असू. खाली बसलेले वडील सकाळी उठवताना हाक मारीत, 'बाळ, सात वाजले, ऊठ आता.' आमची साखरझोप संपलेली नसायची. पुन्हा थोड्या वेळाने दादांची हाक यायची, 'काशिनाथ, किती वेळ झाला? साडेसात वाजायला आले. ऊठ.' तरीही अंथरूण सोडवायचे नाही. मग मात्र त्यांचा टीपेतला आवाज यायचा, 'काश्या, तू खाली येतोस की मी वर येऊ?' आणि ते वाक्य संपायच्या आत धडपडत आमची स्वारी खाली यायची."

हे ऐकताना मला माझे बालपण आठवत होते. मी माडीवर झोपलेली असायची. माझे वडील मला दोन्ही हातांवर उचलून, छातीशी कवटाळून जिन्यावरून जपून उतरीत. अगदी अलगद मला वरून खाली आणीत. अर्थात आठ मुलांच्या वडिलांमध्ये आणि एका मुलीच्या पित्यामध्ये एवढा फरक असायचाच. त्यातूनही मुलगी जरा वडिलांची अधिक लाडकी असते ना.

डॉक्टर पुढे सांगत होते, "लहानपणापासून जरा हूडच होतो. पोहणे, पुरामध्ये उड्या टाकणे, खोगिराशिवाय घोड्यावर बसणे हे मनापासून आवडते शौक होते." *(घोड्यांची आवड तर नंतर रेसच्या निमित्ताने पुढच्या आयुष्यातही राहिली.)*

डॉक्टर अजूनही बालपणीच्या आठवणींतून बाहेर पडायला तयार नव्हते. लहान मुलाने तक्रार करावी तशा तक्रारीच्या सुरात डॉक्टर म्हणाले–

"मोठ्या भावंडांना नेहमीच लहान भावंडांची अडचण वाटते. आमच्याकडेही तसेच होते. माझ्यावरचे भावंडांचे दोन-तीन नंबर मला कधीही त्यांच्यामध्ये घेत नसत. त्यामुळे मी जास्त करून आईलाच चिकटलेला असायचा. इतका की तिच्याबरोबर हळदीकुंकवालाही जायचा. आईचे मला अजूनही तेवढेच वेड आहे. आजही मी तिच्या कुशीत शिरतो, तिच्या मांडीवर झोपतो. तिची जुनी, मऊ झालेली नऊवारी साडी मला आजही झोपताना जवळ लागते. दूध संपलं असलं तरी, दुधाचा वास अजूनही माझ्याजवळ रेंगाळतोय."

डॉक्टर भरभरून बोलत होते आणि रिते होत होते. मला तर ते सर्व ऐकताना

खूप गंमत वाटत होती. घड्याळाकडे लक्षही नव्हतं. डॉक्टर सांगत होते–

"मॅट्रिकला येईपर्यंत मी अभ्यासाच्या बाबतीत फारसा सीरियस नव्हतो. मॅट्रिकही यथातथा पास झालो. एफ.वाय.साठी पुण्याच्या एस.पी. कॉलेजमध्ये ॲडमिशन घेतली. वडिलांच्याकडून ५० रुपये मिळत. त्यातच भागवावं लागत होतं. पुण्यात असतानाच नाटकाचे आकर्षण वाढले. कॉलेजमधील मेसचे *(जेवणाचे)* खाडे करून नाटकाच्या तिकिटासाठी पैसे वाचविले. दोन केळी व दुधावर माझे जेवण भागवत असे. डॉज गाडीतून फिरणाऱ्या दामुआण्णा मालवणकरांच्या दिमाखाचा हेवा वाटायचा. पण मला खरे झपाटले 'त्राटिके'मध्ये पाहिलेल्या नानासाहेब फाटकांनी. ते माझे आदर्श हीरो बनले. ते बोलतात कसे? चालतात कसे? याकडे माझे लक्ष लागून राहायचे. मलाही नाटकात काम करावेसे वाटायला लागले. त्या वेळी वाङ्मय मंडळातर्फे नाटकाची नोटीस लागली. मोठ्या आशेने मी नाव दिले. भालबा केळकर दिग्दर्शक होते. माझी निवड स्त्री-भूमिकेसाठी झाली. मी ठाम नकार दिला. त्यापेक्षा प्रॉम्प्टर होणे पत्करले.

"या सगळ्यामुळे एफ.वाय. एटीकेटीच पास झालो. इंटर सायन्सला दाखल झालो. नाटकाचे वेड भिनत चालले होते; पण या वेळी दिग्दर्शक असलेल्या शरद तळवलकरांनीही 'भावबंधन'मधील स्त्री-भूमिकेसाठीच निवड केली आणि या वेळीही मी प्रॉम्प्टरचीच भूमिका करणे मान्य केले.

"या वेळी मला अभ्यासात स्वारस्य उरलं नाही. मी वैतागलो होतो. मन वैफल्याने ग्रासलं होतं. परीक्षेला जाऊनही कोरा पेपर टाकून अंबाबाईच्या देवळात एका पारावर बसून दिवस घालवला *(तेव्हा परीक्षेचे सेंटर कोल्हापूर होते)*. माझ्या असल्या वागण्याने वडील संतापलेले आणि आई कष्टी झाली होती. आमचं कल्याण व्हावं, आम्ही शिकावं म्हणून ती माऊली कसली कसली व्रतं करायची; पण मी दोघांचाही फार अपेक्षाभंग केला होता.

"चिपळूणमध्येही राहण्याचा वैताग आला. एक दिवस दोन-चार कपडे आणि एक गोणपाट घेऊन कोल्हापूर गाठलं. सायन्स कॉलेजसमोर *(शाहू टॉकीजसमोर)* अक्षरशः फुटपाथवर पथारी टाकली. खिशात थोडे पैसे होते. गंगावेशीवर जाऊन सकाळी दूध प्यायचा. राहत होतो तेथे समोर प्रभात हॉटेल होते. त्याच्या मालकाने 'बामनाचा का?' म्हणून चौकशी केली. 'कुठून आलास?' विचारल्यावर 'सोलापूर' म्हणून थाप मारली. 'बामनाचा हाईस, उसळ पाव खाशील का?' असे त्यांनी विचारले. मी म्हटले, 'खाईन की.' अशा तऱ्हेने संध्याकाळची सोय झाली.

"तिथून जवळच लक्ष्मी थिएटर नावाचे तमाशाचे थिएटर होते. तिथे मी तमाशाला जायचा. त्या ठिकाणी एका पाटलाशी मैत्री झाली. तो चांगलाच गब्बर असावा. कारण कोल्हापुरातील तमाशे पाहून संपले की, तो स्पेशल गाडी करून

इस्लामपूरला त्याच्या ठेवलेल्या कोल्हाटणीकडे जायचा. मलाही न्यायचा. कोल्हाटणींच्या पालावर मी राहिलेला आहे.''

हे सर्व ऐकत असता मला मात्र आश्चर्याचे धक्क्यावर धक्के बसत होते. एका कर्मठ, पण मध्यमवर्गीय ब्राह्मणाच्या घरातील मुलगा अशा वातावरणात गेलाच कसा? आणि राह्यलाच कसा? हे न सुटणारे कोडे होते. डॉक्टर पुढे सांगतच होते–

''तो पाटील गाण्याच्या स्पेशल बैठकींनाही जायचा आणि मलाही न्यायचा. चिक्कार पैसे उधळायचा. दौलतजादा करायचा. चार महिने हा प्रकार चालला होता. माझ्याजवळचे पैसे संपत आले. पाटलाची दौलतजादा पाहून मला स्वत:ची लाज वाटायची. आपण काय द्यायचे? त्या तमाशात नाचणारी 'पुष्पा' नावाची तमासगिरीण खूप देखणी होती. तिने लावणी करताना एक दिवस कमाल केली. मी इतका खूष झालो की, कसलाही विचार न करता गळ्यातील मुंजीत घातलेली चेन काढून तिच्या गळ्यात घातली.''

क्षणभर डॉक्टर थांबले. डोळ्यांसमोर ती पुष्पा बहुतेक लावणी करत असावी. स्वत:शीच हसल्यासारखे काही तरी आठवून डॉक्टर म्हणाले–

'' 'रायगड' नाटकातील तो प्रसंग आहे ना, शिवाजी महाराज संभाजीला विचारतात, 'राजे, तुमच्या गळ्यातील कंठा दिसत नाही?' त्यावर बेधडकपणे शंभूराजे सांगतात 'बिदागी म्हणून एका गाणारणीला दिला.' हा प्रसंग आला की मला त्या तमासगिरीण पुष्पाला चेन दिल्याची हमखास आठवण यायची. 'रायगड'च्या पहिल्या प्रयोगाला मी त्या पुष्पाचा पत्ता शोधून काढून तिला फर्स्ट क्लासने मुंबईत आणले, नाटक दाखविले आणि वर १०० रुपये बक्षीस देऊन पाठवणी केली.''

'धन्य तुमची!' असे म्हणून मी मनातल्या मनात डॉक्टरांना हात जोडले.

''ही कोल्हापूरची माझी यात्रा, थोड्याच दिवसांमध्ये संपली आणि मी तडक चिपळूण गाठले. आता पुन्हा काय करायचे हा भला मोठा प्रश्न माझ्यासमोर उभा राहिला. एकदा वाटले साखरप्याला जाऊन दुधाची डेअरी काढावी. त्यावर वडील कडाडले. 'शहाणे आहात. साखरपे तुमचे गाव असले तरी तिथं लघवी करण्याइतकीसुद्धा जागा तुमच्या मालकीची नाही. मी तुम्हाला शेवटचा चान्स द्यायचं ठरवलं आहे. तुम्ही रत्नागिरीला आर. पी. गोगटे कॉलेजात दाखल व्हा.' स्वतंत्र खोली आणि सायकल या अटीवर मी माझ्या वडिलांचे म्हणणे मान्य केले.

''रत्नागिरीला मात्र नट म्हणून माझ्या तोंडाला पहिल्यांदा रंग लागला. कॉलेजच्या 'उद्याचा संसार'मध्ये मी 'रसूलची' भूमिका केली. पण अजून नट व्हावं ही महत्त्वाकांक्षा निर्माण झाली नव्हती. इंटरसायन्सला पहिला वर्ग थोडक्यात चुकला. नाहीतर आज मी एम्.डी. आणि एफ.आर.सी.एस्. झालो असतो. मला सर्जरीमध्ये फार इंटरेस्ट होता. कदाचित आज फार वेगळे चित्र पाहायला मिळाले असते. मी कदाचित

परदेशातही गेलो असतो. कदाचित नाटकाकडे वळलोही नसतो; पण नियती निराळीच असते.''

आपण सर्जन होऊ शकलो नाही याचं दु:ख डॉक्टरांच्या मनात पुन्हा एकदा उफाळून आलेलं दिसलं. डॉक्टर बोलायचे थांबले. हातातील जळत्या सिगारेटकडे पाहात राहिले. डॉक्टरांचे एकीकडे बोलणं चालू असलं तरी थोड्या थोड्या वेळाने सिगारेट ओढणेही सुरू होतेच. डॉक्टरांना बोलतं करण्यासाठी मी विचारले, ''मग पुढे–'' माझा प्रश्न ऐकताच डॉक्टरांची तंद्री मोडली. एखादा विचार झटकून टाकण्यासाठी आपण मान हलवतो तसे डॉक्टरांनी केले आणि त्यांनी थांबवलेले आपले बोलणे पुढे सुरू केले–

''मी ज्यु.बी.एस्सी.साठी मुंबईला रुईया कॉलेजमध्ये दाखल झालो. पण माझे मन त्यात रमत नव्हते. हे डॉक्टर असलेल्या माझ्या मोठ्या भावाच्या ध्यानात आलं. डॉ. परशुराम म्हणजे आमच्या घरातील देवमाणूस. त्याने माझ्यावर वडिलांसारखी माया केली. सावली दिली. त्याने सांगितलेले मला पटायचेही. तो योग्य सल्ला द्यायचा. त्याने मला एकदा विचारले, 'तू डेंटल कॉलेजात का जात नाहीस?' मी तयार झालो. त्याने आणलेल्या फॉर्मवर मी फक्त सही केली. बाकीचे सगळे सोपस्कार त्यानेच केले. त्या वेळी जे. जे. हॉस्पिटलच्या आवारात आमचे कॉलेज होते. त्यात मी चटकन रमलो. अनेक सर्जन मित्र जोडले. ते मला ऑपरेशन थिएटरमध्ये आपला असिस्टंट म्हणून घेऊन जात. सर्जरीची माझी हौस बरीचशी तिथे भागली.''

मी मध्येच विचारले, ''फक्त मित्रच जोडले आणि मैत्रिणी?'' आवडीचा प्रश्न विचारल्यामुळे डॉक्टर खुदकन हसले आणि खुषीत येऊन ते सांगायला लागले,

''पोरींच्यामध्ये मी जाम फेमस होतो. माझी कंपनी पोरींना आवडायची. माझी आर्थिक परिस्थिती मी आधीच त्यांच्यासमोर जाहीर केल्यामुळे माझे चहाचे, खाण्याचे बिल, सिनेमाचे तिकीट या सगळ्यांचा खर्च त्याच सर्वजणी करायच्या. एकदा सिनेमाला आम्ही व्हिक्टोरियातून गेलो होतो. बाजूने सगळ्या पोरी आणि मधे मी. पण या सहवासाचा मी कधीही गैरफायदा घेतला नाही. कारण भावनिक गुंतागुंत मला नको होती. माझा भाऊ परशुराम या बाबतीत माझ्यामागे डोळ्यांत तेल घालून असायचा. मी काय करतो याची बित्तंबातमी त्याला असायची. वॉर्डमध्ये सिस्टरशी बोललं तरी त्याला कळायचं. तो म्हणायचा, 'काशिनाथ, आधी पदवी मिळव. मग काय हवं ते कर.'

''नाटकामध्ये काम करायला मात्र त्याची हरकत नसायची. कारण त्याला स्वत:लाच नाटकाची आवड होती. त्या वेळी मी भायखळ्याला त्याच्याबरोबर हॉस्टेलवर राहायचा आणि तिथून चालत संघामध्ये नाटकं पाहायला जायचा. जेवणाचे पैसे चहा-पाव खाऊन वाचवायचा आणि त्या पैशात नाटकाचे तिकीट काढायचा. बऱ्याचदा मी त्या वेळी प्रॉम्प्टरचे काम करायचा. त्यामुळे नानासाहेब

फाटक, मा. दत्ताराम, केशवराव दाते, दुर्गाबाई खोटे अशांसारख्या मातब्बरांचा अभिनय अतिशय जवळून पाहता आला. त्या मंडळींनाही खूप जवळून पाहता आले. अगदी परमेश्वर भेटल्याचा आनंद झाला.

"त्या वेळी भारतीय विद्याभवनतर्फे आंतर महाविद्यालयीन एकांकिका स्पर्धा व्हायच्या. त्या वर्षी रामचंद्र वर्दे एकांकिकेचे दिग्दर्शन करायला आले. त्या वेळी वर्दे यांनी माझी चाचणी घेऊन नायकाच्या भूमिकेसाठी मला निवडले. त्यांनी रंगभूमीवरील नट म्हणून अक्षरश: घडविले. रंगभूमीवर उभं कसं राहायचं इथपर्यंत त्यांनी मला धडे दिले. आमच्या कॉलेजच्या वर्देलिखित 'पाहुणचार' या एकांकिकेला पहिल्या क्रमांकाची ट्रॉफी तर मिळालीच, पण मलाही अभिनयाचे वैयक्तिक बक्षीस मिळाले. श्री. रामचंद्र वर्दे माझ्यावर इतके खूष होते की, काही वेळेला ते स्वत: माझ्यासाठी एकांकिकाही लिहायचे. एक वर्षी 'राणीचा बाग' या नाटकासाठी गाणं म्हणायला शिकवलं. या वेळी अभिनयाबरोबर मला गाण्यासाठी म्हणूनही पारितोषिक मिळाले. वर्दे म्हणजे ग्रेट माणूस. माझे गुरू फक्त रामचंद्र वर्दे."

ह्या सगळ्या गप्पांमध्ये अंधार कधी पडला कळलंच नाही. सहा वाजून गेले होते. आम्ही गॅलरीत येऊन बसलो. संध्याकाळच्या गार झुळकीने खूप बरे वाटत होते. डॉक्टरांची चित्तरकथा ऐकताना मीही रंगून गेले होते. संभाषणाचा धागा तसाच पकडीत मी डॉक्टरांना विचारले, "बी.डी.एस. कधी झालात? आणि कन्सल्टिंग रूम लागलीच सुरू केली का?"

डॉक्टर उत्तरले, "१९५७ साली मी बी.डी.एस्. झालो, पण जे. जे.मध्येच लेक्चरर म्हणून नोकरी सुरू केली. लागलीच कन्सल्टिंग रूम सुरू करणं कसं शक्य होतं? शिवाय ९ फेब्रुवारी १९५८ रोजी माझं इरावतीशी लग्न झालं. आता मी एकटा नव्हतो. इरावतीचीही माझ्यावर जबाबदारी होती. लग्नानंतर तिने एम्.डी. पूर्ण केले. तशी ती शिक्षणामध्ये खूप हुषार होती. डिस्टिंक्शनमध्ये पास झाली होती. मी खूप प्रयत्न करून तिला डॉ. व्ही. एन्. शिरोडकर यांच्या नर्सिंग होममध्ये नोकरी मिळवून दिली. तिथे तिच्या राहण्याची व्यवस्था होती. तिचा नवरा म्हणून मलाही तिच्याबरोबर राहण्याची परवानगी मिळाली. काही दिवस सुरळीत चाललं. पण कुणास ठाऊक, डॉ. शिरोडकरांच्या पत्नीला माझा प्रसिद्ध अभिनेत्री स्नेहप्रभा प्रधान यांच्याशी परिचय असल्याचे समजले आणि एका रात्रीत माझी तिथून हाकालपट्टी झाली. आता मात्र पाठीवर बिऱ्हाड घेण्याचा वैताग आला होता. मी व इरावतीने परदेशी जाऊन नोकरी मिळविण्याचाही प्रयत्न केला होता; पण यश आले नाही. चिपळूणला जाऊन आम्ही दोघांनी प्रॅक्टिस करावी असाही आमचा विचार चालला होता. तोही बारगळला.

"वडील अधिक आर्थिक मदत करण्यास असमर्थ होते. शेवटी धाडसाचा

निर्णय घेतला आणि चक्क हुंडीवर कर्ज काढले. वरळीचा ब्लॉक घेऊन तिथे माझी कन्सल्टिंग रूम सजवली आणि राहण्याचीही व्यवस्था झाली. इरावतीलाही दवाखान्याची आवश्यकता होती. कारण लग्न करताना प्रॅक्टिस करायला मिळायला हवी ही तिची पहिली अट होती. लालबाग येथे तिचाही दवाखाना सुरू झाला. या सर्व उलाढालीत इरावतीच्या वडिलांचीही मोलाची मदत झाली. इरावतीच्या दवाखान्यात काही दिवस संध्याकाळी मी कंपाऊंडरचेही काम करायचा. कन्सल्टिंग रूम सुरू करतानाच मी लेक्चररची नोकरी सोडून दिली. इरावतीचाही आता चांगलाच जम बसला आहे.''

डॉक्टर हे सर्व सांगत असताना मला इरावतीबाईंनी सांगितलेली एक गोष्ट आठवली. त्या वेळी त्या म्हणाल्या होत्या, ''आज मी मुंबईत उभी आहे ती डॉक्टरांच्या प्रयत्नामुळेच. ह्यांच्या ओळखी खूप ना. अगदी सगळ्या परिचित डॉक्टर्सना प्रत्यक्ष भेटून त्यांनी माझ्याकडे पेशंटस् पाठवायला विनंती केली. म्हणूनच माझा जम बसला. नाहीतर पुण्याहून आलेली मी, ह्या अनोळखी शहरात खूप झगडावं लागलं असतं.''

मघापासून भरभरून बोलणारे, स्वत:चा जीवनसंघर्ष उलगडून दाखविणारे डॉक्टर, आता आरामात खुर्चीवर रेलून बसले होते. मजेत सिगारेटचा झुरका मारीत होते आणि हसत हसत सांगत होते–

''लेक्चररशीप सोडली असली तरी मी अजून पेपर्स तपासतो हं. आय ॲम व्हेरी गुड टीचर. कॉलेजमध्ये माझ्या नोटस् अजूनही फॉलो करतात.''

काही काल विलक्षण शांततेमध्ये गेला. डॉक्टर स्वत:शीच कुठेतरी हरवल्यासारखे झाले होते. त्यांच्या चेहऱ्यावर होणारे बदल पाहता त्यांना अजून काही तरी सांगावं असं वाटत होतं. पण कशी सुरुवात करावी ते सुचत नसावं.

पण काही क्षणांतच डॉक्टरांनी धडाधड आपल्या आयुष्यातील प्रेमप्रकरणं सांगायला सुरुवात केली. अजाणत्या वयात घडलेल्या प्रसंगाची घटना श्री. ना. पेंडसे यांच्या 'रथचक्र' या कादंबरीतील प्रसंगाची आठवण करून देत होती, तर इंटरसायन्सच्या वेळीचा कोल्हाटणीचा संपर्क अचंब्यामध्ये टाकत होता.

डॉक्टर कुठलाही आडपडदा न ठेवता सांगत होते. पण मी मात्र अवघडत होते. एक तर सेक्सलाईफबद्दल इतक्या उघडपणे बोलण्याची, ऐकण्याची मला सवय नव्हती. त्या बाबतीत मी फारसं वाचलंही नव्हतं. शिवाय एका पुरुषाच्या तोंडून ते सर्व ऐकणे शक्य होईना. डॉक्टरांना मी बोलणे थांबवायला सांगत होते. तेव्हा डॉक्टर मला थांबवीत म्हणाले–

''प्लीज, मला बोलू दे. मी हे सर्व तुझ्याजवळ सांगावं एवढ्या मोठ्या वयाची तू नाहीस की माझ्या बरोबरीच्या वयाचीही नाहीस. पण का कुणास ठाऊक तुला सर्व

सांगावंसं वाटतंय. कारण माहीत नाही.''

मला तर मी चर्चमधली फादर आहे आणि डॉक्टर कन्फेक्शन बॉक्समध्ये उभे राहून सगळ्या गोष्टींची कबुली देताहेत, असं वाटायला लागलं.

डॉक्टर अनेक स्त्रियांची नावे घेत होते. त्यामध्ये काही प्रसिद्ध स्त्रिया होत्या– कोणी कुमारिका तर कोणी विवाहिता, कोणी अभिनेत्री तर काही प्रौढसुद्धा होत्या. पण सगळा आपखुषीचा मामला होता. कुठलीही जबरदस्ती नव्हती. डॉक्टर आवडले आणि डॉक्टर हवेत हाच एकूण सूर होता. एखाद्-दुसऱ्या प्रसंगीचे डॉक्टरांचे वैवाहिक जीवन धोक्यामध्ये येईल की काय अशी परिस्थिती निर्माण झाली होती; पण नेहमीप्रमाणे असे संबंध जसे क्षणैक आकर्षणातून निर्माण झाले तसे ते दुरावलेही. बाकी सगळी प्रकरणं 'जाता जाता' ह्याच प्रकारामध्ये मोडत होती. त्या बाबतीत डॉक्टरही बेफिकीर दिसले.

'एकीची' आठवण होऊन मात्र डॉक्टर बोलता बोलता बेचैन झाल्यासारखे दिसले. ती मुलगी डॉक्टरांच्याबरोबर ग्रँट मेडिकल कॉलेजला होती. ही श्रीमंत गुजराथी मुलगी डॉक्टरांच्यावर जीव जडवून होती. पण डॉक्टर सांगत होते ते त्यांच्या कधी लक्षातच आले नाही. ते दोघे तासन् तास मेट्रो समोरच्या हार्वीक रेस्टॉरंटमध्ये बसायचे. बऱ्याचदा काही संभाषणही व्हायचे नाही. त्या दोघांच्यामध्ये एक वही असायची. डॉक्टर एक वाक्य लिहायचे, मग ती गुर्जरी एक वाक्य लिहायची, असं बराच वेळ चाले; पण डॉक्टरांना तर दोघांच्यामध्ये निव्वळ मैत्रीच आहे असं वाटायचं. डॉक्टरांची इरावतीबाईंशी एंगेजमेंट झाली तेव्हा तिने स्वत:च्या भावना व्यक्त केल्या. ते ऐकल्यावर डॉक्टरांनी एंगेजमेंट मोडण्याचीही तयारी दाखविली. पण तिने निर्धारपूर्वक एकच उत्तर दिले– 'आता नाही.' त्यानंतर ती अमेरिकेला निघून गेली. अविवाहित राहण्याचा निश्चय करून.

स्वत:च्या पौरुषाचा दिमाख डॉक्टरांना कुठे तरी सुखवीत असल्यासारखा दिसत होता. डॉक्टर आपल्या तंद्रीतून बाहेर आले. मला स्तब्ध बसलेली पाहून मला म्हणाले–

''काय? माझ्याबद्दल आता तिरस्कार वाटत असेल ना? हे सर्व ऐकल्यावर माझ्याबद्दलचा आदरही आता राहिला नसेल ना?''

डॉक्टर असं काही विचारतील असं मला वाटलं नव्हतं. त्यामुळे काय उत्तर द्यावं सुचेना. मी एवढेच म्हणाले, ''आदर वाटण्याचा ह्या सांगितलेल्या गोष्टींशी काय संबंध?'' आणि मी पुन्हा गप्प झाले. डॉक्टरही शांत बसून होते. आता कुणालाच काही बोलावं असं वाटत नव्हतं. बरेच दिवस मनात साठलेली खळबळ शांत झाल्यामुळे डॉक्टर स्थिरावल्यासारखे वाटत होते, तर जीवन इतक्या वैविध्यपूर्ण घटनांनी भरलेले असू शकते, हे ऐकून मी अंतर्मुख झाले होते.

थोड्या वेळाने माझ्या मामांची चौकशी करून आजीशी बोलून डॉक्टर बाहेर

पडले. डॉक्टरांना बाय बाय करायला मी गॅलरीत उभी होते. डॉक्टर जाऊन बराच वेळ झाला तरी मी गॅलरीतच उभी राहून डॉक्टरांच्या शेवटच्या वाक्याचा विचार करीत होते. हे सर्व ऐकल्यावर माझे आता डॉक्टरांविषयी काय मत झाले आहे, असा मी माझ्या मनाला प्रश्न विचारला; तर ठामपणे उत्तर आले, डॉक्टरांविषयी पूर्वी वाटत होते तेच सारं कायम आहे. उलट डॉक्टरांनी आपली इतकी गुपितं माझ्याजवळ उघड केली, त्यामुळे तर मी त्यांच्या खूप जवळ आहे असं वाटायला लागलं. मी डॉक्टरांची आता 'हमराज' होते.

डॉक्टरांच्या ह्या इतर 'स्त्री' आकर्षणाचा पुढेही मला कधी त्रास झाला नाही. कारण या बाबतीत माझी अशा मंडळींबद्दलची वर्गवारी खादाड माणसं अशी होती. प्रमाणात जेवणारा माणूस आणि खादाड माणूस यात जसा फरक असतो तसाच या मंडळींमध्ये आणि इतर लोकांत आहे; असं मला वाटतं. एखादा माणूस दोन वेळा प्रमाणात जेवून समाधानी राहणारा असतो, तर खादाड माणसाचा आहार अप्रमाणित आणि त्याचे दिवसभर चरणे सुरू असते.

त्यामुळे अनारोग्याची भीती असते. पण दारूच्या व्यसनाइतकं हे व्यसन गंभीर आहे असं मला वाटत नाही. कारण सेक्सचे आकर्षण कितीही वाटत असले तरी कधी ना कधी तरी या व्यसनापासून तुम्हाला फारकत घ्यावीच लागते. तुम्ही कितीही आव आणला तरी निसर्ग तुम्हाला थांबवतोच. आमचे कोल्हापूरचे बाबा म्हणतात, "पैशाचे आणि तारुण्याचे सोंग आणता येत नाही." तेव्हा हे व्यसन सोडावं लागत नाही, आपोआप सुटतंच. दारू मात्र जीवनाच्या अंतापर्यंत सोबत करते. कधी कधी अवेळी जीवनाचा अंतही करते.

डॉक्टर तर 'प्रिन्स चार्मिंग' होते. तेव्हा त्यांच्या बाबतीत अनेक 'सख्या' असणे अशक्य नव्हते. मी एका कोपऱ्यात बसून पाहते आहे आणि डॉक्टर अनेक स्त्रियांच्या गराड्यात सापडले आहेत असे एक मजेशीर चित्र मी नेहमी मनातल्या मनात पाहायची. शिवाय सगळ्याच पुरुषांच्या मागे कुठे वेड्यासारख्या स्त्रिया धावतात? ज्यांच्यामध्ये काही खास आकर्षण असते तिथेच त्या ओढल्या जातात, आणि असा हा षौक करणंही सगळ्याच पुरुषांना तरी कुठे शक्य असतं. माझ्या डॉक्टरांच्यामध्ये असं काहीतरी निश्चित होतं की नुसतं ते दिसले, तरी जाणारी व्यक्ती पुन्हा एकदा मान वळवून पाहिल्याशिवाय राहात नसे.

२९

माझ्या मामांचे टाटाला ऑपरेशन झाले, त्या वेळी डॉक्टर दादी-माँच्या शेवटच्या शूटिंगसाठी बाहेरगावी गेले होते. मात्र इरावतीबाई अगदी ऑपरेशन

थिएटरमध्येसुद्धा हजर राहिल्या. डॉक्टर स्वत: त्या वेळी हजर नसले तरी त्यांनी इरावतीबाईंना इतक्या कडक सूचना देऊन ठेवल्या होत्या की, त्या बिचाऱ्या रोज दवाखाना बंद केल्यावर भर दुपारी १२ वाजताच्या उन्हात अगदी नेम करावा, तशा माझ्या मामांना पाहायला हॉस्पिटलमध्ये यायच्या. थोडा वेळ थांबून पेशंटची सर्व चौकशी करूनच मग घरी जायच्या. ऑपरेशननंतर महिन्याहून अधिक काळ माझ्या मामांना हॉस्पिटलमध्ये राहावे लागले. तेवढे दिवस इरावतीबाई नियमाने येत राहिल्या. मुंबईत असले की डॉक्टरही अधुनमधून येत. पण त्या वेळीही ते येतात मग आपण कशाला जा म्हणून इरावतीबाईंनी आपली फेरी चुकविली नाही.

सात महिन्यांच्या अवधीत, फेब्रुवारीच्या महिन्यात, मला वाटते, 'गारंबीच्या बापू'चे ऐशींहून अधिक प्रयोग झाले होते. त्या सुमारास नाटकाचे निर्मति-दिग्दर्शक पुरुषोत्तम बाळ आणि डॉक्टर यांच्यामध्ये कुरबुरी वाढायला लागल्या होत्या. नवी संस्था, नवा निर्माता आणि 'गारंबी'सारखी नाट्यनिर्मिती या सर्वांमुळे डॉक्टरांनी सुरुवातीला आपले मानधन कमी घेण्याचे मान्य केले होते; पण शंभर प्रयोगानंतर नाटकाची घडी नीट बसते आहे असे पाहून डॉक्टरांनी त्यांचे मानधन वाढविण्यासंबंधी, जाण्यायेण्याच्या सुविधांबद्दल तसेच एकापाठोपाठ सारखे प्रयोग न लावता त्यांची संख्या मर्यादित करावी, इत्यादी आपल्या अटी शंभर प्रयोगानंतर अंमलात याव्यात असे पुरुषोत्तम बाळ यांना कळविले. त्यामुळे पुरुषोत्तम बाळ बिथरले, उलट डॉक्टरांच्यामुळेच हे प्रयोग व्हायला इतके दिवस लागले, अन्यथा साडेपाच महिन्यांतच हे प्रयोग झाले असते असे त्यांचे म्हणणे. तेव्हा डॉक्टरांनी आहे त्याच परिस्थितीमध्ये काम करावे अथवा निर्णय कळवावा, असे त्यांनी डॉक्टरांना सांगितले.

पुरुषोत्तम बाळ यांना डॉक्टरांच्या अटी मान्य नसतीलही, पण त्यासाठी काही मध्य गाठण्याऐवजी एकदम निर्णयात्मक भाषाच सुरू झाली. त्याचे एक कारण म्हणजे पुरुषोत्तम बाळ यांना गारंबीचे सर्व यश निर्माता-दिग्दर्शक म्हणून स्वत:चे एकट्याचे वाटत असावे. उषाकिरण व डॉक्टर यांच्याकडून आपण हवा तसा अभिनय करून घेतला म्हणूनच त्या दोघांच्या भूमिका चांगल्या झाल्या, असे त्यांना वाटू लागले.

अशी सर्व ताणाताणी सुरू असतानाच रंगदर्शनाचे कार्यवाह यशवंत पदके यांनी डॉक्टरांना पत्र आणून दिले की, शंभर प्रयोगानंतरही गारंबीमध्ये डॉक्टरांनीच काम करावे आणि नंतर येणाऱ्या नव्या नाटकातही *(मला वाटते देवदास नाटक असावे.)* काम करावे, अशी संस्थेची इच्छा आहे.

देवदासची भूमिका करणे डॉक्टरांना पसंत नव्हते आणि गारंबीही सोडण्याचा त्यांनी निर्णय घेतला. उषाकिरणही काही महिन्यांच्या वास्तव्यासाठी अमेरिकेला

जाणार होत्या. त्यामुळे १००व्या प्रयोगानंतर स्वत: पुरुषोत्तम बाळनी भावना यांना घेऊन गारंबीच्या बापूचे प्रयोग करण्याचा प्रयत्न केला; पण तो अयशस्वी ठरला, आणि एक चांगले नाटक बंद पडले. शंभराव्या प्रयोगानंतर डॉक्टरांनी सोडलेले हे दुसरे नाटक. त्यामुळे 'शंभऱ्या घाणेकर' असे डॉक्टर ओळखले जाऊ लागले.

या वेळी मीही माझ्या इंटरच्या परीक्षेच्या गडबडीत होते. मागच्या वेळी अभ्यास न करण्याची चूक मी या वेळी सुधारली होती. या वेळी मला पास व्हायलाच हवे होते. माझ्या मामांची प्रकृती पूर्ववत झाली. माझी आजी मोटारीने त्यांना गावी पोहोचविण्यासाठी गेली. मी मुंबईतच राहिले. घरातील इतर मंडळीही परीक्षा संपून सुट्ट्या लागल्यामुळे आजीबरोबर गेली होती. आत्ती शूटिंगमध्ये मग्न असायची, तर मी डॉक्टरांच्या चिंतनामध्ये गुंगलेली असायची.

दिनांक ६ मे *(१९६६)* रोजी डॉक्टरांच्या 'दादी-माँ'चे नाझ सिनेमामध्ये प्रीमियर होते. प्रसाद यांचे आत्तीला निमंत्रण असायचेच; पण उत्साही डॉक्टरांनी ते प्रसाद यांच्या ऑफिसमधून आम्हाला द्यायला मागून घेतले होते. पण त्या वेळी आत्तीचे शूटिंगही होते आणि जायला गाडीही नव्हती. त्यामुळे आत्तीने बहुतेक आम्ही येऊ शकणार नाही, असे डॉक्टरांना सांगून ठेवले होते. पण सहा तारखेला सकाळी शूटिंगला जाताना आत्ती म्हणाली–

"काशिनाथ आज नमस्कार करायला नक्की येणार. त्याला सांग काही तरी करून आम्ही प्रीमियरला येऊ."

आत्तीच्या अंदाजाप्रमाणे डॉक्टर त्या दिवशी सायंकाळी आले. आत्तीचा निरोप त्यांना सांगताच डॉक्टर म्हणाले–

"तुम्ही येणार नाही असं समजताच मी प्रसादजींना त्या सीट्स परत केल्या. कारण रिकाम्या खुर्च्या आपल्याला बघवत नाहीत. निदान प्रसादजी दुसऱ्यांना तरी त्या सीट्स देतील."

डॉक्टरांना गर्दीचा सोस किती होता याची पुन्हा एकदा प्रचीती आली. पण मला डॉक्टरांचा खूप राग आला होता. एवढ्यात डॉक्टरांनी सुटावर लावण्यासाठी छोट्याशा फुलाची मागणी केली आणि माझा सगळा राग कुठल्या कुठे पळाला. माझी ती एवढीशी गोष्टसुद्धा डॉक्टरांनी ध्यानात ठेवली होती; पण नेमकं त्या दिवशी तसं एकही छोटंसं फूल बागेत नव्हतं. शेवटी काहीतरी गोड हातावर ठेवण्याऐवजी मी डॉक्टरांच्या हातावर फळ म्हणून सफरचंद ठेवले. डॉक्टरांचे डोळे खुषीने लकाकले, आणि स्वत:च माझा हात हातात घेत उत्साहाने म्हणाले "विश– मी अ– गुडलक."

मी दुसऱ्या हाताने डॉक्टरांच्या हातावर थोपटले.

३०

'दादी-माँ'कडे डॉक्टरांसहित, डॉक्टरांच्यावर प्रेम करणाऱ्या सर्वांचेच डोळे लागले होते. कारण हिंदी चित्रपटसृष्टीत प्रवेश करताना डॉक्टरांना प्रसाद प्रॉडक्शनसारख्या प्रख्यात कंपनीचा चित्रपट मिळाला होता. शिवाय चित्रपटातील भूमिकाही प्रमुख होती. वृत्तपत्रासहित सर्वांनीच डॉक्टरांना उचलून धरले होते. डॉक्टरांनी भाषेपासून सर्वच बाबतीत त्या चित्रपटासाठी मेहनत घेतली होती.

त्या काळी आजच्यासारखे मराठी कलावंतांना हिंदी चित्रपटसृष्टीत सहजासहजी प्रवेश मिळत नसे. मुख्य आक्षेप मराठी कलावंतांच्या हिंदी बोलण्यावर असे; पण डॉक्टरांच्या हिंदी बोलण्याचेही कौतुक झाले. सीमा-रमेश देव हे कलावंत दांपत्य 'दादी-माँ' बघायला आवर्जून नाझ थिएटरमध्ये गेले होते. डॉक्टरांच्या अभिनयाने ते इतके प्रभावित झाले की परतीच्या वाटेवर मुद्दाम डॉक्टरांच्या घरी जाऊन त्या दोघांनी डॉक्टरांचे अभिनंदन केले.

डॉक्टर खुषीच्या लाटेवर नुसते तरंगत होते. ते घरी आले की आम्ही बहिणी आणि डॉक्टरांचा बराचसा वेळ स्वप्नरंजनातच जायचा. डॉक्टर कसे बडे नट होणार, मग बंगला, गाडी यांची यादी तयार व्हायची. डॉक्टरांनी मर्सिडीज घेतली की मला एक फियाट त्यांच्याकडून प्रेझेंट मिळणार होती. डॉक्टरांच्या उंचीला शोभेल अशा हिंदीतील नट्यांची आम्ही नावं शोधायचो. काही दिवसांनी हे सर्व नुसतेच स्वप्नरंजन न राहता; प्रत्यक्षही घडायला लागले. 'दादी-माँ'मध्ये काम करणाऱ्या मेहमूद या नटाने डॉक्टरांच्यामधील अभिनेता हेरला होता आणि तो स्वत: निर्माण करीत असलेल्या 'पती-पत्नी' या चित्रपटामध्ये अभिनेत्री नंदाबरोबर काम करण्यासाठी करारही केला होता. आगाऊ पैसेही दिले होते.

पण कुठे काय बिनसले माहीत नाही, पण डॉक्टरांच्याऐवजी त्या भूमिकेसाठी संजीवकुमार या नवोदित नटाची निवड करण्यात आली. पण डॉक्टरांना मात्र मेहमूदकडून सांगण्यात आले की, नंदाने त्यांच्याबरोबर काम करण्यास नकार दिल्यामुळे त्याला हा बदल करावा लागतो आहे. मराठी पत्रकारांनी या बाबतीत चांगलेच रान पेटविले. मुख्य म्हणजे नंदा ही मराठी अभिनेत्री असूनही तिने एका मराठी नटाच्या बाबतीत असे करावे, याचीच सर्वांना चीड आली होती. पत्रकारांनी डॉक्टरांनाही भंडावून सोडले. पण डॉक्टर कमालीचे शांत राहिले. ते प्रथम तर तोंड उघडायलाच तयार झाले नाहीत. पण विचारणारे अगदीच थांबेनात तेव्हा डॉक्टर एवढेच म्हणाले की–

नंदाचे माझे वैयक्तिक कसलेच भांडण नाही. तिने असे का केले हेही मला माहीत नाही. झाल्या प्रकाराने मलाही थोडाफार मनस्ताप झाला आहे. नाही असे

नाही. पण त्यामुळे माझी जिद्द अधिक पेटून उठली आहे. आज माझ्यामागे हिंदी चित्रपटसृष्टीतील प्रसिद्धीचे वलय नाही. माझ्या अभिनयातही काही कमी पडत असेल. त्यासाठी पुन्हा नेटाने प्रयत्न करण्याची ईर्षा माझ्यामध्ये निर्माण झाली आहे. पुढेमागे नंदाबरोबर पुन्हा चित्रपट करण्याची संधी मिळाली तर ती मी घेईन. आताचे हे काहीही मनात ठेवणार नाही.

वृत्तपत्रातील आरोपांना शक्यतो उत्तर द्यायचे नाही हे धोरण पुढच्या आयुष्यातही डॉक्टरांनी कसोशीने पाळले.

३१

जूनमध्ये *(१९६६)* माझ्या इंटरचे अखेरीस गंगेत घोडे न्हाले. पुन्हा एकदा उत्साह आला. रुईयामध्येच मी पुन्हा ॲडमिशन घेतली. एफ.वाय.पासून आम्हाला मराठी शिकविणाऱ्या प्रा. सरोजिनी वैद्य यांच्या मराठी शिकविण्याचा, त्यांच्या व्यक्तिमत्वाचा माझ्यावर इतका काही परिणाम होता की मी बी.ए.ला मराठी स्पेशल घेतले. मला मराठी साहित्यामध्ये रुचीही होती. शाळेत असताना मी कविताही करायची. पण नंतर ते कधी सुटले कळले नाही. मात्र मला काव्याची आवड सदैव राहिली. गद्यापेक्षा काव्य लिहिणं अवघड आहे असं आजही मला वाटतं. अनेक कवींच्या सुंदर सुंदर कविता डायरीत टिपून ठेवण्याचा नाद अजूनही मला आहे.

माझ्या इंटरमधील मैत्रिणी पुढे निघून गेल्या होत्या. माझ्या वर्गात 'पर्याय'प्रसिद्ध उषा नाडकर्णी *(त्या वेळची उषा कलबाग)* ही होती. 'गुरू' नाटकाच्या वेळी बऱ्याच वर्षांनी तिची ओळख झाली तर मी तिला ओळखूही शकले नाही. तिने बिचारीने स्वतःहूनच स्वतःची ओळख करून दिली. मला तर माझ्या स्मरणशक्तीची खूपच लाज वाटली. पण आठवावं तरी कसं? नऊ ते साडेअकरा अगदी शाळेला जाऊन यावं तशी मी कॉलेजमध्ये गेले. घरी जायला उशीर कधी झाला तर तो एक्स्ट्रा लेक्चर किंवा बस वेळेत मिळाली नाही तरच व्हायचा.

मी कॉलेजमध्येही कुणामध्ये मिसळायची नाही. त्यामुळे सिनेमानटीची मुलगी शिष्ट आहे असेही काहींना वाटे. पण मीच कुणाशी संपर्क वाढविला नाही. कारण कॉलेजव्यतिरिक्त घराबाहेर राहणे मला शक्य होणारे नव्हते. माझी आजी आता बऱ्याचदा आजारी असायची. ती घराबाहेर पडू शकत नव्हती आणि तिला सोडून बाहेर हिंडणं मला प्रशस्त वाटायचं नाही. जास्तीत जास्त वेळ मी तिच्या सहवासात राहण्याचा प्रयत्न केला होता. त्यामुळेच मी मित्रमैत्रिणी करणे टाळले. अगदी शिष्टपणाचा आरोप झाला तरी.

माझी स्मृती दगा देत नसेल तर मला वाटतं या वेळी पुन्हा एकदा इरावतीबाईंना

दिवस गेले होते. दर वेळीची पुनरावृत्ती होऊ नये म्हणून इरावतीबाईंना हॉस्पिटलमध्ये बेडरेस्टसाठी एअरकंडिशन्ड रूममध्ये ठेवले होते. डॉक्टरांनी मोठ्या आनंदाने ही बातमी आत्तीला फोन करून कळविली. आम्हा सर्वांना खूप आनंद झाला. मधु आपटेची यावरील प्रतिक्रिया खूपच मजेशीर होती. ते म्हणाले, ''इरावतीबाईंना एअरकंडिशन्ड रूममध्ये ठेवले फार बरे झाले. निदान काशिनाथचा मुलगा तरी थंड डोक्याचा होईल.''

पण इतकी खबरदारी घेऊनही या वेळीही पुन्हा तसेच झाले.

३२

या वेळी मात्र मन रमवायला डॉक्टरांच्या हातामध्ये नवे नाटक होते. श्री. प्रभाकर पणशीकर आणि श्री. मोहन वाघ यांनी मिळून नाट्यसंपदा ही नाट्यसंस्था सुरू केली होती. ह्या संस्थेतर्फे 'मोहिनी' आणि 'आणखी एक' अशी दोन नाटके रंगभूमीवर आलेली होती. पण त्यांना म्हणावे तसे यश लाभलेले नव्हते. त्यामुळे संस्थाही स्थिरावलेली नव्हती. या वेळी नाट्यसंपदा प्रा. वसंत कानेटकरलिखित 'अश्रूंची झाली फुले' हे नाटक रंगभूमीवर आणणार होती. दिग्दर्शक होते श्री. पुरुषोत्तम दारव्हेकर.

विद्यानंद नावाच्या कॉलेजच्या ध्येयवादी प्राचार्याची ही कथा. तोच या नाटकाचा नायक. स्वत: पणशीकर ही भूमिका करणार होते. त्यांच्या मित्राची भूमिका चित्तरंजन कोल्हटकर करीत होते. ह्या दोन भूमिकाच तशा सबंध नाटकात मोठ्या होत्या. कॉलेजमधील एका वांड मुलाची 'लाल्याची' भूमिका डॉक्टरांच्याकडे आली होती. तसं म्हणावं तर संभाजी व बापूच्या तुलनेने ही भूमिका खूपच छोटी होती. 'रायगड' नाटक मधेच सोडल्यामुळे वसंत कानेटकर तसे डॉक्टरांच्यावर नाराजच होते. त्यामुळे लाल्याची भूमिका डॉक्टरांना देऊ नये असे त्यांचे म्हणणे होते; पण कानेटकरांनी आपल्या विरोधाचा आग्रह मात्र धरला नाही. डॉक्टरांची लाल्याच्या भूमिकेसाठी निवड कायम झाली.

या नाटकाने अनेक मन्वंतरे मराठी रंगभूमीवर घडविली. त्यातील पहिले म्हणजे मराठी नाटकामध्ये प्रथमच सरकता रंगमंच वापरला गेला. कोल्हापूरचे प्रख्यात तंत्रमहर्षी श्री. म्हादबा मेस्त्री यांनी स्वत:चे कौशल्य वापरून तो तयार केला.

'अश्रू'च्या तालमी कसून चालल्या होत्या. रंगमंच मात्र कोल्हापूरला तयार होत होता आणि अगदी प्रयोगाच्या दिवशी तो मुंबईत पोहोचू शकला. त्यामुळे त्यावर तालमीही होऊ शकल्या नाहीत. २७ ऑगस्ट १९६६ रोजी पहिला प्रयोग साहित्य संघामध्ये सायंकाळी ठेवलेला होता. थिएटर तुडुंब भरले होते. पण प्रयोग सुरू

व्हायला वेळ लागत होता. कोल्हापूरहून एक तर ट्रक उशिरा पोहोचला होता आणि रंगमंच जोडल्यानंतर तो लवकर सरकेचना. बऱ्याच खटपटीनंतर तो रंगमंच काम द्यायला लागला. पणशीकरांवरील निर्माता आणि नट म्हणून तणाव वाढत होता. अर्धा-पाऊण तास नाटक उशिरा सुरू झाले. पहिला प्रवेश व्यवस्थित पार पडला. पण दुसऱ्या प्रवेशानंतर एक रंगमंच पुन्हा रुसला. त्यावर बसलेले पणशीकर आणि प्रेक्षागृहातील प्रेक्षक दोघेही पुन्हा थोडा वेळ अंधारात बसून राहिले. पण कुणीही गडबड करत नव्हते. मुंबईकर प्रेक्षक तसा सोशिकच फार.

हा सुरुवातीचा थोडासा गोंधळ सोडला तर नाटक मेहंदी रंगत जावी तसे रंगत गेले. तिसऱ्या अंकाच्या शेवटच्या प्रवेशात *(मराठी रंगभूमीच्या इतिहासात मला तरी वाटते प्रथमच)* एक विलक्षण गोष्ट घडली. नाटककाराचे शब्द संपल्यावर, नटाच्या निव्वळ मुद्राभिनयाला कडाडून टाळ्या पडल्या. नाट्यगृह अक्षरश: दणाणत होते. नाटक संपायच्या आधीच त्याचा परमोच्च बिंदू गाठला गेला होता. आजवर मराठी नाटकामध्ये नाटककाराच्या सुंदर सुंदर अर्थपूर्ण वाक्यांना टाळ्या मिळायच्या. ती वाक्ये अभिनिवेशाने म्हटल्या जाणाऱ्या नटांना टाळ्या मिळायच्या; पण निव्वळ मुद्राभिनयाला टाळ्या मिळणे प्रथमच घडत होते. गाण्याला वन्समोअर मिळणे माहीत होते. पण मुद्राभिनयालाही वन्समोअर मिळताना पहिल्यांदाच पाहायला मिळत होते.

ही किमया केली होती 'लाल्याच्या' भूमिकेतील डॉ. काशिनाथ घाणेकर यांनी. क्षणात नेहमीसारखा वाटणारा डॉक्टरांचा चेहरा क्षणात रागाने लालबुंद झालेला दिसायचा. ते होताना चेहऱ्यावर सर्रकन रक्त उसळताना दिसायचे. त्या दिवशी डॉक्टरांच्या शरीरातील कण न् कण अभिनय करीत होता. याही वेळी 'लाल्याची' भूमिका डॉक्टर अक्षरश: जगले.

डॉक्टरांचा 'संभाजी' खानदानी अदब राखणारा होता, तर त्यांचा 'बापू' रांगडा होता. पण 'लाल्या' मात्र डॉक्टरांच्या स्वभावाशी, वृत्तीशी, जीवनाशी खूपच जवळीक दाखविणारा होता. मुख्य म्हणजे या नाटकामध्ये डॉक्टर आपल्या नेहमीच्या स्वाभाविक स्वरूपात, वेषभूषेत रंगमंचावर आले.

या नाटकापासून डॉक्टरांनी एक नवी वाट चोखाळली. माझ्या मते हिंदी चित्रपटामध्ये मोतीलाल ह्या अभिजात नटाने केलेले कार्यच डॉक्टरांनी व्यावसायिक रंगभूमीवर केले. मोतीलाल यांनी पारंपरिक अभिनयाची वाट सोडून स्वाभाविक अभिनयाचा मार्ग धरला आणि अशोककुमार, दिलीपकुमार, राजकपूर यांना नवा मार्ग खुला करून दिला. पारंपरिक अभिनय, कृत्रिम पद्धतीने संवाद बोलणे यात जखडलेला हिंदी सिनेमा मोतीलाल यांनी आपल्या स्वाभाविक अभिनयशैलीने मुक्त केला.

डॉक्टरांच्या अभिनयाची नाळ मात्र नानासाहेब फाटक, मा. दत्ताराम, केशवराव

दाते, बाबूराव पेंढारकर यांच्यापाशीच गुंतलेली होती, तरी डॉक्टरांनी आपले हातपाय मात्र नव्या रंगभूमीवरच्या अभिनयाप्रमाणे हलविले. डॉक्टरांनी जुन्या-नव्या अभिनय पद्धतीचे इतके बेमालूम मिश्रण केले की, हे नवे कॉकटेल प्रेक्षकांना अक्षरश: बेहोष करायला लागले. सबंध नाटकात अल्पकाळ हजेरी लावणारा 'लाल्या' नाटकाचा 'हीरो' झाला. विद्यानंद या नाटकाचा मेंदू *(केंद्रबिंदू)* असला तरी लाल्या या नाटकाचा प्राण होता. म्हणूनच हे नाटक 'जिवंत' वाटत होते.

वृत्तपत्रे, जाणकार, प्रेक्षक सगळ्यांनीच 'अश्रूंची झाली फुले'ला वाखाणले. कॉलेज तरुण-तरुणी तर डॉक्टरांच्या प्रेमात पडली. 'अँग्री यंग मॅन' ही डॉक्टरांची प्रतिमा तयार झाली. स्वत: डॉक्टरांना तरी 'लाल्या' इतका लोकप्रिय होईल अशी कल्पना होती की नाही कुणास ठाऊक? डॉक्टरांचा कडॅऽऽक हा शब्द भलता लोकप्रिय झाला. नाट्यगृहात, नाटकाच्या वेळी तो शब्द डॉक्टरांच्या तोंडून ऐकायला प्रेक्षक आतुर व्हायला लागले. ते म्हणायला डॉक्टरांना किंचितसा जरी उशीर झाला तरी त्याचे पडसाद प्रेक्षकांमध्ये आधीच उमटायचे. डॉक्टर 'हाऊस फुल्ल'च्या सिंहासनावर कायमचे विराजमान झाले.

डॉक्टरांना खरी पावती मिळाली ती 'लाल्याच्या' जन्मदात्याकडून– वसंत कानेटकर व त्यांच्या सौभाग्यवतींच्याकडून–

वसंत कानेटकर नासिक,

६ सप्टेंबर, १९६६

प्रिय काशिनाथ,

मुंबईहून आम्ही परतलो ते मुळी नाटकाने भारावूनच. तुम्ही साकार केलेल्या लाल्याची थोडीशीही विस्मृती होत नव्हती. आपण दिलेली शाबासकी फारच अपुरी वाटायला लागली. संभाजीच्या भूमिकेनंतर तुमच्या समर्थ अभिनयाचा पुन्हा एकदा साक्षात्कार झाला. किंबहुना, तुमचा अभिनय होता असं वाटलंच नाही इतकं तुम्ही लाल्याला सजीव केलंत. लेखक एखादी असामान्य व्यक्तिरेखा चितारतो; पण ती प्रेक्षकांपुढे पोहोचविण्याचे सामर्थ्य नटात असेल तरच ती व्यक्तिरेखा उठावदार होते. कानेटकरांना जे अभिप्रेत होतं ते सारं तुम्ही प्रेक्षकांच्यापर्यंत नेऊन पोहोचवलंत. म्हणून या नाटकाच्या यशात सर्वांत मोठा वाटा तुमचा आहे. तुमचं हे अभिनय-सामर्थ्य असंच वृद्धिंगत व्हावं आणि नव्या संभाजीच्या रूपात हे सामर्थ्य कळसाला पोहोचावं, हीच सदिच्छा आणि हाच माझा आशीर्वाद.

तुमची

सौ. वहिनी

प्रिय काशिनाथ,

सौ.ने लिहिलेल्या मजकुराला मी 'मम' म्हणतो. तुमच्या धुमधडाक्याने चाललेल्या प्रयोगाच्या यशाची पावती प्रेक्षकांनी मला लिहिलेल्या पत्रांतून येते. प्रेक्षक खूष आहेत. तुमच्या नव्या येणाऱ्या संभाजीच्या भूमिकेतील भावी यशाची ही नांदीच आहे, असे मी समजतो. लाल्याला तुम्ही अमर केलात. नव्या संभाजीत तुम्ही अमर व्हा आणि मलाही अमर करा.

तुमचा,

वसंत कानेटकर

एखाद्या नटाला याशिवाय आणखी काय मिळायला हवं?

'अश्रूच्या' पहिल्या प्रयोगाच्या दुसऱ्या दिवशी डॉक्टर आमचे प्रत्यक्ष कौतुक ऐकायला आले. त्या वेळी मी त्यांना म्हणाले, "डॉक्टर, तुम्ही नाटकातच काम करा." मला वाटतं ते ऐकून डॉक्टरांचा गैरसमज झाला. ते त्यावर पटकन म्हणाले–

"म्हणजे मी सिनेमात वाईट काम करतो का? मला सिनेमात काम करणं जमत नाही का?"

डॉक्टरांना सिनेमातील अभिनय जमत नाही असं मला म्हणायचं नव्हतं. पण सिनेमातील त्यांचा अभिनय बांधल्यासारखा वाटायचा. डॉक्टर सतत कॉन्शस असल्यासारखे वाटायचे.

मात्र रंगभूमीवरचा तोच त्यांचा वावर एखाद्या वनराजासारखा डौलदार, रुबाबदार आणि नैसर्गिक वाटायचा. डॉक्टरांचा लाल्या पाहिल्यानंतर तर चित्रपटातील व नाटकातील त्यांच्या अभिनयातील फरक लागलीच जाणवायला लागला.

३३

'अश्रू' हे नाटक पाहून आल्यापासून त्याची वर्तमानपत्रांतून येणारी जाहिरात मला फार खटकायला लागली, कारण त्यामध्ये पणशीकर नाटकाचे नायक म्हणून त्यांचे पहिले नाव येई, तर दुसरी महत्त्वाची भूमिका आणि ज्येष्ठ नट म्हणून शंभू महादेवाच्या भूमिकेतील चित्तरंजन कोल्हटकरांचे नाव दुसरे येई. मग तिसरे नाव डॉक्टरांचे असे. त्या नाटकात इतर पात्रेही बरीच होती. त्यामुळे मला तर डॉक्टरांचे नाव गर्दीत चेंगरल्यासारखे वाटे.

आणि मला एक कल्पना सुचली की डॉक्टरांचे नाव सर्वांत शेवटी 'आणि' डॉ. काशिनाथ घाणेकर असे आले पाहिजे. मला ही कल्पना हिंदीतील खलनायक

प्राण यांच्यामुळे सुचली. ते आपले नाव 'अँड प्राण' घालावे अशी अट घालीत. असे लिहिल्यामुळे त्या नावाकडे विशेष लक्ष वेधले जायचे. माझी ही कल्पना मी डॉक्टरांना फोन करून सांगितली. त्यांनाही ती आवडली. पण ती अंमलात आणण्याच्या बाबतीत मात्र ते गुळमुळीतपणे म्हणाले–

"बघतो. प्रभाकरला सांगून बघतो."

ते ऐकून मात्र मी जवळ जवळ त्यांना दमच भरला–

" ते काही चालायचं नाही. नव्या येणाऱ्या जाहिरातीमध्ये, मी म्हणते तसंच तुमचं नाव आलेलं मला दिसलं पाहिजे."

त्याप्रमाणे डॉक्टरांचे नाव जाहिरातीमध्ये झळकायला लागले– 'आणि डॉक्टर काशिनाथ घाणेकर.' डॉक्टरांचे आता किंग मिडाससारखे व्हायला लागले होते. ज्याला त्यांचा, त्यांच्या नावाचा स्पर्श होत होता, त्याचे सोने होत होते. कारण ह्या 'आणि' जाहिरातीलाही प्रचंड दाद मिळाली. केवळ वर्तमानपत्राच्या जाहिरातीमधूनच नाही तर नाटकाच्या सुरुवातीला केल्या जाणाऱ्या अनाउन्समेंटला डॉक्टर त्यांचे नाव 'आणि' म्हणून जाहीर करायला लावीत. त्या वेळचे वातावरण, प्रेक्षकांची प्रतिक्रिया पाहण्यासारखी असायची.

अनाऊन्सर सर्वांची *(कलाकारांची)* नावे सांगून झाल्यावर क्षणभर थांबायचा. प्रेक्षकही जीवाचे कान करून ऐकायचे. प्रेक्षागृहात कमालीची शांतता निर्माण व्हायची. एकदा... आणि डॉक्टर काशिनाथ घाणेकर ऐकले की प्रेक्षकांमध्ये कुजबूज निर्माण व्हायची. 'हाऽऽ' अशा आनंदाच्या उद्‌गाराची एक उर्मी सबंध प्रेक्षागृहात पसरत जायची. टाळ्यासुद्धा पडायच्या. मगच रंगमंचाचा पडदा दूर व्हायचा. डॉक्टर स्वत:ही, ही प्रेक्षकांची प्रतिक्रिया विंगेत उभे राहून अनुभवायचे. डॉक्टरांनाही ह्या 'आणि'चे इतके व्यसन लागले की, एखाद्या नाटकात ते नायक असले, प्रमुख भूमिकेमध्ये असले तरी स्वत:चे नाव शेवटी घालून 'आणि' घालूनच द्यायला लावीत. काही वेळेला त्याचा अतिरेकही व्हायचा. कारण बरीच नावं असली की शेवटी आणि घालून एक नाव वेगळे घालतात; पण बऱ्याचदा दोनच नावं असली तरी त्यामध्ये 'आणि' यायला लागला. अशा वेळी 'व' मध्ये घालून दोन नावे लिहायला हवीत. पण डॉक्टरांना हे सांगायचे कुणी? आणि त्यांना ते पटायला हवे ना. आणि डॉ. काशिनाथ घाणेकर... ही अनाउन्समेंट ऐकल्यावर खुद्द डॉक्टरांना काय वाटतं, हे त्यांच्याच शब्दात ऐकण्यासारखं आहे. ते म्हणतात–

"आणि डॉ. काशिनाथ घाणेकर... म्हणून नाव घेतल्यावर प्रेक्षागृहातून जो सुखद प्रतिसाद येतो तो क्षण मी जगतो. तो काय असतो ते सांगण्यातलं नाही. अनुभवण्यातलंच आहे...!"

'आणि' नाव जाहिरातीमध्ये टाकण्याची सूचना पणशीकरांना सांगताना डॉक्टरांनी ती सुलोचनाबाईंनी केली आहे, असे सांगितले असावे *(श्री. शिरीष कणेकर यांनी डॉक्टरांच्यावर लिहिलेल्या लेखामध्ये मी तसे वाचले आहे.)* आणि म्हणूनच ती ऐकली गेली असावी. डॉक्टर तसे चाणाक्षच. कारण कांचनने असे करा म्हणून सांगितले असते तर पणशीकरांनी 'काय लहान मुलीचे ऐकायचे' म्हणून ती सूचना उडवूनही लावली असती. किंवा कांचन काही सांगते आणि काशिनाथ ते ऐकतो हे पाहिल्यावर इथे काहीतरी पाणी नक्कीच मुरतंय अशी चर्चा होऊ शकली असती. तेव्हा ते सर्व टाळण्यासाठी सूज्ञ डॉक्टरांनी 'सुलोचनाबाईंची सूचना' असे सांगून एका दगडात दोन पक्षी मारले. ती सूचना अव्हेरलीही गेली नाही. काही गदारोळही उठला नाही.

पण माझे नाव जाहीर करता येत नाही, ही कल्पना कांचनची आहे असं उघडपणे सांगता येत नाही,याची डॉक्टरांना भारी खंत वाटायची. मला ते नेहमी म्हणायचे–

''मी माझे आत्मचरित्र लिहीन ना, तेव्हा कधी ना कधी तरी हे सर्व नक्की सांगेन.''

मी म्हणायची– ''निराळा उल्लेख झाला नाही म्हणून बिघडले कुठे? जोपर्यंत 'आणि डॉ. काशिनाथ घाणेकर' हे नाव महाराष्ट्रात राहील, तोपर्यंत माझी आठवण तुमच्या यशाशी, तुमच्या नावाशी जोडलेली राहील. नाहीतरी देऊळ बांधणाऱ्या प्रत्येक कारागिराच्या नावाचा कुठे उल्लेख होतो? शेवटी ते देऊळ प्रसिद्ध होते ते त्यातील देवाच्या नावाने.''

३४

त्या वेळी बाहेरगावाहून कुणीही पाहुणे आले की त्यांना आम्ही 'अश्रूंची झाली फुले' हे नाटक दाखवायचो. त्यांना घेऊन जाण्यात माझा उत्साह मोठा असायचा. त्यात माझा स्वार्थही होता. कारण डॉक्टरांना नुसते लांबून पाहणे, हेही माझ्या दृष्टीने त्यांचा प्रत्यक्ष सहवास घडण्याइतके जवळिकीचे होते. एकदा माझे मोठे मामा आपल्या मित्रमंडळींना घेऊन मुंबईत आले होते. त्या सर्वांना घेऊन मी साहित्य संघामध्ये 'अश्रू' पाहायला गेले. मला डॉक्टरांना न कळविता गेल्यामुळे डॉक्टरांची होणारी प्रतिक्रिया आजमावयाची होती.

प्रयोग सुरू झाला आणि एन्ट्री घेतल्यानंतर थोड्या वेळाने रंगमंचावर स्थिरावलेल्या डॉक्टरांची माझ्यावर नजर गेली. आश्चर्य, आनंद यांची कारंजी क्षणार्धात डॉक्टरांच्या बोलक्या डोळ्यांत उसळली. डॉक्टर प्रवेश करून आत गेले आणि फक्त मला दिसतील अशा बेताने उभे राहिले. विंगेत उभे राहिलेले डॉक्टर मला जिभेने वेडावून

दाखवत होते. न कळवता आल्याबद्दल डोळे वटारीत होते. डॉक्टरांकडे पाहण्याऐवजी मी आजुबाजूला पाहात होते की कुणी हा आमचा 'वेडा संवाद' पाहात तर नाही ना?

त्यानंतरच्या प्रवेशामध्ये डॉक्टरांना फक्त बुशशर्ट बदलून यायचा होता. साहित्य संघात पुरुषांची मेकअप-रूम वरच्या मजल्यावर आहे. डॉक्टरांनी बुशशर्ट तिथेच मागवला आणि बदलला. त्यांच्या टिवल्याबावल्या चालूच होत्या. त्या पाहताना डॉक्टर त्या वेळी पस्तीस वर्षांचे असतील हे सांगूनही खरे वाटले नसते. त्या बाललीला चालू असतानाच डॉक्टरांनी बुशशर्टची बटने वरखाली लावली. डॉक्टरांचा एक कान मात्र आपल्या एंट्रीकडे होताच. आणि एंट्री येताच डॉक्टर त्या अवतारामध्ये स्टेजवर आले. मी डोळे मिटून मान खाली घातली. कारण मला पुढचे चित्र स्पष्ट दिसत होते.

डॉक्टरांचा तो वरखाली झालेला बुशशर्ट पाहून प्रेक्षकांच्यामध्ये खसखस पिकलीच. डॉक्टरांना कळेना, त्यांना वाटले नको तिथे पँट तर फाटली नाही ना? की पँटची बटणंच उघडी राहिली? *(हे सर्व डॉक्टरांनी मला नंतर सांगितले. आणि 'गधडे' तुझ्यामुळे आज माझे हे सर्व असे झाले म्हणून सगळे खापर माझ्याच डोक्यावर फोडले.)* सुदैवाने तो प्रसंग गंभीर नव्हता म्हणून बरे झाले. लाल्या त्या वेळी इन्स्पेक्टरच्या ट्रेनिंगला जाण्यासाठी विद्यानंदांचा निरोप घ्यायला आलेला असतो.

त्या वेळी रंगभूमीवर हजर असलेल्या चित्तरंजन कोल्हटकर यांच्या ध्यानात सर्व प्रकार आला आणि त्यांनी डॉक्टरांना जवळ घेत विचारले–

''तू इन्स्पेक्टर ट्रेनिंगला निघालायस्. तिथे अशा वेंधळ्या मुलांना घेतात का?''

डॉक्टरांना गोंधळ कुठे झाला आहे ते लक्षात आले. डॉक्टरांनी बुशशर्टची बटणं नीट केली आणि पुढचा प्रवेश सुरळीत पार पडला.

डॉक्टरांच्या लाल्याने अबालवृद्ध सगळ्यांनाच वेड लावले होते. डॉक्टर दौऱ्यावर गेले की, त्या त्या गावातील उपवर मुलींचे वडील डॉक्टरांना अविवाहित समजून स्वत:च्या मुलींचे फोटो दाखवायला नेत. डॉक्टर विवाहित आहेत असे ऐकल्यावर त्यांचा फार हिरमोड व्हायचा. त्या वेळी आमच्याकडे कोल्हापूरच्या एक वृद्ध स्त्री *(आमच्या अतिपरिचयातील)* आल्या होत्या. त्या खूपच सुगरण होत्या. निरनिराळे पदार्थ करून खायला घालण्याची त्यांना कोण हौस. अगदी जिलेबीसारखा कटकटीचा पदार्थही त्या मोठ्या उत्साहाने करायच्या. पण असा काही वेगळा बेत करायचा झाला की, त्यांची पहिली अट असायची, ''लाल्यालाही खायला बोलवा हं.'' 'अश्रू' नाटक पाहिल्यापासून त्यांनी डॉक्टरांचे नाव लाल्याच ठेवले होते.

ज्या दिवशी आम्ही त्या बाईंना 'अश्रू' दाखवायला नेले, तो प्रयोग कोकण दुष्काळग्रस्तांसाठी होता. मध्यंतरामध्ये सर्व कलावंत मंडळी झोळ्या हातामध्ये घेऊन प्रेक्षकांच्या रांगांतून फिरत होती आणि लाल्याने आपल्याकडे यावे ही

प्रत्येकाची इच्छा होती. इरावतीबाई व मी जिथे बसलो होतो तिथेच डॉक्टर आले.

हातात झोळी पसरून उभे असलेले डॉक्टर मला यशोधरेसमोर भिक्षा मागायला उभे असलेल्या गौतमबुद्धासारखे वाटत होते. पण एक फार मोठा फरक होता. डॉक्टरांनी अजून संन्यास घेतला नव्हता आणि माझा संसार अजून सुरू व्हायचा होता. या विचारांच्या तंद्रीमध्ये मी डॉक्टरांना तसेच उभे करून ठेवले होते. चिडलेले डॉक्टर दातओठ खात हळूच पुटपुटले, "टाक ना पैसे."

डॉक्टरांना चिडलेले पाह्यले की मला खूप मजा वाटायची. कारण ते असे चिडले की एखाद्या लहान मुलासारखे वाटायचे. त्यांच्या फुगलेल्या गालांचा गालगुच्चा घ्यावासा वाटे, इतके ते त्या वेळी गोड दिसायचे. काही वेळेला मी मुद्दाम त्यांना चिडवायची.

एकदा मला डोळ्यांच्या डॉक्टरकडे जाणे जरुरीचे होते. आता आमच्याकडे कोणतीही वैद्यकीय समस्या उभी राहिली की, डॉक्टर व इरावतीबाईंचा सल्ला घेतला जायचा. ते सुचवतील त्या डॉक्टरांकडे आम्ही जायचे. डॉक्टरांनी मला त्यांच्या एका ओळखीच्या डोळ्यांच्या डॉक्टरांकडे जायला सांगितले. डोळे तपासून आल्यावर रिपोर्ट द्यायला मी डॉक्टरांना फोन केला. तर दुसरं काही विचारण्याआधी डॉक्टरांचा प्रश्न "माझा डोळ्याचा डॉक्टर कसा आहे?" कारण डॉक्टरांनी सुचवलेली कोणतीही गोष्ट ही अप्रतिम असतेच असा डॉक्टरांचा समज असायचा. मलाही डॉक्टरांना चिडवायची आयती संधी मिळाली. मी गंभीरपणे सांगितले, "ते डॉक्टर काही दिसायला फारसे बरे नाहीत." अपेक्षेप्रमाणे डॉक्टर भडकले आणि म्हणाले–

"तुला काय त्याला पसंत करायला पाठवलं होतं? मी त्याच्या डॉक्टरी स्कीलबद्दल विचारतोय. त्यानं दिलेल्या ट्रीटमेंटबद्दल विचारतोय."

फोनमधून दिसत नसले तरी डॉक्टरांचे गाल कसे पुरीसारखे फुगले असतील, हे आठवून मला हसायला येत होते.

३५

याच सुमारास माझ्या आईकडे एक हिंदी चित्रपट आला. नाव होते 'अभिलाषा'. दोन नायक आणि एक नायिका यांची ही कथा होती. त्यांतील एक नायक डॉक्टर असतो. आत्तीने त्या भूमिकेसाठी डॉक्टरांना घ्यावे असे त्या निर्मात्याला सुचविले. त्यांना ती सूचना मान्य झाली. 'दादी-माँ'चे यश डॉक्टरांच्या मागे होतेच. आमच्या घरीच करार ठरला आणि निर्मात्याने १००० रुपये डॉक्टरांना ॲडव्हान्स म्हणून दिले.

हॉलमधून आत येत डॉक्टरांनी माझ्या आजीला वाकून नमस्कार केला आणि म्हणाले–

“एका रकमेने इतका ॲडव्हान्स मी प्रथमच हातात घेतोय.” त्यातील एक शंभर रुपयांची नोट माझ्या हातात ठेवीत डॉक्टर मला म्हणाले, “तुला यातून काय पाहिजे ते आण.”

गंमतीने ठरलेले बोलणे खरे मानून डॉक्टरांनी ते पैसे दिले असावेत असे समजून एकदा ते त्यांना परत करावेसे वाटले. पण त्या वेळी डॉक्टर खूपच गहिवरलेले, भावनाविवश झालेले दिसले. पैसे परत केले तर ते दुखावतील असे वाटले. मी गप्प राहिले. पण दुसऱ्यांदा असे घडले तर मात्र स्वच्छपणे नाकारायचे असेही ठरवले.

डॉक्टरांची ही ‘कमाई’ सदैव जवळ राहावी या हेतूने मी त्या पैशाची साडी न घेता, सोन्याचे छोटेसे कानातले घेतले. त्या वेळी शंभर रुपयांत सहज सोन्याची छोटीशी वस्तू यायची. साडी न घेता सोन्याची वस्तू घेण्याची कल्पना डॉक्टरांना इतकी आवडली की, त्यांनी इरावतीबाईंनाही त्यानंतर दर वेळी नव्या नाटकाच्या प्रयोगाला किंवा चित्रपटाच्या वेळी, सणासुदीला एक नवा दागिना प्रत्येक वेळी केला.

‘अभिलाषा’ या हिंदी चित्रपटाबरोबरच डॉक्टरांचा एक नवा मराठी चित्रपट ‘मधुचंद्र’ हा कोल्हापूर येथे सुरू झाला. या चित्रपटाद्वारे राजा परांजपे यांचे पट्टशिष्य दत्ता मायाळू ‘राजदत्त’ या नावाने प्रथम दिग्दर्शक झाले. प्रा. प्रभाकर ताम्हणे यांच्या ‘अल्ला जाने क्या होगा’ या कथेवर आधारित हा चित्रपट होता. नायिका होती उमा.

या चित्रपटाची कथा राजदत्तांनी वाचायला दिल्यामुळे आधीच मला माहीत होती. त्यातील खेळकर वातावरण लक्षात घेता मी दत्ताकाकांना *(राजदत्त यांना)* सूचना केली की, या चित्रपटाच्या संगीतासाठी एन्. दत्ता यांच्या नावाचा विचार व्हावा. एन्. दत्ता मराठी संगीत-दिग्दर्शक असूनही हिंदी चित्रपटामध्ये लोकप्रिय झाले होते. पण मध्यंतरी ‘एक-दोन-तीन’ या मराठी चित्रपटामध्ये त्यांचे संगीत ऐकले आणि एन्. दत्ता मराठी माणूस आहे, हा मला नव्याने शोध लागला. ‘एक-दोन-तीन’ ह्या चित्रपटाचे लाईट म्युझिक ऐकल्यावर ‘मधुचंद्र’साठीही ते योग्य आहेत, असे वाटायला लागले.

दत्ताकाका आणि डॉक्टरांचा चित्रपट असल्यामुळे; मी जरा जास्तच ‘मधुचंद्र’मध्ये लक्ष घालायला लागले. दत्ताकाका *(राजदत्त)* गेल्या दहा वर्षांपासून आमच्या घरातीलच एक सदस्य झाले होते आणि डॉक्टर तर... दत्ताकाकांनी एन्. दत्तांचे नाव मान्य केले. ‘मधुचंद्र’च्या यशात एन्. दत्ता यांच्या संगीताचा वाटा मोठा होता. वीस वर्षे होऊन गेली तरी ‘मधुचंद्र’च्या गाण्यांची लोकप्रियता कमी झालेली नाही.

‘मधुचंद्र’चे जेव्हा कोल्हापूरला शूटिंग सुरू होते त्याच वेळी आत्तीचेही ‘गोरा कुंभार’ या मराठी चित्रपटाचे शूटिंग सुरू होते. कॉलेज असल्यामुळे वारंवार काही आत्तीबरोबर जाता आले नाही. एकदा मात्र गेले होते. आत्तीचे शूटिंग कोल्हापूरच्या

आसपासच्या खेड्यात असायचे, तर 'मधुचंद्र'चे शूटिंग शांतकिरण स्टुडिओत असायचे. आत्तीने, उन्हातान्हात फिरायला नको म्हणून मला 'मधुचंद्र'चे शूटिंगकडेच जाऊ दिले. मुख्य म्हणजे तिथे दादा *(राजा परांजपे)* आणि दत्ताकाका ही दोन्ही घरची माणसं होती. माझ्या दृष्टीने पर्वणी म्हणजे डॉक्टर तिथे होते.

एक दिवस मी स्टुडिओत पोहोचले तेव्हा डॉक्टर आणि उमा यांच्यामधील प्रणयदृश्याचे चित्रीकरण व्हायचे ठरले होते. प्रणयदृश्य असले तरी ते मराठी चित्रपटातील होते; पण तरीही डॉक्टरांनी मला आधीच दम भरून ठेवला होता की, त्या शॉटच्या वेळी मी तिथे थांबता कामा नये. मला डॉक्टरांनी लाजावं असं काय होतं? तरीही शॉटची रिहर्सल सुरू झाल्यावर मी बाहेर जाण्यासाठी उठले. माझ्या शेजारीच बसलेल्या दादांनी 'उन्हात कुठे निघालीस? बैस.' असे सांगितल्यावर तर माझा नाईलाज झाला.

मी तशीच चुळबुळत बसून राहिले. साधा शॉट असूनही सारखे रीटेक्स व्हायला लागले. दादासुद्धा डॉक्टरांच्यावर वैतागले. आता अधिक अंत पाहायला नको म्हणून, दादांचे लक्ष नाही असे पाहून मी हळूच त्या सेटवरून बाहेर पडले. सिगारेट ओढायला म्हणून डॉक्टर थोड्या वेळाने बाहेर आले तेव्हा लक्षात आले आता शॉट ओ. के. झालाय.

३६

जानेवारीच्या सुरुवातीला *(१९६७)* डॉक्टरांचे आणखी एक नाटक पाहिले– 'तुझे आहे तुजपाशी.' दादा *(राजा परांजपे)* त्या नाटकामध्ये आचार्यांचे काम करीत. त्यामुळे त्याआधी ते नाटक बऱ्याच वेळा पाहिले होते. पण डॉक्टरांचा 'शाम' पाहिला आणि वाटलं डॉक्टरांशिवाय दुसरा शाम कुणी असूच शकणार नाही. माझ्या मते तरी शामच्या भूमिकेसाठी डॉक्टर सर्वार्थाने योग्य होते. डॉक्टरांच्या नाटकातील भूमिकांमध्ये मला स्वत:ला डॉक्टरांची शामची भूमिका सर्वांत अधिक आवडायची. लहान मुलासारखा भाबडा असणारा शाम, कुठल्याही नव्या कल्पनेने भारावून जाणारा, त्यामध्ये वाहावत जाणारा शामचा स्वभाव डॉक्टरांच्या स्वभावाशी जुळता होता. इतर नाटकांमध्ये डॉक्टर अभिनय करताहेत असं वाटायचं; पण शामच्या भूमिकेत घरी वावरावे तसे डॉक्टर सहजतेने रंगभूमीवर वावरत.

डॉक्टरांचा शाम भोळसट वाटत असे. बावळट नाही. काकाजींसारख्या रंगेल माणसाच्या तालमीत वाढलेला, इंजिनियरिंग कॉलेजमध्ये शिकत असतानाच सिगारेट ओढण्याइतपत प्रगती केलेला शाम पुळचट असणार नाही, असे डॉक्टरांचे मत होते.

समीक्षक, जाणकार यांनीही हा शाम तोंडभरून वाखाणला होता. प्रसिद्ध नाट्य-समीक्षक वा. य. गाडगीळ यांना डॉक्टरांचा शाम पाहताना विशेषत्वाने

जाणवलेली आणखी एक गोष्ट म्हणजे बरोबरच्या पात्रांना डॉक्टर जे रिस्पॉन्सेस देत, जी साथ देत, तशी दुसऱ्या शामकडून क्वचित मिळाली असेल.

ज्येष्ठ कथाकार महादेवशास्त्री जोशी डॉक्टरांचा शाम पाहून म्हणाले की,

"सगळे शाम पाहिले. पण असा उत्तम शाम पाहिला नाही." शास्त्रीबुवांनी डॉक्टरांचा संभाजीही पाहिला आणि शाम करणाऱ्या नटाने संभाजी समर्थपणे उभा करावा, या गोष्टीचे त्यांनी भरल्या तोंडाने कौतुक केले.

डॉक्टरांनाही ह्या शामच्या भूमिकेचे आणि ह्या नाटकाचे विशेष वाटे, कारण डॉक्टरांच्या आईवडिलांनी डॉक्टरांना रंगभूमीवर प्रथम याच भूमिकेत– तेही चिपळूण येथे पाहिले. डॉक्टरांचा अभिनय पाहून डॉक्टरांच्या नाट्यवेडाबद्दल नाराज असणाऱ्या त्यांच्या वडिलांनी मनापासून समाधान व्यक्त केले.

३७

फेब्रुवारी महिन्यात अशुभाचे वर्तमान घेऊन भविष्य आमच्या दारात उभे राहिले. १२ फेब्रुवारीला माझी आजी हृदयविकाराने आजारी झाली. आठ दिवस घरातच हॉस्पिटल उभे राहिले. पण शेवटी २० तारखेला हॉस्पिटलमध्ये तिला नेण्याची वेळ आलीच. जे हृदयरोगतज्ज्ञ आणले होते ते गिरगावातील हरकिसनदास हॉस्पिटलशी संबंधित होते. डॉक्टर या वेळेला शूटिंग, नाटकाचा दौरा या निमित्ताने सारखे मुंबईबाहेर असत. आमच्या फॅमिली डॉक्टरांच्या सांगण्याप्रमाणेच दुसरे डॉक्टर बोलावले होते. या वेळी इरावतीबाईंनाही आम्ही प्रथमच काही कळविले नव्हते.

वैद्यकीय उपचारांची शर्थ करूनही २४ फेब्रुवारीला सकाळी माझ्या आजीचे निधन झाले. घरापासून हॉस्पिटल इतके दूर होते की, शेवटच्या क्षणी आजीची भेट होऊ शकली नाही. माझी आजी जाण्याने सगळे घर कोलमडून पडावे तसे झाले. कारण माझी आजी ही आमच्या घराचा कणा होती, प्रेरणा होती. माझी आई सर्व घराची, मुलांची जबाबदारी संपूर्णतया तिच्यावर सोपवून निर्धास्त असायची. चित्रपटात काम करणे आणि पैसे घरी आणून देणे यापलीकडे घराची कसलीही जबाबदारी तिच्यावर नव्हती. आजीच्या जाण्याने आत्तीची स्थिती पार वेड्यासारखी होऊन गेली होती. ती स्वतःच इतकी खचली होती की, आम्हाला सावरणे तिला अशक्य झाले.

शिवाय माझ्यासहित सर्वच मुलांचा आत्तीला प्रत्यक्ष सहवास फारच कमी होता. घरातील प्रमुख पुरुषाचा जसा धाक वाटतो तसा धाकच आम्हाला तिच्याबद्दल वाटायचा. जी काही सुख-दुःखे सांगायची, जे काही हट्ट करायचे ते सर्व आजीजवळच. आजीला तर मी आईच म्हणायची. लहानपणी तर मी आत्तीला ओळखायचीही नाही. पुण्या-मुंबईला जास्त करून राहणारी आत्ती आम्हाला भेटायला कोल्हापूरला आली

की, तिला दारात पाहून मी माझ्या आजीला सांगायची, तुझ्याकडे कोणी बाई आल्या आहेत बघ. माझं सर्वस्व माझी आजी होती. वडिलांचे मला फार वेड होते. ते वारले आणि माझ्या दृष्टीने माझी आजीच माझे आई-वडील होऊन बसली.

आजीशिवाय मी, ही कल्पनाच मला असह्य करणारी होती. जगात आता आपल्याला कुणी कुणी राहिलं नाही इतका एकटेपणा जाणवायला लागला. घरात कुणी कुणाला सावरायचे हा प्रश्नच होऊन बसला. माझ्या मामेबहिणींची अवस्था माझ्याहून वेगळी नव्हती. मोठी बेबी तर वाचाच हरवून बसली होती. माझ्या बरोबरच्या विजूची तर दातखिळीच बसत होती. दोघींचीही वारंवार शुद्ध हरपत होती. या सगळ्या कोलाहलात माझी मधली मामेबहीण तारू मात्र खंबीरपणे उभी होती. पण ती रडत नव्हती. त्यामुळे ती तारवटल्यासारखी होत चालली होती. सर्वांना फोन, ट्रंक-कॉल करून आजीची बातमी कळविण्याचे महत्त्वाचे काम तिनेच केले होते. बाकीच्या तयारीच्याही ती मागे लागली होती.

डॉक्टर त्याच दिवशी दौऱ्यावरून परत आले होते. घरात शिरतानाच तारूचा फोन वाजत होता. बातमी कळल्याबरोबर हातातील बॅग खाली ठेवून त्याच पावली डॉक्टर घराबाहेर पडले. डॉक्टरांना माझे आजीचे वेड माहीत होते. आमच्या घरी आल्यावर प्रथम ते मला शोधीतच आत आले. डॉक्टरांना पाहिल्यावर मला कोण दिलासा वाटला आणि दुसऱ्याच क्षणी मी त्यांच्या कुशीत शिरले. भांबावलेल्या डॉक्टरांनी मला सावरले. डॉक्टरांच्या खांद्यावर असहायतेने मी डोके टेकले. त्या खांद्याचा आधार मला किती तरी सुरक्षित वाटायला लावीत होता. डॉक्टरांच्या इतक्या जवळ मी कशी काय गेले याचे माझे मलाही आश्चर्य वाटत होते. मला स्वत:ला कुणी पुरुषाने अंगचटीला येणे आवडायचे नाही. आवडत नाही. मग तो पुरुष वडिलांच्या वयाचा का असेना किंवा भावासारखा का असेना. डॉक्टरांशीसुद्धा यापूर्वी कधीतरी हस्तांदोलन केले असेल तेवढेच. मग मी असं कसं केलं?

अंतर्मनातील माझी डॉक्टरांच्याबद्दलची ओढ अशी प्रथमच एका शारीरिक कृतीतून व्यक्त झाली होती. हे करणं फार तर एक-दोन मिनिटांचं असेल-नसेल, पण भावनातिशयतेने घुसमटलेल्या मला दीर्घ श्वास घेता येण्यासारखे हलके वाटले. त्या दिवशी सकाळी आलेले डॉक्टर संध्याकाळपर्यंत थांबले. ते स्वत: दौऱ्याहून दमूनभागून आले होते. त्या वेळी दौरा आजच्याइतका सुसह्य नव्हता. एस्.टी., ट्रेन मिळेल त्याने प्रवास करावा लागे. सुसज्ज थिएटर्स नाहीत. निवासाची व्यवस्था चांगली नाही, अशा परिस्थितीमध्ये नाटकांचे दौरे पार पडत.

अशा दगदगीतून दमून आलेले डॉक्टर आमची सर्वांची देखभाल करीत होते. त्यांच्यामधील डॉक्टर आता पूर्ण जागा झाला होता. शुद्ध हरपणाऱ्या बेबीकडे ते सतत लक्ष ठेवून होते. सारखी तिची नाडी पाहात होते. तिचे गार पडणारे हातपाय

चोळीत होते. जबड्याखाली अंगठ्याचा दाब देऊन विजूची दातखिळी उघडत होते. तारूला रडविण्याचा प्रयत्न करत होते.

चारुकाका, दत्ताकाका वगैरे मंडळी स्मशानातील व्यवस्था पाहात होते. पण डॉक्टरांनी तिकडे न जाता घरात आमच्याबरोबर थांबणे अधिक पसंत केले. सर्व आटोपल्यावर आमच्या सर्वांच्याबरोबरच कुणी तरी करून आणलेले लाल तिखटाचे पिठले आणि दुधाशिवाय भाताचे चार घास डॉक्टरांनी शांतपणे खाल्ले. एरवी लांबून जरी मिरची दिसली तरी पळत सुटणारे डॉक्टर शांतपणे जेवले. जेवणं झाल्यावर आम्हा सर्वांना ट्रॅंक्विलायझरची एक-एक गोळी खायला लावून डॉक्टर 'उद्या येतो' एवढे सांगून आपल्या घरी गेले.

दुसऱ्या दिवशी येताना बेबीला तपासण्यासाठी म्हणून इरावतीबाईंना आवर्जून घेऊन डॉक्टर आले. आजीचा मृत्यु होताना बेबीने प्रत्यक्ष पाहिला होता. त्यामुळे ती त्या धक्क्यातून अजून सावरत नव्हती. त्यामुळेच तिची प्रकृती खालावलेली होती.

३८

२६ फेब्रुवारीला आजीचा तिसरा दिवस होता आणि नेमका त्याच दिवशी 'अश्रूंची झाली फुले'चा शतक महोत्सवी प्रयोग होता. नेहमीप्रमाणे आम्हाला आमंत्रण आलेले होतेच. मला अचानक 'दादी-माँ'च्या प्रीमियरची आठवण झाली. सीट्स रिकाम्या पडणे डॉक्टरांना आवडायचे नाही. आम्ही तर आता कुणी जाणे शक्य नव्हते आणि आमच्या सीट्स तर पहिल्या रांगेत होत्या. आमंत्रण-पत्रिका मी डॉक्टरांच्या हातात ठेवली आणि कुणाला तरी द्यायला सांगितली.

त्या दिवशी आणखी एक प्रकार घडला. आम्ही घरातील मंडळी, बाहेरगावची पाहुणे मंडळी आणि भेटायला येणाऱ्यांची रीघ यामुळे घरात उभं राहायला जागा नव्हती. मी गॅलरीत एका मोठ्या पेटीवर पाय वर घेऊन बसले होते. तिथे आत्तीला भेटायला आलेले एक तरुण नटमहाशय माझ्याजवळ येऊन पोहोचले. माझे सांत्वन

करण्याच्या नादात त्यांनी आपला एक पाय माझ्या पायांवरून पलीकडे टेकवला होता आणि दुसऱ्या हाताने गॅलरीच्या कठड्याचा आधार घेत बरेचसे वाकून ते नटमहाशय माझ्याशी बोलत होते. मला स्वत:लाही त्या नटमहाशयांचे उभे राहणे खटकत होते. पण वेळच अशी होती की, काही बोलता येत नव्हते. माझीही अस्वस्थता वाढत होती. मी वर पाहिले तर हॉलमधील खिडकीतून डॉक्टर गंभीरपणे आमच्याकडेच पाहात उभे होते. मी बघताच ते मागे वळले आणि अस्वस्थपणे फेऱ्या घालायला लागले. त्यांची बैचेनी जाणवत होती. ते नटमहाशय एकदाचे माझ्या जवळून हलले.

ते जाताच डॉक्टर माझ्याजवळ आले आणि नाक फुगवित म्हणाले,

"काही लोकांना कसं उभं राहावं हेही समजत नाही–"

मला त्याही क्षणी डॉक्टरांचे हसू आले. पण नंतर मात्र राहून राहून एकच वाटत होतं. बाकी कुणालाही *(मी सोडून)* त्या नटमहाशयांचं ते तसं उभं राहणं खटकलं नाही. मग फक्त ते डॉक्टरांनाच का खटकावं?

त्या दिवशी नाटकाचा शतक महोत्सवी प्रयोग असल्यामुळे डॉक्टर नेहमीपेक्षा लौकरच घरी परत गेले. दुसऱ्या दिवशी नेहमीप्रमाणे आले. मी त्यांना विचारले, "समारंभ कसा झाला?" डॉक्टरांनीही, "हां, चांगला झाला." हे एवढेच उत्तर दिले. मी आमच्या सीट्स कुणाला उपयोगी पडल्या का ते विचारले. मुख्य म्हणजे त्या सीटवर कोण बसले त्याची उत्सुकता अधिक होती. त्यावर डॉक्टरांनी किंचित हसून उत्तर दिले–

"तुमच्या चार सीट्सपैकी फक्त तीन सीट्स दिल्या. मात्र गँगवेला लागून असलेली पहिली सीट तुझी म्हणून रिकामीच ठेवली होती."

डॉक्टर असलं काही करतील अशी माझ्या स्वप्नातसुद्धा कल्पना येणे शक्य नव्हते.

पुढे तीन-चार दिवस डॉक्टर नियमित येत राहिले. मग कळले डॉक्टर दौऱ्यावर जाणार आहेत. म्हणजे ८-१० दिवस आता भेटणार नाहीत. आजीच्या दिवसालाही ते हजर राहू शकणार नव्हते. मी तसे म्हणताच डॉक्टरांनी सांगितले, "इरावतीला वार आणि वेळ कळवा. माझ्याऐवजी तीच त्या दिवशी इथे येईल."

मला वेगळीच काळजी पडली होती. कारण एकदा दिवस झाले की सगळे आपापल्या मार्गाला लागणार, पाहुणे मंडळी परत जाणार, आत्ती पुन्हा शूटिंगमध्ये गढून जाणार. सगळी भावंडं आपापल्या शाळा-कॉलेजमध्ये गुंतणार. मग मी करायचं काय? कॉलेज होतं; पण ते दोन-तीन तास असणार. मग तिथून घरी परतल्यावर काय कारायचे? कारण आजीसाठी मी घरकोंबडी बनून गेले होते. त्यामुळे आता कुठे बाहेर राहणे-जाणे नव्याने शक्य होणार नव्हते. आजीशिवाय घर खायला उठणार होते. मला मैत्रिणीही फारशा नव्हत्या. आजीजवळ राहायला लागे म्हणून मुद्दामच कुणाशी फारशी मैत्री केली नाही. शाळेतील दोन मैत्रिणी होत्या. पण दोघीही लग्न करून अमेरिकेला कायमच्या गेल्या होत्या. या दोघी सोडल्या तर समवयस्क मंडळींशी माझे फार कमीच जमले. माझ्याहून मोठ्या वयाच्या मंडळींमध्येच माझा वावर अधिक राहिला.

डॉक्टर निरोप घ्यायला आले तर मी त्यांच्याकडे असहाय्य होऊन नुसती पाहात राहिले. डॉक्टरांच्या विरहाची वेदना माझ्या डोळ्यांतही उतरली असावी. डॉक्टरांनी काही न बोलता डोळ्यांनीच निरोप घेतला. माझ्या डोक्यावर थोपटल्यासारखे केले आणि तो हात तसाच कपाळावरून खाली आणत माझ्या डोळ्यांवर ठेवला. माझे डोळे झाकून गेले. 'निघतो' एवढेच सांगून डॉक्टर निघूनही गेले.

३९

हळूहळू आमचं घर सावरत होतं. दौऱ्यावरून परतल्यावर डॉक्टर अधुनमधून येऊन जात होते. फोन करत होते. डॉक्टरांचा फोन हा माझा फार मोठा विरंगुळा होता. किती तरी वेळ आम्ही बोलत राहायचे. त्या पहिल्या कन्फेशनपासून डॉक्टर आता वेळोवेळी घडणाऱ्या गोष्टींचीही कबुली द्यायला लागले.

त्या वेळी माझ्या चेहऱ्यावर कसल्या तरी ॲलर्जीमुळे खूप बारीक बारीक फोड आले होते. अर्धा अधिक चेहरा जखमांनी भरून गेला. माझाच चेहरा मला बघवेना. नाना उपाय, डॉक्टर्स करून मी दमले. शेवटचा उपाय म्हणून इरावतीबाईंना दाखवले. त्यांनी पावडर-स्नो लावण्याचे बंद करायला सांगितले. एक विशिष्ट साबण आणि मलम वापरायला सांगितले आणि जादूची कांडी फिरावी तसा माझा चेहरा पूर्ववत व्हायला लागला.

डॉक्टर प्रत्यक्ष जरी आमच्या घरी कमी येत असले तरी त्यांचा रोजचा फोन चुकायचा नाही. एके दिवशी बोलता बोलता डॉक्टर अचानक मला म्हणाले–

"मला एक मुलगी आवडायला लागली आहे."

डॉक्टरांचा आणखी एक कबुलीजबाब असं म्हणून मी ऐकायला लागले. अधुनमधून हुंकार देण्यापलीकडे मी फारशी उत्सुकता या बाबतीत दाखवायची नाही. डॉक्टर जेवढे सांगतील तेवढेच ऐकून घ्यायची. पण आज डॉक्टर तेवढ्यावर थांबले नाहीत. ते म्हणाले–

"ती कोण? कशी? काय आहे? ते तर विचार."

मला डॉक्टरांच्या कुठल्याही 'सखी'बद्दल फारशी चौकशी करावी असं कधी वाटलं नाही. डॉक्टरांच्या जीवनामध्ये काही काळ येऊन जाणाऱ्या ह्या स्त्रियांचे नाव मी 'सख्या' असं ठेवलं होतं. काही काळ सुख देणाऱ्या स्त्रिया त्या सख्या, अशी मी त्यांची व्याख्या केली होती. प्रेमिकेला मी 'प्रिया' म्हणे. अंतिम महत्त्वाचे पद मात्र पत्नीचेच माझ्या मते होते.

डॉक्टर म्हणाले, "अग, ती सखी नाही. माझी प्रिया आहे."

आता मात्र माझे कान टवकारले. कोण ही भाग्यवान प्रिया जिच्या प्रेमात डॉक्टर पडले? आता मी डॉक्टरांचा पिच्छा पुरविला. ती कोण आहे हे विचारण्यासाठी डॉक्टरांनी मला क्ल्यू द्यायचं ठरवलं आणि त्यावरून मी तिला ओळखायचं असं ठरलं आणि डॉक्टर उखाणा घातल्यासारखे सांगायला लागले.

"तशी ती फार गोरी नाही की काळी नाही. शरीराने बारीक आहे. पण जरा उंचच आहे. चेहरा सध्या खडबडीत झाला आहे." असं म्हणून डॉक्टर थांबले आणि वाक्य पुरं करीत म्हणाले, "केस मात्र खूप लांब, जाड आणि काळेभोर आहेत; म्हशीसारखे."

एव्हाना माझ्या लक्षात यायला लागलं होतं की, हे वर्णन माझ्याशी खूप मिळतं-जुळतं आहे. पण माझा अजूनही विश्वास बसत नव्हता. खात्री वाटत नव्हती. माझ्याबद्दल डॉक्टरांना असं काही वाटेल हे माझ्या स्वप्नातही नव्हतं. उलट मला डॉक्टरांच्याबद्दल वाटणं हे माझ्या मनातच राहणार, याचीच खात्री अधिक होती.

पण आता डॉक्टर स्वत:च तशी कबुली देत होते. माझे हातपाय आता गार पडायला लागले होते. हृदयातील धडधड वाढली होती. माझाच उच्छ्वास मला गरम गरम वाटत होता. डॉक्टरांच्या शेवटच्या वाक्याने मी भानावर आले आणि ओरडले–

"माझे केस काय म्हशीसारखे आहेत?"

हे ऐकलं मात्र आणि डॉक्टर खूप मोठ्याने हसले आणि विचारायला लागले–

"त्या मुलीचं नाव तू सांगतेस? की मी सांगू?"

"काही नको सांगायला. आम्हाला माहीत आहे." मी फणकारले.

आता मात्र रागाचं सोंग घेणं मलाही झेपेना. काही क्षण पूर्ण शांततेत गेले. काही बोलावं असं वाटेना. माझं मन मात्र गुणगुणत होतं–

"विकत घेतला शाम, बाई मी विकत घेतला शाम
जन्मभरीच्या श्वासाइतुके मोजियले हरीनाम
बाई मी विकत घेतला शाम."

पण डॉक्टरांना ती शांतता असह्य होत असावी. त्यांनी त्या शांततेचा भंग करीत विचारलं–

"अगं, काही तरी बोल ना. मघापासून किती बोलत होतीस. आताच काय झालं! अशी गप्प का?"

अजूनही मला 'तो क्षण' ते डॉक्टरांचे शब्द यातच डुंबावं असं वाटत होतं. त्यातून बाहेर पडावं असं वाटेना. पण डॉक्टरांनी बोलायला भागच पाडलं, दोन शब्द तरी बोल म्हणून. मी माझ्याशी बोलल्यासारखी बोलून गेले.

"सगळ्याच भावना काही शब्दात व्यक्त करता येत नाहीत."

डॉक्टरांनी माझ्या प्रेमात पडावं याचं अजूनही मला नवल वाटत होतं. चार-चौघींसारखी मी. जरा जास्तच साधी. कुठलीही विशेषता नसणारी. मग डॉक्टरांना माझ्यात काय भावलं? ही उत्सुकता मला गप्प बसू देत नव्हती. कारण डॉक्टर मला का आवडले याची एकाहून अधिक कारणं देता येत होती. पण माझ्याबद्दल डॉक्टरांना का वाटावं? शेवटी मी डॉक्टरांना तसं सरळ सरळच विचारलं. डॉक्टर म्हणाले–

"तसं मला नीट शब्दात सांगता यायचं नाही. पण यू आर अ मॅग्नेट. तुझ्याकडे आपोआप ओढला गेलो."

"पण तुमच्याबद्दल मला वाटतं हे तुमच्या कधी लक्षात आलं?" मी विचारलं.

"नक्की आठवत नाही. पण एक दिवशी तू बोलता बोलता 'अश्रूंची झाली फुले'मधील एक वाक्य बोलून गेलीस– 'सगळ्याच भावना काही शब्दांनी व्यक्त करता येत नाहीत.' आणि लक्षात आलं ही पोरगी आपल्यामध्ये गुंतत चालली आहे. एकदम त्या निर्णयावर येणंही धोक्याचं वाटत होतं. पण त्या दिवशी आक्का *(माझी आजी)* गेल्या, तेव्हा तू जी माझ्याकडे झेपावलीस त्यानं मात्र माझी खात्री झाली. मग मी पहिल्यापासून तुझ्या-माझ्या भेटीतील प्रसंग आठवायला लागलो. तुझं माझी काळजी करणं, माझ्यासाठी धडपडणं, माझ्या आवडीच्या गोष्टी करणं, एकेक गोष्ट खात्री द्यायला लागली. अजूनही ठाम ठरवता येईना. पण अंदाज चुकणार नाही याची खात्री होती. म्हणूनच त्या दिवशी खडा टाकून पाहिला आणि तो अचूक बसला."

४०

आता मात्र आमचं फोनवरचं संभाषण नुसतं इकडच्या तिकडच्या गप्पा एवढंच राहिलं नाही. डॉक्टर पुन्हा एकदा विशीतले झाले. आमच्या शब्दांना गुलाबी रंग होता. तारुण्याचा उत्साह होता. डॉक्टर अनेक बेत आखीत होते. आपल्याबरोबर मला कल्पनेच्या राज्यात फिरवून आणीत होते. त्यामध्ये आमच्या मोठ्या गाडीने खंडाळ्याची ट्रीप असायची. राजमाची पॉईंट ते खंडाळा गाव म्हणजे जिथून बंगले सुरू होतात, तो वळण घेत जाणारा रस्ता मला खूप आवडायचा. त्या रस्त्याने पावसाळ्यात एका छत्रीतून एकमेकांना सावरत फिरायला जायचे ठरले. नॅशनल पार्क येथील आरे कॉलनीकडे जाणारा दुतर्फा झाडी असलेल्या डांबरी रस्त्याने ड्राईव्हला जायचे ठरले. कुलाब्याला 'हॉर्स शू' हॉटेलमध्ये जेवायला जायचा बेत ठरला. निसर्गाच्या सान्निध्यात त्याच्या साक्षीने मीलनाचे स्वप्न पाहिले गेले. यातलं प्रत्यक्षात काही काहीही घडत नव्हतं. पण ते ठरवण्यातही मौज येत होती. दिवस मंतरलेले आणि क्षण भारलेले होते.

माझ्या मनात डॉक्टरांचे सततचे चिंतन असायचे. पण आता डॉक्टरांनाही माझ्याशिवाय दुसरा विचार नव्हता. दिवसाच्या कुठल्या क्षणी माझी कांचन काय करत असेल या विचारात डॉक्टर गुंगून जायचे. माझी बहीण विजू शिक्षणासाठी पुण्याला चारुकाकांच्या घरी राहायची. डॉक्टरांचे प्रयोगाचे निमित्ताने पुण्याला जाणे सारखे व्हायचे. मुंबईला यायचे असले की विजू डॉक्टरांच्या सोबतीने यायची. डॉक्टर आधी सायनला येऊन तिला आमच्या घरी सोडून मगच वरळीला जात. त्यांच्या येण्याच्या वेळेला मी गॅलरीत थांबायची. डॉक्टर टॅक्सीतून डोके बाहेर काढून सलाम ठोकीत आणि खालूनच निघून जात.

एकदा डॉक्टर विजूला सोडायला आले होते तेव्हा मी डोक्यावरून न्हायलेली होते. डोक्याला टॉवेल गुंडाळून तशीच उभी होते. डॉक्टरांनी टॅक्सीतून मान बाहेर काढली आणि तसेच पाहात राहिले. मी बायबाय केला. पण एक नाही दोन नाही. डॉक्टर तसेच निघून गेले. काय झालं असावं? मी चिंतेत पडले. पण नंतर डॉक्टरांनी फोनवर जे सांगितले ते ऐकून मात्र मला हसायला यायला लागलं. डॉक्टरांना त्या दिवशी मी डोक्यावरून आंघोळ केल्यामुळे खूपच छान दिसत होते. अगदी गुलाबासारखी प्रसन्न आणि टवटवीत. त्यामुळे ते माझ्याकडे पाहत राहिले. त्यांना काही बोलणंही सुचेना. ते सर्व ऐकून मला मात्र उर्दूतील एका वाक्याची आठवण झाली. शायर म्हणतो–

लैला को देखना हो, तो मजनू की नजरसे देखो.

कारण लैला काळी होती आणि तरीही मजनू तिच्यासाठी वेडावला होता. डॉक्टरांच्यामध्येही मला मजनू संचारलेला दिसत होता.

माझीही परिस्थिती डॉक्टरांच्यापेक्षा निराळी नव्हती. एकटी असले की, डॉक्टरांच्याबरोबरच्या संभाषणाची उजळणी चालायची. त्यातील काही गोड आठवले की, मी स्वत:शीच हसायची. काही वेळेला कुणी पाहत असेल याचेही भान नसायचे. मी शक्यतो सर्व आतल्या आत लपविण्याचा प्रयत्न करायची. पण कधीतरी ते डोळ्यांतून निसटून चेहऱ्यावाटे बाहेर पडायचे. एक दिवस माझा छोटा मामेभाऊ दिलीपने मला विचारलेही–

"तू एकटीच का हसतेस?"

आता ह्याला काय सांगायचे? काहीतरी उत्तर द्यायचे म्हणून मी त्याला सांगितले–

"अरे, मी पु. ल. देशपांडे यांचे पुस्तक वाचते आहे ना, त्यातलं काही न् काही आठवून हसू येतं."

४१

मेमध्ये *(१९६७)* डॉक्टरांचा 'मधुचंद्र' प्लाझामध्ये प्रदर्शित झाला. अगदी थाटामध्ये त्याचे प्रीमियर झाले. आत्तीचा 'गोराकुंभार'ही त्याच दिवशी भारतमाता येथे प्रदर्शित झाला. आत्तीने आक्का *(माझी आजी)* गेल्यामुळे वर्षभर सगळे सण-समारंभ टाळले. पण आम्हाला मात्र ती सगळीकडे जाऊ द्यायची. त्या दिवशीही ती शूटिंगला गेली होती. डॉक्टरांनी 'मधुचंद्र'च्या प्रीमियरसाठी नवा सूट शिवला होता. पुण्याहून सासरेबुवांना प्रीमियरसाठी मोठी गाडी आणायला सांगितली होती. डॉक्टरांचे सासू-सासरेही प्रीमियरसाठी हौसेनं आले होते.

पण सकाळपासून डॉक्टरांनी एकच धास्ती घेतली होती की चित्रपट चालला नाही तर? आणि त्यामुळे दिवसभर डॉक्टरांचे भरपूर पिणेही चालले होते. दवाखान्यात जाईपर्यंत इरावतीबाई आणि बाकीच्या वेळेत मी त्यांना समजावून समजावून दमलो. शेवटी शेवटी तर डॉक्टरांनी प्रीमियरला जाणेच रद्द करून टाकले. संध्याकाळनंतर तर डॉक्टर आता काही प्रीमियरला येणार नाहीत असे मी गृहीत धरूनच चालले होते. मलाही डॉक्टरांच्याशिवाय प्रीमियरला जाणे नको वाटत होते. पण दत्ताकाकांचा *(राजदत्त)* तो पहिला चित्रपट होता. त्यांच्यासाठी तर जाणे आवश्यकच होते. आम्ही थिएटरमध्ये आत पोहोचलो तर दारातच नव्या सूटमध्ये डॉक्टर स्वागताला उभे होते.

दिवसभराच्या अस्वस्थतेच्या खुणा थोड्याशा अस्ताव्यस्त केसाने कपाळावर रुळताना दिसत होत्या. पण डॉक्टर फारच गोड दिसत होते. चित्रपट यशस्वी झाल्याचे चेहराच सांगत होता. आधीचे दोन्ही 'शो' हाऊसफुल्ल गेले होते. डॉक्टरांचा आनंद चेहऱ्यावरून नुसता भरभरून सांडत होता. सकाळपासून मलाही जरा डॉक्टरांचा रागच आला होता. उगीचच सगळा गोंधळ घातला होता आणि टेन्शन निर्माण केले होते. डॉक्टरांना थोडंसं चिडवावं म्हणून मी डॉक्टरांना औपचारिकपणे नमस्कार केला. घाईघाईने पुढे येत डॉक्टरांनी माझे जोडलेले दोन्ही हात तसेच उचलून कपाळाला लावीत मला म्हणाले, 'बदमाष.' डॉक्टरांनी असे सगळ्यांदेखत माझे हात हातात घेतलेले पाहून मी अगदी लाजून गेले. घाईघाईतच माझे हात सोडवून घेत मी थिएटरच्या आत पळाले. राहून राहून एकच आश्चर्य वाटत होते, हेच का ते दिवसभर पिऊन गोंधळ घालणारे डॉक्टर? आता दिवसभरातील कुठल्याही गोष्टीचा मागमूसही नव्हता.

'मधुचंद्र'ने डॉक्टरांच्या लोकप्रियतेमध्ये अधिकच भर घातली. 'अँग्री यंग मॅन' म्हणून प्रसिद्ध झालेल्या डॉक्टरांच्या प्रतिमेशी अगदी विरुद्ध रूप दाखविणारी दिनूची खेळकर भूमिका म्हणून तिचे स्वागतच झाले. एरव्ही इंग्रजी चित्रपट पाहण्याचा षौक करणाऱ्या पुण्याच्या कॉलेजकुमार-कुमारींच्या या चित्रपटावर अधिक उड्या पडल्या. 'अश्रू'मधील लाल्या पाहणाऱ्यांना डॉक्टरांची 'मधुचंद्र'मधील दिनूची भूमिका स्तिमीत करीत होती. प्रत्यक्ष भेटून ही तरुण मंडळी डॉक्टरांचे अभिनंदन करायची. महाराष्ट्रात 'क्लार्क गेबल' जन्माला आला आहे अशी प्रतिक्रिया व्यक्त व्हायची. जाणकारांनी तर मधुचंद्रमधील डॉक्टरांचे काम पाहून आम्हाला मा. विनायकांचे दर्शन घडले असे उद्‌गार काढले.

डॉक्टरांचा 'लाल्या' आणि मधुचंद्रामधील 'दिनू' पाहून भारावलेली माझी एक शाळेतील वर्गमैत्रीण अगदी सहजतेने मला म्हणाली होती, "काशिनाथ घाणेकर काय चिकणा दिसतो नाय?" ही अशी भरभरून दाद डॉक्टरांना त्या वेळी मिळत होती.

‘मधुचंद्रा’ची आणखी एक विशेषता म्हणजे नायक म्हणून सर्वार्थाने डॉक्टरांचा हा एकट्याचा चित्रपट होता. त्याचे यश डॉक्टरांचे एकट्याचे होते. अशी भूमिका मात्र डॉक्टरांना नंतर कुठल्याच चित्रपटामध्ये मिळाली नाही. डॉक्टरांचा मला आवडलेला हा एकमेव चित्रपट. ‘तुझे आहे तुजपाशी’सारखेच डॉक्टर इथेही अत्यंत स्वाभाविकपणे वावरले. डॉक्टरांनाही स्वत:ला आपण ही इतकी हलकीफुलकी, खेळकर भूमिका इतक्या सहजतेने कशी काय वठवू शकलो, याचा प्रश्न पडायचा. इतके मुक्त, इतके नैसर्गिक डॉक्टर पुन्हा कुठल्या चित्रपटामधून फार क्वचित दिसले.

४२

२५ जून १९६७ रोजी नाट्यसंपदेने ‘गारंबीचा बापू’ पुन्हा एकदा नव्या स्वरूपात आणायचे ठरविले. पात्रयोजना तीच असली तरी त्यात मोठे बदल होते. राधेच्या भूमिकेसाठी आशालता वाबगावकर यांची निवड झालेली होती, तर बापूच्या मित्राच्या भूमिकेत होते शंकर घाणेकर आणि दिग्दर्शक होते नंदकुमार रावते.

खरं म्हणजे या वेळेपर्यंत उषाकिरण अमेरिकेहून परत आलेल्या होत्या. त्यांची राधाही फार गाजलेली होती. मग पुन्हा त्याच राधा का नाहीत? मला मोठे कोडे पडले होते. मी तसे डॉक्टरांना एकदा विचारलेही. डॉक्टरांनी स्वत:ला काहीच माहीत नसल्याचा आव आणला. “कल्पना नाही,” एवढे मोघमात उत्तर दिले. पण डॉक्टरांचा पारदर्शी चेहरा काहीतरी माहीत असल्याचे लपवू शकला नाही. मीही चिकाटी सोडली नाही.

“तुम्हाला खरं कारण नक्कीच माहीत आहे. पण तुम्हाला सांगायचे नसेल तर सांगू नका.” असं म्हणत मी तोंड वाकडं केलं.

“खरं कारण समजण्याने तुझ्या ज्ञानात काही भर पडणार आहे का?” पकडले गेलेले डॉक्टर खेकसले.

उगीच दुसऱ्यासाठी आमच्यात वाद नको म्हणून मी विषय बदलला.

‘गारंबीचा बापू’ रंगभूमीवर पुन्हा आणताना काही चांगले बदल करून नंदकुमार रावते यांनी ते रंगभूमीवर आणले. त्या गोष्टी बापूच्या व्यक्तिरेखेला पोषकच ठरल्या. सुरुवातीचा ‘गारंबीतील बापू’ दाखविताना डॉक्टरांच्या डोक्यावर बारीक केसांचा आणि शेंडी असलेला वीग चढविला गेला. पण बापूशेट झाल्यावर मात्र डॉक्टर तो वीग काढून आपल्या नेहमीच्या वळणदार केशरचनेत रंगभूमीवर येत. बंधनं झुगारणारा बापू एवढ्याशा बदलानेही वेगळा वाटे. त्या काळातील फॅशनप्रमाणे तलम कपड्याचे दुटांगी धोतर, त्यावर निळसर रंगाचा लाईन्स असलेला डबल ब्रेस्टचा कोट आणि त्यावर तिरकी टोपी घालून मोठ्या झोकात डॉक्टर रंगभूमीवर अवतरत. ‘छोटी छोटी

बातें भी बहोत बडी साबीत होती है' हे ह्या छोट्या छोट्या बदलांमुळे पटत होते.

पूर्वीपेक्षा अधिक आकर्षक, प्रभावी 'गारंबीचा बापू' म्हणून समीक्षक आणि प्रेक्षक दोघांनीही 'गारंबीचा बापू'चे भरघोस स्वागत केले.

एका प्रसंगामध्ये डॉक्टरांचा समर्थ अभिनय आणि सुंदर प्रकाशयोजना यांचे एक सुंदर द्वैत पाहायला मिळाले. प्रसंग आहे बापूला विठोबाचे भूत दिसते त्या वेळेचा. त्या वेळी सबंध रंगमंच अंधारात ठेवण्यात येई. धूसर, अंधुक, निळसर प्रकाश विठोबाच्या चेहऱ्यावर टाकण्यात येई. तर डॉक्टरांच्या चेहेऱ्यावर प्रखर स्पॉटलाईट टाकण्यात येई. विठोबाच्या निवेदनाबरोबर डॉक्टरांच्या चेहेऱ्यावरील झरझर बदलणारे भाव थक्क करणारे असत. आपण नाटक न पाहता चित्रपट पाहात आहोत आणि समोर डॉक्टरांचा 'क्लोजअप्' दाखवला जात आहे असं वाटायचं. डॉक्टरांच्या मुद्राभिनयाला कडाडून टाळी पडायची. अंगावर रोमांच उभे राहायचे.

नाटकाचा शेवटचा प्रवेश तर गुदमरवून टाकायचा. डॉक्टर आता रक्त ओकतील की काय असे वाटायचे. एकदा एका प्रयोगाला प्रख्यात संगीत दिग्दर्शक सी. रामचंद्र आले होते. नाटक संपल्यावर ते जवळ जवळ ओरडूनच म्हणाले–

''अरे, इसको *(डॉक्टरको)* कोई रोको. ये ऐसी ॲक्टिंग करता रहेगा– तो एक दिन मर जायेगा.''

४३

या सुमारासच डॉक्टरांच्या 'अभिलाषा' ह्या चित्रपटाचे शूटिंग राजकमल स्टुडिओमध्ये सुरू झाले. या चित्रपटामध्ये डॉक्टरांच्या आईच्या भूमिकेत त्यांची आवडती अभिनेत्री मीनाकुमारी होती. नायिकेच्या आईची भूमिका आत्ती करत होती. नायिका होती अभिनेत्री नंदा. मेहमूदच्या पती-पत्नी चित्रपटाच्या वेळी घडलेल्या प्रसंगाला हे परस्परच उत्तर मिळाले होते. या चित्रपटाचे निर्माते आर. डी. दवे नावाचे एक बिल्डर होते. ते डॉक्टरांना 'काशि' या नावाने हाका मारायचे. ते ऐकून डॉक्टरांना जाम वैताग यायचा. शेवटी त्यांनी दवे यांना एकदा स्पष्टच सांगून टाकले एक तर मला काशिनाथ म्हणा अगर डॉ. घाणेकर म्हणा. हे 'काशि' म्हणणं मला चालणार नाही.

दवे यांनी आपल्या चित्रपटाचा नायक म्हणून डॉक्टरांची अगदी योग्य ती बडदास्त ठेवली. दुसरा नायक संजय खान याच्याइतकीच डॉक्टरांचीही सरबराई केली. महाबळेश्वरला बाह्यचित्रीकरणाला जाताना कुठल्या वाहनाने जाणार? कुठले हॉटेल राहायला पाहिजे? बरोबर कोण कोण येणार, हे मराठी नटाला अचंब्यात टाकणारे प्रश्न दवे यांनी डॉक्टरांना विचारले होते. महाबळेश्वरला जाताना डॉक्टरांनी आपल्याबरोबर विठोबाचे काम करणाऱ्या सखाराम भावे यांना नेले होते. या

नाटकापासून त्या दोघांची खूपच मैत्री जमलेली होती. डॉक्टरांचा गारंबीच्या बापूमधील विठोबा आणि मावशी *(सरस्वती बोडस)* यांच्यावर फार जीव जडला होता. डॉक्टरांना राधा कोणतीही चाले; पण विठोबा आणि मावशीची भूमिका करणाऱ्या दुसऱ्या कलावंतांचा ते विचारच करू शकत नसत.

महाबळेश्वरला नंदाबरोबर मेहमूदच्या चित्रपटावेळेचा विषय निघालाच आणि तिने सांगितले–

"डॉक्टर, विश्वास ठेवा, मला यातील काही माहीत नाही. माझ्या नावावर मी मराठी म्हणून हे खपविले गेले आहे. तसे असते तर मी या चित्रपटामध्ये तुम्हाला घेऊ दिले नसते."

नंदा व नंदाच्या आई आपल्याशी खूप अगत्याने वागल्याचे डॉक्टर महाबळेश्वरहून आल्यावर सांगत होते. हॉटेलच्या मसालेदार जेवणाचा कंटाळा आला की, नंदा पिठलं-भाकरी करायला सांगायची आणि नंदाच्या आई आठवणीने डॉक्टरांना ते खायला बोलावीत.

माझे यंदाचे बी.ए.चे शेवटचे वर्ष होते. इंटरच्या अपयशाने पोळलेली मी या वेळी मात्र कुठल्याही उपाधींचा माझ्यावर प्रभाव पडू द्यायला तयार नव्हते. डॉक्टरांच्या प्रेमात तर मी आता आकंठ बुडाले होते. पण तेही मी माझ्या अभ्यासाच्या आड येऊ देत नव्हते. माझे मराठी आणि फिलॉसॉफी हे विषय असल्यामुळे खूप वाचावे लागे. खूप दुर्मिळ मराठी पुस्तकांची गरज पडायची. पुण्यातून चारुकाका आणि मुंबईत डॉक्टर कुठून कुठून मला ती पुस्तकं मिळवून द्यायचे.

४४

डिसेंबर *(१९६७)* महिन्यातील गोष्ट. डॉक्टर तीन-चार दिवसांसाठी म्हणून चिपळूणला आईला भेटण्यासाठी गेले होते. डॉक्टरांच्या तिथल्या वास्तव्यातच कोयनेचा तो भयंकर भूकंप घडला. रात्रीमध्ये काय काय उत्पात झाला आहे ते दिवस उजाडल्यावरच लक्षात आले. सकाळी जेव्हा रक्ताने माखलेले लोक घेऊन पहिली बस चिपळूण गावामध्ये शिरली तेव्हा कुठे भूकंपाचे भीषण स्वरूप सर्वांच्या ध्यानात आले.

डॉक्टरांनी गावातील तीन-चार डॉक्टर्स, मिळतील ती औषधे, उपचाराची साधने जमवून एक जीप घेऊन ते कोयनेच्या भूकंपस्थळाकडे जायला निघाले. भूकंपाने माणसंच काय डोंगर, दऱ्या, रस्ते यांनादेखील हादरवून टाकले होते. त्या धक्क्यातून अजून तेही सावरले नव्हते. वाटेत दगडांचा खच पडला होता आणि वरून घसणारे दगड अजून थांबले नव्हते. त्यातून रस्ता काढीत जाणे हे एक मोठे दिव्य होते. पण ते दिव्य करून ही मंडळी इच्छित स्थळी पोहोचलीच. दिवसभर उपलब्ध सामग्रीने

जितके आणि जसे करता येईल तेवढे उपचार या मंडळींनी केले. काही वेळानी सरकारी पातळीवरूनही वैद्यकीय मदत सुरू झाली होती. पण सर्वांत आधी तिथे पोहोचून चिपळूणच्या डॉक्टर्सनी जी कामगिरी बजावली तिचे मोल शब्दातीत होते.

भूकंपाच्या दुसऱ्या दिवशी वर्तमानपत्र वाचले आणि हबकायलाच झाले. कारण डॉक्टर त्या परिसरामध्येच होते आणि पुन्हा जीव धोक्यात घालून भूकंपाच्या ठिकाणीही गेले होते. सगळ्या वर्तमानपत्रांनी या गोष्टीचा आवर्जून उल्लेख केला होता. प्रथम काळजी, राग यांनी मन ग्रासून गेले. पण नंतर शांतपणे विचार केल्यावर वाटलं की डॉक्टर अशा वेळी तिकडे धावले हे बरेच झाले. डॉक्टरांच्यामधील माणूस आणि डॉक्टर दोन्हीही जिवंत असल्याचेच हे लक्षण नव्हते का?

पुढे दोन-तीन दिवसांनी डॉक्टर मुंबईला परतले. किती तरी दिवसांनी डॉक्टरांचा आवाज ऐकून खूप खूप बरं वाटत होतं. भूकंपाचा 'आँखों देखा हाल' पुन्हा एकदा ऐकला. लढाईवर गेलेल्या आणि कामगिरी बजावून परतलेल्या शिपाईगड्यासारखे डॉक्टर स्वत:वरच खूष होते. पण त्याशिवाय त्यांनी ज्या काही गोष्टी सांगितल्या त्यामुळे तर मी अधिकच सुखावले.

डॉक्टर सांगत होते, "तुझी आठवण तिथेही बेचैन करायची. अस्वस्थता वाढायची. मी अंगणात फेऱ्या घालायचा. त्या वेळी लक्षात आलं तिथे एक 'कांचनाचं' झाड आहे. मग काय माझा मुक्काम तिथे असायचा. जास्त करून त्या झाडाखालीच असायचा."

मला सारखं अंगणात पाहून आईही एकदा वैतागून म्हणाली–

"तुझं सारखं सारखं त्या झाडाखाली काय असतं? जेव्हा बघावं तेव्हा तिथेच असतोस."

"आता तिला कसं सांगणार ह्या झाडाचं नाव कांचनवृक्ष आहे, म्हणूनच मी इथे सारखा रेंगाळतो आहे. काय योगायोग आहे नाही माझ्या या चिपळूणच्या घरी कांचनवृक्ष असावा." डॉक्टर मलाच प्रश्न विचारीत होते.

डॉक्टर इतकं करून थांबले नाहीत, तर येताना त्या झाडाची पानासहित एक फांदी मला दाखवायला बॅगेमध्ये घालून घेऊन आले. काय म्हणावं आता ह्या वेडाला!

डॉक्टरांचे हे वेडावणे म्हणजे एक प्रकारचे झपाटणेच असे आणि एकदा का ते एखाद्या गोष्टीने जर झपाटले की अक्षरश: त्यात आकंठ बुडून जात, त्याचा तळ गाठीत. प्रा. वसंत कानेटकर तर डॉक्टरांना 'झपाटलेले झाडच' म्हणत.

४५

रायगडाच्या यशानंतर एकदा कानेटकर म्हणाले होते की, "शिवाजी महाराजांच्या मृत्यूनंतरची आठ वर्षे ही संभाजीचे जीवन, मराठ्यांचा इतिहास यातील रोमहर्षक वर्षे

आहेत. रसिक पण रंगेल नाही, राजकारणी पण मुत्सद्दी नाही, शौर्य अपरंपार पण संयमाचा अभाव, मातृसुखाला पारखा आणि सावत्रपणाचा छळ यामुळे अस्मिता दुखावलेला, साहसी उसळत्या रक्ताचा पण कुटिल सहकाऱ्यांच्या मनोवृत्तीचा शिकार बनलेला, अशा विविध मनोवृत्तीने घडलेल्या शेवटच्या काळातील प्रगल्भ संभाजीवर आपण नाटक लिहिणार आहोत, हे कानेटकरांचे वाक्य डॉक्टरांनी बरोबर लक्षात ठेवले होते आणि त्यांनी गेल्या वर्षापासून कानेटकरांचा अक्षरश: पिच्छा पुरविला होता. कानेटकरांना त्यांचे कॉलेज, इतर नाटकांचे लिखाण यातून उसंत सापडत नव्हती, तर डॉक्टर काही दिवस अक्षरश: नाशिकला जाऊन कानेटकरांच्या घरी ठिय्या देऊन बसले होते. डॉक्टरांनी त्यासाठी कानेटकरांचे लेखनिक होण्याचेही ठरविले.

डॉक्टरांच्या ह्या पिच्छा पुरवण्याने कानेटकरांना इतर सर्व कामे बाजूला सारून 'इथे ओशाळला मृत्यु' पूर्ण करावे लागले. नवीन नाटक म्हणजे डॉक्टरांना नवीन आव्हान. त्यात पुन्हा भूमिकाही त्यांची लाडकी– संभाजीची. डॉक्टर अक्षरश: झपाटून गेले. तालमीचा धडाका सुरू झाला. नाट्यसंपदेने नेपथ्य-निर्मितीचा थाट उडवून दिला. ऐतिहासिक वेषभूषेसाठी कोल्हापूरहून विश्वासराव जाधव ह्या कसबी कलाकाराला खास आणण्यात आले होते.

वसंत कानेटकरांनी नाटकाची जाहिरात कशी असावी इथपर्यंत या वेळी लक्ष घातले होते. नाशिकहून त्यांनी लिहून पाठवले होते–

हिंदवी स्वराज्यासाठी बलिदान करणारा
मराठ्यांचा लाडका राजा
शिवपुत्र संभाजीच्या भूमिकेत
मराठी रसिकांचा लाडका अभिनेता
डॉ. काशिनाथ घाणेकर
'इथे ओशाळला मृत्यु'

लेखक
वसंत कानेटकर

'रायगडाला जेव्हा जाग येते' या अमर कलाकृतीनंतर त्याच शंभूराजांची अखेरची चित्तथरारक कथा रंगवणारी जुन्या इतिहासातील संभाजी महाराजांची व्यक्तिरेखा पुसून रसिक हृदयात नवा इतिहास कोरणारी प्रभावी नाट्यकृती.

१८ मार्च १९६८ रोजी साहित्यसंघामध्ये 'इथे ओशाळला मृत्यु'चा पहिला प्रयोग जाहीर झाला. या प्रयोगासाठी साताऱ्याच्या राणीसाहेब सुमित्राराजे भोसले यांना

खास निमंत्रित केले होते. प्रस्तावना करण्याचे काम बाबासाहेब पुरंदरे यांच्यावर सोपविले होते. नाटकाला वेळेवर पोहोचण्यासाठी दम देताना डॉक्टरांनी मला सांगितले–

"वेळेवर या. नाहीतर– राणीसाहेबांच्या नंतर छत्रपतींच्यासारख्या उगवाल."

आत्ती त्या वेळी पांचगणी येथे शूटिंग करत होती. तिने तिथून आठवणीने शुभेच्छेची तार पाठविली–

"Wishing you Best of Luck and have every confidence
You will rise to great Heights To-day."
– Sulochana

मी, माझी मामी आणि दादा *(राजा परांजपे)* असे तिघेच नाटकाला गेलो होतो. डॉक्टरांच्या सांगण्याप्रमाणे धावत-पळत का होईना मी वेळेच्या आधीच थिएटरवर पोहोचले. इरावतीबाई भेटल्या. नवीन नाटकाच्या निमित्ताने केलेला भला मोठा दागिना त्यांच्या गळ्यात रुळत होता. त्या प्रसन्न चेहऱ्याने सर्व निमंत्रितांना जाऊन भेटत होत्या. रंगपटातून एक माणूस माझ्याकडे आला आणि डॉक्टरांनी आत बोलावलंय म्हणून सांगायला लागला.

मी रंगपटाच्या दरवाजातून आत गेले तर वरच्या पायरीवर भरजरी वेषातील नखशिखांत संभाजी वाटणारे डॉक्टर ऐटीत उभे होते. किती रुबाबदार दिसत होते! छे! माझी दृष्टच लागायची. मी चटकन माझ्या डाव्या पायाच्या अंगठ्याकडे पाहिलं. असं पाहिलं की दृष्ट लागत नाही म्हणतात.

त्या क्षणी तिथे कुणीही नव्हते. डॉक्टरांनी दोन्ही बाहू पसरले होते. डॉक्टरांच्या बाहुपाशांत शिरावं असं इतक्या उत्कटपणे वाटलं, की स्थळकाळाचं भानही सुटलं. शरीर, मन नुसतं अनावर होऊन गेले. पण त्याच क्षणी इरावतीबाई कुठून तरी तिथे आल्या आणि मी थंडपणे डॉक्टरांना शुभेच्छा देऊन इरावतीबाईंच्या बरोबर सभागृहात येऊन बसले आणि थोड्याच वेळात मराठ्यांच्या इतिहासातील संघर्षकाळ डोळ्यांसमोर उलगडायला लागला.

'रायगडची' उंची 'इथे ओशाळला मृत्यु' गाठू शकले नाही. समीक्षकांनी प्रयोगाच्या निर्मितीची वाखाणणी केली. पण नाटकासाठी उपयोगात आणलेल्या सरकत्या व फिरत्या रंगमंचाची योजना पसंत केली गेली नाही. कारण त्यामुळे पात्रांच्या हालचालींना फार मर्यादा पडल्या आहेत असे म्हटले गेले. डॉक्टर घाणेकर, प्रभाकर पणशीकर व सुधा करमरकर यांच्या अभिनयाची जुगलबंदीच पाहायला मिळते असे काहींनी लिहिले.

डॉक्टरांचा संभाजी मात्र सर्वांना फार गोंडस वाटला. पण तो तसा वाटायला

नको होता. शिवाजी महाराजांच्या मृत्यूनंतर आठ वर्षे मुघल, पोर्तुगीज, निजाम, आदिलशाही अशा सर्वांशी सतत टक्कर देणारा, लढणारा संभाजी राकट हवा होता, पॅडिंग घातलेला संभाजी वरून जाडजूड दिसत असला तरी पायात तो फारच पोरसवदा वाटत होता, असे विजय तेंडुलकरांनी 'माणूस'च्या परीक्षणात लिहिले.

पस्तिशीचा संभाजी पंचविशीचा वाटला, असे काहींचे मत पडले. मात्र दमदार स्पष्ट वाणी, संयमी अभिनय या बाबतीत मात्र डॉक्टरांची खूपच तारीफ झाली होती. या वेळी स्वत: वसंत कानेटकर यांनी 'माझ्या संभाजीस'च्या पुढची पायरी गाठली आणि अर्पण पत्रिकेमध्ये 'संभाजी'च्या प्रतिबिंबात स्वत:ला हरवून बसलेल्या काशिनाथ घाणेकर आणि इरावतीबाईंना सगळं नाटकच अर्पण करून टाकलं.

वसंत कानेटकरांचे वडील प्रसिद्ध कवी गिरीश यांनी तर पुढीलप्रमाणे पत्रच लिहिले–

कांचन
पो. विलिंग्डन कॉलेज,
विश्रामबाग, सांगली
१-६-६८

प्रिय डॉक्टर,

तुम्हाला संबोधावे कसे? डॉक्टर म्हणावे की छत्रपती म्हणावे? आणि डॉक्टरकीची जिद्द असूनही तुम्ही छत्रपती झालात? तेही कायमचेच. अशी तुमची शामत आहे. डॉक्टरकीत हुषार, छत्रपतींच्या कामातही ए वन अशी तुमची अवस्था आहे.

'रायगड'मधील तुमचा संभाजी डोळ्यांसमोरून हालत नाही. तोच स्वराज्यासाठी मरणारा छत्रपती संभाजी चि. वसंताने उभा केला. तुमच्यासाठी, तुमच्यासाठीच तो झाला. तुमचे नट म्हणून वागणेही निराळे. अभिजात आहे. तुम्हाला संभाजीच्या भूमिकेत वावरावे असे वाटले, यातच चि. वसंताची प्रतिभा व तुमचे कर्तृत्व आहे.

चि. वसंताने तुम्हाला प्रेरून टाकणारा संभाजी निर्माण केला, यात त्याला धन्यवाद आहेत. पण तुम्ही समोर बसून तो लिहून घेतला व त्याप्रमाणे कर्तृत्व दाखवून तुम्ही जगाला 'इतिहास' शिकवीत आहा, यात केवढे मोठेपण आहे! केवढी उर्जस्वल आहे! केवढी उदात्तता आहे! ते सर्व अलौकिक आहे! ते कुणी करतो म्हणण्याने होत नाही. ज्या वेळी नट एखादे वेड घेतो व त्यासाठी ग्रंथकार एखादे पात्र निर्माण करतो, त्या वेळी दोघंही अमर होतात. धन्य तुम्ही व तुमचे नाटक. उद्याचे तुम्ही चिरकाल टिकणारे नट आहात.

क. तुमचा
– गिरीश

खुद्द नाटककार श्री. वसंत कानेटकर यांनी डॉक्टरांना लिहिले–

॥ श्री ॥

श्रीसकलगुणमंडित लक्ष्मी अलंकृत–
राजश्री– महाराज स्वामींचे सेवेसी
सेवकाचा आदरपूर्वक दंडवत. विज्ञापना–
स्वामींचा सेवकावर पूर्वापार बहुत लोभ.

गतसाली स्वामींनी कृपाळूपणे सेवकास घर बांधोन दिल्हे. ते समयी सेवकाने नम्रपणे विनंती केली की स्वामींनी ऐसी कृपादृष्टी ठेवून सेवकास एक गाडी घेऊन द्यावी. स्वामी कृपावंत झाले आणि सेवकाचे घरास आजमितीस गाडी चालोन आली. बहुत आनंद जाला. या आनंदात समय साधोन राजेश्री स्वामींनी सहभागी जाले पाहिजे.

आता स्वामीचे चरणी मागणी अत्यल्प आहे. समय पाहोन एक सुवर्णाचे अंबारीसहित हत्ती पाठवावा–

– तसेच घर शाकारणीस आले आहे तेव्हा घरावर घालणेसाठी स्वामींनी कृपाळूपणे सुवर्णाची कौले धाडून द्यावीत, स्वामी मनावर घेतील तो त्यास काहीच अशक्य नाही हे तो सेवकास ठाऊक. अधिक काय लिहावे? आमचे अगत्य असो द्यावे. लेखनसीमा–

वसंत कानेटकर
२४-९-६८
नाशिक

श्री. वसंत कानेटकर यांनी या पत्रावर जो पत्ता लिहिला तो पुढीलप्रमाणे–
डॉ. काशिनाथ संभाजी घाणेकर
२, हरगुन हाऊस, १४८ ए.
डॉ. ॲनी बेझंट रोड, वरळी, मुंबई-१८.

या नाटकातील संभाजीने डॉक्टरांच्या यशात भरच घातली. पण हे नाटक मात्र संभाजीचे न होता औरंगजेबाचे झाले. त्यानंतर ते येसूबाईंचे झाले होते. त्या मानाने संभाजी फिकट चितारला गेला. प्रभाकर पणशीकर व सुधा करमरकर यांचे अभिनय-कौशल्य वादातीत होते; हे जरी खरे असले तरी खुद्द नाटककाराकडूनच ही दोन पात्रे अधिक गडद केली गेली.

दोन अंक लिहून झाल्यावर, तिसऱ्या अंकाला सुरुवात करण्यापूर्वी वसंत कानेटकरांनी दिनांक ९-८-१९६७ रोजीच्या पत्रात स्वत:च लिहून असे कळविले की– ''खेळणा प्रवेश विलक्षण रंगतदार झाला आहे. ठरवल्यापेक्षा अगदी वेगळाच उतरला आहे. येसूबाई अर्थात पुन्हा एकदा टॉपमध्ये. पण संभाजीचेदेखील एक वेगळेच दर्शन. हा प्रवेश खूपच relief पुरवील.''

४६

डॉक्टर स्वत: नाटकात गुंतले आणि मला दम भरला, आता नाटकं-सिनेमा खूप झाले. अभ्यासाला लागा. साहित्य विषय अभ्यासाला घेतल्यामुळे वाचेन तेवढे थोडेच होते. चष्मा तर आधीपासूनच आला होता. पण तरीही डोकं खूप दुखायचं. डोळ्यांची नुसती आग व्हायची. डोळ्यांच्या डॉक्टरांना सांगितले तर ते म्हणाले, ''तुझ्या डोळ्यांच्या नर्व्हज खूपच कमजोर आहेत. अर्धा तास वाच. अर्धा तास डोळे बंद करून पडून राहा.'' आता असा अभ्यास कसा करायचा? देशी-विदेशी सगळे उपाय करून मी रडकुंडीला आले होते. पण कशानेच बरे वाटत नव्हते. कोल्हापूरच्या बाबांनी व आत्तीनी तर परीक्षेला बसू नकोस असेही सांगितले होते. पण दुसरीकडे डॉक्टर डोळे वटारूनच असायचे. कुठल्याही परिस्थितीमध्ये परीक्षा दिलीच पाहिजे आणि क्लास मिळालाच पाहिजे, अशी त्यांनी मला तंबी देऊन ठेवली होती. मला तर डॉक्टरांच्यामध्ये आनंदी-गोपाळमधील गोपाळराव जोशी दिसायचे.

त्याही परिस्थितीमध्ये माझी परीक्षा एकदाची पार पडली. त्या सुमारास निर्माते जी. चौगुले वसुंधरा पटवर्धन यांच्या 'मधूची आई' या कथेवर मराठी चित्रपट करण्याची तयारी करीत होते. पटकथा-संवाद राम केळकर यांचे होते. दादांच्याकडे *(राजा परांजपे)* 'काका मला वाचवा' हा चित्रपट करण्यासाठी हे दोघे प्रथम आमच्या घरी आले आणि मग अगदी घरचेच होऊन गेले. ते दोघे आत्तीला मोठी बहीण मानीत. आमच्या घरीच चित्रपटाच्या स्क्रिप्टची पूजा करून वाचन झाले. संपूर्ण चित्रपट आत्तीसाठीच होता. राम केळकर यांनी चित्रपटाला नाव सुचवले 'एकटी.'

चित्रपटाचे दिग्दर्शक होते राजा ठाकूर. खरं म्हणजे राजा ठाकूर यांच्या चित्रपटातूनच डॉक्टर प्रथम चित्रपटसृष्टीत आले; पण त्या दोघांचे सूर फारसे जुळले नाहीत. राजा ठाकूर यांचा अधिक कल अरूण सरनाईक यांच्याकडे असायचा. त्यामुळे 'एकटी' चित्रपटातील मधूच्या भूमिकेसाठी त्यांच्या मनात अरूण सरनाईक यांनाच घ्यायचे होते. पण कथेतील कुटुंब ब्राम्हण दाखविले असल्यामुळे आत्ती व लेखक राम केळकर यांच्या मते डॉक्टरच त्या भूमिकेसाठी योग्य होते. इतक्या प्रचंड एकमतावर राजा ठाकूर यांचा विरोध टिकाव धरू शकला नाही. आणि डॉक्टरांची

'एकटी'मधील मधूच्या कामासाठी निवड झाली.

कोल्हापूर येथे जयप्रभा स्टुडिओमध्ये मे महिन्यापासून 'एकटी'चे शूटिंग नियमित सुरू झाले. आता तर मी अगदी रिकामी होते, त्यामुळे दर महिन्याला 'एकटी'च्या शूटिंगला मी जायची. डॉक्टरांचा सहवास आता अधिकाधिक मिळत होता. कोल्हापूरच्या एका ट्रीपमध्ये माझा बी.ए.चा निकाल समजला. मी बी.ए. ऑनर्समध्ये पास झाले. सगळ्यात आनंद डॉक्टरांना झाला होता. पण माझ्या तोंडावर मात्र–

"आयला तू आणि बी.ए. ऑनर्समध्ये पास झालीस? हे कसं शक्य झालं?" असं म्हणून मला चिडवायचे.

मी मुळीच चिडायची नाही. कारण मला मी घेतलेले कष्ट माहीत होते. सगळ्या मोठ्या मंडळींनी मला चांगल्या रीतीने पास झाल्याबद्दल भेटी दिल्या होत्या. डॉक्टरांनीही इरावतीबाईंना, मला दुकानात नेऊन माझ्या आवडीची साडी घेऊन द्यायला सांगितले.

४७

कोल्हापूरला बाबा आणि माई यांनाही मी पास झाल्याचा खूप आनंद झाला होता. मला देण्यासाठी बाबांनी पारकरचे पेन सेट्स मागवून घेतले होते. बरेच निरनिराळे रंग त्या सेट्सचे होते. डॉक्टरांना एकट्याला बोलावून बाबांनी माझ्यासाठी त्यातील एक पेनसेट निवडायला सांगितला आणि मग मला बोलाविले. पण बाबांना काय वाटले कुणास ठाऊक, डॉक्टरांनी निवडलेल्या पेनसेटबरोबर आणखीही एक पेनसेट माझ्यासमोर ठेवला. मला त्यातील काहीच माहीत नव्हते. मी नेमका डॉक्टरांनी पसंत केलेला पेनसेटच उचलला.

त्या मुक्कामामध्ये सौ. माईंनी एक दिवस बाबांना विचारले की, "कांचन पास झाल्याबद्दल पार्टी करायची आहे. कधी करावी?" बाबांनी सांगितले, "ही मेजवानी पन्हाळ्याला जाऊन करायची." पण आत्ती रिकामी सापडत नव्हती. डॉक्टरांचे शूटिंग आधीच संपले. पण आत्तीचे शूटिंग अजूनही होते. आमची मुंबईला जाण्याची वेळही जवळ यायला लागली. आत्तीने मग यावर तोडगा काढला की आम्ही सर्वांनी सकाळी पन्हाळ्याला जावे. ती संध्याकाळी शूटिंग संपवून पन्हाळ्याला येईल. मेजवानीचा बेत मात्र रात्रीचा ठरला.

बाबांनी पन्हाळ्याला जाण्यासाठी खासगी टॅक्सी ठरविली. त्यातून ते, डॉक्टर, बाबांच्या दोन्ही पत्नी सौ. माई व बकुळामावशी, त्यांची नात व मी असे जायला निघालो. आम्ही बायका मागे बसलो. पुढे बाबा, डॉक्टर आणि ड्रायव्हर बसणार

होते. डॉक्टर मध्ये बसतील म्हणून बाबा थांबले होते. बाबांची ही नेहमीचीच सवय होती. मोटारीत ते पुढच्या बाजूला दाराशी लागून बसत. पण डॉक्टरांनी लहान मुलासारखा खिडकीशेजारी बसण्याचा हट्ट धरला. वैतागलेले बाबा मधे बसत म्हणाले–

"बैस बाबा. तूच कडेला बैस. तू तरुण हिरो. तुलाच सगळे बघणार. मला म्हाताऱ्याला कोण बघतंय."

आम्ही तिघी तोंडाला पदर लावून हसत होतो, तर डॉक्टर फार मोठा विजय संपादन केल्याच्या आनंदात आमच्याकडे बघत होते.

पन्हाळ्याला पूर्वी बाबांचा असलेला पण आता लताबाई मंगेशकरांचा असलेल्या बंगल्यावर आम्ही जाऊन उतरलो. दुपारी जेवणाची व्यवस्था करून बाबांनी आम्हा सर्वांना पन्हाळा फिरून यायला बाहेर काढलं. बाबा आमचे गाईड होते. बाबांनी सगळा गड फिरवून दाखवला. तिथली माहिती दिली. छत्रपती शिवाजी महाराज राहात होते त्या महालाचा नुसता चौथरा राहिला आहे. बाबांनी तिथली माती घेऊन कपाळाला लावली.

पन्हाळ्याला ऐतिहासिक कालीन एक घळ आजही चांगल्या स्थितीमध्ये आहे. पायथ्याहून निघणारी ही चोरवाट डोंगराच्या पोटातून निघून थेट वरच्या पठारावर पोहोचते. त्या रस्त्याने आम्हाला न्यायचे बाबांनी ठरवले. डॉक्टर भरभर वर चढून गेले. पण मला चढताना त्रास होत आहे असं पाहून परत मागे येऊन आपला मजबूत तळवा त्यांनी माझ्यासमोर धरला. मी क्षणभर गोंधळले. मी का खोळंबलेय ते मागे असणाऱ्या बाबांना दिसत नव्हते. ते ओरडले, "आता का थांबलात?" मी क्षणाचाही विचार न करता झटकन् डॉक्टरांच्या हातात माझा हात दिला. डॉक्टरांच्या संगतीने ती घळ कधी चढून वर आले ते समजलं नाही. मला तर सप्तपदी चालून आल्यासारखं वाटत होतं.

दुपारच्या जेवणाला आम्ही बंगल्यावर परतलो. दुपारचा बेत साधाच होता. कारण रात्रीची मेजवानी कोल्हापुरी मटणाचा रस्सा आणि मटणाच्या पुलावाची होती. नेहमीच्या सवयीने बाहेरच्या व्हरांड्यामध्ये बाबांनी वामकुक्षीसाठी पथारी टाकली. डॉक्टर प्रशस्त हॉलमध्ये विसावले, तर आम्ही तिघीजणी आतल्या खोलीत पोहोचलो. दुपारी गच्च दोन-तीन तास झोपणारी मी, मला झोपच येईना. कसाबसा अर्धापाऊण तास काढून मी बाहेरच्या व्हरांड्यात पोहोचले. बाबाही उठून बसले होते. बाबांनी विचारले–

"आमच्या सुंदऱ्या काय करताहेत? आणि नाटक कंपनी उठली का?" मी जिथे बसले होते तिथून मला डॉक्टर दिसत होते. नेहमीसारख्या काहीतरी त्यांच्या खाणाखुणा सुरू होत्याच. मी उत्तर द्यायच्या आधीच डॉक्टर आतून ओरडले–

"बाबा, मी जागाच आहे."

डॉक्टरांचा आवाज ऐकून बाबांनीही डॉक्टरांना हाक मारीत म्हटले,

"ऊठ लेका, बाहेर ये. किती लोळतोस?"

डॉक्टर उठून बाहेर आले. चहाच्या वेळेपर्यंत आमच्या गप्पा रंगल्या. बाबांच्याकडे तर आठवणींचा फार मोठा खजिना. तो एकदा उघडला की, अलीबाबाच्या गुहेत शिरल्यासारखे वाटे. इतका तो विस्मयकारक, रोमांचकारक असायचा. आम्ही बसलो होतो ती बंगल्याची जागा पूर्वी पन्हाळ्याच्या किल्लेदाराची होती. प्रॉपर्टी करावी, घर बांधावे हा विचारही बाबांच्या मनाला शिवायचा नाही. त्यामुळे पूर्वी ते पन्हाळ्याला भाड्याच्या बंगल्यात राहायचे. तोही बंगला खूप सुंदर होता. स्वातंत्र्यवीर सावरकरांनी एकदा त्या बंगल्यावर येऊन राहण्याची इच्छा प्रगट केली होती. पण ब्रिटिश सरकारने परवानगी नाकारली होती. बंगला दुसऱ्याचा असल्यामुळे बाबांनाही काही करता येईना.

दुखावलेल्या बाबांनी मग आताच्या बंगल्याची जागा विकत घेऊन हा बंगला बांधला. पण सावरकर कधीच आले नाहीत. डॉक्टर मला सांगत होते,

"अग! बाबांनी सगळा पन्हाळाच ब्रिटिशांकडे विकत मागितला होता." मी थक्क होऊन बाबांच्याकडे पाहातच राहिले. बाबाही सात्त्विक संतापाने म्हणाले,

"दारू प्यायला आणि पोरी नाचवायला पन्हाळ्याचा उपयोग करायला लागल्यावर मग काय करायचं?"

हे असलं अचाट साहस बाबांच्याशिवाय कोण करणार? हे असलं जगावेगळं बोलणं ऐकून तो ब्रिटिश साहेबही बेशुद्ध पडला असेल.

नंतर संभाषणाची गाडी माझ्या प्रकृतीवर घसरली. मी परीक्षेच्या दगदगीमुळे खूपच रोडावले होते. बाबा माझ्याकडे पाहात डॉक्टरांना म्हणाले–

"हिचा नवरा जेव्हा हिला मिठी मारेल तेव्हा त्याला लाकडाची मोळी हातात आल्यासारखं वाटेल."

आणि मग माझ्यावर सरळ सरळ हल्ला करीत बाबा म्हणाले,

"मराठीत एक म्हण आहे. हौसेनं केला पती, त्याला झाली रगतपिती *(क्षय)* अशीच परिस्थिती तुझ्या बाबतीत तुझ्या नवऱ्याची होईल."

मला सारखी डॉक्टरांची प्रतिक्रिया आजमावीशी वाटत होती. पण बाबांच्या समोर डॉक्टरांच्या नजरेला नजर देणं शक्य होत नव्हतं.

चहा झाल्यावर बाबा आन्हिकासाठी गेले. माई व बकुळामावशी रात्रीच्या स्वयंपाकाच्या तयारीला लागल्या. बागेत डॉक्टर, मी व छोटी अनू उरलो. त्या दिवशी सकाळपासूनच डॉक्टर एक, त्यांच्या दृष्टीने 'छोटीशी मागणी' करत होते, आणि मी लाजून 'छट' म्हणत ते टाळत होते. डॉक्टरांना त्या दिवशी काय झाले

होते कुणास ठाऊक? इतक्या दिवसांत त्यांनी असली मागणी कधी केली नव्हती. पण पन्हाळ्याच्या त्या वातावरणात त्यांच्याही चित्तवृत्ती फुलून आल्या असाव्यात. चुंबन ही काही त्यांच्या दृष्टीने फार मोठी मागणी नव्हती. पण माझ्या बाबतीत ती प्रथमच घडणारी गोष्ट होती. मला तर साधं फ्लाईंग किस देतानाही कोण प्रयास पडायचा आणि हे तर प्रत्यक्ष... छोटी अनू तिथे असल्यामुळे डॉक्टरांची आर्जवं इंग्रजीत चाललेली होती. पण मी तयार होत नव्हते. तिथे असलेल्या छोट्या अनूचाही मला किती आधार वाटत होता. डॉक्टर रागारागानेच तिथून निघून गेले.

मी छोट्या अनूबरोबर बागेत हिंडत वेळ काढीत होते. आम्ही फिरत फिरत स्वयंपाकघराच्या मागच्या बाजूला गेलो तर तिथून डॉक्टरांचाही आवाज यायला लागला. स्वयंपाकघराच्या खिडकीतून डोकावून पाहिले तर काय डॉक्टर, माई व बकुळामावशी यांच्याबरोबर कोथिंबीर निवडीत होते. माई अगदी कौतुकाने डॉक्टरांच्याकडे पाहात होत्या. कुकरचे झाकण बसत नव्हते तेही डॉक्टरांनी बसवून दिले. माई म्हणाल्याही–

"बरं तुम्हाला सगळं येतं हं, डॉक्टर."

"मी माझ्या आईला लहानपणी स्वयंपाकघरात सगळी मदत करायचा."

डॉक्टरांनीही उत्साहाने माहिती दिली.

संध्याकाळी आत्ती आणि संगीतकार व गायक सुधीर फडके कोल्हापूरहून आले. अंधारून यायला लागलं होतं. डॉक्टर आणि सुधीर फडके पाय मोकळे करायला बाहेर पडले. जाताना डॉक्टर थोडेसे घुटमळले. त्यांना मीही फिरायला यायला हवी होते. पण त्यांना तसे बाबांना विचारायचे धाडस झाले नसावे आणि बाबांनाही ते आवडले नसते. शिवाय मीही गेले नसतेच. तेवढी मर्यादा व संयम माझ्यात नक्कीच होता.

सौ. माईंना ते दोघेजण फिरायला गेल्याचे समजले आणि त्या काळजीने पुटपुटल्या–

"एवढ्या अंधारात कशाला गेले हे दोघे फिरायला? ह्या वेळी जीव-जीवाणू बाहेर पडतात."

ते ऐकल्यापासून डॉक्टर व सुधीर फडके परत येईपर्यंत माझ्या जीवात जीव नव्हता. त्यातच बारीक बारीक पाऊस सुरू झाला होता. थोड्या वेळात ते दोघेही बरेचसे भिजून आले होते. माईंनी सुधीर फडके यांना डोकं पुसायला टॉवेल आणून दिला. बाबांनी डॉक्टरांना 'जा जा. आधी डोकं पुसून घे.' म्हणून आत पाठविले. मी व डॉक्टर आतल्या खोलीत गेलो. मी डॉक्टरांच्यासमोर टॉवेल धरला. खरं तर मला माझ्या पदरानेच त्यांचे डोके पुसावे असे वाटत होते. पण एवढ्यात डॉक्टरांनी आपलं डोकं आणि टॉवेल माझ्यासमोर धरला. लाड करून घ्यायला डॉक्टरांना

कुणी सांगावं लागायचं नाही. मीही दुधाची तहान ताकावर भागवली.

डॉक्टरांना पाय धुवायला न्हाणीघरात जायचे होते. बाबांनी पूर्वीपासूनच त्या बंगल्यात विजेचे दिवे घेतले नव्हते. लताबाईंनीही तीच सर्व पद्धत अजून त्या बंगल्यात ठेवली होती. त्यामुळे बंगल्यात सगळीकडे रॉकेलचे कंदील, लॅम्प्स यांचेच राज्य होते. त्यांचा प्रकाशही फारच मंद होता. न्हाणीघराकडे जायचे म्हणजे पॅसेज, चौक ओलांडून जावे लागे. तिथे बराच अंधार असायचा आणि अंधार म्हटले की, डॉक्टर भीतीने अर्धे व्हायचे. ते नाटकाच्या दौऱ्यावरही रात्री हॉटेलच्या रूमवर दिवा ठेवून झोपत.

सबंध दिवस खूपच मजेत गेला होता. आता जेवणं झाली की कोल्हापूरला जायला निघायचं होतं. त्यामुळे मला आधीपासूनच खूप उदास वाटायला लागलं होतं. डॉक्टर न्हाणीघरात पाय धुवायला गेले होते. दाराला टेकून मी उभी होते. डॉक्टरांना सोबत म्हणून मी तिथे थांबले होते. डॉक्टर शेजारी कधी येऊन उभे राहिले ते समजलंही नाही आणि काय घडतंय कळायच्या आत डॉक्टरांच्या अधीर भावनांचं शिक्कामोर्तबच माझ्यावर झालं. माझ्या आयुष्यातील पहिलं चुंबन. पहिल्या प्रेमाइतकंच अनोखं. ते सर्व काही क्षणांतच घडलं. पण हुळहुळणं, हुरहुरणं मात्र बऱ्याच वेळेपर्यंत जाणवत होतं.

स्वयंपाकघरातच पाटावर पंगत बसली. पैजा लावून पुलावा खाल्ला गेला. बरीच गाजत असलेली मेजवानी एकदाची पार पडली. सकाळपासून रात्रीचे नऊ वाजेपर्यंत डॉक्टर आमच्याबरोबर होते. पण दारूच्या आठवणीने जरासुद्धा ते बेचैन झालेले वाटत नव्हते. रात्री जेवायलाही आढेवेढे घेतले नाहीत. बाबा असल्यामुळे सिगारेटही कमी ओढली गेली.

सकाळच्या गाडीतून बाबा, डॉक्टर आणि सुधीर फडके गेले, तर आम्ही सर्व बायका आमच्या गाडीतून परत आलो. गाडीतून उतरताना लक्षात आले की माझा स्वेटर बाबांच्या गाडीत राहिला आहे. दुसऱ्या दिवशी स्टुडिओत गेले तर माझा स्वेटर डॉक्टरांच्या हातामध्ये होता. तो माझ्या हातात देत डॉक्टर मला म्हणाले,

''काल रात्री मी हा अंगात घालून झोपलो होतो. तेवढाच तुझा सहवास.''

मला प्रश्न पडला, प्रेमात माणसं अशीच खुळावतात का? शिवाय माझा एवढा सुंदर पिवळ्या गुलाबासारखा मुलायम स्वेटर घालून डॉक्टर रात्रभर झोपले, हे ऐकून तर मी जाम वैतागले होते.

४८

'एकटी'चे ते चार महिने चाललेले शूटिंग माझ्या दृष्टीने पर्वणीच होती. डॉक्टरांचा दर महिन्याला आठ-दहा दिवस मिळणारा सहवास, त्यावर सबंध महिना काढायला

पुरत होता. ‘एकटी’च्या शूटिंगच्या वेळी अनेक संस्मरणीय घटना घडल्या.

या चित्रपटात एकूण चारच गाणी होती. त्यातील दोन तर आत्तीसाठी होती. ग. दि. माडगूळकरांनी ही गाणी फार अप्रतिम लिहिली होती आणि सुधीर फडक्यांचा स्वरसाजही त्याला साजेलसा होता. त्यामुळे त्यापैकी कुठले गाणे अधिक चांगले यावर चर्चा चालली होती. आत्ती सहजच म्हणाली–

“मला तर ‘चल सोडूनि हा देश पक्षिणी’ हेच गाणं अधिक आवडतं. कारण हल्लीची मुलं आईवर अशीच वेळ आणतात.”

डॉक्टरांनी चमकून माझ्याकडे पाहिले. मलाही आत्तीचे बोलणे खटकले. आत्तीने सर्वसाधारण विधान केले असेल; पण भविष्यातील तिला काही जाणवले असेल का? तसेच एकदा ती म्हणाली–

“माझी इच्छा आहे की कांचनचं लग्न जयप्रभा स्टुडिओत व्हावं. तसं मी बाबांच्याकडून लताबाईंना सांगणार आहे.”

पण पुन्हा स्वत:च हसत हसत म्हणाली–

“कुणास ठाऊक कदाचित तिच्या लग्नाला बाबा आणि तो नवरा मुलगा एवढेच असतील आणि बाबा ते लग्न पन्हाळ्यालाही करतील.”

एकटी’चं शूटिंग तसं हसतखेळत झालं. पण एकदा समर प्रसंग उद्‌भवलाच. निमित्त झालं आषाढी एकादशीच्या उपासाच्या खाण्यावरूनच. सर्वसाधारणपणे सर्वचजण आषाढी एकादशीचा उपास करतात, म्हणून प्रॉडक्शन मॅनेजरने सरसकट सर्वांच्याकरिताच उपासाचे पदार्थ बनवायला सांगितले. पण साबुदाण्याची खिचडी आणि बटाट्याची भाजी म्हटलं की डॉक्टरांचे डोके फिरायचे. आणि त्या दिवशी ते इतके फिरले की, त्यांनी भूकहरताळ करण्याचे ठरविले. आत्तीपासून सर्वजण नाना प्रकारे डॉक्टरांची समजूत घालत होते. पण डॉक्टरांचा एकच हेका, मला आधी का विचारले नाही. हॉटेलमधून दुसरे जेवण आणून देण्याचा प्रयत्नही झाला. पण डॉक्टर बिथरले ते बिथरले.

त्या दिवशी बाबा स्टुडिओत नव्हते. दुपारी तीन वाजता ते परत आले. अवेळ झाली म्हणून बाबांनीही त्या दिवशी जेवणाचा बेत रद्द केला होता. पण मी व चारुकाकांनी बाबांना जाऊन सर्व प्रकार सांगितला आणि तुम्ही जेवलात तर डॉक्टरही जेवतील असे सांगितले. बाबांनी घरीही जेवणाचा डबा नको असे सांगितले होते. त्यामुळे त्यांनी हॉटेलमधून जेवणाचा डबा मागविला आणि डॉक्टरांना बोलवायला पाठवले. डॉक्टर बाबांच्याकडे आले. पण बाबांनी सांगूनही ते न जेवता निघून गेले. नेहमी सात्त्विक आहार घेणारे बाबा, ते हॉटेलमधील लालभडक जेवण शांतपणे जेवले. त्यांनाही डॉक्टरांचा राग आला असणार. पण तो बाहेर न दाखविता बाबा एवढेच म्हणाले–

"कुणासाठी काही करायचं असतं हे काशिनाथच्या गावीही नाही. फार सेल्फसेंटर्ड माणूस आहे हा."

'एकटी'च्या शेवटच्या शूटिंगच्या वेळी डॉक्टरांनी आत्तीला चित्रपटसृष्टीत येऊन पंचवीस वर्षे झाल्याबद्दल सगळ्या स्टुडिओला जेवण दिले. बाबासुद्धा आपल्या कुटुंबियांसमवेत त्या भोजनसमारंभाला हजर राहिले. पण राजा ठाकूर वगैरे मंडळी डॉ. घाणेकरांचे जेवण तेही दारूच्या पार्टीशिवाय म्हणून कुरकुरलीच. त्या ट्रीपमध्ये डॉक्टरांनी इरावतीबाईंसाठी सोन्याचा कोल्हापुरी साज विकत घेतला होता. त्या दिवशीच्या जेवणाला डॉक्टरांनी मला तो साज हट्ट करून घालायला लावला. मला ते योग्य वाटत नव्हते. एकतर तो इरावतीबाईंसाठी होता, म्हणजे प्रथम त्यांनी घालायला हवा होता. शिवाय कोल्हापूरला साज हा मंगळसूत्रही समजला जातो. त्याला 'डोरलं साज'ही म्हणतात. तेव्हा तो साज माझ्या गळ्यात पाहून उगीचच चर्चा झाली तर? पण डॉक्टरांच्यासमोर माझा नाईलाज झाला. पण मी अंगाभोवती घट्ट पदर लपेटून घेतला. डॉक्टरांनी मुंबईहून आत्तीसाठी एक सुंदर पांढरा शालू भेट म्हणून आणला होता. तोही मला आत्तीला द्यायला सांगितला.

४९

मात्र त्या वर्षीच्या दिवाळीत डॉक्टरांनी मला फोन करून सांगितले की, पाडव्याचा इरावतीला एक दागिना घ्यायचा आहे. आपण पेठ्यांच्याकडे जाऊ. तूही तुला एक नेकलेस घे. त्याचे पैसे मी तुला नंतर देईन. डॉक्टरांनी दोन सारखे नेकलेस पसंत केले. मला तो नेकलेस घेणे प्रशस्त वाटत नव्हते; पण पुन्हा डॉक्टर... मी जरा कमी वजनाचाच नेकलेस घेतला. डॉक्टरांनी दोन्ही बॉक्सवर नावे घातली. एकावर इंग्रजी 'के' लिहिले तर दुसऱ्यावर 'आय'. इरावतीबाईंना तो नेकलेस पसंत नव्हता. त्या सारख्या म्हणत होत्या हिची मान उंच आहे. हिला हा नेकलेस शोभून दिसतो. मला हा बरोबर दिसत नाही. पण डॉक्टरांच्या समोर त्यांचे काही चालले नाही. डॉक्टरांनी एकच डोक्यात ठेवले होते की, मी जराशा नाराजीनेच इरावतीबाईंचा कोल्हापुरी साज घातला होता. तेव्हा माझा मला स्वतंत्र दागिना केव्हा घेऊन देऊ असे त्यांना झाले होते. ती संधी त्यांना दिवाळीच्या पाडव्याला मिळाली तेव्हाच ते शांत झाले.

'एकटी'च्या शूटिंगच्या वेळीच माझे आणि डॉक्टरांचे ठरले की मी बी.ए. पास झाल्याच्या निमित्ताने त्यांना मी एखादा सिनेमा दाखवायचा. 'मुघले आझम' हा माझा अतिशय आवडता चित्रपट. मी मोजून बारा वेळा तो पाहिला होता. डॉक्टरांनीही तो पाहावा असे मला वाटे. तसा मी त्यांना खूपदा आग्रह करायची. पण त्यांचा दिलीपकुमारशी

छत्तीसचा आकडा. त्यामुळे ते तो चित्रपट पाहायला तयार नव्हते. पण मी अट घातली मी दाखवीन तर तोच चित्रपट दाखवीन. जराशा नाराजीनेच डॉक्टर तयार झाले.

इरावतीबाईंच्या सोयीच्या दिवसाची तिकिटे काढली. आमचे जुळल्यापासून डॉक्टर त्यांच्यासाठी तीन तिकिटे काढायला लावीत. त्यातील तिसरे तिकीट डॉक्टरांच्या घरी येणाऱ्या 'जयू'साठी असे. म्हणजे मग तिच्याशेजारी इरावतीबाई बसत. त्यांच्या शेजारी डॉक्टर आणि डॉक्टरांच्या शेजारी मग मला बसणे सोपे होई. 'मुघले आझम' बघतानाही वरीलप्रमाणेच बसण्याची व्यवस्था होती. बरोबर माझ्या बहिणीही होत्या.

दिलीपकुमार डॉक्टरांना आवडत नसला तरी, मधुबाला आमच्या दोघांच्याही काळजाचा ठोका चुकवायची. पृथ्वीराज कपूर तर रंगभूमी कलावंत म्हणून डॉक्टरांच्या दृष्टीने आदरणीय. शिवाय त्यांच्या आवडत्या राजसाबचे वडील. डॉक्टर शांतपणे चित्रपट पाहात होते. फक्त 'प्यार किया तो डरना क्या' ह्या गाण्याच्या वेळी माझ्या कानाशी कुजबुजले– "हे ऐकवण्यासाठी तू मला हा चित्रपट दाखवायला घेऊन आलीस का?"

चित्रपट पाहून घरी येताना डॉक्टरांनी दिलीपकुमार व चित्रपटावर थोडेफार ताशेरे ओढलेच. मुख्य म्हणजे त्या दोघांना उर्दू भाषेचाही प्रॉब्लेम झाला असावा. पण इरावतीबाईंनी मात्र त्या चित्रपटाची न भूतो न भविष्यती टिंगल केली. त्यांना काहीच पसंत पडले नाही. अगदी मधुबालासुद्धा. एवढे बोलूनच त्या थांबल्या नाहीत तर त्या दिलीपकुमारने सायराबानूसारख्या लहान वयाच्या तरुणीबरोबर विवाह केला म्हणून त्याला लांडगा वगैरेसुद्धा म्हणाल्या. मला तर कुठून ह्या दोघांना 'मुघले आझम' बघायला नेले असे वाटायला लागले. प्रचंड पश्चात्ताप होत होता.

डॉक्टरांनी 'मुघले आझम'मधील दिलीपकुमारला नावे ठेवली. पण 'राम और शाम'मधील दिलीपकुमारच्या अभिनयाची मात्र त्यांनी खूपच तारीफ केली आणि मी कपाळाला हात लावला. कारण 'राम और शाम' पाहिल्यावर दिलीपकुमारने प्रथमच ओव्हर ॲक्टिंग केल्याचे जाणवत होते. त्यामुळे मला तो चित्रपट अजिबात आवडला नव्हता. दिलीपकुमारचाही त्याबद्दल खूप राग आला होता आणि डॉक्टरांना तोच अभिनय आवडला होता. याचे कारण स्वत: डॉक्टरही भडक अभिनयाकडे झुकायला लागले होते, हे तर नसेल?

५०

श्री. मोहन वाघ यांनी 'नाट्यसंपदा'मधून बाहेर पडून स्वत:ची चंद्रलेखा ही संस्था स्थापन केली होती आणि 'गारंबीचा बापू'चे प्रयोग आता चंद्रलेखेतर्फे होणार

होते. डॉक्टरांच्या नाटकातील व्यक्तिरेखांनी अनेक अविस्मरणीय व्यक्ती त्यांच्या चाहत्या बनल्या. 'गारंबीच्या बापू'ने ही अशी एक दुर्मिळ व्यक्ती डॉक्टरांना लाभली. त्या म्हणजे श्रीमती माई मंगेशकर. लता मंगेशकरांच्या मातोश्री. माईंनी डॉक्टरांच्यावर अगदी पुत्रवत् प्रेम केले. ते माईंचे सहावे अपत्यच झाले. माईंनी 'गारंबीचा बापू' अगणित वेळा पाहिला. गंमत म्हणजे डॉक्टरांच्या इतर नाटकांना त्या फारशा जात नसत. पण 'गारंबीचा बापू' त्या वारंवार बघायला जात. इतकंच काय आपल्या घरातील सर्वांना आग्रह करून बघायला लावीत.

लताबाई मंगेशकर फारशा नाटकाला जायच्या नाहीत. रेकॉर्डिंगमुळे त्यांना फारसा वेळ मिळायचा नाही. पण माईंनी हट्ट करून लताबाईंनाही ते नाटक बघायला भाग पडले. लताबाईंची मोठी गाडी साहित्य संघाच्या छोट्या गल्लीतून जाऊ शकत नव्हती; तर लताबाई चर्नीरोड ब्रीजच्या बाजूने चालत जाऊन पावसात भिजून ते नाटक पहायला गेल्या आणि मातृहट्ट पूर्ण केला.

चंद्रलेखेतर्फे 'गारंबीचा' शतकमहोत्सवी प्रयोग डॉक्टरांच्या वाढदिवसाला म्हणजे १४ सप्टेंबर, १९६८ला जाहीर केला होता. अध्यक्ष होते शिवसेनाप्रमुख बाळासाहेब ठाकरे. त्या प्रसंगी माई मंगेशकरांनी गारंबीच्या सर्व लहानथोर कलावंतांचा भेटवस्तू देऊन सत्कार केला. डॉक्टरांना तर घसघशीत वजनदार सोन्याची हातातील पोची दिली. पूर्वीच्या काळी एखादी कामगिरी फत्ते केली किंवा फड जिंकला की, त्याच्या हातात मानाचा तोडा चढवीत. मला तर त्या दिवशी त्याचीच आठवण येत होती– माई मंगेशकर लताबाईंच्या आई आहेत त्याहीपेक्षा, नाट्यसूर्य म्हणविणाऱ्या दीनानाथराव मंगेशकरांच्या अर्धांगिनीने डॉक्टरांचा असा सन्मान करावा याचे कौतुक मला अधिक वाटत होते. 'तेजानं तेजाची आरती' असं वाटत होतं.

'गारंबीचा बापू'चे नाटककार श्री. श्री. ना. पेंडसे यांनी या नाटकाची नवी प्रत डॉक्टरांना भेट म्हणून देताना त्यावर लिहिले–

> डॉ. काशिनाथ तथा बापूशेट,
>
> आज 'बापूचा' शंभरावा प्रयोग. तसं पाहिलं तर दोनशेवा. गेली तीन वर्षे माझ्या या मानसपुत्राचं समर्थ दर्शन महाराष्ट्राला घडवीत आहात. आज तुमचाही वाढदिवस आहे. त्यानिमित्त हार्दिक अभिनंदन आणि शुभेच्छा. इच्छा आहे की असं काहीतरी लिहावं– ज्यामुळे तुमच्या श्रेष्ठ अभिनयकलेला आव्हान मिळेल.
>
> १४-९-६८ श्री. ना. पेंडसे

या समारंभानिमित्ताने मंगेशकरांच्या घरातील लताबाईंपासून मीना खडीकरांच्या छोट्या रचनापर्यंत सर्वांनी आवर्जून उपस्थिती दाखविली होती. आशा भोसले यांचा

पाय मुरगळला होता. तरीही त्या बिचाऱ्या लंगडत लंगडत येऊन समारंभाला हजेरी लावून गेल्या. त्या दिवशी तर सत्कारसमारंभाने डॉक्टर अधिकच चेकाळल्यासारखे झाले होते. त्यांनी नाटकात कोकणी शिव्या जरा अधिकच दिल्या.

५१

डॉक्टरांच्या दारूच्या सवयीइतकीच मला त्यांची दुसरी न आवडणारी गोष्ट म्हणजे त्यांचे अस्सल मराठी शिव्या देणे. पिण्यानंतर त्यांच्या वाग्देवीला स्फुरण चढायचेच. पण डॉक्टर प्यायले नसले तरी त्यांच्या तोंडात शिव्या ह्या असायच्या आणि मला तर साधं 'साला' म्हटलं तरी अंगावर झुरळ पडल्यासारखं वाटायचं. डॉक्टरांना शिव्या देऊ नका म्हटलं तर म्हणायचे–

"अगं, मी कोकण्या माणूस आहे. शिवी ही माझ्या जीवनातील अविभाज्य गोष्ट आहे."

"शिव्या द्यायची गरजच काय असते? त्याला मराठीत पर्यायी शब्द नाहीत का?" मी माझी बाजू मांडीत विचारायची.

"तुला कुणी सांगितलं की आम्ही अर्थाने शिव्या देतो म्हणून? अगं, शिव्या दिल्याशिवाय बोलायला जोर येत नाही–"

डॉक्टरांचे माझ्या प्रश्नावर हे असे बिनतोड स्पष्टीकरण असायचे. वाद घालण्यात डॉक्टरांचा हात कुणीच धरू शकत नसे.

मी तरीही चिकाटी सोडली नाही. डॉक्टरांना डिवचतच मी म्हणाले, "तुम्ही दुसऱ्याच्या आई-बहिणीचा उद्धार करता, तशाच तुमच्या आई-बहिणीवरून तुम्हाला कुणी शिव्या दिल्या तर चालतील का?"

डॉक्टर थोडेसे वरमले. पण हार मानतील ते डॉक्टर कसले? त्यांनी उत्तर दिले ते असे–

"आमच्या शिव्यांना जसा शाब्दिक अर्थ नसतो ना, तसेच आम्ही दुसऱ्यांच्या शिव्यांनाही काही शाब्दिक अर्थ असतो असे मानीत नाही."

आता असल्या बोलण्यावर वाद तरी काय घालायचा? शिव्यांची एखादी डिक्शनरी तयार होईल एवढ्या शिव्यांचा साठा डॉक्टरांच्या जवळ होता.

पण असं जरी असलं तरी बायकांनी शिव्या दिलेल्या त्यांना आवडत नसावं. कारण एकदा त्यांच्याच शिव्यांचे एक वाक्य मी बोलता बोलता उच्चारले, तर डॉक्टर माझ्यावर कसले उखडले. मला दम देत म्हणाले,

"मी शिव्या देतो म्हणून तू नाही हं त्या द्यायच्यास. बायकांच्या तोंडात असे शब्द शोभत नाहीत."

मला तर त्या शिवीचा अर्थही माहीत नव्हता. मला तर तो नेहमीचा साधा शब्द वाटला. म्हणून मी त्या शिवीचा अर्थ डॉक्टरांना विचारला आणि त्यांनी त्याचा अर्थ मला सांगताच, असा घाणेरडा शब्द अनवधानाने का होईना माझ्या तोंडातून निघून गेल्यामुळे मी अक्षरश: दोन्ही हातांनी तोंडात मारून घेतले.

५२

नाटक, शूटिंग यामध्ये डॉक्टर जसेजसे अधिकाधिक गुरफटायला लागले, तसे त्यांनी स्वत:ची कन्सल्टिंग रूम बंद करायचा निर्णय घेतला. त्यांचे सहकारी डॉक्टर विद्याधर कापडी यांनी तो सर्व दवाखाना आपल्या ताब्यात घेतला आणि डॉक्टरांच्या बिल्डिंगसमोरील पंकज इमारतीमध्ये तो दवाखाना हलविला.

डॉक्टर आता माझ्यामध्येही अधिकाधिक गुरफटायला लागले. एकदा तर त्यांनी फोनवर मला जे सांगितले ते ऐकून मला खूपच अस्वस्थता आली. डॉक्टर सांगत होते–

"Thy shadow was there, between our lips."

कविता म्हणून ही ओळ उत्तम होती, पण असे घडणे योग्य नव्हते. कारण मला माझ्या एकांताच्या वेळी कुणा सावलीचे तरी अस्तित्व चालले असते का? मग डॉक्टरांच्या व इरावतीबाईंच्या एकांतक्षणी माझी आठवण त्यांना का व्हावी? इरावतीबाईंचा पती मी विभागला होता. पण त्यांच्या एकांताच्या क्षणाचीही वाटेकरीण मी का व्हावं? डॉक्टरांना यापुढे तसे न करण्याबद्दल मी अगदी निक्षून संगितले. इरावतीबाईंचे पत्नी म्हणून असणारे अधिकार मी डावलू इच्छित नव्हते. इरावतीबाईंना मूल झाले तर मात्र मी हे सर्व थांबवायचे ठरविले होते. मग मी माझ्या प्रेमाच्या साथीने एकटीनेच जगायचं ठरवलं होतं. मात्र दुसऱ्या कुणाशी विवाह मला त्या परिस्थितीमध्येही मान्य नव्हता.

मुलाच्या बाबतीत मात्र डॉक्टर फार कष्टी असायचे. पण त्यावर कोणताच उपाय चालत नव्हता. बऱ्याच ज्योतिषांनी डॉक्टरांना त्यांच्या पत्रिकेत नागदोष असल्याचे सांगितले होते. त्याची शांती करायला हवी होती. त्यासाठी नाशिकला जाण्याचाही डॉक्टर व इरावतीबाईंचा विचार चालला होता. ते दोघेही वैद्यकशास्त्र जाणणारे होते. त्यामुळे दोष पत्रिकेचा की शरीराचा हे त्या दोघांना अधिक माहीत असणार. मग ती पूजा किती श्रद्धेने झाली असती कुणास ठाऊक? पूर्वी मी डॉक्टरांना विचारले होते की दत्तक मूल का आणीत नाही? त्यावर डॉक्टरांनी सांगितले होते की, इरावतीबाईंना ते पसंत नव्हते. त्यांच्या मते शेवटी आपले ते आपलेच असते.

आम्ही दोघे मात्र प्रेमाच्या पहिल्या टप्प्यावरच होतो. संसाराची रूपरेषा अजून निश्चित व्हायची होती. प्रेमाचे मोहक क्षण अनुभवताना त्या काटेरी प्रश्नांचा ससेमिरा आम्हाला आत्ता तरी नको होता. शिवाय माझ्या दोन मोठ्या मामेबहिणींची लग्नं झाल्याशिवाय मी डॉक्टरांच्याबरोबर लग्नाचा विचार करणार नव्हते. कारण माझे हे असे लग्न करण्यामुळे बाकीच्यांची लग्नं अडून राहणे किंवा न होणे, मला मंजूर नव्हते. त्यामुळेही पुढे कसे काय करायचे याचा विचार आधीच करून, आहे तो आनंद नासवण्याची माझी इच्छा नव्हती.

इरावतीबाईंना वगळून डॉक्टर काहीही करायला तयार नव्हते आणि माझी तशी अपेक्षाही नव्हती आणि दुसरा विवाह ही माझ्या दृष्टीने जगावेगळी गोष्ट नव्हती. कोल्हापूरला तरी माझ्याभोवती असे संसार बरेच होते. कायद्याची त्याला बंदी आहे हे मला माहीत होते. पण काही बाबतीत अशा विवाहांना कायदेशीर संमती होती. डॉक्टरांच्या बाबतीत मूल नसणे हे फार मोठे कारण होते. इरावतीबाईंना दूर न करताही माझा डॉक्टरांशी विवाह होऊ शकला असता. डॉक्टर आमच्याही घरी सर्वांना इतके आवडायचे की कुणीही आमच्या विवाहाला विरोध करतील, असं मला वाटायचं नाही. विसाव्या शतकात राहूनही मी मनाने काही बाबतीत पुराणकाळात वावरायची. त्याचे कारण म्हणजे न कळत्या वयातही माझ्यावर सत्यवान-सावित्रीच्या कथेचा झालेला संस्कार. ही कथा माझ्या आजीच्या खूप आवडीची होती. त्यामुळे कधीही तिला गोष्ट सांग म्हणाले की ती नेमकी हीच गोष्ट सांगायची. अल्पायुषी सत्यवानाला स्वीकारणारी सावित्री कुठे तरी माझा आदर्श होऊन बसली होती. एकदा ज्याला मनोमन पती म्हणून स्वीकारले त्याच्याशिवाय अन्य कुणाचा विचारही करणे पाप आहे, ही आजच्या काळात हास्यास्पद वाटेल अशी कल्पना मी उरी कवटाळून बसले होते.

५३

डॉक्टरांच्या घरी आमचे जाणे क्वचितच व्हायचे. डॉक्टरच जास्ती करून आमच्या घरी यायचे. गंमतीची गोष्ट म्हणजे त्या वेळी आणि नंतरही डॉक्टर व मी कधीही कुठे चोरून भेटलो नाही. कुठल्या बाहेरच्या ठिकाणी आम्ही भेटी घेतल्या नाहीत. आमच्या ज्या काही गाठीभेटी झाल्या त्या सर्वांच्या समक्षच. मी एकटी कधी डॉक्टरांना भेटले तेही त्यांच्या घरी जाऊनच भेटले. पण त्याही भेटी फारच कमी होत्या. हॉटेलमध्ये वगैरे जाणे हे तर माझ्या दृष्टीने फारच गैर होते. तरीही आमच्यामधील ओढ सतत वाढतच होती. हे खरंच विलक्षण होतं.

प्रत्यक्ष भेटी होत नसल्या तरी आमचा जिवलग मित्र होता ना– टेलीफोन.

टेलीफोनचा शोध माझ्याइतका कुणालाच उपयोगी पडला नसेल. आमची रोजची फोनवरची भेट ठरलेली असायचीच. डॉक्टर कधी बाहेरगावी गेले तरच खंड पडायचा. तशी कधी तरी मी वरळीच्या बाजूला गेले तरच डॉक्टरांच्या घरी जायची. तीही एकटी क्वचितच असायची. बरोबर कुणी ना कुणी तरी असायचेच. पण आता पन्हाळ्याच्या 'त्या' प्रसंगानंतर एकटीने डॉक्टरांच्याकडे जायला भीती वाटायला लागली. अजून तरी आमचे प्रेम कुठल्याही शारीरिक माध्यमाशिवाय वाढत होते. पण आता ते तसे व्यक्त व्हायला लागणार अशी चिन्हे दिसायला लागली आणि प्रेम व्यक्त होताना ते आधार घेणार...

एके दिवशी मी संध्याकाळी पाच वाजायच्या सुमारास डॉक्टरांच्या घरी गेले होते. डॉक्टर नुकतेच झोपून उठले असावेत. त्यांचे चहा पिणे सुरू होते. आधी नुसत्या इकडच्या-तिकडच्या गप्पाच चालल्या होत्या. हळूहळू डॉक्टर रंगात यायला लागले. मला वाटणारी भीती आता अटळ होती. डॉक्टरांचा प्रस्ताव आलाच. मी मनाशी क्षणभर निश्चय केला. डॉक्टरांच्या डोळ्याला डोळा देणे शक्य नव्हते. मान खाली घालूनच मी बोलायला सुरुवात केली–

"माझं तुमच्याशी पत्नीचं नातं निश्चित झाल्याशिवाय मला ही गोष्ट करणं योग्य वाटत नाही. जोवर आपलं लग्न होत नाही तोवर मला हे मान्य नाही. ही गोष्ट जाता जाता गंमत म्हणून करायची असं मी मानीत नाही. पहिल्या रात्रीच्या फार रम्य कल्पना आहेत माझ्या. त्याविषयी नाजूक भावना आहेत. त्या गोष्टी चोरटेपणाने करण्याची माझी इच्छा नाही."

एका दमात मी माझं बोलणं पूर्ण केलं. डोळे गच्च मिटून मान खाली घातली आणि आता डॉक्टर कधी कडाडतात याची वाट बघायला लागले. अटीवर प्रेम करणाऱ्या मुली मला आवडत नाहीत असं म्हणून मला कायमचाच नकार डॉक्टर देतील, अशी शंका वाटत होती आणि त्यासाठी तरी मला कदाचित भरीस पाडतील अशी भीतीही वाटत होती. आता मला डॉक्टर काय म्हणतात ते ऐकायचे होते. कदाचित ते शेवटचेही असण्याची शक्यता होती.

पण माझ्यासमोर आला तो वचन द्यायला डॉक्टरांचा उजवा हात आणि कानावर शब्द आले– 'डन'. मी दचकून डॉक्टरांच्या चेहऱ्याकडे पाहिले. डॉक्टरांचे डोळे कसल्याशा निश्चयाने चमकत होते. डॉक्टरांनी दुसऱ्या हातानी माझा हात त्यांच्या हातावर ठेवला आणि वचन दिल्यासारखे म्हणाले–

"ओ.के. तू म्हणतेस तसंच होईल. हा काशिनाथ जेवढा स्वैराचारी म्हणून बदनाम आहे, तेवढाच तो तुझ्या बाबतीत किती संयमी राहिला, तेही सर्वांना कळू दे."

माझा माझ्या कानावर विश्वास नव्हता. छी! डॉक्टरांच्याबद्दल मी कसला कसला

विचार करीत होते? माझी मलाच लाज वाटायला लागली. मोठ्या विश्वासाने मी डॉक्टरांच्या मिठीत शिरले. एखाद्या लहान मुलाला छातीशी कवटाळावे तसे डॉक्टरांनी मला कवटाळले. कुठल्याही वासनेचा तिथे लवलेशही नव्हता. पाठीवर थोपटणारा डॉक्टरांचा हात कितीतरी धैर्य, स्थैर्य देत होता. डॉक्टरांची अशी मिठी मी पुन्हा कधीही अनुभवली नाही. इतकी ती निर्लेप होती.

कवी ग्रेस यांची एक कविता आहे. त्यातील दोन ओळी मला खूप आवडायच्या. आजही आवडतात–

''ज्याच्या मिठीत फुलून येशील
त्याच मिठीचा साजण माग.''

माझा साजण मात्र मी मिठी न मारताही आधीच मागितला होता आणि त्याला नुसतं पाहूनच मी फुलले होते.

त्या वेळी डॉक्टरांनी आणखी एक प्रस्ताव माझ्यासमोर मांडला आणि मला तो मान्य करणे भागच पडले. डॉक्टर मला सेक्सची– थिअरॉटिकली सेक्सची माहिती देणार होते. काहीसे गंभीर होत डॉक्टर म्हणाले–

''अर्धे-अधिक संसार हे ह्या गोष्टीचे नीट ज्ञान नसल्यामुळेच मोडतात. पती-पत्नीमध्ये दुरावा निर्माण व्हायला हे एक महत्त्वाचे कारण आहे. पण ह्या विषयाकडे आपल्याकडे गंभीरतेने पाहातच नाहीत. एक तर ह्या गोष्टीबद्दल नको तो बाऊ तरी केला जातो किंवा कमालीचे अज्ञान तरी असते. सेक्सचा संबंध आपल्याकडे फक्त मुलं होण्यापुरताच मानतात. पण अन्न, झोप यांच्याइतकीच त्याचीही शरीराला गरज आहे, असं मानतच नाहीत. खरं तर सेक्स ही मन, शरीर यांना मिळणारी विश्रांती आहे. माणूस त्याने ताजातवाना होऊ शकतो. पण कसंतरी 'उरकणं' हीच या बाबतीत वृत्ती असते. खरं तर ही एन्जॉय करण्याची गोष्ट आहे. ती फक्त कर्तव्य म्हणून केली जाते.''

डॉक्टर क्षणभर थांबले आणि पुढे म्हणाले–

''आपण जेव्हा एकत्र येऊ तेव्हा मी पदवीधर आणि तू बिगरीतली अशी परिस्थिती व्हायची, तेव्हा तुला सर्व माहिती झालीच पाहिजे.''

डॉक्टर मास्तर आणि मी विद्यार्थींनी झाले. डॉक्टर बऱ्याचदा इंग्रजीतून सर्व सांगत. ते माझ्या डोक्यावरून जाई. मुख्य म्हणजे त्यातील काही टर्म्स, शब्द समजत नसत. त्यामुळे मी एकदा डॉक्टरांना सर्व मराठीतून सांगा म्हणाले. पण मायबोलीतून 'ती' चिकित्सा, इतक्या उघडपणे ऐकणे शक्य होईना. तेव्हा नाही कळले तरी मी ते सर्व इंग्रजीतूनच ऐकायची.

५४

हे सर्व असले तरी डॉक्टरांच्या 'सख्यांचे' त्यांच्या आयुष्यात येणे-जाणे सुरूच असायचे. डॉक्टरही प्रामाणिकपणे 'अजूनही' सर्व सांगत. या वेळी कुणा एका गायिकेचे आणि विवाहित स्त्रीचे नाव डॉक्टर सांगत होते. विवाहित स्त्री म्हटल्यावर मला आश्चर्यच वाटले. स्वत:च्या पतीपासून ती हे सर्व कसे लपवीत असेल? जसं पुरुष आपल्या पत्नीपासून लपवितात तसं असेल का? पुरुषाला ते शक्यही होत असेल. निसर्गत:च तो तसा असतो. त्याची जडणघडण तशी असते. पण स्त्रीचं काय? अशी दोन दोन ठिकाणी एका वेळी निष्ठा ठेवणं तिला जमत असेल? का फक्त भारतीय स्त्रीलाच हा प्रश्न पडत असेल? की पाश्चात्त्य देशांतील स्त्रीसारखं फक्त शरीराचं, मुक्त लैंगिकतेचंच आकर्षण आपल्या भारतीय स्त्रीलाही वाटायला लागलं आहे? पातिव्रत्याच्या कल्पना खुळचट ठरायला लागल्या होत्या. तो फक्त मनाचा खेळ आहे, असं मानणारी एक पिढी तयार व्हायला लागली होती.

ती गायिका लवकरच नाहिशी झाली. पण ती विवाहित स्त्री डॉक्टरांच्या आयुष्यात बरीच रेंगाळली. डॉक्टरांच्या बाबतीत ह्या अशा संबंधाचे मी विशेष मानीत नव्हते. हे जरी खरं असलं तरी ते अल्पकाळाचेही असावेत असे मला वाटे. या बाबतीत डॉक्टरांना जाब विचारायलाही मला योग्य वाटत नव्हते. कारण डॉक्टरांना गुंतवून, बांधून ठेवावं असं मी काही करू शकत नव्हते. मग डॉक्टरांना त्या सुखापासून कसं दूर राहा म्हणायचं?

त्या बाबतीत असलेल्या माझ्या उदार दृष्टिकोनावर डॉक्टर भलतेच खूष असायचे. त्यामुळे मला ते हरभऱ्याच्या झाडावरही चढवायचे. मग मला देवता काय म्हणायचे, आई काय म्हणायचे. हीच विशेषणे ते इरावतीबाईंच्या बाबतीतही वापरीत. त्याबद्दल माझा काहीच आक्षेप नव्हता. पण मला उद्देशून जेव्हा ती विशेषणे येत, त्याला मात्र माझा विरोध होता.

मी मात्र त्यांना या वेळी सांगून टाकले की, कृपा करून देवत्व बहाल करून माझे देव्हारे माजवू नका. मला केवळ तुमची 'स्त्री' राहू द्या. जी तुमची प्रेयसी आहे, मैत्रीण आहे, पत्नी आहे. मला तुमचे अर्धांग समजा. तुमच्या सुखदु:खात वाटेकरी करा. तुमच्याशी मला इतकी एकरूपता हवी की, तुमची सावली होण्याचे अस्तित्वही मला नको. पण देवता, माता म्हणून सतत सर्वकाळ क्षमाशील राहण्याची एकच भूमिका माझ्यावर लादू नका, अशा बहुमानात काही स्त्रिया आनंद मानीत असतीलही, पण मी ती स्त्री नव्हे. मी आई होईन ती तुमच्या मुलाची. मी स्त्री आहे. प्रेम करणं, सेवा करणं, हा माझा स्थायीभाव आहे. ते मी पूर्ण समर्पित होऊन एकनिष्ठेने करीन.

तुमच्यापासून निर्माण केलेलं तुमचं बाळरूप तुमच्या हाती देईन. पण माझ्या आणि तुमच्यात आई-मुलाचं नातं नको.

५५

डॉक्टर नोव्हेंबरच्या *(१९६८)* पहिल्या आठवड्यात 'इथे ओशाळला मृत्यु'च्या दौऱ्यासाठी विदर्भात रवाना झाले. इरावतीबाईंना या वेळी पुन्हा दिवस गेले होते. पूर्ण विश्रांतीची जरुरी होती. त्या आपल्या भावाकडे राहायला गेल्या होत्या. या वेळी आम्हीही सर्व गडबडीत होतो, कारण जूनमध्येच आमच्या बेबीचा साखरपुडा झाला होता आणि लग्नाची तारीख ठरली होती ५ डिसेंबर.

नोव्हेंबरच्या दुसऱ्या आठवड्यात पुण्याला 'एकटी' प्रदर्शित झाला होता. चित्रपट सर्वच दृष्टीने सुंदर झाला होता. त्यामुळे प्रेक्षक आणि समीक्षक दोघांचीही प्रशंसा चित्रपटाला लाभत होती. आई व पत्नी यांच्यामध्ये ओढाताण होणारा मधू– त्या भूमिकेत डॉक्टरांचीही तारीफ होत होती. डॉक्टरांच्या 'अँग्री यंग मॅन' किंवा 'मधुचंद्र'मधील खेळकर भूमिकेपेक्षा ही काहीशा दबलेल्या, मध्यमवर्गीय तरुणाची भूमिका वेगळी होती. आत्तीचा यातील अभिनय उच्चांक गाठणारा होता. यातील आणखी एक संस्मरणीय भूमिका म्हणजे सुरेखाची अनू. डॉक्टरांना सुरेखा आणि तिचा अभिनय खूप आवडायचा. लहान बहिणीवर करावी तशी डॉक्टर तिच्यावर माया करायचे. शिवाय ती कोकणातील म्हणून तर तिच्यावर अधिकच जीव.

डॉक्टर अजून दौऱ्यावरून परत आले नव्हते. 'एकटी'ची परीक्षणे कधी एकदा डॉक्टरांना वाचायला देते असं मला झालं होतं. पण डॉक्टरांच्याऐवजी डॉक्टरांच्या संबंधात बातमीच नागपूरहून आली की, ते हृदयविकाराचा त्रास होऊन तिथे आजारी झाले आहेत. तो एस्केमियाचा ॲटॅक होता म्हणे. मी तर तो शब्दही अजून ऐकला नव्हता. मला त्यातील काही कळले नाही. कळत होतं एकच– डॉक्टर आजारी आहेत आणि आपल्यापासून लांब आहेत. त्यांना ही संपूर्ण आणि सक्तीची विश्रांती सांगितली होती. अर्थातच तीन महिने नाटक, सिनेमा सगळं बंद ठेवायला सांगितलं गेलं होतं.

नागपूरहून मुंबईत आल्यावर डॉक्टरांचा फोन आला. आत्ती त्यांच्याशी बराच वेळ बोलत होती. तिचा चेहराही गंभीर झाला होता. नीट काळजी, विश्रांती घ्यायला ती डॉक्टरांना सारखी बजावीत होती. मला मात्र सर्व असह्य होत चालले होते. डॉक्टरांचा फोन आणि मला बोलायला मिळत नव्हते. शेवटी मी आत्तीकडून फोन मागून घेतला.

किती दिवसांनी डॉक्टरांचा आवाज कानावर पडत होता. पण डॉक्टरांच्या

आवाजामध्ये नेहमीचा उत्साह नव्हता. मी 'एकटी'चे रिपोर्ट आल्याचे सांगितले. "ठीक आहे. ठेवून दे. मी नंतर वाचीन." असे म्हणून डॉक्टरांनी फोन बंद केला. आत्ती मात्र माझ्यावर जाम वैतागलेली मला दिसली. मला तापवीत ती म्हणाली–

"कुठल्या वेळी कुठलीही गोष्ट सांगत बसतेस. एक तर काशिनाथ स्वत: आजारी झाला आहे. इरावतीलाही पुन्हा नेहमीसारखं *(गर्भपात)* झालं आहे. अशा वेळी ह्या 'एकटी'च्या रिपोर्ट्सबद्दल काय सांगत बसलीस? ते सर्व ऐकण्याच्या तो मनस्थितीमध्ये तरी आहे का?"

इरावतीबाईंच्याबद्दल मी हे नव्यानेच ऐकत होते. ऐकून मलाही वाईट वाटले. डॉक्टरांच्या आजारपणाचा ह्या बातमीशी कुठेतरी संबंध असेल का अशी शंका येत होती. अर्थात डॉक्टरांचे पिणे आणि सिगारेट ओढणेही आताशा वाढलेले होते. त्याचाही परिणाम असणार.

डॉक्टरांना व इरावतीबाईंना भेटायला आम्ही त्यांच्या वरळीच्या ब्लॉकवर गेलो. डॉक्टरांनी कन्सल्टिंग रूम बंद केल्यामुळे आता त्या रिकाम्या खोलीतच त्यांचा मुक्काम होता. तसे दोघेही हिंडते-फिरते होते. म्हणजे अगदीच निजून नव्हते. पण दोघेही बरेच अशक्त, मलूल, पांढुरके दिसत होते.

डॉक्टरांनी बेबीच्या लग्नाच्या तयारीची सर्व चौकशी केली, कारण ते सर्व ठरवताना डॉक्टर हजर होते. डॉक्टरांना नेमके काय झाले होते हे अजूनही मला समजले नव्हते. पण त्यांना प्रत्यक्ष पाहिले आणि त्यांचा आजार काळजी करण्यासारखा वाटला. मी प्रभादेवीच्या सिद्धिविनायकासमोर पदर पसरला. २१ निर्जळी मंगळवार करण्याचा संकल्प सोडला. त्या क्षणी मला सुचले तेच मी केले. डॉक्टर लौकर बरे व्हावेत एवढीच इच्छा होती.

या वेळी आणखी एक घटना घडली. ती म्हणजे डॉक्टरांना सांगून प्रभाकर पणशीकरांनी 'इथे ओशाळला मृत्यु'चे प्रयोग मा. दत्ताराम यांना घेऊन पुढे सुरू केले. दत्तारामबापूंनी डॉक्टर घाणेकर बरे होईपर्यंतच काम करीन या अटीवर नाटक स्वीकारले. पण डॉक्टरांनी पुन्हा म्हणून त्या नाटकामध्ये काम केले नाही. त्यानंतर डॉक्टर श्रीराम लागूंनी ती भूमिका करून व्यावसायिक रंगभूमीवर आगमन केले.

'चंद्रलेखा'चे मोहन वाघ यांनी मात्र 'गारंबीचा बापू' पूर्णपणे बंद ठेवले होते. डॉक्टरांचा विश्रांतीचा काळ संपल्यावरच 'गारंबीचे' प्रयोग पुन्हा सुरू झाले.

डॉक्टरांच्या आजाराची बातमी आतापावेतो सर्वतोमुखी झाली होती. कोल्हापूरहून बाबा, विश्राम बेडेकर यांच्यासारख्यांनी पत्रे पाठवून अगत्यपूर्वक डॉक्टरांच्या प्रकृतीची चौकशी केली. माई मंगेशकरांनी मीनाताई व भारती यांना समाचाराला पाठविले. भेटायला येणाऱ्यांची तर रीघच लागली. डॉक्टरांना विश्रांती म्हणून मिळेना. त्यामुळे ते पोर्तुगीज चर्च येथील आपले बंधू शामराव यांच्या ब्लॉकवर राहायला गेले. पण

सदैव गर्दीची सवय असणाऱ्या डॉक्टरांना तेथे अजिबात करमेना. ते पुन्हा वरळीला परत आले. डॉक्टर विश्रांतीला लौकरच कंटाळले आणि मग बेबीच्या लग्नाचे निमंत्रण करण्यासाठी म्हणून बाळासाहेब ठाकरे, आप्पा पेंडसे, अशांसारख्या त्यांच्याजवळच्या मंडळींच्याकडे आमच्याबरोबर यायचे. अर्थात इरावतीबाईंची परवानगी घेऊनच आत्ती डॉक्टरांना बरोबर नेई. आत्ती स्वत:ही कलावंत असल्यामुळे काम नसले की कलावंत कसा वेड्यासारखा होतो, याची तिला स्वत:ला कल्पना होती. त्यामुळेच डॉक्टरांची अस्वस्थता तिला बरोबर कळायची आणि डॉक्टरांचा वेळ जावा म्हणूनही ती डॉक्टरांना निमंत्रण करताना बरोबर घेऊन जाई.

५६

बेबीच्या लग्नाला दोन दिवस असताना डॉक्टर आपल्या वहिनी कुमुद घाणेकर यांना घेऊन आमच्या घरी आले होते. डॉक्टरांचे चार नंबरचे भाऊ डॉ. परशुराम यांच्या ह्या पत्नी. मला वाटतं सर्व वहिनींच्यामध्ये डॉक्टरांचे कुमुदवहिनींशी जरा अधिक सख्य होते. त्या डॉक्टरांच्या लाडक्या वहिनी होत्या. ही मंडळी नायजेरियाला राहायची. भारतात आले की ते सर्व डॉक्टरांच्या घरीच उतरायचे. परशुरामभाऊंना दोन गोड मुली– एक शीला आणि दुसरी नीती. ह्या पोरीही डॉक्टरांना लटकलेल्या असायच्या.

डॉक्टरांची मला आणखी एका बाबतीत विशेषता वाटायची, ती म्हणजे त्यांना स्वत:ला जरी मूल नसले तरी त्यांना दुसऱ्यांच्या मुलाचे कोण कौतुक असायचे. बाकीची घाणेकर मंडळी सिनेमाला गेली तरी डॉक्टर सर्वांच्या छोट्यांना सांभाळीत घरी थांबायचे. बालनट सचिन आपल्या वडिलांबरोबर कधीमधी आमच्याकडे यायचा. त्या वेळी डॉक्टरही आलेले असतील तर सचिनचे बूट-मोजे काढणे-घालणे अशासारख्या गोष्टी हौसेनं करायचे. आमच्या घरी बिल्डिंगमधील एक अत्यंत राजबिंडा दिसणारा छोटा सिंधी पोरगा यायचा. सोन्या त्याचे नाव. त्याच्याशीही डॉक्टरांची दोस्ती जमली होती. तो तळमजल्यावर राहायचा. डॉक्टर त्याला वर आमच्या घरात आणायचे किंवा जाताना पोहोचवायचेही. एकदा इरावतीबाईही डॉक्टरांच्याबरोबर आमच्याकडे आल्या असता डॉक्टरांच्या कडेवर मजेत बसलेल्या सोन्याला पाहून त्यांनाही आश्चर्य वाटलेले दिसले; पण मी इरावतीबाईंना मात्र कधी कुठल्या मुलाला उचलून घेताना अथवा जवळ घेताना पाहिले नाही.

त्या दिवशी डॉक्टर आपल्या वहिनी आणि पुतण्यांना घेऊन आले तेव्हा आमच्या गच्चीत बेबीच्या लग्नाचा मांडव घातला जात होता. डॉक्टरांसारखा चित्पावन ब्राह्मण आयता घरी आलेला पाहून कोल्हापूरच्या माई पेंढारकरांनी मांडवाच्या

खांबाला मुहुर्ताचे हळकुंड आणि पानसुपारी डॉक्टरांच्याकडून बांधून घेतली. डॉक्टरांनीही घसघशीत दक्षिणा वसूल केली.

आपल्या पुतण्यांना डॉक्टरांनी आत्तीची ओळख माझी दुसरी आई अशी करून दिली. आत्तीला वाकून नमस्कार करूनही त्या पोरींना दाखविला. शोकेसमध्ये आत्ती व डॉक्टरांचा 'लक्ष्मी आली घरा'मधील एक फोटो लावून ठेवला होता. तोही डॉक्टरांनी आपल्या पुतण्यांना मोठ्या उत्साहाने दाखविला. नऊवारी वेषातील आत्ती आणि तिच्या शेजारी डॉक्टर उभे असलेले पाहून त्या दोन्ही चिमण्या विस्फारलेल्या नजरेनं आत्तीला पाहून चिवचिवल्या,

"ओह! यू अँड काशू अंकल."

आत्तीने बेबीचे लग्न खूपच थाटात केले. आमच्या घरातील हे पहिलेच कार्य. अगदी सगळ्या सगळ्या परिचितांना आमंत्रणं पाठविली होती. तसे आम्हाला नातलग असे विशेष नाहीतच. पण आत्तीने आपल्या लाघवी स्वभावाने जेवढी माणसं जोडली होती, ती सर्व आवर्जून हजर राहिली. डॉक्टरही इरावतीबाई आणि आपल्या बंधू-वहिनी यांच्याबरोबर लग्नाला हजर राहिले. प्रकृती बरी नसल्यामुळे त्यांचा नेहमीचा आरडाओरडा, दंगा नव्हता. पण बेबीचा मामा म्हणून बेबीला विवाहवेदीवर आणून पोहोचविण्याचे कार्य मात्र डॉक्टरांनी पार पाडले. आमची बेबी आता सौ. मीना वेंगुर्लेकर झाली.

५७

दुसऱ्या दिवशी म्हणजे ६ डिसेंबर *(१९६८)* रोजी भारतमाता थिएटरमध्ये 'एकटी'चे प्रीमियर होते. 'एकटी'च्या निर्मात्यांनी सर्व निमंत्रणे बेबीच्या लग्नातच वाटली. कारण सगळी मराठी चित्रपटसृष्टी तिथे जमली होती. नेहमीप्रमाणे डॉक्टर व त्यांचे कुटुंबीय ठरलेल्या वेळेच्या आधीच येऊन थिएटरमध्ये बसली होती. आमच्या सीट्स थोड्याशा बाजूला होत्या. मी माझ्या जागेवर बसून दहा मिनिटंही झाली नसतील. डॉक्टर बसल्या जागेवरून जरा मोठ्यानेच हाक मारून मला म्हणाले–

"कांचन, वेण्या वर घे. लोळताहेत बघ खाली."

डॉक्टरांचा आवाज ऐकून पाच-पंचवीस माना गर्रकन आधी डॉक्टरांच्या व मग माझ्या दिशेने वळल्या. मी चक्क पर्स मांडीवर घेऊन बसावं तसं दोन्ही वेण्या लहान मुलीसारखी मांडीवर ठेवून बसले. ज्या गोष्टीवर आपले स्वामित्व आहे ते चार-चौघांत मोठ्याने जाहीर करण्याचा डॉक्टरांचा स्वभाव होता.

डिसेंबरच्या शेवटच्या आठवड्यामध्ये डॉक्टर आपल्या कुटुंबियांसमवेत नाशिकच्या आपल्या पाच नंबरच्या भावाला भेटण्यासाठी गेले आणि जानेवारीच्या दोन-तीन

तारखेला परतणार असे समजले. ते ऐकले मात्र आणि मी नाराज झाले. म्हणजे नवीन वर्षाच्या पहिल्या दिवशी डॉक्टर भेटणार नव्हते. वर्षाच्या पहिल्या दिवशीच डॉक्टर भेटले नाही तर वर्षभर त्यांच्या भेटी दुरावणार, हे माझे प्रेमातील तर्कशास्त्र. मी माझी नाराजी डॉक्टरांना बोलून दाखविली. नाईलाज झाल्यासारखा गयावया करीत डॉक्टर माझी कशीतरी समजूत घालून गेले. प्रवासाला जाणाऱ्या माणसाला निर्वेध जाऊ द्यावे, हा संकेत माहीत असूनही माझा फुगा झाला होता.

१ जानेवारीला सकाळी सहा वाजता डॉक्टर आमच्या घरी हजर झाले. त्यांच्या हातात आम्हा सर्वांना आवडणारा नाशिकचा प्रसिद्ध चिवडा होता. मी आश्चर्याने त्यांच्याकडे पाहात विचारले–

"तुम्ही आणखी दोन दिवसांनी येणार होतात ना?"

"मी एक तारखेला असणार नाही म्हणून तुम्ही रुसला होतात. ते आम्हाला परवडण्यासारखे नव्हते. सगळे अजून नाशिकलाच आहेत. मला अगदी महत्त्वाचे काम आहे असे सांगून, मी काल रात्री बऱ्याच उशिरा येऊन पोहोचलोय."

माझ्या प्रश्नावर डॉक्टरांचे हे स्पष्टीकरण. माझ्यासाठी डॉक्टरांनी केलेली धावपळ पाहून चुकचुकत मी म्हणाले–

"निदान नीट झोप काढून तरी जरा उशिरा यायचं."

डॉक्टर मिश्किलपणे हसत म्हणाले–

"मग तू एकटी कशी भेटली असतीस? एवढ्या लौकर कुणी उठलं नसणार याची खात्री होती."

५८

माझ्या बहिणीची– बेबीची सासुरवाडी मुंबईत असली तरी तिच्या मिस्टरांचे सँडोझ कंपनीतील नोकरीच्या निमित्ताने पुण्यात वास्तव्य होते. त्यामुळे आत्तीने नवीन ब्लॉक घेऊन सगळा संसार मांडून देण्याचे ठरविले होते. त्याप्रमाणे जानेवारीच्या पहिल्या आठवड्यात बेबीला तिच्या नव्या ब्लॉकवर पोहोचवून तिचा संसार मांडून द्यायचा आणि मग तसेच पुढे चार-पाच दिवस कोल्हापूरला जायचे. पुण्याहून चारुकाकाही यायचे होते. डॉक्टरांनाही आमचा हा बेत समजला आणि त्यांनी आत्तीला सांगितले की त्यांनाही आमच्याबरोबर कोल्हापूरला यायचे आहे.

डॉक्टरांची विश्रांती सुरू होऊन दोन महिने होऊन गेले होते. अजून एक महिना बाकी होता. डॉक्टरांनाही जरा बदल होईल म्हणून आत्तीने त्यांना आपल्याबरोबर कोल्हापूरला न्यायचे ठरविले. शिवाय १४ जानेवारीला पुण्यात संक्रांतीनिमित्त विजय थिएटरवर 'एकटी'च्या कलावंतांकडून प्रेक्षकांना तिळगूळ वाटण्याचा समारंभ ठेवण्यात

आला होता. त्याला आत्ती व डॉक्टर दोघेही हजर राहणार होते. कोल्हापूरहून त्या वेळी पुण्यात परत यायचे असे ठरले.

सामान बरेच असल्यामुळे आम्ही मोठी गाडी प्रवासासाठी घेतली होती. डॉक्टरांना आमची ही 'प्लीमथ' गाडी खूप आवडायची. योगायोगाची गोष्ट म्हणजे इरावतीबाईंच्या वडिलांचीही अशीच गाडी होती. पुण्यात पोहोचल्यावर बेबीचा संसार मांडून देण्यात डॉक्टरांचाही सहभाग राहिला. त्यांना सामान उचलाउचली करताना पाहून, त्या बाबतीत खूप अडविण्याचा प्रयत्न केला. पण नाटकातील नायकाप्रमाणे त्यांनी मला संवाद ऐकवला–

"प्रिये, तू हे कष्ट घेते आहेस. मग मी का नको बरे? तुझी बहीण ती माझी कुणीच नव्हे का?"

असले अधिक संवाद ऐकायला लागू नयेत म्हणून मी गप्प राहिले.

कोल्हापुरात शिरतानाच डॉक्टर आत्तीला म्हणाले–

"दीदी, मला नटराज हॉटेलवर सोडा आणि मग तुम्ही पुढे जा."

"म्हणजे तुम्ही आमच्याबरोबर माईंच्या घरी राहायला येणार नाही?" आत्तीने आश्चर्याने विचारले.

"पण माईंना कशाला त्रास?" तरीही डॉक्टर म्हणालेच.

"माईंना त्रास होईल असं आपण वागायचं नाही. चार-पाच दिवसांचा तर प्रश्न आहे. शिवाय माईंनी तुम्हाला मुंबईतच आमंत्रण देऊन ठेवलं आहे. त्यांची जागाही मोठी आहे. तुम्ही अगदी संकोच करू नका." आत्ती डॉक्टरांना समजावीत म्हणाली.

आता मात्र डॉक्टरांचा नाईलाज झाला. ते चुपचाप बसले. सध्याच्या आजारपणामुळे डॉक्टरांचे मद्यपान संपूर्णतया बंद होते. त्यामुळे डॉक्टर एकटे हॉटेलवर राहिले तर पुन्हा ते सुरू होण्याची आत्तीला भीती वाटत होती आणि म्हणूनच ती डॉक्टरांना बाबांच्या घरी राहायला येण्याविषयी इतका आग्रह करीत होती. मला मात्र मनातून आनंदाच्या उकळ्या फुटत होत्या. कारण पुण्याहून निघाल्यापासून डॉक्टर मला सारखे बजावून सांगत होते की, ते हॉटेलवरच उतरणार; पण डॉक्टरांचा जास्तीत जास्त सहवास मिळण्याच्या दृष्टीने ते मला आमच्याबरोबर माईंच्या घरीच राहावे असे वाटत होते. पण मी उघडपणे हे कसे सांगणार? आणि डॉक्टर आपला हट्ट पूर्ण करणार असं दिसत होतं; पण आता परस्पर आत्तीकडूनच त्या प्रश्नाचा निकाल लागला होता. डॉक्टर माझ्याकडे बघून चडफडत होते आणि माझ्या चेहऱ्यावर 'बरी जिरली'चे भाव.

बाबा स्टुडिओत राहायचे. सध्या ते 'तांबडी माती' चित्रपटाच्या निर्मिती-दिग्दर्शनामध्ये गुंतलेले होते. कोल्हापुरात आले की प्रथम बाबांना भेटायचे *(स्टुडिओत)* आणि मगच घरी माईंच्याकडे जायचे अशी आत्तीची नेहमीची पद्धत. त्याप्रमाणे ती

व चारुकाका वाटेत जयप्रभा स्टुडिओत उतरले आणि डॉक्टर व मी माईंच्या गावाबाहेरील कळंबारोडवरील 'तपश्चर्या' बंगल्याकडे निघालो.

आम्ही येणार ते माईंना माहीत होते. पण डॉक्टरांना बघून त्या खूप खूष झाल्या, कारण डॉक्टर माईंचे लाडके मानसपुत्र होते. माईंना वाकून नमस्कार केल्यावर नेहमीप्रमाणे डॉक्टरांचे माईंशी इंग्रजीत संभाषण सुरू झाले.

"हॅलो माई, गुड मॉर्निंग. हाऊ आर यू?"

"ओके." डॉक्टरांच्या इतक्या प्रश्नांना माई एवढेच उत्तर द्यायच्या. माईंचे शिक्षण तसे मराठीतच झाले होते. पण त्या थोड्याफार इंग्रजी शब्दही अधुनमधून वापरायच्या. खास मऱ्हाटमोळ्या माईंच्या तोंडी ते योग्य वापरलेले इंग्रजी शब्द ऐकून डॉक्टरांना माईंचे कौतुक वाटायचे आणि गंमतही. मग डॉक्टर त्यांना त्यांच्याशी इंग्रजी बोलायला भाग पाडीत. म्हणजे डॉक्टर एक वाक्य बोलायचे आणि मग न चुकता माई ते वाक्य तसंच्या तसं बोलून दाखवायच्या. डॉक्टरांना ते खूप आवडायचे. ते ऐकले की डॉक्टर लहान मुलासारखे आनंदाने टाळ्या पिटायचे. दिवसातून एकदा तरी हा इंग्रजी संभाषणाचा कार्यक्रम व्हायचाच.

आत्ती व चारुकाका आल्यावरच नाश्ता वगैरे करावा म्हणून आम्ही तिघे गप्पा मारीत बसलो होतो. एवढ्यात डॉक्टरांचे माझ्या कपाळाकडे लक्ष गेले आणि ते जवळ जवळ माझ्यावर ओरडतच म्हणाले,

"उठा, आधी कुंकू लावून या."

डॉक्टरांच्या या ओरडण्याने माईंनी चमकूनच माझ्याकडे पाहिले. माझ्या कपाळाला कुंकू नाही म्हणून डॉक्टर इतके का रागवावेत, याचे त्यांना वाटलेले आश्चर्य त्यांच्या चेहऱ्यावर स्पष्ट दिसत होते. त्यांनी अधिक काही विचारले नाही आणि मीही कुंकू लावायला पळाले.

गेलेल्या दिवशीच माईंनी मला सांगितले की, "डॉक्टरांना खाण्या-जेवणाचं काय काय लागतं ते तू बघ बाई. आणि तसं सुमित्राला *(माईंच्या सूनबाई)* सांग. संकोच करू नकोस. त्यांची तब्येत आता आहे त्याहून अधिक चांगली होऊन ते इथून गेले पाहिजेत." तिखट आणि मीठ दोन्हीही खूपच कमी असलेले बाबांचे सात्त्विक जेवण डॉक्टरांना चालण्यासारखे होते. डॉक्टर तेच जेवीत. सकाळी नाश्त्याला दूध-अंडी घेतले की नाही इथपासून ते रात्री डॉक्टरांना झोप नीट लागली की नाही इथपर्यंत माई डॉक्टरांच्यावर लक्ष ठेवून असायच्या.

डॉक्टरांची दारू तर बंद होतीच. पण बाबा-माई असल्यामुळे सिगारेटही कमी होती. पण त्या चार-पाच दिवसांत दारूसाठी डॉक्टर कधीही बेचैन झालेले दिसले नाहीत किंवा मी जरा गावात जाऊन कुणाला तरी भेटून येतो असे सांगून चोरूनसुद्धा पिऊन आले नाहीत. सतत ते आमच्याबरोबर होते. त्या ट्रीपमध्ये एक दिवस आम्ही

कोल्हापूरपासून पस्तीस मैलांवर असलेल्या आमच्या गावी खडकलाट येथेही जाऊन आलो. माझ्या मामांना डॉक्टरांची मद्यपानप्रियता माहिती होती. तेव्हा त्यांनी त्या बाबतीत व्यवस्था करू का असे विचारलेही; पण डॉक्टरांनी निश्चयपूर्वक नकार दिला. डॉक्टरांचे मद्यपान सध्या फार वाढत चालले आहे अशा बातम्या कानावर यायच्या. पण मी अजून ते प्रत्यक्ष पाहिलं नव्हतं. पण त्याबद्दल बरेच ऐकले मात्र होते. पण या चार-पाच दिवसांत त्या गोष्टीचा कुठे मागमूसही दिसला नाही. मला आश्चर्य वाटत होते आणि राहून राहून एक विचार मनात येत होता तो हा की, डॉक्टर जर दारूशिवाय राहू शकतात तर कायमच तसे का राहात नाहीत?

माझ्या दृष्टीने त्याचे एकच उत्तर होते, डॉक्टरांच्या घरात *(वरळीला)* त्यांना ज्यांचा वचक वाटेल असे कुणी वडिलधारे माणूस नव्हते आणि डॉक्टर ज्यात गुंतून राहतील असे लहान मूलही नव्हते. ते आणि इरावतीबाई असे दोघेच त्या घरात होते. त्यातूनही इरावतीबाई सकाळी नऊ वाजता दवाखान्यात जायच्या तेव्हा डॉक्टर झोपलेले असायचे. इरावतीबाई १२-१२॥ वाजता परत यायच्या तोवर दुसरे काय करायचे म्हणून डॉक्टर पीत बसायचे. दुपारी दोन अडीच वाजल्याशिवाय ते जेवायचे नाहीत. मात्र इरावतीबाईंना ते वेळेवर जेवायला भाग पाडीत. डॉक्टर बाहेर गेलेले असतील तर त्यांच्यासाठी जेवायचे खोळंबणेही डॉक्टरांना आवडायचे नाही.

संध्याकाळी पाच वाजता इरावतीबाई पुन्हा दवाखान्यात जायच्या. त्या रात्री आठ वाजेपर्यंत परत यायच्या. रात्री नाटक असलं तर ठीक. नाहीतर सात-साडेसातपासून पुन्हा मदिरेची आराधना सुरू व्हायची. सबंध दिवसातील नाटकाचे चार-पाच तास सोडले तर रिकामे तासच अधिक होते. अर्थात मनात आणलं असतं तर तो रिकामा वेळ डॉक्टर इतर गोष्टींमध्येही घालवू शकले असते. पण सर्वसाधारणपणे फारसा त्रास होणार नाही, कष्ट होणार नाहीत, अशा सोप्या मार्गाने जाण्याची प्रवृत्तीच माणसात अधिक असते. इथं तर बाटली आणायलासुद्धा दुकानात उठून जायला लागत नव्हते. दारूच्या आणि सोड्यांच्या बाटल्यांचे बॉक्सेस घरात हजर असत. मी त्याबद्दल नेहमी नाराजी दाखवायची. तर त्यावर डॉक्टरांचे बिनतोड उत्तर असायचे की, तुम्ही बायका महिन्याचे किराणा मालाचे सामान घरात आणून भरता, पण म्हणून काही ते एका दिवसात संपवून टाकत नाही. तसंच या दारूच्या बाटल्यांचे बॉक्स घरात असले म्हणून मी काही सगळ्या बाटल्या एका दिवसात संपवून टाकीत नाही.

डॉक्टरांच्या बरोबर दिवसरात्र एकत्र राहण्याचा कोल्हापुरातील माझा हा पहिला अनुभव आणि तो फारच सुखकारक, आनंददायक होता. त्या चार दिवसांत आम्ही सर्वच खूप मनमोकळेपणाने राहिलो. गप्पा, विनोद, चेष्टा, नकला, खाणे, सिनेमाला जाणे सगळे अगदी मजेत चालले होते. त्या मुक्कामात आम्ही 'एक गाव बारा

'रायगड'मध्ये संभाजीच्या भूमिकेत

प्रिन्स चार्मिंग

डॉ. बाळकृष्ण कृष्ण घाणेकर

सौ. यमुनाबाई बाळकृष्ण घाणेकर

१९४८

१९५२

१९५४

१९५६

डॉ. काशिनाथ बा. घाणेकर बी.डी.एस
झाल्यावर स्वत:च्या कन्सल्टिंगरुममध्ये
(२६ जानेवारी १९६२)

नाट्यगुरू श्री. रामचंद्र वर्दे

आदर्श श्री. नानासाहेब फाटक

यशाचा मार्गदर्शक – मा. दत्ताराम

चित्रपटगुरू श्री. राजा परांजपे

काशिनाथच्या भूमिकेत काशिनाथ घाणेकर
विजय तेंडुलकर लिखित 'माणूस नावाचं बेट'
सोबत माधव वाटवे आणि जोत्स्ना कामेरकर (कार्येकर)
(१९५६)

विसू (काशिनाथ घाणेकर) व शितू (विजया जयवंत-मेहता)
गो.नी दाण्डेकर लिखित 'शितू'
(१९५७)

'प्रकाश'च्या भूमिकेत.
सोबत आत्माराम भेंडे (दिग्दर्शक)
श्री. विश्राम बेडेकर लिखित 'नरो वा कुंजरो वा'
(१९६०)

'राजशेखर च्या भूमिकेत'
रवींद्रनाथ टागोर यांच्या नाटकाचा मराठी अनुवाद 'माते तुला काय हवंय!' (१९६१)

‘कोण म्हणतं शंभूराजे स्वतंत्र नाहीत?’अविस्मरणीय शंभू राजे.
सोबत राजाराम (शिरीष कुलकर्णी)
‘रायगडाला जेव्हा जाग येते’ (१९६२)

अफाट बापू व
राधा (उषा किरण)
श्री.ना. पेंडसे कृत
‘गारंबीचा बापू’ (१९६५)

लाल्या व विद्यानंद (प्रभाकर पणशीकर)
'अश्रूंची झाली फुले' – वसंत कानेटकर लिखित
(१९६६)

धर्मवीर संभाजी
'इथे ओशाळला मृत्यू'
(१९६८)

'राहुल, यशोधरा (सुधा करमरकर) आणि देवकीनंदन (प्रभाकर पणशीकर)
वसंत कानेटकर लिखित 'मला काही सांगायचंय'(१९७०)

'शाम' पाह्यला वैजयंती माला व डॉ. बाली यांची उपस्थिती. 'तुझं आहे तुझ्यापाशी'
(१९७१)

बदमाश सैय्यद व ज्योति (फैय्याज)
'अंधार माझा सोबती'
(१९७२)

महेश व मंदा (मंदा देसाई)
शं.ना. नवरे कृत 'सुरुंग'
(१९७३)

उद्‌ध्वस्त 'बाबूल' व कठोर कल्याणी (आशालता) विक्रमी 'गुंतता हृदय हे' (१९७४)

गोपाळराव जोशी
'आनंदी गोपाळ'
(१९७५)

'मी' व कुसुम (आशा काळे)
पु.भा. भावे यांच्या कादंबरीवर आधारीत 'वर्षाव'
(१९८२)

श्री. भालजी पेंढारकर

श्रीमती माई मंगेशकर व सुलोचना

श्री. लालचंद हिराचंद, सौ. ललिताबाई लालचंद

कै. आबासाहेब चव्हाण (वडील)
कांचनसह (१९४८)

श्री. वसंतराव जोगळेकर

'या डोळ्यांची दोन पाखरे फिरतील तुमच्याभोवती'
'पाठलाग'
'वकील बाळासाहेब पानसें'च्या भूमिकेत

'शूर आम्ही सरदार'
'मराठा तितुका मेळवावा'

'चंद्र' (उमा) व मधु
'मधुचंद्र'

नंदासमवेत डॉ. कुमारच्या भूमिकेत
'अभिलाषा'मध्ये

प्रसाद प्रॉड. मद्रासच्या 'दादी-माँ'च्या भोळाभाबडा 'सोमू'

आई (सुलोचना) व पत्नी
यांच्या द्वंद्वात सापडलेला
'एकटी'मधील मधु

परमप्रिय राजसाब (राजकपूर)
कडून कौतुक

'मिले सूर मेरा तुम्हारा'
भीमण्णांशी
(श्री. भीमसेन जोशी) दोस्ताना

'पाठलाग' करिता सन्मान, पंतप्रधान इंदिरा गांधी यांच्या हस्ते. सोबत-भावना, सुलोचना, राजा परांजपे

रसरंग फाळके गौरवचिन्ह-उत्कृष्ट अभिनेत्याकरिता.
मराठी चित्रपट महामंडळाचे अध्यक्ष श्री. गजानन जागीरदार यांच्या हस्ते स्वीकारताना.
चित्रपट - पाठलाग.

'एकटी' चित्रपटातील भूमिकेसाठी राष्ट्रपती व्ही.व्ही. गिरी यांच्या हस्ते सन्मानित.

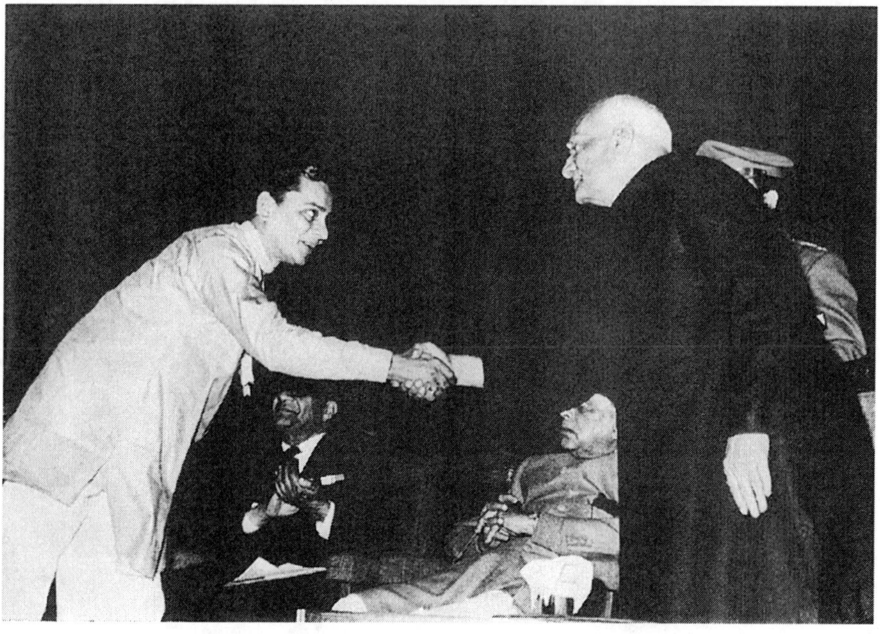

नटश्रेष्ठ बाबुराव पेंढारकर व लेखक श्री. बाळ सामंत

गणपतराव जोशी उत्कृष्ट नटाचा पुरस्कार अखिल भारतीय नाट्यपरिषदेचे अध्यक्ष श्री. वसंतराव देसाई यांच्या हस्ते स्वीकारताना.

रंग देवतेची पूजा
ती पाहताना श्री. राजकपूर,
श्री. नंदकुमार रावते
श्री. अनंत काणे

जेष्ठांचा आदर
श्री. शंभू मित्रा व
विजय तेंडुलकर

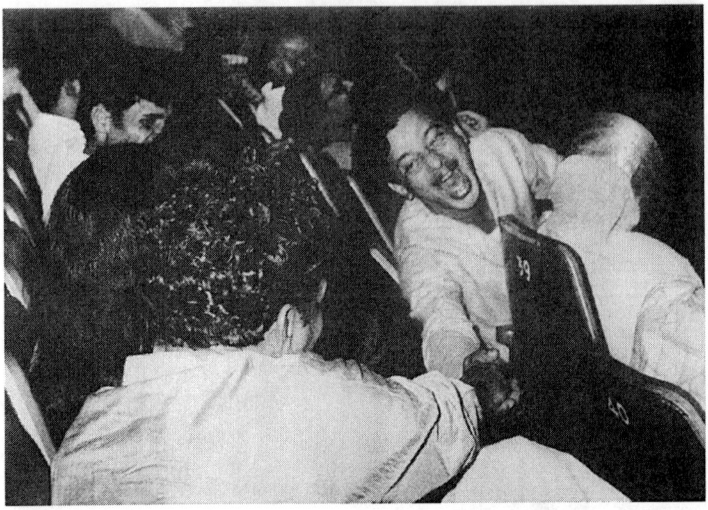

दिलखुलास दाद

शौक

श्री. यशवंतराव चव्हाण

श्री. बाळासाहेब ठाकरे

श्री. रणजित देसाई व पत्नी कांचन

सुशीलकुमार शिंदे, शं.ना. नवरे, अनंत काणे

श्री. बाळ कुडतरकर

श्री. कुसुमाग्रज, प्रा. वसंत कानेटकर

श्री. चारुदत्त सरपोतदार, श्री. विनायक ठाकूर (बाप्पा)

दोन अँग्री यंग मेन : अमिताभ बच्चन समवेत

श्री. दिलीपकुमार

बंधूंच्या समवेत शामराव घाणेकर, नरहर तथा भाऊसाहेब घाणेकर, भार्गव घाणेकर

बंधूंच्या समवेत डॉ. परशुराम घाणेकर

लंडनमधील गुलाबी दिवस
सुलोचना, सौ. सावित्री छाब्रिया, कांचन

'नाथ हा माझा'
पत्नी कांचनसमवेत

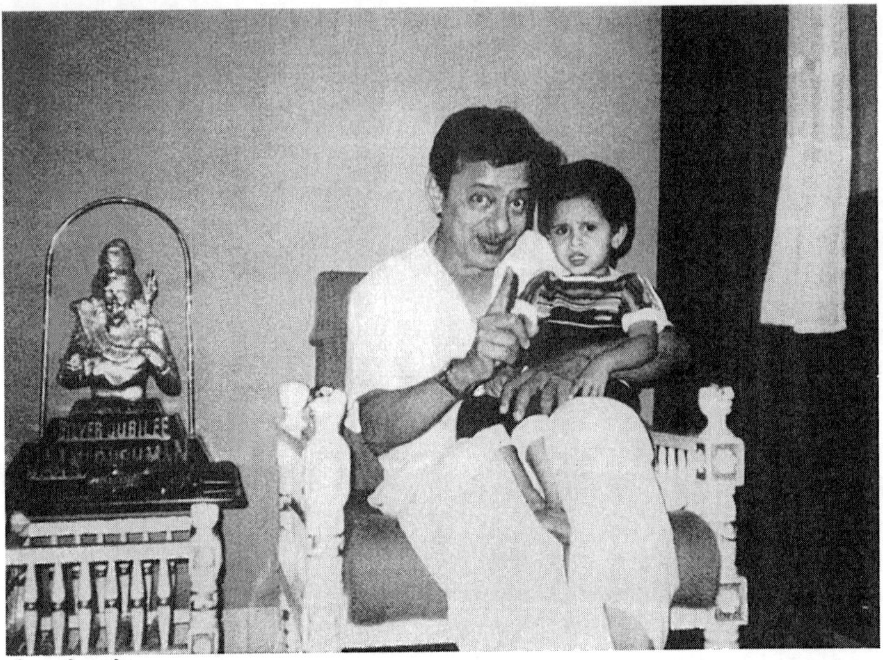

'हे बंध रेशमाचे'
चि. रश्मी समवेत

सुलोचना, बनूबाई लाटकर (आजी), कांचन (१९६१)

भानगडी' हा चित्रपट पाहिला. रात्री घरी आल्यावर डॉक्टर झाले जयश्री गडकर आणि चारुकाका झाले अरूण सरनाईक. बऱ्याच उशिरापर्यंत त्या दोघांच्या नकलांचा कार्यक्रम चालला होता. डॉक्टरांनी जयश्री गडकरसारखे नाचूनही दाखवले.

बेबीच्या लग्नानिमित्त आम्ही अंबाबाईची ओटी भरायला गेलो होतो. माझ्याबरोबर जोडीने देवीदर्शन घ्यायची हौसही डॉक्टरांनी भागवून घेतली. विद्यापीठ शाळेच्या बाजूने त्या दिवशी आम्ही अंबाबाईच्या देवळात उतरलो. पायऱ्या उतरता उतरता समोरच्या मोठ्या वटवृक्षाच्या पाराकडे बोट दाखवीत डॉक्टर म्हणाले,

"इंटरच्या परीक्षेचा पेपर कोरा टाकून, त्या दिवशी सबंध दिवस मी इथे बसून काढला."

संक्रांतीच्या आदल्या दिवशी म्हणजे भोगीच्या दिवशी, तीळ लावलेली बाजरीची भाकरी खाऊन आम्ही दुपारी कोल्हापूर सोडले. पुण्यात आलो तर इरावतीबाई मुंबईहून पुण्याला आपल्या माहेरी येऊन पोहोचल्या होत्या. प्रख्यात इंजिनियर असलेल्या इरावतीबाईंच्या वडिलांचा कर्वे रोडला बंगला होता. इरावतीबाई आपल्या माहेरी राहायच्या; पण डॉक्टर मात्र हॉटेलमध्येच उतरायचे. त्या दिवशीही ते पूना गेस्ट हाऊसवर राहायला गेले असावेत. डॉक्टरांनी स्वत:च मला सांगितले होते की त्यांचे लग्न होऊन दहा वर्षे व्हायला आली; पण डॉक्टर क्वचितच एखादा दिवस सासुरवाडीला राहिले असतील. सोबत इरावतीबाई असल्या तरी डॉक्टर मात्र हॉटेलवरच उतरायचे. कारण कळले नाही.

दुसऱ्या दिवशी इरावतीबाई भेटल्यावरच आत्तीने उत्सुकतेने त्यांना विचारले–

"वहिनी, कशी वाटते काशिनाथची तब्येत?"

"फारच छान झाली आहे. मी तर त्यांना सांगितलंच आहे, यापुढे दीदींच्याबरोबर नेहमी प्रवासाला जायचं." आनंदाने इरावतीबाई म्हणाल्या.

पुण्यातूनच पुढे डॉक्टर चिपळूणला आपल्या आईकडे पंधरा दिवस राहायला जाणार होते. तिथून आल्यावर फेब्रुवारीच्या पहिल्या आठवड्यापासून नाटकांना सुरुवात करणार होते. चिपळूणला जाणार म्हणजे आणखी पंधरा दिवस डॉक्टर 'निर्जळी' राहणार होते. स्वत: डॉक्टरच वैतागून मला हे सांगत होते.

५९

पुण्यात संक्रांतीच्या दिवशी एक वेगळी गोष्ट अनुभवाला आली. पुण्यामध्ये आत्तीची एकमेव जिवलग मैत्रीण राहते. माणिक बेहरे तिचे नाव. जवळजवळ एक्कावन्न सालापासूनची असलेली दोघींची मैत्री आजही तितकीच उत्कटतेने टिकून आहे. माझ्या घरच्या लोकांइतकाच माणिकचाही माझ्या संगोपनात सिंहाचा वाटा

आहे. रक्ताच्या नात्याचेही कुणी करणार नाही इतके तिने आमच्यासाठी व आमच्या घरासाठी केले आहे. ह्या माणिकचे सर्वांत मोठे बंधू माधव बेहरे हे उत्तम भविष्य जाणतात. दर महिन्याला 'तुमचे भविष्य' हे पुस्तकही ते लिहीत. त्या वेळी माणिकच्या घरात मला ते पुस्तक वाचायला मिळाले. कन्या राशीच्या माझ्या भविष्यात मला वाचायला मिळाले की, 'तुमच्या जीवनात तुमच्याहून जास्त वयाची व्यक्ती येईल आणि तुमचे प्रेमसंबंध जुळतील. संकल्पसिद्धीसाठी दर सोमवारी शिवामूठ वाहावी. तीही गव्हाची.' भविष्य वाचून मी तर चकीतच झाले. तसे ते भविष्य सर्वसाधारणपणे सर्वांसाठी म्हणून वर्तविलेले होते. पण माझ्यापुरते तरी ते तंतोतंत लागू पडत होते. नाहीतरी आपल्याला अनुकूल असतील, सोयीच्या पडतील अशा गोष्टींवर, भविष्यावर आपला चटकन् विश्वास बसतो. मीही त्याला अपवाद नव्हते. मुंबईत आल्यावर दर सोमवारी मी महादेवाच्या दर्शनाला जायला लागले.

डॉक्टर चिपळूणहून येईपर्यंत निव्वळ त्यांच्या प्रतीक्षेचेच मला काम होते. बेबीच्या लग्नाची राहिलेली आवराआवरही संपत आली होती. निव्वळ प्रतीक्षेचाही कंटाळा येत होता. डॉक्टर कधी येतील असं झालं होतं. दिवस संपता संपत नव्हते. घड्याळाचे काटे फार हळूहळू फिरताहेत असं वाटायचं. पण काळ आपल्या गतीनं पुढे सरकतच होता.

डॉक्टर ठरल्याप्रमाणे परतले. पण परत आले ते संपूर्णत: बदलून. माझ्या बाबतीत पूर्ण निर्विकार होऊन. गेल्या आठ-नऊ महिन्यांत आमच्यामध्ये जणू काही घडलंच नव्हतं; असं वाटण्याइतकं ते माझ्याशी रुक्षपणे वागायला लागले. मला काहीच कळेना. कारण उमजेना. बऱ्याच विनवण्या केल्यावर डॉक्टरांनी उत्तर दिले– "आपण एकत्र येऊ शकणार नाही." माझ्या पायाखालची जमीनच सरकायला लागली आहे, असं वाटायला लागलं. डॉक्टरांची मनस्वी चीड आली. त्यांच्या अवसानघातकीपणाची घृणा वाटायला लागली. सर्वांत राग आला तो ह्या सर्व गोष्टींना सुरुवात केली होती ती डॉक्टरांनी. मला डॉक्टरांच्याबद्दल आधीपासून काही वाटत नव्हतं असं नाही. पण मी ते माझ्यापासूनही लपवून ठेवलं होतं. पण डॉक्टरांनी त्या भावनांना मूर्त स्वरूपात आणलं. मला अनेक स्वप्नं दाखविली. भावी संसाराची चित्रं रंगविली आणि माझी इतकी मानसिक तयारी झाल्यावर इतकं पुढे आल्यावर डॉक्टर मला अर्ध्यावर सोडून बाजूला होऊ पाहात होते.

डॉक्टरांना कदाचित हे इतर चार मुलींना वाटण्याइतकं साधंसुधं वाटलं असेल. काही दिवसांत मी ते विसरूनही जाईन इतकं सहज वाटलं असेल. पण आता फार उशीर झाला होता. डॉक्टरांच्याविषयीचं भावनेचं बीज आता चांगलंच रुजलं होतं. त्याचं रोपही चांगलंच तरारलं होतं. मुळं पार खोलवर गेली होती. तिथून ते काढून

टाकणं, मुळापासून तोडून काढणं माझ्या दृष्टीने तर अशक्य होतं. त्यापेक्षा आयुष्य संपवणं बरं वाटत होतं. आत्महत्त्या मी करणार नव्हते. कारण त्यात मृत्यूची खात्री नव्हती. त्यातून जगणं म्हणजे आणखी नामुष्की. पराभवाची जाहीर कबुली आणि म्हणूनच मी स्वत:ला हळूहळू संपवण्याचा निश्चय केला.

बी.ए.च्या परीक्षेच्या वेळी ढासळलेली प्रकृती अजून म्हणावी तशी सुधारली नव्हतीच. कोलायटीसचा विकार जडलेला होताच. डॉक्टरांच्यासाठी केलेल्या निर्जळी उपासाने प्रकृती खालावण्यास हातभार लावलेला होताच. त्यासाठी माझ्यावर वैद्यकीय उपचार सुरू होते. पण मी आता ते सर्व थांबवायचे ठरवले. आजार बरा होण्यापेक्षा तो वाढेल कसा याचा मी प्रयत्न करायला लागले.

फेब्रुवारीपासून *(१९६९)* डॉक्टरांनी पूर्ववत नाटकात काम करायला सुरुवात केली. तब्बल तीन महिन्यांनी डॉक्टर परत रंगभूमीवर येत होते. डॉक्टरांच्या आजाराने त्यांच्या चाहत्यांना, आप्तांना, स्नेह्यांना सर्वांनाच चिंतेत टाकले होते. पण डॉक्टर पूर्ववत बरे होऊन काम करायला लागले, याचा सर्वांनाच आनंद होता. तो लताबाई मंगेशकरांनी डॉक्टरांना पाठविलेल्या पत्रात पुढीलप्रमाणे व्यक्त केला.

॥ श्रीकृष्ण ॥

शिवशक २९५
२-२-६९

श्री. घाणेकर

बरेच दिवसांनंतर काम सुरू करीत आहात. उगीच त्रास करून घेऊ नका. ईश्वरकृपेने सर्व काही व्यवस्थित होईल, असा मला विश्वास आहे. त्याचे नाव घेऊन सुरुवात करा.

शुभेच्छा.

आपली
लता मंगेशकर
Good Luck

६०

डॉक्टरांनी माझ्या बाबतीत तटस्थतेचे धोरण स्वीकारले होते. त्यांच्यावर कशाचाही परिणाम होत नव्हता. त्यांनी आमच्याकडे येणेही कमी केले होते. आमच्याशी म्हणजे, मुख्य म्हणजे माझ्याशी संपर्क नको म्हणून डॉक्टरांनी काही चित्रपट *(मराठी)*ही नाकारले. मला वाटतं त्यातील एक चित्रपटनिर्माते जी. चौगुले

यांचा 'धाकटी बहीण' हा होता. त्याचे दिग्दर्शक होते राजदत्त. त्यानंतरचा दुसरा चित्रपट होता जयंत देवकुळे यांच्या कथेवर आधारित. त्याचे दिग्दर्शक होते दादा *(राजा परांजपे)*. ह्या चित्रपटाचे स्क्रिप्ट राम केळकर यांनी खूप मेहनत घेऊन केले होते. संपूर्ण चित्रपट नायकाचा होता. नायकाची भूमिका दुहेरी होती. या चित्रपटाने डॉक्टरांच्या यशामध्ये आणखी एक मानाचं पान जडलं असतं. पण डॉक्टरांचे एकच उत्तर असायचे– ''नाटकांच्या तारखा आधीच गेल्या आहेत. मला सध्या वेळ नाही.''

शेवटी दादांनी दुसरा नट घेऊन तो चित्रपट करायचे ठरवले. मग मात्र मी व राम केळकर दोघेही अस्वस्थ झालो. कारण राम केळकर हेही डॉक्टरांचे फार चाहते होते. त्यांना स्वत:लाही ती भूमिका डॉक्टरांनीच करावी असे मनापासून वाटत होते. डॉक्टरांच्याशिवाय दुसऱ्या कुणी ती भूमिका करावी हे राम केळकर यांनाही पटत नव्हते. मग आम्ही दोघांनी एक शक्कल लढविली. तो चित्रपट थांबवून ठेवण्यासाठी दादांना दिग्दर्शन व अभिनय करायला मोह पडावा अशी आणखी एक कथा आम्ही दादांना सुचविली. उपाय बरोबर लागू पडला. दादांनी आधीचा चित्रपट बाजूला सारला आणि आम्ही सुचविलेल्या कथेवर चित्रपट तयार झाला– 'आधार.'

डॉक्टरांनी नकार दिलेला तिसरा चित्रपट होता शरद पिळगावकर यांचा 'अपराध' हा चित्रपट. तो चित्रपट पाहिल्यानंतर मात्र तो चित्रपट न केल्याबद्दल डॉक्टरांना खूप वाईट वाटले. आत्तीजवळ तसे त्यांनी बोलूनही दाखविले. आत्तीने ते पिळगावकरांना सांगताच, डॉक्टरांनी तो चित्रपट नाकारल्यामुळे नाराज झालेल्या पिळगावकरांच्या पत्नी म्हणाल्याही– ''त्यांना म्हणावं नेहमी सेकंड रोलच करत राहा. चांगले रोल करायला मिळायला नशीब पाहिजे.'' मला हे ऐकून खूप दु:ख झाले. डॉक्टरांच्या सध्याच्या मन:स्थितीला मीच कारणीभूत होते. पण डॉक्टरांना मात्र त्यासाठी कुणाकडूनही काहीही ऐकून घ्यावे लागत होते.

डॉक्टरांचा माझ्याशी असलेला असहकार तर इतका प्रखर होता की, ते घरी आले आणि मी पाण्याचा ग्लास पुढे केला तरी ते तो न घेता, स्वत: उठून फ्रीजमधून पाणी काढून घेत. मी कुणालाही काही सांगू शकत नव्हते. फक्त 'बदले बदले मेरे सरकार नजर आते है' असे म्हणत स्वत:शी डोळे गाळीत होते. मनाचा परिणाम शरीरावरही दिसायला लागला. आत्ती बिचारी माझ्यासाठी नाना उपाय करीत होती. डॉक्टर, वैद्य, जे कुणी सुचवतील त्यांच्याकडे मला उपचारासाठी नेत होती. आत्तीचा विश्वास नसतानाही अगदी ज्योतिष्याने सांगितलेले शांती वगैरे करण्याचे उपायही ती करत होती. पाण्यासारखा पैसा खर्च करीत होती. कुठूनही मी बरी व्हावी असा तिचा प्रयत्न चालला होता. पण उपचाराला प्रतिसाद देणे न देणे शेवटी माझ्याच हाती होते. मी कशाचाही उपयोग होऊ देत नव्हते.

पुण्याचे मधुदादा कुलकर्णी यांच्यासारखी आप्ताहून जवळची असणारी मंडळी

माझी प्रकृती, परिस्थिती पाहून चिडायची आणि विचारायची– ''आई तुम्हाला फार सुखात ठेवते. ते सुखच तुम्हाला टोचतंय वाटतं? नाहीतर अशा झिंगला नसता.'' काय सांगणार होते मी त्यांना की मला कसलं सुख टोचतंय ते. खूपदा मनात यायचं त्यांना सांगावं–

'केळीचे सुकले बाग
असुनी निगराणी.''

पण कुठेतरी आत वणवा पेटलाय, झळ लागलीय आणि त्याला कारण आपण स्वत:च आहोत याची स्वत:च कबुली द्यायची? तेच तर मला नको होतं. एका विवाहित पुरुषावर मी प्रेम करते आहे आणि त्याने आता मला झिडकारले आहे, हे कळल्यावर अवहेलना, निर्भत्सना याशिवाय माझ्या वाट्याला दुसरे काहीच येणार नव्हते आणि म्हणूनच कुणालाही काहीही न कळता हे सर्व माझ्यासहित संपायला हवे होते.

९ जून १९६९ रोजी 'चंद्रलेखा'तर्फे 'तुझे आहे तुजपाशी' हे नाटक रंगभूमीवर आले. दाजी भाटवडेकर, श्रीकांत मोघे, आशालता वाबगावकर, सखाराम भावे, सुनीला प्रधान आणि डॉक्टर अशांसारखा नामवंत संच होता. नाटक जुने असूनही, चंद्रलेखेसारखी दर्जेदार संस्था हे नाटक रंगभूमीवर आणते आहे म्हटल्यावर एखाद्या नव्या नाटकावर यावीत तशी या नाटकावर परीक्षणे लिहून यायला लागली आणि पहिल्यांदाच डॉक्टरांच्या भडक अभिनयावर टीका लिहून यायला लागलीच; पण त्याशिवाय डॉक्टर सहकलाकारांना रिस्पॉन्स देत नाहीत आणि दुसऱ्याच्या महत्त्वाच्या गंभीर प्रवेशाच्या वेळी काहीतरी एक्स्प्रेशन्स देऊन हशा निर्माण करतात. प्रेक्षकांच्याकडे बघून संवाद बोलतात अशीही टीका झाली.

आम्ही पहिल्या प्रयोगाला गेलो नव्हतो. संघात जाऊन अधेमधेच कुठला तरी एक प्रयोग पाहिला होता. मध्यंतरामध्ये आम्ही आत गेलो होतो. आत्ती सर्वांशी बोलत होती. मला डॉक्टरांशिवाय कुणाबरोबर बोलण्यात विशेष गम्य नव्हते. पण डॉक्टर बोलायचेच नाहीत. चार लोकांत शोभा नको म्हणून मी एका बाजूला उभी होते. तसे डॉक्टर माझ्या पलीकडेच उभे होते. मध्येच माझ्याकडे पाहात त्यांनी मला विचारले– ''तब्येत सुधारण्याचे तुम्ही अजून काही मनावर घेत नाही ना?'' ते ऐकून खरं तर माझा संताप संताप झाला होता. सगळं संपविल्यानंतर डॉक्टरांना आता माझ्याविषयीच्या उठाठेवी हव्यातच कशाला? माझ्या प्रकृतीची अशी अवस्था का झाली आहे हे माहीत असूनही पुन्हा ती बरी का होत नाही, याची चौकशी करण्याचा मानभावीपणा डॉक्टर का करत होते कळत नव्हते. संतापाला आवर घालीत थंडपणे

मी डॉक्टरांच्याकडे एकदा पाहिले आणि त्यांच्या प्रश्नाचे उत्तर नुसती नकारार्थी मान हलवून दिले.

६१

या वेळी कोल्हापूरला निर्माते माधव शिंदे, जोत्स्ना देवधर यांच्या 'घर गंगेच्या काठी' या कादंबरीवर चित्रपट तयार करणार होते. त्यातील सर्वांत धाकट्या दिराची भूमिका डॉक्टरांनी करावी असे सर्वांना वाटत होते. डॉक्टर नेहमीप्रमाणे टाळत होते. पण या वेळी त्यांचा दुहेरी नाइलाज झाला. एकतर या चित्रपटाचे अंशतः निर्माते म्हणून चारुकाकांचा त्यात सहभाग होता. मित्रांपुढे मात्र डॉक्टरांचा नाईलाज झाला, तर दुसरीकडे त्या चित्रपटात मोठ्या वहिनीच्या भूमिकेत आत्ती होती. तिचा शब्दही मोडणे डॉक्टरांना अशक्य झाले होते; आणि हो नाही करता डॉक्टर एकदाचे त्या चित्रपटामध्ये काम करायला तयार झाले.

श्री. माधव भोईटे हे प्रथमच स्वतंत्र दिग्दर्शक म्हणून या चित्रपटाद्वारे उभे राहात होते. त्यांचा माझा विशेष स्नेह होता. त्या चित्रपटासाठी लागणाऱ्या कपड्यांची खरेदी करायला भोईटे मुंबईत आले होते. त्यांनी खरेदीला येण्याविषयी मला विनंती केली. डॉक्टरही बरोबर आले. डॉक्टर या चित्रपटामध्ये चित्रकाराची भूमिका करणार होते. त्यामुळे डॉक्टरांनी या चित्रपटात झब्बा पायजमा घालावा असे मी सुचविले. पण नेहमीप्रमाणे लखनौचे तयार झब्बे न घेता शिवून झब्बे घ्यावेत असे मला वाटत होते. कारण रेडीमेड झब्ब्यांना तसे फिटिंग नसते आणि स्टार्च केलेला अघळपघळ लखनवी झब्बा डॉक्टरांनी घातला की ते आणखीनच बुटके वाटायचे. माझे हे म्हणणे डॉक्टरांना सांगताच डॉक्टरांनी सरळ नकारही दिला नाही आणि पूर्ण होकारही दिला नाही. फक्त 'तुमचे तुम्ही काय ते बघा.' असे सांगून डॉक्टर गप्प राहिले. निदान डॉक्टरांचे थोडेतरी मौन सुटले असे समजून मी इतर कपड्यांबरोबर डॉक्टरांच्या कपड्यांचीही खरेदी केली. माधवाश्रम पथिकाश्रमाजवळ *(गिरगावमध्ये)* नायर नावाचा झब्बे शिवण्यासाठी प्रसिद्ध टेलर होता. त्यांच्याकडे डॉक्टरांना नेऊन, मला हवी ती फॅशन सांगून झब्बे व टेरिकॉटचे पायजमे शिवायला टाकले. डॉक्टर शहाण्या मुलासारखे मी सांगेन ते करीत होते.

कोल्हापुरात जयप्रभा स्टुडिओमध्ये मोठ्या उत्साहाने शूटिंगला सुरुवात झाली. सिनेमा-नाट्यसृष्टीतील बरीच बडी कलावंत मंडळी या चित्रपटामध्ये एकत्र आली. डॉक्टरांचा माझ्यापुरता मूड कायम होता. बाकीच्या मंडळींशी ते नेहमीप्रमाणे वागायचे. मुंबईहून तयार करून आणलेले निळ्या आणि गुलाबी रंगाचे झब्बे डॉक्टरांना खूपच खुलून दिसायचे. आत्तीही त्यांना म्हणाली, "काशिनाथ, आता

झब्बे शिवूनच घालत चला. तयार लखनवी झब्बे फार बेंगरूळ दिसतात आणि एकाच पांढऱ्या रंगाचे असतात.'' तेवढ्यातल्या तेवढ्यात डॉक्टरांनी माझ्याकडे बोट करीत सांगूनही टाकले, ''हे यांचं सिलेक्शन.'' दुसऱ्याला दिलखुलासपणे दाद देणे आणि ज्याचे श्रेय त्याला देणे हा गुण डॉक्टरांच्यामध्ये प्रकर्षाने होता. यानंतर मात्र डॉक्टर प्रामुख्याने झब्बा-पायजमा हाच पोषाख घालायला लागले. पुढे बऱ्याचदा कपड्यांची खरेदी, त्याची फॅशन यासाठी डॉक्टर मला बरोबर नेत, किंवा पैसे देऊन माझी मलाच खरेदी करायला, परस्पर झब्बे शिवायला टाकायलाही सांगत. नाट्यसृष्टीतही डॉक्टरांच्यामुळे झब्बा पायजमा अधिक लोकप्रिय झाला असावा.

६२

माझी बहीण बेबी हिच्या गरोदरपणात इरावतीबाईंची ट्रीटमेंट तिला सुरू होती. बेबीबरोबर एकदा मी इरावतीबाईंच्या दवाखान्यात गेले होते. त्यांना पाहून मला धक्काच बसला. इतक्या त्या रोडावल्या होत्या, कृश झाल्या होत्या. आता त्या स्वत: डॉक्टर. त्यांनाच तुम्ही इतक्या बारीक का, औषधं काय घेता, कसं विचारायचं? त्यातूनही मी त्यांना आजारी होतात का असं विचारलं तर 'काही नाही थोडी अॅनेमिक झाले आहे,' असं त्या म्हणाल्या. घरी आले तरी इरावतीबाई डोळ्यांसमोरून हलत नव्हत्या. शेवटी न राहवून मी डॉक्टरांना फोन करून इरावतीबाईंच्याबद्दल विचारलेच. डॉक्टर म्हणाले–

''त्या फार शहाण्या डॉक्टर आहेत. आमच्यापेक्षा मोठ्या डॉक्टर आहेत. आम्ही यांना काही सांगितलं तर त्यांना पटत नाही. मला काही झालेलं नाही असं त्या म्हणतात.''

डॉक्टरांचा सूर तिढाच होता. त्यामुळे इरावतीबाईंना नेमकं काय झालं आहे कळू शकलं नाही. मला मात्र त्या फार गंभीर आजारी आहेत असं वाटत होतं.

१४ सप्टेंबरला डॉक्टरांचा वाढदिवस म्हणून मी व माझ्या बहिणी फुलं आणि प्रेझेंट घेऊन डॉक्टरांच्या घरी पोहोचलो, तर डॉक्टर आमच्या घरी सायनला पोहोचले होते. पण डॉक्टरांचा फोन आमच्या घरून आला आणि त्यांनी आम्हाला तिथेच थांबायला सांगितले आणि तिथे थोड्याच वेळात परत आले. खरं म्हणजे डॉक्टर आपल्या वाढदिवसादिवशी आत्तीला नमस्कार करायला आमच्या घरी यायचेच. पण आताच्या ताणलेल्या परिस्थितीमध्ये कदाचित ते येणार नाहीत म्हणून मी त्यांच्या घरी त्यांच्या वाढदिवसाच्या शुभेच्छा देण्यासाठी पोहोचले होते. डॉक्टर माझ्याशी कसेही वागोत, मी मात्र कधीही त्यांचे अमंगल चिंतिले नाही. डॉक्टर व इरावतीबाईंचा निरोप घेऊन आम्ही निघणार एवढ्यात डॉक्टरांनी विचारले, ''आज गारंबीचा प्रयोग

आहे दुपारी रवींद्रला. येणार?'' मी डॉक्टरांच्या ह्या बदलाकडे पाहातच राहिले. कितीतरी दिवसांनी डॉक्टर नीट बोलत होते. खूप खूप बरं वाटत होतं. पण डॉक्टरांचे गेल्या बऱ्याच महिन्यांतील वागणं आठवलं आणि मी पुन्हा भानावर आले. ''आत्तीला विचारून कळवते.'' एवढे सांगून मी उठले. पण डॉक्टर कसले हुषार. त्यांना माहीत होते मी कदाचित येणार नाही. ''एवढंच ना! मी दीदींची परवानगी विचारतो.'' असं म्हणत डॉक्टरांनी आत्तीला फोन करून आमचं नाटकाला जाणं निश्चित करून टाकलं.

डॉक्टरांना आपल्या वाढदिवसानिमित्त नाटकात काम करायला फार आवडे. त्यांचे निर्मातेही त्या वेळी कौतुकाने त्या दिवशी प्रयोग जाहीर करीत. मोहन वाघांसारखा कल्पक आणि उत्साही निर्माता तर त्या गोष्टीचा जाहिरातीसाठी उपयोग करून घ्यायचा. डॉक्टरांचा वाढदिवस वाजतगाजत साजरा व्हायचा. वाढदिवसादिवशीचा सकाळचा कार्यक्रमही ठरलेला असायचा. डॉक्टर वडिलांच्या फोटोला नमस्कार करून बाहेर पडत ते थेट महालक्ष्मीच्या देवळात जात. तिथून पेडर रोडला 'प्रभाकुंज'मध्ये माई मंगेशकर आणि 'नीला हाऊस'मध्ये श्री. लालचंद हिराचंद आणि सौ. ललिताबाई लालचंद यांना नमस्कार करायला जात. ते आटपले की मग गिरगावात आप्पा पेंडसे यांच्याकडे जात. तिथून सायनला आमच्या घरी आत्तीचा आशीर्वाद घेत आणि तिथून वरळीला घरी जाण्यापूर्वी प्रभादेवीच्या सिद्धिविनायकाचे दर्शन घेत.

त्या १४ सप्टेंबरला मला वाटतं गारंबीचा महोत्सवी प्रयोग होता. २०० वा प्रयोग असावा. नेहमीप्रमाणे डॉक्टरांचा अभिनय आणि प्रयोग दोन्हीही तुफान रंगले. प्रयोग संपल्यावर डॉक्टर व इरावतीबाई आमच्याबरोबर आले. त्यांना त्यांच्या घरी सोडायला आम्ही निघालो होतो. डॉक्टर थकले होते. त्यांच्या शेवटच्या प्रवेशाने सुन्न व्हायला झाले होते. डॉक्टरांना मध्यंतरी झालेला हृदयविकाराचा त्रास पाहता, आता तरी डॉक्टरांनी थोडे हातचे राखून काम करायला हवे होते. मी तसे बोलूनही दाखविले. डॉक्टर मानेला जोरात झटका देत म्हणाले–

''एकदा स्टेजवर गेल्यावर मी काही राखून ठेवूच शकत नाही. काय होईल, जीवच जाईल ना? कधी तरी मरायचंच आहे. काय तारे?'' असं म्हणत डॉक्टरांनी माझ्या मामेबहिणीकडे– तारूकडे– आपला मोर्चा वळविला. तारूही नाटक बघून भारावलेली होतीच. पटकन् ती म्हणाली, ''त्या दिलीपकुमार, राज कपूरला इथे आणून बसवा आणि बघा म्हणावं ॲक्टिंग कसं असतं.''

झालं. डॉक्टर आता तरंगायचेच काय ते बाकी राहिले होते. ''क्या बात है!'' असं म्हणत डॉक्टरांनी तारूच्या हातावर टाळी दिली.

६ ३

दुसऱ्या दिवशी सकाळी डॉक्टरांचा फोन आला आणि ते काय म्हणताहेत ते खरंच वाटेना. कारण काल रात्री तरी डॉक्टर व इरावतीबाईंना आम्ही त्यांच्या घरी सोडून आलो होतो. पण मध्यरात्री इरावतीबाईंना रक्तस्रावाचा इतका त्रास झाला की, त्या उभ्या उभ्याच खाली कोसळल्या. रात्रीच ॲम्ब्युलन्स आणून त्यांना भाटिया हॉस्पिटलमध्ये न्यावे लागले होते. मी आणि माझ्या बहिणी हॉस्पिटलमध्ये पोहोचलो तर शरीराची पीडा इरावतीबाईंचा चेहरा पिळवटून काढीत होती. त्यांचे नेहमीचे प्रसन्न हास्य कुठल्या कुठे गायब झाले होते. डॉक्टर थोडं फार हसून बोलण्याचा, वातावरणाचा ताण कमी करण्याचा प्रयत्न करीत होते. रात्रीचे जागरण. इरावतीबाईंची चिंता डोळ्यांवरून सहज ओळखता येत होती. डॉक्टर आपण घाबरलेलो नाही, हे दाखविण्याचा प्रयत्न करत होते. पण तो प्रयत्न तोकडा पडत होता. त्या तशा परिस्थितीमध्येही इरावतीबाई डॉक्टरांना घरी जाऊन नीट जेवण्याविषयी बजावीत होत्या. त्या दिवशी मी डॉक्टरांना आमच्या घरी जेवायला घेऊन आले. इरावतीबाईंच्याजवळ डॉक्टरांच्या घरी नेहमी असणारी जयू थांबली होती.

डॉक्टर जेवून लागलीच हॉस्पिटलमध्ये परत गेले. कारण प्रख्यात स्त्रीरोगतज्ज्ञ डॉ. व्ही. एन. शिरोडकर यांची अजून भेट झाली नव्हती. त्यांच्या भेटीवरच इरावतीबाईंचे निदान ठरणार होते. दुपारी चार वाजता डॉक्टरांचा पुन्हा हॉस्पिटलमधून फोन आला की, संध्याकाळी तातडीने डॉ. शिरोडकर इरावतीबाईंच्यावर शस्त्रक्रिया करणार आहेत. डॉक्टर मला सांगत होते,

"तू त्या वेळी इथे ये. तू माझ्या सोबत असण्याची मला गरज आहे." डॉक्टरांचा स्वर कमालीचा कातर झाला होता. मला गलबलून आले.

आत्ती त्या वेळी शूटिंग करत होती. तिथे फोन करून मी तिला सर्व सांगितले आणि जाऊ का विचारले. आत्तीचे शूटिंग संपलेच होते. ती मला म्हणाली, "तुम्ही मुली अशा वेळी तिथे जाऊन काय करणार? माझं शूटिंग संपलंय. मी इथूनच हॉस्पिटलमध्ये जाते." माझा अगदी नाईलाज झाला. भांबावलेले डॉक्टर सारखे आठवत होते. आता आत्ती परत येऊन सर्व सांगेपर्यंत नुसती प्रतीक्षा करणेच माझ्या हातात होते.

ऑपरेशन संपून इरावतीबाईंना रूममध्ये आणल्यावरच आणि त्या थोड्याफार शुद्धीत आल्यावर आत्ती घरी परतली. मात्र येताना तिने गाडी डॉक्टरांच्या ताब्यात दिली आणि स्वत: टॅक्सीने घरी परत आली. आत्तीकडून इरावतीबाईंच्या आजाराचे कारण समजले आणि अधिकच दु:ख झाले. इरावतीबाईंना या वेळीही पुन्हा दिवस गेले होते. पण गर्भ मात्र गर्भाशयाबाहेर रुजला होता. निसर्गाला त्याच्या नियमाविरुद्ध

गेलेले खपत नाही, हेच खरे. त्याने स्वत: केलेली चूकही इरावतीबाईंना अक्षरश: पिळून काढून सुधारली. डॉ. व्ही. एन. शिरोडकर यांनी ऑपरेशन केले आणि वेळेवर केले म्हणूनच इरावतीबाई वाचल्या. नाहीतर दुखणे जीवावरचे ठरले असते. डॉक्टर स्वत:ही ऑपरेशन थिएटरमध्ये हजर राहिले होते.

दुसऱ्या दिवशी १६ तारीख. माझा वाढदिवस. डॉक्टर येणार नाहीत म्हणून मनावर मळभ आले होते. अशा मनस्थितीमध्ये असतानाच डॉक्टरांचा सकाळी फोन आला. त्यांनी मला वाढदिवसाच्या प्रथम शुभेच्छा दिल्या आणि त्यानंतर त्यांनी जे सांगितले ते ऐकून माझे मन अक्षरश: भरून आले. डॉक्टर सांगत होते–

"इरावतीने तुझ्यासाठी केव्हाच साडी आणून ठेवली आहे. नीट शुद्धीत आल्यावर तिने कपाटात ती कुठे ठेवली आहे ते सांगितलं आणि आज तुला ती द्यायला सांगितली आहे. ती घेऊन मी आता तिकडे येतोय." त्या अत्यंत वेदनामय काळातही इरावतीबाईंना माझ्या वाढदिवसाची, मला देण्याच्या प्रेझेंटची आठवण झाली, हे ऐकून माझं मन आदरानं खाली झुकलं.

आमच्या ओळखीने अभिनेत्री पद्मा चव्हाण *(ही माझी सख्खी चुलतबहीण)* ही इरावतीबाईंची पेशंट झाली होती. त्यांचे ऑपरेशन झालेले आहे हे कळताच पद्मा चव्हाणने मला फोन करून इरावतीबाईंना भेटायला जाण्याची इच्छा व्यक्त केली. तिला व आमच्या काकांना घेऊन मी भाटिया हॉस्पिटलमध्ये गेले होते. डॉक्टरही त्या वेळी तिथेच होते. थोडा वेळ गप्पा मारून आम्ही जाण्यासाठी उठलो तर डॉक्टर अगदी लिफ्टपर्यंत आम्हाला पोहोचवायला आले. आमची लिफ्ट खाली जाईपर्यंत थांबले. खाली आल्यावर नेहमीच्या फटकळ स्वभावाप्रमाणे डॉक्टरांना उद्देशून पद्मा मला म्हणाली–

"हा वाघ बराच माणसाळायला लागला आहे."

हॉस्पिटलमधूनच इरावतीबाई विश्रांतीसाठी महिनाभर पुण्याला गेल्या. डॉक्टर माझ्या बाबतीत पूर्ववत व्हायला लागले आहेत असं वाटायला लागलं. पण मला आता खात्री वाटत नव्हती. पुन्हा ते गुंतणं नको होतं. त्यामुळे मी बरीचशी तटस्थ होते. अधुनमधून डॉक्टर आता घरी यायचे, फोन करायचे, इरावतीबाई घरात नसल्यामुळे डॉक्टर राहायला, जेवायला मित्रमंडळींच्याकडे जात. त्या वेळी वरळीलाच अभिनेत्री शांता जोग व त्यांचे पती राहात होते. डॉक्टरांचे व त्यांचे खूपच घरोब्याचे संबंध होते. शांताबाईंच्या पाठीचे स्लिपडिस्कच्या ऑपरेशनच्या वेळी डॉक्टरांनी त्यांना खूप मदत व त्यासाठी धावपळही केली होती. काहीशा हट्टानेच डॉक्टरांनी शांताबाईंना ते ऑपरेशन करायला भाग पाडले होते. इरावतीबाईंच्या ऑपरेशनच्या वेळी शांताबाईही हजर राहिल्या होत्या. डॉक्टर अधुनमधून त्यांच्या घरीही राहायला जात.

६४

माझं आजारपण चालूच होतं. माझा औषधाविषयी असहकार चालूच होता. इरावतीबाईंचे ऑपरेशन होण्यापूर्वीच माझी मामेबहीण बेबी बाळंतीण होऊन तिला मुलगी झाली होती. बेबी इरावतीबाईंच्या वैद्यकीय देखरेखीखाली असूनही त्यांच्या प्रकृती-अस्वस्थतेमुळे बेबीच्या बाळंतपणाच्या वेळी हजर राहू शकल्या नाहीत. डॉक्टर मात्र मुलगी बघायला आले. पाळण्यातल्या त्या छोट्या बाळाला उचलून डॉक्टरांनी हातावर घेतले. मुलीच्या हातात एक नोट ठेवली आणि पुन्हा तिला पाळण्यात ठेवून डॉक्टर बाहेर पडले. लहान मुलांच्या बाबतीतील बारीक-सारीक गोष्टींची डॉक्टरांना माहिती होती आणि त्यांच्याच नशिबात मुलाचा योग अजून तरी येत नव्हता.

पंधरा वर्षांपूर्वी आत्तीने अरविंद गोखले यांच्या 'अविधवा' कथेवरील 'माझं घर माझी माणसं' या चित्रपटात भूमिका केली होती. त्यातील व्यक्तिरेखेचे नाव होते इरावती. आत्तीला ते नाव इतके आवडायचे की घरात कधी मुलगी जन्माला आली की तिचे नाव इरावती ठेवायचे असे तिने नक्की ठरवून ठेवले होते. त्यामुळे बेबीला मुलगी होताच तिचे थाटात बारसे करून आत्तीने तिचे नाव ठेवले इरावती. हॉस्पिटलमध्ये असणाऱ्या इरावतीबाईंना डॉक्टरांनी हे सांगितले तेव्हा इरावतीबाई कुरकुरल्या की, आपल्या सुंदर नावाची आता मोडतोड होणार. इरावतीबाईंना आपले नाव इतके आवडायचे की त्यांनी लग्नात त्यांचे नाव न बदलण्याविषयी अगदी आग्रहाने डॉक्टरांना सांगितले होते. माझी मात्र वेगळीच पंचाईत झाली होती. कारण इरावतीबाईंशी आता झालेले माझे नाते पाहता बेबीच्या मुलीला इरावती ह्या एकेरी नावाने हाक मारणे मला अवघड वाटायला लागले आणि मला एक उपाय सुचला. मी बेबीच्या मुलीचे लाडाचे नाव ठेवले 'चिमणी' आणि तेच सर्वांच्या तोंडी बसले.

वर्षांपूर्वी टाटा हॉस्पिटलमध्ये ऑपरेशन झालेले माझे मोठे मामा पुन्हा आजारी झाले. परत टाटामध्येच ऑपरेशन करावे लागते की काय असे वाटायचे; पण दादरच्या डॉ. दामले *(हेच डॉक्टरांच्यावरही उपचार करायचे)* यांनी निव्वळ औषधोपचाराने माझ्या मामांना बरे केले आणि आमच्या सर्व घराचा डॉ. दामले यांच्यावर प्रचंड विश्वास बसला. माझ्या मामांनी माझ्या आईचा पिच्छा पुरवून मलाही डॉ. दामले यांची ट्रीटमेंट द्यावी असे सांगितले. मला डॉ. दामले यांच्याकडे जाणेच भाग पडले. कारण आमचे फॅमिली डॉक्टर शिवाजीपार्कचे डॉ. एम. एस. फडके यांच्याबरोबर मला डॉ. दामले यांच्याकडे जावे लागले.

माझ्या तपासणीला बराच वेळ लागला. स्क्रीनिंग करतानाच डॉक्टरांना काही शंका आली असावी. त्यांनी मला शेजारच्या बिल्डिंगमध्ये एक्स-रेसाठी पाठविले.

डॉक्टरांचा असिस्टंट ओला एक्स-रे हातात धरून तसाच माझ्यापुढे पळत डॉ. दामले यांच्या रूममध्ये शिरला. ही सगळी धावपळ पाहून माझ्या लक्षात यायला लागले की, नक्कीच काही तरी मोठा आजार मला झालेला दिसतोय. मी देवाला प्रार्थना करत होते, तो आजार न बरा होणारा असावा.

थोड्या वेळाने डॉ. दामले यांनी मला आत बोलाविले. डॉ. फडके आत बसलेले होतेच. डॉ. दामले आपल्या मृदू आवाजात मला समजावून सांगत म्हणाले–

"हे बघ घाबरू नकोस. तुझा आजार बरा होणारा आहे. त्याला वर्षभर तरी लागेल. पण तू स्वत: मनाने बरं होण्याचा निश्चय केला पाहिजेस. तुला टी.बी. झाला आहे."

मला तर आजार ऐकून आनंद होत होता. परमेश्वराने माझे गाऱ्हाणे ऐकले होते तर. आता हळूहळू आजार वाढवीत नेणे माझ्या हातात होते. कुणालाही न कळता सगळं संपवणं सहज शक्य होतं. मी माझ्या तंद्रीतच गर्क होते. डॉक्टर दामले यांच्या पुढील वाक्याने मी भानावर आले. ते सांगत होते–

"तू तरुण आहेस. तुझं अजून लग्न व्हायचं आहे. तरी तुझ्या आजाराची कुणाजवळही वाच्यता करायची नाही. सुलोचनाबाईंशी मी आत्ताच फोनवर सर्व काही बोललोय. तुला ९० इंजेक्शन्स घ्यावी लागतील. ४५ रोज आणि ४५ एक दिवसाआड. सोबत औषधही देतो. हे सर्व व्यवस्थित नियमाने घे. नक्की बरी होशील."

डॉ. दामले यांच्याबरोबर फोनवर बोलणे झाल्यावर आत्ती खूप रडली होती. मग घरात सर्वांना तिने मला कसलाही त्रास द्यायचा नाही अशी ताकीद दिली. बेबी, तारू मला फुलासारख्या जपत होत्या. डॉ. फडके यांनी घरी जाताना पहिले इंजेक्शन देऊनच मला पाठवून दिले होते. तोंड, हात यांना जडत्व आल्यासारखे वाटत होते. ग्लानी येत होती. अशा वेळी डॉक्टर जवळ असावेत असं वाटत होतं. पण आता ते दुरावले आहेत तेच बरं वाटत होतं. माझा आजार संसर्गजन्य आहे, हेही मला माहीत होते. परमेश्वर करतो ते बऱ्याचसाठी असं म्हणून मी शांत झोपून गेले.

माझ्या आजाराचे निदान झाले तो दिवस होता, १३ ऑक्टोबर. डॉ. दामले यांच्या सूचनेनुसार अगदी घरातील मंडळींशिवाय माझ्या आजाराविषयी कुणालाही सांगितलेले नव्हते. अगदी डॉक्टरांनाही नव्हते. त्यानंतर चार-आठ दिवसांची गोष्ट असेल. डॉक्टर घरी आले होते. हॉलमध्ये आमच्या सर्वांच्या गप्पा चालल्या होत्या. इतक्यात माझे लक्ष भिंतीवरल्या मोठ्या घड्याळाकडे गेले. ते बंद पडले होते. मी आतून स्टूल आणून त्याच्यावर चढून ते घड्याळ पुन्हा सुरू केले. नेहमीप्रमाणे उंच स्टुलावरून जोरात खाली उडी मारली. इतका वेळ माझी धडपड बघून अस्वस्थ होणारी बेबी भान न राहून ओरडली,

''तुला डॉ. दामले यांनी पूर्ण विश्रांती घ्यायला सांगितली आहे आणि तू हे काय चालवलंयस! आत्ती शूटिंगहून आली की मी तरी तिला हे सर्व सांगणार.''

झालं. इतका वेळ मजेत गप्पा मारणारे डॉक्टर आता चांगलेच सावध होऊन बसले. त्यांनी मग माझी उलटतपासणीच आरंभली. त्यांच्यामधील डॉक्टरही आता पूर्ण जागा झाला होता. एक्स-रे, तपासणीचे सगळे रिपोर्ट्स, दिलेली सगळी औषधं, सगळं सगळं डॉक्टरांनी त्यांच्यासमोर हजर करायला लावलं. डॉक्टर काळजीपूर्वक सर्व वाचत होते. सर्व वाचून होताच, आव्हान घेतल्यासारखे डॉक्टर मला म्हणाले–

''मी बघतो तू कशी बरी होत नाहीस ते. आता मी सांगेन तसं वागलं पाहिजेस. मी सांगेन ते खाल्लं पाहिजेस. दीदींनाही सांगतो की कांचन आता माझ्या देखरेखीखाली आहे म्हणून.''

डॉ. दामले यांचे औषधोपचार कसे टाळावेत या विवंचनेत असतानाच आता आणखी एका डॉक्टरची ट्रीटमेंट डोक्यावर बसली आणि ही ट्रीटमेंट टाळणे ब्रह्मदेवालाही अशक्य होते. मी खूपच नर्व्हस झाले. माझा सगळा डाव मला उधळताना दिसायला लागला.

दुसऱ्या दिवशी डॉक्टर पुन्हा हजर झाले. रात्रभर झोपले नसल्याचे डोळेच सांगत होते. माझ्या आजाराचे दुःख झाल्यामुळे अर्थातच नेहमीप्रमाणे पिणेही झाले होतेच. ह्या दारू पिणाऱ्यांची एक गोष्ट मला कधीच समजली नाही. ती ही की, ही मंडळी खूप दुःख झाले तरी खूप दारू पितात आणि खूप आनंद झाला तरी खूप दारूच पितात. वास्तविक पाहता सुख-दुःख ह्या दोन्ही वेगवेगळ्या भावना आहेत. त्याचे प्रकटीकरणही आपण हसून अथवा रडून करतो. पण दारू पिणाऱ्यांच्या बाबतीत ह्या दोन्ही गोष्टींवर एकच रामबाण उपाय असतो. तो म्हणजे भरपूर दारू पिणे.

रात्रभर त्या नादात डॉक्टरांनी एक इनलँड पत्रावर मला उद्देशून बरंच काही लिहिलेलं होतं. डॉक्टर ते पत्रही घेऊन आले होते. योगायोगानं ते पत्र पुण्याहून इरावतीबाईंनी पाठविलेले होते. डॉक्टरांनी ते पत्र मला दिले. डॉक्टरांनी मला लिहिलेले एकमेव पत्र. तेही स्वतंत्र नाही. इरावतीबाईंच्या भागीदारीमध्येच लिहिलेले.

६५

त्या दिवसापासून डॉक्टरांनी माझ्या दिवसभराच्या दिनचर्येचे वेळापत्रकच बनवून टाकले आणि त्यानुसार मी वागते आहे की नाही हे बघायला दिवसातून दोन-तीन फोनही करायचे. दूध प्यायलीस का? *(डॉक्टरांचे प्रिय प्रोटीनेक्स घालून)* अंडं

खाल्लं का? जेवलीस किती? औषधं घेतली का? इंजेक्शनला गेली होतीस का? सतराशेसाठ चौकशा. माझे नाटका-सिनेमाला जाणेही डॉक्टरांनी बंद करून टाकले. डॉक्टरांच्या समोर माझे काही चालत नव्हते. मला ते सारे असह्य होत होते. हे सर्व मी का करते आहे असा मला प्रश्न पडायचा. कारण ही सर्व धडपड जगण्यासाठी होती आणि मला तर मरायचे होते. मग मी हे सर्व कुणासाठी करते आहे? डॉक्टरांच्यासाठी? पण त्यांच्यासाठी का? कुठल्या नात्याने ते माझ्यावर हक्क गाजवताहेत? ही नुसती भूतदया असली तर? मध्यंतरी डॉक्टर वागले तसे पुन्हा कशावरून वागणार नाहीत? या सर्व ओढाताणीतून मुक्त होण्याची संधी परमेश्वराने आपल्याला दिली असता आपण ती गमावण्याच्या मार्गावर आहोत.

आणि एक दिवस निश्चय करून मी फोनवरून डॉक्टरांच्याकडे हा विषय काढला. अगदी कुठलीही भीड न बाळगता सगळं सगळं डॉक्टरांच्या समोर मांडलं आणि त्यांना स्पष्टपणे सांगितलं की मला हा चार दिवसांचा खेळ खेळणं पुन्हा पुन्हा जमणार नाही. तुम्ही माझ्यामध्ये किती गुंतला आहात माहीत नाही. पण तुमच्याविषयीच्या माझ्या भावना पार खोलवर रुजल्या आहेत. त्या मुळापासून काढून फेकणे माझ्या ताकदीबाहेरचे आहे आणि ही ओढाताण सोसणे माझ्या शक्तीबाहेरचे आहे. तुम्ही जितक्या तटस्थपणे बाजूला होऊ शकलात तसे मला शक्य नाही. मी पहिल्यापासूनच तुमच्यावर जीव टाकीत होते हे निश्चितच आहे. पण तुम्हालाही माझ्याबद्दल वाटते हे तुम्ही सांगितल्यावरच मी त्या भावना प्रकट केल्या होत्या. एरवी ते माझे एकटीचे वाटणे समजून मी ते तसेच आतल्या आत लपवून ठेवले असते. आता माझे मन, विचार तुमच्याबद्दल पूर्ण तयार झाले आहे. विवाहित पुरुषावर प्रेम करणे योग्य नाही, हे माहीत असूनही मी ते केले आहे. कारण आता मला माघार मान्य नाही. मी आता त्यातच संपून जायचे ठरवले आहे.

आताचे तुमचे माझ्याशी वागणे हे निव्वळ कर्तव्यापोटी असेल तर ते करू नका. तुमच्यामुळे मी आजारी झाले. यात माझे काही बरे-वाईट होऊ नये म्हणून तुम्ही मला बरी करण्यासाठी धडपडत असाल तर मला ते नको आहे. याची तुमच्यावर कसलीही जबाबदारी नाही. एक मूर्ख मुलगी आपल्या मरणाने मेली असे समजून तिकडे दुर्लक्ष करा. जिथून बाजूला झालात तिथेच थांबा. परत पुढे येऊ नका. मात्र खरंच माझ्याविषयी काही वाटत असेल तर मात्र मला अभंग साथ हवी आहे. शांतपणे विचार करा. मला घाई नाही. तुम्हाला जमेल, झेपेल तेच करा. माझ्यासारखे तुम्ही एकटे नाहीत. तुमच्यावर आधीपासून एका आयुष्याची जबाबदारी आहे. त्या आणि माझ्या दोन-दोन आयुष्यांची जबाबदारी तुम्हाला पेलवणार असेल तरच विचारपूर्वक हो म्हणा. नाहीतर आता हे आहे तेच ठीक आहे. यापुढे माझी अधिक चौकशी करू नका.

मी एका दमात सर्व बोलून घेतले आणि डॉक्टरांनीही मला कुठेही न अडवता माझे सर्व बोलणे शांतपणे ऐकून घेतले. मीही सर्व काही स्पष्ट कुठलाही आडपडदा न ठेवता बोलले होते. कारण मला आता ह्या विषयाची परत परत चर्चा नको होती.

आता डॉक्टरांनी बोलायला सुरुवात केली. त्यांचा आवाज कुठेही चढला नाही. स्वरात भावविवशता नव्हती; दारूचा अंमल नव्हता. डॉक्टर म्हणाले–

"राणी, तू मला हवी आहेस. दॅट्स ऑल. कशीही असलीस तरी हवी आहेस. अगदी अंथरुणावर खिळलीस तरी हवी आहेस. माझे आई-वडील आणि माझी कला यांच्याइतके माझे कुणावरच प्रेम नाही. त्यांची शपथ घेऊन सांगतो तुला कधीही अंतर देणार नाही."

हा लेखी करार नव्हता. याला कुणी साक्षीदार नव्हते. ही बांधिलकी होती, भावनांची भावनांशी.

दुर्मुखलेले रोप माळ्याच्या मशागतीने आणि देखभालीने तरारून उठते तसे माझे झाले. औषधोपचारांपेक्षाही, 'मी काशिनाथ घाणेकरांची प्रिया' ही सुखद जाणीवच निम्मा आजार बरा करत होती, तर उरलेला आजार डॉक्टरांच्या देखभालीने बरा होत होता. डॉक्टरांनीही माझ्या आजाराची कुणाजवळ वाच्यता केली नाही. अगदी इरावतीबाईंच्याजवळही नाही. डॉ. दामले यांच्याशी मात्र डॉक्टरांनी बोलणे केले होते. टी.बी. हा संसर्गजन्य रोग म्हणून मी डॉक्टरांच्यापासून लांब लांब राहायची. कधी तरी हे डॉक्टरांच्या लक्षात आले आणि मला जवळ घेत हळुवार होत डॉक्टर मला म्हणाले–

"मी आजारी पडेन म्हणून घाबरतेस. राणी, तू हवीस मग तुझा आजार का नको?"

डॉक्टरांचे झपाटून जाणे मी पुन्हा एकदा अनुभवत होते.

६६

त्या वर्षी मराठी चित्रपट-व्यावसायिकांचे स्नेहसंमेलन नाशिक येथे होते. डॉक्टर प्रयोग नव्हते म्हणून आधीच नाशिकला आपल्या बंधूंच्याकडे गेले होते. नंतर होणारे संमेलन पाहून तिथेच थांबले होते. आत्तीने मलाही बरोबर चलण्यास सांगितले. संमेलनाच्या आदल्या दिवशी संध्याकाळी आत्तीचे शूटिंग आटपून आम्ही निघालो. आमच्याबरोबर सचिनचे वडीलही आपली गाडी घेऊन निघाले होते. पण त्यांची गाडी कमालीची नादुरुस्त होत होती. एरवी चार तासांत येणारे नाशिक आम्हाला त्या दिवशी रात्रीचे २-२॥ वाजले तिथे पोहोचायला.

डॉक्टरांना आमचा निघण्याचा कार्यक्रम माहीत होता. अकरा वाजून गेले तरी

आम्ही पोहोचलो नाही हे पाहून ते इतके हवालदील झाले की, मुंबईला ट्रंककॉलवर ट्रंककॉल करून त्यांनी नुसता गोंधळ उडवून दिला. आमचा शोध घेण्यासाठी त्यांनी पोलीसयंत्रणासुद्धा त्या रात्री राबविली. नाशिकमध्ये प्रवेश करणाऱ्या प्रत्येक रस्त्यावर त्यांनी माणूस उभा करून ठेवला. एका रस्त्यावर चारुकाकांना उभे ठेवले. दुसऱ्या रस्त्यावर स्वत: आणि आपले बंधू भार्गव यांनाही उभे करून ठेवले. ते बिचारे थंडीमध्ये कुडकुडत होते. पण डॉक्टरांच्यासमोर त्यांचेही काही चालायचे नाही.

डॉक्टर उभे होते त्या रस्त्यानेच आम्ही नाशिकमध्ये पोचलो. आम्हाला पाहताच डॉक्टरांचा चेहरा नुसता फुलून निघाला होता. ते लहान मुलासारखे गाडीजवळ धावत आले. मला तर डॉक्टर किती वर्षांनी भेटताहेत असं वाटत होतं. माझा हात दारावर होता. डॉक्टरांनी त्या हातावर आपला हात अलगद ठेवला. काय नव्हते त्या स्पर्शात? प्रेम, काळजी, भेटीचा आनंद सगळं सगळं होतं. शब्दांची गरजच नव्हती.

तीन दिवस संमेलनाची धामधूम चालली होती. अनेक कार्यक्रम असायचे. पण त्या गडबडीतही डॉक्टर मला आठवणीने इंजेक्शनला घेऊन जात होते. मला बाहेरचं काही वेळी अवेळी खायला लागू नये म्हणून आपल्या भावाच्या घरी नेऊन वरणभात, दूधभात खायला घालीत. नाशिक येथे राहणारे भार्गवराम हे डॉक्टरांचे पाच नंबरचे भाऊ. मला वाटतं सर्वांत अधिक हळवे. डॉक्टरांच्या बाबतीत तर ते अधिकच हळवे होते. डॉक्टरांच्या चिंतेने सदैव ग्रासलेले असायचे. पानंच्या पानं पत्रं डॉक्टरांना लिहून त्यात प्रकृती सांभाळायला सांगायचे. काय खावं, काय खाऊ नये, दारू सिगारेट किती जवळ करावी, या बाबतीत उपदेश करायचे. ते मेडिकल रिप्रेझेंटेटिव्ह असल्यामुळे औषधंही कोणती घ्यावीत, तेही डॉक्टरांना सुचवीत. त्यांच्या पत्नी शांता याही सुविद्य. त्यांना अनिल नावाचा एकच मुलगा.

संमेलनाच्या शेवटच्या दिवशी करमणुकीचे कार्यक्रम आणि रसरंग साप्ताहिकातर्फे करायचा राहिलेला चित्रपट-पारितोषिकांचा वितरण समारंभ, असा भरगच्च कार्यक्रम होता. डॉक्टरांना 'पाठलाग' चित्रपटासाठी सर्वोत्कृष्ट नटाचे पारितोषिक होते. फिल्मफेअर पारितोषिकांच्या धर्तीवर प्रेक्षकांची मते मागवून ही बक्षिसे दिली जायची. स्वीकारलेले बक्षीस डॉक्टरांनी माझ्या हातात ठेवले. कार्यक्रमाला एवढी प्रचंड गर्दी होती की, आम्ही सगळी स्टेजवरच विंगेमध्ये खुर्च्या टाकून बसलो होतो. माझ्या शेजारी बसलेल्या डॉक्टरांना, ते औषध घ्यायचे विसरले होते लक्षात आलं. मी त्यांना बाहेर बसलेल्या ड्रायव्हरला घेऊन गाडीतून जाऊन पटकन् औषधं घेऊन येण्याविषयी सुचवलं. नकारार्थी मान हलवीत डॉक्टर म्हणाले–

''नको, घरी गेलो तर पिण्याची इच्छा होईल. नाही घेतली एक दिवस औषधं तर काही होत नाही.''

डॉक्टरांचे ते बोलणे ऐकून माझा आनंद काय वर्णावा?

मुंबईला परत येण्यापूर्वी आम्ही शिर्डीला जाऊन तिथून तसेच पुण्याला चारुकाकांना पोहोचवून मुंबईला यायला निघालो. पुण्याहून आत्ती, मी आणि डॉक्टर असे तिघेच परत आलो. वाटेत खोपोलीमध्ये थांबलो होतो. तिथून निघण्यापूर्वी डॉक्टरांनी 'तुला आवडतं ना?' असं म्हणत खायचं पान माझ्या हातात ठेवलं. मी आश्चर्याने डॉक्टरांच्याकडे पाहातच राहिले. कारण मागे एकदा मला पान खाताना पाहून डॉक्टर मला म्हणाले होते– "तू पान खातेस! मला नाही आवडत पान खाल्लेलं. इरावतीला मात्र पान खूप आवडतं. ती खाते." ते ऐकलं मात्र. माझ्या पान खाण्याच्या आवडीचा अक्षरश: चोथा झाला आणि मी पान खायचं सोडलं. माझी ती आवडच नाहीशी झाली. आणि आज स्वत: एक पान खाऊन दुसरं पान माझ्या हातात डॉक्टर ठेवत होते. डॉक्टरांचा स्वभाव खरा कसा असावा? काही पत्ता लागत नव्हता. दर वेळी वेगळीच बाजू पाहायला मिळायची.

६७

माझं आयुष्य पुन्हा सुगंधित होऊन उठलं. जगण्यात रस वाटायला लागला. डॉक्टरांच्याकडे पाहिले की एक काव्य नेहमी आठवायचं–

जीवनसे भरी तेरी आँखे,
मजबूर करे जिनेके लिए ।
सागर भी छलक जाते हैं,
तेरे प्यार का रस पिनेके लिए ।

मधले आठ महिने जणू नव्हतेच. पण त्यानंतरचा डॉक्टरांच्यामधील प्रियकर अधिक समंजस, जबाबदार झाला होता. आता रानावनात हिंडण्यापेक्षा नव्या संसाराची स्वप्ने डॉक्टर बघत होते. नुसत्या प्रेमाने पोट भरत नाही, त्याला पैशांचीही गरज लागते हे भान डॉक्टरांना होते. तसेच इरावतीसारखी कांचन मिळवती नाही, तेव्हा तिच्याकरता दुसरा संसार उभा करताना तिची आर्थिक व्यवस्थाही केली पाहिजे याची जाणीव जागी असायची. नाटका-सिनेमांतील आपली सर्व मिळकत डॉक्टर इरावतीबाईंच्या हाती देत. त्या त्याचे उत्कृष्ट नियोजन करीत. डॉक्टर आपल्याला लागणारा पॉकेटमनी इरावतीबाईंच्याकडून मागून घेत. ऐनवेळी धावपळ नको म्हणून डॉक्टर त्या पॉकेटमनीमधील काही पैसे माझ्यासाठी बाजूला टाकायला लागले. मग त्यांना स्वत:लाही ते सांभाळणे कठीण व्हायला लागले. म्हणून त्यांनी ते पैसे माझ्याकडे आणून द्यायला सुरुवात केली. मी अगदी तारीखवार त्या पैशांची नोंद ठेवायची.

संसार म्हटला की मुलं आलीच. तो विषय तर प्रकर्षाने असायचा. डॉक्टरांची व माझी या बाबतीतही एकच आवड होती. आम्हाला मुलगा आवडायचा, मुलगी

नाही. निदान पहिली मुलगी तर नाहीच नाही. मुलाचा विषय निघाला की, त्याचं नाव काय ठेवायचं हा विषय ओघाने यायचा. शिवाय डॉक्टरांचा फॅमिली प्लॅनिंगवर विश्वास नसावा. कदाचित अजिबातच मूल नसल्यामुळे असेल, पण फक्त एकावर त्यांचे समाधान होणारे नव्हते. म्हणून मग मी त्यांना सांगितले की आपण आपल्या मुलांची नावे शंभू, बापू, लाल्या, राहूल अशी ठेवू या.

नाटक हा डॉक्टरांचा दुसरा प्राण होता. त्यामुळे त्यांच्या ह्या नवनिर्मितीला नाटकातील त्यांच्याच भूमिकांची नावे ठेवण्याच्या कल्पनेमुळे डॉक्टर कमालीचे 'थ्रील्ड' झाले. मी जरी असं हे डॉक्टरांना सांगितले असले तरी एक नाव मात्र मी अगदी मनोमन ठरवून ठेवलं होतं. 'श्रीनाथ'. डॉक्टर गणपतीचे फार मोठे भक्त होते. तेव्हा गणपतीचे नाव आणि डॉक्टरांच्या नावातील नाथ असे मिळून मी हे नाव ठरवून ठेवले होते.

डॉक्टर आताशा फार व्यस्त झाले होते. एकावेळी तीन-तीन नाटकं चालली होती. अधुनमधून चित्रपटांचे शूटिंग असायचे. डॉक्टरांच्या फोनवरच्या भेटीही दुरावत चालल्या होत्या. पण त्यातूनही वेळ मिळेल तेव्हा डॉक्टर फोन करून का होईना भेटण्याचा जीवापाड प्रयत्न करायचे. शक्य झाल्यास बाहेरगावाहून ट्रंक-कॉलसुद्धा करायचे. पुण्याहून एस.टी.डी. सेवा सुरू झाल्यामुळे तर फारच सोपे झाले होते. मात्र अजूनही हे सर्व चारुकाकांना सांगितलेले नव्हते.

डॉक्टरांना भविष्य विचारून घेण्याचा, पत्रिका दाखविण्याचा भारी नाद होता. आपल्या नव्या येणाऱ्या नाटकांच्याही ते पत्रिका करून घेत. पुण्यात श्री. अ. शं. साठे ह्या ज्योतिष-विशारदांची डॉक्टरांशी ओळख झाली आणि डॉक्टरांचा त्यांच्यावर प्रचंड विश्वास बसला. त्यांना विचारल्याशिवाय ते एकही गोष्ट करेनात. त्यांचा इतका विश्वास बसण्याचे कारण म्हणजे डॉक्टरांनी माझे नाव न सांगता माझी पत्रिका साठ्यांना दाखविली, तर साठ्यांनी लागलीच सांगितले की, ही एका मुलीची पत्रिका आहे. हिचे केस खूप लांब आहेत. लहानपणीच वडील वारल्यामुळे, आईनेच तिचे सारे संगोपन केले आहे. ह्या सर्व गोष्टींमुळे साठ्यांच्याशिवाय डॉक्टरांचे पानही हलेना. त्यांनी साठ्यांच्याकडून आत्तीची, इरावतीबाई, वसंत कानेटकर, माझी आणि स्वत:ची पत्रिका करून घेतली. साठे यांना द्याव्या लागणाऱ्या पैशाबाबतही डॉक्टर तक्रार करीत नसत; इतकी त्यांना ती गोष्ट आवश्यक वाटे.

साठे यांनी डॉक्टरांना हिऱ्याची अंगठी आणि एकमुखी रुद्राक्ष घालायला सांगितला. त्याप्रमाणे अंगठी व चेन केली. पण अंगठीमुळे डॉक्टरांना ॲलर्जीचा त्रास व्हायला लागला. त्यामुळे हिऱ्याची अंगठी मोडून त्याचे लॉकेट करून चेनमध्येच अडकवायचे ठरले. वामन हरी पेठे हे आमचे पूर्वीपासूनचे सराफ. आमच्या ओळखीने ह्या दोन्ही वस्तू तिथेच केल्या होत्या. पण त्यात बदल करण्यासाठी मी व डॉक्टर एकदा पेठ्यांच्या दुकानात गेलो. इरावतीबाईही आता

पेठ्यांच्याकडेच दागिन्यांसाठी जायला लागल्या होत्या. आम्ही जाण्याआधी त्या व डॉक्टरांचे बंधू पेठ्यांच्या दुकानात येऊन गेले होते.

निळूभाऊ पेठे डॉक्टरांना सांगत होते तुमच्या वहिनी आणि बंधू येऊन गेले. मला निळूभाऊंचा काय घोटाळा झाला होता ते लक्षात आले होते. म्हणजे डॉक्टर अजूनही अविवाहित तरुण वाटत होते तर! डॉक्टरांनाही ह्या कल्पनेने गुदगुल्या होत असल्याचे त्यांच्या डोळ्यांतून जाणवत होते. तरीही डॉक्टरांनी चेहरा गंभीर करीत निळूभाऊंना सांगितले की, ''ती माझी बायको होती आणि तो माझा मोठा भाऊ होता.'' बिचारे निळूभाऊ मात्र ओशाळल्यासारखे झाले होते.

६८

डॉक्टर नाटकांच्या गडबडीत होतेच. शिवाय आता ते १५-२० दिवस नागपूरला 'मला काही सांगायचंय' ह्या वसंत कानेटकरलिखित आणि नाट्यसंपदानिर्मित नाटकाच्या तालमीसाठी जाऊन राहणार होते. त्या वेळी पुरुषोत्तम दारव्हेकरांची नोकरी होती आणि त्यांना मुंबईला यायला रजा मिळत नव्हती. म्हणून प्रभाकर पणशीकर यांनी नागपूरलाच जाऊन तालमी करण्याचा बेत निश्चित केला. अर्थात त्याबरोबरच इतर नाटकांचे दौरेही त्या बाजूला ठरवायला पणशीकर विसरले नाहीत.

ही आता पुन्हा एकादशीच्या घरात महाशिवरात्र आली होती. कारण आधीच डॉक्टरांचे मुंबईत असून भेटणे दुर्मिळ झाले होते. त्यातच भर म्हणून की काय डॉक्टर आता दोन-तीन आठवडे बाहेरगावी जाणार. सर्वसाधारणपणे अशा वेळी प्रेमिकांना जसे सगळे उदास उदास वाटायला लागते तसे मलाही वाटायला लागले. त्यावर डॉक्टरांनी स्वत:च्या स्वार्थाचा एक उपाय शोधला. तो म्हणजे मी रोज एकदिवसाआड त्यांना पत्र पाठवायचे. हीच सूचना डॉक्टरांनी इरावतीबाईंनाही केली होती. मात्र ही वाहतूक एकेरीच होती. म्हणजे आम्ही पत्रे पाठवायची होती आणि डॉक्टर एकही पत्र पाठविणार नव्हते. कारण त्यांना पत्र लिहायचा भारी कंटाळा यायचा. शिवाय 'मला वेळच कुठे असणार? दिवसा तालमी, रात्री प्रयोग असणार.' बिनतोड मुद्दे मांडण्यात तर डॉक्टरांचा हात कुणी धरू शकला नसता. तेव्हा आपल्यापुरता तरी पत्र लिहिण्याचा डॉक्टरांनी निकाल लावून टाकला होता.

डॉक्टर नोव्हेंबरच्या २९-३० तारखेला नागपूरला रवाना झाले आणि१ डिसेंबर, १९६९ ला मी डॉक्टरांना माझे पहिले प्रेमपत्र लिहायला घेतले. एक दिवसाआड पत्र लिहिण्याचा सिलसिला सुरू झाला. माझे कांचन नाव सहज लक्षात येण्यासारखे म्हणून डॉक्टर मला ज्या लाडक्या नावाने हाक मारीत त्या नावाने म्हणजे 'राणी' ह्या नावाने ती सगळी पत्रे पाठविली. एकदा प्रसिद्ध उर्दू कवी कैफी आझमी म्हणाले

होते की, 'प्रेम ही अत्यंत पवित्र व सत्य गोष्ट आहे. पण ते व्यक्त करताना मात्र नेहमी असत्याचा मार्ग धरावा लागतो.' ही पत्रे लिहिताना मला कैफी आझमींच्या त्या शब्दांची फार तीव्रतेने आठवण व्हायची. डॉक्टरांनी माझी ही पत्रे जीवापलीकडे सांभाळून ठेवली. मी लिहिलं होतं–

॥ श्री ॥

१०-१२-६९

माझेच प्रिय कॅश,

आज माझी दोन पत्रे तुमच्या हातात पडली असतील. गंमत म्हणजे बाईंनीसुद्धा १ तारखेला पत्र लिहिलं होतं म्हणे. भविष्य ऐकल्यापासून आणखी उत्साह आला असेल नाही? इतकं छान भविष्य आम्हाला ऐकायलाही मिळालं नाही. आल्यानंतर एकदा शांतपणे आम्हाला ऐकवा. मुख्य म्हणजे मी पूर्णपणे बरी होणार, हे ऐकून जरा तरी मनाला आधार वाटला. कारण मी ठरवलंय की, डॉक्टरांनी तू पूर्ण बरी झाली आहेस असं सांगितल्याशिवाय... तुम्हाला जाऊन आज दहा दिवस झाले. तुम्ही म्हणाल फक्त दहा दिवसच तर झालेत. मला तर महिना झाल्यासारखं वाटतंय. आज बाईंचा फोन आला होता. तुमच्या अंगठीसाठी आम्ही पेठ्यांच्याकडे जाणार आहोत. तुमच्या येण्याच्या वेळेत ती जर तयार झाली नाही तर मी येताना ती कोल्हापूरला घेऊन येईन. माझ्याच हातानी ती तुमच्या हातात घालण्याचा योग मला तरी दिसतोय. हातात हिऱ्याची अंगठी, गळ्यात सोन्याची रुद्राक्षाची चेन आणि अंगात सिल्कचा झब्बा अशा वेषात तुम्हाला कधी एकदा पाहीन असं झालं आहे. अशा वेळी आपण दोघेच असू तर तुमची दृष्टही काढीन. कशी ती तुम्हाला माहीत आहेच.

चार तारखेला 'अन्नपूर्णा' चित्रपटाचे मेट्रोमध्ये प्रीमियर होते. मी एकटीच गेले नव्हते. एक तर तुमची बंदी आणि माझी तबियतही थोडी नरमगरमच होती. आत्तीचा चित्रपट आहे म्हटल्यावर तुम्ही मी गेले असते तरी रागावला नसता. पण स्वत: आत्तीच येऊ नको म्हणाली. मुख्य म्हणजे मला तो चित्रपट तुमच्याबरोबर पाहायचा आहे. कारण तुम्हाला पडद्यावर पाहिल्यावर लोकांनी टाळ्या वाजवल्या म्हणे. तुमच्या त्या– "आईची किंमत करतोस?" या वाक्यालाही कडाडून टाळ्या पडल्या म्हणे. तुम्हाला आणि तुमच्या अभिनयाला टाळी नवीन नाही. पण मेट्रोसारख्या थिएटरमध्ये मराठी चित्रपटाला आणि मराठी नटाला पडलेली टाळी प्रत्यक्ष अनुभवयाची आहे आणि तीही त्या नटाच्या सहवासात.

आज ५० इंजेक्शन्स पूर्ण झाली. ती तशी झाली की थिएटरमध्ये जायला थोडी परवानगी देईन असं म्हणाला होतात.

तब्येत काय म्हणते? अनायसे विश्रांतीची संधी मिळाली आहे. तेव्हा तालमीच्या- व्यतिरिक्त आराम करा. जानेवारीपासून परत धावपळ सुरू होणार

आहे. औषधं घेताय ना? जेवण आणि झोप सांभाळा. तालमी काय म्हणतात? दारव्हेकरांना म्हणावं लौकर नाटकं बसवा. म्हणजे तुम्ही लवकर इकडे याल. बाई नसल्यामुळे पाठ म्हणून घेण्याचे हाल होत असतील. शिवाय आता चार नाटकं आहेत, दृष्ट काढायला बाईही नाहीत आणि मीही नाही. आम्ही इथूनच ती काढू.

कळावे,

तुमचीच

राणी

आमच्या ह्या पुनर्मीलनानंतर डॉक्टरांनी मला सांगितले होते की, निदान आमच्या दोघांच्या संभाषणाच्या वेळी तरी इरावतीबाईंचा उल्लेख मी 'बाई' असा करावा; कारण मी इरावतीबाईंना माझ्या बहिणी म्हणायच्या तशी काकीच म्हणायची. पण आता त्यांचा उल्लेख निदान आमच्या एकान्तात तरी मी थोरल्या बाई असा करायची.

घरातच डॉक्टरांची कन्सल्टिंग रूम असल्यामुळे, आजवर डॉक्टरांना आपला ब्लॉक हवा तसा सजविता आला नव्हता. पण आता त्यांनी तो आपल्याला हवा तसा करून घ्यायचा ठरविला होता. नागपूरला जाण्याच्या निमित्ताने त्यांनी हा बेत आखला होता. डॉक्टरांचा उत्साह आता इतका वाढला होता की, त्यांच्या दोन बेडरूमच्या फ्लॅटमधील एक बेडरूम त्यांनी इरावतीबाईंच्यासाठी आणि एक माझ्यासाठी अशी विभागणीही करून टाकली होती. डॉक्टरांचे एखाद्या बाईसारखे घरातील सजावटीवर लक्ष होते. स्वयंपाकघरातील न्हाणीमध्ये चुकून ग्लेझ्ड टाईल्स घातल्या गेल्या तर त्यांनी नागपूरहून आल्यावर इरावतीबाईंना बोलून नुसते हैराण करून सोडले.

डॉक्टरांच्या बरोबर व. पु. काळे यांची छोटी मुलगीही त्या नाटकात काम करीत होती. ती व तिची आईही नागपूरला तालमीसाठी गेल्या होत्या. व. पुं.च्या सौभाग्यवती, व. पुं.ना डॉक्टर व स्वातीबद्दल लिहीत होत्या. ते वाचून खुद्द व. पुं.नी डॉक्टरांना पत्र लिहिण्यासाठी लेखणी उचलली.

।। श्री ।।

१६-१२-१९६९

दादर, २८

प्रिय डॉ. घाणेकर,

सौभाग्यवतीच्या आजच्या पत्रात 'स्वाती' सतत तुमच्या आसपास असते आणि तुमचा पण तिच्यावर लोभ जडला आहे, असं वाचलं आणि वाटून गेले की, इथं मीच सध्या पोरका झालो आहे. चि. स्वातीच्या भवितव्यात काय आहे

हे खरोखरच तो नाटककाराचा नाटककार जाणे. पण सध्या तरी ती तुमच्यासारख्या सर्वश्रेष्ठ नटवर्यांजवळ आहे; म्हणूनच भविष्यकाळ जरी अज्ञात असला तरी स्वातीचा वर्तमानकाळ तिच्या बापाच्या वर्तमानकालापेक्षा जास्त विलोभनीय आहे, ह्यात वाद नाही.

पत्रोत्तर पाठवाल का? दोन ओळी का होईनात पण पाठवाच.

तुमचा

व. पु. काळे

डॉक्टर परतण्याचे दिवस जवळ जवळ यायला लागले. या मुक्कामातील माझे शेवटचे पत्र मी त्यांना लिहिले–

॥ श्री ॥

१५ डिसेंबर, १९६९

प्रिय राजे,

आजच माझं पत्र तुम्हाला कदाचित मिळाले असेल. हे पत्र मिळेल तेव्हा तुमची परतण्याची तयारी सुरू असेल. संपले बाई कसे तरी एकदाचे पंधरा दिवस. आता ४-५ दिवसच राहिले. तेही भुर्रकन् उडून जावेत आणि एकदम २० तारीख उजाडावी. आम्हाला इतकी अनिवार ओढ लागलीय तुम्हाला भेटण्याची. तसेच तुम्हीही बेचैन असाल ना बायकोला भेटायला? पुण्याहून आला होतात तेव्हाच म्हणत होतात की, केव्हा एकदा भेटीन असं झालंय. मग आता २० दिवसांच्या विरहानंतर भेटणार. म्हणजे मग किती भेटू किती नको असं झालं असणार. नवीन केलेलं घर बघायला बोलवणार ना? माझी खोली आता पार बदलून गेली असणार.

आज १५ तारीख. बरोबर याच तारखेला मागच्या वर्षी आपण सर्वजण आबीताईंच्याकडे कल्याणला गेलो होतो. आठवतं ना? आपण टिटवाळ्याच्या गणपतीचं दर्शन जोडीनं घेतलं होतं. त्या दिवशी दुपारी जेवताना तुमच्यापासून थोडी लांब बसले होते. त्यामुळे तेवढा फुगा झाला होता एका माणसाचा. पण संध्याकाळी चहासाठी उठवायला आले तेव्हा भलतीच मुडात होती स्वारी. माझ्या हातात असलेली 'के' ह्या इंग्रजी आद्याक्षराची अंगठी तुम्ही मला बोटातून काढायला लावलीत आणि पुन्हा स्वत:च्या हाताने माझ्या बोटात घातलीत. मला तर आपली एंगेजमेंट झाली असंच वाटत होतं. मग रात्री सर्वजण आपण शहाडच्या विठ्ठल-मंदिरात गेलो होतो.

पंधरा तारखेवरून आठवलं, मागच्या वर्षी याच तारखेच्या आसपास नोव्हेंबरमध्ये तुम्ही नागपूरला आजारी पडला होतात. खरं सांगायचं तर यंदाची १५ नोव्हेंबर उलटेपर्यंत माझ्या जीवात जीव नव्हता. कुठल्याही मोठ्या आजाराला

एक वर्ष तरी सांभाळावं लागतं म्हणतात. शिवाय एकदा तुम्ही म्हणालाही होतात की, ह्या नोव्हेंबरपर्यंत तुम्हाला दिवसही वाईट आहेत. पण आता येणारे दिवस चांगले आहेत असं साठे म्हणाले आहेत नं? परमेश्वराच्या कृपेनं सर्व चांगलं होईल. आता तेवढं व्यसन मात्र सांभाळा. कलावंत म्हणून जितके श्रेष्ठ आहात तितकेच माणूस म्हणूनही श्रेष्ठ व्हा. इतकं चांगलं वागा की तुमच्या व्यसनाचंही कौतुक व्हावं. याचा अर्थ तुम्ही नीटच वागत नाही असा मात्र नाही. पण त्याचा काही वेळेला अतिरेक होता, तेवढा टाळा. तोल जाण्याच्या वेळीच स्वत:ला सावरीत गेलं तर काय अवघड आहे? शौक करावा तर काशिनाथ घाणेकरांनी असं सर्वांनी म्हटलं पाहिजे. तुम्ही म्हणाल एकटा असलो की असं होतं. मी आले की सांभाळीन. पण तोपर्यंत तुमची जबाबदारी. तुम्ही तुमच्या मनानेच ठरवा.

नाटकाची तयारी कुठवर आली? नऊ जानेवारी लौकर यावी असं वाटतंय. प्रेक्षकांच्याकडून होणारे तुमचे अमाप कौतुक हा माझ्या आयुष्यातील मोठा आनंद आहे. हा माझा अभिमान आहे. तुमच्या नाटकाच्या पहिल्या प्रयोगाचे एक वेगळेच चित्र आताशा माझ्या नजरेसमोर येते. तुमच्या नाटकाचा पहिला प्रयोग असेल आणि मी आपल्या मुलाला पहिल्यांदाच त्या प्रयोगाला नाट्यगृहात आणलेलं असणार. त्याला कदाचित नाटक म्हणजे काय हे कळतसुद्धा नसेल. फक्त तुमच्या नावाची अनाऊन्समेंट होताना कान टवकारून ऐकेल. मात्र तो तुम्हाला स्टेजवर पाहील ना, तेव्हा मात्र तो मला ओरडून म्हणेल, "आई, ते बघ बाबा तिथे आहेत." कदाचित तो तुमच्याजवळ स्टेजवर जाण्याचाही हट्ट करेल. आणि मग सगळे म्हणतील, "अरे, हा काशिनाथ घाणेकरांचा मुलगा वाटतं?" पण खरं सांगू माझी तर इच्छा आहे की, तुमच्या मुलाची ओळखच करून द्यावी लागू नये. न सांगताच लोकांनी त्याला ओळखायला पाहिजे. इतका तो तुमच्यासारखा दिसला पाहिजे.

तबियत और मिजाज कसे आहेत? शांततेचे धोरण अजून कायम आहे ना? आता पत्रभेटी पुरेत. प्रत्यक्षच भेटायला या. लौकर लौकर या.

कळावे,

तुमचीच

राणी

६९

डॉक्टर मुंबईत परतले; पण त्यांना आता वेध होते ते नव्या नाटकाचे. शिवाय जुन्या नाटकांचे प्रयोग चालूच होते. खरं म्हणजे वसंत कानेटकरांची दोन नाटके एका वेळी डॉक्टरांच्याकडे आली होती. त्यातील एक होते 'घरात फुलला पारिजात'– अश्रूंमधील लाल्याच्या जीवनाचा उत्तरार्ध, तर दुसरी भूमिका होती 'मला काही

सांगायचंय्'मधील राहुलची. डॉक्टरांच्या मते त्यांनी लाल्या एकदा केला होता. पुन्हा तेच करण्यात त्यांना स्वारस्य नव्हते. त्यापेक्षा 'राहुलची' भूमिका त्यांना अधिक भावली होती. स्वत: कानेटकरांनीही डॉक्टरांना राहुल निवडण्यास सांगितले होते, असे डॉक्टरांनी सांगितले.

'घरात फुलला पारिजात' नाटक बघायला डॉक्टर, इरावतीबाई आणि आमच्या घरातील सर्वजण मिळून शिवाजी मंदिरमध्ये गेलो होतो. मध्यंतरात 'ओरिजिनल लाल्याला' प्रेक्षकांनी मन:पूर्वक मानवंदना दिली.

'मला काही सांगायचंय'मधील राहूल रांगडा, बेदरकार, तोंडाने फटकळ आणि अंत:करणाने हळवा. डॉक्टरांना ही भूमिका पुन्हा एकदा प्रसिद्धीच्या शिखरावर नेणारी होती. डॉक्टर नेहमीप्रमाणेच सर्व मेहनत घेत होते; पण या वेळी डॉक्टरांच्या केशभूषा, वेशभूषा यांतही बराच बदल केला होता. बेलबॉटम पँट्स, कमरेला मोठा बेल्ट, प्रिंटेड रॉ सिल्कचे शर्ट्स, गालावर साईड लॉग्ज असा सगळा अद्ययावत थाट होता. हा बदल कुणी आणि कशासाठी सुचविला माहीत नाही. पण ही सर्व तयारी प्रसिद्ध उद्योगपती लालचंद हिराचंद यांचे चिरंजीव विनोद दोशी स्वत: जातीने लक्ष घालून करून घेत होते.

श्री. लालचंद हिराचंद *(दादा)* व त्यांच्या पत्नी ललिताबाई *(बाई)* आणि त्यांचे सगळे कुटुंबीयच हौशी, रसिक आणि जाणकार. डॉक्टर अल्पावधीतच श्री.दादांचे आणि बाईंचे मानसपुत्र बनले. आपल्या स्वत:च्या मुलाचे करावेत तसे लाड बाई डॉक्टरांचे करीत. डॉक्टरांचा वाढदिवस असो, की नाटकाचा पहिला प्रयोग असो, की डॉक्टर परदेशी जायचे असोत, त्यानिमित्त बाई आपल्या देवघरात मोठी पूजा करीत. डॉक्टर न चुकता प्रसादासाठी व नमस्कार करायला जात. टॅक्सीतून गेलेल्या डॉक्टरांना ललिताबाई परत टॅक्सीने जाऊ देत नसत. स्वत:ची गाडी आणि ड्रायव्हर डॉक्टरांच्या ताब्यात देत. डॉक्टरांचे त्या दिवशीचे सर्व ठिकाणी फिरून झाल्यावरच आणि डॉक्टरांना त्यांच्या घरी पोहोचल्यावरच ती गाडी पेडर रोडला 'निला हाऊस'कडे परत यायची. डॉक्टरांच्या प्रयोगाला कुणी मंत्रीमहाशय अथवा बडी मंडळी येणार असतील तर त्यांच्या चहापानाचा सरंजाम ललिताबाई आपल्या घरातून पाठवायच्या. कुठलाही स्वार्थ नसताना अतिशय अकृत्रिम प्रेम लालचंद पती-पत्नींनी डॉक्टरांच्यावर केले.

७०

९ जानेवारी १९७० रोजी 'मला काही सांगायचंय'चा पहिला प्रयोग साहित्य संघात झाला. चंद्रलेखेच्या 'तुझे आहे तुजपाशी'च्या वेळी समीक्षकांनी डॉक्टरांच्यावर बरेच तोंडसुख घेतले होते. पण या वेळी मात्र त्याच मंडळींनी डॉक्टरांना पुन्हा एकदा

उचलून धरले.

'मराठा' वृत्तपत्राने लिहिले–

डॉक्टर घाणेकर यांनी राहुल मोकळेपणाने व संयम यांच्या कुशल मिश्रणाने केला आहे. त्यांची भूमिका हे या नाटकांचे आकर्षण ठरेल.

महाराष्ट्र टाइम्सने म्हटले–

राहुल होणारे डॉ. काशिनाथ घाणेकर सर्वांत भाव खाऊन जातात. मुद्राभिनयातील आणि वाक्ये फेकण्यातील त्यांचे कसब अजब वाटते. ते रंगमंचावर असले की, सामान्यत: इतर सारी पात्रे फिकी वाटतात.

केसरीच्या मते–

डॉ. काशिनाथ घाणेकर आणि सुधा करमरकर यांनी बुद्धिनिष्ठ अभिनयाची एक सुरेख मेजवानी या नाटकात दिली. राहुलच्या रांगड्या मनातील हळुवार भावना डॉ. घाणेकरच घडवू जाणोत.

विशाल सह्याद्रीने म्हटले–

डॉ. काशिनाथ घाणेकर यांनी राहुलची भूमिका सदैव आब राखून उत्कृष्ट केली आहे. त्यांच्या प्रत्येक संवादात व कृतीत अभिजात कलेची साक्ष पटते.

'माणूस'च्या परीक्षणात पुष्पा भावे मात्र म्हणाल्या–

डॉ. काशिनाथ घाणेकर हे लोकप्रिय नट आहेत आणि दुर्दैव असे की लोकप्रियतेचे हे भान जपतच ते रंगमंचावर वावरतात. त्यांचा व त्यांच्या चाहत्या प्रेक्षकांचा जो लाडिक संवाद नाटकात चालू राहतो; तो अनेकदा नाटकाचा विरस करणारा ठरतो. अनेक गंभीर प्रसंगी घाणेकरांच्या आविर्भावांनी हास्यकल्लोळ निर्माण होत होता. अगदी उमेदवारीच्या काळापासून भडक अभिनय आणि सदोष शब्दोच्चार ही श्री. काशिनाथ घाणेकरांची वैशिष्ट्ये आहेत. त्यांच्या देखण्या रूपाप्रमाणेच त्यांचा भडक अभिनय हाही व्यावसायिक यशामधील हुकमी एक्का आहे.

माधव मनोहर यांनी 'सोबत'मध्ये म्हटले की,

लाल्याविषयी, चुकलो, घाणेकरांविषयी अधिक काय लिहावे? हा स्मार्ट नट आता बनचुके झाला आहे. आपल्या सामर्थ्याची पुरेपूर चव त्याने चाखली आहे. लोकप्रियतेच्या रक्ताला चटावलेला हा वाघ आता मोकाट सुटला आहे; पण मुळात तो वाघ आहे हे मात्र विसरून चालणार नाही. प्रस्तुत नाटकात तर काय विचारता? नट घाणेकरांच्या मदतीला नाटककार कानेटकर स्वत:च धावून आले आहेत. परिणामी जे अपेक्षित तेच घडते. व्हायचे तेच होते.

प्रा. वसंत कानेटकरांचे वडील-प्रख्यात कवी गिरीश आणि कानेटकरांच्या पत्नी उषाताई यांची या वेळीही अभिप्रायार्थ पत्रे आली. कवी गिरीश आपल्या पत्रात डॉक्टरांना म्हणतात–

॥ श्री ॥

२५-३-७०

प्रियतम डॉक्टर,

तुमचे 'मला काही सांगायचंय' हे नाटक पाहून मी अस्वस्थ चित्ताने थिएटर सोडले. राहुलचे काम तुम्ही अतिशय चोखंदळपणे व कौशल्याने केले आहे. एकेक नट असे कुशल असतात की, त्यांना कोणतेही काम द्या, ते अधिक कौशल्य खर्च करून आपली चतुराई व कला अबाधित ठेवतात. त्यातले दर्दीतले दर्दी तुम्ही आहात. तुम्ही नट म्हणून नाव मिळविले आहेच. पण तुम्ही एक नाणावलेले नट आहात. राहुलचे काम कोणत्याही नटाला द्या, तो ते काम चांगले करीलच. पण अप्रतिम कौशल्य फक्त तुम्हीच मिळविले आहे. उत्तम नट, त्याची चतुराई, वसंताचे लिखाण, सर्वच काही श्रेय पावले आहेत. उत्तमच श्रेय तुम्ही घेतले आहे.

क. लो. अ. हे. वि.

तुमचा,

शं. के. कानेटकर *(गिरीश)*

सौ. उषाताई कानेटकर 'मला काही सांगायचंय' पाहून आपले मत कळविताना म्हणाल्या–

॥ श्री ॥

प्रा. वसंत कानेटकर २९-१-१९७०

प्रिय काशिनाथ,

आतापर्यंत पुष्कळ लोकांनी या नाटकातल्या तुमच्या अभिनयाबद्दल तुमचे कौतुक केले असेल, त्यापेक्षा निराळे मी काय सांगणार? ही भूमिका लिहीत असताना मी लेखकाच्या सान्निध्यातच होते; असे नव्हे तर अनेक वेळा मी चर्चेत भागही घेतला आहे. म्हणून या भूमिकेचे सगळे बारीकसारीक तपशील मला माहीत आहेत. त्या वेळी माझ्या कल्पनेने राहुलचे एक चित्रही मी माझ्यासमोर उभे केले होते. तुम्ही उभा केलेला राहुल या चित्राशी १०० टक्के जुळला *(१०१ टक्के नाही)*. हा प्रत्यय फार क्वचित येतो. 'लाल्याच्या' वेळी असंच वाटलं होतं. बेडरूम सीनमधला तुमचा अभिनय अतिशय उत्कट पण तितकाच संयमी वाटला. लेखकाने कल्पनेने निर्माण केलेली ही एक आगळी पण लोभसवाणी व्यक्तिरेखा तुम्ही प्रत्यक्षात साकार केलीत, सजीव केलीत आणि सामान्य प्रेक्षकांच्यापर्यंत नेऊन पोहोचवलीत. याबद्दल शतशः धन्यवाद. पुढील काळात अशाच उत्तमोत्तम

भूमिका तुम्ही कराव्यात आणि ही लोकप्रियता तुम्हाला सतत मिळावी; हाच तुम्हाला आशीर्वाद.

तुमची,
वहिनी

'मला काही सांगायचंय'चे नाटककार खुद्द वसंत कानेटकर यांनी या नाटकाची पुस्तकप्रत डॉक्टरांना देताना त्यावर लिहिले–

To my Rahul

९-१-७० **– वसंत कानेटकर**

७१

अफाट लोकप्रियता, प्रेक्षकांचे अमर्याद प्रेम ह्या अश्वावर स्वार झालेल्या डॉक्टरांना यशाचीही नशा यायला लागली. ती त्यांच्या दारूच्या नशेपेक्षाही जबर नशा होती. प्राणवायूइतकीच त्यांना ती आवश्यक होऊन बसली. गर्दी, वाहव्वा, कौतुक याशिवाय जगणे डॉक्टरांना अशक्य होऊन बसले आणि ते त्यांना व्यावसायिक रंगभूमीवर भरभरून मिळत होते.

त्यामुळे चित्रपट, प्रायोगिक रंगभूमी *(ज्यातून डॉक्टर आले होते)* याकडे त्यांचे दुर्लक्ष होत गेले. कदाचित व्यावसायिक रंभभूमीसारखे अफाट यश या दोन्ही ठिकाणी मिळाले नाही, म्हणून तर डॉक्टरांनी या दोन्हीकडे दुर्लक्ष केले नसेल ना? मराठी चित्रपटांच्या बाबतीत फार तर म्हणता येईल की, त्या काळात मराठी चित्रपट तमाशा-चित्रपटांच्या विळख्यात इतका जखडला गेला होता की, डॉक्टरांसारखे सुशिक्षित, नागरी, ब्राह्मणी व्यक्तिमत्व त्यात सामावणे अशक्य होते आणि नंतर दादा कोंडके यांच्या चित्रपटांची लाट आली. मग तर डॉक्टर मराठी चित्रपटांपासून तुटतच गेले.

हिंदी चित्रपटसृष्टीतही त्या काळी मराठी नटांना शिरकाव करून घेणे फार फार कठीण होते. मराठी नायिका हिंदी चित्रपटसृष्टीत चांगल्याच स्थिरावत होत्या. पण मराठी नट नव्हते. अमोल पालेकरांनी ही वाट सुकर केली. पण तोवर मराठी नटांना कमी दर्जाचेच मानले जाई. थोडे अधिक प्रयत्न केले असते तर डॉक्टरांनाही तिथे पाय रोवणे शक्य झाले असते. पण चार-चार नाटकं, त्यांचे प्रयोग, दौरे यांत डॉक्टरांना ते शक्यही नव्हते आणि काम मागायला जाणे डॉक्टरांच्या वृत्तीत बसणारे नव्हते. हिंदीतील एक ख्यातनाम मराठी स्त्री कलाकाराने डॉक्टरांना तसा प्रयत्न करण्याची सूचना केली होती. डॉक्टरांनी मला ते सांगितले. पण मी त्या बाबतीत

डॉक्टरांना अजिबात प्रोत्साहन दिले नाही. मलाही ते मंजूर नव्हते.

मात्र प्रायोगिक रंगभूमीला आपल्या अफाट लोकप्रियतेचा उपयोग डॉक्टरांनी करून घ्यायला हवा होता, असं मात्र मला राहून राहून वाटतं. मुंबईमध्ये रंगायतन दुभंगल्यावर थंडावलेली ही चळवळ छबिलदासची चळवळ सुरू होईपर्यंत काहीशी रेंगाळल्यासारखी झाली होती. एखादे जरी प्रायोगिक नाटक डॉक्टर दर वर्षी करत राहिले असते, तर ह्याही नाटकांना शिवाजी मंदिरवर गर्दी खेचण्याचे सामर्थ्य डॉक्टरांच्यामध्ये नक्कीच होते. पण डॉक्टरांचा अभिनय आधुनिक नाट्यशास्त्राच्या नियमात बसणार नाही असे इथल्या जाणकारांचे मत होते. गॅलरीसाठी, टाळ्या घेण्यासाठी संमोहनशास्त्राचा *(अभिनयाचा नव्हे)* आधार घेणारा नट अशी एक तुच्छतेची भावना डॉक्टरांच्याबद्दल या जाणकार मंडळींत होती. त्यांची लोकप्रियता हा निव्वळ चमत्कार असं ही मंडळी मानायची आणि चमत्काराने सर्वसामान्य भुलतात, चकित होतात, बुद्धिवंत नाहीत, अशी ह्या मंडळींची भूमिका होती.

डॉक्टरांच्या बाबतीत म्हणाल तर ते नाटकात व्यावसायिक आणि प्रायोगिक असा भेद करायला तयार नव्हते. चांगले नाटक, वाईट नाटक, चांगला अभिनय, वाईट अभिनय एवढाच फरक त्यांना मान्य होता. मूठभर इंटुकांच्यासाठी (इंटलेक्च्युअल्स) प्रयोग करणे त्यांना मंजूर नव्हते. नाटक प्रेक्षकांच्या काळजाला भिडलं पाहिजे तसं ते त्यांच्या मेंदूलाही समजलं पाहिजे, हा त्यांचा आग्रह होता. प्रेक्षकांच्या डोक्यावरून जाणारे नाटक करायचे आणि आपण फार मोठा प्रयोग करीत आहोत असा आव आणायचा, ह्या वृत्तीची डॉक्टरांना चीड होती. चाललं तर व्यावसायिक आणि आपटलं तर प्रायोगिक हे दुटप्पी वागणे त्यांना साफ नामंजूर होते.

डॉक्टर चित्रपटात फारसे यशस्वी झाले नाहीत असे म्हटले जाते. कदाचित डॉक्टरांनाही याची टोचणी कुठे तरी असावी. पण मला मात्र त्याचे वैषम्य कधीच वाटले नाही. नाटकात यशस्वी आणि चित्रपटात अयशस्वी ठरलेले डॉक्टर हे काही पहिले नट नव्हते. आपल्याकडेही अशी खूप उदाहरणे आहेत. इतकंच काय परदेशातही रिचर्ड बर्टनसारख्या मातब्बर रंगभूमी कलावंताचेही असे प्रमुख उदाहरण आहे.

ज्या कलावंतांना दोन्ही क्षेत्रांत सारखेच यश मिळविणे *(उदा. डॉ. श्रीराम लागू)* शक्य झाले त्यांचे कर्तृत्व निश्चितच वादातीत आहे. पण डॉक्टरांसारख्या ज्या अनेक कलावंतांना *(उदा. सतीश दुभाषी)* ते जमले नाही म्हणून त्यांच्या कलागुणात काही उणेपणा आहे, असे मानणे निश्चितच अयोग्य आहे आणि कदाचित डॉक्टर चित्रपटात यशस्वी ठरले असते, तर इतर काही मराठी नटांसारखे रंगभूमीला दुरावलेही असते. मग मराठी रंगभूमीला मिळालेल्या 'हाऊसफुल्ल' गर्दीच्या संजीवनीचे काय झाले असते?

'मला काही सांगायचंय' हे माझे आणि डॉक्टरांचे सर्वांत आवडते नाटक. डॉक्टर त्यात काम करत होते म्हणून नव्हे तर एकूणच आशय, आकृतिबंध या सर्वच दृष्टींनी इतके बंदिस्त मराठी नाटक फार क्वचित पाहायला मिळते. डॉक्टरांचे आणि माझे आणखी एक लाडके नाटक म्हणजे 'लेकुरे उंदड झाली.' कितीही वेळा पाहिले तरी आम्हाला त्या नाटकाचा कधी कंटाळा आला नाही. इरावतीबाईंना मात्र ते नाटक फारसं आवडलं नव्हतं. नाटकांच्यामध्ये व्यावसायिक, प्रायोगिक भेद डॉक्टर मानत नव्हते. तसेच कुठलेही नाटक पाहायला जाणेही ते निषिद्ध मानायचे नाहीत. 'गिधाडे'सारखे वादग्रस्त नाटक पाहायलाही आम्ही गेलो होतो.

७२

फेब्रुवारी १९७० मध्ये 'एकटी' ह्या चित्रपटाला राष्ट्रपतींचे रौप्यपदक जाहीर झाले. चित्रपटाची सर्व माहिती नायक-नायिका इत्यादी दिल्लीला कळवावे लागे. कारण त्या पारितोषिक विजेत्या चित्रपटाच्या नायक-नायिकेलाही बक्षीस असायचे. माहिती लिहिण्याचे काम आमच्या घरीच चालले होते. निर्माते जी. चौगुले यांच्या मते 'एकटी' चित्रपटाची नायक-नायिका आत्ती एकटीच होती. तेव्हा आत्तीच्या नावाबरोबर दुसरे नाव सुरेखाचे लिहून पाठवावे. सुरेखा ही चौगुले यांची मेहुणीही होती. आत्तीलाही क्षणभर काही सुचेना. पण दिग्दर्शक राजा ठाकूर यांनी मात्र नायक म्हणून डॉक्टरांचे नाव घालण्याचा आग्रह धरला आणि मी एकदाचा समाधानाचा श्वास सोडला. कारण आमच्याबरोबर दिल्लीला डॉक्टरही येणार या आनंदात मी होते.

आत्ती मद्रासला शूटिंग असल्यामुळे तिथूनच परस्पर दिल्लीला येणार होती. मुंबईहून डॉक्टर, इरावतीबाई, मी व चारुकाका असे गेलो. समारंभाची रंगीत तालीम, सीट्स ताब्यात घेणे या सर्वांसाठी आम्ही आदल्या दिवशीच दिल्लीला पोहोचलो होतो. वेळ घालविण्यासाठी मी व इरावतीबाई बाजारात फेरफटका मारण्यासाठी पायी पायीच निघालो. डॉक्टर व चारुकाका सीट्स वगैरे आणायला निघाले होते. जाता जाता मी मागे वळून पाहिले तर डॉक्टर गाडीत बसायचे सोडून मोठ्या कौतुकाने आम्हा दोघींना जाताना पाहात उभे होते. आम्ही दृष्टीआड झाल्यावरच ते गाडीत बसले असावेत.

आत्तीला व डॉक्टरांना एकाच वेळी राष्ट्रपतींच्याकडून सन्मान स्वीकारताना पाहाणे, यासारखा दुसरा आनंद माझ्या लेखी नव्हता. दोन दिवस डॉक्टर खूपच संयमाने आणि व्यवस्थित वागले. दिल्लीसारख्या ठिकाणी येऊनही आणि खूप ओळखी असूनही डॉक्टर सतत आम्हा सर्वांबरोबरच होते. तिसऱ्या दिवशी मात्र

डॉक्टरांनी सकाळपासून जी दडी मारली ती संध्याकाळी विमानतळावर जायच्या वेळीच स्वारी उगवली. दारूमुळे डोक्याचे विमान आधीच उंच आभाळात पोहोचले होते. नशीब त्या वेळी आत्ती तिथे नव्हती. कदाचित ती तिथेच असती तर डॉक्टरही व्यवस्थित राहिले असते. आत्तीला तसे ते वचकून असायचे.

पण आत्ती तर सकाळीच बरोबर आलेल्या माझ्या मामी, त्यांची मुलगी इत्यादी मंडळींना घेऊन आग्र्याला गेली होती. मीही त्यांच्याबरोबर जाणार होते. पण फेब्रुवारीतील दिल्लीच्या थंडीने मी अक्षरश: केळीचे पान थरथरावे तशी थरथरायची. त्यामुळे माझी प्रकृती पाहता आत्तीने मला घाणेकर मंडळी व चारुकाकांच्याबरोबर पुढे पाठवून दिले.

अतिमद्यपान केलेले डॉक्टर इतक्या दिवसांत मी प्रथमच प्रत्यक्ष पाहात होते. डॉक्टरांना विमानतळावर निरोप द्यायला आलेले त्यांचे मेहुणे श्री. माधवराव काळे आणि डॉक्टरांच्या ताई यांच्यासहित बरोबरीचे सर्वचजण डॉक्टरांच्यामुळे हैराण होऊन गेले. मला तर कधी एकदा मुंबई आणि घर गाठते असं होऊन गेलं. मात्र जशी जशी मुंबई जवळ यायला लागली, तसेतसे डॉक्टर शांत वाटायला लागले. मुंबईचे लुकलुकणारे दिवे पाहात वियोगाच्या कल्पनेने गंभीर झालेले डॉक्टर खिन्नपणे उद्‌गारले– "संपला आपला प्रवास." दीड ते दोन तासापूर्वी उच्छाद मांडणारे डॉक्टर खरे की आत्ताचे डॉक्टर खरे या संभ्रमातच मी घरी पोहोचले.

७३

डॉ. दामले यांनी मला ऑक्टोबरमध्येच तीन महिन्यांनी येऊन प्रकृती दाखवायला सांगितली होती. दिल्लीला जाण्यापूर्वीच मी त्यांच्याकडे जाऊन आले होते. ज्या आजारातून बरी व्हायला मला एक वर्ष लागेल असे डॉ. दामले यांना वाटले होते, तो माझा आजार तीन महिन्यांतच आटोक्यात आला होता. त्यामुळे डॉ. दामले तर फारच खुषीत होते. इतकी जलद मी बरी झाल्याचे पाहून त्यांना आश्चर्य वाटत होते. त्या वेळी ते म्हणाले–

"काशिनाथही या आजारातून बरा झाला हाही एक चमत्कारच आहे. नशीब म्हणून तो यातून वाचला."

डॉक्टरांना नेमका कोणता आजार झाला होता हे डॉक्टर दामले यांना विचारावे असे मला फार वाटे. या क्षणी तो विषय निघाला होता. पण डॉ. दामले यांचे आताचे बोलणे ऐकले मात्र. मी मनोमन सिद्धिविनायकाला दंडवत घातला. नाहीशा झालेल्या आजाराचे आता नाव हवेच कशाला! म्हणून पुन्हा त्या आजाराची साधी चौकशीही मी केली नाही.

७४

मार्च महिना *(१९७०)* आमच्या घरात उत्साह घेऊन आला. माझी मधली मामेबहीण तारूचे लग्न ठरले. आत्तीने ठरवलेले राम केळकर-जीवनकला यांचे लग्न थाटात पार पाडले, तर तिसरी आनंदाची घटना म्हणजे पत्रकार वसंत भालेकर यांनी आत्तीवर लिहिलेल्या 'सुलोचना' या चरित्रात्मक पुस्तकाचा प्रकाशन-समारंभ परचुरे प्रकाशनतर्फे उत्साहाने पार पडला. अनंत काणेकर, ग. दि. माडगुळकर, मंगेश पाडगावकर अशा साहित्यिकांपासून ते चित्रपट-नाट्य व्यवसायातील व्यावसायिकांनी आवर्जून हजेरी लावली. त्या रात्री डॉक्टरांनी आम्हा सर्वांना वॉर्डन रोडवरील टुशेमध्ये सिझलर्स खायला नेले. हॉटेलमध्ये जाण्यापूर्वी डॉक्टर व इरावतीबाईंना नेण्यासाठी आम्ही त्यांच्या वरळीच्या घरी गेलो. नवीन तयार झालेले आपले घर डॉक्टरांनी अगदी बारीकसारीक तपशिलासहित आम्हाला फिरून दाखवले. त्या दिवशी आमच्याबरोबर सचिनचे वडील शरद पिळगावकरही होते. डॉक्टरांच्या घरून बाहेर पडत असताना शरद पिळगावकर मला हळूच म्हणाले होते–

"काशिनाथचा घर दाखविण्याचा अतिउत्साह बघून मला तर वाटले आता हा संडास-बाथरूमही दाखवतोय की काय? पण नाही, थोडक्यात आवरले."

दुसऱ्या दिवशी डॉक्टरांनी जे सांगितले ते ऐकून मला नवल वाटले. डॉक्टरांनी सांगितले की, आदल्या दिवशी रात्री नऊ वाजता जेव्हा आम्ही त्यांच्या घरी पोचलो त्या वेळी त्यांचे पाच पेग घेऊन झाले होते. पण एखादा पेगसुद्धा त्यांनी घेतला असेल असे वाटत नव्हते. इतके डॉक्टर व्यवस्थित आणि मजेत होते. मी माझे नवल त्यांच्याजवळ व्यक्तही केले. तर ते म्हणाले–

"दारू पिऊनसुद्धा माझा मूड चांगला असेल तर मी मजेतच असतो."

मी मात्र संभ्रमातच राहिले. एकदा वाटले एक-दोन पेग घेऊनही डॉक्टर पाच पेग घेतल्याचे तर सांगत नसतील? कारण पिणाऱ्या मंडळींचा हा एक मोठा दंभ असतो की, आपण कितीही प्यायलो तरी आपल्याला चढत नाही, आपण नॉर्मल राहतो. दारू पिण्यात कसली बढाई असते, हेही मला कधी कळलं नाही. माणसांच्या सोन्यासारख्या गुणांची माती करणारी जहरी वस्तू एवढीच किंमत माझ्या दृष्टीने दारूची होती. त्यामुळेच मला दारू पिणाऱ्यांपेक्षा दारूचा तिटकारा अधिक होता.

त्या वेळेला डॉक्टरांनी ब्लॉकची सजावट कशी झाली आहे ते पुन्हा एकदा विचारले. बाकी सर्व चांगले होते. पण बेडरूममधील त्यांची डबलबेड मला फारच अवाढव्य वाटत होती. ती तशी का केली आहे असं मी त्यांना विचारताच डॉक्टर निरागसपणे बोलून गेले–

"होणाऱ्या बाळाला मधे झोपायला जागा नको का? मुलं किती लोळतात?"
डॉक्टरांचा मुलाबद्दलचा ध्यास अशा वाक्यांतून जाणवायचा.

७५

या वेळी आणखीही एक सुवर्णयोग चालून आला. तो म्हणजे मॉरिशसमध्ये राहणाऱ्यांच्यात मराठी माणसांची संख्या बरीच होती. त्यामुळे तिथे मराठी चित्रपट दाखवायला सुरुवात झाली होती. यातूनच शरद वैद्य या मॉरिशसला जाऊन येणाऱ्या गृहस्थांना तिथे मराठी चित्रपटांचा महोत्सव भरविण्याची कल्पना सुचली. मॉरिशसच्या मराठी मंडळींनीही ह्या कल्पनेला साथ दिली. कारण मॉरिशसमध्ये जाऊन स्थायिक झालेली *(१५० वर्षांपूर्वी)* ही मंडळी महाराष्ट्रातूनच गेलेली होती. त्यामुळे तीही मंडळी महाराष्ट्राशी तुटलेला संपर्क पुन्हा जोडू इच्छित होती. आत्ती, जयश्री गडकर, सूर्यकांत यांच्या चित्रपटांच्याबरोबर डॉक्टरांचा 'मधुचंद्र'ही तिथे प्रदर्शित झाला होता. त्यामुळे वरील सर्व मंडळींच्याबरोबर डॉक्टरांनाही मॉरिशस भेटीचे निमंत्रण होते. या निमित्ताने काही मंडळींना युरोपचा दौरा करावा असेही वाटत होते. शिवाय 'बर्लिन' येथील चित्रपट महोत्सवामध्ये 'एकटी' दाखलही झाला होता. त्यामुळे आत्ती व डॉक्टरांना तिथेही उपस्थित राहता आले असते.

डॉक्टरांना प्रथम विचारले तेव्हा त्यांनी फारशी अनुकूलता दाखविली नाही. पण मी मात्र आग्रह करून त्यांना यायला भाग पाडले. कारण आत्तीबरोबर मीही जाणार होते. माझ्या पहिल्या परदेश प्रवासात डॉक्टर बरोबर नाहीत म्हणजे गंमत नाही. डॉक्टरांनी युरोप ट्रीपला जावे की जाऊ नये, याबाबतची इरावतीबाईंची प्रतिक्रिया समजू शकली नाही. आत्ती आणि डॉक्टर आता जास्तीत जास्त शूटिंग आणि नाटकांच्यामध्ये गुरफटून गेले. कारण युरोप दौऱ्यासाठी चाळीस दिवसांची सुट्टी काढायची होती. आत्तीवर तर दुहेरी ताण होता. कारण आमच्या घरात लग्न होते– तारूचे.

या वेळी लग्नपत्रिकांच्या निवडीपासून ते खरेदीसाठीही खूपदा डॉक्टर बरोबर यायचे. या लग्नाच्या तयारीत त्यांनी खूप भाग घेतला. त्याचे विशेष कारण म्हणजे माझ्या मामेबहिणीवर– तारूवर– डॉक्टरांचा विशेष जीव होता. आम्हा चौघींमध्ये तारू अभ्यासात खूप हुषार होती व एरवी वागण्याबोलण्यातही स्मार्ट होती. सुरुवातीला तिने सायन्सही घेतले होते. त्यामुळे ती डॉक्टर होईल अशी डॉक्टरांची अपेक्षा होती. शिवाय तारू बडबडी व स्पष्टवक्तीही फार. डॉक्टरांशी बोलताना ती फारशी भीडभाड ठेवायची नाही. ती डॉक्टरांना बरेच वेळा 'अरे बामणा' अशी हाक मारायची. त्यावरही डॉक्टर बेहद्द खूष असायचे. शिवाय पहिल्याच भेटीत तारूने डॉक्टरांना सांगितले होते की, "टाचेला भेगा न पडलेले, स्वच्छ पायांचे असे

पहिलेच ब्राह्मण तुम्ही मला भेटलात. आणि म्हणून तुम्ही मला अधिक आवडता.''

पहिल्याच भेटीत अशी स्पष्टोक्ती ऐकून डॉक्टर तर उडालेच. कदाचित डॉक्टरांसारखीच तारूही फटकळ असल्यामुळे, ती डॉक्टरांना अधिक आवडत असावी. डॉक्टरांना मूल नाही हे कळल्यावर तर तारूची त्यांना दत्तक जाण्याचीही तयारी होती. त्यामुळे तर काही दिवस ती डॉक्टरांना 'डॅडी' म्हणायची, तर डॉक्टर तिला आपली लेक म्हणायचे. तारू आता सौ. तारा कोरगावकर होणार होती.

या वेळी डॉक्टरांचे छोटे छोटे दौरेही चालू होते. पुण्याचे 'मला काही सांगायचंय'चे कॉन्ट्रॅक्टचे प्रयोग डॉक्टरांनी प्रभाकर पणशीकरांना सांगून चारुकाकांना द्यायला सांगितले होते. ह्या सर्व प्रयोगांची हिशोब तपासण्याची वगैरे आर्थिक व्यवहाराची बाजू डॉक्टर जातीने पाहात. कारण चारुकाकांचा स्वभावही मृच्छकटिकमधील 'चारुदत्ता'सारखाच. त्यामुळे डॉक्टर स्वत: सगळी देखरेख ठेवीत. हे नाटक प्लॅन उघडायचा अवकाश की 'हाऊसफुल्ल' व्हायचे. काही वेळेला तर डॉक्टरांनी पुण्याला तीन-तीन प्रयोग एका दिवशी केले. या नाटकानंतरच मला वाटतं डॉक्टरांनी दिवसाला एकच प्रयोग आणि दौऱ्यानंतर घरी परतल्यावर सबंध एक दिवस पूर्ण सुट्टी असा स्वत:वर दंडक घालून घेतला.

७६

'मला काही सांगायचंय' या नाटकामुळे डॉक्टर, पणशीकर, चारुकाका आणि चित्तरंजन कोल्हटकर यांच्यामध्ये मतभेदाचे सावट आले. म्हणजे तीनविरुद्ध एक असा सामना झाला. याच सुमारास चित्तरंजन कोल्हटकरांनी स्वत: दिग्दर्शित केलेले 'अशी वस्ती अशी माणसं' हे नाटक रंगभूमीवर आणले होते. या नाटकातूनच सरला येवलेकरने प्रथम व्यावसायिक रंगभूमीवर पदार्पण केले. 'अशी वस्ती'चा ज्या दिवशी पहिला प्रयोग होता, त्याच दिवशी 'मला काही सांगायचंय'चाही प्रयोग जाहीर झाला आणि अर्थातच पहिल्या नाटकाच्या बुकिंगवर परिणाम झाला. आपला पहिला प्रयोग आहे हे माहीत असूनही आपल्या नाटकाच्या उत्पन्नावर परिणाम व्हावा, म्हणूनच ह्या मंडळींनी जाणूनबुजून 'मला काही'चा प्रयोग जाहीर केला, असा चित्तरंजन यांनी गैरसमज करून घेतला.

या गोष्टीचे पर्यवसान असे झाले की, चित्तरंजन यांनी प्रकृती बरी राहात नाही ह्या कारणाखाली 'अश्रू'मधील शंभू महादेवची आपली भूमिका सोडून दिली. मग काही दिवस श्रीकांत मोघे यांनी ती भूमिका केली होती. मला श्रीकांत मोघे यांचा शंभू महादेव बघण्याची खूप इच्छा होती. तो ते 'सातारी' ढंगाने करायचे म्हणे. पण गैरसमजुतीचे मळभ दूर होताच चित्तरंजन कोल्हटकर पुनश्च 'अश्रू'मध्ये काम

करायला लागले.

दौऱ्यावर असताना पुण्यात असले की डॉक्टर आठवणीने मला फोन करीत. एक दिवस माझा आवाज फोनवर ऐकताच, खालच्या आवाजात डॉक्टरांनी मला हाक मारली– "सरकार."

ते ऐकून मी हसत हसत डॉक्टरांना विचारलं– "नटसम्राट पाहिलेलं दिसतंय!"

"तूही पाहिलेलं दिसतंयस? लागू काय काम करतो नाही?" उत्साहाने, कौतुकाने डॉक्टरांनी विचारले.

दुसऱ्यांचे कौतुक डॉक्टर दिलखुलासपणे करायचे. त्यांचा हा उमदा स्वभाव बघून मला खूप बरं वाटलं. कारण नाही म्हटलं तरी डॉ. लागूंच्या आगमनाने डॉक्टरांना त्यांच्याच क्षेत्रात एक तगडा प्रतिस्पर्धी निर्माण होऊ पाहात होता. पण त्याचे स्वागत डॉक्टर खूप खिलाडूवृत्तीने करताना दिसत होते. त्या दिवशी डॉक्टर फक्त 'नटसम्राट'बद्दलच भरभरून बोलत होते. पुढे काही दिवस तर मला 'सरकार' म्हणूनही हाक मारायचे.

७७

गेल्या वर्षीच्या आजारपणानंतर दर मे महिन्यात १५ ते ३० तारखांना डॉक्टर पूर्ण सुट्टी घ्यायचे आणि ते व इरावतीबाई बहुतेक करून महाबळेश्वरला जाऊन राहायचे. त्या वेळेची गोष्ट. ही सुट्टी घेण्याच्या आदल्या दिवशीचा 'गारंबीचा' प्रयोग कराड येथे होता. त्या प्रयोगाच्या शेवटच्या प्रवेशाच्या वेळी डॉक्टरांनी आशालता वाबगावकर यांच्या दंडाला जोरदार चिमटा घेतला. तोही स्टेजवरच. आशाताईंचा दंड काळानिळा झाला. कराडसारख्या गावी घडलेली ही घटना पुण्या-मुंबईच्या नाट्यव्यावसायिकांत पसरायला फारसा वेळ लागला नाही. त्या वेळी नाट्यसृष्टीत यावर खूप चर्चा, टिंगलही झाली. नेमकं काय घडलं ते मलाही समजू शकले नाही. कारण कराडहूनच डॉक्टर महाबळेश्वरला पोहोचले. आता ते व इरावतीबाई १ जूनला *(१९७०)* तारूच्या लग्नालाच भेटणार होते.

आत्तीच्या शूटिंगच्या धावपळीमुळे पुण्याच्या आमंत्रणासाठी मी, बेबी व तिचे मिस्टर विनय वेंगुर्लेकर असे तिकडे गेलो. डॉक्टरांना ते माहीत होते. म्हणून त्यांनी मला पुण्यात गेलीस की, ज्योतिषी साठे यांच्याकडून त्यांनी माझी तयार केलेली पत्रिका वाचून घ्यायला सांगितले होते. भविष्य ऐकायला मलाही खूप आवडायचे. पण ते चांगले असेल तर. पण नुकताच मी एका भविष्याचा असा काही अनुभव घेतला होता की, भविष्य म्हणजे माझ्या पोटात गोळाच यायचा.

आमचा सेक्रेटरी जेंकल हा म्हैसुरियन होता. त्याला ज्योतिषशास्त्राची शास्त्रोक्त

माहिती होती. त्याहीपेक्षा आंतरिक अनुभूतीच्या योगाने तो भविष्य सांगे. एकदा आमचे सर्वांचे लग्नाविषयी बोलणे चालले होते. मी जेंकलला सांगितले, "मला तर लव्ह मॅरेज करायला आवडतं. माझं तसं लग्न होईल का?"

आपल्या मोडक्यातोडक्या मराठीत जेंकलने विचारले–

"तुमचा तसा कोन हाये का? तसं असेल तर त्याचं वर्णन सांगा. मग मी होईल की नाही सांगतो."

आता आली का पंचाईत? डॉक्टरांचे वर्णन कसं करायचं? एवढ्यात कळेल ना सगळ्यांना. मग मी थोडं खरं, थोडं खोटं असं वर्णन करून सांगितलं. जेंकलने क्षणभर डोळे मिटले. आणि पुन्हा माझ्याकडे पाहात तो म्हणाला–

"तुम्ही जी व्यक्ती सांगताय, त्यांचं ह्या वर्षात निम्म्याने आर्थिक उत्पन्न कमी होतंय का ते सांगा. मग मी तुम्हाला पुढचं भविष्य सांगतो."

घरातल्या सगळ्यांबरोबरच मलाही त्या भविष्यात फारसा अर्थ वाटला नाही. सगळ्यांना मी चेष्टेतच विचारते आहे असं वाटायचं. कारण एकंदरीत माझा करडा, कडक, एकाकी स्वभाव पाहता मी प्रेमविवाह वगैरे करीन, हे कुणाला स्वप्नातही खरे वाटले नसते. मुख्य म्हणजे हा प्रसंग घडला तेव्हा आत्ती घरात नव्हती.

नोव्हेंबर महिन्यात डॉक्टरांचे नागपूरचे आजारपण झाले आणि तीन महिने त्यांना कामधंदा सोडून घरी बसावे लागले. त्यांच्या उत्पन्नावर खरंच परिणाम झाला होता. मला त्या वेळी जेंकलच्या भविष्याची आठवण झाली. आणि कुठून मी भविष्य विचारायला गेले असं वाटायला लागलं! एक मात्र खरं की, त्यानंतर डॉक्टरांच्याविषयी आणि माझ्याविषयी कळूनही जेंकलने मौन पाळले. त्याने मला कधीही 'हे करा किंवा करू नका' असे सांगितले नाही. वास्तविक पाहता आमच्या लहानपणापासून जेंकलने आम्हाला पाहिले होते. तो अगदी आमच्या घरच्यापैकी झाला होता. वडीलकीच्या नात्याने तो मला टोकूही शकला असता. पण त्याने मला या बाबतीत कधीही काही सांगितले नाही आणि मी घाबरून काही विचारले नाही.

पुण्याच्या साठ्यांच्याकडेही भविष्य ऐकायला जाणे माझ्या जीवावर आले होते, पण डॉक्टरांची ऑर्डर म्हणजे ऑर्डर असायची. त्यावर अपील नसे. साठ्यांची मी भेट घेतली तर त्यांनी मला तुम्ही तुमचे प्रश्न विचारा, मी पत्रिका पाहून त्याची उत्तरे देतो असे सांगितले. आमचं प्रेमप्रकरण आणि लग्न याबद्दल विचारायला आता भीतीच वाटत होती. मी सर्वसाधारण प्रश्न विचारला–

"मी एम.ए. होईन का?" कारण बी.ए. झाल्यावरच मी एम.ए. करावं अशी डॉक्टरांची इच्छा होती. पण प्रकृतीच्या कारणामुळे त्या वेळी मी ते कलं नव्हतं. पण एम.ए. करायची माझी तशी इच्छा होतीच. पण त्याहीपेक्षा डॉक्टरांच्याबरोबर संसाराला मात्र अग्रक्रम होता. पण साठेंनी शिक्षण थांबलंय तिथेच थांबेल असं

सांगितलं. अजून पाच वर्षं तरी तुम्ही एम.ए. होत नाही असे त्यांनी ठामपणे सांगितलं. मला बरंच वाटलं. कारण डॉक्टरांच्या बरोबरचा संसार, एखादं मूल म्हणजे पाच वर्षे सहजच गेली असती.

साठे यांनी लग्नाचे योग वगैरे सांगायला सुरुवात केली आणि ते सर्व मला त्यांनी लिहून घ्यायला सांगितले. त्यानंतर माझ्या नियोजित वराचे वर्णन करायला त्यांनी सुरुवात केली. साठे सांगत होते–

"तुमच्या व त्याच्या वयात १३ ते १४ वर्षांचे अंतर असेल. तो विवाहित किंवा घटस्फोटित असेल. तो मध्यम उंचीचा, कुणालाही न जुमानणारा, अधिकार गाजविणारा, उच्च कुटुंबीय, उच्च वर्णीय, दिसायला चांगला, तोंडाने फटकळ, जरासा वाह्यातच, लोकप्रिय असेल." साठे क्षणभर थांबले आणि म्हणाले–

"आणखीही एक वर तुमच्या पत्रिकेत संभवतो. तो दिसायला मध्यम, तोंडाने गोड बोलणारा, हिंदूच पण ब्राह्मणी पद्धतीने वागणारा आणि वयाने तुमच्या बरोबरीचा असेल. उंचही असेल."

मला पहिलेच वर्णन इतके पटले होते की दुसऱ्या वर्णनात मला अजिबात रस नव्हता. आता संभाषणाची गाडी मुलांच्यावर आली. साठ्यांनी मला एक दिसायला देखणा पण हुषारीनं कमी असा मुलगा होईल असे सांगितले. डॉक्टरांची बऱ्याच मुलांची आवड आठवून मी अभावितपणे उद्गारले, "फक्त एकच मुलगा?" आत्तापर्यंतच्या संभाषणात गूढ, गंभीर वाटणारे साठे प्रथमच हसले आणि म्हणाले, "अहो, आताच्या संतती-नियमनाच्या काळात एकच मुलगा असलेला बरा. कदाचित झाला तर दुसरा मुलगा तुम्हाला होईल पण तो देखणा मात्र होणार नाही. बुद्धिमान मात्र होईल." त्यानंतर साठ्यांनी पस्तिशीनंतर मी स्थूल होईन. मला पाठदुखण्याचा त्रास होईल, आर्थिक सुस्थिती असेल असे पुढचे भविष्यही सांगितले. पण बाकी सर्वांपेक्षा अधिक लक्षात राहिले ते पतीचे वर्णन आणि दोन मुलगे *(मुलगी नाही)* होतील, हेच भविष्य.

७८

ह्या सगळ्या गडबडीत १ जून उजाडला. त्या दिवशी मी जरा लवकरच हॉलवर पोहोचले होते. प्रसिद्ध कवियित्री वंदना विटणकर आणि त्यांचे चित्रकार पती चंद्रकांत विटणकर रुखवताची मांडामांड करत होते. ती पाहात मी उभी होते. डॉक्टर इरावतीबाईंच्यासह कधी येऊन शेजारी उभे राहिले होते, ते कळलंच नाही. माझं त्यांच्याकडे लक्ष गेलं तेव्हा डॉक्टर मला डोक्यापासून पायापर्यंत न्याहाळत उभे असल्याचे दिसले. मी भुवया उंचावत खुणेनेच विचारले, "काय पाहाता?"

आपल्या नेहमीच्या पद्धतीने नाक फुगवीत डॉक्टर कुजबुजले, ''बऱ्या दिसताय की तुम्ही.'' माझे पाय जमिनीपासून फूटभर तरी सुटले असावेत. कारण डॉक्टरांच्या व माझ्या तेवीस वर्षांच्या सहवासात डॉक्टरांच्याकडून अशी प्रशस्ती एखादुसऱ्या वेळेलाच मिळाली असेल.

डॉक्टरांना नीटनेटकेपणा, स्वच्छता आवडायची. पण आधुनिक पोषाखांची, फॅशनची फारशी आवड नसायची. निदान त्यांच्या 'स्त्री'ने केलेली तरी त्यांना आवडायची नाही. जरा जरी पातळ पोत असलेली साडी नेसली की ते विचारायचे, ''असले कपडे घालायचे तर घालायचेच कशाला?'' आधुनिक पद्धतीच्या कंचुकी वापरल्याने अलीकडे स्त्रियांना ब्रेस्ट कॅन्सर होण्याचे प्रमाण वाढले आहे, हे त्यांचे लाडके मत होते. त्यांना त्यांच्या आईसारखी गाठीची चोळी स्त्रियांनी वापरली पाहिजे असे वाटायचे.

खरं म्हणजे चष्मा वापरणाऱ्या मुली पुरुषांना आवडत नाहीत. पण याही बाबतीत डॉक्टर जगावेगळेच होते. मला सुरुवातीला चष्मा लागला तेव्हा नंबर अगदीच कमी असल्यामुळे मी तो लावायचा टाळायची. मुख्य म्हणजे मला तो लावायचा जीवावर यायचं. पण डॉक्टर मात्र मी तो चष्मा लावावा म्हणून अक्षरश: माझ्या खनपटीला बसत आणि म्हणत–

''मीच तुला बघणार आहे ना? मग मला तू चष्म्यासहित चालतेस.'' चष्मा लावण्यासाठी प्रेयसीला आग्रह करणारा असा हा प्रियकर विरळाच. मी कुठलीही गोष्ट डॉक्टरांच्यासाठीच करावी आणि केली पाहिजे असा त्यांचा आग्रह असायचा.

डॉक्टर संशयी, मत्सरी होते किंवा परक्या स्त्री-पुरुषांनी एकत्र उठणे-बसणे यांसारख्या गोष्टी त्यांना आवडत नसत अशातला भाग नव्हता; पण त्यांच्या स्त्रीवरील स्वामित्व ते मनात बाळगून असायचे. मराठी नाट्य-चित्रपटसृष्टीतील एक अतिउत्साही नट का कुणास ठाऊक मला कांचू, कांचा अशी हाक मारायचे. अशी हाक आत्तीनेसुद्धा मला कधी मारलेली नाही. फक्त माझी आजी आणि दादा *(राजा परांजपे)* मला अशी हाक मारीत. निदान त्यांना तो अधिकार तरी होता. त्या नटाचे हे असे हाक मारणे मला मुळीच आवडायचे नाही. पण सभ्यता पाळायची म्हणूनच मी गप्प राहायची. घरात माझी त्यावरून चेष्टाही व्हायची. चारुकाकांनी कधी तरी गंमत म्हणून डॉक्टरांना हे सांगितले. ते ऐकले मात्र, खवळलेल्या डॉक्टरांनी चारुकाकांनाच दम देत सांगितले–

''चारु, पुन्हा जर ××× ने कांचनला अशी हाक मारली तर मी त्याच्या तंगड्या तोडून त्याच्या हातामध्ये देईन असं त्याला सांग.'' डॉक्टरांचा रुद्रावतार बघून मी तर थक्क होऊन त्यांच्याकडे पाहातच राहिले.

तारूच्या लग्नात मी व डॉक्टर आमचेच लग्न असल्यासारखे मिरवत होतो.

क्षणभर एकमेकांना सोडत नव्हतो. त्यात आणखी एक भर पडली जेवणाच्या वेळी जिलेबी वाढण्याची. तारूचे पती अशोक कोरगावकर हे हिंदु-कॉलनीतील रहिवाशी. त्यामुळे त्यांचा व त्यांच्या धाकट्या भावाचा– सतीशचा मित्रपरिवार मोठ्या संख्येने हजर होता. संभाजी, बापू, लाल्या, राहुल यामुळे ह्या तरुण पिढीत डॉक्टर कमालीचे लोकप्रिय होते. डॉक्टरांना पाहिल्यावर ह्या तरुण मंडळींनी डॉक्टरांनी जिलेबी वाढली पाहिजे, असा आग्रह धरला. सतीशने त्या मंडळींची इच्छा सांगताच मी डॉक्टरांना विचारले. चाहते म्हणजे डॉक्टरांचा जीव की प्राण. डॉक्टरांनी मलाच जिलेबीचे ताट धरायला लावले आणि दोन्ही हातांच्या झब्ब्याच्या बाह्या वर सारीत एखाद्या वीरश्री चढलेल्या योद्ध्यासारखे त्या पंगतीत जिलेबी वाढायला शिरले.

डॉक्टर पुढे आणि मी मागे अशी आमची जिलेबी वाढायला वरात निघाली. मला तर नवीन नवरा-नवरी पंगतीत जिलेबी वाढायला येतात त्याचीच आठवण येत होती. या लग्नात आत्तीने एकजात साऱ्या स्त्री-कलाकारांच्या साडी-चोळीने ओट्या भरल्या. आत्तीच्या समवयस्क सिनेतारका उषाकिरण ह्या मला म्हणाल्या होत्या–

"सुलोचनाबाईंनी आत्ताच हे आहेर कशाला केले? तुझ्या लग्नात तरी करायचे."

आत्तीला लग्नघरातून शोधून आणून उषाबाईंच्या समोर उभी करत मी तिला उषाबाईंचं म्हणणं सांगितलं. त्यावर आत्ती हसत म्हणाली,

"कांचनचे लग्न होईपर्यंत एवढे पैसे माझ्याकडे राहतील की नाही कुणास ठाऊक? कदाचित कांचनचं लग्न घरच्याघरीसुद्धा करावं लागेल."

आत्तीच्या तोंडून माझ्या लग्नाबद्दलची ही असली भविष्यवाणी ऐकून गंभीर होत उषाबाई उद्गारल्या–

"खरा कलावंत हा कधीही उपाशी मरत नाही. त्याचं नाणं खणखणीत असतं."

७९

तारूच्या लग्नाच्या रिसेप्शनलाही डॉक्टर तेवढ्याच उत्साहाने उपस्थित राहिले. अगदी तारूची सासरी पाठवणी करीपर्यंत थांबले. एका बाजूला मी व दुसऱ्या बाजूला इरावतीबाई आणि मध्ये डॉक्टर असा एक फोटोचा कार्यक्रमही झाला. या रिसेप्शनमध्येच युरोप व मॉरिशसला जाण्यासाठी लागणारे पासपोर्टचे फॉर्म्सही सर्वांनी भरले. कारण त्या दौऱ्यावर जाणारे बरेच जण त्या वेळी हजर होते. फॉर्मवर सही करून झाल्यावर डॉक्टरांनी मला विचारले,

"झालं तुमच्या मनासारखं?"

मी अगदी आनंदाने खांद्याच्या ह्या टोकापासून त्या टोकापर्यंत मान डोलावली.

२३ जून हा आमचा मॉरिशसला जाण्याचा दिवस ठरला.

तारूच्या लग्नाला येण्यापूर्वी डॉक्टर महाबळेश्वर मुक्कामी असताना एक अनुचित घटना घडली होती. डॉक्टरांच्या महाबळेश्वरच्या हॉटेलच्या पत्त्यावर चंद्रलेखेचे निर्माते मोहन वाघ यांनी पुढीलप्रमाणे पत्र पाठविले होते.

चंद्रलेखा
२१ मे, १९७०
मुंबई

प्रिय डॉ. काशिनाथ घाणेकर यांस,

स. न. वि. वि.

हे पत्र लिहीत असताना मला मनापासून यातना होत आहेत. परंतु नाईलाजास्तव काही निर्णय घ्यावेच लागतात. दि. १५ मेच्या शिवाजी मंदिरमधील प्रयोगानंतर आपली भेट नाही. परंतु वासूकडून समजले की, जूनमध्ये तुम्ही फक्त चारच प्रयोग करणार. म्हणजे तीन महिन्यांच्या कालावधीत आम्हाला फक्त चारच प्रयोगावर समाधान मानावे लागणार.

माणुसकी आणि प्रेमापोटी ज्या ज्या वेळी थांबणे भाग होते, त्या त्या वेळी आम्ही थांबलो. House Full प्रयोगही ऐनवेळी रद्द केले, ह्याचं आम्हाला दुःख नाही. तुमच्यावर प्रेम करणाऱ्या अन् तुमचं कौतुक करणाऱ्यांच्या वाटेला, तुम्हाला गारंबी नाटक आवडूनदेखील ५ तारखा. असो. ह्या विषयावर मला वाद करायचा नाही अन् कधी केला नाही. तुम्ही मला नेहमी हल्ली गारंबीचा कंटाळा आला, प्रकृतीला त्रास होतो, गारंबी सोडणार असं म्हणता. पाच दिवसांत एक गॅप ठेवून आम्हाला दौरे करता येणार नाहीत. शिवाय काही गावं तुम्हाला प्रयोग करायला आवडत नाहीत. तेव्हा आम्ही व्यवसाय कसा करावा? तरी गारंबीतून तुम्हाला मोकळं केलं आहे. असो. गैरसमज नसावा. केवळ व्यावसायिक अडचणींमुळे हा निर्णय घेणे भाग पडत आहे. नवीन नाटकाचं स्क्रिप्ट आवडलं व तुम्हाला काम करावंसं वाटलं तर पुन्हा एकत्र येऊ. 'तुझे आहे तुजपाशी'चे प्रयोग तुमच्या सवडीप्रमाणे करू. आल्यावर भेटू. सौ. वहिनींना न.

कळावे, लोभ असावा.

आपला नम्र,
मोहन वाघ

नाट्य-व्यवसायातील लोकांना मात्र आशालता वाबगावकरांच्या चिमटा-प्रकरणामुळेच मोहन वाघ यांनी डॉक्टरांना गारंबी सोडायला लावले असं वाटलं.

चित्तरंजन कोल्हटकर 'नवा बापू' म्हणून तालमी करायला लागले.

आम्ही युरोपला गेल्यावर नव्या गारंबीच्या बापूचा प्रयोग झाला. डॉक्टरांनी इरावतीबाईंना अगदी पहिल्या प्रयोगाला तिकीट काढून जायला सांगितले आणि लंडनच्या पत्त्यावर पत्र पाठवून इरावतीबाईंनी त्याबद्दलचा स्वत:चा अभिप्राय व लोकांची प्रतिक्रिया कळविली होती. मला डॉक्टरांचा उतावळा स्वभाव अजिबात आवडला नाही. इरावतीबाईंनी 'गारंबीचा बापू' बघून यायला हरकत नव्हती; पण अगदी पहिला प्रयोगच कशाला पाह्यला पाहिजे होता. मुद्दाम पहिल्या प्रयोगाला तिकीट काढून इरावतीबाईंना जायला सांगणे म्हणजे अगदी चिरडीला येऊन खेळणाऱ्या लहान मुलासारखेच हे झाले. मला जर डॉक्टरांनी असे काही सांगितले असते तर मी नक्कीच साफ नकार दिला असता. मग डॉक्टरांशी माझे मतभेद झाले असते तरी हरकत नव्हती.

या संदर्भात आठवण झाली ती डॉक्टरांनी 'रायगड' जेव्हा सोडले तेव्हाची. त्यानंतर 'रायगड' बघण्याविषयी आत्तीला कुणी सुचविले तर ती म्हणायची, "काशिनाथचा इतका चांगला 'संभाजी' पाहिल्यानंतर दुसऱ्या कुणाचा संभाजी पाहण्याची आता इच्छा नाही." त्यानंतर अक्षरश: पुन्हा म्हणून आम्ही कुणी रायगड पाहिले नाही.

८०

तारूचे लग्न आटोपले. त्याची आवराआवर आणि युरोप प्रवासाची तयारी अशी दोन्ही कामं सुरू होती. आत्ती आणि डॉक्टर नेहमीसारखे कामात. त्यातच पासपोर्ट, रिझर्व्ह बँकेची परवानगी, व्हिसा, इंजेक्शन्स अशा परदेशप्रवासाला लागणाऱ्या गोष्टींची लगीनघाई उडाली. रिझर्व्ह बँकेचे काम तर निव्वळ डॉक्टरांचे होते, म्हणूनच होऊ शकले, नाही तर जायलाच मिळाले नसते.

पहिला परदेशीचा प्रवास आणि तोही डॉक्टरांच्या बरोबर, मी भलतीच खुषीत होते. त्यातच डॉक्टरांनी मला मनस्ताप देणारी बातमी दिली. मागे एकदा उल्लेख केलेल्या डॉक्टरांच्या 'सखीला' दिवस गेले होते. ती ते मूल जन्माला घालू इच्छित होती. तेही स्वत:च्या जबाबदारीवर. डॉक्टरांची आठवण म्हणून तिला ते मूल हवे होते.

हे ऐकून प्रथम तर मी वैतागलेच, त्या विवाहित स्त्रीचा तर मला संतापच यायचा. पुरुष जर बाहेरख्यालीपणा करतो तर स्त्रीने का करू नये असे या बाबतीत स्त्री-स्वातंत्र्य पुरस्कर्ते म्हणण्याची शक्यता आहे. मला वादात पडायचे नाही. पण माझी स्वत:ची मते *(या बाबतीत)* अगदी सत्यवान-सावित्रीच्या काळातील आहेत.

विवाहित स्त्रीची पतीशी असणारी एकनिष्ठता माझ्या दृष्टीने अग्रक्रम देणारी गोष्ट आहे. पटतच नसेल तर विभक्त होणे योग्य आहे; पण एकाच वेळी एखादी स्त्री ही दुहेरी निष्ठा कशी ठेवू शकते, हे आजही माझ्या दृष्टीने कोडेच आहे.

ह्या पार्श्वभूमीवर मला तीव्रतेने आठवण झाली ती डॉक्टरांच्या जीवनात येऊन गेलेल्या दुसऱ्या एका विवाहित सखीची. आकर्षणाच्या पहिल्या आवेगात ती डॉक्टरांशी वागून गेली; पण ज्या वेळेला तिला आपला पती, संसार, विवाहिता म्हणून आपला समाजात असलेला दर्जा आणि हे प्रकरण चव्हाट्यावर आले तर होणारी मानहानी, या सर्वांचे भान आले तेव्हा पुढे अधिक न वाहवण्याचा तिने खंबीर निर्णय घेतला. डॉक्टरही तिच्यामध्ये गुंतलेले होते. पण त्या स्त्रीने हा गुंता पूर्णपणे तोडून टाकूनच व्यवस्थितपणे सोडविला. तिने आपले विचार व्यक्त करणारे एकच सुरेख पत्र डॉक्टरांना लिहून समजावले आणि ती कायमची दूर झाली. आजही त्या स्त्रीबद्दल मला मनस्वी आदर आहे.

डॉक्टरांच्या ह्याही विवाहित सखीबद्दल वाटणारी चीड मी मनातून दूर सारली. शिवाय मी मनस्ताप करून घेण्याचे काहीच कारण नव्हते. ती विवाहित स्त्री चांगली तिशी उलटलेली होती. पूर्ण समजदार होती. तिचे हीत-अहीत तिला चांगले कळत असेलच की! शिवाय जे काही होईल त्याची जबाबदारी तिने स्वीकारलीच होती. शिवाय ह्या असल्या प्रकरणात मी डॉक्टरांना स्पष्ट सांगून टाकले होते की, तुमचे तुम्ही काय वाटेल ते करा; मात्र भावनिक गुंतवणूक कुणात नसावी. एवढे पथ्य पाळा म्हणजे झाले. तेव्हा हाही विषय मी डोक्यातून काढून टाकला आणि प्रवासाच्या तयारीत गुंतले.

२३ जून रोजी दुपारी १ वाजताचे आमचे विमान होते. सकाळी अकरा वाजताच आम्ही विमानतळावर पोहोचलो. मराठी कलावंत स्वखर्चाने परदेशी निघाले होते, याचे सर्वांनाच कोण कौतुक होते. एकजात साऱ्या वृत्तपत्रांनी याची नोंद घेतली होती. आप्तेष्ट, व्यावसायिक, स्नेही यांची विमातळावर एकच गर्दी उडाली होती. श्रीकांत मोघेंच्या मते विमानतळाला एस. टी. स्टँडचे स्वरूप आले होते. ज्येष्ठ अभिनेत्री दुर्गा खोटे आणि ललिता पवार ह्याही येऊन सर्वांना आशीर्वाद देऊन गेल्या. जी जी पुरुषमंडळी आमच्याबरोबर होती त्यांच्या पत्नी आत्तीला येऊन सांगायच्या की, 'दीदी, आमच्या ह्यांना सांभाळा.' आत्तीही प्रत्येकीला 'वहिनी, काळजी करू नका' असे आश्वासन देत होती. चारुकाकांच्या पत्नी तर रडून रडून लालबुंद झाल्या होत्या. फक्त इरावतीबाई तटस्थ होत्या. त्यांनी एकाही शब्दाने आत्तीला किंवा मला, डॉक्टरांच्याबद्दल काहीही सांगितले नाही. मला राहून राहून सारखे वाटत होते की डॉक्टरांचे जाणे इरावतीबाईंना पसंत नसावे. कदाचित ते तसे नसेलही. डॉक्टरही त्यासंबंधी काही बोलले नव्हते; पण इरावतीबाईंचे गप्प राहणे माझी शंका बळकट

करीत होते.

कस्टममध्ये जाण्याची घोषणा होताच आम्ही सर्वांचा निरोप घेऊन आत गेलो. काचेच्या पलीकडे आप्तेष्ट मंडळी अजून रेंगाळली होती. पुन्हा एकदा सर्वांना पाहावे म्हणून डॉक्टरांनी मागे वळून पाहिले, तर त्यांना ती विवाहित 'सखी' दिसली. डॉक्टर तिला स्वतंत्रपणे हातही उचलून दाखवू शकले नाहीत. पण माझ्याजवळ चुकचुकत म्हणाले मात्र, "बिचारी ती आली होती." डॉक्टरांच्या दंडाला धरून त्यांचे तोंड कस्टम ऑफिसरकडे करत मी म्हणाले–

"चला आता. निदान परदेशात तरी थंड राहा."

८१

कस्टमचे डिक्लरेशन करताना डॉक्टरांच्या व माझ्या हातातील हिऱ्यांच्या अंगठ्यांवर आक्षेप घेतला गेला. अंगठ्या काढणं आम्हा दोघांच्याही जीवावर आलं होतं. माझी 'के' अक्षराची अंगठी तर डॉक्टरांनी एंगेजमेंट रिंग म्हणून माझ्या हातात घातली होती. त्या अंगठीच्या किंमतीचे पैसेही डॉक्टरांनी मला दिले होते. वाद चालूच होता. वाद घालायची डॉक्टरांना कोण हौस आणि एकदम डॉक्टरांच्या सुपीक डोक्यातून एक कल्पना निघाली, त्यांनी त्या कस्टम ऑफिसरला सांगितले की, ह्या आमच्या एंगेजमेंट रिंग्ज आहेत. त्या आम्ही काढू शकत नाही. डॉक्टरांनाही ती अंगठी प्रकृतीसाठी ज्योतिष्यांनी घालायला सांगितली होती. त्यामुळे तेही ती अंगठी काढू शकत नव्हते. आता कस्टम ऑफिसरचाही नाईलाज झाला आणि त्याने डॉक्टरांच्यासमोर शरणागती पत्करीत हसत हसत 'ओ. के. सर' म्हणून त्या अंगठ्या घालायला आम्हाला परवानगी दिली आणि आम्ही आमच्या विमानाकडे प्रस्थान केले.

विमानात अजिबात गर्दी नव्हती. आम्ही बारा-पंधरा जेवढे होतो तेवढेच त्या विमानात प्रवासी होतो. कोणी कुठेही बसू शकत होतो. थोड्या वेळाने मी टॉयलेटला जाण्याच्या निमित्ताने उठले आणि डॉक्टरांच्याजवळ येऊन थोडीशी रेंगाळले. स्वत:चे चुरचुरणारे डोळे चोळत डॉक्टर म्हणाले,

"आज माझे डोळे लाल झाले आहेत ना?"

"तुमचे डोळे तर नेहमीच लाल असतात. त्यात काय नवीन?" मी पटकन् बोलून गेले.

वास्तविक पाहता हे म्हणताना माझा निर्देश डॉक्टरांच्या रोजच्या जागरणाकडे होता; पण डॉक्टरांनी त्या बोलण्याचा संबंध त्यांच्या पिण्याच्या सवयीला उद्देशून घेतला. जरासे गुरगुरतच डॉक्टर मला म्हणाले–

"नवऱ्याशी कसं बोलायचं असतं ते आधी शिका." अजून लग्नाचाही पत्ता नव्हता. पण डॉक्टर मला आपली पत्नी समजून माझ्यावर नवरेशाही गाजवायला लागले होते. म्हणतात ना 'बाजारात तुरी आणि भट भटणीला मारी.'

८२

दुपार आणि संध्याकाळच्या सीमेवर सूर्य असताना त्याने आम्हाला मॉरिशसजवळ आणून पोहोचविले. खाली अथांग समुद्र पसरला होता आणि त्यात हिरव्या रंगाच्या अनेक छटा दिसत होत्या. हिरव्या रंगाची मुक्त उधळणच परमेश्वराने ह्या बेटावर केली होती. पाचूचा खडा अंगठीत दिसावा तसे हे बेट दिसत होते. जणू पाचूचे बेटच. मंगेश पाडगावकरांच्या ओळी राहून राहून आठवत होत्या–

पाचूच्या हिरव्या माहेरी
ऊन हळदीचे आले

मॉरिशसचे एम. एल. ए. शिवा बापू आणि त्यांची मित्रमंडळी आमच्या स्वागताला आली होती. जमिनीवर पाऊल ठेवले आणि थंडीने शरीर शिरशिरलं. परदेशात येऊन पोहोचल्याची पहिली जाणीव झाली. औत्सुक्य, आनंद अशा संमिश्र भावनांनी सगळ्यांचीच मनं भारावली होती.

सामान ताब्यात घेताना लक्षात आले एक महत्त्वाची बॅग मुंबईतच राहिली आहे. अगदी प्रथमग्रासे मक्षिकापात असे झाले. पुढच्या मंगळवारशिवाय बॅग मिळू शकणार नव्हती. कारण त्या वेळी मुंबई-मॉरिशस अशी एकच फ्लाईट होती. म्हणजे मॉरिशसमधील मुक्काम आता वाढविणे भागच होते. या सर्व गडबडीमुळे आत्ती व डॉक्टरांचे बर्लिन चित्रपट महोत्सवाला हजर राहणेही जमणार नव्हते. पण आता काही दुसरा इलाजच नव्हता. चार-चार जणांचा एक ग्रूप एकेका घरी उतरवण्यात आला. त्यामुळे माझी व डॉक्टरांची ताटातूट झाली. माझं मन फार खट्टू झालं. मात्र असे असले तरी दिवसाचे बरेच तास आम्ही हिंडण्या-फिरण्यासाठी एकत्र येत असू.

मॉरिशसच्या आदरातिथ्याने आम्हाला लाजवलं. आतिथ्य करण्यात मराठीच काय पण तिथली बिहारी माणसंही मागे नसायची. चहाच्या कपाचाही खर्च ह्या मंडळींनी आम्हाला करू दिला नाही. सकाळी नऊ वाजता पेट्रोल भरून फूल केलेल्या गाड्या आम्हाला फिरायला न्यायला हजर होत. रोज एकेकांकडे जेवण असे. अगदी मद्यपानासहित. तिथे तर दिवसातील कुठल्याही वेळी दारू 'ऑफर' केली जाई; पण डॉक्टरांच्यासहित सर्व पुरुष मंडळींनी या बाबतीत कमालीचा संयम दाखविला. केवळ जेवणाच्या आधीच काही मंडळी मद्यपान करीत.

डॉक्टरांची मात्र फार पंचाईत व्हायची. डॉक्टर आत्तीसमोर मद्यपान करायचे नाहीत. पण आता मात्र इलाजच नसायचा. कारण सगळ्यांचीच घरं काही मोठी असायची नाहीत. जिथे मोठी घरे होती तिथे स्वतंत्र खोलीत पिणाऱ्यांची स्वतंत्र व्यवस्था केली जायची. पण लहान जागेत आमनेसामने यावेच लागे. अशा वेळी आत्तीने एक उपाय काढला होता. ती यजमानीणबाईंना विनंती करायची की, ह्या पुरुषांचे कधी आटपेल सांगता येणार नाही. तेव्हा आम्हा बायकांना आधी जेवायला वाढा. आम्ही जेवणाच्या खोलीत गेलो की, पुरुषमंडळीही मोकळेपणाने आपला कार्यक्रम आटपायची. आत्तीचे तसे सर्वांनाच दडपण यायचे. दिवसाच्या पिण्यावर मात्र आत्ती अंकुश ठेवून असायची. कारण दिवसभरात कुठे न् कुठे सार्वजनिक कार्यक्रम, प्रेक्षणीय स्थळे बघायला जाणे असायचेच.

मॉरिशसमधील वाकोवाज शहराच्या नगरपालिकेकडून सत्कार व चहापान, भारतीय राजदूतांची भेट, मॉरिशसचे पंतप्रधान राम गुलाम यांची दीर्घ भेट, टीव्हीवर सादर केलेला मराठी कार्यक्रम अशा घटनांनी मॉरिशसमधील वास्तव्य संस्मरणीय ठरत होतं. मराठी चित्रपट महोत्सव व टीव्हीवरील कार्यक्रमामुळे मॉरिशसची मंडळी आमच्या कलावंतांना ओळखायला लागली. ते चित्रपटातील नावानेच सर्वांना हाक मारीत. आत्तीची तर हिंदी-मराठी अशी दुहेरी ओळख होती. त्या मुक्कामातच टीव्हीवर आत्तीचा 'मेरा घर मेरे बच्चे' हा चित्रपट दाखविला गेला होता. डॉक्टरांचे हिंदी चित्रपट पाहिलेली काही मंडळीही निघाली.

सबंध युरोपच्या प्रवासात डॉक्टरांनी माझी व आत्तीची खूपच काळजी घेतली. टॅक्सी ठरविणे, चांगली खोली पाहून *(हॉटेलमधील)* तिथे आम्हा दोघींची सोय करणे, सामान उचलणे अशांसारख्या गोष्टीही त्यांनी आमच्यासाठी केल्या. शेवटी शेवटी तर बॅगा उचलून उचलून डॉक्टरांच्या हाताला घट्टे पडले; पण त्यांनी मला एकाही जड बॅगेला हात लावू दिला नाही. मला तर खूप लाजल्यासारखं व्हायचं. काही वेळेला मी न राहून त्यातील बॅगा उचलायचीही. पण ती बॅग पटकन् माझ्या हातातून काढून घेत डॉक्टर कानाशी गुणगुणायचे–

"राणी, मी असताना तू हे करायचं? जमायचं नाही."

डॉक्टरांचं माझ्या बाबतीतील काळजी घेणे काही वेळेला जरा अतीच व्हायचं आणि त्यातून समरप्रसंगही निर्माण व्हायचे. मी काय खावं आणि खाऊ नये हेदेखील डॉक्टरच ठरवायचे. जेवल्यानंतर मला आईस्क्रीम खायला मुळीच आवडायचे नाही; पण मॉरिशसला आल्यापासून प्रत्येक जेवणाच्या वेळी ते असायचे आणि ते समोर आले की माझे तोंड वाकडे व्हायचे.

एक दिवस आम्ही एके ठिकाणी रात्री जेवायला गेलो होतो. यजमानाने आग्रहपूर्वक आईस्क्रीमची प्लेट समोर धरली. मी ती 'सॉरी' म्हणून नाकारणार

एवढ्यात समोर जरा अंतरावर बसणाऱ्या डॉक्टरांचे फर्मान सुटले, "परत करायचे नाही. ते आईस्क्रीम खा." माझ्याजवळ बसलेल्या अभिनेत्री जयश्री गडकर यांनी माझी कुचंबणा पाहात मला सांगितले की, "तुला हवे तेवढे खा. उरलेले मी खाईन." मी नावापुरता एक चमचा तोंडात टाकला आणि प्लेट जयश्रीबाईंच्या हाती सोपविली. डॉक्टरांनी नेमके तेवढेच पाहिले.

बसल्या जागेवरूनच डॉक्टर ओरडत म्हणाले, "त्यापेक्षा ते फेकून का देत नाहीस?"

हे त्यांचे वाक्य ऐकल्यावर जयश्रीबाईही भडकल्या. त्यांचे म्हणणे ज्याअर्थी डॉक्टर ते आईस्क्रीम बाहेर कचऱ्यात फेकून दे असं म्हणताहेत, म्हणजे डॉक्टर त्यांना कचऱ्यापेक्षाही क्षुद्र समजताहेत आणि दोघांची शाब्दिक मारामारी जुंपली. मी अगदी कानकोंडी होऊन बसले. पोटात मद्य आणि डोक्यात नशा यामुळे डॉक्टर जरा अधिकच एक्साईट होऊन बसले होते. त्यात हा वाद. डॉक्टर उठले आणि एकटेच तरातरा चालत बरेच अंतर निघून गेले. रात्रीची वेळ, नवीन शहर आणि डॉक्टर एकटेच निघून गेले होते. माझी अगतिकता इतकी की, मी उठून त्यांच्या मागेही जाऊ शकत नव्हते. मग कुणीतरी जाऊन डॉक्टरांची समजूत घालून त्यांना त्यांच्या मुक्कामावर नेले. दुसऱ्या दिवशी डॉक्टरांना प्रत्यक्ष पाहीपर्यंत माझे चित्त ठिकाणावर नव्हते.

आम्ही जिथे जिथे जेवायला जात असू, तिथे तिथे बहुतेक स्वेच्छाभोजनाचीच पद्धत असायची. बऱ्याचदा डॉक्टर मला त्यांची प्लेट भरून द्यायला सांगत, मला त्यात काहीच गैर वाटायचे नाही. कारण स्त्रीला जितका स्वयंपाक करायला आवडतो, तितकाच तो करून वाढण्यातही समाधान वाटते आणि मला स्वत:ला तर जेवण वाढायला खूपच आवडते. मी अगदी चार-पाच वर्षांची होते तेव्हासुद्धा माझ्या वडिलांना जेवायला वाढायची. शिवाय मला आणखी कुणी प्लेट भरून द्यायला सांगितले असते तरी मला त्यात गैर वाटले नसते. पण खुल्या मनाने हे सांगण्याऐवजी ह्या विषयावर कुजबूज व्हायला लागली. एकदा आम्ही ब्लॅक रिव्हर सी शोअरवर पिकनिकसाठी गेलो होतो. त्या वेळी कुणी तरी खवचटपणे मोठ्याने म्हणालेही– "काशिनाथचं बरं आहे. त्याला वाढून द्यायला कांचन आहे; पण आपलं आपल्यालाच वाढून घ्यायला हवं."

त्या पिकनिकहून येताना गाडीत दृष्टान्त, स्वप्न, साक्षात्कार, भविष्य ह्या विषयावर कुणी न् कुणी आपले अनुभव सांगत होते. डॉक्टरही आपला अनुभव सांगताना म्हणाले की, त्यांच्या स्वप्नात श्रीगजानन महाराज *(शेगावचे नव्हेत)* आले होते आणि त्यांनी डॉक्टरांना संतती होईल असा दृष्टान्त दिला होता. ते ऐकून आत्ती आनंदाने म्हणाली–

"चला. असं झालं तर देव पावला म्हणायचा. अगदी दुधात साखर म्हणायची. आता तेवढीच एक उणीव आहे."

डॉक्टर पुढे म्हणाले–

"पण माझ्या पत्रिकेत दुसऱ्या लग्नाचा योग आहे. कदाचित तेव्हाच ते शक्य होईल असं दिसतंय."

"काही नको दुसरं लग्न वगैरे करायला. जे काही होईल ते वहिनींनाच होईल. असला विचारही करू नका." आत्ती दटावीत डॉक्टरांना म्हणाली. डॉक्टरांनी माझ्याकडे हळूच पाहिले. त्या क्षणी नुसतं पाहण्यापलीकडे मी तरी दुसरं काय करू शकणार होते?

तब्बल बारा दिवसांच्या वास्तव्यानंतर आम्ही मॉरिशस सोडले. या अवधीत मॉरिशसचा अक्षरश: कोपरान् कोपरा पाहून झाला होता. इथली माणसं तर इतकी लाघवी की, निरोप घेताना त्यांना आणि आम्हालाही जड गेले. एम. एल. ए. शिवाबापूंचे डोळे तर पाणावले होते. या माणसाला शिवाजीमहाराजांचा केवढा अभिमान. एकदा आत्तीने त्यांना विचारले की, तुमचं प्रमुख अन्न भात आहे. पण त्यानं शक्ती कशी राहणार? तर हा मराठा गडी अभिमानाने उद्गारला–

"आमच्या अंगात शिवाजीमहाराजांचं रक्त आहे. आम्हाला काहीही होणार नाही."

या शिवाबापूंचं पूर्ण नाव शिवाजी बापूसाहेब नरवणे. ते सातारचे. त्यांनी शिवाजीचे पोषाख घालून स्वत:चे काही फोटोही काढून घेतले होते. पण त्यामध्ये बऱ्याच चुकाही होत्या. डॉक्टरांनी त्यांना आपला रायगडामधील फोटो त्या पोषाखाची नीट कल्पना येण्यासाठी दाखविला. तर शिवाबापूंनी तो फोटो घरी लावण्यासाठी मागून घेतला. डॉक्टरांचा संभाजी सागर पार करून परदेशीही पोहोचला.

८३

आता पुढचा मुक्काम होता क्लिओपात्राच्या देशाचा. ईजिप्तचा. आता मात्र आम्ही सगळे एकत्र एका हॉटेलमध्ये राहायला लागलो. खऱ्या अर्थाने सहप्रवास सुरू झाला. दोन-दोन माणसांच्या रूम्स असत. त्यामुळे डॉक्टर व श्रीकांत मोघे एका खोलीत राहात. सगळा युरोप ठरवलेल्या मुदतीमध्ये पाहाणे शक्य नव्हते. त्यामुळे प्रत्येक देशाची प्रमुख शहरे तीही दोन-तीन दिवसांतच धावत पळत पाहावी लागत. त्यातूनही आम्ही स्वतंत्र गेलो होतो. त्यामुळे त्या त्या शहरातील पहिला अर्धा दिवस तर योग्य हॉटेल, जेवणाचे जवळपासचे ठिकाण, पैसे बदलून घेणे यातच जायचा.

डॉक्टर आणि नमाडेसाहेब हुषार. ते हॅम, पोर्क अशांपासून बनविलेले मोजकेच पण पौष्टिक पदार्थ खात. पण आम्ही बाकीची मंडळी मात्र हे खाल्ल्याने पाप लागेल, ते खाल्ल्याने धर्म बुडेल या घोळातच असायचे. जयश्री गडकर व त्यांच्या आई तर

इतक्या धार्मिक वृत्तीच्या की, मुंबईहून येताना त्यांनी छोटीशी बॅग भरून बरेचसे देव, पोथ्याही आणलेले होते. श्रावणही त्या दोघी पाळायच्या. त्यामुळे उपास, व्रते, अभक्ष्य भक्षण न करणे अशांसारख्या गोष्टीही त्या दोघी कटाक्षाने पाळायच्या.

डॉक्टर व नमाडेसाहेब स्वत:ला लागणारे मद्यही विमानात अथवा विमानतळावरील ड्युटी फ्री शॉपमधून विकत घेत. त्यामुळे त्यांचे बरेच पैसे बचत व्हायचे.

फ्रँकफर्टला गेलो असताना त्या दिवशी संध्याकाळी आम्ही सगळे पाय मोकळे करायला बाहेर पडलो होतो. इथे बऱ्याच ठिकाणी भुयारी मार्ग असायचे आणि त्यातून ये-जा करण्यासाठी सरकत्या जिन्यांचा उपयोग केलेला असायचा. आम्ही हा प्रकार प्रत्यक्ष असा प्रथमच पाहात होतो. त्याच्या शेजारी साधा जिनाही असायचा. पण आम्ही ही नवी मौजही अनुभवायची ठरविली. जयश्री गडकर, श्रीकांत मोघे, डॉक्टर आणि मी बोलत बोलत कधी वर चढून गेलो ते समजलेही नाही. एवढ्यात कसला तरी आवाज झाला म्हणून आम्ही मागे वळून पाहिले तर त्या सरकत्या जिन्यावर योग्य त्या पायरीवर पाय न ठेवल्यामुळे जयश्री गडकर यांच्या आई मागच्या मागेच कोसळल्या होत्या. त्यांच्या मागेच असलेले आत्ती व चारुकाकाही त्यांचा धक्का लागून खाली पडले होते. जयश्री गडकर यांच्या आईचा पदर त्या जिन्यात अडकून ओढला जात होता. जयश्रीबाईंनी तर रडून ओरडून आकांत मांडला होता.

जयश्रीबाई, श्रीकांत मोघे आणि मी साध्या जिन्याने खाली धावलो. एवढ्यात माझ्या लक्षात आले की डॉक्टर अजून वरच थांबले आहे. मी वळून त्यांच्याकडे पाहत म्हणाले–

''अहो, असे उभे काय राहिलात? खाली चला ना त्यांच्या मदतीला.''

''बाबांनी *(भालजी पेंढारकर)* आपल्याला मुंबई सोडताना काय सांगितलं होतं? आपल्या देशाचे नाव खराब होईल असं कोणतंही वर्तन करू नका. आता इथल्या लोकांनी हा प्रकार पाहिला म्हणजे ते म्हणतील, भारतीय लोकांना अजून नीट चालताही येत नाही. मी मुळीच खाली येणार नाही.'' डॉक्टरांचे स्पष्टीकरण.

आणि डॉक्टर स्तंभासारखे तिथेच उभे राहिले. एवढ्यात तिथल्याच एका स्थानिक माणसाने पुढे होऊन जिनाच थांबविला, आणि जयश्रीबाईंच्या आईची सुटका झाली.

मला राहून राहून डॉक्टरांचे आश्चर्य वाटत होते की, सदैव मदत करायला पुढे असणारे डॉक्टर आजच असे का वागले असतील? बरं, त्यानंतर एकदा असा प्रसंग घडला की, पॅरीसला असताना जयश्री गडकर यांच्या हॉटेलमधील रूमचे दार इतके घट्ट बसले की, निघता निघेना. हॉटेलच्या लोकांचे दार उघडण्याचे जोरदार प्रयत्न चालू होते, पण त्याला वेळ लागत होता. त्यामुळे जयश्रीबाई आणि त्यांचे आईचे

घाबरून ओरडणेही वाढत होते. आम्ही त्यांच्या शेजारच्या खोलीतच होतो. आमच्या रूम्स बऱ्याच वरच्या मजल्यावर होत्या. खाली बघितलं तर चक्कर यायची, पण त्या दोघींचा आरडाओरडा ऐकून डॉक्टर बाहेरच्या बाजूनी गॅलरीतून शेजारच्या खोलीत उतरून आतून दार उघडते का ते बघायला जाण्यासाठी जीवघेणा पराक्रम करायला निघाले होते. आता ह्या दोन प्रसंगांची संगती कशी लावायची? आणि डॉक्टरांचा नेमका स्वभाव कुठला समजायचा हे मला ठरविता येत नव्हते.

८४

बर्लिनपर्यंत आम्ही सर्वजण हॉटेलमध्ये एकत्र राहात असू. पण लंडन येथे आल्यावर मात्र पुन्हा सर्वांची पांगापांग झाली. प्रत्येकाचे कुणी ना कुणी ओळखीचे होते. मात्र एक-दोन व्यक्तींपेक्षी अधिकांची सोय होऊ शकत नव्हती. अभिनेते सूर्यकांत यांचेच कुणी ओळखीचे नव्हते. शिवाय त्यांना भाषेचीही अडचण होती, त्यामुळे ते व चारुकाका एके ठिकाणी राहिले. आम्ही ज्यांच्याकडे जाणार होतो ती छाब्रिया मंडळी होती मुंबईचीच. पण आम्हाला ते तसे अपरिचितच होते. एका हिंदी चित्रपट निर्मात्याच्या ओळखीमुळे आम्ही त्यांच्याकडे जाणार होतो. छाब्रिया मंडळींचाही दोन बेडरूम्सचा छोटासा बंगला होता. तसे ते दोन माणसांचीच व्यवस्था करू शकत होते; पण त्यांनीच जेव्हा सांगितले की आणखी एका माणसाची आम्ही सोय करू, तर डॉक्टर आमच्याबरोबर तिथे राहायला आले. डॉक्टर व छाब्रियांची गेस्ट व होस्ट म्हणून गट्टी जमायला वेळ लागला नाही. तशी डॉक्टरांना सिंधी मंडळी आवडायची नाहीत; पण छाब्रिया मंडळींचे अगत्य पाहून डॉक्टरांचे सिंधी लोकांच्याविषयीचे मत पार बदलून गेले, इतका त्यांचा पाहुणचार अगत्यपूर्ण होता.

डॉक्टरांच्या बरोबरचे सहजीवन लंडनमधील आठ दिवसांच्या वास्तव्यात खऱ्या अर्थाने अनुभवायला मिळाले. छाब्रियांच्या बंगल्याच्या दोन्ही बेडरूम्स वरच्या मजल्यावर होत्या. आम्ही सगळे वर झोपायचो, तर डॉक्टर एकटेच हॉलमध्ये खाली झोपायचे. छाब्रियांचा बिझनेस घरात बसूनच चाले, तर छाब्रियाबाई वेळ जात नव्हता म्हणून दुपारच्या कुठेतरी पार्टटाईम नोकरी करायच्या. लग्नाला दहा वर्षं झाली तरी ह्याही घरात बाळराजांचे आगमन नव्हते.

त्या घरात सकाळी लौकर उठायची तशी घाई नसायची. पण मी मात्र नेहमीच्या सवयीने लौकर उठून खाली यायची.

दुलई पांघरून एखाद्या लहान मुलासारखे डॉक्टर झोपलेले असायचे. इंग्रजांच्या देशात, इंग्रजी पद्धतीने, डॉक्टरांच्या कपाळावर ओठ टेकवीत ''गुड मॉर्निंग, डार्लिंग'' असं म्हणत मी डॉक्टरांना जागं करायची. तान्ह्या बाळासारखे डॉक्टर

निर्व्याज हसायचे आणि आपल्या हाताची मिठी माझ्या गळ्यात अडकवीत 'उं' करीत कुशीत शिरायचे. कुसुमाग्रजांची क्षमा मागून आणि त्यात किंचितसा बदल करीत मी डॉक्टरांच्या कानात कुजबुजायची–

"काढ सख्या गळ्यातील
तुझे चांदण्याचे हात
क्षितिजाच्या पलीकडे
उभे दिवसाचे दूत."

मी चहा करीपर्यंत डॉक्टर सर्व आवरून यायचे. आल्हाददायक सकाळ, पुढ्यात गरम गरम चहाचे कप, नीरव शांतता आणि सोबत सध्यातरी माझे एकट्याचे असलेले डॉक्टर, असं चौरंगी वातावरण माझ्याभोवती होतं. भविष्याची चिंता न करता मी फक्त वर्तमान जगून घेत होते.

सबंध दिवसात आम्हाला एवढाच काय तो एकान्त मिळायचा; पण तेवढ्यावरही आम्ही खूष होतो. त्यात आनंद मानीत होतो. चहा झाला की, आम्ही आम्हाला जेवढी काही साफसफाई आणि आवराआवर करता यायची तेवढी करायचो. कारण छाब्रियांच्या घरात तिथल्या पद्धतीने नोकर नव्हता. अगदीच राजाराणीचा संसार. छाब्रिया तसे बायकोला खूपच मदत करायचे. पण छाब्रियाबाईंच्यावर कामाचा ताण आमच्यामुळे तर अधिकच पडायचा. नाश्त्याची वगैरे तयारी करूनच आम्ही आत्ती, छाब्रिया मंडळींना उठवायचो. पण तोपर्यंत मात्र आम्ही आमच्या संसारात वावरल्यासारखे वावरायचो.

एकत्र राहात असल्यामुळे सकाळच्या नाश्त्यापासून ते रात्रीच्या जेवणापर्यंत डॉक्टरांच्याकडे नीट लक्ष पुरविता यायचं. जेवणाच्या आधी छाब्रियांच्याबरोबर दुसऱ्या खोलीत बसून डॉक्टर माफक प्रमाणात मद्यही घेत. पण तेही अगदी जेवायच्या वेळेपर्यंतच. जेवण वाढलंय म्हटलं की चटकन् सर्व आवरून जेवणाच्या टेबलावर येत. छाब्रियाबाईही चांगल्याच सुगरण आणि भलत्याच हौशी होत्या. अगदी नातलगांचे अगत्य करावे तसे त्या आमचे करीत होत्या. आम्हाला खाऊपिऊ घालीत होत्या. रात्री झोपताना चुकून दूध प्यायचे राहिले तर ही बाई स्वत: मोठे मोठे ग्लास दुधाने भरून घेऊन आमच्या बेडरूममध्ये हजर व्हायची.

वेळच्या वेळी केलेलं जेवण, व्यवस्थित झोप, माफक मद्य, आनंदी मूड या सगळ्यामुळे डॉक्टर एखाद्या गुलाबासाखे टवटवीत आणि सफरचंदासारखे रसरशीत दिसायला लागले. प्रथमदर्शनी तर डॉक्टर एखाद्या ब्रिटिशासारखेच वाटायचे.

लंडनमधील ते आठ दिवस अक्षरश: अविस्मरणीय ठरले. स्ट्रॅटफर्ड येथील शेक्सपीयरच्या स्मारकाला भेट देताना तर डॉक्टर एखाद्या तीर्थक्षेत्राला भेट द्यावी तसे

भाविक झाले होते. त्यांना तेथील थिएटर आणि स्टेज पाहायचे होते. पण तिथे रात्री होणाऱ्या प्रयोगाची तालीम सुरू असल्यामुळे आत प्रवेश मिळणार नव्हता. लंडनमध्ये आम्ही दोन नाटकेही पाहिली. बहुचर्चित आणि दीर्घकाळ चाललेले 'माऊस ट्रॅप' हे नाटक तर पुढची तिकिटे न मिळाल्यामुळे आम्ही गॅलरीत बसून पाहिले. मात्र 'कॉंडक्ट अन्‌बिकमिंग' हे नाटक मात्र आम्ही तिघांनी अगदी व्ही.आय.पी.च्या थाटात पाहिले. ही व्यवस्था सुनील दत्त यांच्यामुळे होऊ शकली. नर्गिस व सुनील दत्त यांच्याशी आत्तीचे जुने आणि जिव्हाळ्याचे संबंध होते. आत्ती लंडनला जाणार असल्याचे समजताच सुनील दत्त यांनी लंडन येथील आपल्या ऑफिसमध्ये सुलोचनाजींना लागेल ती मदत करा असे कळवून ठेवले होते. आम्हाला घरातून घेऊन जाण्यापासून ते मध्यंतरात बसल्या जागीच चहापानाची व्यवस्था करण्यापर्यंत आमची सरबराई केली गेली.

लंडनमध्ये मी एक साडी खरेदी केली होती. ती आवडल्यामुळे तशीच एक साडी डॉक्टरांनी इरावतीबाईंसाठी खरेदी केली होती; पण त्या साडीवरील मोठ्या प्रिंटमुळे इरावतीबाई ती नेसतील की नाही अशी शंका डॉक्टरांना वाटत होती. पण मला ती साडी इतकी आवडली होती की, मी डॉक्टरांना सांगितले की,

'बाईंनी ही साडी नेसून पाहिल्यावरही नाही आवडली तर ती माझ्यासाठी ठेवायला सांगा. मी ती नेशीन.'

"इरावतीने नेसलेली साडी तू नेसशील?" डॉक्टरांनी विचारले.

त्यावर मी पटकन् म्हणाले, "त्यांचा नवरा मला चालतो, मग त्यांची साडी का नाही चालणार?"

मी असलं काही बोलेन अशी अपेक्षा नसल्यामुळे, आश्चर्याने वासलेले तोंड मिटायला डॉक्टरांना बराच वेळ लागला.

खरेदीला वगैरे जाताना डॉक्टर उत्साहाने येत. त्यांचे सफाईदार इंग्रजी, दुसऱ्याला बोलून गार करण्याचे कसब ह्या त्यांच्या वैशिष्ट्यांचा बऱ्याच वेळेला वस्तूंच्या किंमती कमी करून मिळण्यासाठीही उपयोग व्हायचा. पॅरीसमधल्या महागड्या शहरातील दुकानातही आपले हे कसब वापरून त्यांनी खरेदी स्वत: करून दाखविली. खरेदी केलेल्या वस्तू नीट पॅक करून बॅगेत भरणे, कपड्यांच्या घड्या घालणे अशांसारख्या गोष्टीतही ते मला मदत करीत. त्यामध्ये त्यांनी कधीही कमीपणा मानला नाही, की ही बायकांची कामं असं म्हणून नेहमीचे पुरुषाचे ताशेरे ओढले नाहीत. आत्तीला स्लीप डिस्कचा त्रास होता. त्यामुळे वाकणे, वजन उचलणे ह्यांसारखी कामे तिला करता यायची नाहीत. तिच्या व माझ्या सामानाची बांधाबांध आवराआवरी सगळी मला एकटीलाच करावी लागे. अशा वेळी माझा त्रास कमी व्हावा, मला मदत करावी म्हणून डॉक्टरांची सारखी धडपड चाले.

शिवाय आत्ती फार वेळेचं बंधन पाळायची. तिला सर्व गोष्टी वेळेत व्हायला लागत. त्यामुळे तर माझी फार तारांबळ उडायची. एकदा तर मी केस धुतले होते आणि त्याच वेळी बाहेरही जायचे होते. ओले केस मोकळे सोडून बाहेर जाणेही आत्तीला आवडायचे नाही, शिवाय त्यात लंडनची गारठवणारी थंड हवाही होती. छाब्रिया बाईंच्याकडून मला केस वाळवायला हेअर ड्रायर मिळाला. पण माझे लांब केस, माझे मीच वाळविताना माझी अक्षरश: सर्कस व्हायची. माझी ती त्रेधा पाहून डॉक्टरांनी ड्रायर आपल्या हातात घेतला आणि माझे केस हातात धरून वाळवायला सुरुवात केली. बघता बघता मी चार-पाच वर्षांची छोटी कांचन होऊन कोल्हापूरला पोहोचले. तिथे माझ्या वडिलांच्या पुढ्यात बसलेली मी मला दिसायला लागले. माझे वडील माझ्या वेण्या घालायचे. दोन शिंगासारख्या दोन्ही कानांवरच्या वेण्या ताठपणे उभ्या राहायच्या. सगळे हसायचे, पण माझे वडील माझ्या वेण्या घालायचे काही थांबायचे नाहीत. आज पित्याची जागी पतीने घेतली होती. नाते बदलले होते, पण हातातील वात्सल्य तसेच कायम होते.

८५

मॉरिशसमध्ये पोहोचल्यावर सगळ्यांनी आपल्या घरी खुशालीची पत्रं पाठविली होती. पण डॉक्टरांनी दोन ओळीचं साधं कार्डही लिहिलं नाही. लांब असणाऱ्या माणसांना किती काळजी वाटते, हे डॉक्टर लक्षातच घ्यायचे नाहीत. मी आपली रोज त्यांच्या कानीकपाळी ओरडायची. शेवटी त्याला कंटाळून तरी डॉक्टर पत्र लिहितील असं वाटायचं, पण कंटाळून त्यांनी ते काम माझ्या गळ्यात टाकलं आणि मलाच इरावतीबाईंना पत्र लिहायला सांगितलं. पत्र लिहिण्याचा असा कंटाळा कुणी केलेला मी पाहिला नव्हता. काही वेळेला मी चिडून म्हणायचीही सही करण्याचा तरी त्रास कशाला घेता? अंगठेच उठवत चला; पण असल्या बोलण्याचाही डॉक्टरांच्यावर परिणाम होत नव्हता.

लंडनमध्येच इरावतीबाईंची दोन-तीन पत्रं येऊन पडली होती. माझं पत्र त्यांना मिळाल्याचा त्यांनी उल्लेख केला होता. एका पत्रात नव्या 'गारंबीच्या बापू'चा अभिप्रायही कळविलेला होता. एकूणच त्या सगळ्या युरोप दौऱ्यात लंडनचे वास्तव्य संस्मरणीय ठरले. लंडनच्या आठवणी ह्या माझ्या सर्वांत लाडक्या आठवणी आहेत. तिथल्यासारखे डॉक्टर पुन्हा कधीही दिसले नाहीत. भेटले नाहीत.

जन्माला येऊन एकदा तरी पॅरीस पाहावे म्हणतात त्याचा पुरेपूर प्रत्यय आला. पॅरीस पाहताना डॉक्टर बरोबर असावेत ही गोष्टही अतिशय रोमांचकारी होती. काही योग तरी असे जुळून येत होते की कुठलीही ओढाताण न होता आपसूकच

डॉक्टरांचा भरपूर सहवास मिळायचा. फ्रँकफर्ट येथील सरकत्या जिन्याचा प्रकार झाल्यापासून आत्ती, जयश्री गडकर व त्यांच्या आईंनी सरकत्या जिन्यावरून जाण्याचा धसकाच घेतला होता. पण इथली डिपार्टमेंटल स्टोअर्स इतकी अवाढव्य आणि अनेक मजल्यांची असत की, ती बघायला जाताना ह्या सरकत्या जिन्यांचाच उपयोग करावा लागे. त्यामुळे ह्या तिघीही फक्त तळमजल्याचा भाग फिरून येत आणि तिथेच बसून राहात. पण आत्तीने मला मात्र अडविले नाही. ग्रुपमधील इतर मंडळींबरोबर ती मला वरचे सर्व मजले पाहायला पाठवायची. सुरुवातीला आम्ही सगळे एकत्रच असायचो. पण नंतर मात्र वेगवेगळ्या विभागात फिरता फिरता सगळे पांगले जात आणि मग लक्षात यायचे मी व डॉक्टर दोघेच तिथे आहोत. मग आमचा आनंद काय विचारावा? आम्ही दोघे अगदी राजाराणी होऊन जात असू आणि हातात हात घालून अगदी शेवटच्या मजल्यापर्यंत ती डिपार्टमेंटल स्टोअर्स पालथी घालत असू. अगदी सप्तस्वर्गात पोहोचल्याची धुंदी असायची.

पॅरीसचा आयफेल टॉवर बघायला गेलो तेव्हाही अशीच सुरेख संधी चालून आली. आयफेलवर जाण्यासाठी प्रचंड आकाराच्या लिफ्ट्स आहेत. स्थानिक तशाच प्रवाशांच्या तिथे प्रचंड रांगा लागलेल्या असतात. आम्हीही रांगेत उभे होतो. आत्ती टॉयलेटमध्ये गेली होती. तिने नंबर मिळाल्यास मला व डॉक्टरांना पुढे जायला सांगितले होते. चारुकाका तिच्या सोबतीसाठी थांबले होते. डॉक्टर व मी लिफ्टने वर गेलो. 'ऑन दी टॉप ऑफ दी वर्ल्ड' असल्यासारखे डॉक्टर हरखून गेले होते. 'या हू' अशी आरोळी ठोकायचीच काय ती त्यांनी शिल्लक ठेवली होती. आता त्यांच्या अंगात 'संगम'मधील राजकपूर संचारला होता आणि 'संगम'मधील राधासारखी मी लाजून लाजून पाणी होत होते. अर्थात हा सीन काही फार वेळ टिकला नाही. कारण थोड्याच वेळात आत्ती व चारुकाकाही वर येऊन पोहोचले आणि डॉक्टरांचे पाय जमिनीवर टेकले.

या प्रवासात डॉक्टरांच्यामुळे मी धीटही बनले. नेहमी मागे मागे राहणारी, बुजऱ्यासारखी वागणारी मी. पण डॉक्टर मला मुद्दाम पुढे यायला लावीत. सर्वांशी बोलायला लावीत. चौकशी करण्याच्या काउंटरवर मला मुद्दाम पाठवीत आणि सर्व चौकशी करून यायला लावीत. इंग्रजी भाषेचीही भीती वाटायची. संभाषणाचा सराव नसल्यामुळे आपले बोलताना काही चुकणार तर नाही ना? याची सतत धास्ती वाटायची. पण एक इंग्लंड वगळता सगळ्या युरोपमध्ये त्या त्या देशाची भाषाच बोलली जायची. फ्रान्स, जर्मनीमध्ये तरी इंग्रजी येत असूनही तिथली रहिवासी मंडळी अट्टाहासाने आपल्याच भाषेत बोलत राहायची. ते पाहूनही मला माझ्या इंग्रजीबद्दल वाटणारा 'कॉम्प्लेक्स' दूर झाला. भाषेपेक्षा हातवारे करूनच काय हवे-नको ते सांगावे लागे आणि हे कामही बहुतांशाने डॉक्टरच करीत आणि ते करून करून

डॉक्टर अक्षरश: दमून जात.

डॉक्टर सगळ्यात वैतागले ते माझे केस लांब का व कशामुळे आहेत ही माहिती सांगूनच. शेवटी शेवटी तर वैतागून ते म्हणायचे की, "आता मी यांना सांगतो की ही डोक्याला घासलेट लावते म्हणून." पुण्याच्या भानुविलासचे मालक वि. वि. बापट यांची गांधी टोपी, कोट व धोतर हा वेष आणि माझ्या लांब वेण्या ह्या दोन गोष्टी सर्वांच्या खूपच कुतूहलाच्या असायच्या. आम्हा दोघांनाही थांबवून फोटो काढले जायचे. काही वेळेला तर मुद्दाम फोटोग्राफर्स बोलावून हा कार्यक्रम व्हायचा. एखाद्या लहान मुलीसारख्या दोन्ही वेण्या पुढे घेऊन मला फोटोसाठी उभे राहावे लागे.

जिनिव्हा व झुरीचसारख्या शहरात पोहोचल्यावर तर डॉक्टरांनी आत्तीची सरकत्या जिन्याबद्दलची भीतीही घालवून टाकली. अक्षरश: तिच्या एका हाताला डॉक्टर व दुसऱ्या हाताला चारुकाका धरीत आणि लहान मुलाला पाऊल टाकायला शिकवावं तसं त्यांनी तिला त्या जिन्यावर चढायला, उतरायला शिकवलं. आता तीही आमच्याबरोबर डिपार्टमेंटल स्टोअर्स, प्रेक्षणीय स्थळांच्या ठिकाणी असलेले सरकते जिने सहजतेने चढू उतरू लागली.

८६

हे चांदण्याचे चाळीस दिवस कसे सरले समजलेही नाहीत. मद्यपानाचा जिथे कोणताही विधिनिषेध बाळगला जात नाही, दिवस रात्रीच्या कुठल्याही प्रहरी पिणे जिथे निषिद्ध नाही, जिथे पाण्यासारखी दारू वाहते आणि पाणी दुर्मिळतेने वापरले जाते, अशा वातावरणात राहूनही डॉक्टर अनुचित वागले असे घडले नाही. ते स्वत: स्वतंत्र होते. स्वतंत्र खोलीत राहात होते. स्वत:च्या पैशाने पीत होते. पण त्यांचा कुणाला उपद्रव असा घडला असेल असे मला तरी स्मरत नाही.

एकदा मात्र डॉक्टर लहान मुलासारखे रुसले होते. पॅरीसमध्ये असताना एके दिवशी अगदी जेवायच्या वेळी डॉक्टर गाढ झोपून गेले होते. ते दमले असतील म्हणून आत्तीने त्यांना उठवू दिले नाही. पण त्यांचे जेवण मात्र सर्वांच्या आधी प्लेटमध्ये बाजूला काढून ठेवलेले होते. डॉक्टर झोपून उठल्यावर जेव्हा डॉक्टरांना कळले की त्यांना सोडून सर्व जेवले आहेत, तेव्हा त्यांचा मूड एकदम ऑफ झाला आणि रागारागाने ते तसेच हॉटेलबाहेर निघून गेले. मध्यरात्री की पहाटे कधी परतले माहीत नाही. मी मात्र रात्रभर जागीच राहिले होते. सकाळी मी डॉक्टरांना त्यांच्या खोलीत निजलेले पाहिले तेव्हा माझ्या जीवात जीव आला. त्या दिवशीही डॉक्टरांची समजूत घालताना दातांच्या कण्या कराव्या लागल्या. डॉक्टरांच्या ह्या लहान

मुलासारखे रागावण्याने बाकीची मंडळीही वैतागली होती. दिवस हातात कमी आणि पुढच्या शहरी जाण्याचे रिझर्व्हेशन झालेले होते. त्यामुळे प्रेक्षणीय स्थळे बघायला जाताना डॉक्टरांना सोडूनच जायचे ठरले. मी तशीच चुळबुळत बसून राहिले. कारण डॉक्टरांशिवाय जाणंही जीवावर आलं होतं आणि डॉक्टरांशिवाय मी येत नाही असंही उघडपणे म्हणू शकत नव्हते. डॉक्टरांची समजूत घालण्यासाठी मला तर रडून रडून डोळे सुजवून घ्यावे लागले.

पण त्यानंतर डॉक्टर इतके खुलले होते की, कुठले डॉक्टर खरे याचा मला पुन्हा एकदा संभ्रम पडला होता. हा एवढा प्रसंग वगळता मलासुद्धा डॉक्टरांच्याकडून कसलाच मनस्ताप झाला नाही. उलट सगळ्या प्रवासात अधिक मदत डॉक्टरांचीच झाली. त्यांच्यामुळेच प्रवास बराचसा सुसह्य झाला.

एकदा तर मला आठवते की, आम्ही फ्रँकफर्टहून बर्लिनला जाण्यासाठी विमानतळावर आलो होतो. आमचे विमान सकाळी सव्वानऊ वाजताचे होते आणि एअर-इंडियाचे ऑफिस दहा वाजता उघडणार होते. आमची तिकिटे त्या ऑफिसमध्येच राहिली होती. आता विमान चुकणार याची शंभर टक्के खात्री वाटायला लागली, पण ते आम्हाला परवडण्यासारखे नव्हते. कारण पुन्हा एक दिवसाचा हॉटेलपासूनचा सगळाच खर्च वाढणार होता. डॉक्टरांनी काय चमत्कार केला माहीत नाही. दहा वाजता उघडणारे एअर-इंडियाचे ऑफिस डॉक्टरांनी नऊ वाजताच कसे उघडायला लावले त्यांचे त्यांना माहीत आणि आम्ही ठरल्याप्रमाणे सव्वा नऊच्या विमानाने बर्लिनला रवाना झालो.

८७

ह्या युरोपच्या प्रवासानंतर मात्र आम्हाला तीव्रतेने संसार थाटावा असे वाटायला लागले. मुंबईत आल्यावर आता हा विषय कसा 'उघड' करायचा ह्याच विचारात मी व डॉक्टर होतो. स्वप्नांच्या दुनियेतून आता वास्तवाच्या जगात यायलाच हवे होते. हे वास्तव फार प्रखर होते. त्याचे चटके बसणार होते. ते सोसण्याची आमची तयारी होती. निदान सुरुवातीचे काही दिवस तरी त्रास होणारच होता. हे प्रवाहाच्या उलट दिशेने पोहणे होते. दमछाक अपरिहार्य होती. कदाचित नाकातोंडामध्ये पाणी जाऊन जीव घुसमटण्याचीही शक्यता होती. पण त्याला आता दुसरा कोणताही उपाय नव्हता.

या बाबतीत डॉक्टरांचे व माझे एक ठरले होते की, डॉक्टरांनी आपल्या घराची आघाडी सांभाळावी आणि मी माझ्या घराची. जे काही घडलं आहे आणि आमची पुढे काय करायची इच्छा आहे ते ज्याचे त्याने आपापल्या घरच्या लोकांच्या समोर मांडायचे. म्हणजे साहजिकच या विषयाला आपोआप तोंड फुटले असते. मग आत्ती

नक्कीच डॉक्टरांशी या बाबतीत बोलेल. वादही होईल. पण त्यातूनच का होईना काही तरी मार्ग नक्कीच निघेल असा एकूण अंदाज आम्ही करत होतो. डॉक्टरांचे नातेवाईक पुष्कळच होते. सगळे भाऊ आणि एक बहीण त्यांच्याहून मोठे. शिवाय डॉक्टरांच्या आईही जिवंत होत्या. पण याहीपेक्षा कठीण प्रश्न त्यांच्यासमोर होता तो इरावतीबाईंना सांगण्याचा.

इरावतीबाईंना डॉक्टर दूर करणार नसले, तरी त्यांना त्यांच्या संसारात आणखी एका स्त्रीचा डॉक्टरांची पत्नी म्हणून होणारा प्रवेश कितपत रुचेल हा प्रश्नच होता. कारण इरावतीबाई कितीही स्थितप्रज्ञ, सोशीक, मोठ्या मनाच्या, क्षमाशील वृत्तीच्या, देवतेसारख्या असल्या तरी शेवटी त्याही एक स्त्रीच होत्या. तेव्हा त्यांची प्रतिक्रिया तिखट झाली तर त्यात नवल नव्हते. डॉक्टर कितीही बेपर्वा, बेदरकार, धाडसी, मनात येईल तेच करणारे असले तरी त्या प्रसंगासाठी मात्र त्यांना निश्चयाचे बळ दिवसेंदिवस गोळा करावे लागत होते.

माझी परिस्थिती निराळी नव्हती. मीही मनाची तयारी करतच होते. आत्तीसमोर विषय कसा उघड करावा याची मनात हरघडी व हरप्रकारे जुळणी करत होते. आम्ही युरोपहून परतल्यापासून आत्तीचे शूटिंग-चक्र पुन्हा जोरात फिरत होते. मुंबई-कोल्हापूर-मद्रास अशी तिची त्रिस्थळी यात्रा सुरू होती. त्यातून तिच्याशी निवांत बसून बोलावे इतका वेळ मिळत नव्हता आणि मलाही तोंड उघडायचे धाडस होत नव्हते. आत्ती माझी आई असली तरी मुलांना वडिलांचा जसा धाक, दरारा वाटतो तसा मला आत्तीबद्दल वाटायचा. त्यामुळे विषयाला तोंड फुटत नव्हते.

या दरम्यान आणखी एक दुःखद घटना घडली. आमच्या घराचा प्रत्यक्ष त्या गोष्टीशी संबंध नसला तरी त्याचे पडसाद, पडछाया आमच्या घरावर उमटली. कोल्हापूरचे बाबा व सौ. माईंचे जावई नरेंद्र काटकर यांचे अकाली निधन झाले. सौ. माई तर आत्तीला आपली मोठी मुलगीच मानीत. त्यामुळे माईंच्या घराइतकेच ह्या घटनेचे दुःख आमच्या सर्व घरालाही होते. ह्या अशा प्रसंगामुळे माझा विषय आत्तीसमोर काढणे मला योग्य वाटत नव्हते. पण त्यामुळे आमच्या विषयाचा काही तरी सोक्षमोक्ष लागणे लांबणीवर पडत होते.

८८

चित्तरंजन कोल्हटकरांना घेऊन सुरू झालेले गारंबीच्या बापूचे प्रयोग चालू होते. चित्तरंजन यांच्या बापूबद्दल संमिश्र प्रतिक्रिया होती. त्याचे पडसाद सिनेमा-नाटकविषयक साप्ताहिकांतूनही उमटत होते. आम्ही युरोपहून परत आलो तेव्हा नाटक सुरू होऊन जवळजवळ दीड महिना होऊन गेला होता. पण ऑगस्टच्या पहिल्या आठवड्यात

नेमके डॉक्टर परत *(युरोपहून)* आल्यावरच, ऑगस्टच्या शेवटच्या आठवड्यात 'रसरंग' या साप्ताहिकामध्ये पत्रकार वसंत भालेकर यांनी घेतलेली चित्तरंजन कोल्हटकरांची खळबळजनक मुलाखत प्रसिद्ध झाली. विषय होता– चित्तरंजन कोल्हटकरांनी बापू का स्वीकारला?

चंद्रलेखाचे निर्माते मोहन वाघ तर पत्र लिहून डॉक्टरांना कळवीत होते की, डॉक्टरांच्या तारखांच्या अभावी आणि काही ठिकाणी दौऱ्याला न येण्याच्या त्यांच्या वृत्तीमुळे त्यांना गारंबीच्या बापूतून मोकळे केले होते आणि दुसरा कलावंत घेऊन गारंबीचे प्रयोग सुरू केले होते. पण त्याच वेळी चंद्रलेखेने 'तुझे आहे तुजपाशी'चे प्रयोग डॉक्टरांच्या सवडीने करायचे ठरवले होते, तर नव्या नाटकाविषयीही बोलून ठेवले होते. पण रसरंगमधील चित्तरंजन ह्यांच्या मुलाखतीमध्ये डॉक्टरांच्या अनेक दुर्गुणांचा पाढा वाचलेला होता. विषेषत: डॉक्टरांनी काढलेल्या चिमट्यामुळे काळा-निळा झालेला आशालता यांचा दंड पाहूनच चित्तरंजन यांना विलक्षण चीड आली होती आणि एका बेताल नटामुळे एक चांगले नाटक बंद पडू नये म्हणून त्यांनी बापूची भूमिका स्वीकारली होती. हे चिमटा-प्रकरण तसे थोड्याफार नाट्य-व्यावसायिकानांच माहीत होते; पण या मुलाखतीमुळे ते महाराष्ट्राच्या कानाकोपऱ्यात जाऊन पोहोचले.

एरवी डॉक्टरांच्या वाऱ्यालाही उभी न राहू शकणारी काही मंडळी डॉक्टरांची चेष्टा करायची, "काशिनाथपासून सांभाळा हं. तो चिमटे काढतो." 'रसरंग'मधील ती चित्तरंजन यांची मुलाखत, डॉक्टरांची ही अशी होणारी चेष्टा ह्या सर्व गोष्टींचे मला मनस्वी दु:ख व्हायचे. हा विषय डॉक्टरांच्याजवळ काढून त्यांना आणखी मनस्ताप देणेही मला योग्य वाटत नव्हते. 'गारंबीच्या बापू'मध्ये बापूच्या संदर्भात बापूच्या मावशीच्या तोंडी एकच वाक्य आहे– "आपल्या माणसांनी पांघरूण घालायचं असतं. अशा त्याच्या अब्रूच्या चिंध्या करून वेशीवर टांगायच्या नसातात. त्या चव्हाट्यावर मांडायच्या नसतात." माझेही विचार याहून निराळे नव्हते.

मात्र एक दिवस डॉक्टरांनी स्वत:च हा विषय माझ्याकडे काढला–

"रसरंग वाचलास का? त्याबद्दल काही विचारणार नाहीस का?"

"कोणती आनंदाची बातमी आहे म्हणून विचारायची? आणि तसं स्पष्टीकरण द्यावंसं वाटलं तर तुम्ही आपणहून द्यालच." मी म्हणाले.

त्या चिमटा-प्रकरणाविषयी बोलताना डॉक्टर म्हणाले–

"गारंबीच्या तिसऱ्या अंकाच्या शेवटच्या प्रवेशात ते घडले. शेवटचा प्रवेश हा फार टेन्स असतो. माझी उलघाल, माझे उठणे-पडणे आणि त्याच वेळी माझे संवाद म्हणणे हे एका वेळी सुरू असते. त्या वेळी राधा *(आशालता)* बापूला सावरत असते. त्याच्या क्षोभाला आवर घालत असते. अशा वेळी आशालताकडून एक ॲक्शन दर वेळी व्हायची की माझे लक्ष विचलित व्हायचे. त्या वेळेचा मूड सुटतो

का काय असं वाटायचं. मी बऱ्याचदा ती ॲक्शन न करण्याबद्दल तिला सांगायचो. पण तिच्याही ते त्या वेळी लक्षात राहात नव्हते की काय कुणास ठाऊक? आणि ती नेमकं तेच दर वेळी करायची. त्या दिवशी माझाही राग अनावर झाला. इतकं सांगूनही आशाच्या ते लक्षात राहात नाही तर तिला लक्षात राहील अशी आठवण राहावी, म्हणूनच मी तो चिमटा तिला काढला.''

डॉक्टरांचे म्हणणे की हे सर्व स्पष्टीकरण आता कितीजणांना देत बसायचे? काहीजणांचे मत होते की डॉक्टरांनी हे सर्व एकदा वृत्तपत्रातून मांडावे. पण डॉक्टरांच्या मते ते तेवढ्यावरच थांबले नसते. कारण डॉक्टरांच्या लिहिण्यावर ती मंडळी आणखी काही तरी लिहिणार. एकमेकांच्या उखाळ्यापाखाळ्याशिवाय त्यातून काहीही निष्पन्न झाले नसते. तेव्हा डॉक्टरांनी त्यावर मौन पाळणेच स्वीकारले. हा शहाणपणाचा मार्ग असला तरी, डॉक्टरांच्या हातून चुका झाल्याच होत्या म्हणून ते गप्प राहिले. नाहीतर त्यांनी नक्कीच उत्तर दिले असते, असे म्हणायलाही काहीजणांनी कमी केले नाही. मारणाऱ्याचा हात धरता येतो पण बोलणाऱ्याचे तोंड धरता येत नाही, हेच खरं.

८९

डॉक्टर माझ्यामुळे सध्या तणावातच होते. त्यामध्ये भर पडत होती. त्यामुळे डॉक्टरांच्यावरील मानसिक ताण अधिकच वाढत होता. तो तसा ताण घेऊन वावरणे डॉक्टरांसारख्या उतावळ्या स्वभावाच्या माणसाला कठीण जात होते. 'गारंबीचा बापू'मध्ये डॉक्टर जेव्हा काम करायचे तेव्हा त्यांची ही अस्वस्थता त्यांच्या कामातही त्यांना छळायची. त्या नाटकात बापू देवासमोर राधेला कुंकू लावून मंगळसूत्र घालतो आणि तिचा पत्नी म्हणून स्वीकार करतो. या प्रसंगाच्या वेळी त्यांना नेमकी माझ्याबरोबर भविष्यात होणाऱ्या विवाहाची आठवण होऊन हृदयातील धडधड वाढायची. तर राधा जेव्हा 'आपल्या मुलाची जात कोणती असेल– अक्करमाशी?' असे विचारते तेव्हा डॉक्टर कमालीचे बेचैन व्हायचे.

डॉक्टरांच्या सुपीक डोक्यातून त्या वेळी अनेक कल्पना निघत. इरावतीबाईंना घटस्फोट न देताही मला पत्नीपदाचा कायदेशीर दर्जा कसा देता येईल याच्यासारख्या विचारात ते असायचे. घरच्या मंडळींच्यासमोर वैदिक पद्धतीने विवाह करायचा हे तर ठरले होतेच; पण या विवाहाला कायदेशीर मान्यता देण्यासाठी डॉक्टरांनी एक उपाय शोधून काढला होता. गॅझेटमधून ते माझे नाव बदलून घेणार होते– कांचन काशिनाथ घाणेकर. कारण आपल्याला हवे ते नाव घेण्याचा आणि ते प्रचलित करण्याचा कायदेशीर हक्क प्रत्येक भारतीय नागरिकाला आहे. तेव्हा सरकारी मोहर लागूनच मला डॉक्टरांचे नाव मिळू शकणार होते.

सर्वांत महत्त्वाचा मुद्दा होता मुलाचा, त्याच्या औरसपणाचा; आणि तो माझ्या दृष्टीने फार महत्त्वाचा मी मानीत होते. मी माझ्या आयुष्याचे हवे ते करू शकत होते. पण जन्माला येणाऱ्या जीवाशी, त्याच्या आयुष्याशी खेळू इच्छित नव्हते. मी एक वेळ माझ्या प्रेमाकरिता माझे आयुष्य समर्पित करू शकत होते. पण आमच्या सुखासाठी, प्रेमासाठी एका नव्या जीवाला अपमानित जीवन जगायला लावण्याचा आम्हा दोघांना काहीही अधिकार नव्हता आणि म्हणूनच या बाबतीत मी डॉक्टरांना अगदी निक्षून सांगितले होते की, आपल्या मुलाला तुम्ही तुमचा कायदेशीर वारस म्हणून जगापुढे उघडपणे स्वीकारणार असाल, त्याला तुमचे कायदेशीर नाव लावता येणार असेल तरच तो या जगात जन्माला येईल.

यावर डॉक्टर म्हणाले–

"ज्या मुलांना वडिलांचे नाव लावता येत नाही त्यांच्या बाबतीत हा प्रश्न येईल. तुला जेव्हा मी उघडपणे पत्नी म्हणून स्वीकारतो तेव्हा हा प्रश्न येतोच कुठे? त्यातूनही तुला हे सर्व अधांतरी वाटत असेल तर माझ्याच मुलाला मी दत्तक घेईन. मग तरी तो माझा कायदेशीर वारस होईल ना?"

डॉक्टरांच्या डोक्यात अशा अफलातून कल्पना येत. त्यांचे वादविवाद करणेही काही वेळा इतके मुद्देसूद असे की, युरोपच्या दौऱ्यात आत्ती त्यांना म्हणायचीही की–

"काशिनाथ, तुम्ही डॉक्टर आणि नट होण्यापेक्षा वकील व्हायला पाहिजे होते."

१०

या वेळी डॉक्टर 'मला काही सांगायचंय'च्या दौऱ्यावर जाणार होते. त्या दिवशी सकाळी प्रवासाला निघण्यापूर्वी निरोप घ्यायला डॉक्टरांचा फोन आला होता. डॉक्टर दुपारच्या मद्रास मेलने जाणार होते. नेहमीप्रमाणे किती दिवसांचा दौरा, कुठल्या तारखेला, कुठल्या दिवशी, कुठल्या गावी, कोणत्या थिएटरमध्ये, किती वाजता प्रयोग असेल याची जंत्री सांगून झाली. ती सर्व नोंद करून ठेवायला सांगितली. ही अशीच एक यादी इरावतीबाईंच्याकडे असे. शक्य झाल्यास त्या गावातील हॉटेल अथवा थिएटरचेही टेलिफोन नंबर असल्यास डॉक्टर देऊन ठेवीत. बसचा प्रवास कधी असेल आणि हॉटेलमधील वास्तव्य किती असेल हेही डॉक्टर सांगून ठेवीत. ही सर्व काळजी अशासाठी डॉक्टर घेत की, कधी चुकून त्यांची प्रकृती बिघडलीच अथवा अपघातासारखा प्रसंग उद्‌भवलाच तर त्या ठिकाणी आम्हा घरच्या लोकांना त्वरित संपर्क साधता यावा, अथवा जाता यावे.

हे सर्व सांगून झाल्यावर डॉक्टरांनी जरासं दबकतच मला सांगितलं की,

"तुला एक बातमी सांगायची आहे. 'त्या सखीची डिलिव्हरी झाली आहे. मूल

पाहायला तिने बोलाविले आहे. हे माझं पहिलं मूलं आहे. ते पाहायला जाताना तू मला बरोबर यायला हवी आहेस.''

हे ऐकल्यावर क्षणभर संताप उसळला. ताडकन् नाही म्हणून सांगावंसं वाटलं. पण डॉक्टर प्रवासाला निघाले होते. बाहेरगावी जाणाऱ्या माणसाला आनंदाने निरोप द्यायचा असतो, हा संस्कार कुठे तरी जागा झाला. शिवाय डॉक्टर पिता झाल्याच्या आनंदात होते. त्यांचा हिरमोड करणेही जीवावर आले होते. मी 'येते' एवढेच डॉक्टरांना सांगितले. हॉस्पिटलचा पत्ता विचारून घेतला. आत्ती मद्रासला गेली होती. मामीला 'जरा काम आहे, जाऊन येते' असे सांगून घराबाहेर पडले.

बरोबर प्रवासाची बॅग घेऊनच डॉक्टर हॉस्पिटलमध्ये येऊन थांबले होते. पण मी येईपर्यंत त्यांनी मूल पाहिले नव्हते. जन्मलेली मुलं ठेवण्याच्या खोलीजवळ आम्ही जाऊन थांबलो. आत उभ्या असलेल्या नर्सने पांढऱ्या कपड्यात घट्ट लपटलेल्या एका छोट्या बाळाला काचेच्याजवळ आणून दाखविले. आम्हीही जरा पुढे सरकलो. मी उगीचच त्या बाळात आणि डॉक्टरांच्या चेहऱ्यात काही साम्य आहे का, ते पाहात होते. काल जन्मलेल्या मुलाच्या चेहऱ्यात असे साम्य शोधणे वेडेपणाचेच होते. पण मला पुढची काळजी पडली होती. जर हे मूल डॉक्टरांच्यासारखे दिसले आणि त्या बाईच्या नवऱ्याला समजले तर? माझ्याच अंगावर शहारा आला. मानेनेच मी तो विचार झटकला आणि डॉक्टरांना काय वाटते ते बघावे म्हणून त्यांच्या चेहऱ्याकडे पाहिले, तर ते मूल बघायचे सोडून माझ्या चेहऱ्यावरचे भाव निरखीत उभे होते. डॉक्टरांच्याकडे बघत मी विचारले, ''निघायचं?'' डॉक्टरांनी मानेनेच होकार दिला.

डॉक्टरांच्या ट्रेनची वेळ झाली होती. त्यांना स्टेशनवर सोडून मी घरी जायचे आधीच ठरले होते. गाडीत आम्ही दोघेही गप्प होतो. गाडीत ड्रायव्हर असल्यामुळे काही बोलणेही योग्य नव्हते. स्टेशनसमोर येताच डॉक्टर म्हणाले–

''डब्यापर्यंत चल ना. गाडी सुटायला अजून अवकाश आहे. आमच्या मालकीणबाईंचा आम्हाला तेवढात अधिक सहवास मिळेल.''

मी खुदकन् हसले. साखरपेरणी करावी तर ती डॉक्टरांनीच. आम्हा दोघांवर मघापासून असलेला ताणही आता सैल झाला होता. गाडी सुटेपर्यंत मी थांबले होते. मी गाडी सुटायच्या वेळी डब्यातून खाली उतरताना, डॉक्टर कानाशी कुजबुजले–

''आज आमचं भाग्य. राणीसरकार जातीनं आम्हाला निरोप द्यायला आल्या.''

कसं रागवायचं ह्या माणसावर? 'सांभाळा. लौकर या.' असं म्हणत मी डॉक्टरांना निरोप दिला. माझ्या किंवा डॉक्टरांच्या घराशिवाय बाहेर घडलेली माझी आणि त्यांचीही इतक्या वर्षांतील *(आमच्या लग्नापूर्वीची)* एकमेव भेट. तीही अशा विचित्र परिस्थितीमधील.

११

आम्ही युरोप दौऱ्याहून आल्यानंतर डॉक्टरांच्या दोन नव्या मराठी चित्रपटांचे शूटिंग सुरूही झाले होते. या दोन्ही चित्रपटांचे निर्माते अ-मराठी होते; पण मराठी प्रेक्षकांमध्ये असलेली डॉक्टरांची क्रेझ ही मंडळी जाणून होती. त्यामुळे डॉक्टर काशिनाथ घाणेकरच हीरो म्हणून हवेत, असा त्यांचा आग्रह होता. यातील 'देवमाणूस' या चित्रपटाचे निर्माते होते ए. कृष्णमूर्ती, तर 'झेप' या चित्रपटाचे निर्माते होते प्रख्यात अभिनेत्री वैजयंतीमाला व तिचे पती डॉ. सी. बाली. या चित्रपटाच्या दरम्यान डॉक्टरांची ह्या पती-पत्नीशी खूपच मैत्री झाली होती. या दोन्हीही चित्रपटाचे दिग्दर्शक होते राजदत्त.

दोन्हीही चित्रपट अजिबात चालले नाहीत. शिवाय त्या चित्रपटांमधून डॉक्टरांचा काही प्रभावही जाणवला नाही. राजदत्त-डॉक्टर ह्या युतीचा आणखी एक चित्रपट म्हणजे 'चंद्र होता साक्षीला.' तो तर फारच रखडला. डॉ. लागू, यशवंत दत्त, कानन कौशल आणि डॉक्टर अशी नामवंत मंडळी असूनही हा चित्रपट प्रभावशून्य ठरला. त्यामुळे डॉक्टरांचे चित्रपट-व्यवसायातील भवितव्य जवळ जवळ अंधकारमय झाले.

'देवमाणूस'चे बाह्यचित्रीकरण डॉक्टरांच्या चिपळूणच्या जवळपास म्हणजे कोयनानगर, पोफळी, दापोली या भागात झाले होते. डॉक्टरांचा मुक्काम त्या निमित्ताने चिपळूणला होता. डॉक्टरांनी आपल्या आईलाही शूटिंग कसे असते ते तिथे नेऊन दाखविले होते. इरावतीबाईही दोन-चार दिवस जाऊन आलेल्या होत्या. मीही तिकडे येऊन जावे अशी डॉक्टरांची इच्छा होती. पण ते कसं शक्य होतं? डॉक्टर मात्र रोज मला चिपळूणहून फोन करायचे. नशीब त्या वेळी आत्ती मुंबईत नव्हती.

मी आता कधी आत्तीकडे विषय काढते असे डॉक्टरांना होऊन गेले होते. पण मला अजून संधी सापडत नव्हती. इकडे डॉक्टरांची अधीरता वाढतच होती. अशा वातावरणात एक दिवस डॉक्टरांनी भर दुपारी मला फोन करून सांगितले की, आमचं सर्व त्यांनी इरावतीबाईंना सांगून टाकले आहे. एवढं सांगूनच डॉक्टर थांबले नाहीत तर त्यांनी तू इरावतीशी बोल असे सांगून इरावतीबाईंच्या हातात फोन दिला, एक सेकंदाच्या त्या काळात दिवसा डोळ्यांसमोर काजवे चमकणे, पंख्याखाली असूनही दरदरून घाम फुटणे, अशांसारख्या सगळ्या गोष्टींचा मी अनुभव घेतला. इरावतीबाई समोर नव्हत्या तरी घशाला कोरड पडली होती. मी सगळे धैर्य कानांत आणि ओठात साठवत होते. एवढ्यात इरावतीबाईंचे शब्द कानावर आले–

"काय म्हणतात हे?"

इरावतीबाईंचा स्वर सरळ साध्या पट्टीतच होता. मीही तितक्याच सपाट आवाजात उत्तर दिले,

“खरं आहे ते.”

एवढे तीनच साधे शब्द बोलूनही किती तरी हलकं वाटत होतं, दडपण दूर झालं होतं.

इरावतीबाई अधिक काही बोलल्या नाहीत. त्यांनी फोन पुन्हा डॉक्टरांच्या हातात दिला. डॉक्टरही आता खूपच रिलॅक्स वाटत होते. एखादी लढाई जिंकल्याच्या आनंदात होते आणि मला सांगत होते–

“ठरल्याप्रमाणे मी माझ्या बाजूने सर्व सांगून झाले आहे. आता तू हे कधी करणार आहेस ते सांग.”

“लौकरच.” असं म्हणून मी फोन खाली ठेवला.

पण हा लौकर कधी उगवणार हे माझं मलाच माहीत नव्हतं. आत्तीबरोबर बोलण्याचा निवांतपणा मिळत नव्हता. हे जरी खरं असलं तरी ते संपूर्णतया खरं नव्हतं. आत्ती काही तीनही त्रिकाळ घराबाहेर राहात नव्हती. खरी गोष्ट होती ती ही की, आत्तीची लग्नासंबंधीची आग्रही मतं मला माहीत होती आणि जनरीतीला सोडून असणारे हे अशा प्रकारचे लग्न मला करायचं आहे, डॉक्टरांसारख्या एका विवाहित पुरुषावर मी प्रेम करते आहे, हे सांगण्याचे धाडस माझ्यामध्ये अजून येत नव्हते. नुसते वाटणे आणि प्रत्यक्षात ते करणे यात किती अंतर असू शकते, याचा मला अनुभव येत होता.

कुणामार्फत हे आत्तीपर्यंत पोहोचवावे किंवा तिला पटवून द्यायला सांगावं तर ही असली गोष्ट आत्तीला पटवून द्यायला कोण तयार होणार? कारण माझ्या आधी त्या मध्यस्थांचा उद्धार व्हायचा. माझ्यासाठी इतरांना मनस्ताप द्यायची मला अजिबात इच्छा नव्हती. जे काही होईल त्याची सर्वस्वी जबाबदारी माझी मी घेणार होते.

दुसऱ्या दिवशी डॉक्टरांच्याकडून आदल्या दिवशीच्या बोलण्याची इरावतीबाईंची प्रतिक्रिया समजली. त्यांनी पहिलाच प्रश्न डॉक्टरांना विचारला,

“मीही अशीच वागले तर चालेल का?”

“अजिबात चालणार नाही. तूही मला हवीस.” डॉक्टरांचे त्यावर उत्तर. त्यावर आपण घटस्फोट घेऊ या असे इरावतीबाईंनी डॉक्टरांना सुचविले, पण त्यालाही डॉक्टरांनी ठाम नकार दिला आणि त्यातूनही इरावतीबाईंनी तो अट्टाहास केलाच तर त्यांना 'घाणेकर' आडनाव लावून मुंबईत प्रॅक्टिस करता येणार नाही, असा दमही भरला.

मेडिकल प्रॅक्टिस हा इरावतीबाईंचा दुसरा श्वास होता आणि दहा वर्षांनंतर इतकी जम बसलेली प्रॅक्टिस पुन्हा दुसऱ्या नावाने करायची म्हणजे पहिल्यापासून सुरुवात करायला लागणार होती. घटस्फोट घेण्याचा इरावतीबाईंचा इरादा मोडून पडला असावा. पुढचे जे डॉक्टरांनी सांगितले ते ऐकून मात्र मला खरंच नवल वाटलं. इरावतीबाई म्हणाल्या म्हणे की, निदान मुलगी तरी चांगली शोधली आहे.

पण हे सर्व करण्याआधी तिची नीट व्यवस्था करा. नाहीतर तशीच तिला दारात आणून उभी कराल. तिचं मूल शिकण्यात हुषार निघालं तर त्याच्या शिक्षणाची जबाबदारी मी घेईन.

इरावतीबाई खरंच स्थितप्रज्ञ आहेत असं आता मला वाटायला लागलं, कारण प्रत्यक्ष नवऱ्यामध्ये, त्याच्या प्रेमामध्ये, संसारामध्ये त्या भागीदार स्वीकारायला तयार झाल्या होत्या. सहसा स्त्रिया त्याला तयार होत नाहीत. मीही स्त्री असून ते स्वीकारलं होतं, कारण मी इरावतीबाईंच्या संसारात शिरले होते. मला डॉक्टर हवेत म्हटल्यावर मला ही तडजोड करणे भागच होते. पण इरावतीबाईंना हे असं 'पडतं' घेण्याचं काही कारण नव्हतं; पण त्यांनी तरीही हे सर्व स्वीकारण्यात मोठेपणा दाखविला होता. मात्र त्यांना मूल नाही ही फार मोठी उणीव त्यांच्यामध्ये आहे म्हणून डॉक्टर माझ्याशी दुसरा विवाह करायला निघाले आहेत असे मात्र डोळ्यांत पाणी भरून त्यांनी डॉक्टरांना ऐकवले. त्या वेळी त्यांना बरं वाटावं म्हणून की काय, डॉक्टर बोलून गेले–

"आणि तिलाही उद्या मूल झालं नाही तर? माझं तिच्यावर प्रेम आहे म्हणूनच मी हे करतोय."

इरावतीबाईंना बरं वाटावं म्हणून जरी डॉक्टर हे बोलले असले तरी मला मात्र हे ऐकून फार राग आला आणि दुःखही झालं; आणि वाटलं कल्पनेतल्या का होईना माझ्या मातृत्वाला डॉक्टरांनी नख लावलं.

डॉक्टर निव्वळ इरावतीबाईंना सांगूनच थांबले नाहीत तर आपल्या काही बंधूंना आणि वहिनींनाही सांगून मोकळे झाले होते. त्यांच्या सर्वांच्याच प्रतिक्रिया समजल्या नाहीत. पण डॉक्टरांनी त्यांना काय काय उत्तरं दिली ते मात्र डॉक्टर मला सांगायचे. पण ही गोष्टच अशी विचित्र, नाजूक होती की तिला साथ करायची की विरोध करायचा अशा संभ्रमात मंडळी पडायची. या सर्वांच्यापेक्षाही मी कधी पाऊल उचलते आणि कोणता निर्णय आत्ती घेईल, याबद्दल डॉक्टर अधिक उत्सुक होते. मात्र इरावतीबाईंशी डॉक्टरांचे लग्न ठरले होते त्या वेळी त्यांची जी परिस्थिती झाली होती, तशीच माझी परिस्थिती आता झाली होती.

१२

मी जशी आत्तीला कसं सांगावं अशा विवंचनेत होते तसेच डॉक्टरही त्या वेळी आपल्या लग्नाचा निर्णय वडिलांना कसा सांगावा या विचारात रखडले होते. याउलट इरावतीबाईंनी स्वतःचा निर्णय ठरताच आपल्या वडिलांना सांगून त्यांची संमती कधीच घेतली होती आणि आपला हा लग्नाचा निर्णय डॉक्टर स्वतःच्या वडिलांना

सांगून त्यांचा होकार कधी मिळवतात याची प्रतीक्षा करीत होत्या. पण डॉक्टरांची परिस्थिती माझ्यासारखीच होती. त्यांना प्रश्न पडला होता वडिलांना सांगायचं कसं? कारण डॉक्टर नुकतेच बी.डी.एस. झालेले होते. लेक्चरर म्हणून नोकरी लागून सहा महिने झाले होते आणि विशेष म्हणजे तीन मोठे भाऊ अजून लग्नाचे होते. इरावतीबाई सारख्या पत्रातून डॉक्टरांना वडिलांना सांगायला इतका का वेळ लागतोय याची चौकशी करायच्या. पंचविशी उलटलेल्या तरुणाला स्वत:च्या लग्नाबद्दल वडिलांना सांगायला इतका संकोच वाटतो, हे पाहून त्यांना आश्चर्य वाटायचे. पण डॉक्टरांना संकोच वाटण्यापेक्षा वडिलांची भीतीच अधिक वाटायची. त्यामुळे शेवटपर्यंत त्यांना स्वत: जाऊन हे वडिलांना सांगण्याचे किंवा पत्राने कळविण्याचेही धाडस झाले नाही. डॉक्टरांनी आपले मोठे बंधू भाऊसाहेबांच्याद्वारा वडिलांच्या कानावर ही गोष्ट घातली आणि मगच पुढच्या गोष्टी ठरल्या.

घरची आघाडी यशस्वीरीत्या लढविल्यामुळे डॉक्टर आता कुठल्याही तणावाखाली नव्हते. पण त्यांच्या उतावळ्या स्वभावाने आणि दारूच्या सवयीने गोंधळ केलाच. मित्रमंडळींच्याबरोबर झालेल्या एका 'ओल्या' पार्टीत डॉक्टरांनी जाहीर करून टाकले की, कांचनवर माझं प्रेम आहे आणि तिच्याबरोबर ते लग्न करणार आहेत. दुसऱ्या दिवशी डॉक्टरांनी मला फोन करून आदल्या रात्रीचा सर्व किस्सा सांगून स्वत:ची चूक झाल्याचे कबूल केले. पण धनुष्यातून सुटलेला बाण आणि ओठांतून निघालेला शब्द कधीच परत येत नाही. शिवाय दारूची पार्टी असली तरी, इतकी खळबळजनक बातमी विसरून जाण्याइतकी कुणाचीच शुद्ध हरपलेली नसणार.

निदान पार्टीत अनोळखी माणसं असतील ह्या आशेने तिथे कोण कोण होते विचारताच डॉक्टरांनी पहिलेच नाव सांगितले– नाटककार मधुसूदन कालेलकर. नाव ऐकूनच मला धस्स झाले. कारण आता ही बातमी नाट्य-चित्रपट व्यवसायात वणव्यापेक्षाही अधिक वेगाने पसरणार होती आणि वणवाच तो. होरपळ अटळ होती. मी माझ्या लग्नाचे स्वत: सांगून जेवढी आत्ती चिडली असती त्याच्या दुप्पट ही अशी बाहेरून बातमी आल्यामुळे आत्ती चिडली. तिची झालेली बेअब्रू आणि मी तिचा केलेला विश्वासघात ह्यामुळे एखाद्या नागिणीसारखी ती चवताळून उठली. ही बातमी मात्र मुंबईतून तिला कळली नाही. ती सांगण्याचे परमकर्तव्य पुण्याच्या भरत नाट्य संशोधन मंदिराचे श्रीकांत भिडे यांनी अगदी रातोरात तातडीने पुण्याहून मुंबईला येऊन केले. श्रीकांत भिडे हे अगदी आमच्या कुटुंबियांतील एक असल्यासारखे होते. त्यांची आत्तीवर अगदी अतोनात श्रद्धा आणि भक्ती होती.

त्या दिवसापासून आत्तीची श्रीकांत भिडे यांच्याबद्दलची आपुलकी अधिकच वाढली. कारण हे सत्कर्म त्याने एकट्यानेच केले होते. पण त्याचबरोबर माझ्या

घरची सर्व मंडळी, चारुकाका, यांच्याबद्दल आत्तीच्या मनात एक प्रकारची अढीच बसली. ह्या सर्व मंडळींची मला साथ असल्याचे तिला निश्चितपणे वाटायला लागले. त्यामुळे ह्या सर्व मंडळींची तिने न भूतो न भविष्यती निर्भर्त्सना केली. त्याचे मुख्य कारण म्हणजे ही बातमी समजूनही एक श्रीकांत भिडे वगळता ही सर्व मंडळी चूपचाप बसली. त्यांनी ती बातमी आत्तीपर्यंत जाऊच दिली नाही. कारण या मंडळींचे आत्तीइतकेच माझ्यावरही प्रेम होते. आत्तीच्या क्षोभापासून मला वाचविण्यासाठी ही मंडळी गप्प बसली. तर ते सर्व मला साथ करणारे समजून एक श्रीकांत भिडे वगळता सर्वांच्यावर आत्तीने दीर्घकाळ रोष धरला.

ही बातमी समजल्यानंतर जेव्हा चारुकाका प्रत्यक्ष भेटले तेव्हा ते वैतागून म्हणाले–

''मालाबाई *(माझ्या कांचनमाला या पूर्ण नावाचे चारुकाका छोटे नाव करीत.)* तुम्ही चारुकाकाच्या टाळक्यावर आता केस राहू देत नाही.''

डॉक्टरांच्यावर चाहती म्हणून प्रेम करणारी मी, त्यांच्यावर प्रेयसी म्हणून प्रेम करते, हे कळल्यावर चारुकाकांना धक्का बसला असणारच.

१३

मी मात्र डॉक्टरांच्यावर मनोमन चडफडत होते. काय करून ठेवले होते हे त्यांनी? सगळ्या गोष्टींना आता निराळीच कलाटणी लागणार होती. आत्तीच्या नजरेला नजर देणेही मला मुष्किल होऊन बसले होते. डॉक्टरांनी जी गोष्ट आधी तिला विचारायला पाहिजे होती, तिची त्या बाबतीत संमती घ्यायला पाहिजे होती त्याऐवजी ती गोष्ट अशी चव्हाट्यावर मांडली गेली. त्यामुळे तर आत्ती अधिकच दुखावली गेली होती. डॉक्टरांच्यावर तर तिचा या बाबतीत कायम रोष राहिला. आजही मला वाटतं की, डॉक्टरांनी पार्टीत चार लोकांसमोर हा जो शूरपणा गाजविला, त्याऐवजी ते स्वत: सरळ आत्तीलाच येऊन भेटले असते तर नक्कीच तिने काही मार्ग काढला असता आणि पुढची सगळी परवड तरी थांबली असती.

आत्ती आमच्या ह्या विवाहाला सहजासहजी संमती देईल ह्या गैरसमजुतीमध्ये मी कधीच नव्हते. पण काही अटींवर ती तयार होईल असे मात्र वाटत होते आणि समजा, तिने पूर्णपणे नकार दिलाच, नव्हे देईलच अशी शक्यता असली तरी ती माझ्यावर निदान दुसऱ्या कुणाशी विवाह करण्याची सक्ती करणार नाही, याची खात्री वाटत होती. कारण मनाविरुद्ध असलेल्या पुरुषाशी संसार आणि संबंध किती क्लेशकारक असतो, याचा तिने माझ्या वडिलांच्या सहवासात अनुभव घेतला होता. त्यामुळे असा मनाविरुद्धचा संबंध आणि संसार ती माझ्यावर लादणार नाही याची

मला खात्री वाटत होती. एरवी तशी जबरदस्ती तिने माझ्यावर केलीही नसती. पण ही गोष्ट घराच्या चार भिंतीमध्ये न राहता डॉक्टरांच्यामुळे दवंडी पिटवल्यासारखी सर्वतोमुखी झाली होती. त्यामुळेही आत्ती अधिक बिथरली होती.

मला मात्र खरी भीती वाटत होती ती बाबांची. त्यांची प्रतिक्रिया खूप तिखट होणार असं वाटायचं. पण झालं उलटंच. ते माझ्याशी आईच्या मृदुतेने वागले तर आत्ती पित्याच्या कठोरतेने वागली. पण बाबांनी मला डॉक्टरांच्यापासून जास्तीत जास्त दूर करण्याचा प्रयत्न मात्र केला. मात्र माझ्या डॉक्टरांच्यावरील निष्ठेला धक्का लागू नये, ती डागाळू नये म्हणून संरक्षणही दिले. आत्मविश्वासाचं सामर्थ्य दिलं. प्रतिकूल परिस्थितीमध्ये जगण्याची हिंमत दिली. शब्दसृष्टीच्या ईश्वराची– ज्ञानेश्वरांची ज्ञानेश्वरीही मनोबल देऊन गेली.

कोल्हापूरला बाबांच्यासमोर जाण्याची वेळ नोव्हेंबरमध्ये उगवली. आमची बातमी समजल्यापासून आत्ती खूपच अस्वस्थ होती. पण तिने हा विषय घरात काढला नाही, की मला कसलाही जाब विचारला नाही. ह्या सर्व प्रकाराची शहानिशा तिला मला बाबांच्यासमोर उभी करूनच करायची होती. ही आत्तीची नेहमीचीच पद्धत होती. कुठलीही अडचण असो, संकट असो, काही ठरवायचे असो, ती ते बाबांच्यासमोर मांडायची आणि ते जसा सल्ला देतील त्याप्रमाणे ती वागायची.

हे सर्व मलाही मान्य असले तरी आजही राहून राहून मला वाटते की, आत्तीने माझ्याशी या विषयावर खडसावून, रागावून, प्रेमाने कसेही पण एकदा बोलायला हवे होते. पण आमच्या दोघींचा संवादच होऊ शकला नाही. याचे कारण म्हणजे लहानपणापासून आत्तीशी माझी जवळीक कधीच निर्माण होऊ शकली नाही. शिवाय तिने माझ्या दोन मामांची आठ मुले आणि मी यांत कधी भेदभाव केला नाही. आपली मुलगी म्हणून काही खास वागणे तिचे माझ्याशी नसायचे. माझी जवळीक राहिली ती माझ्या वडिलांशी, माझ्या आजीशी आणि आत्तीच्या जिवलग मैत्रिणीशी– पुण्याच्या माणिक बेहरेशी. माझे वडील माझ्या वयाच्या दहाव्या वर्षीच त्यांच्या मृत्यूमुळे माझ्यापासून दुरावले. तीन वर्षांपूर्वी आजीची सावलीही हरवली आणि माणिक बेहरेचे कायम वास्तव्य पुण्यात असायचे. तिलाही तिच्या घराचे व्याप होतेच की! ती किती वेळा धावून येणार? आणि खरं सांगायचं म्हणजे आताच्या परिस्थितीमध्ये माझ्या पाठीशी उभे राहणे म्हणजे आत्तीशी शत्रुत्व घेणे होते.

आत्ती नाही बोलली तरी मी तिच्याशी का नाही बोलले असेही काहीजण म्हणतील. मी तोही प्रयत्न आत्तीबरोबर कोल्हापूरला ट्रेनने जाताना केला. ट्रेनच्या फर्स्टक्लास कूपेमध्ये जवळ जवळ बारा-चौदा तास आम्ही बरोबर होतो आणि दोघीच होतो. आत्तीशी बोलण्याचा मी खूप प्रयत्न केला. अक्षरश: जिभेवर मणामणाच्या बेड्या पडाव्यात असे झाले. जीभच उचलेना. वाचा अक्षरश: दगड होऊन गेली.

घसा कुणीतरी आवळून धरल्यासारखं वाटत होतं. अतिशय विलक्षण अनुभव होता. पण आत्तीशी समोरासमोर बोलण्याची मी फार मोठी संधी गमावली; आणि दुर्दैवाच्या दशावतारांना सामोरी गेले.

१४

आम्ही कोल्हापूरला गेलो तेव्हा आत्तीचे 'घर गंगेच्या काठी'चे शूटिंग होते. ती शूटिंग करत होती. पण तत्पूर्वी तिचे व बाबांचे बोलणे झाले असावे. कारण ती नसताना आणि मी एकटी असताना बाबांनी त्यांच्या ऑफिसमध्ये आम्ही बसलेलो असताना मला प्रश्न विचारायला सुरुवात केली–

"तुझ्या व काशिनाथबद्दल जे ऐकतो ते खरं का?" आत्तीने विचारावासा वाटणारा प्रश्न बाबा विचारीत होते. विषयाला तोंड तरी फुटले म्हणून बरं वाटलं. मान खाली घालून बसलेली मी, बाबांना मानेनेच होकार दिला आणि बाबांचा स्वर तीव्र झाला. कडाडतच ते म्हणाले–

"मला वाटलं होतं तू हे सगळं झूठ आहे म्हणून सांगशील. आमचं तसं काहीही नाही म्हणशील असं वाटलं होतं. तू माझा फार मोठा अपेक्षाभंग केला आहेस. तुझ्याकडून अशा वागण्याची अपेक्षा नव्हती. इरावती-काशिनाथचा सोन्यासारखा संसार का मोडतेस?"

बाबांच्या शेवटच्या वाक्याने मात्र माझी खाली झालेली मान वर उठली. आता मला तोंड उघडणे भागच होते. आत्तापर्यंतचा आमचा सगळा प्रवास मी बाबांच्यासमोर एकही शब्द न राखून ठेवता उलगडून दाखविला. टाळी एका हाताने वाजत नाही हे जरी खरं असलं, विवाहित पुरुषावर प्रेम करण्याचा अपराध माझ्याकडून घडला असला तरी डॉक्टरांचा हात पुढे आल्याशिवाय मी माझा हात पुढे केला नव्हता, हे अगदी पूर्ण सत्य होते.

इरावतीबाईंचीही हे सर्व करण्याला संमती आहे हे मी सांगताच, बाबा आणखीनच उखडले. आपल्या प्रत्येक शब्दावर जोर देत ते म्हणाले–

"माझा मनुष्य-स्वभावाचा अभ्यास तुझ्याहून कितीतरी अधिक आहे. कुठलीही स्त्री स्व-खुषीने सवत पत्करणार नाही आणि तसं जर असेल तर ती स्त्री मनुष्य असणार नाही, देवता असेल."

माझ्या दृष्टीने तर त्या वेळी इरावतीबाई देवताच होत्या. बाबांनी त्या वेळी माझे बराच वेळ बौद्धिक घेतले. डॉक्टरांच्याबद्दलचे माझे प्रेम, ओढ म्हणजे अपरिपक्वता, अनुभवाचा अभाव यांचे मूर्तिमंत उदाहरण आहे असे ते म्हणाले. माझ्या आयुष्यात प्रथमच प्रेमी पुरुष म्हणून आलेल्या डॉक्टरांचा माझ्या मनावर खोलवर उमटलेला

ठसा हा त्यांच्या मते अजाणत्या वयातील माझे दिपून जाणे होते. डॉक्टर विवाहित असणे, शिवाय त्यांच्या-माझ्यामधील पंधरा-सोळा वर्षांचे अंतर ह्या सर्वच गोष्टी बाबांना खटकत होत्या.

बाबा हरप्रकारे मला डॉक्टरांच्या विचारापासून परावृत्त करण्याचा प्रयत्न करत होते. अनेक उदाहरणे देऊन हे लग्न करणे अयोग्य आहे असे ते पटवीत होते. पण माझा निर्धार अभंग होता. मी माझ्या निश्चयापासून तसूभरही ढळायला तयार नव्हते. बाबांनी माझे पाणी ओळखले असावे आणि एक नवाच डाव त्यांनी माझ्यासमोर टाकला. ते मला म्हणाले–

"हा नोव्हेंबर महिना आहे. आजपासून बरोबर एक वर्ष तू आणि काशिनाथ एकमेकांशी न बोलता, न भेटता, न पत्र लिहिता राहून दाखवा. एक वर्षानंतर तुमची एकमेकांविषयीची ओढ आता आहे तशीच कायम राहिली आहे असं दिसलं तर मी तुझं काशिनाथाशी लग्न लावून देईन. पण या काळात फोनसुद्धा करायचा नाही."

मी हसून मान डोलावली. बाबांचे म्हणणे मी मान्य एवढ्यासाठी केले की, माझा त्यांच्या शब्दावर आणि माझ्या संयमावर, निर्धारावर विश्वास होता आणि मी हसले एवढ्यासाठी की, काही वर्षांपूर्वी बाबांनी आपल्या मित्राच्या मुलीवर केलेला प्रयोग ते माझ्यावर करू पाहात होते. त्यांच्या मित्राच्या मुलीच्या बाबतीत जसे घडले तसे माझ्याही बाबतीत घडेल याची त्यांना खात्री होती. बाबांच्या मित्राची मुलगीसुद्धा एका विवाहित माणसावर प्रेम करीत होती आणि त्याच्याशी विवाह करू इच्छित होती. अर्थातच ते कुणालाही पसंत नव्हते. तेव्हा त्या मुलीलाही बाबांनी त्या विवाहित व्यक्तीशी सहा महिने न बोलण्याची, न भेटण्याची अट घातली होती. पण बाबांच्या अंदाजाप्रमाणे सहा महिनेच काय एका महिन्यातच ती मुलगी त्या व्यक्तीला विसरून गेली आणि तिने आईवडिलांनी ठरविलेल्या तरुणाशी विवाह केला आणि ती सुखाने संसाराला लागली.

आम्ही कोल्हापूरहून मुंबईला यायला निघालो त्या दिवशी बाबा आणि आत्ती बाबांच्या ऑफिसमध्ये बराच वेळ बोलत बसले होते. बाबांचा निरोप घेऊन, त्यांना नमस्कार करावा म्हणून मी त्यांच्या ऑफिसमध्ये शिरत होते, त्या वेळी बाबा आत्तीला सांगत होते–

"तरुण वयातील वेडाचार आहे हा. पण जबरदस्ती, सक्ती करून चालणार नाही. त्यामुळे चिडून ती अधिकच आपल्या विचारांना चिकटून राहील. कुठल्याही गोष्टीला वेळ द्यावा लागतो. काळ जाणे हे सर्वांवर उत्तम औषध आहे. कुठलीही गोष्ट दीर्घकाळ एका ठिकाणी राहात नाही. ती वाढते तरी किंवा कमी तरी होते. आपल्याला दोन्हीही दिसेल. पण मला वाटतं तरुणपणातील हा आवेग फार काळ टिकणार नाही."

मी अचानक ऑफिसमध्ये येईन असे बाबांना वाटले नव्हते. त्यामुळे ते क्षणभर गोंधळून थांबले. पण ते भालजी पेंढारकर होते. त्यांनी क्षणात संभाषण पुन्हा सावरून घेतले. आम्हा दोघींना एकमेकांविषयी अढी न धरता राहण्याविषयी बजावले.

१५

मुंबईला आल्यावर डॉक्टरांना फोन करणे भागच होते. तसे मी बाबांनाही सांगून आले होते. कोल्हापूरचा सर्व वृत्तान्त ऐकायला डॉक्टर खूपच अधीर झालेले होते. एखाद्या चातकासारखी ते माझी वाट पाहात होते. पण सर्व हकीकत ऐकून डॉक्टर हिरमुसले झाले. त्यांना निश्चित पण त्वरित निर्णय हवा होता. नाही म्हटले तरी हे जरा रेंगाळणेच होते. डॉक्टरांच्या दृष्टीने ही फार कंटाळवाणी पद्धत होती. डॉक्टरांनी मला पेचात टाकणारा प्रश्न विचारला–

"मला न भेटता, माझ्याशी न बोलता राहू शकशील?"

"कठीण आहे. पण पुढे दीर्घकाल एकत्र राहण्यासाठी एवढा विरह सोसायला माझी तयारी आहे. किंमत मोजल्याशिवाय कुठली गोष्ट मिळते? आणि तुम्हाला मिळविण्यासाठी कितीही मोठी किंमत द्यावी लागली तरी आता माघार नाही." मीही निर्धाराने म्हणाले.

डॉक्टरांना हे सर्व फारसं पसंत नव्हतं. पण बाबांच्या शब्दाबाहेर जाण्याची त्यांची प्राज्ञा नव्हती. त्या दिवशी आता वर्षभर बोलता येणार नाही म्हणून आमही बराच वेळ फोनवर बोलत राहिलो. त्या वेळी डॉक्टरांनी जे दोन किस्से सांगितले ते ऐकून खूपच गंमत वाटली.

डॉक्टरांच्या पिण्याच्या वाढत्या सवयीमुळे दौऱ्यावर बऱ्याचदा अनावस्था प्रसंग उद्भवायचे. डॉक्टरांनाही ते योग्य घडत नाही हे जाणवायचं. पण वळायचं नाही. शिवाय मित्रमंडळी या मोहात ओढायला हजर व्हायचीच. अर्थात डॉक्टरांनाही ते अगदीच नको होते अशातला काही भाग नव्हता. पण त्याला आळा घालण्यासाठी मात्र डॉक्टरांनी एक उपाय शोधून काढला होता. तो म्हणजे आमच्या लग्नानंतर डॉक्टर आपल्याबरोबर मला दौऱ्यासाठी घेऊन जाणार होते. म्हणजे प्रयोगाच्या आधीचा व नंतरचा मित्रमंडळींचा होणारा 'आग्रह' माझे कारण सांगून ते टाळणार होते. आपली ही कल्पना बोलता बोलता त्यांनी इरावतीबाईंना सांगितली होती. त्यावर त्यांनी आपणही महिन्यातून एकदा दवाखाना बंद ठेवून दौऱ्यावर येऊ, असे डॉक्टरांना सांगितले होते.

तीच गोष्ट बिनबाह्यांचा ब्लाऊज घालण्याविषयी घडली होती. मी सुरुवातीपासूनच तसे ब्लाऊज घालायची. डॉक्टरांनाही ती फॅशन खूप आवडायची. त्यांनी इरावतीबाईंनाही

तसे ब्लाऊज घालण्याविषयी सुचविले होते. पण इरावतीबाईंनी ते फारसे मनावर घेतले नव्हते. पण आता मात्र तसे ब्लाऊज घालायलाही त्या तयार झाल्या होत्या. तसे ब्लाऊज त्यांनी शिवूनही आणले होते. डॉक्टर मला सांगत होते–

"तुझं-माझं हे कळल्यापासून इरावतीमध्ये हा बदल झाला आहे. पूर्वी कितीदा सांगूनही ती ह्या गोष्टींना तयार झाली नव्हती."

"बरं झालं की, कधी कधी वाईटातून असं चांगलंही घडतं." मी डॉक्टरांची नाराजी दूर करावी म्हणून म्हणाले.

दुसऱ्या दिवशी डॉक्टरांचा फोन पुन्हा एकदा आलाच. मी त्यांना विचारलं–

"अहो, बाबांनी काय सांगितलंय? कशाला फोन केलात?"

"बाबांनी तुला सांगितलंय की मला फोन करू नकोस अथवा भेटू नकोस. मला कुठं तसं सांगितलंय की तुला फोन करायचा नाही किंवा भेटायचं नाही म्हणून!" आपलं वकिली डोकं वापरीत डॉक्टर म्हणाले.

"विनोद म्हणून ठीक आहे. पण मी तुम्हाला सांगते की, तुम्हीसुद्धा मला फोन करायचा नाही. अगदी समोर आलात तरी बोलू नका, तोंड फिरवून चालायला लागा." मी दम भरत म्हणाले.

"मला माहीत आहे गं सगळं. आज तुला फोन केला आहे तो इरावतीचा तुला निरोप द्यायला. तुमचं कोल्हापूरला ठरलेलं मी सर्व तिला सांगितलं तर ती म्हणाली, आता तिला घरी तुमच्याशी बोलता येणार नसेल आणि तुम्हाला तिला काही निरोप द्यायचा असेल तर तिला माझ्या दवाखान्यात फोन करून माझ्याकडे तो द्यायला सांगा. तरी तुझं यावर काय म्हणणं आहे?" डॉक्टरांनी विचारले.

मी काय म्हणणार? इरावतीबाई आता आणखी किती चांगलं माझ्याशी वागणार आहेत, याच्याच विचारात मी गढून गेले.

१६

एका वर्षानं येणाऱ्या नोव्हेंबरची *(१९७१)* वाट मी अक्षरशः डोळ्यांत प्राण आणून पाहात होते. एक एक कमी होणारा दिवस माझी उमेद वाढवत होता. घरात मात्र वातावरण वरवर जरी शांत असलं तरी त्याखाली अस्वस्थता दबलेली होती. त्यातच सर्व कळलेली काही खवचट मंडळी मुद्दाम आत्तीला कांचनचे लाडू कधी असा प्रश्न विचारायची. ज्या दिवशी बातमी पसरली त्याच्या जवळपास कधीतरी हृदयनाथ मंगेशकर यांनी मात्र सरळ मलाच फोन करून विचारले की माझे लग्न ठरले आहे का म्हणून. काहीतरी अफवा पसरविण्यापेक्षा किंवा टोमणे मारण्यापेक्षा

हृदयनाथ यांचे सरळ फोन करणे मला अधिक आवडले. पण त्यांच्या सरळ प्रश्नांना मात्र मी आडवळणाची उत्तरं दिली. मी त्यांनाच विचारले की, तुम्हाला माझे कुणाशी लग्न ठरले आहे त्याचे नाव माहीत असेल तर सांगा. हृदयनाथ यांनी सभ्यता पाळून आणखी काही वेडेवाकडे प्रश्न विचारले नाहीत. मात्र एवढेच म्हणाले की–

"आज जो भेटतोय तो तुमच्या लग्नाची बातमी सांगतोय. मी त्यांना म्हणालो ती मुलगी आमच्या घरातील असल्यासारखीच आहे. तेव्हा तुम्हालाच विचारून शहानिशा करून घ्यावी म्हणून सरळ तुम्हालाच फोन केला."

"तुम्ही हे फार बरं केलंत. अजून काही माझं लग्न ठरलं किंवा झालेलं नाही. ज्या दिवशी ते ठरेल किंवा होईल तेव्हा पहिल्यांदा तुम्हाला कळवीन." नशीब हा फोन झाला तेव्हा आत्ती घरी नव्हती. नाहीतर तिने संतापाने सगळं घर डोक्यावर घेतलं असतं.

आता आमच्या घरात डॉक्टरांचे नाव घ्यायचीही चोरी झाली. चारुकाकांची व डॉक्टरांची इतकी मैत्री पण चारुकाकांनीही डॉक्टरांशी गाठीभेटी कमी केल्या. डॉक्टरही आता चारुकाकांच्या पूना गेस्ट हाऊसमध्ये न उतरता बालगंधर्व नाट्यगृहातच उतरायला लागले. मीही ह्या प्रकरणात कुणाची मदत घ्यायची नाही असं ठरवलं होतं. कारण आधीच माझ्या घरची मंडळी आणि माझ्यावर प्रेम करणारी स्नेही मंडळी विनाकारण आत्तीच्या रोषाला बळी पडली हेती. बिचारा मधू आपटेही यातून सुटला नाही.

आत्ती संतापावी अशी कारणंही घडत होती. आमची बातमी पुण्याला पोहोचल्यावर एक नटवर्य इतके भडकून उठले की, त्यांनी पुण्यात शिकणाऱ्या माझ्या मामेबहिणीला– विजूला चांगलेच फैलावर घेतले. तेही अशा भाषेत–

"तुमची आत्ती *(म्हणजे माझी आई)* घरात असून झोपा काढते का? इतकं होईपर्यंत ती काय करत होती? ती घरातच असते ना?"

पुढे काही वर्षांनी त्या नटवर्यांचा मुलगा वाईट संगतीने बिघडला, व्यसनी झाला, त्याचे शिक्षणही अपुरे राहिले. हे ऐकल्यावर माझी बहीण विजू म्हणाली,

"आता मी त्यांना विचारू का?– तुमचा मुलगा असा होईपर्यंत तुम्ही काय करत होता? झोपला होतात का? तुम्हीही घरातच होतात ना?"

विजूला शांत करीत मी तिला म्हणाले, "ज्याच्या त्याच्या करणीचे फळ ज्याचे त्याला ह्या जगातच मिळते. सगळ्यांच्या पाप-पुण्याचा न्यायनिवाडा तो परमेश्वर करायला समर्थ आहे. जो तो आपल्या मरणाने मरत असतो. आपल्याला त्यांचा विचार करायचं कारणच पडत नाही."

आत्तीला जसा ह्या टोमण्यांचा त्रास व्हायचा तसा मलाही व्हायचा. कोणताही संबंध नसेलली माणसंही माझ्या प्रकणामध्ये नाक खुपसायची. मला त्रस्त करायची.

मला सर्वांत संताप आला तो 'बाळा गाऊ कशी अंगाई'चे निर्माते एम. एस. साळवी यांचा. आमचा ह्या माणसाशी काडीचाही संबंध नव्हता. दिग्दर्शक कमलाकर तोरणे ह्यांच्यामुळे त्यांचा आमचा ओझरता परिचय. पण कमलाकर तोरणे माझे मेहुणे असूनही त्यांनीही कधी एका शब्दाने मला या बाबतीत विचारले नव्हते. पण ह्या साळवींनी मात्र एका लग्नसमारंभामध्ये सगळ्या निमंत्रितांच्या घोळक्यात कुचेष्टेने तोंड वेंगाडलेच आणि लाडू कधी देणार असा प्रश्न केला. सुरुवातीला मी 'देऊ की' असं सभ्यपणे उत्तर दिले. पण त्यांना नक्की तारीख हवी होती. मग मात्र त्यांचा हा चोंबडेपणा पाहून माझा संताप अनावर झाला. मी चिडूनच त्यांना म्हटले–

"आजपर्यंत मला वाटत होते, बायकांनाच उठाठेवी लागतात. पण तशा त्या पुरुषांनाही लागतात हे मला माहीत नव्हते."

स्वत: एका प्रकरणात बदनाम झालेला माणूस, माझ्या बदनामीत आनंद मानीत होता.

१७

ही परकी माणसं त्रास देत होती, तशीच जवळची माणसंही टोचून हैराण करायची. त्यांतील एक म्हणजे हिंदी-मराठी चित्रपटांचे निर्माते-दिग्दर्शक श्री. वसंतराव जोगळेकर. मा. विनायक यांच्या प्रफुल्ल कंपनीमध्ये असताना १९४३ साली जोगळेकरांच्या दिग्दर्शनाखाली आत्तीने चित्रपटातील आपला पहिला शॉट दिला होता. इतकी त्यांच्याशी आमच्या कुटुंबाची जुनी ओळख. जोगळेकर तर माझ्यावर आपल्या तीनही मुलींइतकेच प्रेम करायचे. जोगळेकरांच्या रुबाबदार व्यक्तिमत्वाचे मला कोण कौतुक वाटायचे. ते कुठेही दिसले तरी मी धावत त्यांना भेटायला जायची. तेही माझ्या हातात आठवणीने चॉकलेट ठेवायचे.

पण आताशा त्यांनीही मला भेटले की, लग्न कधी करतेस विचारायचा सपाटा लावला. सत्तर कोटी भारतीयांमध्ये मला लग्न करण्यासाठी अजून कुणी कसं भेटत नाही असे विचारायचे. सगळं माहीत असूनही जोगळेकर विचारताहेत याचं दु:ख जास्त व्हायचं. शिवाय डॉक्टरांनाही ते आपला मानसपुत्र समजायचे. एम. एस. साळवींचा केला तसा अपमानही मी जोगळेकरांचा करू शकत नव्हते. तेही चार लोकांत लग्नाचा प्रश्न विचारायचे थांबत नव्हते. म्हणून मग मी त्यांना भेटायचं टाळायला लागले, ते लांबून कुठून दिसले तरी मी दुसऱ्या दिशेला वळायची. विचारण्याचा अधिकार असलेली काही माणसं नक्कीच होती, पण त्यांनी एका शब्दानेही मला त्या बाबतीत विचारले नाही किंवा माझ्याशी वागण्यात कुठलाही बदल केला नाही. उदाहरणादाखल नावंच घ्यायची तर दत्ताकाका *(दिग्दर्शक*

राजदत्त), गजाभाऊ *(गजानन सरपोतदार)*, नीलम, प्रभाकर पेंढारकर, शरद पिळगावकर, लीला गांधी.

या ताणलेल्या परिस्थितीमध्ये 'घर गंगेच्या काठी' आणि शरद पिळगावकरांच्या 'अजब तुझे सरकार' या दोन चित्रपटांतील आत्ती व डॉक्टरांचे एकत्र शूटिंग पार पडले. आत्तीने एक शब्दही न बोलता डॉक्टरांच्याबरोबर शॉट्स दिले. शरद पिळगावकरांशी *(अभिनेता सचिनचे वडील)* आमच्या घराचे अगदी घरोब्याचे संबंध. त्यांच्या मुलीच्या बारशाला आत्तीने मला सोन्यात बसविलेले वाघनखं द्यायला सांगितले होते. डॉक्टरांनीही काही रोख पैसे त्या मुलीला दिले होते. एकदा पिळगावकरांच्या पत्नी किशोरी पिळगावकर मला म्हणाल्या, "डॉ. घाणेकर यांनी पैसे दिले होते त्याची चेन आणली आणि तू दिलेल्या वाघनखाचे लॉकेट त्या चेनमध्ये अडकवले आहे." मी मनात म्हटले, निदान तुम्ही तरी आम्हाला एक केलेत हे बरं झालं.

या वर्षातच मराठी रंगभूमीवर लोकप्रियतेची अमर्याद सत्ता भोगणाऱ्या डॉक्टरांच्या सम्राटपदाला आव्हान देतील असे तीन तितक्याच ताकदीचे प्रतिस्पर्धी प्रबळ होताना दिसत होते. ते म्हणजे डॉ. श्रीराम लागू, सतीश दुभाषी आणि विजया मेहता. डॉक्टरांच्या संदर्भात ते पुरुष कलावंत म्हणून विचार करता डॉ. श्रीराम लागू आणि सतीश दुभाषी यांच्याशी त्यांची तुलना केली असता, हे दोघेही स्वाभाविक अभिनयाच्या मार्गाने जाणारे. त्यामुळे डॉक्टर व त्या दोघांमधील अभिनयातील तफावत हळूहळू जाणकारांच्या नजरेला जाणवायला लागली. पण सर्वसाधारण प्रेक्षकाला मात्र डॉ. काशिनाथ घाणेकरांचा अभिनयच अजून आकर्षित करीत होता. डॉक्टरांच्या नाटकाचा 'हाऊस फुल्ल'चा बोर्ड अजून उतरत नव्हता.

१८

बाबांनी दिलेली वर्षाची मुदत उलटून गेली होती. वर आणखी दोन महिने व्हायला आले होते. पण बाबांच्याकडून कोणतीच हालचाल दिसेना. शेवटी वाट बघून फेब्रुवारीमध्ये मी बाबांना पत्र लिहिले. त्यांच्या शब्दांची त्यांना आठवण करून दिली. पण त्यांचे उत्तर वाचून मी चक्रावून गेले. त्यांनी लिहिले होते की, त्यांच्या सांगण्याप्रमाणे मी वागले नव्हते. त्यांचा शब्द पाळला नव्हता. तेव्हा आता ते माझ्या बाबतीत कोणताही निर्णय द्यायला बांधलेले नव्हते. मला तरी काय करावे सुचेना. गेले वर्षभर एखाद्या व्रताचे आचरण करावे तसे मी बाबांच्या अटीचे पालन केले होते. सगळ्या इच्छा दडपून टाकल्या होत्या आणि तरीही माझ्यावर असा आरोप यावा?

कोल्हापूरला कधी एकदा जाते आणि बाबांना सर्व विचारते असे मला झाले

होते. बाबांच्याकडून समजले ते असे की, त्यांच्या मुलीच्या एका नातेवाईक बाईंनी त्यांना सांगितले होते की, कांचन, काशिनाथ घाणेकरांच्याबरोबर जुहू बीचवर फिरत होती. आता बाबांच्या मुलीच्या नणंदेसारख्या जबाबदार व्यक्तीने ही बातमी दिल्यावर का नाही त्यावर बाबांचा विश्वास बसणार? बाबांना त्या बाबतीत स्पष्टीकरण देताना मी त्यांना सांगितले की, जुहूला जाऊन फिरून यायला कमीत कमी तीन-चार तास तरी पाहिजेत आणि इथे तर मला पाच मिनिटंसुद्धा कुठे एकटीने जाण्याची परवानगी नसायची. मी बाहेर निघाले की कोणीतरी सोबत असायचेच, इतकी आत्तीची कडक नजर होती. काय गोंधळ झाला होता तो माझ्या लक्षात आले होते.

शरद पिळगावकरांच्या 'अजब तुझे सरकार' चित्रपटाचे शूटिंग जुहूला ज्या बंगल्यामध्ये झाले होते, तो बंगला वर निर्देशित केलेल्या बाईंचा होता. तिथे त्या बाईंचे एक दीरही राहात होते. ते दाताचे डॉक्टर होते. आमच्या डॉक्टरांचा त्यांच्याशी परिचय होता. त्यांच्या घरी डॉक्टरांचे जाणे-येणेही असावे. त्या बंगल्यामध्ये राहणाऱ्या डॉक्टरांची एक तरुण मुलगीही होती. त्या दिवशी शूटिंगच्या रात्री शॉट नसला की, डॉक्टर त्या घरातील तरुणीबरोबर गप्पा मारीत बीचवर शतपावली करायचे. पण बाबांच्या त्या नातेवाईक बाईंनी कोणतीही नीट चौकशी न करता त्यांची स्वत:ची पुतणी डॉक्टरांच्याबरोबर त्या रात्री जुहू बीचवर फिरत असतानाही सरळ सरळ बाबांना सांगून टाकले की, कांचन काशिनाथ घाणेकरांच्याबरोबर जुहूबीचवर हिंडत होती.

बाबांना मी हे सर्व स्पष्ट करून सांगितले. पण त्यांचा त्यावर कितपत विश्वास बसला माहीत नाही. पण एकंदरीत बाबांच्या अपेक्षेप्रमाणे न घडल्याने काहीतरी कारण काढून डॉक्टरांना व मला कसे एकमेकांपासून दूर करता येईल याच तरतुदीत बाबा असल्याचे दिसत होते. सुरुवातीला आत्तीचीही काही कायदेशीर मार्गाने माझे डॉक्टरांशी लग्न होत असेल तर तिची हे लग्न करून द्यायची तयारी होती. कारण प्रथम पत्नीने दुसऱ्या लग्नाला परवानगी दिली तर दुसरे लग्नही कायदेशीर मानले जाते हे तिला माहीत होते. डॉक्टर कधीही इरावतीबाईंना घटस्फोट देणार नाहीत याची आत्तीला खात्री होती. त्यामुळे आमचे लग्न केले तर या पद्धतीनेच करावे लागेल याची आत्तीलाही कल्पना होती.

आत्तीला डॉक्टर आवडत होते. एकदा ती म्हणालीही होती की, हा मुलगा *(काशिनाथ)* मलाही आवडतो. अविवाहित असता तर कांचनचे मी त्याच्याशी कधीच लग्न करून दिले असते. पण प्रत्यक्ष समोरासमोर बसून बोलणी होण्याऐवजी डॉक्टरांनी जो आधीच गावभर बभ्रा करून ठेवला होता, त्यामुळेच आत्ती डॉक्टरांच्यावर चिडून होती. डॉक्टरांच्या ह्या एवढ्याशा चुकीची सर्वांनाच शिक्षा भोगावी लागली. बाबांचाही ह्या लग्नाला विरोध आहे असे पाहिल्यावर आत्तीला अधिकच अवसान

चढले; आणि तिने एकच आग्रह धरला की, डॉक्टरांचा विचार संपूर्णतया सोडून, मी दुसऱ्या कुणाशी तरी लग्न हे केलेच पाहिजे.

काशिनाथचा विचार कांचनने सोडला पाहिजे इथपर्यंत बाबा आत्तीशी सहमत होते. पण मी दुसऱ्या कुणाशी तरी लग्न हे केलेच पाहिजे हा आत्तीचा अट्टाहास त्यांनाही मान्य नव्हता. तसे त्यांनी आत्तीला बोलूनही दाखवले. पण त्यावर आत्तीने बाबांना एकच प्रश्न विचारला–

"तुमच्या मुली अशा वागल्या असत्या तर, बाबा तुम्ही काय केले असते?" आणि बाबा माझ्या बाबतीत काहीच करू शकले नाहीत. कुठलाही निर्णय न होता आम्ही तशाच मुंबईला परत आलो.

११

अश्वत्थाम्यासारखी कायम चिघळणारी जखम घेऊन मी कोल्हापूरहून परत आले. अश्वत्थामा त्या जखमेवर घालण्यासाठी निदान तेल तरी मागत फिरतो. मला मात्र साधी फुंकरही मिळायची मारामार झाली. तिकडे डॉक्टरही हतबल झाले. ते जेव्हा जेव्हा कोल्हापूरला नाटकासाठी जायचे, तेव्हा तेव्हा बाबा त्यांचा ब्रेनवॉश करायची संधी सोडायचे नाहीत. बाबा डॉक्टरांना सांगायचे की, कांचनचा विचार मनातून काढून टाक. तिच्या जीवाचे काही बरेवाईट झाले तर त्याची जबाबदारी आमच्यावर राहील. तुझ्यावर कोणताही दोष येणार नाही. कांचन तुझ्या दारात आली तर तिला हाकलून दे म्हणून सांगायचे. हे सर्व ऐकून चिडलेले डॉक्टर बाबांना सांगायचे की, तुम्ही म्हणताय ते सर्व तुम्ही आणि दीदी *(सुलोचनाबाई)* मला लेखी लिहून द्या, तरच याचा विचार करीन. सगळीकडेच असह्य ताण होता.

आतल्या आत जळत राहण्यापलीकडे मी काहीच करू शकत नव्हते. कारण मला आत्ती आणि डॉक्टर दोघेही हवे होते. दोघांच्यावरही माझे प्राणांतिक प्रेम होते. मी अशी कुढत बसण्यापेक्षा कोणता तरी एक निर्णय का घेत नाही याचेच सर्वांना आश्चर्य वाटायचे. माझ्यासारख्या विशी ओलांडलेल्या पदवीधर मुलीला स्वत:चे आयुष्य कसे असावे याचा निर्णय करता येऊ नये, याचे खुद्द इरावतीबाईंनाही आश्चर्य वाटायचे.

पण मी डॉक्टरांच्याकडे जाण्याचा एकेरी निर्णय घेऊ शकत नव्हते. कारण आत्तीच्या मनाविरुद्ध मी डॉक्टरांच्याकडे गेले असते तर आमचे सगळे घरच कोसळण्याचा संभव होता. आत्तीने तर जीवाचे बरेवाईटही करून घेतले असते. नव्हे तिने एकदा तसा प्रयत्नही केला होता. अजून माझ्या सहा मामेभावंडांचे जीवन मार्गी लागायचे होते. त्या सर्वांची वाताहत करण्याचे खापर माझ्याच डोक्यावर फुटले

असते. याउलट मी डॉक्टरांच्याकडे न जाण्याने एका डॉक्टरांशिवाय कुणाचेच नुकसान होणार नव्हते. त्यांचा इरावतीबाईंच्याबरोबरचा संसार अबाधित राहणार होता. शिवाय डॉक्टरांना सांभाळायला, त्यांची काळजी घ्यायला इरावतीबाई होत्या. डॉक्टर एकाकी होणार नव्हते. या सर्वांतून मला एकच सुचत होते. ते म्हणजे माझ्या वैयक्तिक सुखाचा मार्ग माझ्याच हाताने बंद करून घेणे आणि तोच निर्णय मी घेतला.

१००

आता मात्र डॉक्टरांना फोन न करण्याचे, त्यांना न भेटण्याचे माझ्यावरील निर्बंध मी झुगारून दिले होते. मी कमालीच्या प्रामाणिकपणाने बाबांनी घातलेल्या अटींचे पालन केले होते. पण माझ्या वाट्याला आली होती ती घोर फसवणूक. त्यामुळे मीही आता या बाबतीत मुर्दाड बनले. जेव्हा केव्हा संधी मिळेल तेव्हा मी डॉक्टरांना त्यांच्या घरी भेटायला जायची, किंवा फोन करायची, इरावतीबाईंनाही ते माहीत होते. डॉक्टरांच्या दर वाढदिवसाच्या आदल्या दिवशी मी त्यांना भेटून एखादे प्रेझेंट द्यायची. त्यासाठी मी माझ्यावर होणारे बरेच खर्च कमी केले. कमालीची काटकसर स्वत:वर लादून घेतली. शक्यतो सर्व प्रवास बसने अथवा चालत करायची. डॉक्टरांना फोन बाहेरूनच करायची, तोही पब्लिक फोनवरून करायचा असा माझा कटाक्ष असे. कपड्यालत्त्यांचा, चैनीच्या गोष्टींचा खर्च कमी केला. डॉक्टरांच्या व माझ्या आवडीचे म्हणून सेंट व दूधही बंद करून टाकले. माझ्या वाढदिवसाला मिळणारे पैसे मी साठवून ठेवायची आणि त्यातून डॉक्टरांना प्रेझेंट आणायची.

डॉक्टरांच्या वाढदिवसानंतर दोनच दिवसांनी माझा वाढदिवस यायचा. म्हणून डॉक्टर मला काही पैसे देऊ करायचे आणि तुला काय पाहिजे ते यातून आण म्हणायचे. मी ते घ्यायला नकार द्यायची. कारण नवीन खरेदी मी आताशा करायची नाहीच. पण मधूनच डॉक्टरांनी दिलेल्या पैशातून खरेदी करायची म्हणजे सर्वांना संशय यायचा. पण डॉक्टरही नाराज होऊ नयेत म्हणून मी त्यांना म्हणायची, ''मला काही नको. मी सगळं भरून पावले आहे.'' ते ऐकून डॉक्टर गंभीर व्हायचे आणि उदास होऊन म्हणायचे–

''तुला मिळालंयच काय? काहीसुद्धा नाही.''

डॉक्टरांना माझ्याबद्दल असलेली ही जाणीव कुठलंही मोल न करता येणारी होती.

डॉक्टरांच्या क्वचित घडणाऱ्या भेटी ह्या माझ्या आयुष्यातील हिरवळ होती. तर त्यांच्याबरोबर होणारे फोनवरील संभाषण हा विरंगुळा होता. बाकी सगळे वैराण

वाळवंटच होते. डॉक्टर मला सांगायचे–

"हे लोक आपल्याला आता एकत्र येऊ देत नाहीत ना? मग आपण म्हातारपणी एकत्र राहू. इरावती, तू आणि मी. त्या वेळी आम्ही दोघेही म्हातारे असणार. तू आमच्या दोघांच्या म्हातारपणाची काठी असणार."

काही वेळेला मजेशीर प्रसंगही घडायचा. तापलेल्या वातावरणात हलक्याशा वाऱ्याच्या झुळकीने काम करावे तसे वाटायचे. माझ्या एका कानाचे ऑपेरशन ७२ साली झाले होते. दुसऱ्या कानाचेही काही वर्षांनी करावे लागणार होते. कानाची माझी सतत तक्रार असायचीच. इरावतीबाईंनाही कानाचा काहीसा त्रास असावा. त्यामुळे एक दिवस कशाने तरी वैतागलेले डॉक्टर त्राग्याने म्हणाले–

"दोघीही भेटल्या आहेत त्या डिफेक्टिव्ह कानाच्या."

"आता तिसरी कराल ती सगळं व्यवस्थित असलेली बघून करा." असं शांतपणे इरावतीबाईंनी डॉक्टरांना सांगितले.

हे ऐकल्यावर डॉक्टरांचा चेहरा नक्कीच फोटो काढण्यासारखा झाला असणार. हा किस्सा सांगताना स्वत: डॉक्टरांनाही राहून राहून हसायला येत होते. डॉक्टरांनी मला स्वीकारलंय यापेक्षाही इरावतीबाईंनी माझं अस्तित्व मान्य केलंय, हे ऐकून मी मात्र मनोमनी सुखावत होते.

१०१

मी दिवसभर स्वत:ला घरकामात गुंतवून घ्यायची. आमच्याकडे पाहुण्यांचे येणे-जाणेही खूप असायचे. त्यामुळे त्यांच्या सरबराईत कधी दिवस उजाडायचा आणि कधी मावळायचा हे समजायचेही नाही. त्यामुळे अंथरुणाला पाठ टेकली की डोळे मिटायचे. रात्रभर उसासे टाकत तळमळायचे आणि दुसऱ्यांनी ते पाहायचे हे मला अजिबात मंजूर नव्हते. डॉक्टरांच्या बरोबर संसार थाटताना आपण अगदी स्वयंपाकामध्ये सुगरण व्हायचं ठरवलं होतं. नवऱ्याच्या हृदयात शिरायचे असेल तर त्याच्या पोटात शिरता आले पाहिजे, हा सुखी संसाराचा कानमंत्र मी आदर्श गृहिणींच्याकडून ऐकत आले होते. पण संसाराचे स्वप्नच पत्त्याचा बंगला ढासळावा तसे ढासळून गेले होते. त्यामुळे स्वयंपाकघरात मला रस उरला नव्हता. जे ताटात पडेल ते खायचे आणि उठायचे हे मी धोरण ठेवले होते. आजारी पडून अंथरुणाला खिळायचे नाही इतपत प्रकृतीची काळजी घ्यायची असे ठरविले होते. कारण मध्यंतरी मी कशानेतरी आजारी पडायची. तेव्हा कुणीतरी टोमणा मारला होताच की, कांचनच्या पत्रिकेत डॉक्टरचा योग नाहीतरी जरा जास्तच दिसतो. माझ्या राहण्या-वागण्यात, बोलण्यात एक प्रकारचा करडेपणा, कोरडेपणा यायला लागला.

डॉक्टरांना नाटकाचा विरंगुळा होताच. पण त्यांची सामाजिक कार्ये, मित्रकार्येही त्याबरोबरीने सुरू होती. कुणाला नोकरी लावून दे, कुणाचे सचिवालयात खोळंबलेले काम मार्गी लावून दे; महानगरपालिकेत अडलेले कुणाचे तरी काम सुरळीत करून दे, कुणाला शिक्षणासाठी मदत कर, अशांसारख्या गोष्टी प्रत्यही सुरू होत्याच. त्यात २० मार्च रोजी वसंत कानेटकर ५१व्या वर्षांत पदार्पण करणार होते. त्या निमित्ताने डॉक्टरांनी स्वत: कानेटकरांच्यावर गौरवपर लेख 'महाराष्ट्र टाईम्स'मध्ये लिहिलाच. पण महाराष्ट्रातील अनेक प्रमुख शहरांतील आपल्या मित्रमंडळींना आणि पत्रकारांना कानेटकरांच्यावर अभिनंदनपर लेख लिहिण्याची विनंतिपत्रे पाठविली.

या वेळी एका नव्या नाटकाच्या तयारीतही डॉक्टर गुंतले होते. 'वेट अन्टील डार्क' ह्या इंग्रजी चित्रपटावरून रत्नाकर मतकरी यांनी अनुवादित केलेले 'अंधार माझा सोबती' हे नाटक नाट्यसंपदेतर्फे रंगभूमीवर येणार होते. दिग्दर्शक होते, गुजराथी रंगभूमीवरील प्रख्यात नट व दिग्दर्शक कांति मढिया.

५ मे, १९७२ रोजी 'अंधार माझा सोबती' रंगभूमीवर आले. आता पूर्वीसारखी डॉक्टरांच्या नाटकांची पहिल्या प्रयोगाची, त्यांच्या महोत्सवी प्रयोगांची आमंत्रणे येणे बंद झाले होते. नव्हे, आत्तीनेच ती पाठवायला बंदी केली होती. वर्षापूर्वी पाडव्यादिवशी 'मला काही सांगायचंय' नाटकाच्या महोत्सवी प्रयोगाचे निमंत्रण देण्यासाठी डॉक्टरांनी फोन केला असता आत्तीने त्यांना अत्यंत कडक शब्दांत सांगितले होते की, यापुढे त्यांनी आमच्या घरी फोनही करायचा नाही आणि कुठल्याही नाटकाचे आमंत्रणही द्यायचे नाही. वर्तमानपत्रात येणारी परीक्षणे मात्र मी उत्सुकतेने वाचत होते.

'महाराष्ट्र टाइम्स'ने लिहिले–

या नाटकात लोकप्रिय नट डॉ. काशिनाथ घाणेकर अट्टल बदमाषाच्या भूमिकेत दिसले. वेगळ्या धर्तीची भूमिका घाणेकरांनी केली ही बाब कौतुकाची. आता ते 'गुलजार गुन्हेगार' दिसले हा भाग वेगळा. आवाज खराब असतानाही खालच्या पट्टीत बोलून त्यांनी योग्य तो परिणाम साधला.

'तरुण भारत'च्या श्री. ना. बर्वे यांनी मात्र वेगळा सूर लावला–

डॉ. घाणेकरांचे घसा खरवडून कंठाळी आणि कंटाळा आणणारे बोलणे, अभिनयातील तीव्र नाटकीपणा या गोष्टींना पायबंद घालायला कोणी दिग्दर्शक धजावत नाही आणि आपल्या फॅनला आवडतं म्हणून डॉ. घाणेकर स्वत:होऊनही त्यात सुधारणा आणण्याचा प्रयत्नही करताना दिसत नाही.

'माहेर' या मासिकात रंगमंचमध्ये लिहिताना समीक्षक विष्णू लोखंडे म्हणाले–

डॉ. घाणेकर खलनायकाची भूमिका करताना आपल्या आजवरच्या ग्लॅमरशी फार मोठा जुगार खेळले आहेत. सय्यदसारखा बदमाष त्यांनी लीलया उभा केला आणि हा जुगार जिंकला. ही एक अभिनंदनाची बाब आहे. आवाज बदलून वेगवेगळ्या भूमिका साकार करण्यात डॉ. घाणेकरांनी दाखविलेले अभिनयाचे पैलू निःसंशय वाखाणण्याजोगे आहेत.

'माणूस' साप्ताहिकात पुष्पा भावे म्हणतात–

निर्ढावलेल्या डाकूची भूमिका घाणेकरांनी अतिशय संयमाने केली. त्यांच्या हालचाली रहस्यमय होत्या आणि त्यांनी एकदम ज्योतीवर घातलेल्या अनपेक्षित झडपेनंतर तर प्रेक्षकांतून किंकाळ्या ऐकू आल्या.

'श्री' आणि 'फ्री प्रेस'च्या आपल्या परीक्षणात ललिता बापट म्हणतात–

मूक अभिनय आणि अवाक्षरही न उच्चारता डॉ. घाणेकरांनी केलेल्या हालचालीतून त्यांचे अजोड अभिनयकौशल्य ठायी ठायी प्रगट होते. आणि आणखी एक महत्त्वाची गोष्ट म्हणजे त्यांची प्रेक्षकांच्याकडे पाहात सतत दाद घेत अभिनय करण्याच्या त्यांच्या सवयीतून ते प्रथमच इथे बाहेर आलेले दिसतात.

नाशिकच्या 'आपण' या साप्ताहिकात काव्यविश्वच्या सदरात समीक्षक अ. सी. केळुसकर म्हणाले की–

घाणेकर कोणतीही भूमिका सफाईदार करतात, असा त्यांचा लौकिक आहे. या भूमिकेत त्यांनी निरनिराळ्या पद्धतीने आपल्या आवाजाला धार चढवून आवाजाला वाटेल तसे वळण लावण्याचा प्रयत्न केला आहे. तसेच शेवटच्या मूक दृश्यात जो मुद्राभिनय केला आहे तोही कौतुकास्पद आहे. तथापि, हे सर्व 'ओव्हर' होत आहे, याची जाणीव झाल्याशिवाय राहात नाही.

'सोबत'चे अनंत वि. बेडेकर यांच्या मते–

निर्दय, हुषार अशा एका स्मगलरची यातील भूमिका घाणेकरांनी परिणामकारकतेने वठविली. म्हाताऱ्याचे आणि नंतर त्याच्या बावळट मुलाचे सोंगही त्यांनी चांगल्या तऱ्हेने घेतले आहे. ते रंगमंचावर वावरतातही छान. नायिकेशी त्यांनी दिलेला प्राणांतिक झगडा परिणामकारकतेने पेश होतो. पण अखेरच्या अंकात घाणेकर काही विचित्र हेल काढून बोलतात त्यामुळे नको तिथे हशा निर्माण होतो आणि नाटकाची रंगत खाली येते. असले विचित्र बोलणे, ओव्हर ॲक्टिंग करून प्रेक्षकांकडून उगीच हशा मिळविण्याची खटपट होणार नाही अशी खबरदारी घेतली, तर ही दुय्यम परंतु वेगळ्या जातीची भूमिकासुद्धा डॉ. घाणेकर यांना चांगले यश देऊन जाईल.

१०३

लेखन, उत्कृष्ट निर्मितीमूल्ये, बंदिस्त दिग्दर्शन आणि डॉक्टरांची वेगळी भूमिका याबद्दल वाचल्यापासून हे नाटक बघण्याची उत्कंठा लागली होती. पण डॉक्टरांचे नाटक बघायला जाऊ या का? किंवा निदान मी तरी जाते असे आत्तीला म्हणण्याची माझी प्राज्ञा नव्हती. पण एक दिवस आत्तीनेच 'अंधार माझा सोबती'ची तिकिटे काढायला सांगितली. माझ्या चेहऱ्यावरचे आश्चर्य मी लपवू शकले नाही. आत्तीच्याही हे लक्षात आले असावे. तिच्याजवळ बसलेल्या कुणाला तरी उद्देशून, पण मला ऐकू जाईल अशा स्वरात ती म्हणाली–

''काशिनाथचे माझे वैर असले तरी तो एक कलावंत म्हणून मी त्याचा आदरच करते आणि तो एक कलावंत म्हणूनच त्याचे नाटकही पाहणार.''

हे मात्र खरंच होतं. काही महिन्यांपूर्वीही दादा *(राजा परांजपे)* आपल्या 'श्रीपाद चित्र'तर्फे एका मराठी चित्रपटाची तयारी करत होते. त्यांच्या मनासारखी कथा आणि लेखकही मिळाला होता. कथा होती 'रोमन हॉलीडे' ह्या इंग्रजी चित्रपट कथेवर आधारित, तर लेखक होते ग. रा. कामत. अर्थसहाय्य आणि वितरणाची जबाबदारी एम. बी. सामंत यांनी उचलली होती. दादांनी मोठ्या उत्साहाने सर्व तयारी सुरू केली होती. नायक-नायिकेच्या निवडीबाबत चर्चा सुरू झाली तेव्हा आत्तीने दादांच्या जवळ डॉक्टरांच्या नावाचाच आग्रह धरला होता. ते ऐकून त्या वेळीही मला आश्चर्य वाटले होते. कारण त्या वेळीही संबंध ताणलेले होते, पण त्या वेळी आत्तीचे मत होते की अभिनय आणि लोकप्रियता या दृष्टीने एकच नाव तिच्यासमोर होते; डॉ. काशिनाथ घाणेकर, त्याप्रमाणे वर्तमानपत्रातूनही त्या चित्रपटाची द्वाही फिरली. पण त्याच्या दुसऱ्या दिवशीच ग. रा. कामत यांनी कळविले की, ती कथा त्यांनी यापूर्वीच त्यांच्या मेव्हण्यांना दिलेली होती. तेव्हा तीच कथा या चित्रपटाकरिता घेता येणार नाही. ते ऐकल्यावर दादांचे सगळे मनोरथ ढासळले. पुन्हा म्हणून कधी त्यांच्या मनाने उभारी धरली नाही. हिंदीमध्ये तो चित्रपट 'मनचली' या नावाने ग. रा. कामत यांचे मेव्हणे राजा नवाथे यांनी तयार केला. संजीवकुमार व डॉक्टरांचे काय सख्य होते माहीत नाही, कारण याही चित्रपटाचा नायक संजीवकुमारच होता.

मोठ्या उत्सुकतेने मी हे नाटक पाहायला गेले. पण प्रथमतःच डॉक्टरांच्या या नाटकाने माझी घोर निराशा केली होती. नाटक कधी एकदा संपते असे होऊन गेले. आमच्या पुढच्या रांगेत पु. ल. देशपांडे, वसंत जोगळेकर अशांसारखी जाणकार मंडळी बसली होती. मधूनमधून त्यांची एकमेकांच्याकडे वळणारी नजर, पु.लं.ची अस्वस्थपणे पुढे-मागे होणारी पाठ, ते किती कंटाळले आहेत ते सांगत होती.

कुठेच रंग भरत नव्हता. डॉक्टर खलनायक कसा 'असतो' हे दाखविण्यापेक्षा कसा 'दिसतो' हे दाखविण्याच्या खटपटीतच अधिक होते. उत्कटता आणि अतिरेक यांतील फरक मानायला आज डॉक्टर तयार दिसत नव्हते. सबंध नाटकात लक्षात राहिला तो फैय्याजने केलेला आंधळीचा अभिनय. आपण केवळ गायिकाच नसून, अभिनयही चांगला करू शकतो, हे तिने सिद्ध केले.

दुसऱ्या दिवशी डॉक्टर माझ्या फोनची वाट पाहात होतेच. मला काहीच आवडले नसल्याचे मी एकाच वाक्यात सांगून टाकले. अतिशय कंटाळवाणा प्रयोग असा मी त्या प्रयोगाचा उल्लेख करताच डॉक्टर म्हणाले की, रवींद्र नाट्यमंदिरात तो प्रयोग पाहिल्यामुळे तसे वाटले असेल. शिवाजी मंदिरासारखे कुठेच नाटक रंगत नाही. हे आपले आवडते मत त्यांनी पुन्हा एकदा ऐकविले. डॉक्टर मुळाशी जाऊन गुण-दोषांची चर्चा करायला तयार नव्हते. बाह्य कारणांचा हिशोब देत होते. मी मनाशी म्हटले यापूर्वीची डॉक्टरांची नाटकं रवींद्र नाट्यमंदिरातच रंगली ना?

१०४

'अंधार माझा सोबती' हे डॉक्टरांचे अपयशी ठरलेले नाटक. 'रायगड'पासून सुरू झालेला त्यांच्या यशाचा वाढता आलेख प्रथमच कुठेतरी थांबलेला दिसला. डॉक्टरांनाही ते जाणवले असावे. पण त्याचे कारण शोधायचा प्रयत्न त्यांनी केला नाही. आपण इतकी मेहनत घेऊनही आणि नेहमीपेक्षा वेगळी भूमिका करायचा प्रयत्न करूनही, प्रेक्षकांचा प्रतिसाद का मिळाला नाही, याची खोलवर जाऊन त्यांनी चौकशी केली नाही. भूमिकेत शिरणारे डॉक्टर या प्रश्नात शिरू शकले नाहीत. पण त्याचबरोबर असाही विचार येतो की प्रेक्षकांनाच डॉक्टरांच्या भूमिकेतील हा बदल रुचला नसेल का? आपल्याकडे आपल्या आवडत्या कलावंताला ठराविक 'इमेज'मध्ये अडकवून वर्षानुवर्षे तसेच पाहात राहण्याचा सर्वसामान्य प्रेक्षकांचा कल आहे. कलावंतही कुणी स्थितप्रज्ञ नव्हे की, ज्याच्यावर कशाचाच परिणाम होत नाही आणि डॉक्टरांसारखा अती संवेदनशील नट तर या प्रेक्षकांच्या प्रतिसादावरच जगणारा. स्वत:च्या वैयक्तिक आवडीनिवडीपेक्षाही आपल्यासाठी येणाऱ्या प्रेक्षकांना काय आवडतं ते देण्याकडे डॉक्टरांचा कल अधिक राहिला. त्यामध्ये ते वाहावतही गेले.

प्रेक्षकाच्या आवडीनुसार वाहवत न जाता, त्यांना आपल्या मार्गाने यायला भाग पाडणारा एक कलाकारांचा वर्ग आता प्रकाशात यायला लागला होता. रंगभूमीवर नवे वारे वाहात होते. रंगभूमीबद्दलच्या जाणिवा-नेणिवा बदलायला लागल्या होत्या. पाश्चात्त्य रंगभूमी, तिथला अभिनय याकडे डोळसपणे पाहिले जात होते. एन.एस.डी.मधून अल्काझींसारखा कलातपस्वी मार्गदर्शन करीत होताच. पण मराठी तरुण-तरुणी

मोठ्या संख्येने आता त्याचा लाभ घ्यायला लागले. या कलाकारांची कलाकृती पाहताना प्रेक्षकांचाही एक नवा वर्ग तयार होत होता. त्यांना तर डॉक्टरांचा अभिनय आणि ह्या नव्या मंडळींचा अभिनय यात मोठी तफावत जाणवायला लागली.

डॉक्टर स्वत: सुशिक्षित, तीक्ष्ण बुद्धीचे होते. हे सर्व होत असलेले बदल त्यांना जाणवत नसतील का? चार्ली चाप्लीन, पॉल मुनी, लॉरेन्स ऑलिव्हिए, पीटर ओ'टूल यांच्या अभिनयाचे ते चाहते होते, भक्त होते. त्यांच्या चरित्रांची ते पारायणे करीत होते. पण मग आपला जातिवंत अभिनय कुठल्या मार्गाने चाललाय हे त्यांच्या ध्यानी येत नसेल का? जुन्या-नव्या अभिनयाचे जे विलक्षण कॉकलेट डॉक्टरांनी तयार केले होते, त्याच्या धुंदीतून डॉक्टर स्वत:ही बाहेर पडायला तयार नव्हते. जुने त्यांना सोडवत नव्हते आणि नवे स्वीकारताना ते घाबरत असावेत. कारण ज्या जुन्यावर त्यांनी अफाट लोकप्रियता मिळविली, ती नवे स्वीकारून लाभेलच का याची त्यांना खात्री नव्हती. नव्या-जुन्याच्या ह्या संघर्षात डॉक्टर एखाद्या त्रिशंकूसारखे लटकत होते.

'अंधार माझा सोबती'च्या अपयशाने डॉक्टरांची तर खात्रीच झाली असावी की, वेगळे काही करून पाहणे म्हणजे अपयशाला आमंत्रण. डॉक्टर स्वत:शीच भिरभिरत राहिले. 'अश्रूंची झाली फुले'मध्ये प्रा. विद्यानंदच्या तोंडी एक वाक्य आहे– 'नाळ तुटत नाही, पाश सुटत नाही.' डॉक्टरांच्या संदर्भात मला ह्या वाक्याची फार तीव्रतेने आठवण यायची. डॉक्टरांची जुन्याशी जुडलेली नाळ तुटत नव्हती आणि लोकप्रियतेच्या हव्यासाचा पाश सुटत नव्हता. योग्यता असूनही, शक्यता असूनही डॉक्टर नव्याशी जळवून घेत नव्हते, घेऊ इच्छित नव्हते.

१०५

अमर्याद लोकप्रियतेची नशा अनुभवीत असताना डॉक्टरांना मदिरेच्या नशेची का गरज भासावी, हे समजत नव्हते. दौऱ्यावर तर हटकून या गोष्टीचा अतिरेक व्हायचा. ह्या पिण्याची कारणे कधी कांचन मला मिळत नाही, तर कधी मूल नाही अशासारखी असायची, तर कधी फार क्षुल्लकही असायची. डॉक्टर काही कारणासाठी दारू पीत होते, की पिण्यासाठी कारण शोधीत होते, हेच समजायचे नाही. बरं सर्व दु:खावर दारूच जर एकमेव उपाय असता तर प्रत्येक दु:खी माणसाने तिचाच आधार घेतला असता. माझ्या दृष्टीने तर आता सगळे आयुष्यच अंधारमय होते. मग मला तर दारूच्या हौदातच मुक्काम ठोकायला हवा होता. याउलट आत्ती मला एका माणसाशी माझी निष्ठा पाळू देत नाही तर तिच्यावर सूड म्हणून स्वैराचार करण्याचा नुसता विचारही कधी माझ्या मनात आला नाही.

डॉक्टरांच्या पिण्यावरून यापूर्वी मी कधी त्यांना बोलले की, डॉक्टर सांगत,

'तुम्ही लग्न करून आलात की, अशा वागवून दाखवा की, मला दारूची आठवणही येऊ नये. माझी दारू कमी करणे हे तुम्ही मला किती गुंतवून ठेवता यावर अवलंबून राहील.' आता नुसतं पाहात राहण्यापेक्षा दुसरं माझ्या हाती काही राहिलंच नव्हतं.

डॉक्टर सततच्या पिण्यामुळे नेहमी उत्तेजित झाल्यासारखे वागत. त्यामुळे ते दिवसरात्र दारूतच बुडाले आहेत असे वाटत. त्याच वर्षी मार्चमध्ये डॉक्टर नागपूर दौऱ्यावर होते. त्या वेळी तिथे एक दिवस भीमसेन जोशींचा गाण्याचा जलसा होता. डॉक्टरांची व भीमसेन जोशी यांची आधीपासूनची चांगल्यापैकी जान पहचान. डॉक्टर, भीमसेन यांना त्यांच्या निकटवर्तीयांप्रमाणे 'भीमण्णा' या लाडक्या नावाने संबोधित. त्या दिवशी गाणे चालू होते तिथे डॉक्टर पोहोचले. पण मधे जाऊन बसण्याऐवजी डॉक्टर दारातच थांबले. कुणीतरी भीमसेन जोशी यांना डॉक्टर येऊन दाराशी थांबल्याची वर्दी दिली. भीमसेन यांनी गाणे थांबवून "या राजे आमच्याजवळ येऊन बसा." असे रंगमंचावरून सांगितले. एखाद्या बड्या व्यक्तीने केलेल्या कौतुकाची तर डॉक्टरांना फारच आवड. भीमसेन यांच्या आग्रहाप्रमाणे ते रंगमंचावर जाऊन बसले.

डॉक्टरांना संगीताची आवड होती. पण त्याहीपेक्षा आपल्याला ते कळतं अशी त्यांची गोड समजूत होती आणि त्याहूनही महत्त्वाची गोष्ट म्हणजे आपल्याला गाण्याचा कान आहे हे सर्वांना कळले पाहिजे ही अपेक्षा अधिक असायची. त्यामुळे गाण्याला जरा जास्तच मोठ्याने ते दाद द्यायचे. कदाचित नाटकात काम करताना डॉक्टरांना स्वत:ला ही दाद घ्यायची इतकी सवय झाली होती आणि अशी दाद मिळाल्यामुळे कलावंत अधिक फुलतो अशी त्यांची समजूत होती. तेव्हा आपल्याला जशी भरभरून दाद लागते, तशीच इतर कलावंतांनाही आपण भरभरून दाद दिली पाहिजे, असे त्यांचे त्यावर म्हणणे असायचे.

पण सर्वांनाच हे मान्य होईल असे कसे सांगता येईल? विशेषत: गाणे हे तन्मयतेने, एकाग्र होऊन ऐकण्याची अनुभूती घेण्याची कला आहे, हे डॉक्टर ध्यानात घ्यायचे नाहीत. त्यामुळे त्या दिवशीच्या भीमसेन जोशींच्या जलशात डॉक्टरांनी जो 'दाद' देण्याचा अतिरेक केला तो बऱ्याच जणांना खटकला. दुसऱ्या दिवशी त्याचे तीव्र पडसाद वर्तमानपत्रातूनही उमटले. डॉक्टरांनी पिऊन भीमसेन जोशी यांच्या कार्यक्रमात गोंधळ घातला, हेच प्रामुख्याने लिहून आले. अर्थात डॉक्टरांचे विरोधक होते, तसेच समर्थकही होते. त्यांनीही डॉक्टरांची बाजू वर्तमानपत्रातून मांडली. डॉक्टरांच्या एका स्नेह्याने नागपूरहून त्यांना पाठविलेले पत्र तर आणखीही काही गोष्टींवर प्रकाश टाकणारे होते–

॥ श्री ॥

७-४-७२

मित्रवर्य डॉक्टर

स. न.

काही महाभाग असे असतात की, तुफानासारखे येतात आणि तुफानासारखे निघून जातात. तुफान आपल्या बरोबर घेऊन जातात. पण आपण अजब दिसता यार! आपण आमच्या गावातून निघून गेला आणि जाताना तुफानाला मुक्कामासाठी ठेवून दिले.

एकूण मजा आला. पं. जोशी आणि तुमच्या स्नेहाबद्दल कदाचित लोकांना कल्पना नसावी, म्हणून कुणीतरी हा उपद्व्याप केला. मी त्या प्रसंगी हजर होतो. आपण पंडितजींच्या शेजारी जाऊन बसला त्यावर कुणा एका संगीतप्रेमी माणसाची नाराजी झाली. पण तुम्हाला ठाऊक नसेल तो संगीतप्रेमी म्हणजे तुमच्याच व्यवसायाचा डॉक्टर आहे. साली, तुमच्या व्यवसायात जेलसी असेल असे वाटले नाही.

यावर एकच उपाय मला वाटतो. एक तर तुम्ही नाटक सोडून डॉक्टरकी पुन्हा सुरू करावी. नाहीतर त्या संगीतप्रेमी डॉक्टराला तुम्ही नाटकात आवेदन द्यावे. जाने दो! कुणाच्या पोटात कोणते शूळ असतात हे बडे बडे डॉक्टरही जाणू शकत नाहीत. तर असो. प्रत्येकाचे शूळ ज्याच्या त्याच्या पोटात सुखरूप असोत. आपल्याला काय करायचे आहे?

परंतु तुमच्या याच नागपूर दौऱ्यात तुमच्याबद्दल या ना त्या रूपाने वार करणारे वृत्त यावे हे खटकते. इतकेच नव्हे तर तसा काही पद्धतशीर प्रयत्न होत असल्याचा मात्र वास आला. Which I felt it seriously म्हणून शेवटचे, वाद संपवणारे 'नाट्यप्रेमी'चे पत्र वर्तमानपत्रात लिहून पूर्णविराम देण्याचा प्रयत्न केला. तुम्हीही हा विषय तेथेच संपवा. मनातून काढून टाका. फालतू साली तकलीफ पाहिजे कशाला? बाकी सर्व उत्तम. बम्बई आना हुवा तो जरूर मिलेंगे. नमस्कार.

स्नेहांकित

× × ×

१०६

नागपूरच्या या गदारोळाची थोडीफार धूळ मुंबईतही उडाली. डॉक्टरांच्याबद्दलच्या ह्या अशा बातम्या शक्यतो माझ्या कानी पडाव्यात आणि मी डॉक्टरांचा तिटकारा करावा, अशा प्रयत्नांत आत्ती नेहमी असायची. एकदा आम्ही जेवायला बसलो

होतो. पुण्याहून श्रीकांत भिडेही आले होते. जेवणाच्या टेबलावरच आत्तीने श्रीकांत भिडे यांना विचारले–

"अरे, त्या घाणेकरबद्दल कुठल्याशा मराठी पेपरमध्ये बरंच काही लिहून आलंय म्हणे. तू वाचलंस का?"

श्रीकांत भिडेही आज्ञाधारकपणे उष्टा हात घेऊन तसेच जेवणावरून उठले आणि आपल्या ब्रीफकेसमधून तो मराठी पेपर काढून आत्तीला दाखवीत म्हणाले–

"वाचा ना काय 'घाण' करून ठेवली आहे ह्या माणसाने."

"ते कांचनला वाचायला दे." आत्ती फणकारली.

श्रीकांत भिडेने तो पेपर माझ्यासमोर धरला. मी मुकाट्याने तो घेतला आणि मांडीवर ठेवून कसेतरी जेवण संपवले. माझे दोन घासही खाऊन झाले नव्हते तेव्हा हा प्रकार घडला. नंतर मात्र जेवणाची इच्छाही उरली नाही. त्या दिवशी पाणीही प्यावे लागले नाही. डोळ्यांतल्या पाण्याबरोबर जेवण पोटात गेले. श्रीकांत भिडे यांनी दिलेला पेपर त्याच रात्री वाचून काढला. डॉक्टरांचे नाव न घालता अथपासून इतिपर्यंत डॉक्टरांनी अनेक प्रसंगी घातलेल्या गोंधळाचे रसभरीत वर्णन अत्यंत भडक भाषेत केलेले होते. काही गोष्टी तर इतक्या ओंगळ लिहिल्या होत्या की, त्या खोटेपणाची चीड आली. नागपूरच्या दौऱ्यापासून ते तमाशातील थिएटरपर्यंतचे अनेक किस्से त्यात होते.

ते सर्वस्वी खोटे होते असे मी म्हणत नाही. कारण ठिणगी पडल्याशिवाय आग पेटत नाही. तेव्हा मुळात ठिणगी असावी लागते; पण आग भडकण्यासाठी त्यामध्ये पद्धतशीरपणे स्फोटक पदार्थांचा वापर केलेला सहज दिसून येत होता. मुळातील एक-दोन गोष्टींबरोबर आणखी दोन-चार गोष्टी मीठ-मसाला लावून अधिकच खमंग, चुरचुरीत केल्या होत्या.

डॉक्टरांच्या बातम्यांपेक्षा अधिक दु:ख झाले ते मी जेवणाच्या ताटावर बसलेली असताना आत्तीने तो विषय काढावा याचे आणि श्रीकांत भिडेंनीही तत्परतेने तो पेपर हातात दिला याचेही. शत्रूही जेवत असला तरी त्याच्यावर वार करत नाहीत. मग माझ्या अपराधासाठी एवढी मोठी शिक्षा? दोन घास शांतपणे खाऊही न देण्याची. आत्तीचे मी समजू शकते की अतिसंतापाने तिची सारासार बुद्धीही बधीर झाल्यासारखी झाली होती; पण श्रीकांत भिडे तर समजूतदार होते. त्यांना माझे जेवण झाल्यावरही तो पेपर मला देता आला असता. पण दीदी *(माझी आई)* म्हणेल ती पूर्वदिशा अशी त्यांची आत्तीबद्दलची श्रद्धा होती.

हे श्रीकांत भिडे आमच्या घराशी डॉक्टरांचे संबंध चांगले होते तेव्हा नेहमी मला त्यांना डॉक्टर पुण्याच्या भरत नाट्य मंदिरमध्ये नुसते दिसले, त्यांनी साधं 'हॅलो' म्हटलं किंवा त्यांच्याबरोबर कपभर कॉफी घेतली तरी येऊन कौतुकाने सांगायचे. पण आता...? कालाय तस्मै नम: हेच खरे.

१०७

डॉक्टरांच्या दृष्टीने महत्त्वपूर्ण ठराव्यात अशा दोन घटना १९७२ मध्ये घडल्या. त्यांतील पहिली म्हणजे एप्रिल महिन्यात मराठी नाट्य परिषदेतर्फे नानासाहेब फाटक यांनी उत्कृष्ट नटासाठी पुरस्कृत केलेले गणपतराव जोशी रौप्यपदक डॉक्टरांना दिले गेले. तर दुसरी घटना म्हणजे त्या नागपूर दौऱ्यातील गोंधळामुळे डॉक्टरांचे नाट्यसंपदेशी असलेले संबंध दुरावले आणि डॉक्टरांनी नाट्यनिर्माते अनंत काणे यांच्या अभिजात ह्या नाट्यसंस्थेत प्रवेश केला. अभिजात ही नावाप्रमाणेच अभिजात कलाकृती सादर करणारी संस्था. पण 'मन पाखरू पाखरू', 'धुक्यात हरवली वाट'सारख्या दर्जेदार नाट्यकृती सादर करूनही आर्थिकदृष्ट्या ह्या संस्थेचे पाय स्थिरावले नव्हते. अभिजातने डॉक्टरांना घेऊन शं. ना. नवरेलिखित 'सुरुंग' हे नाटक करायचे ठरविले.

डॉक्टरांनी होकार दिला तरच 'सुरुंग' रंगभूमीवर येणार होते. नाट्यसंपदेशी बेबनाव झालेले डॉक्टर नव्या नाटकाच्या, नव्या संस्थेच्या शोधात होतेच. संपूर्णतया डॉक्टरांच्या भोवती कथानक असलेले 'सुरुंग' नाटक डॉक्टरांनी स्वीकारले. नंदकुमार रावते यांच्या दिग्दर्शनाखाली तालमी सुरू झाल्या. नवी विटी नवे राज्य. डॉक्टरांनी नव्या साम्राज्यात पाऊल ठेवले. पुन्हा तीच राजेशाही बडदास्त. डॉक्टर म्हणतील तो शब्द प्रमाण.

डॉक्टरांच्या 'सुरुंग'च्या तालमी सुरू असताना एक दिवशी अचानक बातमी आली की शंकर घाणेकर यांचे त्यांच्या जन्मगावी नाटकाचा प्रयोग करीत असताना हृदयविकाराने निधन झाले. शंकर घाणेकरांना श्रद्धांजली वाहताना डॉक्टर म्हणाले–

''रंगभूमीवर आम्ही दोन घाणेकर होतो. शंकर घाणेकर मला भावासारखे होते. आता मी एकटा घाणेकर राहिलो. शंकर घाणेकर यांना रंगभूमीवर अभिनय करताना भाग्याचे मरण आले. मलाही असेच मरण यावे.''

बेळगावच्या 'तरुण भारत'ने तर २२ मार्च १९७२ रोजी बातमी देताना म्हटले–

'प्रख्यात अभिनेते काशिनाथ घाणेकर यांचे हृदयविकाराने निधन झाले.' डॉक्टरांनी स्वत:च मला ही बातमी फोनवरून वाचून दाखविली. मी डॉक्टरांना म्हणाले–

''इडापिडा टळू दे आणि तुमचं आयुष्य वाढू दे.''

'सुरुंग'ची वर्तमानत्रातून धडाकेबाज जाहिरात सुरू झाली. त्यावर डॉक्टरांचे वेगवेगळ्या एक्स्प्रेशन्सचे फोटो आणि सोबत चमकदार वाक्यांची आतषबाजी असायची. ३१ मार्च, १९७२ रोजी साहित्यसंघात 'सुरुंग'चा पहिला प्रयोग होता. अर्थात हाही पहिला प्रयोग पाहण्याचे माझ्या नशिबी नव्हते. डॉक्टरांच्या आजवरच्या नाटकांच्या संहितेबद्दल फारसे वाईट लिहिले गेले नव्हते. पण या नाटकाच्या

भडकपणाबद्दल, मेलोड्रामाबद्दल फारच आक्षेपाने लिहिले गेले.

मुख्य म्हणजे 'पाचोळा जळत नाहीए', 'मन पाखरू पाखरू', 'धुक्यात हरवली वाट' अशांसारखी साहित्यिक मूल्ये असलेली दर्जेदार नाटके लिहिणाऱ्या शं. ना. नवरे यांनी 'सुरुंग'सारखे भडक नाटक लिहावे, याबद्दल समीक्षक आश्चर्य व्यक्त करत होते. गंमत म्हणजे स्वत: शं. ना. नवरे तर 'सुरुंग' हे नाटक सत्यकथेवर, घटनेवर आधारित असल्याचे सांगत होते. पण हे कुणी मान्य करायला तयार नव्हते. इतक्या यातील घटना काल्पनिक, अतिरंजित वाटत होत्या.

'अंधार माझा सोबती'चे अपयश आणि डॉक्टरांचे स्वैर वागणे यामुळे डॉ. काशिनाथ घाणेकर संपला, अशा विचारात असणाऱ्या डॉक्टरांच्या हितशत्रूंच्या डोळ्यांसमोर 'सुरुंग'च्या यशाने पुन्हा एकदा काजवे चमकले. जवळ जवळ सर्वच नाट्यसमीक्षकांनी डॉक्टरांना पुन्हा एकदा उचलून धरले.

'डॉ. घाणेकरांच्या सुरेख अभिनयाने सजलेले सुरुंग'

'सुरुंग या नाटकात डॉ. काशिनाथ घाणेकरांची प्रभावी भूमिका'

'डॉ. घाणेकरांच्या जबरदस्त अभिनयाने तारलेला सुरुंग'

'सुरुंग : घाणेकरांचा सुंदर अभिनय'

'सुरुंग : काशिनाथ घाणेकर यांचा अभिनय हेच आकर्षण'

'खास डॉ. घाणेकरांच्या प्रेक्षकांसाठी अभिजातनिर्मित 'सुरुंग'

'डॉ. काशिनाथ घाणेकर यांच्याभोवती फिरणारे– 'सुरुंग'

अशा जाड जाड मथळ्यांतील विशेषणांनी सुरुंगची वृत्तपत्रातील परीक्षणे सजली.

कुणी लिहिले– बेछूट बंडखोरी, विनोद, उग्रता, निष्ठूरता, धैर्य, हतबलता, कारुण्य, दिलदारी इत्यादी संमिश्र छटांनी परिपूर्ण अशी महेशची अतिशय अवघड आणि भव्य भूमिका संबंध नाटक व्यापून टाकते. काशिनाथ घाणेकर ती भूमिका बेभानपणे अक्षरश: जणू जगतात.

तर कुणी म्हणाले– डॉ. काशिनाथ घाणेकरांचा महेश अप्रतिम होता. त्यांचे अभिनयसामर्थ्य या भूमिकेने पुन्हा एकदा सिद्ध केले आहे. डॉक्टर घाणेकर एकट्याने नाटक तारू शकतात. सामान्य लेखनही आपल्या बळावर लोकप्रिय करू शकतात, हे यातून सहज सिद्ध होते. डॉ. घाणेकर होते म्हणून हे नाटक सुसह्य झाले, ही गोष्ट निर्विवाद सत्य आहे. त्यांचा स्टेजवरील वावर हा प्रेक्षकांना

भारून टाकणारा असतो. मुळात आकर्षक व्यक्तिमत्व, त्यात समजदार, जीव तोडून केला जाणारा प्रभावी अभिनय, मग प्रेक्षक मुग्ध न झाले तरच नवल!

डॉ. घाणेकरांनी आपल्या भूमिकेत जीव ओतला होता. खालच्या पट्टीतल्या अनेक वाक्यांची त्यांनी केलेली अचूक फेक हृद्य होती. भावनांचा कल्लोळ त्यांनी कुशलतेने दाखविला असे सांगताना एका समीक्षकाने घाणेकर लाईट मूडमध्ये

क्वचित अतिरेकही करत होते याचाही उल्लेख केला, तर एका स्त्री-समीक्षकाने एक भविष्यही वर्तवले. त्या म्हणाल्या–

"काशिनाथचे रंगमंचावर महत्त्वाच्या भूमिकेतील हे पुनरागमन अभिजातच्या 'सुरुंग'चे व्यावसायिक यश वाढविणार, यात शंका नाही."

दुसऱ्या एका समीक्षकाने डॉक्टरांच्या भूमिकेचे मूल्यमापन करताना लिहिले की, शेवटच्या प्रसंगात डॉ. काशिनाथ घाणेकर सुजाण अभिनयाचे जे दर्शन घडवितात, त्यावरून त्यांना ही भूमिका सुरुवातीपासूनच अशी रंगविता आली असती, हे पटतं. पण प्रत्यक्षात डॉक्टर घाणेकर इतका आरडाओरडा आणि नाटकीपणा करतात की, लेखकालासुद्धा संभ्रम पडावा की, मला महेश असाच दाखवायचा होता का? संभाजी, लाल्या, बापू या भूमिकांच्या साच्यात 'फिट' बसणारी महेशची व्यक्तिरेखा आहे, असेही मत एका समीक्षकाने मांडले, तर सुरुंग म्हणजे घाणेकरांचा एकपात्री प्रयोग असे एकाने म्हटले.

१०८

ही सर्व परीक्षणे वाचताना माझी 'सुरुंग' पाहण्याची उत्कंठा वाढत होती. आत्तीनेही माझा फार अंत पाहिला नाही आणि रवींद्र नाट्य मंदिरामध्येच आम्ही 'सुरुंग' पाहायला गेलो. नाटकात महेशची बहुरंगी भूमिका करणाऱ्या डॉक्टरांना पाहू, की माझ्या वैयक्तिक डॉक्टरांना पाहू असे मला होऊन गेले. माझ्या दृष्टीने तर 'सुरुंग' हे केवळ डॉक्टरांचे एकट्याचे असलेले एकमेव नाटक. डॉक्टरांच्या यापूर्वीच्या यशस्वी नाटकांतून इतरही कमी-अधिक पूरक गोष्टी त्यांच्या यशस्वितेला हातभार लावणाऱ्या होत्या. पण 'सुरुंग'चे यश हे सर्वस्वी त्यांचे एकट्याचे होते. हा संपूर्णतः एकखांबी तंबू होता. एकट्याच्या खांद्यावर संपूर्ण नाटक यशस्वीरीत्या पेलण्याचे आव्हान डॉक्टरांनी या नाटकामध्ये स्वीकारले आणि जिंकूनही दाखविले.

काही प्रसंगांमध्ये डॉक्टर इतका सहजी, स्वाभाविक अभिनय करायचे की, मंत्रमुग्ध व्हायला व्हायचे, तर काही ठिकाणी डॉक्टर भडक अभिनय करताना दिसायचे आणि मग डॉक्टरांच्या स्वभावासारखाच इथेही प्रश्न पडायचा की हे दोन्ही अभिनय करणारे डॉक्टर एकच आहेत का? कुणी काही म्हणोत मला स्वतःला डॉक्टरांची महेशची भूमिका आणि 'सुरुंग' नाटकही आवडले. 'सुरुंग' या नाटकाने डॉक्टरांना पुन्हा एकदा यश, आत्मविश्वास आणि अधिक लोकप्रियता मिळवून दिली. सुरुंगच्या यशाने आणखी एक गोष्ट सांगितली. ती म्हणजे प्रेक्षकांना अजूनही डॉक्टरांच्या अशाच प्रकारच्या भूमिका आणि डॉक्टर करतात तोच अभिनय आवडत होता.

'सुरुंग' नाटकाचे लेखक श्री. शं. ना. नवरे यांनी 'सुरुंग' नाटकाच्या यशाचे

श्रेय डॉक्टरांना देताना 'सुरुंगच्या' पुस्तक प्रतीवर लिहिले–

डॉक्टर, या नाटकाच्या यशात
तुझा सिंहाचा वाटा आहे!

शं. ना. नवरे
९-१०-७७

१०९

सुरुंगच्या नाट्यात डॉक्टर अधिक नाट्य निर्माण करण्यात रंगले होते. त्याच वेळी नियतीनं माझ्या आयुष्यातही काही काळ खळबळ माजविणारे नाट्य निर्माण केले. मुंबईचे दूरदर्शन केंद्र नुकतेच सुरू झाले होते. त्यातील 'प्रतिभा आणि प्रतिमा' या कार्यक्रमासाठी आत्तीची मुलाखत घेण्याच्या निमित्ताने श्रीकांत मोघे यांचे केशव केळकर यांच्याबरोबर आमच्या घरी येणे-जाणे झाले. 'प्रपंच' चित्रपटामध्ये श्रीकांत मोघे यांनी आत्तीबरोबर प्रथमच काम केले. श्रीकांत मोघे यांनी पहिल्याच भेटीत आत्तीला सांगून टाकले होते की, "तुम्ही माझ्या मोठ्या बहिणीसारख्या दिसता, मी तुम्हाला अग दीदी म्हणणार." नव्या पिढीतील कलावंतांमध्ये आत्तीला अगं-जागं करणारा हा एकमेव नट. तेव्हापासूनची त्यांची आमची ओळख.

तर अशा ह्या श्रीकांत मोघे यांच्याबरोबर अनिल हवालदार हे उमदे व्यक्तिमत्व आमच्या घरी आले. 'सोविएत देश' ह्या मासिकामध्ये संपादक विभागात अनिल हवालदार नोकरी करत होते. दुसऱ्यांच्या कलाकृतींचे, अभिनयाचे मूल्यमापन करून आपली कलेविषयीची भूक भागवित होते.

'मनोहर' ह्या साप्ताहिकात तर ते इतर ललित लेखनाबरोबर नाट्य-समीक्षाही लिहायचे. 'सुरुंग' नाटकाचे परीक्षण लिहिताना डॉक्टरांच्याबद्दल अनिल हवालदार यांनी लिहिले होते–

'मराठी रंगभूमीवरचा 'संतप्त नायक' म्हणून काशिनाथ घाणेकरांनी केव्हाच लोकमान्यता मिळवली आहे. हौशी रंगभूमीवर असताना देखणा, संयत अभिनय करणारा हा नट व्यावसायिक रंगभूमीवर आला, तेव्हा या अलीकडच्या काळात एकाही नटाला नसणारे 'ग्लॅमर' त्याच्याभोवती निर्माण झाले. अद्याप ते आहे. नटाची देखणी कारकीर्द कशी असावी याचे साक्षात उदाहरण म्हणजे काशिनाथ. पण मध्यंतरी त्यांना अतिरंजित, भडक, नाटकी अभिनयाची बाधा झाली. त्याचे बरेच अवशेष 'सुरुंग'मध्ये पहिल्या अंकात दिसतात. पण भूमिकेत झोकून देऊन हा नट अभिनयाचे असे काही उत्कट प्रत्यय देतो की वाहव्वा! एकही शब्द न बोलता, उच्चारता, सबंध प्रेक्षागाराला चेहरा देऊन मूकनाट्याचा ते अत्यंत देखणा आविष्कार

घडवितात. वरच्या पट्टीत सतत ओरडून आवाजाचे खोबरे झालेला हा नट खर्जात बोलतो आणि वास्तव अभिनय करतो, तेव्हा पाहा-ऐकायला फार बरं वाटतं. मोठमोठ्या टप्प्यांनी जाणाऱ्या त्यांच्या मोजक्या नाटकांच्या कारकीर्दीत 'सुरुंग' त्यांना यशाचा आणखी एक तुरा देऊन जाणार.'

डॉक्टरांच्या अभिनयातील गुण-दोषांचे इतक्या अचूक आणि मोजक्या शब्दांत अनिल हवालदार यांनी केलेले विवरण मला त्या वेळी खूपच भावले होते. त्यामुळे हवालदारांविषयी मला खूपच आदर वाटत होता. प्रत्यक्ष परिचयात अनिल हवालदारांच्या मनमोकळ्या स्वभावामुळे त्यांचे आमच्या घराशी स्नेहसंबंध जुळायला वेळ लागला नाही. डॉक्टरांच्या अभिनयाबद्दल का होईना, पण चांगलं बोलणारा माणूस म्हणून मला अनिल हवालदार यांच्याबद्दल अगत्य वाटायला लागले.

११०

मुंबई दूरदर्शनने अनिल हवालदार यांच्यावर दादांची *(राजा परांजपे)* मुलाखत घेण्याची कामगिरी सोपविली होती. त्या वेळी दादा व आत्ती दोघेही 'वऱ्हाडी वाजंत्री' या मराठी चित्रपटामध्ये काम करीत होते. त्याचे बाह्यचित्रण अलिबागला होते. तेव्हा अलिबागला गेलो तर दादांशी निवांतपणे बोलून मुलाखत तयार करता येईल म्हणून हवालदारही आमच्याबरोबर अलिबागला आले. इतरांशीही हवालदार यांच्या मुलाखती झडत होत्या.

त्या चित्रपटात प्रसिद्ध नाट्य अभिनेत्री शांता जोगही होत्या. त्यांच्याबरोबर त्यांचे पती बाळ जोगही आले होते. शांताबाई व आत्तीने एकाच वेळी बाबांच्या *(भालजी पेंढारकर)* चित्रपटातून आपल्या कलाजीवनाला सुरुवात केली होती. त्या काळी दोघींची खूप मैत्री होती. खूप वर्षांनी दोघींची ह्या चित्रपटाच्या निमित्ताने भेट झाली होती. आत्तीने कौतुकाने शांताबाईंना सांगितले की, तिने त्यांची एकूणएक नाटके पाहिली आहेत आणि शांताबाईंचा अभिनय खूपच आवडतो. त्यावर शांताबाईंनी मात्र आत्तीला सांगितले की, त्यांनी मात्र आत्तीचा एकही चित्रपट पाहिलेला नाही. त्यांना तिचे चित्रपट पाहायलाच मिळाले नाहीत. आत्तीने मंदसे हसून शांताबाईंना सांगितले की, त्यांच्या पतीच्या बदलीच्या धावपळीत कदाचित शांताबाईंना तिचे चित्रपट पाहायला मिळाले नसल्याची शक्यता आहे आणि नाटकासारखा चित्रपट खेडोपाडी तरी कुठे पोहोचलाय? मी मात्र मनाशी विचार करीत होते, शांताबाईंचे पती एस. टी.मध्ये नोकरीला होते. त्यांची कुठे जंगलात तरी बदली झाली नव्हती ना? मग त्यांनी आत्तीचा एकही चित्रपट पाहिला नसेल हे कसे शक्य आहे? 'मोठ्यांच्या छोट्या गोष्टी' ह्या सदराखाली मी ह्या गोष्टीची मनाशी नोंद केली.

शूटिंग नसेल तेव्हा जोग पतीपत्नी, आत्ती, अनिल हवालदार आणि मी गप्पा मारीत बसत असू. त्यामध्ये नाटकाचा विषय हटकून निघायचा. शांताबाईंचा चित्रपटाविषयीचा तिटकारा पाहून आत्तीही नाटकाचाच विषय काढायची. नाटक म्हटले की, डॉक्टरांचा विषय निघणे अपरिहार्य असायचे. त्या वेळी शांताबाई 'नटसम्राट' आणि 'हिमायलाची सावली' या नाटकांमधून डॉ. श्रीराम लागू यांच्याबरोबर काम करीत होत्या. लागूंच्या अभिनयशैलीचा पगडा जोग पती-पत्नींवर खूपच होता. त्यामुळे डॉ. लागूंचे अभिनयगुण आणि डॉ. घाणेकर यांचे अभिनयदोष या दोहोंत तुलना करण्याचा मोह दोघांना आवरत नसे. आत्ती या बाबतीत बोलायची नाही आणि मला इच्छा असूनही बोलणे शक्य नव्हते.

पण अनिल हवालदार मात्र डॉ. घाणेकरांची आघाडी जोरदारपणे लढवायचे. मुद्देसूद चर्चा करणे, योग्य कारणे देऊन तो मुद्दा पटवणे यात अनिल पटाईत होते. चित्रपटांमध्येही डॉ. लागू नाटकासारखेच यशस्वी झाले आहेत, हे 'पिंजरा' चित्रपटाचे उदाहरण देऊन शांताबाई पटवीत असत. पण 'पिंजरा' चित्रपट रंगीत होता म्हणूनच डॉ. लागू आपल्या घाऱ्या डोळ्यांसहित यशस्वी होऊ शकले. पण तोच 'पिंजरा' चित्रपट कृष्णधवल रंगात असता तर डॉ. लागूंनी कितीही धडपड केली असती तरी त्यांचे घारे डोळे कृष्णधवल चित्रपटात भाव-भावनाविरहित दिसले असते आणि तसे झाले असते तर डॉ. लागू चित्रपटात किती यशस्वी झाले असते, अशी शंका अनिलने व्यक्त केली.

जोग पती-पत्नींचा प्रत्येक मुद्दा अनिल खोडून काढीत होते. 'सुरुंग'वरही कडाडून हल्ले-प्रतिहल्ले झाले. अनिल समर्थपणे आपले म्हणणे पटवीत होते. पर्यायाने डॉक्टरांची बाजू उचलून धरीत होते. शेवटी वैतागलेल्या शांताबाईंच्या पतीने– बाळ जोग यांनी 'अंधार माझा सोबती' या नाटकानंतर डॉ. काशिनाथ घाणेकर नट म्हणून संपला आहे, असे जाहीर करून टाकले. प्रवासात गाडीमधून चाललेली ही चर्चा उतरण्याचे ठिकाण आल्यामुळेच थांबू शकली.

१ १ १

अलिबागच्या त्या चार दिवसांच्या मुक्कामात अनिलने मला खूपच बोलते केले होते. माझे व डॉक्टरांचे प्रेमप्रकरण वादग्रस्त ठरल्यापासून मी खूपच एकलकोंडी झाले होते. वाद नकोत म्हणून मी कुणाशी काही बोलायचेच सोडले होते; पण अनिलला स्वत:ला गोड बोलण्याची विषेशत: स्त्रियांबरोबर आणि दुसऱ्याला बोलतं करण्याची विलक्षण हातोटी होती. त्यांनी चतुराईने डॉक्टरांच्याविषयीच माझ्याशी बोलायला सुरुवात केली. त्यामुळे मीही खुलले. गेल्या दोनअडीच वर्षांत मला

डॉक्टरांच्याबद्दल भरभरून बोलायला मिळालेच नव्हते.

डॉक्टरांशी माझे प्रणयाराधन सुरू होते तेव्हाही मी डॉक्टरांच्याबद्दल एवढ्यातच आत्तीला कळेल ह्या भीतीने माझ्या समवयस्क बहिणींशीही कधी हा विषय बोलले नव्हते. त्यामुळे प्रियकरावरून जवळच्या मंडळींकडून होणारी चेष्टामस्करी, चिडवाचिडवी अशांसारख्या त्या अवस्थेत हव्या-हव्याशा वाटणाऱ्या स्वाभाविक गोष्टींनाही मी पारखी झाले होते. पण अनिलने मात्र ते केले. "काय म्हणतात तुमचे घारूआण्णा?" म्हणून ते मला चिडवीत. मीही मग अनिलना सर्व सांगता सांगता त्या जुन्या गोड आठवणीत हरवून जायची. अनिलना डॉक्टरांच्या व माझ्याबद्दल सांगताना मला वेळ पुरायचा नाही.

पण अनिलशी माझे मोकळेपणाने वागणे-बोलणे पाहून आत्तीने मात्र वेगळा गैरसमज करून घेतला. तिच्या मनाने माझे अनिलशी लग्न करून द्यावे असे घेतले. मग पद्धतशीरपणे तिने आमचा सहवास वाढावा याबद्दल प्रयत्न सुरू केले. डॉक्टरांच्याबद्दल मला अनिलशी मोकळेपणाने बोलता यायचे हे जसे माझा अनिलशी स्नेह जमण्याचे एक कारण होते, त्याबरोबरच अनिलच्या येण्याने आमच्या घरातील ताणलेले वातावरणही बरेचसे सैल झाले. आत्ती आणि त्यामुळे सारे घरच अनिलच्या येण्याने जरा बऱ्यापैकी मूडमध्ये येऊ लागले. ह्या दुसऱ्या कारणानेही अनिल घरी येतात हे मला बरे वाटायचे. त्यामुळेही अनिलशी मी अधिक अगत्याने वागायची. पण मी ही फार मोठी चूक केली असे मला नंतर वाटायला लागले. कारण पुढची जवळ जवळ तीन-चार वर्षे अनिल हवालदार या प्रकरणामुळे मी कमालीचा मनस्ताप भोगला. मग मात्र मी पुन्हा एकदा स्वतःला कोषात कोंडून घेतले.

पण या मनस्तापाबरोबरच अनिलमुळे मला ज्या काही गोष्टी लाभू शकल्या त्याबद्दल मी त्यांच्याशी नेहमीच कृतज्ञ राहीन. अनिलशी माझे लग्न जमविण्याच्या प्रयत्नात आत्ती असतानाच अनिलना नोकरीसाठी मॉस्कोला जाण्याची संधी चालून आली. माझ्याकडून तसला काहीच प्रतिसाद नसताना अनिल यांनी ही चांगली संधी सोडून हिंदुस्थानात राहण्याची काहीच आवश्यकता नव्हती. आत्ती तर आता माझे लग्न याविषयी अत्यंत टोकाला पोहोचलेली होती. अनिलने निदान कांचनशी साखरपुडा तरी करून मॉस्कोला जावे असे तिला वाटत होते. पण अनिलना जिथे माझ्या आणि डॉक्टरंच्याबद्दलच्या तीव्र भावना माहीत होत्या, तिथे ते तरी कसे तयार व्हावेत? इतक्या घाईगडबडीने कोणताच निर्णय घेऊ नये आणि त्या दरम्यान कांचनला एम. ए. करू द्यावे अशी अनिलनीच आत्तीची कशी समजूत घातली माहीत नाही; पण आत्ती त्या गोष्टीला तयार झाली. जुलैमध्ये अनिल मॉस्कोला रवाना झाले आणि ऑगस्टमध्ये मी मुंबई विद्यापीठामध्ये एम.ए.च्या अभ्यासासाठी जायला लागले. याचे श्रेय निव्वळ अनिलनाच आहे, कारण यापूर्वी किती तरी वेळा सांगूनही

आत्ती मला एम. ए. करू द्यायला तयार नव्हती. कांचनने काशिनाथला सोडून कुणाशीही लग्न केले पाहिजे, असा तिचा अट्टाहास होता.

११२

रुईया कॉलेजला असताना प्रा. (सौ.) सरोजिनी वैद्य यांच्यामुळे मराठी भाषेची गोडी वाढली होती. त्यामुळे एम. ए.लासुद्धा मुख्य विषय मराठी घेण्याचे मी ठरविले. सुदैवाने आता सरोजिनीबाईही रुईयामधून मुंबई विद्यापीठाच्या मराठी विभागाच्या प्रमुख म्हणून आल्या होत्या. एक्काहत्तर सालापासून वा. य. गाडगीळ, सुधीर दामले व इसाक मुजावर यांच्या प्रोत्साहनाने मी थोडेफार लिखाण करायला लागले. ते महाराष्ट्र टाइम्स, रसरंग यातून यायला लागले. मी लिहायला लागले आहे, हे समजल्यावर डॉक्टर एकदा मला म्हणाले होते की, ते जेव्हा त्यांचे आत्मचरित्र लिहायचं ठरवतील तेव्हा ते सांगतील आणि मी ते लिहून काढायचे. आत्मचरित्राची रूपरेषाही त्यांनी ठरवून टाकली होती. त्यांचे आत्मचरित्र ते तीन भागांचे करणार होते. त्यातील एक भाग त्यांचा स्वत:चा असणार होता, तर दुसरा भाग इरावतीबाईंचा, तर तिसरा भाग माझा असणार होता.

लेख लिहिताना मी विशेष असा अभ्यास केला नव्हता, की कुणाचे मार्गदर्शनही घेतले नव्हते. अभ्यासाचा विषय मराठी असल्यामुळे भाषेची तेवढी जाण होती. इतरांचे लेख, त्यांची पद्धत पाहूनही मी त्याप्रमाणे लेख लिहिण्याचा प्रयत्न करायची. त्यामुळे काही लेखकांच्या पद्धतीप्रमाणे मराठी संज्ञा वापरताना त्या अर्थाचा इंग्रजी शब्दही मी त्या शब्दांच्या पुढे कंसात लिहायची. अनिलने नेमके माझ्या ह्या दोषावर बोट ठेवले आणि थोडेसे खडसावून त्यांनी मला विचारले, मराठीचा इतका अभिमान आहे तर ह्या सोबत इंग्रजीच्या कुबड्या कशाला? याचा अर्थ तुम्हाला तुमची भाषा दुबळी वाटते. तुमचे विचार व्यक्त करताना तुमच्या मातृभाषेतील शब्द तुम्हाला तितकेसे समर्थ वाटत नाहीत म्हणून परकीय भाषेतली शब्दांचा तुम्ही त्यांना आधार देता, असं समजायचं का? अनिलच्या ह्या खडसावण्याने मराठी भाषा वापरण्याच्या बाबतीत मी अधिक आग्रही झाले. मराठी भाषा वापरताना सातत्य आणि ठामपणा आला.

दोस्ती करायला दोस्त म्हणून अनिल सर्वार्थाने योग्य होते. पण जोडीदार म्हणून त्यांचा विचार करणे एरवी डॉक्टर माझ्या आयुष्यात नसते तरी मला शक्य झाले नसते. कारण अनिल यांच्यावर पाश्चात्त्य राहणीचा, विचारसरणीचा अधिक पगडा होता; जो मला मानवण्यासारखा नव्हता. त्या बाबतीत मी अगदी पूर्ण भारतीय विचारांची, संस्कारांची जपणूक करणारी. त्यामुळे डॉक्टरांना एकदा पती म्हणून

स्वीकारल्यांतर दुसऱ्या कुणाचा त्या दृष्टीने विचार करणे मला मंजूर नव्हते. माझे हे सगळे विचार-आचार ऐकून अनिलने माझे नाव प.पू.मा. *(परमपूज्य माताजी)* असे ठेवले होते.

पुढे तीन-चार वर्षांनी अनिलने मॉस्को येथील एका अतिशय देखण्या रशियन स्त्रीबरोबर विवाह केला; पण तो होईपर्यंत अनिल परत येईल आणि कांचनशी विवाह करेल या आशेवर आत्ती राहिली आणि त्यामुळेच त्या काळात आणखी कुणाशी लग्न करण्याची सक्ती आत्तीने माझ्यावर केली नाही. अनिलचे केवढे तरी मोठे उपकार माझ्यावर झाले. त्यांच्या रूपाने परमेश्वरच माझ्या मदतीला धावून आला. आत्तीसारख्या एका सधन स्त्रीच्या एकुलत्या एक मुलीशी लग्न करून आर्थिक स्थैर्य मिळविण्याची संधी वारंवार अनिलचे दार ठोठावीत होती; पण तशी गरज असूनही अनिलने हा फायदा घेतला नाही, हाही त्यांचा एक मोठेपणा.

११३

'सुरुंग' रंगभूमीवर येऊन चार महिन्यांहून अधिक काळ लोटला होता. आता ते नाटक रंगभूमीवर चांगलेच स्थिरावले होते. ऑगस्टमध्ये डॉक्टर इरावतीबाईंच्या बरोबर तीनएक महिन्यांसाठी अमेरिकेच्या प्रवासासाठी गेले. माझी डॉक्टरांच्या बरोबरची परदेश प्रवासाची हौस बऱ्याच प्रमाणात भागली होती. वास्तविक पाहता डॉक्टरांच्या पहिल्या परदेशाच्या प्रवासाला बरोबर जाण्याचा खरा मान इरावतीबाईंचा, पण तो योग माझ्या वाट्याला आला. प्रवासात डॉक्टरांचा मूड एरवीपेक्षा खूपच मजेशीर असायचा. प्रवासातील डॉक्टर आणखी वेगळे वाटायचे. त्यामुळे नव्या वातावरणात डॉक्टर गेले याचे मला तरी खूप बरे वाटले. मुंबईत डॉक्टर व इरावतीबाई दोघेही आपापल्या व्यापात गुंतलेले असायचे. तेव्हा आता ह्या दीर्घ सुट्टीत दोघेही जुनी जळमटे झटकून पुन्हा एकदा नव्याने भेटतील, प्रफुल्लित होतील, याचीच मला आशा वाटत होती.

या दरम्यान नाट्यसंपदेने वसंत कानेटकरांचे 'बेइमान' हे नाटक रंगभूमीवर आणायचे ठरविले. 'बेकेट'पासून स्फूर्ती घेऊन कानेटकरांनी जेव्हा ते नाटक लिहायचा संकल्प सोडला तेव्हा त्यातील धनराज ही व्यक्तिरेखा लिहिताना कानेटकरांनी डॉक्टरांना डोळ्यांसमोर ठेवून ती लिहिली. पण नाटक लिहून पूर्ण होऊन ते रंगभूमीवर येईपर्यंत धनराजच्या भूमिकेला योग्य असा आवाज डॉक्टरांच्याजवळ शिल्लक राहिलेला नाही, असे वसंत कानेटकरांचे मत पडले. डॉक्टरांना ते पटत नव्हते. डॉक्टरांच्या सध्याच्या परिस्थितीमध्ये, डॉक्टरांनी धनराज करावा हे कानेटकरांना पसंत नव्हते. आणि या वादातच सतीश दुभाषींना घेऊन प्रभाकर पणशीकरांनी

नोव्हेंबरमध्ये 'बेइमान' हे नाटक रंगभूमीवर आणले.

मोठ्या उत्सुकतेने मी 'बेइमान' पाहिले. पण सतीश दुभाषींच्या अभिनयाबद्दल पूर्ण आदर बाळगूनही मी म्हणेन की त्यांनी धनराजची भूमिका सही सही डॉक्टरांच्या पद्धतीने केली. तसे पाहिले तर सतीश दुभाषी हे स्वतंत्र शैलीचे, संयमित, अभ्यासपूर्वक अभिनय करणारे नट. त्यांना डॉक्टरांचे अनुकरण करण्याची जरूरच नव्हती. पण वसंत कानेटकरांनी ती व्यक्तिरेखा इतकी डॉक्टरांना डोळ्यासमोर ठेवून लिहिली की, सतीश दुभाषींना ती डॉक्टरांच्या शैलीने करण्यावाचून पर्यायच उरला नाही. एखाद्या भूमिकेवर एखाद्या नटाने ती भूमिका न करताही त्याचा ठसा उमटावा, असे उदाहरण दुर्मिळच.

'बेइमान' नाटकाने सतीश दुभाषींचे व्यावसायिक यश निश्चित केले. उत्कृष्ट प्रतीचे कलागुण असूनही केवळ लोकमान्यता नसल्यामुळे सतीश दुभाषी अनिश्चिततेच्या अंधारात चाचपडत होते. पण 'बेइमान'ने त्यांना प्रसिद्धीचा प्रकाश आणि यशाचा मार्ग दोन्हीही दाखविले. स्पष्ट वाणी आणि स्वाभाविक अभिनय ही दुभाषींची शक्तिस्थळे. मला मात्र 'सूर राहू दे' हे एकच नाटक दुभाषींचे म्हणून सदैव स्मरणात राहिले. असे दुभाषी दुसऱ्या कुठल्याच नाटकात भेटले नाहीत. 'आनंद' नाटकातील कॅन्सरग्रस्त आनंद म्हणून आडव्यातिडव्या सुटलेल्या दुभाषींना पाहताना मनस्वी दुःख झाले. मात्र वि. वा. शिरवाडकरांच्या ओजस्वी, दमदार भाषेला मात्र त्यांनी पुरेपूर न्याय दिला. 'आनंद'मधून डॉक्टर अधिक शोभून दिसले असते असे अजूनही वाटते. शिरवाडकरांची भाषा डॉक्टरांच्या सदोष वाणीला झेपणार नाही, असे आनंदकर्त्यांनाही वाटले असणार.

सतीश दुभाषींच्या तुलनेत नट म्हणून माझी आवड डॉ. श्रीराम लागूंच्याकडे अधिक झुकत राहिली. एकसुरी, थोडासा वयस्क आवाज असणारे म्हणून लागूंच्यावरही टीका व्हायची. पण त्यांची अभिनयाची जाण वादातीत आहे. डॉक्टरांच्या आणि लागूंच्या अभिनयातील एक फार मोठा फरक म्हणजे डॉक्टरांचा अभिनय प्रेक्षकांसाठी होता तर डॉ. लागू स्वत:साठी, स्वत:ला पटेल असा अभिनय करणारे. लागूंच्या अभिनयातील आणखी एक लक्षणीय गोष्ट म्हणजे नाटकाच्या पहिल्या प्रयोगाला जो लागूंचा अभिनय पाहायला मिळे तोच त्यांच्या शंभराव्या प्रयोगातही पाहायला मिळतो; तर डॉक्टर घाणेकर मात्र रोज नवा प्रयोग, रोज नव्या जागा शोधणे, प्रेक्षकांची अधिकाधिक दाद मिळवणं यात वाहवत जात. डॉ. लागूंच्या इतका कुणाचाच 'नटसम्राट' मला भावला नाही.

डॉ. लागूंनी स्वत:ला कुठल्याही 'इमेज'मध्ये अडकवून घेतले नाही. 'पपा सांगा कुणाचे' या नाटकातील विनोदी भूमिका करण्याचा फसलेला प्रयत्न सोडल्यास डॉ. लागूंनी आपल्या कलाजीवनाचा प्रवास पद्धतशीर, विचारपूर्वक आखूनच केला आहे.

वैयक्तिक आवड-निवड, कलेचे प्रेम आणि व्यावसायिक यशाचे आडाखे यांचा बेमालूम मिलाफ करणारा डॉ. लागूंसारखा दुसरा नट पाहायला मिळणार नाही.

११४

१९६७ साली आत्तीला स्लिप डीस्कचा विकार जडला आणि तिच्यावर उपचार करणाऱ्या डॉ. बावडेकर यांनी लिफ्टची सोय नसलेला आणि तिसऱ्या मजल्यावर असलेला आमचा सायन येथील फ्लॅट बदलावा असा सल्ला दिला. योग्य घराच्या शोधात आम्ही होतो. घराच्या जवळ नाटक-सिनेमाची थिएटर्स पाहिजेत ही आत्तीची प्रमुख अट होती. कारण शूटिंगच्या व्यतिरिक्त तिला नाटक-सिनेमाला जाणे एवढेच मोठे व्यसन होते आणि असे घर आम्हाला प्रभादेवी येथे सापडले. किती योगायोगाची गोष्ट होती की, प्रभादेवीपासून डॉक्टर राहात असलेली वरळीची जागा फारशी दूर नव्हती. पण या नवीन जागेत मी डॉक्टरांना बोलावू शकत नव्हते, की मी वरचेवर त्यांच्या घरी जाऊ शकत नव्हते.

घर बदलणे, नवीन घराची सजावट, पाहुण्यांची ये-जा यात मी गढून गेले. माझी एम.ए.ची पहिल्या वर्गाची परीक्षाही नवीन घरात येऊन पार पडली. त्या वेळी कधी तरी एकदा डॉक्टरांनी जयवंत दळवींची 'महानंदा' ही कादंबरी वाचून मत द्यायला सांगितले होते. कारण नाटककार शं. ना. नवरे त्यावर नाटक लिहीत होते. अभिजात ते नाटक रंगभूमीवर आणणार होते. 'महानंदा' ही अत्यंत हृदयस्पर्शी कादंबरी होती. त्यातील बाबुलविषयी तर मला भलतीच आपुलकी वाटली. कारण एकाकीपणाचं दुःख आम्ही दोघंही भोगत होतो.

कादंबरी खरोखरच उत्तम होती. ती तर मला आवडली होतीच. पण त्यावरील नाटकही मला तितकेच आवडले. किती तरी वेळा मी ते पाहिले. पण कंटाळा आला नाही. वास्तविक पाहता हे नायिकाप्रधान नाटक. शिवाय स्त्रीप्रधानही. त्यातील कल्याणी व मामी ह्या सबंध नाटकावर आपला ठसा उमटविणाऱ्या होत्या. पण डॉक्टरांनी नेहमीप्रमाणे आपल्या रंगात ते नाटक रंगवून काढले. डॉक्टरांचा बाबुल त्यातून बाजूला केला तर नाटक अळणी होईल, असे मला वाटायला लागले. नाटक फ्लॅश बॅकने सुरू करण्याची कल्पना डॉक्टरांचीच होती.

११५

'महानंदा' कादंबरीवरील नाटक 'गुंतता हृदय हे' ह्या नावाने रंगभूमीवर आले. हे नाव अभिजातचे निर्माते अनंत काणे यांनी सुचविले होते. सुरुवातीला मला हे नाव

तितकेसे आवडले नव्हते. मुख्य म्हणजे तोंडात रुळण्यासारखे नाही असे वाटले होते. १० ऑगस्ट रोजी साहित्य संघामध्ये शुभारंभ करणाऱ्या या नाटकाने लोकप्रियतेचा एक नवा विक्रम प्रस्थापित केला. गर्दीचा उच्चांक गाठला. मराठी नाटकाच्या बाबतीत पहिल्यांदाच एक घटना घडली. ती म्हणजे या नाटकाची तिकिटे काळ्या बाजारात विकली जायला लागली. आगाऊ तिकीटविक्रीसाठी लांबच्या लांब रांगा लागायला लागल्या. डॉक्टरांच्या यापूर्वीच्या नाटकांच्या लोकप्रियतेचा विक्रम डॉक्टरांच्याच या नाटकाने मोडला. काही मंडळी डॉक्टरांचा 'कॅशनाथ' असा कौतुकाने उल्लेख करीत. ते किती खरं आहे त्याची पुन्हा एकदा प्रचीती आली. तिकीटविक्रीजवळ लावलेला 'हाऊसफुल्ल'चा बोर्ड काही खाली उतरेना. तो बोर्ड बघूनच डॉक्टर रंगपटाकडे वळायचे. या नाटकामध्ये डॉक्टरांनी प्रथमच आपल्या केसांना रुपेरी रंग चढविला. ते प्रथमच चरित्र अभिनेत्याच्या भूमिकेकडे वळले. 'अँग्री यंग मॅन'च्या चौकटीतून बाहेर पडले.

ह्या नव्या बदलाला सामोरे जाताना डॉक्टरांनी पथ्ये पाळली का? नवा दृष्टिकोन समोर ठेवला का? असे अनेक प्रश्न मनात उठत होते. 'ब्लीट्झ'मधील 'गुंजारवने' 'गुंतता'चे समीक्षण करताना जी विधाने केली त्यामध्ये त्याची उत्तरे सापडतात. तो म्हणतो–

> बाबुलची भूमिका डॉ. घाणेकरांऐवजी जर एखाद्या सामान्य नटाने केली असती तर ती लक्षातसुद्धा राहिली नसती; पण डॉ. काशिनाथ घाणेकर ही भूमिका अशा काही थाटात सादर करतात की, जबाब नाही! नेहमीच 'अँग्री यंग मॅन'ची भूमिका सादर करणारा हा कलावंत बाबुलच्या भूमिकेतील संवेदनाक्षम क्षण असे काही उत्कटतेने टिपतो की, वाटतं या कलावंताच्या सर्व कलागुणांना आव्हान देणारी भूमिका त्याला अजून मिळायची आहे. अकाली म्हातारा झालेला, आतून पोखरून निघालेला, महानंदेवर आत्यंतिक उत्कट परंतु संयमी प्रेम करणारा बाबुल उभा करताना डॉ. घाणेकरांनी कुठेही त्या भूमिकेच्या त्रिमितीला धक्का लावलेला नाही. हे त्यांच्यावर आकसाने टीका करणाऱ्या टीकाकारांच्या लक्षात आणून द्यावेसे वाटते.
>
> दु:ख, हर्ष, आनंद, क्रोध या भावना नेहमीच लीलया *(आणि स्वत:च्या वैशिष्ट्यपूर्ण आणि नाट्यमय शैलीत)* व्यक्त करणारा हा कलावंत 'गुंतता' मध्ये मनाचा कोंडमारा विलक्षण ताकतीने व्यक्त करतो आणि केवळ कल्याणीचे असलेले हे नाटक आपल्या अमोघ अभिनयसामर्थ्याने बाबुलचेही बनवितो. हे फक्त डॉ. घाणेकरांनाच शक्य आहे. पहिल्या अंकात महानंदेला रात्रीच्या वेळी भेटण्यासाठी हातात एक काठी घेऊन ती अशा काही ताला-

सुरांत हलवीत डॉ. घाणेकर 'एक्झिट' घेतात की, एखाद्या सुंदरीबद्दल तरुण वयात वाटणाऱ्या यौवनसुलभ आकर्षणाचे अनंत मनोज्ञ प्रत्यय प्रेक्षकाला यावेत. या डॉ. घाणेकरांच्या 'एक्झिट'साठी तरी 'गुंतता' प्रत्येकाने बघायलाच हवे.

काही दिवसांपूर्वी हा कलावंत माझ्याजवळ निवृत्त होण्याच्या गोष्टी करीत होता. त्याला एवढेच सांगावेसे वाटते, "लेका, रंगभूमीवर हुकूमशाही चालते प्रेक्षकांची. तुझी नाही. तुला जे काही 'एक्झीट' घ्यायचे आहेत ते रंगभूमीवर घे, रंगभूमीवरून जर बाहेर 'एक्झीट' घ्यायला निघालास तर प्रेक्षक तुला पुन्हा रंगभूमीवर 'एन्ट्री' घ्यायला भाग पाडतील! कसे?"

या वेळी मात्र आशा काळे यांच्यामुळे 'गुंतता'चा पहिला प्रयोग पाहायला मिळाला. डॉक्टरांच्या निमंत्रणावरून नेहमी पहिल्या-दुसऱ्या रांगेत रुबाबात बसून नाटक पाहण्याची सवय असलेल्या मला सातव्या रांगेत दुसऱ्यांच्या निमंत्रणावरून डॉक्टरांचे नाटक पाहताना मनस्वी दुःख होत होते. या नाटकात महानंदेच्या तोंडी एक वाक्य आहे– "पुण्याची गोष्ट आधी करावी. नाहीतर पापांच्या राशी वाढत राहतात." ह्या वाक्याची पुरेपूर प्रचीती मी गेल्या चार-पाच वर्षांत घेतली होती. डॉक्टरांच्या व माझ्याविषयी आत्तीला सांगण्यात मी जो वेळ लावला, त्यामुळेच मनस्तापांचे पुढचे प्रकार वाढत गेले. अनर्थांची रांगच लागली. जर असं केलं असतं, तर तसं झालं असतं असं म्हणत बसण्याची वेळ आली नसती.

एका वर्षात 'गुंतता' या नाटकाने द्विशतक झळकवले आणि या नाटकाच्या निमित्ताने आणखी एक लक्षणीय गोष्ट घडली. ती म्हणजे कल्याणीच्या भूमिकेत पद्मा चव्हाणऐवजी आशालता उभ्या राहिल्या. तेही चंद्रलेखेच्या म्हणजे पर्यायाने श्री. मोहन वाघ यांच्या सौजन्याने. चंद्रलेखेच्या 'गारंबीच्या बापू'च्या वेळी आशालता व डॉक्टर यांच्यामध्ये घडलेल्या चिमटा-प्रकरणाला परस्परच उत्तर मिळाले; आणि तो किस्सा घोळवून घोळवून सांगणाऱ्यांची आपोआपच दातखिळी बसली, कारण ते प्रकरण तितके गंभीर असते तर आशालता यांनी डॉक्टरांच्याबरोबर पुन्हा कामही केले नसते.

वास्तविक पाहता आशालता यांना डॉक्टरांच्याबद्दल सदैव स्नेहभावच राहिला. तर डॉक्टरांना आशालता यांच्या गोड गळ्याचे कोण कौतुक! आशालता यांची मत्स्यगंधामधील गाणी कानावर पडली की डॉक्टर खुषीने डोलायला लागत आणि सगळ्यांना आमच्या आशाचं गाणं लागलंय म्हणून परत परत कान देऊन ऐकायला लावीत. डॉक्टर व 'गुंतता'मधील इतर कलावंतांनीही आशालता यांच्यासाठी पुन्हा एकदा पहिल्या प्रयोगाइतक्याच कसोशीने तालमी केल्या. नव्या कल्याणीसह

गुंतताची पुन्हा एकदा यशस्वी घोडदौड सुरू झाली. आशालता यांनीही कल्याणीच्या भूमिकेत नाजूक गहिरे रंग भरले.

११६

आमच्या घरात तसेच तंग वातावरण होते. आता तर मी अनिल हवालदार यांच्याशी विवाह करण्याचा प्रस्ताव मान्य करत नाही म्हणून तर आत्तीचा माझ्यावरचा रोष अधिकच तीव्र झाला होता. अनिलशी विवाह करायचा म्हणजे प्रथम डॉक्टरांना मनातून संपूर्णतया काढून टाकणे आणि दुसरी गोष्ट म्हणजे तसं केल्याबद्दलचा विश्वास अनिलच्या मनात निर्माण करणं. पण मला पहिलीच गोष्ट करणं अशक्य होती तर दुसऱ्या गोष्टीचा प्रश्नच येत नव्हता. डॉक्टरांचा विचार दूर करणे मला कसे शक्य होते? डॉक्टरांचा सततचा सहवास मला खूप कमी मिळाला होता. त्यामुळे डॉक्टर मला प्रत्यक्ष अथवा फोनवर भेटून त्यांना काही सांगावं तर मधे दिवसच्या दिवस जात. त्यामुळे मी एक सवय मला जडवून घेतली होती. डॉक्टर आपल्यासमोर आहेत असे समजून डॉक्टरांशी माझा सततचा संवाद चाले. माझी सुखं-दुःखं मी त्यांना सतत सांगत राहायची. त्यामुळे डॉक्टर माझ्यापासून दूर आहेत असं मला कधी वाटलंच नाही.

आत्तीची उद्विग्नता वाढतच होती. माझ्याशी व सगळ्या घराशी डॉक्टरांचा संबंध तोडून टाकून तिने हा प्रश्न तिच्यापुरता मिटवून टाकलेला असला, तरी अजूनही काही मंडळी टोचून तिला घायाळ करीत होती आणि आत्तीला तो भयानक अपमान वाटायचा. तिने मला तिच्याबरोबर लग्नसमारंभ, सार्वजनिक कार्यक्रमांना नेणे बंदच केले होते, पण स्वत:ही अशा ठिकाणी जायचं टाळायची. काही ठिकाणी जाणे भागच असायचे तिथे जायची. एकदा ती चित्रपटव्यावसायिकांच्या सभेला गेली होती. तिच्या शेजारीच बसलेल्या जयश्री गडकरने तिला सांगितले की, मध्यंतरी माझ्यासाठी एक अमेरिकेचे स्थळ आले होते; पण आमच्या कांचनला एवढ्या लांब नाही बाई पाठवायची, असं म्हणून जयश्रीबाईंनी ते स्थळ नाकारले होते. इथपर्यंत सगळं साधं, सुरळीत चाललं होतं. पण जयश्रीबाईंच्या शेजारी बसलेल्या एक ज्येष्ठ अभिनेत्री मोठ्या आवाजात जयश्रीबाईंना म्हणाल्या, "कशासाठी कांचनला स्थळ बघतेस? ती त्या घाणेकराच्या मागे लागली आहे ना?" आत्तीच काय पण जयश्रीबाईंनीही मान खाली घातली. असे प्रसंग घडल्यावर आत्ती चिडली तर तिचे काय चुकले?

असाच एक दुसरा प्रसंग. आत्ती अभिनेत्री उषा किरण यांच्या घरी त्यांचे जुन्या चित्रपटांतील पुण्याहून आणलेले फोटो द्यायला मोठ्या उत्साहाने गेली होती.

इकडच्या तिकडच्या गप्पा झाल्या. पण मध्येच आत्तीच्या मर्मावर बोट ठेवीत उषाबाईंनी आत्तीला विचारलेच, ''कांचनच्या डोक्यातून घाणेकरांचा विषय अजून गेला नाही का?'' अपमान, संताप, दु:ख यांनी घायाळ होऊनच आत्ती घरी परतली.

माझी परिस्थिती त्याहून वेगळी नव्हती. एक वर्षाने १४ जूनला होणाऱ्या कलाकार मेळाव्यासाठी आत्तीच्या ओळखीने संजीवकुमार यांना प्रमुख पाहुणे म्हणून बोलविण्यात आले होते. आत्तीचे त्या दिवशी शूटिंग असल्यामुळे कार्यक्रमाच्या वेळेत साहित्य संघात पोहोचणे होईल की नाही असा विचार करून संजीवकुमारच्या स्वागताची जबाबदारी श्रीकांत मोघे *(त्या दोघांचा परिचयही होता.)* यांच्यावर टाकावी, म्हणून आत्तीने बऱ्याच ठिकाणी फोन करून श्रीकांत मोघे यांना भेटण्याचा प्रयत्न केला. पण भेट होऊ शकली नाही. पण दुसऱ्या दिवशी अनेक ठिकाणांहून फोनचा निरोप मिळाल्यामुळे श्रीकांत मोघे तातडीने आमच्या घरी आले. मी त्यांना आत्तीचे काम सांगितले. ते ऐकून श्रीकांत मोघेंचा अपेक्षाभंग झाल्यासारखा वाटला, आणि थोडेसे कुचेष्टेने हसतच ते मला म्हणाले–

''एवढ्याचसाठी दीदी मला शोधीत होती होय? मला वाटलं, तुझाच काही प्रॉब्लेम झाला असावा. सध्या तू दीदीला प्रॉब्लेम चाईल्ड झाली आहेस म्हणे?''

श्रीकांत मोघेंच्या प्रत्येक शब्दागणिक माझा संताप वाढत चालला होता. श्रीकांत मोघेंनी मला प्रॉब्लेम चाईल्ड म्हणण्याइतपत माझी श्रीकांत मोघेंची जवळीक नव्हती. शिवाय झालाच प्रॉब्लेम तर सोडविण्यासाठी श्रीकांत मोघेंना कशासाठी बोलवायचे? मोठ्या प्रयासाने मी माझा संताप आवरला. श्रीकांत मोघेंना दोष देऊन काय उपयोग होता? कारण ते आत्तीच्या खास मर्जीतील होते. आत्तीने स्वत: माझ्याबद्दल काहीबाही सांगितलेले असणार. म्हणूनच माझ्याच घरात माझ्या तोंडावर, श्रीकांत मोघेंनी मला प्रॉब्लेम चाईल्ड म्हणण्याचे धाडस केले होते.

माझाही कोंडमारा दिवसेंदिवस वाढत चालला होता. आगीत भर टाकण्याचे काम काही मंडळी प्रामाणिकपणे करीत होती. आत्ती त्या वेळी कोल्हापूरला एका मराठी चित्रपटाचे शूटिंग करीत होती. तिथे एका बालनटाच्या आईने *(ही मंडळी मुंबईची होती.)* आत्तीला बातमी पुरवली की, कांचन स्वत:च्या पायावर उभी राहण्यासाठी एम.ए. करते आहे. पदवी पदरात पडली की, कांचन काशिनाथकडे निघून जाणार आहे. आत्तीचा त्यावर चटकन विश्वास बसला आणि माझ्या नावे जी काही प्रॉपर्टी होती ती रद्द करण्यासाठी तिने वकिलांना गाठले. हे ऐकल्यावर तर मी सुन्नच होऊन गेले. आत्तीच्या मनाविरुद्ध वागून मी तिचा अक्षम्य गुन्हा केला होता; पण आता आर्थिक व्यवहाराबाबतीतही विश्वास गमावण्याची वेळ आली होती. घरचे सर्व आर्थिक व्यवहार माझ्याच हाती होते. अशा अविश्वासाच्या वातावरणात घरची जबाबदारी सांभाळणे मला योग्य वाटेना.

११७

त्या वेळी डॉक्टरांनी माझ्याकडे वेळोवेळी साठवलेले जवळ जवळ दहा हजार आणि दोन-चार छोटे मोठे दागिने होते. हे दागिने वाढदिवस, पाडवा अशा निमित्ताने डॉक्टरांनी दिले होते. शेवटचा पाडव्याचा दागिना सत्तर साली इरावतीबाईंच्याबरोबर जाऊन घेतला होता. जर आता डॉक्टरच नाही तर या पैशांचा, दागिन्यांचा उपयोग काय असा प्रश्न वारंवार मनात यायचा. डॉक्टरांनाही मी ते सांगायची. पण ते तो विषयच काढू द्यायचे नाहीत; पण आता आत्तीचा माझ्याबद्दलचा अविश्वास पाहिल्यावर मी पहिले कुठले काम केले असेल तर ते पैसे व दागिने डॉक्टरांना नेऊन दिले. ते पैसे डॉक्टरांनी आपल्या एका नातेवाईकाला गरजेपोटी दिले. ते पैसे कुणाला दिले ते सांगताना मात्र डॉक्टर त्याचा उल्लेख 'तुझे पैसे दिले' असा सारखा करीत होते.

आता मात्र आत्तीला माझ्याबद्दल इतका मनस्ताप आणि अविश्वास निर्माण झालेला पाहिल्यावर तिच्याजवळ राहून तिचा आणखी त्रास वाढविण्यात काहीच अर्थ नाही, असा विचार करून आत्ती व डॉक्टर दोघांच्यापासून दूर जाण्याचा निर्णय मी घेतला. अर्थात त्यासाठी मी आधी बाबांच्याकडे जाणार होते. जाण्यापूर्वी डॉक्टरांचं एक देणं मी देणार होते. ते देऊनच त्यांचा निरोप घ्यावा आणि मुंबई सोडावी असा विचार मी केला. कारण त्यानंतर कुठेतरी अज्ञात ठिकाणी जाऊन राहायचे मी ठरविले होते. मला आता कुणाचाच संपर्क नको होता. मी डॉक्टरांना पत्र लिहिले आणि माझी 'ती इच्छा' व्यक्त केली आणि फोनवरून त्यांचा होकार किंवा नकार कळवायला सांगितला.

मी फोन केला तेव्हा डॉक्टरांचा 'त्या गोष्टीला' प्रथम नकार आला. पण व्यथित होऊन डॉक्टर म्हणाले–

"तू त्या वेळी 'त्या गोष्टीला' नाही म्हणालीस तेव्हाच खूप आवडली होतीस. वेगळी वाटली होतीस. त्या गोष्टीसाठी माझ्यामागे लागणाऱ्या स्त्रिया खूप आहेत. नाही म्हणणारी तूच भेटलीस. तेच मला अधिक आवडलं होतं."

डॉक्टरांनीच मला एका संकटातून सोडवलं होतं. माझं तत्त्व, सत्व मला मोडू दिलं नव्हतं.

११८

मी कोल्हापूरला होते त्या वेळी डॉक्टरही दौऱ्यानिमित्त त्या भागातच होते. अधुनमधून ते बाबांच्या *(भालजी पेंढारकर)* आणि माझ्या चर्चेच्या वेळी हजर असत.

मी माझा निर्णय डॉक्टरांच्या समोरच सांगून टाकला होता, बाबांचा त्यावर निर्णय समजायचा होता. एकटीने कुठेतरी एकाकी आयुष्य काढण्याच्या माझ्या निर्णयाने डॉक्टरही गलबलले होते आणि त्यांनी धाडकन् बाबांना सांगून टाकले की–

> "वर्षभर तुम्ही कांचनला सांभाळा. मी तिच्या खर्चासाठी दरमहा पैसे पाठवीन. त्या मुदतीत मी मुंबईत तिच्या जागेची व्यवस्था करीन आणि मग तिला इथून घेऊन जाईन. ती तुमच्याजवळ राहिली तर मला तिची काळजी वाटणार नाही."

बाबांना पंचेंद्रियांच्या बरोबर द्रष्टेपणाचे सहावे इंद्रियही असावे. कारण कुठलाही शब्द डॉक्टरांना न देता बाबांनी डॉक्टरांना दौरा संपवून जाताना त्यांना भेटून जायला सांगितले. त्या वेळी ते विचार करून निर्णय देणार होते. डॉक्टर बेळगावला गेले त्याच्या दुसऱ्या दिवशी मुंबईहून ट्रंक-कॉल करून माझी मामेबहीण– विजूने आमच्या घरातील भयानक परिस्थिती बाबांना कळविली. आत्तीने सर्व शूटिंग्ज रद्द केली होती. नवे चित्रपट घेणे थांबविले होते. जिथे बोलणी झाली होती तिथे नकार कळविला होता. दिवसरात्र आत्ती आपल्या खोलीत बिछान्यावर पडून असायची. घरातील पैसे संपत आले होते. बँकेतून पैसे काढावेत तर आत्ती उठून चेकवर सही करीत नव्हती.

त्यातच आमच्या मोठ्या गाडीला रवींद्र नाट्य मंदिरजवळ अपघात झाला होता. आमच्या गाडीला दुसऱ्या एका गाडीने धडक दिली होती. त्या वेळी गाडीत माझी भाची चिमू होती. छोट्या चिमूला तसे फारसे लागले नव्हते; पण ती खूप घाबरली होती आणि तिने सारखा माझा ध्यास घेतला होता. विजूने बाबांना सांगितले होते की, कसेही करा आणि कांचनला परत मुंबईला पाठवा.

बाबांनी मला परत मुंबईला गेलंच पाहिजे असे सांगितले. आत्तीला काय व कसे सांगायचे ते त्यांनी पत्र लिहूनच कळविले आणि मला शांत राहून एम.ए.चे दुसरे वर्ष पूर्ण करायला सांगितले. यंदाच्या एप्रिल-मेमध्ये परीक्षा देणे मला शक्य नव्हते. मी ऑक्टोबरला परीक्षा द्यायची ठरवली. येताना डॉक्टरांची भेटही होऊ शकली नाही. त्यांनाही काय सांगायचे ते बाबाच सांगणार होते. आमच्या घरातील सर्व व्यवहार थोडेफार सुरळीत झाले. पण आत्तीची फिल्म-करिअरची घडी विस्कटली ती विस्कटलीच. ती सर्व उमेदच घालवून बसली. या सर्व गोष्टींना मी कारणीभूत आहे याची टोचणी आजही त्रास देते. ज्याला आपण सर्वस्व मानले, देवासारखी ज्याची आराधना केली त्या आपल्या कलेशी– कामाशी संतापाच्या भरात आपण इमान राखले नाही, ही गोष्ट आत्तीलाही आपण चुकीची केली असं वाटतं. पण नुसत्या या वाटण्याने झालेले नुकसान काही भरून आले नाही.

११९

मी मुंबईला आले. सर्व व्यवहार पुन्हा सुरू झाले. अभ्यासही होता; पण त्यामध्ये मन रमायचं नाही. पण घेतलेली जबाबदारी म्हणून केवळ कर्तव्यभावनेने मी अभ्यास करत होते. आत्तीच्या मनातील अढी गेली नव्हती. तिच्या वागण्यात फारसा मोकळेपणा नव्हता. डॉक्टरांच्याबद्दल वाईटसाईट गोष्टी माझ्या कानावर पडून मी त्यांचा जास्तीत जास्त तिटकारा करावा, त्यांचा विचार मनातून काढून टाकावा, याचा ती अजून प्रयत्न करीत होती आणि एक दिवशी मला ऐकू जाईल अशा आवाजात ती कुणाला तरी सांगत होती की, घाणेकरचे *(आत्तीने डॉक्टरांना काशिनाथ म्हणायचेही सोडून दिले होते)* त्या अमक्या अमक्या नटीशी संबंध आहेत.

डॉक्टरांच्या 'सख्यां'बद्दल मला कधीच मत्सर वाटायचा नाही, हे बिचाऱ्या आत्तीला माहीत नव्हते. मला डॉक्टरांचा राग आला होता तो अशी बाई 'सखी' शोधल्याबद्दल आणि आश्चर्यही वाटत होते. कारण डॉक्टर स्वतःही तिचा तिटकारा करायचे, हेही मला माहीत होते. त्यामुळे ती नटी 'सखी' असल्याचे ऐकून नवल अधिक वाटत होते. मी माझ्या नेहमीच्या पद्धतीप्रमाणे डॉक्टरांना सरळ तोंडावरच विचारले. त्यावर त्यांच्या नेहमीच्या फटकळ स्वभावाप्रमाणे डॉक्टर म्हणाले–

> "माझा चॉईस एवढा वाईट आहे असं तुला वाटतं का? उद्या ती बया माझ्यासमोर विवस्त्र होऊन उभी राहिली तरी मला तिच्याबद्दल यत्किंचितही आकर्षण वाटणार नाही."

मला अपेक्षित असे उत्तर डॉक्टरांच्याकडून मिळाले आणि समाधानही वाटले.

ही नटी फार धूर्त होती. एकदा मात्र तिने डॉक्टरांना त्यांच्या व माझ्याबद्दल आस्था असल्याचे नाटक करून, गोड गोड बोलून घोळात घेतले होते. डॉक्टरही जरा जास्तच भावनाविवश होऊन आमच्या दोघांच्याबद्दल तिच्याजवळ बोलले होते. जेव्हा डॉक्टरांच्याकडून मला हा प्रकार समजला तेव्हाच मी डॉक्टरांना सावध केले होते. कारण आमच्या दोघांबद्दल इतका पुळका येण्याइतके तिचे आमच्यावरील प्रेम काही उतू जात नव्हते. उलट आत्तीशी तिचे जास्त चांगले संबंध होते. माझ्या मते काशिनाथ घाणेकर कांचनवर प्रेम करतात याची असूया कुठे तरी असावीच आणि माझ्या अंदाजाप्रमाणे एकीकडे डॉक्टरांना आस्था दाखवायची आणि दुसरीकडे आत्तीला ही माहिती पुरवायची, हे दुहेरी विषारी तंत्र तिने अवलंबिले होते. तेव्हा मी डॉक्टरांना सावध करताना सांगितले होते की, ह्या पुतना मावशीजवळ आपल्या

दोघांबद्दल किंवा माझ्याबद्दल काहीही चांगलं बोलू नका. प्रसंगी माझ्याबद्दल वाईट बोललात तरी चालेल.

डॉक्टरांनी एकदा त्या नटीच्या 'मी नाही बाई त्यातली' हे सारखं सारखं बोलून दाखविण्याच्या तिच्या सवयीचा आपल्या शिवराळ भाषेत खरपूस समाचार घेतला होता. तशी ती डॉक्टरांच्यावर चडफडायचीही आणि त्यांना घाबरूनही असायची. ही नटी नेहमी ती किती निष्पाप आहे, वयाने लहान आहे, तिला सेक्सबद्दल काहीच माहीत नाही, पुरुषांशी आपला संपर्क नाही, हे वारंवार ऐकवायची. ते ऐकून ऐकून वैतागलेल्या डॉक्टरांनी तिची फिरकी घेतली होती. अत्यंत गंभीर चेहरा ठेवीत काही उपदेश करावा असा आव आणीत त्यांनी तिला सांगितले होते, "हे बघ, कुठलीही गोष्ट तिचा उपयोग नाही केला तर ठेवून ठेवून गंजते. तुझ्याही बाबतीत असंच होण्याची शक्यता आहे. तरी या बाबतीत काय करायचे ते लवकर ठरव." पण एका पुरुषाकडून असलं शिवराळ बोलणं ऐकूनही त्या नटीमध्ये काही फरक झाला असेल असं मला वाटत नाही.

मला घालून पाडून बोलण्याचे, टोमणे मारण्याचे प्रसंग तर ती नटी दवडत नव्हती. एकदा तिने हिंदी-मराठीतील संगीत दिग्दर्शकाचे एका विवाहित स्त्रीशी असलेले संबंध कसे उच्च दर्जाचे (?) आहेत, त्यांचे प्रेम कसे 'प्लेटॉनिक लव्ह' आहे याची भारावून स्तुती केली होती. मी मनाशी आकडे मोजीत तो आचरटपणा ऐकत होते. कारण अशा संबंधांना जर ती नटी इतका उच्च दर्जा देत होती तर तिची स्वत:ची वैचारिक पातळी किती उंचीवर आहे, ते लक्षात येत होते. पण तिचे ते वैयक्तिक मत आहे असे समजून मी निमूटपणे ते ऐकत होते आणि एवढ्यात तिने पाठीकडून वार केलाच. ती सांगत होती, नाही तर काही माणसं चोरून सर्व करीत असतात. पण चार लोकांत समोरासमोर आले की ओळखसुद्धा नसल्यासारखे विरुद्ध दिशेला निघून जातात. आत्तीच्या विरोधामुळे आणि बंदीमुळे मला व डॉक्टरांना चार लोकांत असंच वागावे लागे आणि त्यासाठीच हा टोमणा होता.

१२०

डॉक्टरांच्याबद्दल मला पूर्ण कल्पना होती. तरी शेवटी मीही माणूसच होते. डॉक्टरांच्याबद्दल असले काही ऐकले की मलाही मनस्ताप व्हायचा. कुणाजवळ मन मोकळं करण्याची सोयही नव्हती. मग मी बाबांना पत्र लिहून माझा उद्वेग कमी करून घ्यायची. बाबांचे विचार दुखऱ्या मनावरही मलमपट्टी करायचे, फुंकर घालायचे आणि निश्चयाचे बळ द्यायचे. बाबा मला लिहायचे–

भालजी पेंढारकर ॥ श्रीकृष्ण ॥ शिवशक ३०१

५ जून, १९७५

सप्रेम शुभाशीर्वाद

उ. वि.

ऑक्टोबर परीक्षा संपवून आपण काय तो निर्णय प्रकट करावयाचा असे एकदा ठरल्यावर त्या दिवसासाठी मन:सामर्थ्य वाढवीत जाणे. नि:स्पृह विचारपूर्वक आपली कुवत पाहून त्या निर्णयासाठी तयार राहणे हे ठरल्यावर किरकोळ गोष्टींचा विचार हा व्यर्थ ठरावा. या सर्व कालाचा, त्या दिवसाच्या, त्या परीक्षेचा अभ्यास हेच आपले कर्तव्य ठरते. वागणे आणि ठरवणे यात अवसानाचे अंतर असते. सुलोचना साधेल त्या मार्गाने आपले म्हणणे खरे करण्याचा प्रयत्न करील हे उघड आहे आणि तुझे शिक्षण, अनुभव, सद्भाव असूनही, तुझ्या स्वत:च्या विचारशक्तीचा तुला उपयोग होत नाही.

सुलोचनाने का, कसे वागावे हे ठरलेले आहे. पण तू काय करावेस, तुझ्या व इतरांच्याही अंतिम हितासाठी काय योग्य हे तुला समजत असावे. आणि ते तसे असेल तर तुला थांबता येणार नाही. तरी स्वत:ला, स्वत:तून काढून स्वत:चे सत्यसामर्थ्य, स्वरूप दोष अगर गुण नीट निरखावे आणि रोज त्या दिवसासाठी निश्चयपूर्वक उभे राहावे. तीव्र इच्छा आणि श्रद्धा आजच्या जगातही परिणामकारक ठरते. तेव्हा भोवतालच्या झंजावातातही स्थिर राहणाऱ्या पणतीप्रमाणे मनाची पणती संयम आणि श्रद्धा यांच्या पदराआड धरून प्रयत्न कर. भगवान योग्य ते करतील.

भावनांच्या ओलाव्यासाठी माणसाने मनाचे पंचपात्र पुढे करावे आणि गंगाजलाऐवजी गरम चहा मिळावा असे मात्र माझे लिखाण मानू नये. सद्हेतूने मनावर दिलेली इंजेक्शन्स परिणामी फायदेशीर व्हावीत म्हणून सुई टोचण्याचा कठोरपणा वाटला तरी तो बरे करण्याचा अवश्य मार्ग म्हणून आपुलकीला आवर घालून काही लिहावे लागले. अपसमज न होण्याइतकी शहाणी आहेस आणि मी तुझ्याबद्दल आपुलकी पाळून आहे. निराशेसारखे यातनापूर्ण काही नाही आणि श्रद्धायुक्त आशेइतके शक्तीवर औषध नाही.

सवडीने लिही. मी अवश्य तुला लिहीन.

क. हे. शुभाशीर्वाद,

तुझा,

बाबा

घरात हे असलं तणावाचं वातावरण तर तिकडे डॉक्टरांचे वागणेही बेताल व्हायला लागलेले. त्यांच्या काही ना काही आगळिकी कानावर पडायच्याच आणि मन अधिकाधिक निराश व्हायचे. आमच्या प्रेमप्रकरणामुळे डॉक्टरांविषयी बिघडलेले आत्तीचे मत त्यांच्याविषयी असले काही ऐकले की अधिकच गढूळ व्हायचे. खरं म्हणजे काही गोष्टी खूपच क्षुल्लक असायच्या. पण डॉक्टरांच्या बाबतीत त्या घडल्या की त्याला प्रसिद्धीचे वलय प्राप्त होऊन त्याचा गाजावाजा अधिकच व्हायचा.

पण डॉक्टर हेच लक्षात घ्यायचे नाहीत. त्यांना लोकप्रियता, प्रसिद्धी हवी असायची; पण त्यासाठी द्यावी लागणारी किंमत, पाळावी लागणारी बंधनं ते मानायला तयार नव्हते. कलावंत, साहित्यिक, महात्मे, नेते हे सामान्यांपेक्षा वेगळे असे अलौकिकत्वाचे वरदान जन्माला येताना घेऊन येतात; पण त्याबरोबरच जीवन सार्वजनिक होण्याचा शापही घेऊन येतात. लौकिकाचे कायदेकानून त्यांच्यासाठी जरा जास्तच कडक होतात.

डॉक्टर स्वत:चा संबंध नसलेल्या गोष्टीतही स्वत:ला अडकवून घ्यायचे. त्या वेळच्या जूनमध्ये डॉक्टर नाटकानिमित्त पुण्याच्या बालगंधर्वमध्ये राहिले होते. त्या दिवशी ‘फुलराणी’ नाटकाचा प्रयोग चालू होता. डॉक्टरही नाटकाला जाऊन बसले होते आणि थोड्या वेळात त्यांच्या लक्षात आले की थिएटरचे एअरकंडिशन बंद आहे. रंगमंचावरील कलावंत आणि तुडुंब भरलेले प्रेक्षागृह दोन्हीही हैराण झालेले होते. ते पाहून डॉक्टरांच्यामधील सामाजिक कार्यकर्ता जागा झाला. डॉक्टरांनी बालगंधर्वच्या व्यवस्थापकाकडे जाऊन त्यांचा व तेथील कर्मचारी वर्गाचा न भूतो न भविष्यती अशा अर्वाच्य भाषेत उद्धार केला. मग नेहमीच्या सवयीप्रमाणे मंत्र्यांपासून महापालिका आयुक्तापर्यंत सर्वांना फोन करून तक्रार करण्याचा सपाटा सुरू केला. व्यवस्थापक व कर्मचारी मंडळीही संतापली. डॉक्टर एवढे उत्तेजित व्हायला मदिरेची साथ होतीच. शेवटी डॉक्टरांनी लेखी माफी मागावी नाही तर त्यांना बालगंधर्वचे दरवाजे कायमचे बंद होतील, असा समर-प्रसंग निर्माण झाला. हे विकतचे श्राद्ध घ्यायला त्यांना कुणी सांगितले असावे? मदिरेने डॉक्टरांची प्रकृती नसली तरी बुद्धी, विचार आणि वाणी बिघडायला सुरुवात केली होती.

१२१

असे काही प्रसंग घडत होते त्याच्या आगेमागेच नाट्यदर्पण रजनीच्या निमित्ताने झालेल्या समारंभासारख्या कार्यक्रमात डॉक्टर आपली अशी काही अदाकारी पेश करायचे की, त्यांनी केलेल्या आगळिकी प्रेक्षक विसरून जायचे. त्याचे वर्णन करताना वृत्तपत्रकार म्हणाले–

मा. दत्ताराम आणि डॉ. काशिनाथ घाणेकर या दोघाही नटश्रेष्ठांनी आपल्या मनस्वी अभिनयाने आणि पिळदार आवाजाने प्रेक्षकांना पुन्हा 'रायगडा'वर नेले. त्यांना येसूबाई म्हणून आशालताने चांगली साथ केली. तिन्ही कलावंतांनी ऐतिहासिक रंगभूषा, वेषभूषा, न करता नेहमीच्या पेहरावात प्रसंग सजविला.

मास्टर दत्ताराम यांनी आपल्या गोळीबंद आवाजात स्वगत म्हणून दाखविल्यानंतर तीच आवाजाची बंद गोळी त्यांनी डॉक्टरांना दिली. डॉ. काशिनाथ घाणेकरांनी आपला वारसा हक्क तितकाच तडफेने 'संभाजी' सादर करून सिद्ध केला. घाणेकरांच्या संभाजीचा तो प्रवेश पाहणे ही प्रेक्षकांना एक अलौकिक संधी वाटली. या कलावंताला लाभलेलं व्यक्तिमत्व, आवाज, अभिव्यक्तींची अमोघ शक्ती, भावदर्शनाचे प्रचंड सामर्थ्य हे सगळे गुण रायगडासाठीच तर जन्माला आले नव्हते?

१२२

त्या वर्षी मी व माझा धाकटा मामेभाऊ अनंत-चतुदर्शीला पुण्याला गेलो होतो. तो दिवस चारुकाकांच्या पूना गेस्ट हाऊसचा वाढदिवस असतो. त्याला हजर राहणे, शिवाय पुण्याचे प्रसिद्ध गणपती बघण्याचाही कार्यक्रम होताच. पण त्या दिवशी पूना गेस्ट हाऊसवर असणारी प्रचंड गर्दी आणि गोंगाट यामुळे कानाचे ऑपरेशन झालेली मी तिथे राहू शकले नाही. मी आत्तीची मैत्रीण माणिक बेहरेकडे उतरले होते. वसंतराव जोगळेकरांच्या 'हा खेळ सावल्यांचा' चित्रपटाच्या बाह्य चित्रीकरणासाठी डॉक्टरही पुण्यातच होते. त्या वेळी माझ्या डोक्यात एक विचार आला की आमच्या ह्या प्रेमप्रकरणाची चर्चा आमच्यापेक्षा बाहेरच्या लोकांनीच अधिक केली; पण प्रत्यक्ष त्याच्याशी संबंधित असणाऱ्या आत्ती, डॉक्टर, इरावतीबाई आणि मी असे समोरासमोर बसून कधी बोललोच नाही. त्यातून भलेही नकार बाहेर पडला असता तरी चालला असता, पण त्यासाठी तरी सर्वांनी समोरासमोर यायला पाहिजे होते.

एकदा आत्ती, दादा *(राजा परांजपे)* व चारुकाका डॉक्टरांच्या घरी या संदर्भात गेले होते. पण डॉक्टर आणि इरावतीबाई दोघेही भेटू शकले नाहीत. मग मात्र पुन्हा म्हणून आत्तीने डॉक्टरांना भेटण्याचा अथवा त्यांना भेटीला बोलवण्याचा प्रयत्न केला नाही आणि तेढ वाढतच गेली. म्हणून मी माणिकला हे सर्व सांगून ती माझ्या वतीने डॉक्टरांची याबाबतची अजूनही काय भूमिका आहे, कितपत तयारी आहे हे विचारून घेईल काय, असे विचारले. माझ्या लहानपणापासून मला आपल्या मुलीसारखे वाढविलेल्या माणिकने तात्काळ होकार दिला. मात्र हे आत्तीला कळले तर ती तुझ्यावर नाराज होईल अशी शंकाही मी माणिकजवळ बोलून दाखवली. यावर माणिक म्हणाली–

"हे बघ, मी काही तुमच्या चोरट्या भेटी घालून देण्याचे काम करत

नाहीये. यातून सर्वांचीच सुटका होणारा मार्ग मिळाला तर प्रयत्न करायचाय. दीदीला *(आत्तीला)* जे काय सांगायचेय ते मी सांगीन.''

आणि आम्ही भेटलो. शूटिंगमधून दोन तास वेळ काढून डॉक्टर आम्हाला भेटायला आले होते. अधिक प्रस्तावना न करता माणिकने सरळ मुद्द्याला हात घालीत विचारले की, कांचनच्या बाबतीत डॉक्टर काय करू इच्छितात. डॉक्टरांनी प्रथमतःच सांगून टाकले–

> ''तिच्याबद्दलच्या माझ्या भावना, तिच्याविषयीचे माझे कर्तव्य, तिची जबाबदारी आजही मी पूर्वीइतक्याच तीव्रतेने मानतो. पण माझी पूर्वीची अट आजही कायम आहे. ती म्हणजे इरावतीला बाजूला करून मी काहीही करणार नाही. त्यासाठी तुम्ही कोणताही मार्ग काढा आणि मला सांगा.''

चार वाक्यांतच ही महत्त्वाची चर्चा संपली आणि नंतरचा तास-दीड तास डॉक्टर एकटेच अखंड बोलत होते. विषयही वेगवेगळे होते. त्यात काही अश्लील विनोद होते, 'रायगड' नाटक पुन्हा सुरू करण्याची तयारी चालल्याचे समजले, त्यासाठी स्वतः नाटक कंपनी काढण्याचा विचार सुरू असल्याचे सांगितले, त्या नाटक कंपनीला कांचनचे नाव देणार ही पोटात गोळा आणणारी घोषणा इत्यादी अनेक गोष्टी डॉक्टर सांगत होते. मी आणि माणिक गप्प राहून श्रोत्याचे काम करत होतो. शूटिंगला जाण्याची वेळ होताच डॉक्टर उठले. ते शूटिंगच्या जागेकडे आणि आम्ही दोघी माणिकच्या घरी निघालो. वाटेत रिक्षामध्ये मी माणिकला विचारले, 'काय माणिक?' गंभीर झालेली माणिक माझा हात हातात घेत एवढंच म्हणाली–

''डॉक्टर किती लाऊड झाले आहेत नाही?''

माणिक नेमकं माझ्या मनातलं बोलली होती. सत्तर सालातील उमदे, हसरे, खेळकर, भाबडे वाटणारे माझे डॉक्टर हरवत चालल्याचे जाणवत होते. पाच-सहा वर्षांत डॉक्टर किती बदलल्यासारखे वाटत होते.

१२३

१२ ऑक्टोबर, १९७५ ला अभिजात या संस्थेचा वर्धापन दिन असतो. त्या वर्षी शं. ना. नवरेलिखित 'दिवसेंदिवस' या नंदकुमार रावते दिग्दर्शित नाटकाचा एकच प्रयोग करण्यात आला. अभिजात संस्थेत आजवर काम केलेल्या लहानथोर बावन्न कलाकारांनी त्या प्रयोगात भाग घेतला होता. डॉक्टरही एका महत्त्वपूर्ण भूमिकेत त्या नाटकात होते. डॉक्टरांचा आवाज खराब झाल्याची, संवाद नीट न कळण्याची सुरुवात झाल्याचे जाणवायला लागले. माझ्या मते दमदार आवाजाच्या

सतीश दुभाषींनी आणि खणखणीत आवाजाच्या श्रीकांत मोघेंनीच त्या दिवशी खरी बाजी मारली. मृदु, कविमनाचा ओव्हरसीयर अनंत डॉक्टरांनी हळुवारपणे उभा केला. पण अस्पष्ट वाणीमुळे तो प्रेक्षकांच्यापर्यंत फारसा पोहोचू शकला नाही.

हल्ली डॉक्टरांचे आमंत्रण येऊ शकत नसले तरी अनंत काणे यांच्याकडून 'दिवसेंदिवस' नाटकाचे आमंत्रण आले होते. आत्तीने या वेळी मला जाण्यास विरोध केला नाही. मी व माझी मामेबहीण विजू गेलो होतो. अजून तरी आत्ती मला डॉक्टरांचे नाटक बघू देण्यास विरोध करीत नव्हती. मी तेवढ्यावरही खूष होते. मला तर आठवतंय एका अभिजातच्या वर्धापन दिनी शास्त्रीय संगीताचा कार्यक्रम होता. त्याला आत्ती गेली होती. रवींद्र नाट्यमंदिर येथे झालेल्या कार्यक्रमाहून ती जी परतली ती डॉक्टरांच्या छायाचित्रावरून जी रांगोळी घातली होती त्याची अफाट स्तुती करत. अर्थात कौतुक त्या रांगोळी घालणाऱ्या व्यक्तीचे ती करत होती. मलाही ती रांगोळी पाहण्याची उत्सुकता वाटत होती. पण आत्तीला जाऊ का म्हणून कशी विचारणार होते? पण आत्तीनेच पुन्हा एकदा मेहेरबानी केली. त्या वेळी रवींद्र नाट्यमंदिरात बंगाली नाटकांचा महोत्सव व्हायचा होता. त्याची तिकीटविक्री कधी होणार याची चौकशी करायला तिने मला पाठविले होते. वास्तविक पाहता ते यथावकाश वर्तमानपत्रात जाहीर झालेच असते किंवा रवींद्र नाट्यमंदिरवर फोन करूनही समजू शकले असते; पण मी ती डॉक्टरांच्या छायाचित्राची रांगोळी पहावी अशी आत्तीची इच्छा असणार, म्हणूनच हे निमित्त तिने काढले असावे. अशीच सहृदयता तिने दुसऱ्या बाबतीतही दाखविली असती तर?

'दिवसेंदिवस'च्या आमंत्रण पत्रिकेवरील पुढच्या रांगेतील गँगवेला लागून असलेल्या सीट्सचे नंबर पाहून का कुणास ठाऊक एकदम वाटून गेले की सीट्स डॉक्टरांच्या सूचनेवरून तर पाठविल्या गेल्या नसतील ना? मी काहीशी सुखावूनच डॉक्टरांच्या आवडत्या नंबर असलेल्या सीटवर रेलून बसले. सहजच उजवीकडे लक्ष गेले तर त्या रांगेच्या दुसऱ्या टोकालाही तशाच सीटनंबरवर इरावतीबाई बसलेल्या दिसल्या. डॉक्टरांच्या कौतुकाविषयीचे स्मित माझ्या ओठावर नकळत उमटले. पण माझा हा आनंद फार वेळ टिकू शकला नाही. कारण इरावतीबाईंच्या शेजारी एक दुय्यम भूमिका करणारी नटी बसली होती. सध्या ती डॉक्टरांची 'सखी' असल्याची कुजबूज होती. एकदोन मासिकांमध्ये गॉसिप कॉलममध्येही त्याचा उल्लेख मी वाचला होता. पण मी जे पाहिले त्याने माझ्या तळपायाची आग मस्तकात गेली होती. इरावतीबाईंच्या बरोबरीने डॉक्टरांनी त्या सखीला बसविले होते आणि ते मला बिलकूल आवडले नव्हते. ती सखी अगदी पहिल्या रांगेत बसली असती तरी चालले असते. पण आम्ही दोघी बसलेल्या रांगेतच तेही इरावतीबाईंच्या शेजारी त्या सखीला बसविणे– माझ्या दृष्टीने डॉक्टरांचे हे वागणे– अक्षम्य होते.

डॉक्टरांची सखी-प्रकरणे, त्यांचा षौक इथपर्यंत मी समजू शकत होते. त्यात त्या स्त्रियांचाही सहभाग असायचा. पण तो षौक जीवनाचा अत्यावश्यक भाग बनू पाहात होता. चार घटका मौज करून जाणाऱ्या स्त्रिया आणि पत्नीमध्ये निश्चितच फरक होता. पण डॉक्टरांनी दोघींनाही एकाच पातळीवर आणून बसविले होते. मी आतून सारखी खदखदत होते. कधी एकदा डॉक्टरांच्या समोर या प्रश्नाचा सोक्षमोक्ष लावते असं मला होऊन गेलं. पण संधी मिळत नव्हती. आत्ती घरी असेपर्यंत, डॉक्टरांच्या घरी जाणे शक्य नव्हते. पण एक दिवस आत्ती 'खानदोस्त' चित्रपटाच्या बाह्यचित्रीकरणासाठी नाशिकला गेली आणि मी तडक डॉक्टरांचे घर गाठले.

मोठ्या प्रेमाने आणि लाडात येऊन डॉक्टर माझ्याशी बोलत होते. पण आज माझ्या चेहऱ्याची रेषही हलत नव्हती. कुठून सुरुवात करावी हे मला सुचत नव्हते. माझा रागरंग पाहून डॉक्टरही गंभीर झाले. मी जमतील तसे शब्द गोळा केले. कारण अशा बाबतीत डॉक्टरांना काही सुनावण्याची माझी ही पहिलीच वेळ होती. त्यांचा अनादर होणार नाही असे शब्द जमवीत मी त्यांना सांगितले की,

''मी आज तुम्हाला शेवटची भेटायला आले आहे, इरावतीबाईंच्यानंतर दुसरी पत्नी म्हणून मीच आहे, असं मी समजत होते. पण 'दिवसेंदिवस'च्या प्रयोगाच्या वेळी इरावतीबाईंच्या बरोबरीने तुमच्या सध्याच्या सखीला बसलेले पाहिले. अशा रीतीने कदाचित तुम्ही रांग लावाल. मला त्या रांगेत उभे राहण्याची बिलकूल इच्छा नाही. यानंतर पुन्हा म्हणून मी तुमचं तोंड पाहणार नाही.''

एका दमात एवढं बोलून मी उठलेच.

डॉक्टरांनी माझ्या हाताला धरून मला जबरदस्तीने खाली बसविले. डॉक्टर खूप वरमल्यासारखे वाटत होते. मी असा काही पवित्रा घेईन असे त्यांना स्वप्नातही वाटले नसेल. त्यांनी मला शांत करण्याचा, चुचकारण्याचा प्रयत्न केला. पुन्हा असं होणार नाही असेही सांगितले. पण आता मला खात्री वाटत नव्हती. मी डॉक्टरांचा हात माझ्या डोक्यावर ठेवला आणि त्यांनी आता शपथ घेऊन तसा प्रकार होणार नाही याची खात्री द्यावी, असे सांगितले. बिचारे डॉक्टर मी सांगेन तसे करत होते. डरकाळ्या फोडणाऱ्या वाघाची अशी शेळी झालेली पाहून मलाच रडायला यायला लागले. संतापाची जागा अश्रूंनी कधी घेतली समजलंच नाही. डॉक्टरांच्या मांडीवर पडून एखाद्या लहान मुलासारखी मी हमसून हमसून रडत होते.

त्यानंतर मात्र पुन्हा असल्या प्रसंगाची पुनरावृत्ती झाली नाही. ती नटी नुसती 'सखी' म्हणूनही डॉक्टरांच्या आयुष्यात राहिली नाही. मी स्त्रीसुलभ स्वभावाप्रमाणे मत्सराने वागले म्हणून डॉक्टरांना अशा बाबतीत पुरुषांना होतात तशा गुदगुल्याही झाल्या असतील. पण मला मात्र आजही माझ्या त्या वागण्याची लाज वाटते. हे डोक्यावर हात घेऊन शपथा वगैरे घ्यायला लावणे हेही माझ्या रोखठोक स्वभावात न बसणारे, किंवा

एखाद्या स्त्रीवरून डॉक्टरांना जाब विचारणे हेही मला न आवडणारे, असा विचार करण्याबाबत इतक्या खालच्या पातळीवर उतरणे हेही माझ्या स्वभावात न बसणारे, कारण मला तर माझे विचार सर्वसाधारण स्त्रीपेक्षा वेगळे वाटत आणि तसं नसतं तर सर्व माहीत असून विवाहित पुरुषावर प्रेम करण्याच्या फंदात पडलेच नसते. तसेच पहिल्या पत्नीसह त्या पुरुषाला स्वीकारण्याचाही प्रकार केला नसता. पण एका गोष्टीचे मात्र माझे मलाच राहून राहून आश्चर्य वाटत होते, की मी एका विवाहित स्त्रीच्या संसारात शिरून तिच्या पत्नीपदात भागीदार होऊ पाहात होते. पण आमच्या दोघींच्या शिवाय तिसरे पद निर्माण होते की काय ह्या नुसत्या शंकेनेसुद्धा मी चवताळलेल्या नागिणीसारखी फडा काढून उभी राहिले. कितीही वेगळी स्त्री म्हणून स्वत:चा स्वत:ला अहंकार वाटत राहिला तरी स्त्रीत्वाची मुळं पार खोलवर गेलेली असतात हेच खरं. दुसरं त्याहून आश्चर्य वाटलं ते डॉक्टरांनी या बाबतीत कशी सपशेल माघार घेतली याचं.

१२४

या 'ऐतिहासिक' भेटीच्या वेळीच डॉक्टरांच्याकडून समजले की, श्री. ज. जोशींच्या आनंदी-गोपाळ कादंबरीवर श्री. राम जोगळेकर यांनी आनंदी-गोपाळ हे नाटक लिहिले असून नंदकुमार रावते त्याचे दिग्दर्शन करताहेत. मात्र अभिजात या वेळी भालचंद्र पेंढारकरांच्या ललितकलादर्शच्या सहयोगाने हे नाटक रंगभूमीवर आणणार होती. डॉक्टर गोपाळरावांची भूमिका करताहेत, हे ऐकल्यावर मी पटकन् म्हणाले–

"अगदी योग्य भूमिका तुम्हाला करायला मिळाली आहे. गोपाळरावांची भूमिका करायला तुमच्याइतकं योग्य कोण आहे? वेगळं काही करायलाच नको."

"सगळे असंच म्हणतात. पण निदान तू तरी असं म्हणू नकोस. गोपाळरावांसारखा माझा स्वभाव तापट, विक्षिप्त आहे, म्हणूनच फक्त मी गोपाळराव करायला योग्य आहे? गोपाळराव उभा करताना मला दुसरं काहीच करावं लागणार नाही का?" मला अडवीत दुखावल्यासारखे डॉक्टर म्हणाले.

मी चपापले. डॉक्टरांच्या या प्रश्नावर अंतर्मुख झाले. खरंच! डॉक्टर म्हणत होते यात काय चूक होते? डॉक्टरांच्या पुढच्या वाक्याने मी भानावर आले. डॉक्टर दुखावलेल्या स्वरात म्हणाले–

"काही टीकाकार किंवा प्रेक्षकही माझ्या नाटकांतील भूमिका बघून म्हणतात की, त्यात काय मोठं? तो त्याचाच रोल होता, याचंच मला दु:ख होतं. याचा अर्थ मी जो काही अभिनय केला त्यात मला काहीच परिश्रम करावे लागले नसतील? त्या भूमिकेच्या सुख-दु:खांचा विचार करताना, त्याचे प्रकटीकरण करताना मला काहीच यातना झाल्या नसतील?"

मी पूर्णतया निरुत्तर झाले होते. मी गप्प झालेली पाहून डॉक्टर म्हणाले–

"ज्यांना कुणाला काय म्हणायचे ते म्हणू दे. निदान ते सगळे परके आहेत. पण तू तरी असं म्हणू नकोस. तू माझी आहेस. मला जवळून जाणणारी आहेस."

यापूर्वीच्या भूमिकांबद्दल मी असे कधीच म्हणाले नव्हते. पण आनंदी-गोपाळ कादंबरी वाचताना मात्र सारखं वाटायचं गोपाळराव म्हणजे दुसरे डॉक्टरच. आमच्या मराठीच्या प्राध्यापिका सरोजिनी वैद्य एकदा म्हणाल्या होत्या, त्याप्रमाणे प्रत्येक नवऱ्यातच एक गोपाळराव दडलेला असतो. म्हणूनही गोपाळराव व डॉक्टर यांच्यामध्ये साम्य वाटले असेल. या प्रसंगानंतर मात्र चुकूनही कधी मी डॉक्टरांना या बाबतीत टोचेल असे बोलले नाही.

नाटकात 'आनंदीची' भूमिका सुहास जोशी करताहेत असे सांगून डॉक्टर कौतुकाने म्हणाले–

"अगदी योग्य आनंदी आहे की नाही? डॉ. आनंदीबाई आणि सुहासच्या चेहऱ्यात बरंच साम्य आहे. मुख्य म्हणजे दोघींचं कपाळ अगदी सारखं आहे."

सुहास जोशींचे नाव ऐकताच माझी मान समाधानानं डोलली. मला सुहास जोशींची कोल्हापूरला सौ. माई पेंढारकरांच्या घरी झालेली प्रथम भेट आठवली. त्या वेळी 'ही श्रींची इच्छा' ह्या नाटकात रमाबाईंची भूमिका त्या करत होत्या, त्या नाटकाच्या दौऱ्यावरच त्या कोल्हापूरला आल्या होत्या. त्या नाटकात उषा सरपोतदार ह्या चारुकाकांच्या भगिनीही काम करीत होत्या. त्याच सुहास जोशी यांना प्रथम जयप्रभा स्टुडिओत बाबांना भेटवून मग सौ. माईंच्या घरी घेऊन आल्या होत्या. सुहास जोशींची रमा मी पाहिली होती. त्यांच्या अभिनयक्षमतेबद्दल वादच नव्हता. पण त्यांना त्या दिवशी प्रत्यक्ष पाहिले तेव्हा त्या नटी असल्याचा साधा मागमूसही त्यांच्या जवळपास नव्हता. सुशिक्षित स्त्रीमध्ये दिसणारा पोषाख, केशभूषा किंवा चेहऱ्याची रंगरंगोटी यातील कोणताच आधुनिकपणा त्यांच्यामध्ये नव्हता. इरकली पातळातील सुहास जोशी नुकत्याच सदाशिव पेठेतील मध्यमवर्गीय चित्पावनी घरातून आलेल्या वाटत होत्या. प्रथमदर्शनी भिडत होते ते त्यांच्या नावाला साजेसे त्यांचे सुहास्य. जरा जास्तच मोठे वाटणारे कपाळ आणि अतिशय बोलके पण बटबटीत वाटणारे डोळे.

१२५

सुहास जोशींचे पहिले व्यावसायिक नाटक चांगलेच आपटले होते. 'ही श्रींची इच्छा' यश मिळवीत होते. पण ते यश अधिकतर 'स्वामी' कादंबरीचे होते. माधवरावांच्या भूमिकेतील शशिकांत निकतेचे होते. सुहास जोशींच्या अभिनेत्रीला अजून लोकमान्यता मिळत नव्हती आणि म्हणूनच उषाताई सरपोतदार सांगत होत्या–

"मी सुहासला सांगितलंय जोवर तिला काशिनाथ घाणेकरांबरोबर नायिका म्हणून नाटक मिळत नाही, तोपर्यंत तिला व्यावसायिक रंगभूमीवर यश मिळविणे कठीण आहे. त्यांच्याबरोबरचे नाटकच तिला व्यावसायिक यश मिळवून देईल."

उषाताईंचे बोलणे ऐकून माझ्या अंगावर मूठभर मांसच चढल्यासारखे मला वाटले. मी सुहास जोशींच्या चेहऱ्याकडे पाहिले, त्यांना उषाताईंचे बोलणे आवडले की नाही, पटले की नाही ते कळले नाही. पण त्यांनी उषाताईंचे बोलणे खोडूनही काढले नाही. फक्त नेहमीसारखे सुहास्य तेवढे केले.

'आनंदी-गोपाळ' रंगभूमीवर येणार म्हणून जाहिराती झळकल्या. जाहिरातीमधील डॉक्टरांचे रुपडे आत्तापर्यंतच्या त्यांच्या भूमिकेहून वेगळे होते. डोक्याचा तुळतुळीत गोटा, मधोमध शेंडी ठेवून गोलाकार ठेवलेला घेरा, कानावर केस, उग्रतेत भर घालणारा गालावरचा चामखीळ, आरपार भेदणारे भेदक टपोरे डोळे, कपाळावरचे उभे गंध. किती वेगळे दिसत होते डॉक्टर? या नाटकाबद्दल प्रेक्षकांना उत्सुकता असणे साहजिकच होते. पण आशालतासारख्या डॉक्टरांच्या सहकलाकारांमध्येही ती उत्सुकता होती. त्या वेळी आशालता चंद्रलेखेच्या नाटकांच्या दौऱ्यावर विदर्भात होत्या. तिथूनही त्यांनी डॉक्टरांना आवर्जून पत्र पाठविले–

॥ श्री ॥

अमरावती

१८-११-७५

प्रिय डॉक्टर स. नमस्कार

'आनंदी-गोपाळ'ची जाहिरात पाहिली. खूप आवडली. क्षणभर तुम्हाला ओळखलंच नाही. पण ओळखणं भाग पडलं. नाव होतं ना! बाकी गोटा जो काय दिसला जवाब नही!

तुमचं पाठांतर चोख असणार याबद्दल शंका नाही. मला त्याबद्दल पूर्ण खात्री आहे. मी पहिल्या प्रयोगाला नाही याची फार खंत वाटली. पण हरकत नाही. मी आल्यावर लगेच पाहीन.

'आनंदी-गोपाळ'ला खूप यश लाभो आणि तुमच्या यशात आणखी एका हळुवार पण देखण्या मोरपिसाची भर पडो हीच सदिच्छा. डॉक्टर तुमची रंगभूमीला फार फार गरज आहे, तेव्हा तब्येतीला जपा. मला काय म्हणायचं आहे ते तुम्हाला कळलंच असेल आणि आत्ता मी तुमच्या समोर असते तर मला एक धपाटा खावा लागला असता, हेही मला माहीत आहे. बरं की नाही मी लांब आहे तेच.

असो. पुन्हा एकवार मन:पूर्वक सदिच्छा.

सौ. वहिनी-शामराव यांना सा. नमस्कार.

आपली

आशालता

शंभर वर्षांपूर्वी २३ नोव्हेंबर रोजी डॉ. आनंदीबाई जोशी ह्या अमेरिकेहून डॉक्टरकीची पदवी घेऊन हिंदुस्थानात परतल्या होत्या. बरोबर २३ नोव्हेंबर १९७५ रोजी आनंदीबाईंच्या कर्तृत्वाला मानाचा मुजरा करण्याचे औचित्य ललितकला व अभिजात यांनी दाखविले. त्या दिवशी शुभारंभाचा प्रयोग साहित्य संघात झाला.

डॉक्टरांचा गोपाळराव प्रेक्षकांनी अपेक्षेबाहेर स्वीकारला तर समीक्षकांनी अपेक्षेप्रमाणेच लिहिले– 'गोपाळरावांच्या विक्षिप्त तऱ्हेवाईक भूमिकेसाठी डॉक्टर काशिनाथ घाणेकर यांची झालेली निवड अचूक आहे.'

मात्र डॉक्टरांच्या नावाबरोबर आणखी एक नावही मोठ्या ठळक मथळ्यात यायला लागले–

काशिनाथ-सुहास जोशी जुगलबंदी – मुंबई सकाळ
सुहास जोशी नि डॉ. घाणेकरांच्या वेधक भूमिका – नवशक्ती
सुहास जोशी-घाणेकर प्रभावी – विशाल सह्याद्री
सौ. सुहास जोशी उत्कृष्ट – महाराष्ट्र टाइम्स
आनंदी-गोपाळमध्ये सुहास जोशी अप्रतिम – केसरी

'नवशक्ती'मध्ये लिहिताना शशिकांत नार्वेकरांनी म्हटले–

डॉ. काशिनाथ घाणेकरांनी गोपाळराव प्रभावी रंगविला. त्या व्यक्तिरेखेच्या सर्व रंगच्छटा डॉ. घाणेकरांनी गहिऱ्या अभिनयातून व्यक्त केल्या आहेत. पण 'बेस'मधील त्यांचे संवाद नीट ऐकायला येत नाहीत. वरच्या आवाजातील संवादफेक मात्र आकर्षक आहे.

'सोबत'मध्ये लिहिताना माधव मनोहर वेगळेच म्हणाले–

नट म्हणून काशिनाथची एक ग्लॅमरस इमेज आता ठरल्यागत झाली आहे. काशिनाथने स्वत: ह्या दुर्घट भूमिकेचे आव्हान आपले मानावे ही घटना लक्षणीय आहे. वस्तुत: काशिनाथ हा त्याच्या अभिनयविशेषाच्या मर्यादेत एक गुणी आणि पराकाष्ठेचा लोकप्रिय असा नट नि:संशय आहे. खरे तर गोपाळची भूमिका ही काशिनाथची नव्हेच. प्रस्तुत आनंदी-गोपाळच्या नावात अग्रक्रम आनंदीचा आहे. हे सर्व लक्षात घेऊन कोणत्याही अस्सल नटाने प्राप्त भूमिकेस योग्य तो न्याय द्यायला हवा. पण काशिनाथच्या संबंधात ते अशक्यच आहे. ही भूमिका अशी आहे की, आक्रस्ताळा आरडाओरडा किंवा स्वगतसमयी स्पॉट इ. गिमीक्स न योजताही ती प्रत्ययकारक वठविता येईल. पण काशिनाथला हे कोण सांगणार? कारण त्याने कुणाचे ऐकू नये हेच त्याच्या स्वभावधर्माशी सुसंगत आहे. अन्यथा काशिनाथला

गोपाळराव इतका भडक वठविण्याची मुळातच आवश्यकता नव्हती.

'ब्लीट्झ'मध्ये गुंजारवने लिहिले–

डॉ. काशिनाथ घाणेकर यांनी गोपाळराव तन्मयतेने उभा केला. या भूमिकेत सहज करता येण्यासारखी आरडाओरडही ते करत नाहीत. ही भूमिका डॉक्टर घाणेकर अत्यंत संयमाने आणि कमालीच्या कलात्मक ताकदीने सादर करतात. मात्र आनंदीवर येता-जाता डोळे वटारण्यापेक्षा तिला त्यांनी आवाजाच्या जरबेत ठेवले तर ते अधिक कलात्मक आणि गोपाळरावाच्या भूमिकेला न्याय देणारे वाटेल.

'मार्मिक'मध्ये ललिता बापट म्हणतात–

घाणेकरांनी गोपाळच्या स्वभावाच्या बारीकसारीक छटांसह डिट्टो उभा केला. काशिनाथच्या अभिनयकुशलतेचे विविधांगी दर्शन घडविणारी ही भूमिका आहे. बोलायला अवघड व तीक्ष्ण स्वरातील बोलायचे संवाद काशिनाथ विनासायासाने बोलला. त्या मानाने खालच्या पट्टीतील संवाद बोलताना मात्र त्याचा अगदी कॅज्युअल टोन व गोंधळलेला स्वर खटकत होता. अर्थात काशिनाथने ते मनावर घेतले तर ही उणीवही तो चाली चाली दूर करील. आनंदाची गोष्ट म्हणजे प्रेक्षकांकडे हेतुपुरस्पर पाहात त्यांची दाद घ्यायचा मोह त्याने या नाटकात टाळलेला आहे.

अभिनेते-दिग्दर्शक कमलाकर सारंग यांनी 'तारांगण'मध्ये डॉक्टरांच्या गोपाळरावांच्या भूमिकेबद्दल लिहिताना म्हटले–

गोपाळच्या भूमिकेची निवड शंभर टक्के योग्य. गोपाळरावांची एककल्ली, हट्टी, जिद्दी, बरीचशी निष्ठूर, तरीही व्रात्य चक्रम भूमिका काशिनाथ घाणेकरांच्या रोमारोमात भिनल्यासारखी वाटत होती. पहिल्या अंकातील प्रारंभीच्या भागात ते काहीसे ऑकवर्ड वाटले. उघड्या अंगाने वावरायचे म्हणा किंवा नेपथ्यामुळे हालचालीवर पडलेल्या मर्यादांमुळे म्हणा पण नेहमीची सहजता आढळत नव्हती. पहिल्या अंकाच्या मध्यावर म्हणजे त्यांच्या दुसऱ्याच प्रवेशात त्यांनी स्वतःवर ताबा मिळविला तो अखेरपर्यंत.

'लोकप्रभा'मध्ये कमलाकर नाडकर्णी यांनी दोन ओळीत डॉक्टर व सुहास जोशींच्याबद्दल लिहिताना म्हटले–

डॉ. काशिनाथ घाणेकरांचा प्रेक्षकवर्ग नाटकाला गर्दी करून सोडतो. आणि सुहास जोशींच्या अभिनयाने थरारून जातो.

डॉक्टरांच्याबद्दल ते पुढे म्हणतात–

डॉ. घाणेकरांकडे तर्कटीपणाला आवश्यक असलेला आवाज आजकाल नाही. पण तरीदेखील ती त्रुटी त्यांनी मुद्राभिनयाने भरून काढली. त्यांच्यावर प्रेम करणाऱ्या प्रेक्षकांची त्यांनी निराशा केली नाही.

१२६

'आनंदी-गोपाळ' पाहण्यासाठी सगळा महाराष्ट्र आतुर होता; पण पुणे-मुंबई आणि दिल्ली वगळता डॉक्टरांनी बाहेर कुठे या नाटकाचे फारसे प्रयोग केलेच नाहीत. दौरेही झाले नाहीत. डॉक्टरांनी नाटक स्वीकारतानाच शंभर प्रयोगांतच काम करीन असे सांगितले होते म्हणे. तसेच गोपाळरावांच्या भूमिकेसाठी डॉक्टर जो गोटा वापरीत तो डोक्यावर चिकटवायला स्पिरीट गम लावावे लागे. त्यामुळे तो गोटा डोक्यावरून काढताना डॉक्टरांना खूप त्रास होई. मानेवर पुरळ येई. डॉक्टरांची कातडी खूप नाजूक होती हे जरी खरे असले तरी डोक्यावरून तो गोटा काढताना हळुवारपणे चामडीपासून सोडविणे वगैरे डॉक्टर करीत नसत. त्यांच्या नेहमीच्या आडदांड पद्धतीने एका झटक्यात खसकन् ओढून तो गोटा डोक्यापासून अलग करीत. त्यामुळे स्पिरिटगमने घट्ट चिकटवलेल्या कातडीला जोरदार हिसका बसायचा आणि रोजरोज तसे करून कातडीला पुरळ येणारच.

गोटा काढण्याची ही इतकी घाई करण्याचे कारण म्हणजे नाटक संपल्यापासून पाच मिनिटांच्या आत डॉक्टरांना थिएटरबाहेर पडायचे असायचे. घरी जाण्याची घाई म्हणून नव्हे तर प्रेक्षागारातून प्रेक्षक बाहेर पडत असताना त्या जनसागरातून मुसंडी मारत डॉक्टर आधीपासून आणून उभी केलेल्या टॅक्सीकडे झपाझप पावले टाकीत जात. प्रेक्षकांचे प्रशंसोद्‌गार झेलीत जाणे डॉक्टरांना खूप आवडायचे आणि ते ऐकण्यासाठी ते इतक्या घाईने रंगपटातून बाहेर पडत. गोपाळरावच्या भूमिकेसाठी वापरलेला गोटाही तेवढ्याचसाठी इतक्या झटपट खसकन् ओढून काढीत. त्यामुळे होणारे परिणाम अपरिहार्य होते. पण ह्या एवढ्या कारणासाठी इतके चांगले नाटक डॉक्टरांनी सोडून दिले, याचे आजही वाईट वाटते.

डॉक्टरांनी नाटक सोडून दिल्यानंतर सुहास जोशींचे आणखी एक वर्गबंधू कमलाकर सोनटक्के यांनी ही गोपाळरावांची भूमिका केली. डॉक्टरांचा तद्दन व्यावसायिक अभिनय आणि सुहास जोशींचा एन.एस.डी.सारख्या संस्थेतून नाट्यशिक्षण घेऊन प्रगल्भपणे, जाणीवपूर्वक, अभ्यासपूर्वक केलेला संयमित अभिनय म्हणजे दोन कलावंतांच्या अभिनयात चांगलाच असमतोल म्हणायचा. कमलाकर सोनटक्के हेही एन.एस.डी.चे विद्यार्थी, त्यांनी केलेला आनंदी-गोपाळचा प्रयोग मी पाहिला नाही. पण आता मात्र दोघेही एकाच स्कूलचे असल्यामुळे त्या दोघांच्या अभिनयातील समतोल सुयोग्यपणे राखला जात असेल, अशी माझी कल्पना होती. शिवाय हे इतके चांगले नाटक आता महाराष्ट्राच्या कानाकोपऱ्यात पोहोचेल असे वाटत होते; पण नंतर समजले की, ते नाटक फारसे चालले नाही. बंद करावे लागले.

१२७

एम.ए.च्या दुसऱ्या वर्षाच्या परीक्षेमुळे 'आनंदी-गोपाळ'चा पहिला प्रयोग मी पाहू शकले नाही. पण ठरल्याप्रमाणे कोल्हापूरला जाण्याआधी मात्र मी 'आनंदी-गोपाळ' पाहून घेतले. आत्ती व मी कोल्हापूरला गेलो तेव्हा बाबांची प्रकृती खूपच ढासळलेली दिसली. दोन्ही डोळ्यांचा प्रकाश कमी होत चालला होता. अशक्तपणा अधिकच वाढला होता. आपला हा बुलंद आधार असा खिळखिळा झालेला पाहून खरं तर आत्तीचे हातपाय गळून गेले होते. त्यामुळे एरवी आवेशामध्ये असणारी आत्ती अगदी मुकी होऊन गेली होती. "बाबा, तुम्ही कांचनबाबत कोणता निर्णय घेतला?" एवढा प्रश्न विचारायचे त्राणही तिच्यात राहिले नाही. पण बाबा शब्दाचे पक्के. त्यांनी मला व आत्तीला एकत्र बसवूनच त्यांचा प्रस्ताव त्यांनी आमच्यासमोर मांडला.

बाबा आत्तीला म्हणाले–

"सुलोचना, मी कधीही स्वत:साठी किंवा दुसऱ्यासाठी काहीही कर, असे कुणाला सांगायला जात नाही. मला जे करता येईल ते मी स्वत:च यथाशक्ती करतो. पण आज प्रथमच कांचनसाठी म्हणून एक गोष्ट मी तुझ्याकडे मागतो. कारण कांचनला मी धर्माची का होईना मुलगी मानतो. तिच्या व तुझ्या दोघींच्या हिताच्या दृष्टीने यापुढे तू कांचनला इतर कुणाशी लग्न करण्याचा आग्रह करू नयेस आणि कांचननेही ती म्हणते त्याप्रमाणे काशिनाथशी विवाह करण्याचा हट्ट धरू नये. तो विचार डोक्यातून काढून टाकावा. माझ्या विचारशक्तीनुसार मला एवढाच मार्ग दिसतो. अन्यथा हा गुंता सुटण्यासारखा नाही."

एरवी आत्तीला हा प्रस्ताव मान्यच झाला नसता. तिने हे टोक किंवा ते टोक अपेक्षिले असते. पण बाबांच्या प्रकृती-अस्वास्थ्याने ती फारच ढासळून गेली होती, आणि मनाविरुद्ध का होईना बाबांचा प्रस्ताव निमूटपणे स्वीकारला. मला तो स्वीकारणे फारसे अवघड नव्हते. कारण डॉक्टर आता आपल्याला लाभणे अशक्य आहेत, याची मला खात्री होत चालली होती. इरावतीबाईंना घटस्फोट द्यायला डॉक्टर तयार नव्हते, तर कायदेशीर लग्नाशिवाय आत्ती कुठल्या तडजोडीला तयार नव्हती. इरावतीबाईंना घटस्फोट देऊन त्यांनी घराबाहेर जावे असे ती म्हणत नव्हती. मात्र इरावतीबाईंच्या संमतीनेच का होईना कांचनचे लग्नही काशिनाथशी कायदेशीर झाले पाहिजे, हा तिचा आग्रह होता. मग इरावती, कांचन आणि काशिनाथ एकत्र राहिली तरी तिचे काही म्हणणे नाही असे आत्ती म्हणायची. या आग्रहात तिचे काही चुकीचे होते असेही नव्हते.

ह्या सर्व अनिर्णित परिस्थितीमध्ये बाबांनी सुचविलेला मार्गच माझ्यापुढे शिल्लक होता. निदान यामुळे मला माझ्या प्रेमाशी, विचाराशी एकनिष्ठ तरी राहता येणार होते

आणि बाकीही आयुष्ये सावरणार होती. आत्तीने बाबांसाठी ही तडजोड स्वीकारली असली, तरी मी मात्र माझ्या स्वार्थासाठीच ती स्वीकारली.

बाबांच्या आजारपणामुळे बाबांनी आपल्या वैयक्तिक कामांची, ते चालवीत असलेल्या कोल्हापूरच्या जयप्रभा स्टुडिओसाठी मुंबईत कराव्या लागणाऱ्या कामांची जबाबदारी हळूहळू माझ्यावर टाकायला सुरुवात केली. त्यांची मी 'मानद सचिव' झाले. त्या वेळी दूरदर्शनवर दर शनिवारी मराठी चित्रपट दाखवायला सुरुवात झाली होती. बाबांच्या आदर्श मराठी चित्रांना दूरदर्शनवर मागणी होती. बाबा तिकडे विशेष लक्ष देत नव्हते. पण मी बाबांना पटवून राजी केले आणि 'तुझे तू काय ते कर' असे म्हणत बाबांनी आपले चित्रपट दूरदर्शनवर दाखविण्यासंबंधीचे अधिकारपत्रच मला देऊन टाकले. आता मी अनेक व्यापांत गढून जायला लागले. मी पास झाल्याचा निकालही जाहीर झाला होता. एकूण आता सर्व आघाड्यांवर शांतता होती.

१२८

डॉक्टरांची नाटके आणि त्यांच्या बाबतीत घडणारे समर प्रसंग दोन्हीही चालू होते. डॉक्टरांच्या बालगंधर्वच्या प्रकरणाआधी सतीश दुभाषी यांच्या बाबतीतही असाच समर प्रसंग घडला होता. तोही पुण्यात आणि थिएटर होते भरत नाट्य मंदिर. दुभाषींनी तर चक्क मारामारीच केली होती. या दोन्हीही बड्या नटांवर वृत्तपत्रांतून निषेधाच्या फैरी झडत होत्या. माधव मनोहरांसारख्या ज्येष्ठ समीक्षकानेही रसरंगमधून या दोघांना चांगलेच धारेवर धरले होते. नाट्यसंमेलनामध्ये त्याचे पडसाद उमटायचे.

ते पाहून सतीश दुभाषी जाहीरपणे गर्जायचे की, "प्रेक्षक नाटकापुरते फक्त चार तास आम्हाला विकत घेतात. उरलेले वीस तास आम्ही काय करतो याच्याशी कुणाचा काही संबंध नाही."

पण अशी जाहीर टीका वगैरे झाली की, डॉक्टरांना मात्र भारीच स्मशानवैराग्य यायचे. मग महिने न् महिने डॉक्टर दारूशिवाय आरामात राहायचे. दोन दोन तास आधी थिएटरवर जायचे बंद व्हायचे. सेटिंग, कपडेपट यात लक्ष घालायचे सोडून द्यायचे. आपले काम बरे की आपण बरे असे ते राहायचे. डॉक्टरांना मध्येच एक्झिक्युटिव्ह व्हायची सणक यायची. ते काम सुरू करण्याआधीच व्हिजिटिंग कार्ड्स, एक्झिक्युटिव्ह वापरतात तशी बॅग आणणे, यावरच भरमसाट पैसे खर्च व्हायचे. पण एक्झिक्युटिव्ह व्हायला लागणारा संयमी स्वभाव काही बाजारात विकत मिळत नाही. तो कुठून आणायचा? तो मुळातच असावा लागतो आणि मग ती डोक्यातील सणक ओसरली की, त्या गोष्टी अडगळीत पडायच्या.

काही काही वेळेला डॉक्टरांचा मूडही इतका विचित्र असायचा की, या माणसाला बोलणे, हसणे माहीत तरी आहे की नाही असा प्रश्न पडायचा, इतके ते निर्विकारपणे बोलायचे. पूर्वी बराच वेळ चालणारा आमचा फोन हो, नाही, ठीक एवढ्या तीन शब्दांतच संपायचा. डॉक्टरांचा मूड बरा असला की, एखाद्या धबधब्यासारखे ते कोसळायचे आणि ते नसले तर सर्व विकारांच्या पलीकडे पोहोचलेल्या स्थितप्रज्ञासारखे तटस्थ राहायचे. महिने न् महिने डॉक्टर अशा मूडमध्ये कसे राहू शकतात असा प्रश्न पडायचा. पूर्वी हे क्वचित कधी तरी व्हायचे. पण हा बदल आता मधून मधून सारखा जाणवायचा. मला तर तो फार जाणवायचा. कारण मोठ्या मुश्किलीने संधी मिळाली की, मी डॉक्टरांना फोन करायची. तेही बाहेरून कुठून तरी पब्लिक फोनवरून. अशा वेळी डॉक्टरांचा बेसूर मूड बघितला तर फोन अक्षरश: आपटून मोडून टाकावा असे वाटायचे.

डॉक्टरांच्या मनामध्ये काय चाललंय याचा पत्ताच लागायचा नाही. ते काही वेळेला कमालीचे अस्वस्थ असायचे, पण त्यांना नेमकं काय हवंय तेच कळायचं नाही. त्यामुळे ते असे का वागतात याचे उत्तर मिळायचे नाही. मला तरी डॉक्टर हे व्यक्तिमत्व मानसशास्त्रज्ञांना आव्हान ठरावे असे सतत वाटायचे. लौकिक अर्थाने डॉक्टरांना जे काही मिळाले होते ते सर्वसाधारणपणे सर्वांना न मिळणारे होते; तेसुद्धा चमत्कार या सदरात मोडणारेच होते. एक मुलाची उणीव होती. पण ती उणीव असणारे डॉक्टर काही जगातील एकमेव व्यक्ती नव्हते. ज्यांच्या जीवनात अशी उणीव होती, त्यांनी अन्य काही उपायांनी त्या दु:खाची धार बोथट केलेली होती.

माझ्या मते डॉक्टर फार असमाधानी होते. 'आणखी हवं'चा हव्यास त्यांना सतत अस्वस्थ राखायचा. ते 'आणि हवं' मग डॉक्टर अतिरेकाने मिळवायचाही प्रयत्न करायचे. त्याचे पडसाद त्यांच्या अभिनयात, त्यांच्या रोजच्या वागण्यातही उमटत असत. मी असाच वागणार आणि सर्वांनी ते मान्य केलेच पाहिजे, नव्हे त्या वागण्याचे सर्वांनी समर्थनही केले पाहिजे, असा त्यांचा आग्रह असायचा. ह्या अतिरेकाचे पर्यावसान दु:खात होणे अपरिहार्य होते. पण ते दु:खही डॉक्टर इतके सुशोभित करायचे की तिकडेही लोकं आकर्षित व्हायची. माझ्या दु:खाचेही लोकांना कोण कौतुक आहे, हा डॉक्टरांच्या गर्वाचा विषय होता.

डॉक्टर पाऱ्यासारखे होते. बाह्यरूप चकचकीत, मुलायम, आकर्षक; पण कुठूनही टोचून बघा, मध्य काही सापडायचा नाही. ते पाऱ्यासारखेच स्थिर आणि पाऱ्यासारखेच चंचलही होते. स्थिर आहेत तोपर्यंत स्थिर म्हणायचे. पण चढत चढत कुठवर जातील याचा नेम नाही. हातात सापडले आहेत असं वाटावं एवढ्यात कधी निसटून गेले आहेत याचा पत्ताही लागू नये.

कॅलिडोस्कोप अनेक रंगीबेरंगी काचेच्या तुकड्यांनी बनलेले असते, पण ते जसे

जसे फिरवीत जाल तसे तसे त्यातून वेगवेगळ्या आकृत्या दिसायला लागतात. तसेच डॉक्टरही प्रत्येकाला प्रत्येक वेळी निरनिराळेच दिसायचे. पण कॅलिडोस्कोपमधून दिसणारी आकृती जशी मन मोहवणारी, आकर्षक असते तसेच डॉक्टरांचेही होते. डॉक्टरांचे दर्शनही फार मनोहारी असायचे. माणसं त्यावर लुब्ध व्हायची, मोहित व्हायची. कॅलिडोस्कोपचे तुम्ही विवरण करायला बसलात तर तुमच्या हातात येतात अनेक रंगीबेरंगी काचेचे तुकडे. डॉक्टरांचे व्यक्तिमत्वही असेच अनेक परस्परविरोधी स्वभावविषेशाने बनलेले होते. त्याचे एकत्रित स्वरूपच मोहवणारे असे. विचक्षणा करायला जाल तर तुकडे तुकडेच हाती यावेत.

१२९

त्या वर्षी *(१९७५)* ११ जून रोजी डॉक्टरांचा 'हा खेळ सावल्यांचा' हा मराठी चित्रपट प्लाझामध्ये थाटात प्रदर्शित झाला. बऱ्याच वर्षांनी डॉक्टर चित्रपट माध्यमातून पुन्हा एकदा प्रेक्षकांच्या समोर येत होते. मला वाटतं डॉक्टरांचा हा काही पहिलाच रंगीत मराठी चित्रपट नव्हता. यापूर्वी 'गारंबीचा बापू' या कादंबरीवर आधारित मराठी रंगीत चित्रपटाचे चित्रीकरण सुरू झाले होते. पण तो चित्रपट कमालीचा रखडला होता.

या मराठी चित्रपटात डॉक्टरांना पाहायला मी अतिशय उत्सुक होते. या चित्रपटाने डॉक्टरांची थांबलेली चित्रपटकारकीर्द पुन्हा एकदा सुरू होईल, असे वाटत होते. 'हा खेळ सावल्यांचा' या चित्रपटाचे वितरण हिंदी चित्रपटातील मातब्बर निर्माते-वितरक गुलशन राय यांनी केले होते. काशिनाथ घाणेकर हीरो म्हणून हवेत असा त्यांचाच आग्रह होता. त्यामुळे हिंदी चित्रपटसृष्टीतले दारही पुन्हा एकदा डॉक्टरांना खुले होईल अशी आशा वाटत होती.

'हा खेळ सावल्यांचा' चित्रपट सुरू झाला आणि पूर्वार्धात तरी डॉक्टर जे काही करीत होते ते पाहून मी तर चक्क डोळे मिटून घेतले होते. डॉक्टरांची प्रकृती तर अगदीच ढासळलेली होती. देखणेपण झाकोळलेले होते. संवाद नीट कळत नव्हते. गोमू संगतीनं... या गाण्याच्या वेळी त्या चित्रपटाचे दिग्दर्शक वसंतराव जोगळेकर नेमके माझ्याजवळ येऊन बसले होते आणि 'गोमू संगतीनं' या गाण्यावर डॉक्टरांचा भयानक नाच सुरू झाला. डॉक्टरांना तसे नाचताना बघून जोगळेकर मला म्हणालेही– 'बघ, गाढव कसा नाचतोय?' जोगळेकरांच्या स्वरातील उपरोध जाणवत होता. पण मला त्यांचाच राग खरं तर आला होता. कारण त्यांना डॉक्टरना नाचाचे अंग अजिबात नसल्याचे, तालाचे ज्ञान नसल्याचे लक्षात आले नसेल का? तरीही डॉक्टरांना नाचवायचे म्हणजे तो पाहणाऱ्यांच्याही नजरेवर अत्याचार करण्यासारखे

होते. आजही हे गाणे टीव्हीवर लागले तरी ते पाहण्याचे धाडस मला होत नाही. रेडिओवर ते गाणे ऐकण्यातच आनंद वाटतो.

बरं तो नाच त्या व्यक्तिरेखेची आवश्यकता म्हणावी तर डॉक्टरांचा रोल एका मानसोपचारतज्ज्ञाचा– एका डॉक्टरचाच. तेव्हा ते नाचले नसते तरी चालण्यासारखं होतं. निदान प्रत्येक बाबतीत चिकित्सक असणाऱ्या डॉक्टरांनी तरी तसं सांगायचं. मध्यंतरानंतर डॉक्टर थोडेतरी बघवत होते, कामही बरे केले होते. डॉक्टरांची नाटकं त्यांची भूमिका निवडणाऱ्या इरावतीबाईंनाही या चित्रपटातील ही भूमिका आणि हा नृत्याचा प्रकार कसा काय आवडला आणि त्यांनी तो डॉक्टरांना कसा करू दिला, याचेही आश्चर्य वाटत होते.

१३०

डॉक्टरांना चित्रपटात मागणी कमी झाली याचे एक कारण म्हणजे त्यांची प्रत्येक गोष्टीवर चर्चा करण्याची सवय. मला वाटतं ही सवय बहुतांशी सर्वच नाटकवाल्या मंडळीत पाहायला मिळते. याचे माझ्या दृष्टीने मुख्य कारण म्हणजे नाटक बसविताना तालमीच्या वेळी दीड ते दोन महिने कलावंत, दिग्दर्शक व काही वेळेला लेखकही सतत बरोबर असतात. दिवसच्या दिवस ही मंडळी एकत्र असल्यामुळे काही मुद्दे उपस्थित झाले, काही अडचणीचे वाटत असले तर त्यावर सर्वांगीण चर्चा होते. दिग्दर्शक, नाटककार सुशिक्षित असल्यामुळे शंकासमाधान, बदल करूनही मिळतात. पण चित्रपटसृष्टीत प्रशिक्षित-सुशिक्षित मंडळी तशी कमीच. अर्थात अनेक वर्षांच्या अनुभवाने ही मंडळी इतकी तरबेज असतात की, एखाद्या प्रशिक्षितालाही त्यामुळे तोंडात बोट घालावे लागते; पण ह्या मंडळींना काही विचारायला जाल तर विचक्षणा करून, त्याची फोड करून सांगण्याचे त्यांना साधत नाही. कुठल्याही गोष्टीचे 'असे का' याचे तर्कशुद्ध उत्तर देणे त्यांना शक्य होत नाही.

मराठी चित्रपटसृष्टीत जोवर चित्रपट कंपन्या होत्या तोवर तिथेही असेच चालायचे. प्रत्यक्ष चित्रीकरणाच्या आधी नाटकासारख्या तालमी चालायच्या; पण फ्रीलान्सिंगची पद्धत आली, कंपन्या अस्तंगत व्हायला लागल्या आणि सारे चित्रच बदलून गेले. महिन्याला दहा दिवस शूटिंग करून चार महिन्यांत मराठी चित्रपट पूर्ण झालाच पाहिजे अशी निकड निर्माण झाली. स्टुडिओ, कलावंतांच्या तारखा, बजेटचा ताण त्यामुळे त्या दिवसात ठरविलेला शूटिंगचा कार्यक्रम वेळेत पार पडतो की नाही याकडे निर्माता दिग्दर्शकाचे सारखे लक्ष. त्यामुळे डॉक्टरांच्यासारख्या चिकित्सक माणसाबरोबर चर्चा करीत बसायला कुणाला वेळ असणार! बरं वर सांगितल्याप्रमाणे काही दिग्दर्शक तर्कशुद्ध फोड करून न सांगता येणारे होते तर

त्याच्याउलट अशी चौकशी कलावंतांनी केलेली न आवडणारे दिग्दर्शकही होते. त्या दिग्दर्शकांकडे कुठलीही गोष्ट विशद करून सांगण्याची ताकद असायची; पण त्यांना कलावंतांनी प्रश्न विचारलेले आवडायचे नाहीत. चित्रपटात डॉक्टर रमले नाहीत आणि डॉक्टरांच्याकडे चित्रपट आले नाहीत, त्याला हेही एक कारण आहे.

दुसरे आणखी एक कारण म्हणजे कुणी चित्रपटलेखक आला की, डॉक्टर त्यांना सांगत की, प्रथम तुम्ही इरावतीशी चर्चा केली पाहिजे. तिला मान्य झालं तर मी काम करीन. इरावतीबाईंच्या विद्वत्तेबद्दल कुणाला शंका नव्हती; पण त्यांची आणि त्या लेखकाची वेळ जमून डॉक्टरांचा होकार मिळवायचा म्हणजे बराच वेळ जायचा. त्यालाच बरेच जण कंटाळायचे, तर नाटकासारखी चित्रपटाची संहिता आधीपासूनच पूर्ण तयार नसते अशी घाणेकर पती-पत्नींची तक्रार असायची.

'हा खेळ सावल्यांचा' हा चित्रपट बघून एक चित्रपट-लेखक कुरकुरत म्हणालाही "आम्ही डॉक्टरांना रोल ऑफर करायचे तर त्याला इरावतीबाईंची संमती लागायची. 'हा खेळ सावल्यांचा' चित्रपट स्वीकारताना इरावतीबाई कुठे होत्या?" ह्यापूर्वीही चित्रपटसृष्टीतील असल्या प्रक्रियेबद्दल मी डॉक्टरांना सांगितले होते, त्या वेळी डॉक्टरांना कोण राग आला होता; शिवाय इरावतीबाईंच्याबद्दल मला मत्सर वाटतो आणि त्यापोटीच मी हे असलं बोलते आहे का, असं विचारायला डॉक्टरांनी कमी केलं नाही. मी वस्तुस्थिती सांगायला गेले तर डॉक्टरांनी त्याचा हा असा विपर्यास केला. पुन्हा म्हणून डॉक्टरांना मी असले काही सांगायच्या फंदात पडले नाही. निदान इरावतीबाईंच्या संदर्भात तरी मुळीच नाही. 'हा खेळ सावल्यांचा' पाहून मी डॉक्टरांच्याकडे कोणतीही प्रतिक्रिया व्यक्त केली नाही. नकारात्मक काही ऐकायला डॉक्टरांना आताशा आवडेनासं झालं होतं.

१३१

डॉक्टरांच्या नाटकांची, भूमिकांची अचूक निवड करणाऱ्या इरावतीबाईंनी डॉक्टरांच्या आताच्या अभिनयशैलीबद्दल, वाहवत जाण्याच्या सवयीबद्दल कधी टोकले असेल का? असा प्रश्न वारंवार माझ्या मनात येतो. कारण त्यांना तसा अधिकार निश्चित होता. त्या स्वत: नाटकाच्या उत्तम जाणकार होत्या. त्यांचे वाचन प्रचंड होते, साहित्याची जाण होती. डॉक्टर त्यांचे बरेचसे ऐकत. वयाच्या वडीलकीचा अधिकारही त्यांना होता. पण या सर्वांचा वापर त्यांनी कधी केला असेल का असा मला प्रश्न पडतो! का डॉक्टरांच्यासमोर त्यांचे काही चालतच नव्हते? डॉक्टरांच्या व्यसनाप्रमाणेच याही बाबतीत त्यांचे प्रयत्न असफल ठरले होते? ऐकावे जनाचे पण करावे मनाचे हा डॉक्टरांचा खाक्या होता. पण त्याबरोबरच एखादी अवास्तव कल्पना त्यांच्या

डोक्यात इरावतीबाई भरवायच्या की काय असे मला एका प्रसंगावरून वाटले. आजही ती गोष्ट माझ्या स्मरणात ताजी आहे.

'मेरा नाम जोकर' या चित्रपटाच्या वेळची गोष्ट. राज कपूर म्हणजे डॉक्टरांचे आराध्य दैवत. राजसाब म्हणजे त्यांच्या दृष्टीने अभिनयातील शेवटचा शब्द. तर अशा ह्या अतिप्रिय राजसाहेबांचा 'मेरा नाम जोकर' पाहून डॉक्टर नुसते तरंगतच होते. त्या दिवशी एकदा आमचे फोनवर बोलणे चालले असता, डॉक्टर एकदम मला म्हणाले, 'जोकर' पाहून मी इरावतीला म्हणालो की, "आहे का राज कपूरशिवाय दुसरा कुणी हा रोल करायला? तर इरावती काय म्हणाली माहीत आहे?" शब्दाशब्दांतून डॉक्टरांचा आनंद नुसता ओसंडून वाहात होता. डॉक्टरांनी मला जे काही सांगितले ते ऐकून मात्र मी कपाळावर हात मारून घेतला. इरावतीबाईंनी डॉक्टरांना सांगितले होते की जोकरचा रोल राज कपूरनंतर फक्त डॉक्टरच करू शकतील. आता राज कपूरच्या आणि डॉक्टरांच्या अभिनयात किती तफावत आहे हे सांगायला कुठले प्रमाण कशाला हवे? राज कपूरचा अभिनय चार्ली चाप्लीनचे बोट धरून जाणारा. चार्ली चाप्लीनइतकाच राज कपूरनेही 'सामान्य माणूस' जिवंत केला. राज कपूरचा अभिनय डॉक्टरांना आवडत होता याच्यापलीकडे या दोघांच्या अभिनयातही काही साधर्म्य होते, असे मला तरी वाटत नाही.

'हा खेळ सावल्यांचा' चित्रपटाला समीक्षकांची प्रशस्ती लाभली. डॉक्टरांच्याबद्दलही ह्या मंडळींनी बऱ्याच संयमाने लिहिले. आशा काळे यांची अधिक तारीफ झाली. वसंतराव जोगळेकरांनी एक नवीच आशा काळे निर्माण केली. आशा काळे यांनी त्यांच्यावर बसलेला ताईचा शिक्का, नाटकी अभिनयाची होणारी टीका हे अगदी प्रयत्नपूर्वक पुसून काढले. डॉक्टरांच्याप्रमाणेच आशा काळे यांनाही हिंदी चित्रपटाचे प्रवेशद्वार या चित्रपटामुळे उघडू शकले नाही. मात्र आशाबाईंना मराठी चित्रपटाचा यशोमार्ग खुला झाला. त्या मराठी चित्रपटात इतक्या व्यस्त झाल्या की, 'गुंतता'चे प्रयोगही त्यामुळे रखडले. 'गुंतता'ला विक्रमी यश लाभूनही बारा वर्षांच्या अवधीत त्याची प्रयोगसंख्या ८५०च्या वर जाऊ शकली नाही.

वास्तविक पाहता 'हा खेळ सावल्यांचा' चित्रपटाची सुरुवातीची नायिका होती स्मिता पाटील. वसंतराव जोगळेकर आणि डॉक्टरांच्याबरोबर स्मिता पाटील चित्रपटातील अभिनयाला उपयोगी पडेल म्हणून ठाण्याच्या वेड्यांच्या रुग्णालयातही जाऊन आली होती. या चित्रपटाचे शूटिंग सुरू होण्यापूर्वी थोडेच दिवस आधी स्मिता पाटीलला शाम बेनेगल यांचा हिंदी चित्रपट मिळाला आणि तिने हा मराठी चित्रपट नाकारला. ऐन वेळी नायिकेसाठी धावाधाव सुरू झाली. डॉक्टरांनी मलाही नाव सुचवायला सांगितले. मी एक नाव सुचविलेही होते. पण तीही फार व्यस्त नटी होती. डॉक्टरांच्या शूटिंगमुळे 'गुंतता'चे प्रयोग थांबणार होतेच. तेव्हा त्या नाटकात

काम करणाऱ्या आशा काळे ह्यांना नायिकेसाठी घेतले तर तारखांचा गोंधळ होणार नाही, ह्या विचाराने आशा काळे यांची 'हा खेळ सावल्यांचा'साठी निवड झाली. ती निवड योग्य असल्याचे आशाबाईंनी कल्पनेपलीकडे सिद्ध करून दाखविले. ह्या चित्रपटाने बऱ्यापैकी यशही मिळविले.

१३२

काही भाग्यशाली क्षणही डॉक्टरांच्या आयुष्यात उगवत होते. त्या वर्षी ऑक्टोबरमध्ये आय.एन.टी.तर्फे प्रसिद्ध बंगाली नट-दिग्दर्शक शंभू मित्रा यांच्या नाटकांचा महोत्सव आणि त्यांचा सत्कार आयोजित करण्यात आला होता. मराठी नाट्यकलावंतातर्फे शंभू मित्रांचा पुष्पहार घालून सत्कार करण्याची कामगिरी डॉक्टरांच्यावर सोपविण्यात आली होती. डॉक्टरांनी त्या कलातपस्व्याचा त्याच्या अगदी पायाशी लीन होऊन आपला आदरभाव व्यक्त केला. आपल्यापेक्षा ज्येष्ठांचा आदर डॉक्टर नेहमीच राखीत.

शंभू मित्रांचा आणि डॉक्टरांचा तसा परिचय होताच. अधुनमधून दोघांच्या गाठीभेटीही होत. डॉक्टरांचा व त्यांचा पत्रव्यवहारही मधून मधून घडायचा. शंभू मित्रांनी डॉक्टरांची दोन नाटकेही पाहिली होती. डॉक्टरांना पाठविलेल्या एका पत्रात *(मूळ पत्र इंग्रजीत आहे)* ते म्हणतात–

९६, पार्क स्ट्रीट,
कलकत्ता- ७०००१७
१०-५-१९७८

प्रिय काशिनाथ,

तुमचे पत्र मिळाले. परंतु मी तुम्हाला लौकर उत्तर पाठवू शकलो नाही याबद्दल मला क्षमा करा. बहुरूपी या संस्थेच्या ३०व्या वर्धापन दिनानिमित्त १ मे रोजी येथे एक नाट्यमहोत्सव आयोजित केला गेला. इब्सेनच्या 'एनेमी ऑफ पीपल' ह्या बंगाली रूपांतरित नाटकात मी काम करावं, अशी त्या मंडळींची इच्छा होती. याच नाटकाचे मराठीत 'कोंडी' म्हणून नाटक केले गेले आहे.

आता वर्धापनदिन उत्सव संपला आहे. अजून काही नाटके व्हायची आहेत. पण मी मात्र बराचसा मोकळा झालो आहे.

आपल्या दोघांना एकमेकांना भेटायचा पुन्हा वेळ मिळू शकला नाही ही खरंच दु:खाची बाब आहे. मी आशा करतो की, पुढच्या वेळी या बाबतीत आपले नशीब बऱ्यापैकी असेल.

ज्या वेळी मी तुमचे दुसरे नाटक पाहिले, त्या वेळी मला तुमच्या अफाट

लोकप्रियतेचे कारण समजण्यासाठी त्याचा उपयोग झाला. मला हे कबूल केलेच पाहिजे की, मी तुम्हाला पहिल्यांदा नाटकात पाहिले तेव्हा ते मला समजू शकले नव्हते.

मी जेव्हा पुन्हा मुंबईत येईन तेव्हा मला तुम्हाला भेटायला खूपच आनंद वाटेल.

तुमचा
शंभू मित्रा

१३३

जानेवारी *(१९७६)* उगवला; तो बाबांची *(भालजी पेंढारकर)* प्रकृती अधिकच खालावली ही बातमी घेऊनच. मनात अशुभाची पाल चुकचुकायला लागली. पण मुंबईचे अस्थिशल्यविशारद डॉ. बावडेकर यांना कशी काय प्रेरणा झाली कुणास ठाऊक? त्यांनी बाबांच्या विरोधाला न जुमानता काहीसे बळेबळेच त्यांना मुंबईत आणले. मुंबईतील नामवंत डॉक्टर्सनी केलेल्या उपचारामुळे चमत्कार घडावा, तशी बाबांची प्रकृती पूर्ववत व्हायला लागली. इतकंच काय पण त्यांच्या डोळ्यांच्या बाबतीत मुंबईतील सर्व नेत्रतज्ज्ञ विशारदांनी नकारात्मक निदान केले होते, पण डॉ. टी. एन. उर्सेकर यांनी अक्षरश: काय जादू केली माहीत नाही; त्यांनी केलेल्या डोळ्यांवरील शस्त्रक्रियेमुळे बाबा एका डोळ्याने तरी थोडंफार पाहू लागले. चाळीस वर्षं पायाखाली असणाऱ्या जयप्रभा स्टुडिओच्या आवारात हिंडू फिरू लागले. स्वत:चे व्यवहार स्वत: करू लागले.

बाबांच्या या वेळच्या आजारपणाने तर आत्ती पुरतीच थंडावली. बाबांना आता या वयात आणि अशा आजारपणातून उठलेल्या अवस्थेमध्ये त्रास द्यायचा नाही, असे तिने ठरविले. आता ती माझी कुठली तक्रारही बाबांच्याजवळ करेनाशी झाली. मीही बाबांची कामे, आमच्या घराची देखभाल यात गढून गेले. माझे स्वत:चे लग्न-संसार मी आपणहून दूर सारले असले तरी या दरम्यान मी दुसऱ्याचे लग्न मात्र जुळविले. माझ्या जराशा लांबच्या नात्याच्या मामेभावाचे मदन नाईकचे लग्न रणजित देसाई *(स्वामीकार)* यांच्या द्वितीय कन्येशी– पारूशी– जुळविण्यात पुढाकार घेतला. मला मुलांची खूप आवड. माझ्या मामांच्या मुलांवरच मी मला असलेली मुलांची आवड भागवून घ्यायची. या मुलांचे आयुष्यात स्थिरावणे, त्यांचे विवाह, त्यांचे संसार, त्यांची मुलंबाळं हे पाहण्यात मला आनंद वाटायचा. माझ्या दोन मोठ्या मामेबहिणींच्या– बेबी व तारूच्या– चिमू *(इरावती)* व पिटू *(प्रीति)* या दोन चिमण्या माझ्याभोवती चिवचिवत असायच्या.

या बाबतीत माझेही डॉक्टरांच्यासारखेच होते. स्वत:ला मूल नाही म्हणून ज्यांना मुलं आहेत त्यांचा व त्या मुलांचा मी कधी दुस्वास केला नाही. दुसऱ्यांच्या मुलांची बाजू घेऊन आम्ही त्यांच्या आईवडिलांच्या बरोबर भांडायचे. अशा वेळी मात्र नेमकं आमच्या उणिवेवर बोट ठेवीत ही मंडळी डॉक्टरांना व मला ऐकवीत– बाप झाला असतास तर तुला समजलं असतं किंवा आई झाली असतीस तर तुला कळलं असतं.

डॉक्टरांना व मला मात्र मुलींच्यापेक्षा मुलगेच खूप आवडायचे. ज्या वेळी माझी मामेबहीण तारू बाळंतीण झाली, त्या वेळी तिला मुलगी झाल्याचे मी फोन करून डॉक्टरांना कळविताच डॉक्टर पटकन् मला म्हणाले, "ह्यॅत् तुझी. मुलगीच झाली?" जसं काही तारूला मुलगी झाली हा माझाच गुन्हा होता. तारूचे बाळंतपण झाले ते हॉस्पिटल बरोबर डॉक्टरांच्या घरासमोर होते. त्यांचा तारूवर खूप जीव. तिला व तिच्या मुलीला पाहायला जावे असे त्यांच्या मनात खूपदा येई. पण आत्तीला आवडणार नाही म्हणून त्यांनी मन आवरले.

१३४

आत्ती खूप शांत झाली होती. मी दुसऱ्या कुणाशी लग्न करावं म्हणून आग्रह धरीत नव्हती; पण तिच्यामुळे माझं लग्न, संसार होत नाही याची खंत मात्र अधुनमधून करायची. हे कायमचं शल्य घेऊन आपण मरणार, त्यामुळे आपल्याला मरणही सुखाने येणार नाही, अशासारखे उद्गारही ती अधुनमधून काढायची. वास्तविक पाहता या काळात मोठा ताण दूर झाल्यामुळे मी अगदी मजेत असायची. मी तसं राहायचं ठरवलं होतं. त्यामुळे उसासे टाकलेत, दुःखी चेहऱ्याने वावरले आहे असं मी कधी केलंच नाही. रात्रीच्या रात्री मी तळमळून काढल्या आहेत असं कधी घडलं नाही. कारण दुसरं माझ्याजवळ काही नसलं तरी मानसिक समाधान खूप होतं.

आत्तीचा क्वचित कधी तरी राग बाहेर पडायचाही, नाही असं नाही. पण मी तेही गृहीत धरलं होतं. ती म्हणेल ते मी निमूटपणे ऐकून घेत होते. तिचा राग ओसरू देत होते. पण एकदा माझ्याच छोट्याशा चुकीने फार मोठा समर प्रसंग उभा राहिला. त्यातून सावरायला मलाच किती तरी दिवस लागले. काही वर्षांपूर्वी डॉक्टरांच्या आग्रहाने त्यांनी व इरावतीबाईंनी घेतला म्हणून एक प्लॉट आत्तीनेही घेतला होता. पण महाराष्ट्र सरकारने ती जागा ताब्यात घेतल्यामुळे आता त्याचे पैसे परत मिळणार होते. पण योग्य भाव मिळत नसल्यामुळे कोर्टामध्ये त्यासंबंधी वाद चालू होता. डॉक्टर व इरावतीबाई त्यात असल्यामुळे आत्तीने त्यात लक्ष घातले नव्हते. त्यांच्याबरोबर जे होईल ते होईल असे म्हणून ती निर्धास्त होती.

पण आता डॉक्टरांशी संबंध दुरावल्यावरही आत्तीने एका शब्दानेही त्या जागेचे अथवा त्या पैशांचे काय झाले याची चौकशी केली नाही, अथवा फिकीरही केली नाही. मलाच मात्र आत्तीचे पैसे आपल्यामुळे अडकून पडल्याबद्दल रुखरुख लागून राहायची. अशातच एक दिवस इरावतीबाईंचा फोन आला की अंडर प्रोटेस्ट ते पैसे सर्वांनी घ्यायचे ठरवले आहेत, तरी त्यांनी त्यांच्या वकिलाचा फोन नंबर मला देऊन आणि त्या बाबतीत काय काय करायचे त्या सूचना दिल्या.

तो फोन आल्यामुळे मला खूपच आनंद झाला होता. कारण आता आत्तीचे पैसे बुडणार नव्हते. माझा आनंद चेहऱ्यावरून ओसंडत असावा. इरावतीबाईंचा फोन आल्याचे मी खुषीतच आत्तीला सांगितले. पण तीच माझी चूक झाली. मला एवढा आनंद डॉक्टरांचा फोन आला असल्यामुळे झाला असणार, असा आत्तीने ठाम ग्रह करून घेतला होता. इरावतीबाईंचा फोन आणि तोही कामापुरता यावर तिचा विश्वासच बसेना. इतकंच काय इरावतीबाईंनी केलेला फोनही तिला आवडला नसावा की काय कोण जाणे. मात्र आत्तीचा अधिक रोष डॉक्टरांवरच होता एवढे खरे.

फोन आलेल्या रात्रीपासूनच आत्ती रागाने घुमसत होती. उगवलेला दिवसही आत्तीचा संताप शांत करू शकला नाही. वातावरण तंगच होते आणि कसल्याशा तिरीमिरीतच आत्तीने डॉक्टरांच्या घरचा फोन फिरवला. फोन इरावतीबाईंनी घेतला होता. आत्तीने चढ्या सुरातच संभाषण आरंभले. आत्ती इरावतीबाईंना म्हणाली, "तुम्ही अतिशय सज्जन बाई आहात, पण तुमचा तो नवरा..." असे म्हणून डॉक्टरांचा अशा काही अशिष्ट भाषेत उद्धार केला की ते ऐकून मी जागच्या जागी गोठल्यासारखी झाले. "माझी प्रॉपर्टी खड्ड्यात जाऊ दे, नाहीतर त्याला आग लागू दे, तुम्हाला त्याची काळजी करण्याचे अजिबात कारण नाही." असे म्हणत आत्तीने फोन आपटला.

आत्ती वागण्या-बोलण्यात अतिशय मृदू आणि भारदस्त होती. निषेध, नापसंती व्यक्त करण्याचा तिचा जास्तीत जास्त तीव्र शब्द म्हणजे हलकट किंवा नालायक हे दोनच शब्द ती उच्चारायची; पण इरावतीबाईंशी बोलताना आत्तीला इतक्या खालच्या पायरीवर उतरायला लावण्यात आपणच कारणीभूत आहोत, याचेही दुःख वाटत होते. झाला प्रकार घरात कुणालाच आवडलेला नव्हता. माझा धाकटा भाऊ दिलीप हा तर माझ्यावर इतका वैतागला होता की, तो मला म्हणालाही–

"काकींचा *(इरावतीबाई)* फोन आला होता म्हणून तुला सांगायलाच कुणी सांगितलं होतं? कुणा दुसऱ्याचा फोन होता म्हणून का नाही सांगितलंस? एवढंसं खोटं बोलली असतीस तर तुझं काय बिघडणार होतं?"

दिलीपच्या प्रश्नाला माझ्याजवळ उत्तर नव्हतं. पण खरं बोलणं इतकं तापदायक होईल ते मलाही माहीत नव्हतं.

आत्तीचा राग डॉक्टरांच्यावरच होता. ती जे काही बोलली ते डॉक्टरांनाच उद्देशून होते; पण इरावतीबाईंना तिने ऐकविण्याचे काहीच कारण नव्हते. वास्तविक पाहता आत्ती इरावतीबाईंचा खूपच आदर करायची. डॉक्टरांच्यापेक्षाही तिचे अधिक प्रेम इरावतीबाईंच्यावर होते. पण त्या दिवशी संतापाने ती इतकी बेभान झाली होती की, आपण कुणाला काय बोलतोय याचा तिचा विवेकच सुटला होता. एखादा ज्वालामुखी बरीच वर्षे आतल्या आत घुसमत असावा आणि एखाद्या दिवशी तो जसा अनावरपणे फुटून वाहतो तसं आत्तीचं झालं होतं. ज्वालामुखीचा तो तप्त रस, उसळणारे दगड कुठे कुठे पसरतील, कुणाकुणाला भाजून काढतील ते त्या ज्वालामुखीच्या हातात राहात नाही. आत्तीची नेमकी तीच परिस्थिती झाली होती.

इरावतीबाईंनी आत्ती काय बोलली हे बहुतेक डॉक्टरांना सांगितलं नसावं. कारण डॉक्टरांचा समज झाला की आत्ती इरावतीबाईंनाच अद्वातद्वा बोलली. इरावतीचा कोणताही दोष नसताना आत्तीने त्यांना बोलावे, यामुळे डॉक्टर चांगलेच दुखावले होते. मला तर डॉक्टरांनाही फोन करायची लाज वाटत होती. इरावतीबाईंना फोन करून त्यांची क्षमा मागावी असे सारखे वाटायचे. पण त्यांना फोन करण्याचे मला धाडस होत नव्हते. शेवटी डॉक्टरांच्याजवळच माफी मागितल्याचा निरोप दिला होता; पण डॉक्टरांनी तो इरावतीबाईंना दिला होता की नाही ते कळू शकले नाही.

१३५

१९७८चा फेब्रुवारी महिना असावा. सकाळी चहाच्या वेळची गोष्ट. मी त्या दिवशीचे वर्तमानपत्र वाचण्यात गुंगलेले होते. एवढ्यात माझा मामेभाऊ दिलीप माझ्या दुसऱ्या मामेभावाला मदनला सांगत होता की–

"आता पंत *(प्रभाकर पणशीकर)* पैसे ठेवायला टेबलाचे खणच उघडून बसले असतील."

"का रे त्यांना लॉटरी वगैरे लागली का?" मी वाचताना मध्येच मान उचलून दिलीपला विचारले.

"महाराष्ट्र राज्याची लॉटरी नसली तरी ही दुसरी लॉटरीच आहे. डॉक्टर घाणेकर पुन्हा नाट्यसंपदेच्या नाटकातून काम करणार आहेत. आता प्रयोग हाऊसफुल्ल आणि पैशाचा पाऊस पडणार." दिलीपने उत्तर दिले.

'अश्रूंची झाली फुले' आणि 'मला काही सांगायचंय्' या नाटकांचे प्रयोग डॉक्टरांना घेऊन पुन्हा सुरू झाले. मधल्या काळात डॉक्टरांनी वरील दोन्ही नाटकांत काम करायचे सोडल्यावर नवा लाल्या तयार करून पणशीकरांनी 'अश्रूंचे' प्रयोग काही दिवस केले होते. पण 'मला काही सांगायचंय' हे नाटक मात्र बंदच होते. 'इथे

ओशाळला मृत्यु' मात्र डॉक्टरांनी पुन्हा म्हणून कधी केले नाही. एक तर या नाटकाच्या वेळी डॉक्टरांना हृदयविकाराचा त्रास झाला होता आणि आठ अक्षरी नाव असलेले नाटक म्हणून डॉक्टरांनी ते केले नसावे. कारण आठ हा आकडा त्यांना अशुभ होता. डॉ. लागूंनी आपली व्यावसायिक नाटकाची कारकीर्द ह्या नाटकातील संभाजीनेच केली. डॉ. लागू जुन्या पठडीचा अभिनय, टिपेत आवाज लावून बोलण्याची पद्धत याच्या अगदी विरुद्ध असलेले. त्यामुळे ऐतिहासिक नाटकातील संभाजीची भूमिका आधुनिक पद्धतीने ते कशी करत असतील, अशी मला उत्सुकता वाटायची; पण डॉ. लागूंचा हा संभाजी काही बघायला मिळाला नाही, कारण डॉ. लागूंनीही लौकरच ते नाटक सोडून दिले.

डॉक्टर नाट्यसंपदेत पुन्हा परत आल्यावर दोन्ही नाटकांचे प्रयोग झळकायला लागले. दौरे ठरायला लागले. दौऱ्यात जाहिराती काढल्या जायच्या. त्यावर मोठ्या ठळक अक्षरात लिहिलेले असायचे– डॉ. काशिनाथ घाणेकर व प्रभाकर पणशीकर दीर्घ कालावधीनंतर पुन्हा एकत्र.

अभिजात संस्थेच्या शं. ना. नवरेलिखित 'गहिरे रंग' या नाटकाच्या पहिल्या प्रयोगाला बऱ्याच दिवसांनी डॉक्टरांना प्रत्यक्ष पाहण्याचा योग आला. सोबत इरावतीबाईही होत्या. इरावतीबाईंना तर मी खूपच दिवसांनी पाहत होते. तसा त्यांच्यामध्ये फारसा बदल झाला नव्हता. मात्र त्यांच्या लांबसडक केसांना कात्री लावलेली दिसली. त्या पोनीटेल बांधून आल्या होत्या. माझा जीव हळहळला. मध्यंतरात मी टॉयलेटमध्ये गेले तर इरावतीबाई तिथून बाहेर येताना दिसत होत्या. तिथे त्यांच्या व माझ्याशिवाय कुणीच नव्हते. त्या प्रसंगानंतर मी शक्यतो इरावतीबाईंना टाळीतच होते. खरं तर तिथे टॉयलेटमध्येच त्यांची क्षमा मागावी असं वाटत होतं. पण नेमकं काय करावं सुचत नव्हतं. मी कळत नकळत इरावतीबाईंच्याकडे पाहून स्मित केलं. त्यांनीही तसाच प्रतिसाद दिला आणि मी पटकन् आत गेले. मी बाहेर येऊन पाहते तर इरावतीबाई माझ्यासाठी थांबलेल्या होत्या सोबतीसाठी. मी अधिकच ओशाळले. काय नाव द्यावं ह्या बाईंच्या सौजन्याला, चांगुलपणाला? असा मला प्रश्न पडला होता.

१३६

१९७८-७९ ही दोन वर्षे आमच्या घराला, आम्हाला खूप वाईट गेली. आर्थिक हानी कितीही झाली तरी आत्ती डगमगत नसे. एखाद्या पुरुषासारखी ती सगळ्या संकटांना तोंड द्यायची; पण मनुष्यहानी झाली की मात्र तिचे अवसान गळायचे. या दोन वर्षांत तिने तिचे व्यावसायिक आणि मानसिक असे दोन्ही आधार

गमावले. पहिला जबर धक्का होता आमच्या सेक्रेटरीचा– जेंकलचा. ध्यानीमनी नसताना झालेला अपघाती मृत्यु. जेंकल आमचा निव्वळ पगारी नोकर नव्हता. कुठल्या जन्मीचा तो आमचा देणेकरी होता माहीत नाही, पण रक्ताचे नाते निभावणार नाही इतकी इमानदारी त्याने आमच्या घराशी राखली. आत्तीला तर तो मोठ्या बहिणीच्या ठिकाणी मानायचा. आपल्या ८० वर्षांच्या वृद्ध आईची जबाबदारी आमच्यावर सोपवून तो तडकाफडकी निघून गेला. आमच्या आजीच्या मृत्यूनंतर पुन्हा एकदा आत्ती जेंकलच्या मृत्यूने अंतर्बाह्य हादरून गेली.

त्याच्याच पुढच्या वर्षी म्हणजे १९७९च्या ९ फेब्रुवारी रोजी दादांचे *(राजा परांजपे)* निधन झाले. दादांचे जवळजवळ तीस वर्षांहून अधिक काळ आमच्या घराशी असलेले ऋणानुबंध संपले. आत्ती व दादांच्या फारशा प्रसिद्ध नसलेल्या सहजीवनाची तितक्याच मूकपणे सांगता झाली. आत्तीमध्ये एकनिष्ठता, प्रामाणिकपणा, संपूर्ण समर्पणाची भावना असूनही केवळ दादांच्यामध्ये उघडपणे सर्व स्वीकारण्याचा कणखरपणा नसल्यामुळे, धाडस नसल्यामुळे ह्या संबंधांना कधीही सामाजिक मान्यता मिळू शकली नाही. त्या काळी कायद्याची कुठलीही आडकाठी नसतानाही दादा ते स्वीकारण्याचे सामर्थ्य दाखवू शकले नाहीत. डॉक्टरांच्याबरोबर माझा कायदेशीर विवाह झाला पाहिजे याचा आग्रह आत्तीने धरला, याला मला मानहानीचे आयुष्य जगायला लागू नये हेच कारण होते. आत्तीचे अभिनयसामर्थ्य, तिच्या भूमिकांचा जनमानसावर असलेला पगडा, त्यामुळे तिला जे समाजात आदराचे स्थान प्राप्त झाले त्यामुळे तिची ही बाजू दुर्लक्षिली गेली, पण माझ्याभोवती कसलेच वलय नव्हते. होती ती सिनेमानटीची मुलगी ही उपाधी. त्यामुळे हे करण्याने मी समाजाच्या टीकेचे, रोषाचे लक्ष्य होईन असे आत्तीला वाटत होते. त्यापासून मला वाचविण्याचा तिचा अट्टाहास होता.

१३७

९ नोव्हेंबर १९७९ रोजी नाट्यसंपदाने पुन्हा एकदा 'गारंबीचा बापू' हे नाटक रंगभूमीवर आणले. या वेळी दोन नवे बदल होते. सखाराम भावे यांचे दिग्दर्शन होते, तर 'राधा'च्या भूमिकेत जान्हवी खांडेकर होती. ही जान्हवी प्रभाकर पणशीकरांची नंबर दोनची मुलगी. आता आता आमच्यासमोर मोठी झालेली. इतके दिवस बालनाट्यात काम करणारी. अधुनमधून 'तो मी नव्हेच'मध्ये षोडशवर्षीय वेणूचे काम करणारी अशी माझ्या डोळ्यासमोर जान्हवी होती. पण आता मात्र 'गारंबीच्या बापू'तील राधासारख्या प्रगल्भ विचारांच्या, बापूपेक्षा वयाने थोडी मोठीच असणाऱ्या राधाच्या भूमिकेत जान्हवी हे नाव वाचून कसेतरीच वाटले. डॉक्टर त्या वेळी

सत्तेचाळीस वर्षांचे तर जान्हवी असेल वीस-बावीस वर्षांची. ह्या दोघांची जोडी दिसेलच कशी असा मला प्रश्न पडला होता. जान्हवी वयाच्या मानाने थोडीशी मोठी वाटायची ती तिच्या काहीशा स्थूलपणामुळे. पण तिचा चेहरा इतका बालिश वाटायचा की त्यावरून तिच्या वयाचा अंदाज चटकन यायचा.

अभिनयाचाही तिला तिच्या वयाच्या मानाने कितीसा अनुभव असणार आणि तेही 'राधा'सारखी अवघड भूमिका करण्यासाठी. माझ्या दृष्टीने तर राधाच्या भूमिकेसाठी जान्हवीची निवड सर्वस्वी चुकीची वाटत होती. डॉक्टर बापू असल्यामुळे तर हा फरक फारच जाणवत असणार. नाट्यसंपदेच्या आणखी एक स्त्री-कलाकार फैय्याज यांना तरी ती भूमिका द्यायला हवी होती. माझ्या दृष्टीने तर त्या वेळी फैय्याजची निवडच योग्य वाटत होती. जान्हवीला राधा करण्याची कल्पना कुणाची असे डॉक्टरांना विचारल्यावर डॉक्टरांनी जी दोन तज्ञ आणि अधिकारवाणीने मत देणाऱ्यांची नावे सांगितली होती ती ऐकल्यावर मी गप्प राहिले. जान्हवीला राधा करण्याची सूचना आणि निवड वसंतराव जोगळेकर आणि इरावतीबाई यांची होती.

आता समीक्षक डॉक्टरांच्याबद्दल काय म्हणतात याची उत्सुकता नव्हती. तर ते जान्हवीबद्दल काय म्हणतात हे वाचायला मी उत्सुक होते. बहुतेक समीक्षकांनी जवळ जवळ सारखेच लिहिले, ते म्हणाले–

"जान्हवी यांच्यावरती मोठी जबाबदारी होती. ही जबाबदारी पेलण्यासाठी त्यांनी केलेले धाडस व मेहनत त्यांच्या भूमिकेतून दिसून येते."

मात्र फक्त 'नवशक्ती'ने लिहिले की–

राधेची भूमिका अभिनयाची विलक्षण आदाकारी मांडणारी आहे. जान्हवी खांडेकरची निवड त्या दृष्टीने चुकीची ठरली आहे. चोख पाठांतर सोडले तर राधेचे वेगवेगळे मूडस् आणि रूपे जान्हवी आविष्कृत करू शकली नाही.

डॉक्टरांच्याबद्दलही 'नवशक्तीने' म्हटले की–

दहा वर्षांपूर्वीच्या त्या बापूची अप्रतिम आदाकारी येथे दिसली नाही. त्यांनी आपली भूमिका सफाईदारपणे करण्याचा आटोकाट प्रयत्न केला हे दिसत होते. पण संतापी बापूच्या शब्दफेकीच्या वेळी डॉ. घाणेकरांचे शब्द कसेतरी निसटत होते.

बाकीच्या समीक्षकांनी लिहिलेले मात्र नमूद केल्याशिवाय राहावत नाही. ते म्हणाले–

गारंबीचा बापू म्हणजे डॉ. काशिनाथ घाणेकर असे जणू समीकरणच त्या नाटकाच्या पहिल्या प्रयोगापासूनच निर्माण झाले होते. त्यानंतर अन्य कलाकारांनी ती भूमिका वठविण्याचा प्रयत्न साफ अयशस्वी ठरला. दीर्घ कालावधीनंतर डॉ. घाणेकर आपली भूमिका पूर्वीच्याच तडफेने व प्रभावीपणाने सादर करतात. बापूची विविध रूपे दाखविताना त्यांनी कमाल केली आहे. बापूच्या स्वभावाची व मनाची

विविध रूपे दाखविणाऱ्या ज्या ज्या काही जागा आहेत, त्या त्या साऱ्याच जागा घाणेकर यांनी मस्त अभिनीत केल्या. बापूची भूमिका नेहमीप्रमाणे लोकांचा प्रतिसाद घेत आणि एकूणच चढा सूर लावून केली असल्याने डॉ. घाणेकरांना हव्या असलेल्या टाळ्या ते हमखास मिळवितात.

समीक्षक, प्रेक्षक असा दुहेरी प्रतिसाद घेत 'गारंबीच्या बापूची' 'हाऊसफुल्ल' घोडदौड पुन्हा एकदा सुरू झाली.

१३८

पण ह्या यशाची नशा दारूपेक्षाही कितीतरी अधिक पटीने असायची. त्यामुळे डॉक्टरांचे लौकिकात वावरायचे भानच सुटायचे. चारचौघांना लागू असणारे नियम आपल्यासाठी नाहीतच असा डॉक्टर समजच करून घ्यायचे. सभ्य आणि आदर्श नागरिकाने सार्वजनिक क्षेत्रात वावरताना दुसऱ्यांना उपद्रव होईल असे वागायचे नसते, ही साधी गोष्टही ते नजरेआड करायचे. डॉक्टरांच्या अभिनयाची, नाटकांची प्रेक्षकांवर इतकी प्रचंड मोहिनी होती की ह्या भाबड्या कोकराकडे, त्याच्या अपराधांच्याकडे त्यांनी कितीतरी वेळा कानाडोळा केला. दर वेळी नव्या उत्साहाने, कौतुकाने प्रेक्षकांनी डॉक्टरांचे पुन:पुन्हा स्वागत केले. प्रेक्षकांच्या प्रेम करण्याला तोड नव्हती. त्या बाबतीत डॉक्टर नेहमीच कृतज्ञ होते. पण आपल्यावर प्रेम करणाऱ्यांचा इतका अंत पाहू नये, हे मात्र डॉक्टरांना समजत नव्हते. आपल्यासाठी येणाऱ्या प्रेक्षकांसाठी जीव तोडून, अगदी जीवाची बाजी लावून अभिनय करायचा एवढेच ते जाणायचे. रंगभूमीवर प्रेक्षकांना भरभरून आनंद देणारे डॉक्टर रंगमंचाबाहेर आपल्या वागण्याने त्यांच्या चाहत्यांना तितकेच दुःखी करायचे.

डॉक्टर 'गारंबीचा बापू'च्या दौऱ्यावर कोल्हापूर भागात होते. मीही बाबांना भेटावे म्हणून अचानकपणेच कोल्हापूरला गेले होते. सौ. माई त्या वेळी नेमक्या बेळगावला आपल्या मुलीकडे माधवीताई देसाईंच्याकडे गेल्या होत्या. बाबाही विद्यापीठ शाळेच्या काही कामाच्या गडबडीत होते. पण त्याहीपेक्षा सुमित्रा वहिनीच्याकडून *(ह्या बाबांच्या सूनबाई)* जे डॉक्टरांच्याविषयी समजले ते ऐकून मात्र आपण कोल्हापूरला आलोच कशाला असे वाटायला लागले.

यापूर्वी कधीही न केलेली गोष्ट डॉक्टरांनी केली होती. खूप प्यायलेल्या अवस्थेत दोनदा डॉक्टर माईंच्या घरी येऊन गेले होते. पण माई घरात नाहीत कळल्यावर त्यांनी घराचे फाटकही ओलांडले नव्हते. पण डॉक्टरांची एकूण अवस्था बरी नसल्याचे सुमित्रावहिनी हळहळत सांगत होत्या.

त्याच अवस्थेत डॉक्टर जयप्रभा स्टुडिओत बाबांनाही भेटायला जात होते.

बाबांच्या समोरही अशा अवस्थेमध्ये डॉक्टरांनी जाणे प्रथमच घडत होते. मुळात बाबा मद्यपानाच्या अत्यंत विरोधात असायचे. प्रत्यक्षपणे त्यांनी कुणालाही दारू पिऊ नका असे सांगितले नसले तरी बाबांचे व्यक्तिमत्व, त्यांचा दारूविषयीचा तिटकारा माहीत असणारी मंडळी दारूच काय पण सिगारेटसुद्धा बाबांच्यासमोर ओढायला कचरायची. डॉक्टर तर बाबांना वडिलांसारखे मानायचे. बाबांनाही डॉक्टरांच्या बाबतीत तशीच सवय झालेली होती. असं असताना दारू पिऊन तर्रर झालेल्या डॉक्टरांनी त्यांच्यासमोर येणे हे बाबांनाही कसं रुचावं? त्यामुळे बाबा आजारी आहेत असं सांगून डॉक्टरांना दर वेळी बाहेरच्याबाहेर पाठविले जाई.

या वेळी बाबा विद्यापीठ ह्या शिक्षण संस्थेचे चेअरमन म्हणून काम करीत होते. तेथील काही वादग्रस्त प्रकरणांमुळे बाबा बरेच त्रस्त होते. सकाळपासून रात्रीपर्यंत त्यासाठी माणसं बाबांना भेटायला यायची. त्यांच्या मीटिंग्ज चालायच्या. अशा गर्दीच्या वेळी आणि ठिकाणीही डॉक्टरांचे हे असे नशेत येणे बाबांना कसे रुचावे? बाबांचे डॉक्टरांच्यावर मुलासारखे प्रेम. डॉक्टर एक सुशिक्षित वैद्यकीय पदवीधर म्हणून तर बाबा डॉक्टरांना खूपच मानाने वागवायचे. माझे हे प्रकरण झालेले असूनही आणि आत्तीला डॉक्टरांनी बाबांच्याकडे येणे आवडत नसूनही बाबांनी कधीही डॉक्टरांना त्यांना भेटायला बंदी केली नव्हती, की अपमानास्पद वागणूक दिली नव्हती.

मला कोल्हापुरात येऊन दोन दिवस झाले होते. पण माझी अजूनही डॉक्टरांची भेट झाली नव्हती. बाबांनाही ती व्हावी असे वाटत नसावे. कारण ते मला त्यांच्या राहण्याच्या आतल्या विभागात थांबायला सांगत. डॉक्टर स्टुडिओत आले तरी व्हिजिटर्स रूममधूनच बाबा नाहीत हे समजले की ते बाहेरच्या बाहेर निघून जात. दोन दिवसांनी मात्र बाबा, डॉक्टर आणि मी अशी आमची समोरासमोर गाठ पडली. बाबा आमच्याबरोबर दोन-चार शब्द बोलले आणि मीटिंगला जायला उठले. मला त्यांनी घरी जायला सांगितले. डॉक्टरांनी बाबा मीटिंगहून येईपर्यंत तिथेच माधवराव शिंदे यांच्या 'संसार' चित्रपटाच्या सेटवर थांबतो, असे बाबांना सांगितले. ते ऐकताच बाबा डॉक्टरांच्यावर कडाडलेच आणि म्हणाले, "दुसऱ्यांच्या सेटवर जाऊन नाटकातील स्वगतं म्हणत बसण्याची तुला आवश्यकताच काय आहे? रात्री तुझं नाटक आहे ना? हॉटेलवर जाऊन विश्रांती घे. तुला रिक्षा बोलावून देतो."

बाबांनी डॉक्टरांच्यासाठी व माझ्यासाठी अशा दोन रिक्षा आणायला सांगून ते मीटिंगला निघून गेले.

मी सुन्न होऊन सर्व पाहात होते. काय स्थिती करून घेतली स्वत:ची डॉक्टरांनी? मला पूर्वीचे दिवस आठवत होते. कोल्हापुरात नाटकाच्या निमित्ताने डॉक्टर आले की सकाळी दहा वाजता ते बाबांच्या स्टुडिओत येत. त्यांच्याबरोबर राहात. फक्त

श्रवणभक्ती चालायची. क्वचित कधी काही शंका असली तर त्यापुरते तोंड उघडीत. पाऊण वाजता बाबांचा जेवणाचा डबा घरून येई. डॉक्टर स्वत: बाबांना डब्यातील जेवण वाढीत. बाबांचे जेवण झाले की डॉक्टर आपल्या हॉटेलवर जायचे. ते सायंकाळी सात वाजता पुन्हा बाबांच्याकडे येत. बाबांचे खाणे झाले की, साडेआठ वाजता बाबांना नमस्कार करून पायी पायीच स्टुडिओपासून जवळ असलेल्या केशवराव भोसले नाट्यगृहात जात. आजूबाजूच्या गावात प्रयोग असतील तरच ह्या कार्यक्रमात बदल व्हायचा. नाहीतर वर्षानुवर्षे डॉक्टरांचे कोल्हापुरातील वेळापत्रक हेच असायचे. बाबांनाही त्याची इतकी सवय झाली होती की, डॉक्टर कोल्हापुरात येऊन ठरलेल्या वेळी भेटायला आले नाही तर बाबांनाच चुकल्यासारखे व्हायचे. ते अस्वस्थ होत म्हणायचे–

"आज काशिनाथ यायचा होता. कसा आला नाही अजून? तो माझ्याशिवाय दुसरीकडे कुठे जात नाही. त्याची प्रकृती तरी बरी असेल ना? कदाचित जागरणामुळे झोपला असेल."

बाबा स्वत:च प्रश्न विचारीत आणि स्वत:च उत्तरे देत. डॉक्टरांना भेटण्यासाठी सदैव आतुर असलेल्या बाबांना आता मात्र त्यांची भेट कशी टाळावी याची कारणं शोधावी लागत होती.

"रिक्षा आलाय जी." बाबांचा गडी विठ्ठल येऊन सांगत होता.

"डॉक्टरांना सांगितले?" मी विचारले.

"व्हय जी ते निगाल्यातच."

विठ्ठलच्या ह्या उत्तरावर मी खिडकीतून बाहेर पाहिले. तर यशवंत दत्त एखाद्या लहान मुलाला जपून न्यावं तसं डॉक्टरांचा हात मोठ्या आदराने आपल्या हातात धरून त्यांना रिक्षात बसवायला नेत होते. मराठी रंगभूमीवरील दोन पिढ्या हातात हात घालून चालल्या होत्या. कन्याकुमारी पर्यटनक्षेत्री सूर्यास्त आणि चंद्रोदय एकाच वेळी पाहायला मिळतो म्हणे त्याची आठवण झाली.

त्या वेळी यशवंत दत्त यांच्या कारकीर्दीची दमदार सुरुवात झाली होती. यशवंत दत्तांचे प्रथम आगमन नाटकातून झाले. त्यांच्या 'चांदणे शिंपीत जा'मधील भूमिकेने प्रभावित होऊन आत्तीने 'मामा-भाचे' या चित्रपटात यशवंतांना भूमिका द्यायला लावली होती. पण पुढे नाटकाऐवजी चित्रपटातच यशवंत अधिक व्यस्त झाले. दिलीपकुमारचा अभिनय पाहून आपल्या अभिनयाविषयीच्या जाणिवाच बदलल्या, असे यशवंत त्या वेळी आपल्या मुलाखतीमधून सांगायचे. पण त्याचबरोबर डॉ. घाणेकरांना रंगमंचावर बघूनच अभिनयाचे, रंगमंचाचे आकर्षण निर्माण झाले, याचाही ते आवर्जून उल्लेख करीत. डॉक्टरांचा संभाजी, बापू, राहुल, लाल्या पाहून कॉलेज तरुणांची जी भारलेली पिढी होती, त्यात यशवंत दत्तही होते. संभाजी करावा

तर डॉक्टरांनीच. येरागबाळ्याचे ते काम नोहे, असे यशवंत कौतुकाने म्हणायचे.

रंगभूमीवर मिळणाऱ्या टाळीवर 'रसरंग'मध्ये *(३ जुलै १९७६)* यशवंत दत्त म्हणाले होते–

''कलाकार टाळ्या मिळवायला लागला की सर्वसाधारपणे काहीसा हुरळून जातो. पण ती त्याची एकट्याची टाळी कधीच नसते. अर्थात् या संदर्भात काशिनाथ घाणेकर वा बबन प्रभू यांच्यासारख्या एखाद्दुसऱ्या नटाचा अपवाद वगळावा लागेल. कारण त्यांना एन्ट्रीलाच टाळी पडते! प्रेक्षक प्रथम त्यांच्या दर्शनाला टाळी देतात आणि नंतर ते करत असलेल्या कॅरेक्टरला. म्हणूनच काशिनाथ व बबन यांच्या त्या पर्सनल टाळ्या म्हणाव्या लागतील.''

१३९

कोल्हापूरच्या त्या मुक्कामामध्ये दोन-तीन दिवस डॉक्टर निपाणी-बेळगाव इत्यादी भागात नाटकासाठी गेले होते. बेळगावला गेल्यावर तर त्यांनी सौ. माईंची अगदीच तारांबळ उडवून टाकली. बाबा कोल्हापुरात आजारी असताना तुम्ही इथे राहून काय करताय, असे माईंना विचारून त्यांनी त्यांचा तिथला मुक्काम गुंडाळायला लावला. बिचाऱ्या माई घाबऱ्याघुबऱ्या होऊन धावतपळत कोल्हापूरला पोहोचल्या. कोल्हापुरात आल्यावर माईंना खरा काय तो प्रकार कळला. हे सर्व ऐकून बाबा मात्र खूपच खुषीत होते आणि सारखं म्हणत होते, ''काशिनाथनं मी आजारी आहे हे सांगताच लीला *(सौ. माई)* बेळगावहून लागलीच परत आली. तिथून नुसती फोनवर चौकशी करत बसली नाही.'' उतारवयातील पती-पत्नींमधील हे प्रेम, हा जिव्हाळा बघून माझं मन भरून येत होतं आणि त्या वयातही ते असतं, म्हणूनच भारतीय विवाह अजून तरी दीर्घकाळ टिकतात.

मी कोल्हापूरहून ज्या दिवशी निघणार होते, त्याच दिवशी डॉक्टरही कोल्हापुरातील शेवटचा प्रयोग करून रात्री निघणार होते. जाण्यापूर्वी त्यांची भेट झाली नाही ही रुखरुख जीवाला होतीच. बाबांचा निरोप घ्यावा म्हणून मी संध्याकाळी जरा लौकरच स्टुडिओत गेले होते. बाबांचे आन्हिक अजून आवरले नव्हते म्हणून मी व्हरांड्यात बसून त्यांची वाट पाहत होते. डोक्यात डॉक्टरांचे विचार चालू होते आणि एवढ्यात समोरून डॉक्टर येताना दिसले. त्यांच्याबरोबर त्यांच्या 'आईसाहेब' धोंडीराम त्यांचे सामान घेऊन बरोबर आले होते.

धोंडीराम हे डॉक्टरांच्या आयुष्यातील एक मजेशीर पण भाबडे प्रकरण. १९६५ सालापासून डॉक्टर सिनेस्टार सूर्यकांत यांच्या कोल्हापूर येथील नटराज हॉटेलमध्ये उतरायला लागले होते. त्या हॉटेलमध्येच धोंडीराम कामाला होता.

धोंडीरामचे आणि डॉक्टरांचे सूत कधी जुळले ते कळलेच नाही. धोंडीराम अति साधा आणि परिस्थितीने गरीब माणूस; पण आपल्या मनाची सगळी श्रीमंती त्याने डॉक्टरांच्यावर उधळली. डॉक्टरांना वेळेवर उठविणे, त्यांना दूध-नाश्ता देणे, रात्री नाटकाहून परत आल्यावर *(बाहेरगावी नाटकं रात्री दीड-दोन वाजता संपतात)* डॉक्टरांना जेवण गरम करून वाढणे हे अगदी मनापासून प्रेमाने, मायेने तो करायचा. त्याचे हे अकृत्रिम प्रेम पाहून डॉक्टरांनी त्याचे नाव 'आईसाहेब' ठेवले होते.

डॉक्टरांनी धोंडीरामची त्यांना शक्य होईल ती नड भागविली होती. त्याच्या मुलांना शिक्षणासाठी मदत कर, त्याच्या मुलीच्या लग्नाच्या खर्चाची जबाबदारी उचल, त्याला घर बांधायला आर्थिक साहाय्य कर, म्हशी घ्यायला पैसे दे. जमेल तसे डॉक्टर धोंडीरामच्या संसाराला हातभार लावीत होते. धोंडीरामही उतला नाही, मातला नाही. नटराज हॉटेल बंद झाल्यावर डॉक्टर दुसऱ्या हॉटेलमध्ये उतरत, पण तिथेही डॉक्टरांना आवडणाऱ्या दुधाच्या सायीचा डबा घेऊन धोंडीराम हजर व्हायचा.

त्या दिवशीही डॉक्टरांचे सर्व सामान हातात घेऊन धोंडीराम त्यांच्याबरोबर होताच. मी डॉक्टरांना बाबांच्या राहत्या जागेत नेले, चहा प्यायलं की दारू उतरते, असं मला कुणी तरी सांगितलं होतं. डॉक्टरांच्यावर तो प्रयोग करावा म्हणून त्यांना चहा घेता का विचारले, पण डॉक्टरांनी साय घालून दूध प्यायला मागितले. डॉक्टरांचा कमालीचा अवतार झाला होता. सर्दी-खोकल्याने ते बेजार झालेले दिसत होते, त्यांचे अंगही तापल्यासारखे वाटत होते. अखंड बडबड चालू होती. 'तुम्ही हे काय चालवलं आहे? असं का करता?' असे मी विचारताच लहान मुलाने कमरेला दोन्ही हातानी मिठी घालून रडवेलं होत करावं तसं करत डॉक्टर म्हणाले– "तू पाहिजेस. तू मिळत नाहीस म्हणून असं करतो." आणि डॉक्टर मोठ्याने ओक्साबोक्शी रडायला लागले.

माझा संताप अनावर झाला. पुरुषांनी हे असे उठता बसता रडणे हे मला मुळीच आवडायचे नाही. असे सारखे रडणारे पुरुषही जगात बरेच असतील. 'हळवा' म्हणून त्यांना गोंजारलेही जात असेल, पण माझ्या पुरुषाच्या कल्पनेत त्याचे हे येता-जाता रडणे अजिबात बसणारे नव्हते. कारण चांगल्या-वाईट दोन्ही वेळेला बाबा ताठ कण्याने उभे राहिले होते, कधी हताश होत नव्हते आणि तोच आदर्श आमच्या डोळ्यांसमोर होता. मला तर रडक्या पुरुषांचा मनस्वी तिटकारा होता आणि डॉक्टरांना तर मी वरले होते ते त्यांच्या बेदरकार स्वभावामुळेच. असे मुळुमुळू रडणारे डॉक्टर पाहून मला चीड येत होती.

तेवढ्यात बाबाही तेथे आले आणि त्यांनी सरळच डॉक्टरांना विचारले–

"काशिनाथ, तू आज नाटकात काम करायला नाही का म्हणतो आहेस? प्रयोग हाऊसफुल्ल आहे. तुझ्यामुळे कुणाचे नुकसान झालेले मला आवडणार नाही."

त्या दिवशी प्रयोग करायचा नाही असे ठामपणे ठरवूनच डॉक्टर आले होते. डॉक्टरांनी आपली प्रकृती बरी नाही, ब्लडप्रेशर वाढले आहे, तेव्हा आपण आज काम करू शकणार नाही असे बाबांना सांगितले. बाबा शांतपणे म्हणाले–

''मला माहीत आहे तुला काहीही झालेले नाही. त्यातूनही आपण डॉक्टरांना बोलावू. मी तुझ्याबरोबर थिएटरवर येतो. सबंध नाटक होईपर्यंत विंगेत थांबतो, पण आज तू काम केले पाहिजेस.''

इतर वेळी डॉक्टरांनी बाबांचा शब्द कधीही मोडला नसता. पण त्या दिवशी डॉक्टरांना रंगभूमीवर उभं राहण्याचा आत्मविश्वास नव्हता. त्यांची प्रकृती बरी दिसत नव्हतीच.

मग मात्र बाबांनी डॉक्टरांना फार आग्रह केला नाही. बाहेर ऑफिसमध्ये त्या दिवशीचा प्रयोग लावणारी मंडळी चिडून आलेली होती. त्यांच्यासमोर मात्र बाबांनी डॉक्टरांना नेले. त्या लोकांची समजूत बाबांनी कशी घातली ते परमेश्वरालाच माहीत. कारण मला बाबांनी आतच थांबविले होते. बाबा व डॉक्टर परत आले. डॉक्टर त्या दिवशी फारच विस्कटल्यासारखे झाले होते. आमच्या दोघांचा जुना विषयही त्यांनी पुन्हा काढला. अर्थात त्या दिवशी चर्चा करण्यात कोणताच अर्थ नव्हता; पण किती तरी वर्षांनी डॉक्टरांनी प्रथमच बाबांना उघडपणे सांगितले, ''कांचनला मी माझी पत्नी मानतो. तिच्यावर आत्तापर्यंत फार अन्याय झालाय. आता मला तिचा विचार केलाच पाहिजे. इरावतीचाच मी आत्तापर्यंत फार विचार केला आणि त्याप्रमाणे वागत राहिलो.'' मग मात्र त्यांना बाबांनीही विचारले, ''कांचनला जर तू पत्नी मानतोस तर तुझ्या बाबतीत चार लोकांत मान ताठ ठेवून तिला वावरता येईल असे तू वागतो आहेस का?'' याचे मात्र डॉक्टरांना उत्तर देता आले नाही.

थोड्या वेळाने बाबांना नमस्कार करून डॉक्टर उठले. त्या वेळी डॉक्टरांच्या जवळ अजिबात पैसे नव्हते. बाबांच्याकडेच त्यांनी पैसे मागून घेतले. बाबांनीही खिशात हात घालून जेवढे पैसे हातात आले तेवढे पैसे डॉक्टरांच्या हातात ठेवले. बाबांच्यासमोर डॉक्टरांना आता कुठे जाणार हे विचारणेही कठीण होते. पण ते दौऱ्याच्या बसबरोबर मुंबईला परत जातील असा माझा अंदाज होता. त्यामुळे ते सुखरूपपणे घरी जातील याची खात्री होती. खरं म्हणजे डॉक्टरांना आपणच मुंबईला घेऊन जावं आणि इरावतीबाईंच्या ताब्यात द्यावं असं वाटत होतं. पण निव्वळ वाटण्यापलीकडे माझ्या हातात दुसरे काहीच नव्हते. सगळ्याच बाजूंनी माझी कोंडी झालेली होती.

या सगळ्या गडबडीत माझ्याही गाडीची वेळ होत आली होती. मला माझ्या मामांच्या *(श्री. मधु दिवाण)* घरी जाऊन जेवून गाडी गाठायची होती. मी बाबांना नमस्कार करून त्यांचा निरोप घेतला. मला बाबा 'सांभाळ' एवढेच म्हणाले.

मामांच्या घरी आले तर आमच्या शैलजामामींनी बासुंदी, मसालेभात असा जेवणाचा नुसता थाट उडविला होता. त्यांना बिचाऱ्यांना माझ्या मन:स्थितीची काय कल्पना असणार? माझ्या मात्र घशाखाली घास उतरत नव्हता. सारखे डॉक्टर डोळ्यांसमोर येत होते. कुठे असतील? जेवले असतील का? प्रकृती कशी असेल? त्या दिवशी त्यांचा अंगात ताप होता. ब्लडप्रेशरही वाढलंय असं ते म्हणत होते. काही वेडेवाकडे झाले तर? नको नको त्या शंका येत होत्या. निदान डॉक्टरांच्या बरोबर धोंडीराम तरी होता. फक्त एवढेच समाधान होते.

माझे डोळे राहून राहून भरून येत होते. पण उघडपणे रडण्याचीही चोरी होती. मी कशासाठी, कुणासाठी रडतेय म्हणून सांगणार होते? मी घशातील आवंढ्याबरोबरच प्रत्येक घास गिळत होते. त्या परिस्थितीमध्ये ते सुग्रास जेवण मला सारखे उलटून येत होते. माझ्या मामा-मामींना वाटत होते की, गाडीला वेळ होतोय म्हणूनच मी इतकं कमी जेवायला लागली आहे. ते दोघेही सारखे सांगत होते, "शांतपणे जेव. गाडीला अजून वेळ आहे." मी त्यांना काय सांगणार होते की, मला का जेवण जात नव्हतं ते. रात्रभर गाडीतही मी डॉक्टरांच्या आठवणीने दचकून जागी होत होते. झोप कुठली यायला? ग्लानी मात्र खूप होती.

१४०

मी मुंबईत परत आले. डॉक्टरही त्याच रात्री निघाले असतील आणि मुंबईत पोहोचले असतील या अंदाजात मी होते. फार तर एखादुसरे दिवशी उशिरा आले असतील असं वाटत होतं. पण दिवसच्या दिवस उलटत होते पण डॉक्टर कुठे आहेत याचा पत्ता लागत नव्हता. माझी व्याकुळता वाढत होती. कुणाला विचारावं सुचत नव्हतं. वाईट बातम्या तेवढ्याच कळत होत्या. जान्हवी खांडेकर व सखाराम भावे यांनी डॉक्टरांच्याबरोबर काम करायला नकार दिला होता. सखाराम भावे यांनी कोल्हापूर दौऱ्यानंतर हा निर्णय घेतला होता. जान्हवीचा निर्णयही त्याचमुळे असला तरी तिचा खरा वैताग वेगळाच होता. डॉक्टर जान्हवीचे पालक असल्यासारखे वागायचे. मग तिच्या जाडेपणाबद्दल बोल, तिच्या जेवणावरच अंकुश ठेव, हेच का केलं, तेच का करत नाहीस, म्हणून तिला धारेवर धरीत. या सगळ्याला जान्हवी कंटाळली असावी; कारण खुद्द तिच्या वडिलांनीही *(प्रभाकर पणशीकर)* कधी तिच्यावर इतके लक्ष ठेवले नसेल. तेव्हा 'गारंबीचा बापू' पुन्हा एकदा थांबले.

डॉक्टरांच्याबद्दल इतर अनेक बातम्या कानावर यायच्या, कुणी म्हणे त्यांना वेड लागले आहे, कुणी म्हणे त्यांना शॉक ट्रीटमेंट देताहेत. एक ना दोन

असंख्य बातम्या, त्याही सगळ्या अशुभ. एकही चांगली नाही, मुख्य म्हणजे डॉक्टर कुठे आहेत याचा पत्ता लागत नव्हता. त्या बाबतीत एकप्रकारचे गूढच वाढत चालले होते. उघडपणे कोणाला विचारायची सोय नाही आणि कोणी सांगेल याची खात्रीही नव्हती. या सगळ्यात माझा एकमेव आधार होता परमेश्वर. त्याच्याजवळच मी माझी तळमळ मांडायची– आणि एक दिवस त्यालाच माझी दया आली असावी. डॉक्टरांच्या व माझ्याबद्दल आस्था बाळगणारी एक व्यक्ती शिवाजी मंदिराच्या परिसरात भेटली. अगदी देवासारखी भेटली. त्यांनी मला डॉक्टर कुठे आहेत ते सांगितले आणि दोन डोळे शेजारी आणि भेट नाही संसारी अशी माझी अवस्था झाली. कारण माझी बहीण तारूच्या घराशेजारील रुग्णालयातच डॉक्टर होते. तारूच्या घरी *(हिंदु कॉलनीमध्ये)* मी त्या काळात किती तरी वेळा गेले होते. पण इतक्या जवळ डॉक्टर असतील असे स्वप्नातही वाटले नव्हते. भेटीचीही वेळ यावी लागते हेच खरं.

आमचे नुकतेच प्रेम जुळले होते तेव्हा डॉक्टर काही काव्यपंक्तीसारखे गुणगुणायचे. तेही मुद्दाम माझ्याकडे बघत–

आज अचानक गाठ पडे
भलत्या वेळी, भलत्या मेळी
असता मन भलतीचकडे

डॉक्टरांना भेटण्यासाठी रुग्णालयात जाण्यासाठी घरातून बाहेर पडणे हा एक मोठा प्रश्न होता. पण तिथेही परमेश्वर धावून आला. त्या वेळी माझे डोळे आले होते. त्यासाठी मी डोळ्यांच्या डॉक्टरांकडे जाणार होते. डोळ्याचे डॉक्टर सायनला होते व त्यांची वेळ होती सकाळी आठ ते दहा. तिथले काम संपवून मी तडक डॉक्टरांच्या रुग्णालयाकडे धावले. तिथल्या स्वागतिकेला मला डॉक्टरांना भेटायचं आहे सांगताच ती क्षणभर घुटमळली. पण ती डॉक्टरांनाच जाऊन विचारून आली. मी मोघमात माझे नाव चव्हाण एवढेच सांगितले. डॉक्टरांच्या खोलीपर्यंत जायला किती योजने लोटली असं वाटत होतं. इतकी गुप्तता पाळली जाते आहे तर डॉक्टर कुठल्या परिस्थितीमध्ये असतील या विचाराने मन धास्तावले होते. छातीमध्ये विलक्षण धडधडत होते. डॉक्टरांना बांधून ठेवले असेल का? ते शॉक ट्रीटमेंटने गलितगात्र झाले असतील का? की आणखी कसे?

सगळा ताण इतका असह्य झाला होता की डॉक्टरांच्या खोलीच्या दाराला डोकं टेकून मी क्षणभर डोळे मिटून घेतले. डोळे उघडून समोर पाहिले तर एका मोठ्या प्रशस्त स्वच्छ खोलीत कॉटवर पडल्या पडल्या डॉक्टरांचे वाचन चालले

होते. हातात शिवाजी सावंतांची 'छावा' ही कादंबरी होती. मी प्रथम त्यांना डोळे भरून पाहून घेतले. उठून बसलेले डॉक्टरही माझ्याकडेच पाहात होते. ते केवळ हॉस्पिटलमध्ये होते म्हणूनच आजारी समजायचे. नाही तर ते अगदी घरात असतात तसेच वाटत होते. उलट विश्रांती व औषधोपचाराने ताजेतवाने वाटत होते. आजारपणाची एकही खूण त्यांच्या शरीरावर दिसत नव्हती. मग त्या कानावर आलेल्या बातम्या खऱ्या की खोट्या? आता मला त्याची शहानिशाही नको होती. काही का असेना माझे डॉक्टर मला हातापायी सुखरूप दिसत होते, हेच माझ्या दृष्टीने खूप महत्त्वाचे होते.

डॉक्टरांच्या वाक्याने मी भानावर आले. ते म्हणत होते–

"किती वाट पाहिली तुझी? तू आल्याशिवाय राहणार नाहीस याची खात्री होती. इतका उशीर का केलास? इथल्या समोरच्या बसस्टॉपवर तुझ्यासारखी एक उंच मुलगी रोज दिसते. पहिल्या दिवशी तर तूच आहेस असं वाटलं. पण तू मला भेटल्याशिवाय कशी राहशील?"

डॉक्टर बोलत होते आणि मी त्यांना जास्तीत जास्त डोळ्यांत साठवून घेत होते. महिन्याभरातील सर्व घडामोडी विचारून घेत होते. मी डॉक्टरांना इरावतीबाईंची प्रतिक्रिया विचारून घेतली. ते म्हणाले–

"ती या विषयावर काहीच बोलत नाही. रोज दुपारी भेटायला येते, काही वेळ थांबून इथूनच कन्सल्टिंग रूमवर जाते."

"मग तुमच्याबरोबर इथं कोण राहतं?" डॉक्टर एकटेच राहतात हे ऐकल्यावर मी आश्चर्याने विचारले.

"कोणी कशाला सोबतीला हवं? मी काही सीरियस पेशंट नाही. फक्त विश्रांतीसाठी तर इथे राहिलोय. त्या वेळी कोल्हापुरात वाढलेलं ब्लडप्रेशरही नॉर्मल झालं आहे. ज्यांचं हे हॉस्पिटल आहे तेही खूप घरच्यासारखे करतात." माझी नजर चुकवीत ते म्हणाले.

१४१

मी कोल्हापूरहून निघाल्यावर डॉक्टरांच्या बाबतीत मला साधारणपणे समजलेला तपशील असा– त्या रात्री कोल्हापुरात डॉक्टरांचे ब्लडप्रेशर इतके वाढले की, ते स्वत:च कोल्हापुरातील एका रुग्णालयात दाखल झाले. मला वाटतं त्यानंतर थोडं बरं वाटताच ते सांगलीला आपल्या एका डॉक्टर मित्राकडे गेले. तिथेही उपचार करून घेतले. तिथूनच इरावतीबाईंनाही कळविण्यात आलं. सांगलीच्या त्या डॉक्टर मित्रांनीच नंतर डॉक्टरांना मुंबईला पोहोचविण्याची व्यवस्था केली. इथपर्यंतची

माहिती सुरळीत होती. पण पुढे डॉक्टरांनी सांगितले की ज्या दिवशी ते मुंबईत पहाटे पोचले, त्या दिवशी एका टॅक्सीवाल्याचे आणि त्यांचे अगदी खडाजंगी भांडण झाले. इतकंच काय पण मारामारीही झाली आणि त्या झटापटीत डॉक्टरांची अंदाजे पंधरा हजाराची चेन गेली. हे ऐकून मी खूपच नर्व्हस झाले. डॉक्टरांच्या भविष्यात काय वाढून ठेवले असेल या विचाराने खूप अस्वस्थता आली. कारण हिरा हरवणे अशुभ असते. त्या चेनमध्ये हिरा आणि एकमुखी रुद्राक्ष दोन्हीही होते. पण मी हे काही डॉक्टरांना बोलले नाही. डॉक्टर नुकतेच झालेल्या घटनेतून सावरत होते. कोल्हापुरात त्या रात्री बाबांच्याकडून घेतलेले पैसे त्यांना मनीऑर्डर करून पाठवू का, असे मला डॉक्टरांनी विचारले. 'बाबांच्याकडे पुन्हा जायचे नसेल किंवा त्यांना पुन्हा आयुष्यात कधी तोंड दाखवायचे नसेल तर जरूर त्यांना पैसे पाठवून द्या.' माझ्या एवढ्या उत्तराने डॉक्टर काय ते समजले.

मला जमेल तसे आणि शक्य होईल तेवढ्या वेळी मी डॉक्टरांना भेटायला जायची. त्यांच्याशी थोडा वेळ गप्पा मारून यायची. डॉक्टरांची दारू, सिगारेट पूर्णपणे बंद होती. त्यांना फक्त ॲपल ज्यूस प्यायची परवानगी होती. श्रीकॉईन्स ॲपल ज्यूसच्या बाटल्या भरलेले खोके डॉक्टरांच्या खोलीत आणून ठेवलेले असायचे. बारा-तेरा तारखेच्या सुमाराला डॉक्टरांनी मला सांगितले की ते पंधरा तारखेला काही दिवसांसाठी चिपळूणला जाणार होते. 'हायको'चे दादा अभ्यंकर त्यांना आपल्या गाडीने चिपळूणला नेऊन पोहोचविणार होते. पंधरा तारीख ऐकल्यावर मी त्यांना सांगितले की पाहिजे तर तुम्ही पंधरा तारखेच्या आदल्या दिवशी तरी जा किंवा त्याच्या दुसऱ्या दिवशी तरी जा. पण नेमकी पंधरा तारीखच नको. कारण त्या दिवशी ते जगप्रसिद्ध 'सूर्यग्रहण' होते आणि प्रवासाला जायला डॉक्टरांनी नेमका तोच दिवस निवडला होता.

डॉक्टर हसले आणि म्हणाले– "इरावती असलं काही मानीत नाही." त्यावर मी त्यांना निक्षून सांगितले की, "त्या न का मानेनात. नेहमी सगळंच तुम्ही त्यांचं ऐकता. या वेळी माझं एवढं ऐकलंच पाहिजे." मीही अंधश्रद्धाळू नव्हते. ग्रहण म्हणजे ग्रहांच्या अंतराळातील स्थितीतील फेरबदल हे मलाही माहीत होते. पण डॉक्टरांच्या बाबतीत मन इतकं हळवं झालं होतं की, आता कशाचाही धोका पत्करणं नको वाटत होतं. शिवाय या वेळेचे ग्रहण उघड्या डोळ्यांनी पाहणेही चांगले नव्हते.

डॉक्टर गंभीर होत म्हणाले,

"तेवढा दिवस सोडून मी जाईन. पण त्यापेक्षा अधिक मुंबईत थांबणार नाही. मी नाट्यसंमेलन सुरू व्हायच्या आत मुंबईबाहेर जाणार."

आठ दिवसांनी मुंबईत सुरू होणाऱ्या नाट्यसंमेलनामध्ये आपल्याविषयी काही ठराव येईल की काय, ह्या शंकेने डॉक्टर अस्वस्थ झालेले होते.

१४२

नेहमीप्रमाणे डॉक्टर 'मला पत्र लिही' हे आर्जव आणि आज्ञा अशा दोन्ही पद्धतीनं सांगून गेले होते. चिपळूणला म्हणजे माझ्या न झालेल्या आणि मी न पाहिलेल्या सासरच्या पत्त्यावर डॉक्टरांना माझे तिथले पहिले पत्र लिहिले–

॥ श्री ॥

माझेच प्रिय कॅश,

खरं म्हणजे माझेच असे लिहून मनाचे शाब्दिक समाधान करून घ्यायचं झालं. कारण तुमची कंपनी फायदेशीर असल्यामुळे त्यात शेअरहोल्डर्स फार आहेत. त्यामुळे मला सध्या राहून राहून असं वाटतं की, ही कंपनी प्रायव्हेट लिमिटेड केली पाहिजे. म्हणजे भागीदार मर्यादित होतील. जाऊ दे झालं. नमनालाच घडाभर तेल वाया चाललंय. शिवाय कालेलकरी नाटकांसारखा एकच विनोद तिन्ही अंकात तुटेपर्यंत ताणायचा.

तुम्ही इथून गेलात आणि किती रितं रितं वाटायला लागलं म्हणून सांगू? मला तर वाटतं गेल्या जन्मी आपल्या दोघांचा दीर्घ सहवास झाला असणार आणि त्यामुळेच परमेश्वराने या जन्मी मला तुमच्यापासून दूर ठेवलं असणार. तुम्हाला माहीत आहे का की, आधीच्या जन्मी प्रेम करून अर्ध्यातच दुरावलेले प्रेमी स्त्री-पुरुष पुढच्या जन्मीही तसेच प्रेम करून पुन्हा एकत्र येतात. मला ते पटतं. कारण असे किती स्त्री-पुरुष प्रेम करून एकत्र येतात? ठरवून होणारे विवाह अस्तित्वात असताना प्रेमविवाह झालेच नसते.

तुम्ही म्हणाल आज ही मला सारखं तत्त्वज्ञान काय ऐकवते आहे. पण हे नवीन नाही. माझा तुमच्याशी सतत संवाद सुरूच असतो. त्यामुळे माझे तीन फायदे होतात आणि ते म्हणजे मला पाहिजे ते मी तुम्हाला ऐकवत राहते. मुख्य म्हणजे तुम्ही त्यावर कसलाही वाद न घालता चूपचाप ते ऐकून घेता. आणि त्यामुळे तुम्हाला माझे सगळे पटले आहे हा विजयी आनंद मला मिळतो. शिवाय तुमच्याशी सततचे सातत्यही राहते. असो. तुम्ही कसे आहात? प्रवास कसा झाला? गेल्याबरोबर आईच्या कुशीत शिरलात की नाही? त्या कशा आहेत? त्यांना माझा साष्टांग नमस्कार. त्या झाडाखालीच अजून मुक्काम असतो का? मग आई काय म्हणतात? आणि तुम्ही काय उत्तर देता ते मला सांगितले पाहिजे.

सगळी औषधं नीट घेता ना? इकडे याल तेव्हा मन आणि शरीर दोन्ही गोष्टीने निरोगी होऊन या. मागे झालं ते गंगेला मिळालं. पुढे काय करायचं त्याचा

शांतपणे विचार करा. मात्र कुठलाही त्रागा न करता हं. जग फक्त हसताना साथ करतं. जे रडताना साथ करतात, डोळे पुसतात तीच आपली माणसं असतात. तेव्हा अशा माणसांचाही शोध घ्या. मात्र ते करताना फक्त स्वत:चाच विचार करू नका. त्यांच्याही बाजूचा विचार करा. मात्र एक लक्षात ठेवा–

Never explain. Your friends do not need it. Your enemies won't believe it.

तुम्ही गेलात त्या दिवशी वासंती इनामदारांची कविता सारखी आठवत होती–

जा....
हळूच...
सूर्यचंद्र...
तुझेच आहेत...!!!
जपून रहा ...तू
तुझे मन
माझे आहे...!

यापेक्षा अधिक काय लिहू? सांभाळा.

तुमचीच
कांचन

*****

।।श्री।।

माय डियरेस्ट डार्लिंग कॅशूनट,

बाकीचे पत्र मराठीतच हं. कारण सगळे पत्र इंग्रजीत लिहायचे म्हणजे मला आधी डिक्शनरी आणि ग्रामरचे पुस्तक घेऊन बसायला लागेल. शिवाय तुम्हाला मी इंग्रजीत पत्र लिहावे तर तुम्ही इंग्रजीचे पापड. नकोच ना ते. मराठी आपुली मायबोलीच बरी.

आमचा दुसरा खलिता पावला असेलच. स्वत: मात्र दोन ओळी लिहायच्या नाहीत आणि आम्ही मात्र पानंच्या पानं लिहिली पाहिजेत हा हुकूम. माझ्यासारखीच बाईंनाही पत्र लिहायची ऑर्डर असणार. म्हणजे साहेब आरामात लोळत पडून आलटून पालटून पत्र वाचीत राहणार. त्या तुमच्याशी फोनवरही बोलत असतील. किती भाग्यवान आहेत त्या? या एकाच बाबतीत काय पण सगळ्याच बाबतीत त्या माझ्यापेक्षा भाग्यवान आहेत. राजे! खरंच कसे आहात? पण तुम्ही तरी कसे सांगणार? आणि मला तरी कसे समजणार? खरं सांगू, मला तर फार कंटाळा

आलाय असं जगण्याचा. कुणी अगदी खात्रीपूर्वक मरण्याचा मार्ग सुचवीत असेल तर आज आणि आत्ताही मी मरायला तयार आहे. कशासाठी परमेश्वर मला जगवतोय कुणास ठाऊक? माझा कुणालाही उपयोग नाही. निव्वळ या भूमीवर भार. मी कुठल्या गोष्टींवर समाधान मानून जगायचे? तुमच्या बाबतीत घडणारे हे प्रकार, तुमचं आजारपण हे सगळं सगळं उघड्या डोळ्यांनी निर्विकारपणे पाहात राह्यचे.

एक मुलाची उणीव सोडली तर परमेश्वराने तुम्हाला काय कमी दिलंय? बालगंधर्वांच्या नंतर इतकी लोकप्रियता लाभलेला तुमच्याशिवाय दुसरा कोण नट आहे? तुमच्याइतकं कुठल्या नटावर प्रेक्षकांनी प्रेम केलंय? इतकं सर्व मिळूनही त्या दिवशी तुम्ही डोळ्यात पाणी आणून विचारीत होतात–

"मला ना मूल ना बाळ. मी कशासाठी जगायचं?"

मग मी कसं जगायचं? तुमच्याजवळ एक गोष्ट नाही आणि माझ्याजवळ तर काहीच नाही.

आज तुमची खूप खूप आठवण येते आहे. आज मी डोक्यावरून न्हायल्यामुळे मोकळे सोडलेले केस गुडघ्याच्याही खाली पोहोचले आहेत. असे फुललेले मोकळे केस पाहिले की मला तुमची तीव्रतेने आठवण येते. कारण माझी एक फार दिवसांची इच्छा आहे की, माझ्या अशा फुललेल्या मोकळ्या केसांत तुम्हाला लपवून टाकावं. माझ्या केसात तुम्ही डोकं घुसळावं. पण हे स्वप्न पाहता पाहता अर्धे केस आणि वयही निघून गेलं.

तुम्हाला माहीत आहे का लांब केस असणाऱ्या स्त्रिया देवी असतात. म्हणजे तुमच्यावर दोन-दोन देवता प्रसन्न आहेत.

हे वाचून चिडलात ना? मला तुम्हाला चिडवायला खूप आवडतं. कारण तुम्ही रुसलात की इतके गोड दिसता म्हणून सांगू? तुमचं माझं नातं आणि वयातील अंतर यामुळेच मी गप्प बसते. नाहीतर मला तुमचा गालगुच्चा घेण्याची इतकी तीव्र इच्छा होते म्हणून सांगू? इतके तुम्ही लहान मुलासारखे वाटता. नाही तरी तुमचे प्रौढत्वी निज शैशवास जपणे चालू असतेच.

प्रकृती कशी आहे? पथ्यं पाळतायना? औषधं वेळेवर घ्या. आज होळी, पुरणाची पोळी खाल्लीत की नाही? शिव्या आणि बोंबाबोंब यांचे काय?

कळावे.

तुमचीच

कांचन

*****

।।श्री।।

प्रिय नाथ,

अगदी पौराणिक काळात गेल्यासारखं वाटलं नाही ना? मला तर वाटतं मी जर प्रत्यक्षात अशी हाक तुम्हाला मारली असती तर तुम्ही नक्कीच ''काय प्रियतमे?'' असे प्रत्यत्तर दिले असते. किंवा थोडंसं आधुनिक म्हणून ''येस् प्रिये?'' असाही प्रश्न विचारला असता.

खरंच मला नेहमीच प्रश्न पडतो की तुम्हाला कशी हाक मारावी? आम्हा मराठ्यांच्यात नवऱ्याला 'जी' म्हणून बोलावयाची पद्धत आहे. तुमच्या राजकपूरची बायको त्यांना 'जी' अशीच हाक मारते. तसं चालेल का? पण खरं सांगू मला आपलं 'अहो' अशी हाक मारणंच अधिक आवडतं. त्यात सगळंच येतं. पण या सर्वांपेक्षा अधिक महत्त्वाचे म्हणजे अशी हाक मारायला प्रत्यक्ष सहवास नको का? तसा सहवास मिळाला तरच अशी हाक मारता येणार. असो. सध्या मात्र मी दुसऱ्या अर्थाने 'हाका मारीत' बसले आहे.

तुम्ही म्हणाल, आज हे नावाचे पुराण काय काढले आहे? अहो, नावातच खरी गंमत असते. आता माझे तुमचे नावच घ्या. दोन्ही एकत्र उच्चारली की किती सुंदर नाद निर्माण होतो. पण ते एकत्र उच्चारायचे हं. नाहीतर त्या 'आणि...' शिवाय तुम्हाला तुमचे नाव उच्चारायची सवयच गेली असणार.

शिवाय आपले आद्याक्षरही एकच आहे. हाही योगायोगाच की नाही? शब्दांचे वजन, लय, नाद या कुठल्याच बाबतीत काही खटकत नाही. माझं म्हणणं खोटं वाटत असेल तर दुसरं कुणाचंही नाव तुमच्या नावासमोर उच्चारून बघा. अगदी बाईंचेही. मग तर माझे म्हणणे पटते की नाही ते सांगा.

या आधीचे माझे पत्र वैतागपत्रच वाटले असणार. कारण मीही माझा सगळा वैतागच त्यात ओतला होता. पत्र वाचून रागारागानेच गुरगुरत असाल. त्यावरून आठवलं. तुम्हाला भेटून मी हॉस्पिटलमधून निघाले की तुम्ही मला बायबाय करायला खिडकीत उभे राहात होतात ना? तेव्हा मला तुम्हाला बघून पिंजऱ्यात कोंडलेल्या वाघाची आठवण यायची. 'ऐरणीच्या देवा' ह्या 'साधी माणसं' चित्रपटातील गाण्यात एक ओळ आहे. 'धनी मातुर माझा देवा वाघावाणी असू दे.' ही ओळ ऐकली की माझ्या डोळ्यासमोर तुम्हीच उभे राहाता. नाहीतरी तुमच्यामधे आणि वाघात काय फरक आहे?

पोथीवाचन, पूजाअर्चा काय म्हणते! मी दिलेले व्यंकटेशस्तोत्र वाचता की नाही? माझं ऐकणार असाल तर ज्ञानेश्वरी वाचा. जीवनाचा अर्थ सांगणारा आणि जगण्याचं सामर्थ्य देणारा ज्ञानेश्वरीसारखा दुसरा ग्रंथ नाही. अठरावा अध्याय तर

जरूर वाचा. कर्मफलाचे इतकं सुंदर विवेचन क्वचितच वाचायला मिळते. हे माझे भोग आहेत, ही माझी कर्मफले आहेत, ती मलाच भोगली पाहिजेत असं मनाला समजावण्याची शक्ती त्यामुळे येते आणि अशी मनाची शक्ती एकदा आपल्यामध्ये निर्माण झाली की कशाशीही दोन हात करण्याची तयारी होते.

आपली कर्मे एकदा आपल्याला मान्य झाली की, सारखं कुरकुरायला जागा राहात नाही. कोणालाही दोष द्यावासा वाटत नाही. खरं म्हणजे प्रत्येक जणच आपल्या स्वत:च्या दोषांचे खापर दुसऱ्याच्या डोक्यावर फोडत असतो. त्याने तसे केले म्हणून माझे असे झाले असं म्हटलं की, तात्पुरतं बरं वाटतं. पण ते खरं नसतं. ती स्वत:चीच केलेली फसवणूक असते. त्यापेक्षा स्वच्छ मनाने सगळं पत्करलं की खंत राहात नाही. हा माझा स्वानुभव आहे. मी केलेल्या कुठल्याही गोष्टीचा मला पश्चात्ताप, दु:ख अथवा खंत वाटत नाही. फक्त तुमच्या सांगण्यावरून मरणाच्या वाटेवरून अर्ध्यातून मागे फिरले याचा मात्र आजही पश्चात्ताप वाटतो.

जगण्यासाठी लागणारे किती तरी हेतू तुमच्यासमोर आहेत. तुम्हाला बाईंसाठी, तुमच्या कलेसाठी, तुमच्या चाहत्यांसाठी उत्तम राहिले पाहिजे. चांगलं जगलं पाहिजे. मी मात्र सर्वांसाठी 'उपद्रव' आहे. अतृप्त इच्छांचे भार वाहात जगण्यात काय अर्थ आहे? तुम्ही मध्ये धडपडला नसतात तर आतापर्यंत माझी काही पुण्यस्मरणे तुम्हा सर्वांनी पार पाडली असती. पण पुण्यस्मरणासारखा समारंभही परमेश्वराने माझ्या नशिबात लिहिलेला नाही. पण असं असलं तरी माझा परमेश्वरावरचा विश्वास अजिबात उडालेला नाही हं. आज तुमचं फार बौद्धिक घेतलं ना? आता जरा वास्तव जीवनाकडे वळू या.

सायबानु! आता लौकर या बाई. तुम्हाला इथून जाऊन पंधरा दिवस झाले. तुम्हाला तिकडे फक्त आईच नाही तर इकडे बायकाही आहेत हे लक्षात आहे ना? पण बायका म्हणजे फक्त दोनच हं. नाहीतर स्वत:च्या सोयीने या शब्दाचा व्यापक अर्थ घ्याल. या शब्दाची व्याप्ती आणि अर्थ किती मर्यादित आहे याची तुम्हाला कल्पना देणे हे माझे आद्य कर्तव्य आहे. कारण तूच लिहिले होतेस, तुझ्याच संमतीने, तुला सांगूनच वगैरे पावशेर ठेवायला तुम्ही तयार असताच. शिवाय तुझे मन किती मोठे आहे, अशासारखे प्रशस्तिपत्रकही तयार असते. आणि म्हणूनच इतक्या विस्ताराने लिहीत आहे.

कोल्हापूरच्या बाबांनी त्यांच्या एका चित्रपटासाठी एक वाक्य लिहिले आहे–

"पुरुषांचे हृदय सागरासारखे विशाल असते. त्यात पाचपंचवीस नद्या सहज सामावतात." तुमच्यासारख्या पुरुषांचे किती योग्य वर्णन आहे की नाही? असो.

आता स्वारींनी लौकर परतावं–

फार झाले दिस आता

पाहू पाहूसे वाटते,
नीर डोळा दाटते.

अशी परिस्थिती झाली आहे. सरकार! कसे आहात? अगदी ताजेतवाने होऊन परत या. त्यासाठी सगळी वैद्यकीय बंधनं पाळली पाहिजेत. ती पाळत असालच. चैत्र पाडव्याला येणार आहात की नाही कल्पना नाही. तेव्हा नवीन वर्षाचा इथूनच नमस्कार करते.

सांभाळा.

तुमचीच
कांचन

१४३

दुसऱ्या नाट्यसंस्थेत डॉक्टरांच्या बाबतीत खुट्टही झाले तरी 'अभिजात'चे अनंत काणे लागलीच सावध होत आणि त्यांच्या संस्थेतील डॉक्टरांच्या नाटकांचे प्रयोग रद्द करून टाकीत. डॉक्टरांच्या बाबतीत जो काही धोका पत्करायचा तो दर वेळी 'नाट्यसंपदेचे' प्रभाकर पणशीकर पत्करीत. पणशीकरांना निव्वळ व्यवहार आणि डॉ. घाणेकरांच्यावर मिळणारा पैसा दिसतो, असा लोकापवाद पत्करूनही दर वेळी डॉक्टरांना रंगमंचावर उभं करण्याचं, त्यांचं कलाजीवन संपू न देण्याचं महत्त्वाचं काम प्रभाकर पणशीकर यांनीच केलं.

याचा विशेषत्वाने उल्लेख करण्याचे कारण म्हणजे सतीश दुभाषींच्या शेवटच्या काळात ते एका वेळी सहा नाटकांतून काम करायचे. एका महिन्यात ते ४० ते ४५ प्रयोग करायचे. पण त्यांच्या ह्या अतिरेकी वागण्याने कंटाळूनही सहाही नाटकं ज्या ज्या निर्मात्यांची होती त्यांनी त्याचे प्रयोग थांबवले; पण त्याचा उलटा परिणाम दुभाषींच्यावर झाला. आपल्याला दुसऱ्यांची नाटकं बंद झाली तरी पर्वा नाही हे दाखविण्यासाठी त्यांनी स्वत:ची संस्था काढली. पहिले नाटक फारसे चालले नाही आणि दुसऱ्या नाटकाचे भवितव्य ठरण्याआधीच दुभाषींनी रंगभूमी आणि या जगाचा निरोप घेतला. आजाराचे कारण सिरॉसीस ऑफ लिव्हर. एक दमदार आणि देखणी कारकीर्द अकाली संपून गेली.

डॉक्टर त्या मानाने नशीबवान, प्रभाकर पणशीकरांसारखा नुसता निर्माताच नाही तर एक कलावंत असणारा मित्रही त्यांना लाभला. पणशीकरांनी डॉक्टरांना अति लाडावले. त्यामुळेच प्रसंगी त्या दोघांचे मतभेद होण्याचे प्रसंग आले. काही काळ ते एकमेकांपासून दुरावतही, पण संपूर्णतया पणशीकरांनी डॉक्टरांना तोडून टाकले नाही. कलावंत म्हणून डॉक्टरांना 'जिवंत' ठेवण्याचे काम त्यांनी सदैव केले. दुभाषींच्या बाबतीत झाला तसाच प्रकार डॉक्टरांच्याही बाबतीत झाला असता तर डॉक्टरही अधिकच भरकटले असते.

डॉक्टरांच्या बाबतीत निर्मात्यांनीच त्यांना डोक्यावर बसवले आणि नंतर मात्र डॉक्टर डोईजड झाले म्हणून तक्रार करायलाही लागले. डॉक्टरांच्यामध्ये हा भस्मासुर निर्मात्यांनीच निर्माण केला आणि मग तो त्या निर्मात्यांनाच जाळायला लागला.

'नाट्यसंपदे'ची डॉक्टरांची नाटकं सुरळीत सुरू राहिली की 'अभिजात' आपले नाटक जाहीर करायचे. तोपर्यंत अनंत काणे शांत राहून परिस्थितीचे अवलोकन करीत राहायचे. 'गुंतता हृदय हे...' मध्ये डॉक्टरांच्या *(बाबुलच्या)* मामीची भूमिका करणाऱ्या मालतीबाई पेंढारकर वास्तव जीवनातही डॉक्टरांशी तेच नाते राखायच्या आणि त्यामुळेच डॉक्टरांच्या बाबतीत असले काही प्रसंग घडले की जवळच्या माणसाने अस्वस्थ व्हावे तशा डॉक्टरांची काळजी करायच्या. त्यांनीही डॉक्टरांना चिपळूण मुक्कामी पत्र पाठविले–

॥ ॐ॥

१-३-८०

प्रिय डॉक्टर *(बाबुल)* स. न.

चौकशीअंती कळले की तुम्ही विश्रांतीसाठी चिपळूणला घरी गेलात. खूप खूप मोठं पत्र लिहावं असं वाटत होतं. पण माझा बाबुल ओळखेल मामीला काय लिहायचं ते. मी न लिहिताच तो वाचू शकेल. मामी आता पन्नाशीजवळ आहे. दोन पत्त्यांचे डाव खेळायचे आहेत. ब्रीजचे. त्यासाठी राखीव 'हुकमी एक्क्याची' मला तरी खूप खूप जरूर आहे. तो जोकर बनून राहिला तर मामीचं काय? तुम्हीच सांगितलं होतं, असतील शितं तर जमतील भुतं. प्रसंगी उभा राहील तो खरा मित्र. शेवटी ज्याचा तो.

तुमची प्रकृती आता आईच्या सहवासात खूप सुधारली असेलच. तेव्हा वडीलकीच्या अधिकाराने एकच सांगते–

जगी सर्व सुखी असा कोण आहे ।
विचारी मना तूचि शोधूनि पाहे ॥

ती. आईंना माझा सा. न. घरातील सर्व वडील मंडळींना सा. न.
वहिनींना सा. न. लहानास आ.

तुमची,
मालूताई *(मामी)*

१४४

डॉक्टर चिपळूणहून परत आले. त्यांची प्रकृती चांगली झाली होती. पण ते मनाने खचलेले, नैराश्याने ग्रासलेले आणि भांबावलेलेही होते. कारण कोल्हापूरच्या

'त्या' दौऱ्यापासून डॉक्टरांच्याविरुद्ध नाट्यसृष्टीत वातावरण खूपच तापलेले होते. नाट्यपरिषदेतर्फे डॉक्टरांच्यावर बहिष्कार टाकला जावा म्हणून पणशीकर आणि काणे यांना सांगण्यात आले होते. ह्या कोंडीने डॉक्टर गुदमरत होते आणि अशा आणीबाणीच्या प्रसंगी डॉक्टरांचे एक ज्येष्ठ आणि घनिष्ठ मित्र डॉक्टरांच्या पाठीशी उभे राहिले. नाट्यपरिषदेसहित तमाम मराठी नाट्य निर्मात्यांना त्यांनी खडा सवाल पुसला– ज्याच्याकडून एकही अक्षम्य गुन्हा झाला नाही असा एक तरी माणूस या नाट्यसृष्टीत आहे का? मग तुम्ही डॉक्टरवरच कसा बहिष्कार घालू शकता?

डॉक्टरांचे हे ज्येष्ठ मित्र म्हणजे आकाशवाणी अधिकारी, नाट्यनिर्माता आणि आवाजाच्या दुनियेचे सर्वेसर्वा श्री. बाळासाहेब कुडतडकर. या दोघांची मैत्री म्हणजेही एक नवलच होते. 'समानशीले व्यसनेषु सख्यम्' असे म्हणतात. पण वयापासून व्यसनापर्यंत बाळासाहेब व डॉक्टर यांच्यामध्ये कसलेच साम्य नव्हते. तरीही दोघांच्यामध्ये दाट स्नेह होता. बाळासाहेबांनी आपल्या ह्या मैत्रीचा स्वतःच्या स्वार्थासाठी डॉक्टरांच्याकडून कसलाच फायदा करून घेतला नाही. त्यामुळे ह्या निर्लेप मैत्रीच्या आधारावर बाळासाहेब डॉक्टरांच्यावर वचक ठेवून होते. डॉक्टरांच्या मनाविरुद्ध कुठलीही गोष्ट न करता डॉक्टरांची समजूत काढणे, त्यांना नीट वागायला लावणे, ही अजब गोष्ट बाळासाहेब करू शकत होते. बाळासाहेबांचा जीवनक्रम आकाशवाणीची नोकरी, रेकॉर्डिंग्ज असा गर्दी-धावपळीचा होता. पण त्यातूनही वेळात वेळ काढून ते डॉक्टरांच्याकडे धाव घेत.

याही वेळेला बाळासाहेबांनी प्रभाकर पणशीकरांना प्रयोग लावायला भाग पाडले. स्वतः डॉक्टरांच्याबरोबर राहण्याची आणि प्रयोग सुरळीतपणे पार पडेल याची हमी घेतली. 'मला काही सांगायचंय'चे ओळीनं तीन प्रयोग पणशीकरांनी पुणे येथे जाहीर केले. डॉक्टरांच्या हितशत्रूंपेक्षा त्यांच्या हितचिंतकांची संख्या अधिक होती. ज्येष्ठ पत्रकार आप्पा पेंडसे यांचे तर डॉक्टर 'मानसपुत्र.' आपल्या ह्या वात्रट आणि दंगेखोर चिरंजीवांना आप्पांनी आपल्या खणखणीत शैलीत पत्र पाठविले–

आप्पा पेंडसे

मोती मॅन्शन
खेतवाडी मेन रोड, मुंबई-४
१-४-८०

प्रिय काशिनाथ,

जवळ जवळ तीन महिन्यांच्या गैरहजेरीच्या कालानंतर तू पुन्हा स्टेजवर येतो आहेस, ही खरोखरच आनंदाची गोष्ट आहे. केवळ मी किंवा आमच्या घरची मंडळीच नव्हे तर उभ्या महाराष्ट्रातले नाट्यप्रेमी रसिक तुझ्या या पुनरागमनाचे मनापासून स्वागत करतील.

तुझी नाट्यक्षेत्रातील कारकीर्द, तुझा काळ आणि मराठी रंगभूमी अशा एका कालखंडातून आज जाताहेत की जिथं अनेक चांगल्या घटना सतत घडताहेत. नेमकं याच वेळी तुझं पुनरागमन व्हावं, हीच मुळात एक अतिशय चांगली आनंदाची घटना आहे.

माझ्या सदिच्छा तुझ्यापाठी आहेतच. पण एक गोष्ट विनवून सांगतो की, आता तू रंगभूमीवर अगदी दृढनिश्चयानं, पाय रोवून, ठामपणे उभा राहा आणि स्थिर हो.

माझी अपेक्षा आहे की हे सांगणे फुकट जाणार नाही. काशिनाथ, बेटा, मी फक्त एकदाच कुठलीही गोष्ट सांगतो किंवा बोलतो. आप्पा कधीच कुणाला, कुठल्याही गोष्टीची पुन्हा आठवण करून देत नाही.

सदैव तुझ्यावर प्रेम करणारा,
आप्पा पेंडसे

१४५

डॉक्टरांची गाडी पुन्हा एकदाची रुळावर आली. डॉक्टरांच्यावर प्रेम करणारेही सर्वजण निश्चिंत झाले. मीही माझे डॉक्टरांच्या बाबतीतले धोरण ठरवून टाकले होते. अधुनमधून फोन करून त्यांची चौकशी करायची. नीट बोलले तर ठीक, नाही बोलले तर त्यांची मर्जी. कारण आताशा डॉक्टर खूप 'मूडी' होत चालले होते. प्रसिद्ध अभिनेत्री मीनाकुमारीचा एक शेर आहे–

जिसका जितना आँचल था
उसको उतनी ही सौगात मिली।

जितके आपल्या पदरी आले तेवढेच दान आपल्या नशिबी होते अशी मनाची समजूत करून मी माझ्या घरच्या व्यापात गुंतून जायची.

मे महिन्यात *(१९८०)* पंधरापंधरा दिवसांच्या अंतराने माझ्या दोन मामेभावांची लग्ने पार पडली. प्रदीपचे आमच्या गावी म्हणजे खडकलाट येथे तर मोठ्या आण्णूचे मुंबई येथे झाले. तर सप्टेंबरमध्ये माझ्या मामेबहिणीचा– विजयाचा– साखरपुडा बेळगाव येथील अनिल परमेकर यांच्याशी झाला. हा विवाह स्वामीकार रणजित देसाई व त्यांच्या पत्नी माधवी देसाई यांच्या मध्यस्थीने ठरला. स्वत:च्या मुलीचे लग्न ठरविताना करावी तशी खटपट आणि धावपळ देसाई पती-पत्नींनी केली.

आत्तीने घेतलेल्या जबाबदाऱ्यांतून ती हळूहळू बाहेर पडत होती. पण निखळ

आनंदाचे प्रसंग आमच्या घरी यायचे नाहीत. दु:खाची झालर, अस्तर असे काही तरी याला असायचेच. विजूच्या लग्नाची तयारी मोठ्या उत्साहाने सुरू होती. सर्वांच्या सोयीसाठी लग्न पुण्याला करायचे ठरले. तारीख ठरली १५ नोव्हेंबर. जवळ जवळ सगळी तयारी पूर्ण होत आली होती. आणि ४ ऑक्टोबरला माझा धाकटा मामेभाऊ दिलीपचा कोल्हापूरहून फोन आला की, माझे मोठे मामा *(विलासराव)* अत्यवस्थ आहेत आणि त्यांना रुग्णालयात दाखल केले आहे. आम्ही कोल्हापूरला धावलो तर माझे मामा बेशुद्धावस्थेतच होते. आत्तीने मामांना हाक मारली– 'दादा, मी आले आहे.' कसा कुणास ठाऊक माझ्या मामांनी अर्धवट हुंकार भरला. जणू ते तेवढ्यासाठीच आपले प्राण रोखून थांबले असावेत आणि आत्तीचे शेवटचे छत्रही गेले. आता आत्तीचे चुलतभाऊ मधु दिवाण यांच्याशिवाय तिला कुणी सख्ख्या नात्याचे वडीलधारे माणूस उरले नाही.

विजूच्या लग्नाची तयारी तर जवळ जवळ झाली होती. त्यामुळे फारसा गाजावाजा न करता साधेपणाने लग्नसमारंभ पार पाडायचा, असे सर्वानुमते ठरले. मामांचे दिवस, विजूचे लग्न, या गडबडीत डॉक्टरांना भेटायलाच काय पण फोनही करायला जमले नव्हते. पुण्याला विजूच्या लग्नाला जाण्यापूर्वी मी वेळात वेळ काढून डॉक्टरांना भेटायला गेले होते. माझ्या मामांच्या निधनाची बातमी ऐकून डॉक्टर खूपच हळहळले. मग सगळ्या जुन्या आठवणी निघाल्या. माझे मामा दोन पायावर उकिडवे बसून कसे विडी ओढायचे, त्याचे हुबेहूब प्रात्यक्षिक डॉक्टरांनी करून दाखविले. डॉक्टरांची व माझ्या मामांची काही महिन्यांपूर्वीच नाटकाच्या निमित्ताने भेट झाली होती. डॉक्टरांनी मला त्या भेटीचा तपशील सांगितला नव्हता. पण माझ्या मामांनी तो मला स्वत:च सांगितला होता.

निपाणीपासून नऊ मैलांवर आमचे खडकलाट हे गाव आहे. निपाणीला डॉक्टरांचे नाटक होते. त्या प्रयोगाला माझे मामा आपल्या मित्रमंडळींच्याबरोबर गेले होते. खुल्या पटांगणातील त्या नाट्यगृहात आत जाताना डॉक्टरांनी खोकल्याने बेजार झालेल्या माझ्या मामांना पाहिले. माझ्या मामांना अस्थम्याचा विकार होता. त्या रात्री तो थंडीमुळे अधिकच बळावला होता. डॉक्टरांनी माझ्या मामांना आत नेले. पणशीकरांबरोबर सुलोचनाबाईंचे बंधू म्हणून ओळख करून दिली. सर्वांना चहापाणी केले. ह्या मंडळींना जरा मागची तिकिटे मिळाली होती. माझ्या मामांनी मागे बसावे हे डॉक्टरांना आवडले नसावे. पुढे खुर्च्या टाकून सर्वांच्या बसण्याची व्यवस्था केली. माझ्या घराशी इतकी कटुता आल्यावरही डॉक्टर माझ्या घरातील माणसांशी पूर्वीच्याच आपुलकीने वागत होते, याचेच मला कौतुक वाटायचे. माझ्या मामांनी खूपच भारावून ही सर्व घटना मला सांगितली होती आणि ते ऐकताना माझा ऊर अभिमानाने भरून येत होता.

१४६

माझी बहीण विजूच्या लग्नाला जाण्यासाठी आम्ही पुण्याला निघणार, त्या दिवशी मी डॉक्टरांना फोन केला. फोनवर त्यांनी जी बातमी सांगितली त्याने तर मी चक्रावलेच. कारण डॉक्टरांनी मला इरावतीबाई घर सोडून आपल्या भावाकडे राहायला गेल्याचे सांगितले. माझा माझ्या कानावर विश्वास बसत नव्हता. कारण इरावतीबाई डॉक्टर व त्यांच्या घराला सोडून जातील, ही अशक्य कोटीतली गोष्ट होती. पण डॉक्टरच ती सांगत होते त्यामुळे विश्वास ठेवावा लागत होता. डॉक्टर त्या दिवशी मला धक्क्यावर धक्के देत होते. डॉक्टरांनी सांगितले की, यापूर्वीही त्या दोनदा घर सोडून गेल्या होत्या, पण यापूर्वी डॉक्टर मला त्या बाबतीत काहीच बोलले नव्हते. कदाचित बायकोने घर सोडून जाणे त्या वेळी त्यांना अपमानास्पदही वाटले असेल; पण घर सोडून गेलेल्या इरावतीबाई परत येत होत्या. त्यामुळे डॉक्टरही आता निर्ढावल्यासारखे झाले होते. शिवाय एकाहत्तर सालापासून डॉक्टरांच्या व माझ्या भेटण्यात, फोन करण्यात सातत्यही राहिले नव्हते. त्यामुळेही मला ते समजू शकले नसावे.

डॉक्टर त्या दिवशी फोनवर असे भासवीत होते की, इरावतीबाई गेल्यामुळे आपल्याला विशेष काही वाटलेले नाही. पण अती झालेले मद्यपानच डॉक्टरांची अस्वस्थता सांगत होते. मी लग्नाला गेले मात्र पण माझे अर्धे लक्ष डॉक्टरांच्याकडेच लागून राहिले होते. डॉक्टर तसे भित्रे. एकटे न राहणारे. हॉटेलच्या खोलीतही रात्रभर दिवा ठेवून झोपणारे. सोबतीला कुणी नसताना ब्लॉकमध्ये कसे राहात असतील? पूर्वी तर मी ऐकले होते की, डॉक्टरांना इरावतीबाईंचा विरह थोडासुद्धा सहन होत नव्हता. त्यामुळे ते इरावतीबाईंना पुण्याला त्यांच्या माहेरीही जाऊ द्यायचे नाहीत. पण आता ते कसे राहात असतील असा विचार करणारी मीही वेडीच होते. कारण यापूर्वी दोन-तीनदा जर इरावतीबाई घर सोडून गेल्या असतील तर, त्या वेळी जसे डॉक्टर राहिले असतील तसेच आताही राहात असतील, हे काही माझ्या ध्यानातच आले नाही.

जवळ जवळ चार-पाच महिने तरी इरावतीबाई परत आल्या नाहीत. मी अधुनमधून प्रत्यक्ष जाऊन अथवा फोन करून डॉक्टरांची नेहमीप्रमाणे चौकशी करायची. इतर बऱ्याच गोष्टींवर आमचे बोलणे व्हायचे. पण इरावतीबाई घर सोडून का गेल्या? हे मी विचारलेच नाही, की डॉक्टरांनीही सांगितले नाही. डॉक्टरांना ते विचारणे म्हणजे त्यांच्या मर्मावर बोट ठेवण्यासारखे होते. डॉक्टरांना तो फार झोंबणारा विषय होता. मात्र डॉक्टरांचा संसार आणि स्वत: डॉक्टरही पार विस्कटल्यासारखे दिसायला लागले होते.

डॉक्टर वरवर अवसान दाखवीत होते. पण तो मुखवटा कधी गळून पडेल याचा नेम नव्हता. या वेळेला इरावतीबाईंचे येणेही लांबत चालले होते. त्यांना परत आणायचे मध्यस्थांचे प्रयत्न चालले होते. या वेळी बाळासाहेब कुरतडकरांना यश लाभले आणि त्यांच्या शब्दासाठी इरावतीबाई परत आल्या. डॉक्टरांनीही त्यांच्या काही अटी मान्य केल्या होत्या. मीही पुन्हा तटस्थतेचे धोरणे स्वीकारले. डॉक्टरांच्या बाबतीत मी तरी आता 'वेट अँड वॉच' एवढेच धोरण ठेवले होते.

१४७

इरावतीबाईंना कबूल केल्याप्रमाणे डॉक्टर वागत होते, असं दिसत होतं. कारण आता सर्व आघाड्यांवर सामसूम दिसत होती. डॉक्टर 'अश्रू', 'मला काही' आणि 'गुतंता' ही तीन जुनी नाटकं करीत होते. पंचाहत्तर साली आलेल्या 'आनंदी-गोपाळ' या नाटकानंतर डॉक्टरांचे नवीन नाटक आले नव्हते. तेच दळण किती वर्षं दळणार म्हणून मी डॉक्टरांना अधुनमधून डिवचायचीही. पण डॉक्टर तरी काय करणार? मनासारखे नाटक तरी त्यांना कुठे मिळणार होते? मध्यंतरी दोन नाटकं जाहीरही झाली होती. एक होते आय.एन.टी.चे 'संकेत मीलनाचा.' डॉक्टर व आशालता त्यात भूमिका करणार होते. नंतर त्या भूमिका श्रीकांत मोघे व दया डोंगरे यांनी केल्या. ते नाटक पाहिल्यावर डॉक्टरांनी त्यात काम न केल्याबद्दल मला बरेच वाटले. या नाटकाचा विषयच आपल्या पारंपारिक विचारांना, विवाहबंधनाच्या पावित्र्याला धक्का देणारा होता. त्यामुळेच हे नाटक मराठी रंगभूमीवर फारसे रुजू शकले नाही.

डॉक्टरांच्या नावासहित जाहीर झालेले दुसरे नाटक होते नाट्यसंपदेचे– 'पुत्रकामेष्टी.' या नाटकाच्या वेळी डॉक्टरांना पाठांतर होत नव्हते. दिग्दर्शकाच्या सूचना लक्षात राहात नव्हत्या. त्यामुळे ऐनवेळी डॉक्टरांना बदलून पणशीकरांना त्या भूमिकेसाठी उभे राहावे लागले. अर्थात पुत्रकामेष्टी पाहिल्यावर डॉक्टरांनीच ती भूमिका करावी असे काही विशेष त्या भूमिकेत नव्हते. अर्थात डॉक्टरांनी ती भूमिका केली असती तर त्यांचे स्वतःचे असणारे वलय त्या भूमिकेला त्यांनी नक्कीच मिळवून दिले असते. 'पुत्रकामेष्टी' व्यावसायिकदृष्ट्या फारसे यशस्वी झाले नसावे, असे मला वाटते.

डॉक्टरांना करायला न मिळालेले एक नाटक पाहून मात्र मी हळहळले. ते नाटक म्हणजे जयवंत दळवीलिखित 'बॅरिस्टर' हे नाटक. ते नाटक पाहताना मला क्षणाक्षणाला वाटत होते की, ही भूमिका डॉक्टरांनी करायला हवी होती. विक्रम गोखले यांनी ती भूमिका वाईट केली असे मला म्हणायचे नाही. प्रत्येक चांगल्या नटाला स्वतःचे अभिनयसामर्थ्य प्रकट करायला अशा चांगल्या नाटकांची, भूमिकांची

गरज असते. अशा भूमिकेतूनच त्या नटालाही प्रसिद्धीची ओळख होते. त्या दृष्टीने 'बॅरिस्टर'सारखे नाटक विक्रम गोखले यांना मिळणे आवश्यकच होते. त्यांनी त्याचा पुरेपूर उपयोगही करून घेतला.

पण असं असूनही आजही मला वाटतं की, बॅरिस्टरच्या व्यक्तिरेखेसाठी वय, रूप, शरीरयष्टी या सर्वच दृष्टीने डॉक्टर त्या भूमिकेसाठी योग्य होते. चांगले योग जसे आयुष्यात यावे लागतात, तसेच नटाच्या आयुष्यातही चांगल्या व योग्य भूमिकांचा योग यावा लागतो हेच खरं. योगायोग म्हणजे त्या आधी विजयाबाईंच्या बरोबर सई परांजपेलिखित 'जास्वंदी' नाटकामध्ये काम करण्यासाठी कलावैभव या संस्थेने डॉक्टरांना विचारले होते. पण भूमिका न आवडल्यामुळे डॉक्टरांनी ते नाटक मान्य केले नाही. मग ती भूमिका विक्रम गोखले यांनी केली. कदाचित दिग्दर्शक व नट म्हणून विजयाबाई व विक्रम गोखले यांचे या नाटकापासूनच सूर जुळले असतील आणि म्हणूनच विजया मेहतांनी बॅरिस्टरच्या भूमिकेसाठी विक्रम गोखले यांची निवड केली असेल, शिवाय बॅरिस्टर हे नाटक धी गोवा हिंदु असोसिएशनची निर्मिती होती.

१४८

१९८१च्या दिवाळीच्या सुमारास डॉक्टरांनी मला सांगितले की पु. भा. भावे यांच्या 'वर्षाव' या कादंबरीवर शं. ना. नवरे यांनी नाटक लिहिले आहे. अभिजात संस्था ते रंगभूमीवर आणणार होती. दिग्दर्शक अर्थातच नंदकुमार रावते होते. त्यातील नायकाची भूमिका करण्यासाठी डॉक्टरांना आग्रह होत होता. पण मला वाटतं डॉक्टरांना ती भूमिका फारशी आवडली नव्हती. त्यामुळे होकार द्यावा की नाही याबद्दल त्यांची तयारी होत नव्हती. डॉक्टरांनी मला ती कादंबरी वाचायला सांगितली. ही कादंबरी नायकाच्या प्रथमपुरुषी एकवचनी निवेदनातून खुलत गेलेली असली तरी नायिका कुमुदच्या व्यक्तिमत्वाची गडद छाया सबंध कादंबरीवर पसरलेली होती. त्या काळातसुद्धा पु. भा. भावे यांनी कादंबरी चाकोरीबाहेर जाऊन लिहिली याचे फार कौतुक वाटले. ओघवती, धगधगती आणि आवेग असणारी पु. भा. भावे यांची भाषा स्तिमित करणारी होती.

बऱ्याच दिवसांत नवे नाटक केले नाही म्हणून म्हणा किंवा अजूनही निर्माता डॉक्टरांना नव्या नाटकात भूमिका देतो हे दाखविण्यासाठीही असेल, डॉक्टरांनी थोड्याशा मनाविरुद्धच ही भूमिका स्वीकारली. त्यांच्या अधुनमधून घडणाऱ्या प्रकरणामुळे नाटकं थांबतात, दौरे होत नाहीत. शंभर प्रयोगानंतरही काही वेळेला डॉक्टर नाटक सोडून देतात. अशासारखे मत आणि वातावरण नाट्यसृष्टीत निर्माण झाले होते.

हाऊसफुल्ल' नाटकांची खात्री असूनही डॉक्टरांच्याबद्दल अस्थिर वातावरण निर्माण झाले होते. त्या दृष्टीने त्यांचे नव्या नाटकांतून रंगभूमीवर आगमन होणे आवश्यक होते. १६ जानेवारी १९८२ रोजी शिवाजी मंदिरमध्ये 'वर्षाव' नाटकाचा पहिला प्रयोग जाहीर झाला. या वेळी श्री. अनंत काणे यांच्यामुळे आमंत्रण आले. या पहिल्या प्रयोगाला जायला आत्तीने कुठलीही आडकाठी केली नाही. या वेळेला ती स्वत:ही त्या प्रयोगाला आली. बऱ्याच दिवसांत मी डॉक्टरांना पाहिले नव्हते. त्यामुळे डॉक्टर आता प्रकृतीने, वृत्तीने कसे आहेत हे पाहण्याची खूपच उत्सुकता लागली होती. साऱ्या शरीरालाच डोळे फुटले होते.

डॉक्टरांचे रंगमंचावर आगमन झाले आणि माझ्या काळजाचा ठोकाच चुकला. डॉक्टर किती सुंदर, किती आकर्षक, किती टवटवीत दिसत होते. शरीरानेही जरासे जाडजूडच झाले होते. डॉक्टरांच्या व माझ्यामध्ये बरेच अंतर असले तरी त्यांच्या चेहऱ्याचा गुलाबी रंग नजरेला सुखवीत होता. डॉक्टरांच्या गळ्यात काळा दोरा होता म्हणून बरं नाहीतर दृष्टच लागायची, माझीच दृष्ट लागेल म्हणून मी नंतर डॉक्टरांच्याकडे एकटक बघायचेही सोडून दिले. जुन्या चित्रपटामध्ये दिलीपकुमार किंवा राज कपूर कोट अथवा स्वेटर *(बिनबाह्याचा)* घालून त्यावरून शर्टाची कॉलर जराशी मोठी करून पसरायचे. मला ती फॅशन खूप आवडायची. नाटकातील जुना काळ लक्षात घेता मी डॉक्टरांना तशी वेशभूषा करायला सांगितली होती. त्याप्रमाणे डॉक्टर रंगमंचावर आले होते. मी स्वत:शीच समाधानाने मान डोलावली.

१४९

डॉक्टरांचा या नाटकातील नायक त्यांच्या आत्तापर्यंतच्या नायकाहून फार वेगळा होता. 'गुंतता'मधील नायक थोडा तरी आक्रमक होता. पण या नाटकातील 'तो' फारच साधा, पापभीरू, एकमार्गी होता. जरा शामळूच वाटणारा. डॉक्टरांनीही कुठेही भडक अभिनय न करता त्या भूमिकेला संपूर्ण न्याय दिला. अत्यंत संयमाने ते सबंध नाटकभर वावरले. नाटकाची नायिका कुमुद चोरून भेटून गेल्यावर नायकाची उडणारी घाबरगुंडी दाखविताना मात्र जरा ते अतीच वाटेल असा अभिनय करायचे. हे असे एक-दोन प्रसंग वगळता डॉक्टरांनी भूमिका खूपच समजदारीने केली. काशिनाथ घाणेकरांचा पुन्हा एकदा एका भूमिकेवर ठसा उमटला. वास्तविक पाहता हे नायिकाप्रधान नाटक होते. पण ते झाले नायकाचे. काशिनाथ घाणेकरांचे.

समीक्षक काय म्हणतात याबद्दल मला मात्र उत्सुकता होती. महाराष्ट्र टाइम्समध्ये मोठ्या जाड मथळ्यात अक्षरं झळकली–

डॉ. काशिनाथ घाणेकर यांच्या वैशिष्ट्याने सजलेला 'वर्षाव.'

ज्येष्ठ समीक्षक माधव मनोहर यांनीही 'रसरंग'मधील आपल्या रंगशाळा ह्या नाटकाच्या सदरामध्ये डॉक्टरांच्या पुन्हा तरुण दिसण्याचा आवर्जून उल्लेख केला. त्यांचे कौतुक वाचताना मला अस्मान ठेंगणे झाले. मग डॉक्टरांचे पाय जमिनीपासून सुटले असतील तर नवल ते काय? पण मुख्यत: याच गोष्टींची भीती अधिक वाटत होती. दारूपेक्षाही या यशाची, लोकप्रियतेची नशा डॉक्टरांचा तोल सुटायला कारणीभूत व्हायची. पण लोकप्रियता त्यांच्या पाचवीलाच पुजलेली असावी. 'हाऊसफुल्ल'चे बोर्ड, समीक्षकांच्या शाबासकीची थाप, प्रेक्षकांचे कौतुकाने अलोट गर्दी करणे, या सर्वांमुळे त्यांच्यामध्ये आलेली मरगळ दूर झाली. त्यांच्या आत्मविश्वासाने पुन्हा एकदा दीर्घ श्वास घेतला. डॉक्टरांच्या यशाची घोडदौड पुन्हा एकदा वेगाने सुरू झाली.

स्वर्गीय पु. भा. भावे यांच्या पत्नी प्रभावतीबाईंचे डॉक्टरांना कौतुकपत्र आले.

॥ श्री ॥

डोंबिवली

दि. १८-२-८२

श्री. डॉ. काशिनाथ घाणेकर यांस स.न.वि.वि.

कालच श्री. शंकरराव नवऱ्यांकडून डॉ. सौ. घाणेकर यांची प्रकृती बरी नसल्याचे कळले. वाईट वाटले. त्या अजून औषधालयातच आहेत का? त्यांच्या प्रकृतीबद्दल अवश्य कळवावे.

श्री. वासुदेवराव गाडगीळ यांचेकडून तुम्ही भावे स्मृति समितीसाठी स्वत: द्रव्य दिल्याचे व आणखी द्रव्य मिळवून देण्याचे आश्वासन त्यांना दिल्याचे कळले. त्याबद्दल मी कृतज्ञ आहे.

'वर्षाव'मधील तुमची भूमिका पाहून मला यांच्या तरुणपणाची आठवण झाली. तुम्ही त्यांचे नातलग शोभता असं मी तुम्हाला त्या दिवशीच सांगितलं. तुम्ही या वयातदेखील तरुण दिसता. तुमचं काम तर छानच आहे. परमेश्वराने तुम्हाला उत्तम आरोग्य व आयुष्य द्यावे व डॉ. सौ. घाणेकरांची प्रकृती लवकर बरी व्हावी, अशी त्याच्यापाशी प्रार्थना आहे. सौ. घाणेकरांना नमस्कार.

आपली

प्रभावती पुरुषोत्तम भावे

१५०

'वर्षाव'च्या पहिल्या प्रयोगाला आत्ती आली खरी; पण नाटकाच्या वेळी आणि नंतरही पुढे एक-दोन दिवस ती खूपच गंभीर होती. सुरुवातीला मला वाटले

डॉक्टरांना पाहून आत्तीचा मूड बिघडला असेल. पण नंतर कळले की तो नाटकाच्या दिवशी आत्तीच्या शेजारी बसलेल्या एका स्त्रीने बिघडवला होता. ही स्त्री डॉक्टरांची मानलेली बहीण. डॉक्टरांच्या अगदी जवळच्या स्नेही परिवारातील सदस्य. आमचीही तिची ओळख डॉक्टरांच्यामुळेच झाली होती. तिचा थोडक्यात पूर्वेतिहास म्हणजे एका विवाहित तरुणाशी तिने धर्मांतर करून विवाह केला होता. ह्या विवाहाबद्दल ऐकल्यावर आत्ती एवढेच म्हणाली होती की, त्या स्त्रीचे वडील अत्यंत हिंदुत्वनिष्ठ आहेत. हे सर्व समजल्यावर त्यांची काय परिस्थिती झाली असेल? हे ज्यांच्यासमोर आत्ती बोलली होती त्यांनी जाऊन त्या स्त्रीला सांगितले होते की, तुला व तुझ्या अशा तऱ्हेने लग्न करण्याला सुलोचनाबाई नावे ठेवतात. तुझी निर्भत्सना करतात. खरं म्हणजे ही घटना घडून गेली त्याला पाच-सहा वर्षे तरी नक्कीच होऊन गेली होती. पण त्या गोष्टीची शहानिशा करायला त्या स्त्रीला नेमका 'वर्षाव' नाटकाचा पहिला प्रयोग सापडला होता.

आत्तीने पुन्हा एकदा ती काय नेमकं बोलली होती याचा पुनरुच्चार केला ते ऐकून ती स्त्री म्हणालीही, "तरी मी म्हणत होतेच माझ्या वैयक्तिक गोष्टीबद्दल सुलोचनाबाई बोलतीच कशा? आणि नावं ठेवण्यासारखं मी केलंच काय आहे? लग्नच केलं आहे ना? सुलोचनाबाईंच्या मुलीसारखे तर केले नाही ना?" झाले. ह्या शेवटच्या वाक्याने आत्ती पुन्हा एकदा बिथरली होती. पुन्हा एकदा आत्तीने माझ्या दुष्कृत्यांचा पाढा वाचला. मला निमूटपणे मान खाली घालून ऐकण्याशिवाय गत्यंतरच नव्हते. पण धर्मांतर हा शब्द ऐकून मात्र एक जुनी आठवण चाळवली गेली.

१९७२-७३ सालातील गोष्ट असेल. एकदा फोनवर बोलताना डॉक्टरांनी सांगितले होते की, त्यांच्या पुण्याच्या एका मित्राने त्यांना धर्मांतर करून माझ्याशी लग्न करण्याचा उपाय सुचविला होता. काय एकेक उपाय तरी लोक सुचवितात असे म्हणून डॉक्टरांनी तो विषय बाजूला टाकला. पण डॉक्टरांचा फोन बंद झाला तरी मी त्याच विषयात अडकले होते. मी सगळ्या प्रतिकूल परिस्थितीमध्ये इतकी बावरून गेले होते की, आत्तीच्या इच्छेप्रमाणे ह्या पद्धतीने जर डॉक्टरांशी कायदेशीर लग्न होत असेल तर काय हरकत आहे धर्मांतर करायला? हवं तर लग्न झाल्यावर पुन्हा हिंदू व्हायचं; असा विचार क्षणभरच माझ्या मनात आला.

श्रीमुखात खाडकन् बसावी तसा पहिला विचार बाबांचा *(भालजी पेंढारकर)* डोळ्यांसमोर आला आणि डोळ्यांसमोर काजवेच चमकले. कांचन-काशिनाथ यांनी स्वत:च्या स्वार्थापायी धर्माला वेठीस धरणारे दुष्कृत्य केले म्हणून बाबांचा रोष आयुष्यभर पत्करावा लागला असता. बाबांनी आयुष्यभर आमचे तोंडही पाहिले नसते आणि खुद्द डॉक्टरांचे काय? धर्मवेड्या संभाजीने धर्मासाठी मृत्यु पत्करला. त्याचीच भूमिका करून अमर झालेल्या डॉक्टरांना धर्मांतरासारख्या गोष्टीला भरीस घालणे

म्हणजे किती विसंगती? किती लाजिरवाणी गोष्ट? मुळात डॉक्टरच अशा गोष्टीला तयार झाले नसते. पण मला समाजात मानाने जगता यावे म्हणून डॉक्टरांना अपमानित आयुष्य जगायला भाग पाडणे, यासारखी स्वार्थी गोष्ट दुसरी कुठली नसेल. आजही मला स्वत:ला हा नुसता विचार तरी माझ्या मनात का आला असे वाटते आणि असा नुसता विचारही माझ्या मनात येऊ शकतो, हे आठवून शरमल्यासारखे वाटते.

१५१

जवळ जवळ महिना सव्वा महिना 'वर्षाव'चे धडाकेबाज हाऊसफुल्ल प्रयोग चालू होते. डॉक्टर खूपच खुषीत होते. त्यांच्या खुषीचे आणखी एक कारण म्हणजे त्यांचे नायजेरियातील मोठे बंधू डॉ. परशुरामभाऊ कायम वास्तव्यासाठी भारतात परत येणार होते. तसा त्याला वर्ष-दोन वर्षं अवकाश होता. पण तयारी सुरू होती. तिथून येताना त्यांनी काय काय बरोबर आणायचे याची यादी त्यांच्याऐवजी स्वत: डॉक्टरच करत होते. त्या यादीत पहिली नोंद होती मर्सिडीज गाडीची. डॉक्टरांना गाड्यांचे अतोनात वेड होते. आम्ही युरोपला गेलो होतो, तेव्हा डॉक्टर जास्त रेंगाळायचे ते गाड्यांच्या शोरूमपुढेच. एखादे लहान मूल खेळण्याच्या दुकानासमोर उभं राहून ज्या उत्सुकतेने, आशाळभूतपणे चकित होऊन खेळणी पाहात राहाते, तसेच डॉक्टरही गाड्यांच्या शोरूमपुढे उभे राहिल्यावर वाटायचे.

अजून नायजेरियाच्या मंडळींचे कधी यायचे ते निश्चित नव्हते. मर्सिडीज गाडीचीही अजून खरेदी व्हायची होती. पण इथे डॉक्टरांचे मनसुबे रचणे जोरात सुरू होते. कल्पनेतील ती गाडी ठेवायची कुठे इथपर्यंत डॉक्टर विचार करीत होते. डॉक्टरांचे कुठल्याही गोष्टीने झपाटणे हे असेच असायचे. त्या गोष्टीचा ध्यास लागल्यागत ते त्याच्या विचारात बुडून जायचे. डॉक्टर मलाही म्हणाले, तुला काय हवं तर सांग मागवू या. मी मनाशीच हसले. माझ्यासाठी कुठलीही गोष्ट मागविली तर ती मला माझ्या घरी आणणे शक्य तरी होते का? पण डॉक्टर एवढा साधा विचार करण्याच्या मन:स्थितीमध्येही नव्हते. मी मात्र डॉक्टर मजेत आहेत ना? एवढाच विचार करून त्यांच्या हो ला हो करीत राहायची.

त्याच वेळी बाबा *(भालजी पेंढारकर)* प्रकृतीची तपासणी करावी म्हणून मुंबईत आले होते. मागे डोळ्यांच्या ऑपेरशनच्या वेळी बाबांना एक कथानक सुचले होते. खेड्यात जाऊन डॉक्टरकी करणाऱ्या एका ध्येयवेड्या डॉक्टरची व त्याच्या पत्नीची ही कथा होती. त्यावर बाबांनी एक चित्रपटाची संहिताही तयार केली होती. मुंबईच्या वास्तव्यात बाबा त्यामध्ये काही फेरफार करत होते. त्यांची लेखनिक म्हणून मी काम

करत होते. त्या वेळी डॉक्टर आणि इरावतीबाईही बाबांना भेटायला आले होते. चित्रपटाचे कथानक ऐकून प्रभावित झालेल्या डॉक्टरांनी तिथेच त्यावर चित्रपट काढायचे नक्की केले आणि त्या चित्रपटाची संहिता बाबांच्याकडे मागितली. बाबाही कर्णाचे अवतार. स्वत:साठी तयार करीत असलेली चित्रपट-संहिता त्यांनी एका क्षणात डॉक्टरांना देतो म्हणून सांगितले. कोल्हापूरला गेल्यावर आवश्यक ते फेरफार करून ती चित्रपट-संहिता डॉक्टरांना पाठवून देण्याचे बाबांनी कबूल केले.

जवळ जवळ दहा-बारा दिवस बाबा मुंबईत होते. त्यामुळे मी सतत त्यांच्या कामातच गुंतलेली होते. बाबा कोल्हापूरला गेले आणि मी डॉक्टरांना फोन केला. दिवस होता २७ फेब्रुवारी, १९८२. फोनवर डॉक्टरांनी पहिलीच बातमी दिली ती इरावतीबाई पुन्हा घर सोडून गेल्या होत्या. तेही गुपचूप नाही. संध्याकाळी नेहमीप्रमाणे त्या आपल्या दवाखान्यात जायला निघाल्या होत्या. त्या वेळी त्यांनी डॉक्टरांना सांगितले की, डॉक्टर जेव्हा रात्री प्रयोगाहून परत येतील तेव्हा त्या घरी असणार नाहीत. त्या रात्री डॉक्टरांनी नाटकात काम तरी कसं केलं असेल देवाला माहीत. या वेळी मात्र इरावतीबाई आपल्या बंधूंच्या घरी न जाता स्वत:च्या ब्लॉकवर राहायला गेल्या होत्या. इरावतीबाईंनी गेल्या वर्षीच तो फ्लॅट डॉक्टरांचे मोठे भाऊ शामराव यांच्याकडून विकत घेतला होता. त्या वेळी किती उत्साहाने ती बातमी डॉक्टरांनी मला सांगितली होती. स्वस्तात मिळाला आणि पैशाची गुंतवणूक या दोन्ही दृष्टीने तो ब्लॉक त्या वेळी इरावतीबाईंनी खरेदी केल्याचे डॉक्टरांनीच मला सांगितले होते.

पण आता चिडलेले तेच डॉक्टर मला सांगत होते की, इरावतीबाईंना असं घर सोडून जायचं होतं म्हणूनच त्यांनी हा फ्लॅट घेण्याची पूर्वतयारी करून ठेवली होती. इरावतीबाईंच्या ह्या आर्थिक व्यवहारात मला रस नव्हता. पण त्यांनी असे तडकाफडकी जाण्याचे कारण मला हवे होते. या वेळी मात्र मी त्यांना सरळ सरळ विचारलेच. तर चिडून डॉक्टर म्हणाले–

> "गेली चोवीस वर्षं त्यांना माझ्या दारू पिण्याचा त्रास झाला नाही. आत्ताच व्हायला लागलाय आणि म्हणून त्या गेल्या."

डॉक्टरांचे हे बोलणे एकांगी तर होतेच. पण झाल्या प्रकाराने चिडून ते आपला त्रागा व्यक्त करत होते झालं. या प्रकारात इरावतीबाईंचेही काही म्हणणे असणारच की. आणि डॉक्टर तर कॉलेजजीवनापासून दारू, सिगारेटचे भक्त होते. तेव्हा लग्नाआधी नाही तरी लग्नानंतर तरी पहिल्या पाच वर्षांत तरी इरावतीबाईंना डॉक्टरांच्या ह्या सवयीची कल्पना आली असणारच.

१५२

खरं तर इरावतीबाई आता करत असलेला प्रयोग त्यांनी लग्नानंतर पाच वर्षांनीच करायला हवा होता, असं मला वाटतं. त्यात त्यांना अवघड असं काही नव्हतं. त्या स्वत: नामांकित डॉक्टर होत्या. आर्थिकदृष्ट्या स्वतंत्र राहू शकत होत्या. कदाचित एकच कारण असेल, त्या वेळी त्यांच्या व्यवसायात त्या पूर्णपणे स्थिरावल्या नसाव्यात. १९६२ ते १९७२ हा डॉक्टरांचा उत्कर्ष काल राहिला. तर १९७२ ते १९८२ हे दशक इरावतीबाईंची प्रॅक्टीस चांगलीच बहराला आली आणि आता त्यांना स्वतंत्रपणे उभे राहण्याची शक्तीही आली असावी. कदाचित डॉक्टरांच्यावरील अतिप्रेमाने त्यांना डॉक्टरांना सोडून जावं असं वाटलंही नसेल. डॉक्टरांना सांभाळून घेण्याचा, त्यांना जास्तीत जास्त दोषमुक्त करण्याचा त्यांनी आटोकाट प्रयत्नही केला असणार. आणि जेव्हा त्यांच्या प्रयत्नाला यश आले नाही, त्यांचीही सहनशक्ती संपली असेल, तेव्हाच त्यांनी जाण्याचा निर्णय घेतला असणार.

हे सगळे माझे तर्क असले तरी यातीलच एखादे कारण इरावतीबाई घर सोडून जायला झाले असावे. नेमके कारण त्या दोघांनाच माहीत असावे. एक तर परत परत तीच गोष्ट खोदून विचारायला मला आवडत नाही आणि त्यातूनही विचारावं तर डॉक्टरांची मन:स्थिती इतकी स्फोटक झाली होती की, ते आगीत तेल ओतण्यासारखे झाले असते. मला तर डॉक्टर त्या विचारातून बाहेर पडायला हवे होते. शांत व्हायला हवे होते. कारण ते झाल्याशिवाय ते आपल्या वागण्याचे, चुकांचे विश्लेषण करू शकले नसते. इरावतीबाई थोड्या दिवसांत परत येतील असे डॉक्टरांना चुचकारत मी फोन बंद केला.

या दरम्यान डॉक्टर कुठेतरी दौऱ्यावरही जाऊन आले. दौरा कसा झाला आणि डॉक्टरांची प्रकृती कशी आहे याची चौकशी करावी, म्हणून त्यांना फोन केला तर डॉक्टर घुश्श्यातच दिसले. मला त्यांनी घरी यायला सांगितले. त्यांना मला काही सांगायचे होते. मला लागलीच उठून जाणे शक्य नव्हते. डॉक्टरांच्या घरी जायचे म्हणजे एखाद्या गावी जाण्यासारखी मला सर्व योजना आखावी लागे. शूटिंग, नाटक-सिनेमाला जाणे यापलीकडे इतर कुठे जाणे आत्तीने सोडूनच दिले होते. शिवाय माझ्या एकटीच्या बाहेर जाण्यावरही बंधने होती. ही सर्व दिव्ये पार करून डॉक्टरांच्याकडे जावे लागे. पुढे दोन-चार दिवसांत मला डॉक्टरांच्या घरी जाण्याची संधी मिळाली. त्या दिवशी त्यांच्याबरोबर आणखी एक-दोन मंडळीही त्या घरात होती. त्यातील एक होते प्रभाकर पणशीकर यांचे बंधू आबा पणशीकर. ते त्या वेळी तिथे बसून नवनाथाच्या पोथीचा पाठ करीत होते आणि डॉक्टर ते ऐकत बसले होते. डॉक्टरांचा पुन्हा एकदा अगदी अवतार झाला होता. चेहरा ओढलेला होता. पुरेशी

झोप न मिळाल्यामुळे डोळे शिणल्यासारखे दिसत होते. डॉक्टरांच्या हातात त्यांच्या प्रिय कैलासजीवन या मलमाची बाटली होती.

मी तिथे पोहोचल्यावर डॉक्टर मला दुसऱ्या खोलीत घेऊन गेले. त्यांच्या मित्राने एक नोटीस तयार करून दिली होती. ती ते इरावतीबाईंना पाठवणार होते, आणि त्यामध्ये नमूद केलेल्या तारखेपर्यंत जर इरावतीबाई परत आल्या नाहीत तर कायदेशीर इलाज केला जाईल, अशी धमकीही त्यात होती. मला माहीत होते डॉक्टर यातील कुठलीही गोष्ट करणार नव्हते. माझ्या मते ही निरर्थक बडबड होती. नुसती चिडाचीड होती. एखाद्या लहान मुलाने खेळताना आऊट झाल्यावर चिडीला यावे तसे डॉक्टर झाले होते. त्या वेळेला डॉक्टर प्यायलेलेही नव्हते. मात्र रात्री केलेल्या मद्यपानाचा अंमल होता. त्या प्रभावाखालीच डॉक्टर सर्व बोलत होते. डॉक्टरांना बरं वाटावं म्हणून मी त्यांना सांगितले की, यापूर्वीही इतक्यांदा इरावतीबाई घर सोडून गेल्याच होत्या ना? पण पुन्हा परतही आल्या होत्याच. त्यांचा राग शांत झाला की आताही येतील. तेव्हा नोटीस वगैरे पाठवायची काही आवश्यकता नाही. डॉक्टरांनाही असलेच काही तरी ऐकावे असं वाटत असावे. ते थोडे थोडे शांतही व्हायला लागले होते.

सर्व ऐकून आणि सांगूनही झाले होते. त्यामुळे मी जाण्यासाठी उठले, तर आबा पणशीकरांची पोथी वाचून होईपर्यंत मला डॉक्टरांनी थांबायला सांगितले. आबा पणशीकर पोथी वाचून उठताच डॉक्टरांनी त्यांच्याशी माझा परिचय करून दिला. मी त्यांच्यापुढे नमस्कारासाठी वाकले तर त्यांनी मला आशीर्वाद न देता, भविष्य सांगावे तसे आबा पणशीकर उद्गारले–

"हा माणूस *(डॉक्टरांना उद्देशून)* आयुष्यभर एकटाच राहणार आहे. तुम्हाला जसे जमेल तसे यांना भेटत राहा."

आबा पणशीकरांचे बोलणे ऐकून मला काहीच अर्थबोध झाला नाही आणि ते सांगणेही मला फारसे आवडले नाही. पण त्या विचारात फार गुंतत जाणेही ताप देणारे होते. शेवटी नियती जे ठरवील तेच होणार. आबा पणशीकरांना कुठल्यातरी लांबच्या गावी ट्रंककॉल जोडून हवा होता. ते आणि डॉक्टर त्यासाठी टेलिफोनशी हुज्जत घालीत बसले होते. मी डॉक्टरांच्या घरातून बाहेर पडले ती अस्वस्थता घेऊनच.

१५३

डॉक्टरांच्यापेक्षाही मलाच इरावतीबाई कधी येतील असे झाले होते. त्या लौकर परत याव्यात म्हणून मी सारखी देवाची करुणा भाकत होते. कारण डॉक्टरांची अवस्था बघवत नव्हती. पिणे बेसुमार वाढले होते. त्या परिस्थितीमध्येच 'वर्षाव'चे

प्रयोग चालू होते. अभिनयावर त्याचा परिणाम होत होता. त्याबद्दल डॉक्टरांची हजेरी घेणारे त्यांच्या स्त्री-प्रेक्षकाचे पार्ल्याहून पत्रंही आले होते. डॉक्टरांनी स्वत:हून असा अभिनय करणे थांबविले नाही तर एक दिवस प्रेक्षकांना ते थांबवावे लागेल, असा इशाराही त्यात दिलेला होता. नाइलाजाने अनंत काणे यांना प्रयोग बंद करावे लागले. चांगले चालते नाटक अवघ्या चाळीस प्रयोगात बंद पडले. 'नाट्यसंपदे'लाही त्यांची नाटकं थांबवावी लागली. डॉक्टर काय करत होते? कसे वागत होते? हे त्यांचे त्यांना तरी कळत होते की नाही कुणास ठाऊक?

नाटकं थांबल्यावर डॉक्टरांनी बाबांच्या त्या चित्रपटकथेवर मराठी चित्रपट करायचं डोक्यात घेतलं. कोल्हापूरला अक्षरश: ट्रंक-कॉल्सचा भडिमार करून बाबांना त्या चित्रपटाची संहिता मुंबईला पाठविण्यास भाग पाडले. मग डॉक्टर चित्रपटासाठी अर्थसहाय्य मिळविण्याच्या मागे लागले. डॉक्टरांचा लोकसंग्रह प्रचंड. तेव्हा अर्थसहाय्य मिळविणे फारशी अवघड बाब नव्हती. त्यातील नायिकेच्या भूमिकेसाठी सुहास जोशी योग्य आहे असं मी कधी तरी डॉक्टरांना म्हणाले होते. तेवढेच लक्षात ठेवून डॉक्टरांनी सुहास जोशींबरोबर संपर्क साधला. त्यांच्याकडे ती चित्रसंहिता वाचायलाही पाठविली. सुहास जोशी यांचे पती सुभाष जोशी यांच्याशीही 'आनंदी-गोपाळ' नाटकाच्या वेळी डॉक्टरांचा स्नेह जुळला होता. इरावतीबाई घरात नसल्यामुळे डॉक्टरांना घरी राहणे अशक्य वाटत होते. त्यामुळे ते आज ह्या तर उद्या दुसऱ्या मित्राकडे राहून आपले मन रमवायचा प्रयत्न करीत होते. तेव्हा त्या वेळी ते काही दिवस ठाण्याला सुभाष व सुहास जोशी यांच्या घरी राहायला गेले. मी फोन केला असता तसं त्यांनी मला सांगितलेही होते. मी स्वत: तरी डॉक्टरांच्यासाठी काही करू शकत नव्हते. त्यामुळे डॉक्टर एकटे राहण्यापेक्षा अनेक माणसांच्या सहवासात, विशेषत: कुटुंबात राहायला जात आहेत, याचेच समाधान वाटत होते.

डॉक्टर ठाण्याहून परत आले तेव्हा चित्रपट करण्याची कल्पना मागे पडली होती. पण मला मात्र बाबांच्या चित्रसंहितेची काळजी पडली होती. या सर्व गोंधळामध्ये ते गहाळ होण्याचीच शक्यता होती. मी त्याविषयी डॉक्टरांना विचारले तर ते अजून सुहास जोशी यांच्याकडे असल्याचे त्यांनी सांगितले. डॉक्टरांना हळूहळू समजावीत कशीतरी ती चित्रसंहिता सुहास जोशींकडून मागवून घेऊन बाबांच्याकडे परत पाठवायला लावली आणि सुटकेचा श्वास सोडला.

त्याच वेळी आणखी एक प्रकरण उभे राहिले. पु. भा. भावे स्मृती समितीचा निधी उभारण्यासाठी डॉक्टरांच्या नावे आवाहन करणारी पत्रे महाराष्ट्रभर रवाना झाली होती. त्याला प्रतिसादही योग्य मिळत होता. डॉक्टरांच्या घरच्या पत्त्यावर देणग्यांचे चेक्स यायला लागले. सुरुवातीचे काही दिवस डॉक्टरांनी त्या सर्व पत्रव्यवहाराकडे व्यवस्थित लक्ष पुरविले. पण इरावतीबाई घरातून गेल्या आणि डॉक्टरांची सगळी

शिस्तच बिघडून गेली. डॉक्टर दिवसच्या दिवस घराबाहेर राहायला लागले.

भावे स्मृती समितीच्या इतर पदाधिकाऱ्यांची आणि डॉक्टरांची गाठ पडेना, त्या समितीमध्ये महाराष्ट्र टाइम्सचे संपादक गोविंदराव तळवलकरांसारखी सामाजिक क्षेत्रातील इतर काही जबाबदार मंडळीही होती. देणगीचे चेक्स स्वीकारताना त्याची पोचपावती देण्याचीही समितीवर जबाबदारी होती. पण चेक्सच गहाळ व्हायला लागले तर पावत्या कुठून देणार? आणि तसे नाही झाले तर समितीवर कुणाचा विश्वासही राहिला नसता. एक दिवस नाट्य-चित्रपट समीक्षक वा. य. गाडगीळ यांचा फोन आला. तेही त्या समितीवर होते. वा. य. गाडगीळांनी भावे स्मृती समितीच्या संदर्भात डॉक्टरांच्यामुळे होत असलेला गोंधळ मला सांगून, त्यासाठी कसेही करून डॉक्टरांच्याकडून तो सारा पत्रव्यवहार, पावतीपुस्तके समितीच्या हवाली करण्याची अवघड जबाबदारी टाकली. सुदैवाने ह्या फोनविषयी आत्तीला काही समजले नाही. वा. य. गाडगीळ यांना मी आमच्या घरातील डॉक्टरांविषयीची प्रतिक्रिया सांगून, त्यातूनही काही करता आल्यास प्रयत्न करीन असे आश्वासन दिले. वा. य. गाडगीळांचा फोन आला होता हे न सांगता मी डॉक्टरांना तुम्ही ही एवढी जबाबदारी कशाला घेतली? तुम्हाला एवढा वेळ कुठे मिळणार असे सांगून सांगून भावे स्मृती समितीच्या जबाबदारीतून मुक्त व्हायला लावले. मुख्य म्हणजे डॉक्टरांनी ते ऐकले.

१५४

साधारणपणे मे महिन्यापर्यंत *(१९८२)* डॉक्टर एखाद्या वादळासारखे उत्पात करीत राहिले. विशेष करून स्वत:ला झोडपत राहिले, उद्‌ध्वस्त करत राहिले. जूनपासून मात्र वादळ ओसरल्यावर जसा भकासपणा, उजाडपणा येतो तशी अवकळा डॉक्टरांच्यावर पसरली. त्यांचे सगळे रंगच उडून गेले होते. या काळात डॉक्टरांना सर्वार्थाने सांभाळले ते डॉक्टरांच्या घरासमोर राहणाऱ्या गोपचार चाळीतील मंत्री, पाठारे, टिंबले या कुटुंबांनी. रक्ताची नातीही करणार नाहीत इतके या मानलेल्या नात्यांनी केले. ही मंडळी सांगायची की, डॉक्टर बावीस बावीस तास एका ठिकाणी बसून वाचत राहतात. झोप आली तर तिथेच झोपतात. मुळात डॉक्टरांना झोप कमीच. पण आता तर ती पार उडाल्यासारखी झाली होती. जेवण आणि आवश्यक गोष्टींसाठीच फक्त डॉक्टर त्या जागेवरून उठायचे. दारूही पूर्णपणे बंद होती.

डॉक्टरांच्या घरी कधी गेलेच तर गृहस्वामिनीच्या नसण्याने जी घराची दैना होते, ती जाणवायचीच. पण गृहस्वामीही अगदी निर्जीव होऊन गेला होता. 'जिंदादिल' या शब्दाचे प्रत्यक्ष प्रमाण जर कुणी मागितले तर सरळ डॉक्टरांच्याकडे बोट करावे, असा जिवंत उत्साह डॉक्टरांच्यामध्ये जाणवायचा. पण तेच डॉक्टर आता पुतळ्यासारखे

निर्जीव होऊन गेले होते. त्यांच्या डोळ्यातील तेजही मलीन होऊन गेले होते. काही महिन्यांपूर्वीपासून सुरू असलेले डॉक्टराचे तांडव आठवले की आत्ताचे डॉक्टरांचे शांत होणे भयाण वाटायचे. यापूर्वी इरावतीबाई निघून गेल्या होत्या तेव्हा डॉक्टर इतके बिथरले नव्हते. पण आता या वेळी कारणही तसेच झाले होते. डॉक्टर दौऱ्याच्या निमित्ताने बाहेरगावी गेले असता इरावतीबाईंनी घरी येऊन आपली सारी चीजवस्तू, कागदपत्रं, दोघांच्या नावे असलेले लॉकर बंद करून त्यातील सर्व दागदागिने, चांदीची भांडीकुंडी इत्यादी सर्व वस्तू तिथून हलविल्या होत्या.

आणि याच गोष्टीचा डॉक्टरांना धक्का बसला असावा. यापूर्वी इरावतीबाई गेल्या होत्या तेव्हा कपड्यालत्त्यापासून सर्व गोष्टी त्यांनी नेल्या नव्हत्या. या वेळी तर स्वयंपाकाची भांडीही नेली होती. इतकं सर्व नेलं आहे म्हणजे आता इरावतीबाई परत येणार नाहीत, याचा डॉक्टरांना अंदाज आला होता. मला मात्र त्या येतील असं वाटायचं. आपल्या सगळ्या चीजवस्तू जरी त्यांनी नेल्या असल्या तरी जरा अधिक कडकपणा दाखवण्याचाही तो भाग असावा असे वाटे. नाही तरी दर वेळी त्या नुसत्या जातात आणि येतात असा डॉक्टरांचाही समज झाला होता. त्यासाठीही इरावतीबाईंनी ते केले असण्याची शक्यता होती. शिवाय आता डॉक्टरही खूप व्यवस्थित वागत होते. भांडणाचे मूळ ती दारूही बंद होती. पण तरीही इरावतीबाई परत येत नव्हत्या.

मध्यस्थांच्या मध्यस्थीचाही काही उपयोग होत नव्हता. नव्हे, आता समेट करविण्यासाठी इरावतीबाईंच्याकडे जायला कुणी धजावतही नव्हते. इरावतीबाई घरातून निघून गेल्या असल्या तरी डॉक्टर नेहमीच्या सवयीने नाटकाच्या मानधनाची पाकिटे, व्याजाचे येणारे चेक्स सगळे अजूनही इरावतीबाईंच्याकडे पाठवून द्यायचे आणि स्वतःच्या खर्चासाठी त्यांच्याकडून पैसे मागवून घ्यायचे. थोडे दिवस इरावतीबाईंनी ते सर्व केले. पण एक दिवस डॉक्टरांना चार ओळींची एक चिठ्ठी पाठविली आणि त्यात कळविले की, यापुढे डॉक्टरांनी त्यांच्याकडे कुठलेही कागदपत्र पाठवू नये. तसेच त्यानंतर इरावतीबाईंनी डॉक्टरांच्या गुंतवणूक केलेल्या पैशाचे कागदपत्रही डॉक्टरांच्याकडे परत पाठवून दिले होते.

१५५

या वेळी एकच बरे होते. ते म्हणजे नाट्यसंपदेची नाटकं सुरू होती. डॉक्टरांना मन गुंतवायला तेवढाच विरंगुळा होता. एकदा मी एका वास्तुशांती समारंभासाठी कोल्हापूरला गेले होते. डॉक्टरही दौऱ्यानिमित्त कोल्हापुरातच होते. नेहमीप्रमाणे बाबांच्याकडे यायचे; पण विचारलेल्या प्रश्नांशिवाय एक शब्दही अधिक बोलायचे

नाहीत. खरं म्हणजे बाबांशिवाय ते कुणाशी बोलायचेच नाहीत. अगदी माझ्याशीसुद्धा. आमचा परिचय नसलेल्या कुणी पाहिले तर त्याला वाटावे आमची ओळख तरी आहे की नाही. ही नाटकं होती म्हणूनच डॉक्टर बरे राहिले होते, नाहीतर मला वाटतं त्यांना वेडच लागलं असतं.

त्या वेळी एक गंमतीची गोष्ट बाबांच्याकडून समजली. बाबा सांगत होते–

"काही वर्षांपूर्वी काही मंडळी माझ्याकडे आली होती ती, काशिनाथाची तक्रार घेऊन. त्याच्या वागण्याचा निषेध करायला. कांचन काशिनाथला मिळत नाही म्हणून तो असा वागतो, असं त्यातील एकजण मला सांगत होता. या सर्वांतून मी काही मार्ग काढावा, काशिनाथला चार शब्द सुनवावे, असे त्यांचे म्हणणे होते. त्या वेळी त्यांचे काहीतरी समाधान करून मी त्यांना परत पाठविले होते. कारण कुणीही आपणहोऊन सांगेपर्यंत दुसऱ्यांच्या वैयक्तिक जीवनात डोकावत नाही. काशिनाथ किंवा इरावतीबाई दोघेही जोपर्यंत स्वतः येऊन मला काही सांगत नाहीत, तोपर्यंत निव्वळ ते ऐकतात म्हणून मी त्यांना उपदेश करणे माझ्या तत्त्वात बसत नाही.

गंमतीची गोष्ट म्हणजे आज तीच मंडळी पुन्हा माझ्याकडे आली आहेत ती काशिनाथ फारच शांत झाला आहे हे सांगायला. काशिनाथाचा त्राण गेला आहे, त्याचा नर्व्हस ब्रेकडाऊन झाला आहे असं ते मला सांगत होते आणि त्यांची पुन्हा तीच अपेक्षा आहे की मी काशिनाथला चार उपदेशाचे शब्द सांगावेत. त्याला हसता बोलता करावा. पण आजही माझे त्या मंडळींना तेच उत्तर कायम आहे. मुमुक्षूला ज्ञान, गरजवंताला धन आणि भुकेलेल्याला अन्न गरज असल्याशिवाय देऊ नये."

मागच्या पानावरून पुढे सुरुवात अशी डॉक्टरांची रोजची स्थिती होती. पाहात बसण्यापलीकडे माझ्या हातात दुसरे काही नव्हते. आत्तीच्या एका मर्जीतील माणसाने घरी येऊन इरावतीबाई घर सोडून गेल्याची बातमी तिला दिली होती; पण त्यामुळे तिच्यामध्ये कसलाही फेरफार झाला नव्हता. दोन वर्षांपूर्वी धर्मेंद्र-हेमामालिनीचा वादग्रस्त विवाह पार पडला होता. सगळीकडेच खळबळ उडाली होती. आता अगदी लोकसभेतही हेमामालिनीचा उल्लेख मिस् नव्हे तर मिसेस म्हणून केला जायचा. आत्ती या विवाहाबद्दल एवढेच म्हणाली–

"तो *(धर्मेंद्र)* फार हिंमतीचा माणूस आहे."

मात्र चित्रपटसृष्टीत कुणाही अभिनेत्रीचा विवाह झाला की, तिला सिल्कची नारायणपेठी इरकली साडी द्यायची, अशी आत्तीची पद्धत होती. अगदी नर्गीसपासून जया भादुरीपर्यंत तिने असा आहेर केला होता; पण जेव्हा हेमामालिनीला तशी साडी आणायची का असं विचारल्यावर ती ताडकन् म्हणाली होती,

"अशा गोष्टींना मी कधीच पाठिंबा देत नाही."

आत्ती आपल्या म्हणण्याप्रमाणे ठामपणे चिकटून होती. हेमामालिनी, सारिका,

स्मिता पाटील यांच्या घरच्या लोकांच्याप्रमाणे, आता केलंच आहे आपल्या मुलीने तर स्वीकारलेच पाहिजे किंवा हा आमच्या मुलीचा वैयक्तिक प्रश्न आहे त्यात आम्ही काय करणार, असं अजूनही आत्ती म्हणायला तयार नव्हती. दहा वर्षांत समाजाचीही दृष्टी बदलत होती. सरकारी पातळीवरही हे असले दुसरे विवाह मान्य केले जात होते. पण आत्तीला ते मान्य होत नव्हते. तसं कशाला आम्ही दोघीही बदलायला तयार नव्हतो.

१५६

बघता बघता १९८२चा डिसेंबर उजाडला. नेहमीप्रमाणे मी डॉक्टरांना फोन केला होता आणि डॉक्टरांनी मला काही महत्त्वाचे बोलण्यासाठी घरी यायला सांगितले. डॉक्टरांचे मौन बऱ्याच दिवसांनी सुटले होते. आता डॉक्टरांना माझ्याशी काय महत्त्वाचे बोलायचे असणार असा विचार करीतच मी त्यांच्या घरी गेले. डॉक्टरांचा मूड अजूनही तसाच होता. फारशी प्रस्तावना न करता दोनच वाक्ये डॉक्टर बोलले–

"आपण लग्न करू या. आत्तीला विचार."

मला कुठलाच संदर्भ लागेना. डॉक्टरांचा व इरावतीबाईंचा घटस्फोट झाला आहे की नाही हे विचारण्याचे धाडस मला त्याही वेळेला झाले नाही. मी एवढेच विचारले–

"आणि बाई?"

"ती आता कधीच येणार नाही." डॉक्टरांचे एका वाक्याचे उत्तर. पण या त्यांच्या वाक्याने डॉक्टरांना घटस्फोट मिळाला आहे की नाही काहीच समजत नव्हते. तरीही मी आत्तीला विचारून सांगते असं सांगून डॉक्टरांचा निरोप घेतला.

पुन्हा तीच बारा वर्षांपूर्वीची परिस्थिती समोर येऊन उभी राहिली. त्या वेळेसारखे सगळे काही नव्याने सांगायचे नव्हते. त्यातील बरंचसं आत्तीला आता माहीत होतं. पुलाखालून बरंच पाणी वाहून गेलं होतं. तरीही आत्तीची मनोभूमिका माहीत असल्यामुळे तिला कसं सांगावं हा विचार करण्यात चार दिवस गेले. डॉक्टरांचा केविलवाणा चेहरा डोळ्यांसमोर सारखा येत होता. शेवटी घरातल्या घरात आत्तीला मी पत्र लिहिले आणि डॉक्टरांच्या बरोबरच्या लग्नाची परवानगी मागितली. इरावतीबाई घर सोडून गेल्या आहेत, त्या आता परत कधी येणार नाहीत, एवढेच त्यात नमूद केले. मला सारखी धाकधुक वाटत होती ती आत्तीची त्यावरील प्रतिक्रिया कशी होते याची.

पण आश्चर्य म्हणजे आत्ती कमालीची शांत राहिली आणि विचार करून सांगेन

असं उत्तर दिलं. पण तिने मला उत्तर दिलेच नाही. माझे मेहुणे अशोक कोरगावकर *(तारूचे पती)* यांना त्यांच्या घरी जाऊन तिने सर्व सांगितले. मात्र कायदेशीर नसलेल्या या विवाहाला आपण हजर राहणार नाही, असे तिने निक्षून सांगितले. अशोकनाच कांचनला काही मदत करता आली तर करा अशी विनंती मात्र केली. लग्नानंतरही फक्त कांचननेच माझ्या घरी यावे, काशिनाथने येता कामा नये, अशी तिची अट होती. माझी पुन्हा हॅम्लेटसारखी अवस्था झाली होती.

पुन्हा मनाशी तेच द्वंद्व उभे राहिले असले तरी, आता परिस्थिती खूपच बदललेली होती. मुख्य म्हणजे आत्ती अगदी शांत होती. पूर्वीसारखे अगदीच माझे तोंड पाहणार नाही, असा तिचा पवित्रा नव्हता. डॉक्टर इरावतीबाईंचा अजून घटस्फोट झालेला नसला तरी भविष्यात इरावतीबाई कधी तरी तो घेतील असा अंदाज सहज बांधता येत होता. कारण डॉक्टरांचे एक वाक्य– इरावती आता कधीच परत येणार नाही, हे तेच भविष्य वर्तवत होते. डॉक्टर अजूनही घटस्फोट मागणार नाहीत, याची मला खात्री होती. पण इरावतीबाई आज ना उद्या तो घेतल्याशिवाय राहणार नाहीत हे दिसत होतं. कारण इरावतीबाई जरी डॉक्टरांच्या घरात राहिल्या नाहीत आणि आपल्या स्वत:च्या घरात राहात असल्या तरी जोपर्यंत घटस्फोट होत नाही, तोपर्यंत केव्हाही इरावतीबाईंच्या घरात जाऊन डॉक्टर आपला नवरेपणाचा अधिकार गाजवत राहिले असते. मग त्या वेगळ्या राहण्याला कोणताच अर्थ नव्हता. ते सर्व टाळण्यासाठी तरी इरावतीबाईंनी घटस्फोट घेतलाच असता. तोवर तरी मला आत्तीचा रोष पत्करणे हे भागच होते.

माझ्या बाबतीत तर आणखीच वेगळी गोष्ट होती. खरं तर मध्यंतरीच्या सर्व प्रकारानंतर मी माझ्या जीवनाची दिशाच बदलून टाकली होती. डॉक्टरांच्यावर प्रेम करत राहणे, त्यांच्याशी एकनिष्ठ राहणे एवढेच मनाशी जपले होते. त्यांच्या बरोबरचे लग्न, संसार, मुलं या सगळ्या गोष्टींबाबत मी मनातून उदासीनच झाले होते. या सगळ्या इच्छा नकाराच्या गाठोड्यात बांधून मनाच्या अगदी अगदी तळाशी ठेवून दिल्या होत्या.

आता मात्र मला दिसत होते ते फक्त डॉक्टर. पंचवीस वर्षांचे वैवाहिक जीवन मोडल्यामुळे उन्मळलेले, नातेवाईकांची साथ सुटल्यामुळे एकटे पडलेले, व्यवसायात स्वत:मुळेच अस्थिर झालेले. अगदी एकटे, एकाकी. आणि मग मी विचार करत होते अशा वेळी डॉक्टरांना साथ करायची नाही तर कधी? मग आपण डॉक्टरांच्यावर प्रेम करतो म्हणजे काय करतो? आणि आता जर आपण डॉक्टरांच्या दु:खात सहभागी नाही झालो, तर मग आपण फक्त त्यांच्या सुखाच्या वैभवाच्या काळातीलच स्वार्थी भागीदार होतो का? इरावतीबाई मागे एकदा म्हणाल्या होत्या की, कांचनचे

डॉक्टरांच्यावर प्रेम वगैरे आहे असं ती म्हणते ते काही खरं नाही. ती त्यांच्या ग्लॅमरवर भाळली आहे. इरावतीबाईंनी त्या काळात केलेला हा माझा एकमेव अपमान.

पण तो मला इतका जिव्हारी लागला की, माझी सभ्यता, नम्रता सोडून मी एकदाच डॉक्टरांना सुनावले–

"इरावतीबाईंना सांगा कलेच्या सृष्टीतील ग्लॅमर तुम्ही डॉक्टरांशी लग्न झाल्यावर पाच वर्षांनी अनुभवलं आहे. पण माझा जन्मच त्या ग्लॅमरच्या दुनियेत झाला आहे, त्यातच मी लहानाची मोठी झाले आहे. शिवाय माझ्या आईला मिळालेल्या ग्लॅमरमध्ये नुसता चकमकाट नाही, तर त्याला आदर, सन्मान यांचं तेज आहे. आणि मला ग्लॅमरच्या मागेच लागायचं असतं तर मग हिंदी चित्रपटसृष्टीतील एका बड्या नटाच्या आईची लग्नाची मागणी मी कधीच मान्य करून ग्लॅमरमध्येच लोळत पडले असते. तेव्हा ग्लॅमरची अपूर्वाई इरावतीबाईंना असेल, मला नाही."

आता हे सर्व त्या वेळेस डॉक्टरांनी इरावतीबाईंना सांगितले की नाही माहीत नाही.

माझे मेहुणे अशोक कोरगावकर यांनी या पेचातून काही मार्ग निघतो का हे बघण्यासाठी खूप धडपड केली. वकिली सल्ला घेतला. पण प्रथम पत्नीशी घटस्फोट झाल्याशिवाय कायदेशीर विवाहाला कायदा परवानगी देत नव्हता, अशोक यांनी मला विचारलेही की मी अजून काही दिवस थांबत का नाही? अशोकना मी डॉक्टरांची सर्व परिस्थिती सांगितली आणि आता जे काही होईल त्याला तोंड देण्याची मी तयारी केल्याचे सांगितले. ते ऐकल्यावर मात्र अशोकनी मला सांगितले–

"जेव्हा कधी तुला पाहिजे तेव्हा तुमच्या लग्नाची तारीख ठरव आणि मला सांग. मी तुझ्या पाठीशी आहे. तू सांगशील तिथे मी तुझ्याबरोबर येईन आणि तुझे लग्न लावून देईन."

१५७

या सर्व ठरवाठरवीमध्ये जानेवारी, १९८३ कधी उजाडला समजले नाही. डॉक्टर माझ्या निर्णयाची वाट पाहात होते. मी डॉक्टरांच्या घरी गेले तेव्हा डॉक्टर अजूनही त्याच मूडमध्ये होते. पण त्या दिवशी तो अधिकच बिघडलेला होता. पण डॉक्टर अजूनही दारूपासून अलिप्त होते. ती सोडून सहा महिन्यांच्यावर दिवस झाले होते. काय आणि कसं सांगावं या विचारातच मी असताना डॉक्टर उदासपणे म्हणाले–

"आय लॉस्ट माय मदर."

मी डॉक्टरांच्याकडे बघतच राहिले. आईवेडे डॉक्टर आपल्या आईच्या मृत्यूची बातमी इतक्या शांतपणे देताना पाहून मला आश्चर्यच वाटत होते. डॉक्टरांनी टेबलावर पडलेले पत्र माझ्या हातात दिले. डॉक्टरांच्या पुतण्याने रत्नाकरने, आपल्या आजीच्या मृत्यूची बातमी कळविली होती. त्यात दहाव्या दिवसाची तारीखही कळविली होती. पण दुर्दैव असे की नेमके दहाव्या दिवशीच डॉक्टरांच्या हाती ते पत्र पडले होते. डॉक्टर अंत्यदर्शनासाठीच काय पण दहाव्या दिवसालाही हजर राहू शकले नाहीत. हाही आघात डॉक्टरांनी निमूटपणे, शांतपणे सोसला.

त्या दिवशी मी आमच्या लग्नाचा विषय न बोलताच आले. डॉक्टरांच्या आईचं ऐकल्यावर तसलं काही बोलणं प्रशस्तच वाटेना. शिवाय नुसता होकारच कळवायचा नव्हता, आणखीही काही तरी मला बोलायचे होते. दुसऱ्या वेळी गेले तेव्हा आत्तीबरोबरचा सर्व संवाद सांगितला. माझा निर्णयही कळविला. पण हे लग्न करण्याआधी कोल्हापूरला जाऊन बाबांना सांगणे आवश्यक होते. ते आता विरोध करणार नाहीत याची खात्री होती. पण प्रथम त्यांना जाऊन सांगणे हे माझे कर्तव्य होते.

डॉक्टरांनी पापण्या मिटत, थोडीशी मान कलती करत डोळ्यांनीच होकार दिला. मात्र त्यांनी, 'तुला आणखी एक सांगायचं आहे,' असं म्हणत आर्थिक परिस्थितीची कल्पना देत डॉक्टर मला म्हणाले–

> "हे राहातं घर, काही डिपॉझिटस् आणि शेअर्स एवढंच माझ्याजवळ आहे. तुला द्यायला एखादा दागिनाही माझ्याजवळ नाही. लहानपणापासून तू गाडीतून फिरलेली आहेस. तुला फार काटकसरीने राहावे लागेल. तोही नीट विचार करून निर्णय घे. माझ्याकडे नोकरही नाही. घरातील सर्व कामे करावी लागतील."

मी हसले. डॉक्टर मला एखाद्या संस्थानची राजकुमारी वगैरे समजत होते की काय? मी त्यांना एवढेच म्हणाले–

> "तुम्हाला माहीत आहे की जशी मी युरोपच्या डिपार्टमेंटल स्टोअरमधून खरेदी करून आले आहे तशीच मला इथल्या रेशनच्या दुकानातून रेशनही आणायची सवय आहे. विमानातून जाते तशीच साध्या एस.टी.तूनही प्रवास करू शकते. आमच्या घरची साधी राहणी तुम्हाला माहीतच आहे. शिवाय तुम्ही जसे राहाल तशीच मीही राहीन. सुदैवाने तुमचे स्वत:चे घर आहे. आपल्या हक्काच्या घरात आपण उपाशी राहिलो तरी जगाला कळणार नाही."

'मलाही तुम्हाला एक गोष्ट सांगायची आहे' असं म्हणत मी डॉक्टरांना सांगितले की–

"आता आपल्याला मुलं मात्र व्हायला नकोत."

डॉक्टर माझ्याकडे पाहातच राहिले. आणि मग रडवेल्या सुरात म्हणाले– "जेव्हा मुलं हवी होती तेव्हा शक्यता नव्हती. आणि आता शक्यता आहे तर मूल का नको म्हणतेस?" डॉक्टरांच्या डोळ्यात पाणी तरळत होते. मी डॉक्टरांना समजावीत म्हणाले–

"गैरसमज करून घेऊ नका. तुमच्याइतकीच तुमच्या मुलाची मलाही हौस होती. अजूनही आहे. पण खरं सांगू मी आता चाळिशीकडे झुकायला लागले आहे. तुमची पन्नाशी उलटलेली आहे. आपलं मूल नुसतं पदवीधर होईल तेव्हा तुम्ही सत्तरीत असाल. मी साठीच्या जवळ असेन. तुम्हाला तर तुमचं मूल मेडिकलला जायला हवं असणार. तुम्हाला त्या वयात तुमचं मूल वाढविण्याची, त्याचं शिक्षण करण्याची धावपळ झेपेल का? त्याला त्याच्या पायावर उभं करण्याइतके तुम्ही समर्थ राहाल का?

मुलाला जन्म देण्यापासून त्याला वाढविण्यापर्यंत कराव्या लागणाऱ्या कष्टाच्या गोष्टी करण्याचे त्राण माझ्या शरीरात नाही. गेल्या बारा वर्षांत मी माझ्या शरीराकडे फार दुर्लक्ष केले आहे. अंथरुणाला खिळले नाही इतकंच. शिवाय तुम्ही म्हणता त्या तुमच्या आर्थिक परिस्थितीमध्ये आपण तिसरा जीव कसा वाढविणार? मला तुमची सेवा करता आली तरी खूप होईल आणि तेच आता मुलापेक्षा माझ्या दृष्टीने महत्त्वाचे आणि जरुरीचे आहे."

डॉक्टरांना माझे बोलणे पटत असावे असे दिसत होते. पण ते तोंडाने अजून होकार देत नव्हते. डॉक्टर मलूलपणे उद्गारले–

"सत्तर-एक्काहत्तर सालीच तू माझ्या संसारात यायला हवी होतीस. किती तरी ज्योतिषांनी त्या वर्षी मला मुलाचा योग सांगितला होता. अगदी मुलगा होईल म्हणाले होते."

"इतका काय ज्योतिषावर विश्वास ठेवायचा? आणि योगच होता तर इरावतीबाईंना का नाही झालं मूल त्या वर्षी? मी नसले म्हणून काय झाले?" मी म्हणाले.

"तिला कसं मूल होणार? एकोणसत्तर साली डॉ. व्ही. एन्. शिरोडकरांनी तिचं ऑपरेशन करतानाच तिला आता मूल होणार नाही, असं सांगितलं होतं. मीही त्या वेळी ऑपरेशन थिएटरमध्ये हजर होतो ना. तिची त्याबाबतची आशा मी तेव्हाच सोडली होती. तेव्हा वेळ असून योग नव्हता. आणि आता योग आहे तर अवेळ झाली आहे." डॉक्टर निराश होऊन उद्गारले.

१५८

कोल्हापूरला गेल्यावर मला अधिक प्रस्तावना करावी लागली नाही. बाबांचे व आत्तीचे बोलणे झाले असावे. माझ्या अंदाजाप्रमाणे बाबांनीही आत्तीला सांगितले असावे की, आता कांचनाला अडवू नकोस. तिला काशिनाथकडे जाऊ दे. माझ्याशी बोलताना मात्र बाबांनी मला फार मोलाचे सांगितले. बाबा म्हणाले–

> "काशिनाथच्या व तुझ्या जीवन जगण्याच्या पद्धतीमध्ये कमालीचे अंतर आहे. तरीही त्याच्याबरोबर जीवन जगण्याची तुझी जिद्द आहे. त्यात तुला यश येवो, हा माझा तुला आशीर्वाद आहे. मात्र यदाकदाचित त्यात तुला अपयश आलेच तर मात्र शांतपणे काशिनाथपासून बाजूला हो. तो किती दुर्गुणी, वाईट आणि तू किती गुणी, चांगली हे सांगत फिरू नकोस."

या मुक्कामात मी दुसरे महत्त्वाचे काम केले; ते म्हणजे माझ्या नावे आत्तीची जी काही गुंतवणूक होती ती नामांतरित करण्यासाठी वकिलांना आत्तीच्या नावे अधिकारपत्र तयार करायला सांगितले. माझ्यावतीने सर्व काही फेरफार करण्याचे हक्क आत्तीला दिले आणि कागदपत्रे तिच्या हाती सोपवली.

आता तिसरी महत्त्वाची गोष्ट मला करायची होती ती मंगळसुत्राची. मी आत्तीला मंगळसूत्र करून दे म्हणाले असते तर आत्ती नाही म्हणाली नसती. पण अजूनही हे लग्न तिच्या मनाविरुद्धच होते. शिवाय खरं म्हणजे मंगळसूत्र मला डॉक्टरांच्याकडूनच करून हवे होते. त्यांनी त्या बाबतीत मला विचारावं असं वाटत होतं. कदाचित डॉक्टरांच्या आताच्या बावरलेल्या परिस्थितीमध्ये त्यांना सुचलेही नसेल. माझ्याजवळ माझ्या वडिलांनी केलेली एक चेन होती. ही तेवढी एकच त्यांची आठवण माझ्याजवळ होती. ती चेनच मोडून मी मंगळसूत्र करायला दिले. त्यात एकच वाटी आणि दोन मणी घालायला सांगितले. कारण हे लग्न तसं एकतर्फीच होतं. माहेरचा त्यात सहभाग जवळजवळ नव्हताच. गुजरीमध्येच चांदीची जोडवी आणि अंबाबाईच्या देवळात हिरवा चुडा खरेदी केला. इतरांच्या लग्नासाठी अशी खरेदी करायला मी बऱ्याचदा गेले होते. मंगळसूत्रंही घडवायला दिली होती. पण त्या सर्व गोष्टी स्वत:साठी करायला माझं मलाच जाताना, ऑर्डर देताना चमत्कारिक वाटत होते.

१४ फेब्रुवारीला *(१९८३)* आम्ही कोल्हापूरहून परत आलो आणि मी कितीतरी वर्षांनी प्रथमच आत्तीला उघडपणे सांगून डॉक्टरांच्या घरी गेले. त्या दिवशी डॉक्टर वेगळेच वाटत होते. त्यांना मी कोल्हापूरचा इतिवृत्तान्त सादर केला आणि त्यांनी आता पुढे काय ठरवायचे आणि लग्न कधी करायचे हे त्यांच्यावरच सोपवले. मी असे सांगताच डॉक्टर म्हणाले–

"तुझ्या दृष्टीने आनंदाची बातमी सांगतो. चार दिवसांपूर्वी इरावतीने माझ्यापासून घटस्फोट घेतला. बरोबर पंचवीस वर्षांनी आम्ही विभक्त झालो. नऊ फेब्रुवारीला आमचं लग्न झालं होतं. आणि दहा फेब्रुवारीला आमचा कायदेशीर घटस्फोट झाला."

डॉक्टरांनी घटस्फोटाचे सांगताच मी मटकन खालीच बसले. ताणून ताणून बसलेली स्प्रिंग एका बाजूनी सुटली की ती जशी दुसऱ्या बाजूला जाऊन गच्च बसते तसं काहीसं माझं झालं होतं. डॉक्टर काय बोलताहेत हे मला नीट कळतही नव्हतं. डॉक्टर आणि इरावतीबाईंचा घटस्फोट इतका सहजासहजी होईल, हे माझ्या स्वप्नातही नव्हते. मला अजूनही खरं वाटत नव्हतं. मी अक्षरशः दोन्ही हातांनी माझं डोकं धरून बसले होते. उठण्याचेही त्राण माझ्यात नव्हते.

डॉक्टरांच्या पुढल्या वाक्याने मात्र मला चेतना आली. डॉक्टर सांगत होते–

"इरावतीही पुन्हा लग्न करणार आहे."

कुणी तरी माझ्या डोक्यावरचे ओझे उतरवल्यासारखे वाटत होते. खूप हलकं हलकं वाटत होतं. घटस्फोटाच्या बातमीपेक्षा माझ्या दृष्टीने दुसरी बातमी अधिक आनंददायक होती. मला माझ्या लग्नापेक्षा इरावतीबाई पुन्हा करीत असलेल्या लग्नाचे अधिक महत्त्व वाटत होते. कारण आता झालेला घटस्फोट हा डॉक्टर व इरावतीबाईच्यामध्ये त्यांचा वैयक्तिक बेबनाव झाल्यामुळे झाला असला तरी बाहेरच्या लोकांच्या दृष्टीने त्याला मीच कारणीभूत झाले असे वाटणार. कांचनमुळे इरावतीबाईंना आता आयुष्याच्या संध्याकाळी एकाकी जीवन जगायला लागले असा लोकापवादही माझ्यावर आला असता. पण इरावतीबाईंच्या ह्या दुसऱ्या विवाहामुळे ही वावटळ आता जागच्या जागी बसणार होती.

१५९

आता मात्र मी माझ्या घरी जायला फार उत्सुक होते. कधी एकदा घरी जाते आणि ही बातमी आत्तीला देते असे मला झाले होते. कारण आता आत्ती माझ्या लग्नाला येऊ शकणार होती. सर्व गोष्टींत भाग घेऊ शकणार होती. डॉक्टर त्या दिवशी मला थांबण्याचा किती आग्रह करीत होते, पण मी अक्षरशः तिथून पळत सुटले. मी घरी येऊन आत्तीला सर्व सांगितलं. आत्ती शांतपणे म्हणाली–

"चला सगळं ठीक झालं. संध्याकाळी आधी जाऊन अशोकना *(माझे मेहुणे)* भेटून सर्व सांगून ये. ते बिचारे सारखे तुझ्या काळजीत असतात."

संध्याकाळी हिंदू कॉलनीत जाऊन तारू-अशोकना सर्व सांगितले. अशोकना तर स्वतःच्या मुलीचा प्रश्न सुटल्यासारखा आनंद झाला. मला बरोबर घेऊनच ते

आत्तीकडे पुढच्या तयारीचे ठरविण्याकरिता आले. आत्ती म्हणाली–

"काशिनाथला आता भेटायला हवं. त्याची वेळ कळली तर त्याला त्या वेळेस जाऊन भेटता येईल."

दोन दिवस डॉक्टरांचा फोन नादुरुस्त होता. शेवटी मी घरी जाऊनच डॉक्टरांना विचारले की 'अशोक कधी भेटायला येऊ देत?' असं विचारल्यावर डॉक्टरांनी तर मला वेड्यातच काढले. हा सगळा औपचारिकपणा कशाला हवा असंही मला विचारले आणि ते स्वतःच आत्तीला भेटायला घरी येतो म्हणायला लागले. मी भांबावले. गेल्या बारा वर्षांतील आत्ती व डॉक्टरांच्या मधील ताणतणाव आठवून घशाशी आवंढा आला. डॉक्टरांनी विचारले–

"काही अडचण आहे का? तसं कशाला मीच आत्तीला फोन करून विचारतो. आणि आपण दोघे येतोय म्हणून सांगतो ना."

असं म्हणत डॉक्टर फोन करूनही मोकळे झाले.

ती मधली काळीकुट्ट बारा वर्षे डॉक्टरांनी अगदी सहजतेने पुसून टाकली. ते अगदी सहजतेने वावरत होते. मी मात्र काहीशी अवघडून गेले होते. घरी पोचताच, डॉक्टरांनी आत्तीला वाकून नमस्कार केला. कितीतरी वर्षांनी डॉक्टर आमच्या घरात आले होते. मी सत्य की स्वप्न या भ्रमात अडकले होते. "तुझे नवे घर तरी दाखव," या डॉक्टरांच्या वाक्याने मी भानावर आले. माझ्या घरातील सर्वांना डॉक्टर पूर्वीच्याच आपुलकीने भेटत होते. आस्थेने सर्वांची चौकशी करत होते. आत्ती अजूनही काहीशी गंभीरच होती. पण डॉक्टर अगदी मजेत होते.

डॉक्टरांना आत्तीशी एकटीशी काहीतरी बोलायचे होते, विचारायचे होते. आत्तीने आम्हा सर्वांना खोलीबाहेर जायला सांगितले. त्या मुलाखतीचा तपशील नंतर आत्तीकडून समजला. तो असा–

"काही वर्षांपूर्वी फोन करून तुम्ही इरावतीला अपशब्द बोललात ते कशासाठी? तिचा काय गुन्हा होता? तुमच्या दृष्टीने दोषी मी होतो." डॉक्टरांनी आत्तीला विचारले.

"इरावतीला मी जे काही बोलले ते तुम्हाला उद्देशूनच बोलले. तिला मला बोलण्याचे कारणच काय? आजही तुम्ही तिला त्याबद्दल विचारू शकता." आत्तीचे उत्तर.

डॉक्टरांच्या मनात बरेच वर्षे सलत असलेला प्रश्न डॉक्टरांनी विचारून आपले मनाचे निरसन करून घेतले. मग डॉक्टरांच्या पिण्याचाही विषय डॉक्टरांनी काढला. आत्ती त्यांना एवढेच म्हणाली–

"काशिनाथ, तुम्ही आता इतके लहान नाही की, त्या बाबतीत तुम्हाला काही दमदाटी करावी. तुमचं तुम्हीच या बाबतीत काय करायचं ते ठरवा. आताही सर्वजण

तुम्हाला दोष देतात. सगळी सहानुभूती इरावतीलाच आहे. उद्याही असाच प्रकार झाला तर सर्व दोष तुमच्याच माथी राहील. सर्वांची सहानुभूती मात्र कांचनला राहील.

"आणखी एक गोष्ट जावई, मुलगा, म्हणून अर्ध्या रात्रीही ह्या घराचे दरवाजे तुम्हाला उघडे राहतील. फक्त दारू पिऊन तुम्ही कधीही ह्या घरात आलेले मला चालणार नाही. या बाबतीत सख्ख्या आणि ज्येष्ठ नात्यांचीही मी गय केलेली नाही, हे तुम्हाला माहीतच आहे."

त्यानंतर डॉक्टरांनी आत्तीलाही स्वत:च्या आर्थिक परिस्थितीची कल्पना दिली. त्यावर आत्ती एवढंच म्हणाली–

> "माझ्या ऐपतीप्रमाणे मी कांचनला वाढविले आहे. पण पती म्हणून तुमचा एकदा स्वीकार केल्यावर तिने तुम्ही राहाल तसे राहिले पाहिजे. तुम्ही श्रीमंतीत राहिलात तर तीही तशीच राहील. पण तुमची गरिबी असेल तर तिनेही त्यातच आनंद मानला पाहिजे. माहेरच्या ऐश्वर्याचा तोरा तिने सासरी मिरवता कामा नये."

शंका-कुशंका, किल्मिषं, अढी सगळी जळमटं डॉक्टरांनी एका फटकाऱ्यात स्वच्छ करून टाकली. सगळ्यांच्याच वागण्यात त्यामुळे मोकळेपणा आला. आत्तीने आग्रह करून डॉक्टरांना जेवायला थांबविले. ताट समोर येताच डॉक्टर म्हणाले, "किती दिवसांनी ताटात जेवतोय." ते ऐकल्याबरोबर माझी मोठी बहीण बेबीचे डोळे लागलीच भरून आले. जेवताना डॉक्टर सांगत होते की, त्यांचं जेवण अगदी सोपं आहे. पोळी आणि शिकरण. बस्स. कांचनला स्वयंपाक करायचा त्रास असणार नाही. पण डॉक्टरांचे वाक्य पूर्ण व्हायच्या आधीच आत्तीने डॉक्टरांना सांगितले की–

> "काळजी करू नका, यापुढे तुम्हाला ब्रेडबरोबर शिकरण खायला लागेल." आत्तीने माझ्या पाककलेचा पार धुव्वा उडविला होता. खरं म्हणजे लग्न ठरविताना मुलीची आई मुलीमध्ये नसलेले गुणही वाढवून चढवून सांगते. पण आमच्या इथे मात्र उलटाच प्रकार होता. अवगुणच आधी सांगितले जात होते.

१६०

लग्नाची तारीख ठरवायला मात्र अशोक *(माझे मेहुणे)* डॉक्टरांच्या घरी गेले. त्या वेळेला डॉक्टर सारखे 'अश्रूंची झाली फुले'च्या दौऱ्यावर जायचे. फेब्रुवारीच्या शेवटच्या आठवड्यातही त्यांना दौऱ्यावर जायचे होते. मुंबईतही सारखे प्रयोग होतेच. फक्त ५ ते १५ मार्च *(१९८३)* त्यांना सुट्टी होती. कारण १६ तारखेपासून

पुन्हा त्यांना कोकण दौऱ्यावर जायचे होते. डॉक्टरांनी स्वत:च पाच मार्च ही तारीख निश्चित केली. त्या दिवशी लग्नाचा मुहूर्तही नव्हता. वारही शनिवार *(माझा घातवार)* होता. पण तरीही डॉक्टर त्याच तारखेचा आग्रह धरून बसले होते. कारण एकच पाच आकडा त्यांचा आवडता होता. त्यांना शुभ होता. मला तर वाटतं इरावतीबाईंच्या लग्नाच्या आधी आपण लग्न केले पाहिजे असं काहीतरी डॉक्टरांच्या मनाने घेतलं असावं. इरावतीबाईंचं लग्न १२ मार्चला होतं.

खरं म्हणजे आत्तीलाही ती तारीख सोयीची नव्हती. त्या वेळेला ती हैदराबादला शूटिंगसाठी जाणार होती. धावत पळतच तिलाही ती तारीख गाठावी लागणार होती. पण तिनेही डॉक्टरांचा त्याच तारखेचा हट्ट मानला. खरं तर आत्तीला छोटासा हॉल घेऊन हे लग्न करावं असं वाटत होतं; पण डॉक्टरांनी अगदीच मोजकी घरातील माणसं आणि घरातच लग्न व्हावं असंही सांगितलं. आत्तीने तेही मानलं. मात्र डॉक्टर वसंत जोगळेकरांना बोलावू का असे विचारीत होते. आत्तीने त्या गोष्टीला मात्र विरोध केला. कारण व्यवसायातील तिच्याही जवळची मंडळी होतीच की. मग त्यांना का नाही बोलवायचं?

घरची म्हणून जी काही मंडळी बोलावली गेली ती फोनवर आमंत्रण देऊनच. पुण्याच्या श्रीकांत भिडे यांनी मुंबईला आमच्या घरी आल्यावर चौकशी केली की कांचनचं लग्न कुणाशी होणार आहे? डॉक्टरांनी आणखी एक गोष्ट सांगितली होती. ती म्हणजे लग्न झाल्यावर त्या दिवशी तरी ते मला वरळीच्या आपल्या घरी नेऊ इच्छीत नव्हते. पंचवीस वर्षांच्या संसाराला जिथे अपयश आलं, छोटी पावलं जिथे धावली नाहीत, तिथेच पुन्हा नव्या संसाराची सुरुवात करणे डॉक्टरांना जीवावर आले होते. त्यामुळे लग्नाच्या दिवशीच आम्ही कोल्हापूरला जायला निघणार होतो. तिथे बाबांना भेटून आमच्या गावी जाऊन माझ्या भावंडांची भेट घ्यायची. बेळगावला विजू-अनिलना भेटून मग मात्र कोवाड येथे रणजित देसाई व माधवी देसाई यांचा चार दिवस पाहुणचार घेऊन परत यायचे, असा भरगच्च कार्यक्रम ठरला.

या सगळ्या गडबडीतच डॉक्टरांनी वरळीचा ब्लॉक विकून प्रभादेवीला आत्तीच्या घराशेजारीच ब्लॉक घेण्याचे फर्मान काढले. लगीनघाईत तीही एक घाई त्यांनी उडवून दिली. जवळपासचे तीन-चार फ्लॅट्स मी बघूनही आले. पण इतक्या तातडीने मनासारखे घर मिळणे शक्य तरी होते का? शिवाय वरळीचे घर विकल्याशिवाय नवीन घर घेणे शक्य तरी होते का? हा मुद्दा उभा राहिल्यावर मग मात्र डॉक्टर शांत झाले. कोल्हापूरहून जाऊन आल्यावर नवीन घराचे ठरवायचे असे ठरले.

लग्नाच्या आधी दोन दिवस डॉक्टर दौऱ्याहून परत आले आणि त्यांच्या लक्षात मंगळसुत्राची गोष्ट आली. त्यासंबंधी त्यांनी मला विचारल्यावर मी त्याची कोणती व्यवस्था केली होती ते सांगितले. मी किती ग्रॅम्सचे मंगळसूत्र केले आहे हे डॉक्टरांनी

विचारून घेतले आणि त्याचे तेवढे पैसे त्यांनी माझ्या हातात ठेवले. ते देताना मंगळसूत्र त्यांच्याच पैशाचे असले पाहिजे, असे डॉक्टरांनी सांगितले.

एव्हाना आमच्या लग्नाची बातमी हळूहळू कर्णोपकर्णी व्हायला लागली होती. लग्नाला एक-दोन दिवस राहिले असताना आमच्या हितचिंतकांनी आत्तीला फोन करून हे लग्न न करण्याविषयी, मोडून टाकण्यासंबंधी विनंती करायला सुरुवात केली. या लग्नाने कांचन सुखी होणार नाही. ती कायमची दुःखी होईल. एक ना दोन अनेक कारणे सांगितली जात होती. आत्तीचे एक व्यावसायिक हितचिंतक तर आपल्या पत्नीला घेऊन घरी आले होते आणि हे लग्न मोडण्यासाठी आग्रह करीत होते. विशेष आग्रह त्यांच्या पत्नीचा होता. आत्तीचे सर्वांना एकच उत्तर होते–

"मी पूर्ण विचाराअंती हे लग्न ठरविले आहे आणि याच्या बऱ्यावाईट परिणामाला मी व कांचन जबाबदार राहू."

१६१

लग्नाची सगळी जबाबदारी अर्थातच चारुकाकांच्यावर *(चारुदत्त सरपोतदार)* होती. मी त्यांना एकच सांगितले होते, लग्न कुठल्याही पद्धतीने करा पण ज्यात माझ्या आईला भाग घेता येणार नाही असा कन्यादानाचा विधी मात्र वगळा.

माझ्या लग्नाच्या तयारीपेक्षाही आधी ह्या घराची सर्व व्यवस्था माझ्या मोठ्या बहिणीकडे बेबीकडे सोपविण्याच्या तयारीकडे माझे अधिक लक्ष लागून राहिले होते. बेबी शेजारच्या ब्लॉकमध्येच राहात होती हेही एक बरेच होते. कोल्हापूरहून आल्यावर मला आता वरळीला डॉक्टरांच्या ब्लॉकवरच जावे लागणार होते. अधुनमधून येऊन मी आता ह्या घराचे व्यवहार पाहणार होते. लग्नाआधी मात्र या दोन गोष्टी मी डॉक्टरांच्याकडून कबूल करून घेतल्या होत्या. त्या म्हणजे आत्ती व बाबांच्याकडे जाण्यासाठी मला कधीही डॉक्टरांच्या परवानगीची वाट पाहायला लागू नये. अर्ध्या रात्री जरी या दोघांच्याकडे जाण्याची मला आवश्यकता निर्माण झाली तरी डॉक्टरांनी मला अडविता कामा नये. डॉक्टरांचीही अगदी पूर्ण संमती या गोष्टीला होती.

पूर्वी सर्वजण चेष्टेने म्हणायचे की, कांचन स्वतःच्या लग्नातही सगळी तयारी तिची तीच करेल. प्रत्येक गोष्ट द्यायला तिलाच उठावं लागेल आणि तसंच घडत होते. विवाहवेदीसमोर बसलेली असतानाही कुठलीही गोष्ट हवी असली तर मलाच सांगावे लागे ती कुठे आहे ती. आता माझंच लग्न असल्यामुळे मला कुणी उठू देत नव्हते इतकंच. तरी बरं लग्न घरातच होतं. त्या दिवशी सकाळीही डॉक्टरांचा फोन आलाच होता, मी काय करते आहे याची चौकशी करायला. डॉक्टरांच्या या उतावळ्या स्वभावाचे मलाही हसू आले. त्यांची गंमत करावी म्हणून मी त्यांना

सांगितले की–

"आज माझं लग्न आहे. त्याच्या गडबडीत आहे. तुम्ही माझ्या लग्नाला येताय ना?"

डॉक्टरांनाही हसू आवरेना. 'बदमाष कुठली' असं म्हणत त्यांनी फोन ठेवला.

दहा वाजल्यापासून डॉक्टरांचे पाहुणे यायला सुरुवात झाली होती. पहिलेच आले डॉक्टरांचे मोठे भाऊ एअर इंडियामध्ये असणारे शामराव. डॉक्टर म्हणाले होते की शामराव येतील म्हणून; पण मला खात्री वाटत नव्हती. मध्यंतरी डॉक्टरांच्या सर्व नातेवाईकांचे त्यांच्याशी असलेले संबंध ताणल्यासारखे झाले होते. पण डॉक्टरांना अगदी शंभर टक्के खात्री होती की शामराव येतील. डॉक्टरांचे इतर सगळे बंधू त्यांचे लाड करायचे. त्यांचं सगळं खपवून घ्यायचे. फक्त शामरावच डॉक्टरांशी कडक वागायचे. मुळात शामराव तसे बरेचसे अबोल. खूप शिस्तीचे. अगदी डॉक्टरांच्या विरुद्ध स्वभावाचे. सुट्टीच्या दिवशी ते डॉक्टरांच्या घरी असायचे. मला ते खूपच गंभीर वाटायचे. त्यामुळे मला तरी त्यांच्याशी बोलताना खूपच दडपण यायचे.

थोड्या वेळाने असं लक्षात आलं की, डॉक्टरांनी नाही नाही म्हणता, आपले बरेच मित्र, नाट्यनिर्माते अशा सर्वांनाच निमंत्रित केले होते. आमचीही अगदी घरची म्हणता म्हणता बरीच मंडळी जमली होती. घरात पाय ठेवायला जागा उरली नव्हती. आत्ती म्हणालीही काशिनाथने इतक्या लोकांना बोलावलं आहे हे जर आधी माहीत असतं तर हॉल तरी घेतला असता. तिलाही सर्वांना बोलावता आलं असतं. नाहीतरी लग्नाला न बोलावण्यावरून बरीच मंडळी नाराज झालेली होती. त्या दिवशी डॉक्टरांचे विशेष पाहुणे होते जॉकी शामू चव्हाण व त्यांच्या पत्नी. त्या दोघांना ते दादा-वहिनी मानत होते. डॉक्टरांच्या रेसकोर्सच्या आकर्षणातून ही जवळीक निर्माण झाली होती. मी मात्र प्रथमच या मंडळींना पाहात होते.

चार वाजेपर्यंत सर्व समारंभ, जेवणं आटपली. सहा वाजताची ट्रेन होती. आत्तीचा निरोप घेताना ब्रह्मांड आठवलं. मी तिला सुखापेक्षा दुःखच अधिक दिलं होतं. जे काही वाटत होतं ते सांगणं शब्दांच्या पलीकडचे होते आणि म्हणूनच मी तिला आजवर दिलेल्या क्लेषांचे, मनस्तापाचे परिमार्जन म्हणून तिच्या पायावर डोके ठेवले. डॉक्टरांना व मला मिठीत घेत आत्ती डॉक्टरांना म्हणाली–

"काशिनाथ, आज मी माझं सर्वस्व तुमच्या हाती सोपवलंय. सांभाळा."

मला स्टेशनवर पोहोचविण्यासाठी माझे भाऊ, बहिणी, भाच्या सगळ्यांनी एकच गर्दी केली होती. माझे मेहुणे अशोक मला सारखं एकच सांगत होते,

"आता इकडची काळजी करू नकोस. आम्ही आत्तीला सांभाळतो. चार दिवस शांत आनंदात राहा."

आधी चार माणसांच्या कंपार्टमेंटमधली दोन तिकिटं मिळाली होती; पण अशोकनी ती कॅन्सल करायला लावून कुपे बुक करायला सांगितला होता. डॉक्टरांच्या बरोबर कुपेतून प्रवास करायची माझी खूप वर्षांपासूनची इच्छा होती. पण लाजेखातर मी बोलू शकले नव्हते, पण अशोक अगदी मनकवडे निघाले आणि माझी खूप वर्षांची हौस उशिरा का होईना भागली. एका नव्या जगात मी पाऊल ठेवले.

१६२

डॉक्टरांच्यामध्ये मी एक फार मोठा बदल पाहात होते; तो म्हणजे एखाद्या बंद डब्यात कोंडलेली वाफ जशी दुप्पट वेगाने बाहेर पडते तसे डॉक्टरांचे काहीसे झाले होते. कसलातरी अती उत्साह त्यांच्यामध्ये संचारल्यासारखा वाटत होता. तसे ते वागत होते. अर्थात मदिरेची साथ होतीच. ब्याऐंशी सालातील रंग उडालेले कळाहीन अबोल डॉक्टर मी पाहिलेले होते. आणि आत्ताचे प्रचंड बोलणारे, नाना प्रकार करणारे डॉक्टरही मी पाहात होते. काही वर्षांपूर्वी माझी मावशी माणिकचे शब्द सारखे आठवत होते. ''डॉक्टर किती लाऊड झाले आहेत नाही?''

दुसरी गोष्ट जाणवली होती ती म्हणजे डॉक्टरांची झोपही कमी झालेली होती. नाटकामुळे रात्री उशिरा झोपण्याची सवय बहुतेक कलावंतांना लागतेच. पण ती उणीव दुसऱ्या दिवशी उशिरा उठून भरून काढली जाते. डॉक्टरांनाही पूर्वी तशीच सवय होती. पूर्वी डॉक्टरांना उठायला दिवसाचे बाराही वाजायचे. पण आता चोवीस तासातील चार तास तरी डॉक्टर झोपत होते की नाही कुणास ठाऊक? दारूमुळे डॉक्टर स्वस्थ होण्याऐवजी अस्वस्थ व्हायचे. त्यात अपुरी झोप. त्यामुळे डॉक्टर तारवटल्यासारखे वाटायचे. जेवणखाण मात्र व्यवस्थित होते. त्या वेळी औषधाच्या खूप गोळ्याही डॉक्टर घ्यायचे. एका वेळी आठ-दहा तरी सहजच. आपण जे काही करतो त्याला वैद्यकीय, शास्त्रीय बैठक असते, असा त्यांचा दावा असायचा. त्याहूनही कोणी काही विचारलेच तर तू डॉक्टर का मी डॉक्टर असे म्हणून विचारणाऱ्याला गप्प करीत.

डॉक्टरांच्यामध्ये हा जो विलक्षण बदल जाणवत होता त्याचे कारण मी शोधीत असताना मला जी उत्तरं सापडली त्यावरून गेले सबंध वर्ष डॉक्टर एका दडपणाखाली वावरत होते. इरावतीबाईंशी झालेला त्यांचा घसस्फोट समाज कसा स्वीकारेल याचा ताण सतत त्यांच्यावर राहिला. इरावतीबाईंनी स्वत:च्या इच्छेने घटस्फोट घेतला असला तरी सगळ्यांची सहानुभूती त्यांनाच होती. डॉक्टर पन्नाशी उलटल्यावर पुन्हा एकदा बोहल्यावर चढले होते. त्याबद्दलही काही कडवट प्रतिक्रिया उमटेल असे त्यांना वाटत होते. पण बहुतांशी मंडळींना माझे डॉक्टरांवरचे

प्रेम, त्यांच्यासाठी मी वर्षानुवर्षे केलेली प्रतीक्षा माहीत होती. त्यामुळे कांचनच्या तपश्चर्येला फळ आले म्हणूनही काही मंडळींनी समाधान व्यक्त केले.

इतकंच काय आमच्या ह्या विवाहाला वर्तमानपत्रातून प्रसिद्धीही दिली गेली. कोल्हापूरच्या वर्तमानपत्रात तर पहिल्या पानावर मोठ्या अक्षरात बातमी प्रसिद्ध झाली होती– 'डॉक्टर काशिनाथ घाणेकर दुसऱ्यांदा विवाहबद्ध.' डॉक्टरांच्या दुसऱ्या विवाहाची ही अशा तऱ्हेने प्रसिद्धी पाहून तर मला खूपच संकोचल्यासारखे व्हायचे, पण प्रसिद्धीप्रिय डॉक्टरांना आपल्या लग्नाची पहिल्या पानावर बातमी येते याचाच कोण आनंद झाला होता. डॉक्टरांचे व प्रसिद्धीचे एक अतूट नाते होते हे खरेच, नाही तर काही वर्षांपूर्वी मराठी रंगभूमीवरील एका मातब्बर नटाच्या दुसऱ्या विवाहाची बातमी वर्तमानपत्रातील शेवटच्या पानावर चार ओळीत छापून आली होती. इतकंच काय खुद्द इरावतीबाईंच्या दुसऱ्या लग्नाची बातमीही त्यांच्या परिचितांना छापून आणावी लागली होती. पण डॉक्टरांची बातमी न देताही आपोआप पहिल्या पानावर येत होती.

त्या वेळी दादा कोंडके यांच्या चित्रपटात काम करण्यासाठी प्रख्यात हिंदी अभिनेता अमजदखान कोल्हापुरात आलेला होता. त्याच्याही मुलाखती वर्तमानपत्रातून झळकत होत्या. त्यानेही आपल्या मुलाखतीमध्ये नमूद केले होते की, कॉलेज-जीवनात तो डॉ. काशिनाथ घाणेकरांचा चाहता होता. डॉक्टरांच्या नाटकांचा त्याच्यावर प्रभाव होता. अशा गोष्टींमुळे तर डॉक्टरांचे पाय जमिनीपासून सुटायला लागले होते. शिवाय आता तर सुलोचनाबाईंचा जावई म्हणून अधिकच आपुलकी, अगत्याने डॉक्टरांचे जाईल तिथे स्वागत व्हायला लागले. त्यामुळे डॉक्टरांवरचे दडपण दूर होत गेले.

त्यामुळे नको तेच झाले. डॉक्टर जमिनीवरून चालेनातच. दारूची नशाही तरंगायला मदत करीत होती. डॉक्टरांचे प्रेम, वैवाहिक सुख यांचा प्रचंड वर्षाव माझ्यावर होत होता. इतक्या वर्षांची सगळी उणीव भरून काढण्याचा डॉक्टर जणू प्रयत्न करत होते. 'इतक्या उशिरा आयुष्यात का ग आलीस' म्हणून हळहळत होते. पण ह्या प्रचंड आवेगाखाली मी गुदमरत होते. गेली अनेक वर्षं एखाद्या घड्याळाच्या काट्यासारखा नियमित असणारा माझा दिनक्रम उलटासुलटा होऊन गेला. माझ्या कविमनाच्या हळुवार वृत्ती भेदरून गेल्या. एखाद्या झंजावातामध्ये सापडल्यासारखी मी सैरभैर झाले. ही शिवगंगा कुठल्या भगिरथ प्रयत्नाने आवरावी ते काही सुचेना.

१ ६ ३

आमचे आप्तस्वकीयांना भेटणे इत्यादी कार्यक्रम ठरल्याप्रमाणे पार पडत होते. स्वामीकार रणजित देसाई यांच्या कोवाड गावी आमचा मुक्काम अधिक राहिला. रणजितदादा व माधवीताईंनी स्वतःच्या लेक-जावई यांचे करावे इतक्या अगत्याने–

कौतुकाने आमचे सर्व केले. घरात लग्नकार्य झाल्यासारखे आमच्या हातून सत्यनारायणाची पूजा करविली. रणजितदादांची प्रकृती त्या वेळी खूपच बिघडलेली होती. पण त्यातूनही त्यांनी जास्तीत जास्त गृहस्थधर्म पाळला. माधवीताईंच्या करण्याला तर सीमाच नव्हती. रोज संध्याकाळी फिरून आल्यावर रणजितदादा गावातील लोकांची नजर लागेल म्हणून आम्हा दोघांची दृष्ट काढायला लावायचे.

ह्या प्रकारावर माझा तसा विश्वास असला तरी मोठ्या माणसापेक्षा लहान मुलांची वगैरे दृष्ट काढणे योग्य असे मला वाटायचे. पण डॉक्टरांना या प्रकारात भारी उत्साह. ते मोठ्या उत्साहाने दृष्ट काढून घ्यायचे. मलाही ओढून बसवायचे. एक खूप वर्षांपूर्वीचा प्रसंग मला या संदर्भात आठवतो. एका मराठी चित्रपटाच्या सेटवरील एक मराठी नट माझ्या केसांची अफाट स्तुती करत होता. त्या वेळी डॉक्टरही तिथेच होते. तो दुसरा नट बाजूला जाताच डॉक्टर काही महत्त्वाचे सांगावे तसे मला म्हणाले, "तो × × तुझ्या केसांबद्दल किती बोलत होता. घरी गेल्यावर आधी केसांची दृष्ट काढून घे." मी डॉक्टरांच्या सगळ्या आविर्भावाकडे पाहातच राहिले.

डॉक्टरांचे वागणे बोलणेही अघळपघळ, आकर्षक, छाप पाडणारे, दुसऱ्याला स्वत:भोवती फिरत ठेवणारे. तर मी खूपच संकोची, भिडस्त, आजूबाजूची मंडळी डॉक्टरांच्या वागण्याने भारलेली, भारावलेली असायची. एवढा बडा नट पण किती मनमोकळ्या स्वभावाचा हो! असे कौतुकाचे भाव डॉक्टरांच्या सहवासात येणाऱ्यांच्या चेहऱ्यावरून सांडत असायचे. डॉक्टरांचे वागणे एखाद्या लहान मुलासारखे लोभसवाणे असायचे. पण मला मात्र वाटायचे की डॉक्टरांनी आता वयानुरूप प्रौढ भारदस्तपणे वागावे. डॉ. काशिनाथ घाणेकरांबद्दल भीती नव्हे तर दरारा वाटावा. मी असलं काही सांगायला गेले की, ते माझ्यावर जाम वैतागायचे आणि म्हणायचे, असं बोलून बोलून मी त्यांना म्हातारा करून टाकणार. त्यांच्या मते ते तेवीस वर्षांचे आणि मी सतरा वर्षांची होते. ते ऐकून मात्र मी हसायची, आणि त्यांना म्हणायची, "तुम्हीच तेवीस वर्षांचे राहा. तुम्हालाच ते शोभते. मी मात्र सतरा नाही सदतीस वर्षांचीच बरी आहे." डॉक्टरांच्या मते त्यांच्या ह्या अशा तरुण वागण्यामुळे आणि दिसण्यामुळे ते अजूनही लाल्या, शाम म्हणून शोभतात.

१६४

कोवाडहून आम्ही पुन्हा कोल्हापूरला आलो. कारण आत्ती मुंबईहून 'सासू वरचढ जावई' या मराठी चित्रपटाच्या शूटिंगसाठी तिथे आली होती. तिचे शूटिंग संपले की आम्ही तिघे मिळूनच मुंबईला जाणार होतो. अगदी नव्या, तरुण

जोडप्यासारखी आम्हाला जेवणाची आमंत्रणे येत होती. आहेर केले जात होते. डॉक्टरांच्या 'आईसाहेब' धोंडीरामही कुणाची तरी अॅम्बॅसिडर गाडी मागून घेऊन आम्हाला आपल्या घरी न्यायला आला होता. धोंडीरामचे आमंत्रण डॉक्टर टाळणे शक्यच नव्हते. धोंडीरामच्या घरी डॉक्टर व इरावतीबाईंचा फोटो अगदी बाहेरच्या खोलीत लावून ठेवला आहे. पण आता 'वैनीसाहेब' बदलल्या तरी धोंडीरामला फरक पडत नव्हता. इतक्या त्यांच्या डॉक्टरांच्याबद्दलच्या निष्ठा पक्क्या होत्या. तिथे डॉक्टरांच्याइतकेच माझेही अगत्याने स्वागत झाले.

कोल्हापुरातील काही मंडळींनी तर यापुढील आयुष्यात कसे नीट वागले पाहिजे याचा डॉक्टरांना उपदेश करायलाही मागेपुढे पाहिले नाही. आणि असा उपदेश करताना यापूर्वी तू कसा का वागेनास, पण आता तू सुलोचनाबाईंचा जावई झाला आहेस म्हणून तुला आम्हाला सांगायची वेळ आली आहे, अशा प्रस्तावना करीत डॉक्टरांना उपदेशामृत पाजण्याचे इतिकर्तव्य बजावले. वास्तविक पाहता डॉक्टरांना असा उपदेश करण्याचा त्यांना कोणताही अधिकार नव्हता, किंवा आत्तीनेही त्यांना तसा उपदेश करायला सांगितलेले नव्हते. डॉक्टर काही छोटेसे मूल नव्हते, की येता जाता त्यांना कुणीही संबंध नसतानाही फटकारावे. मला आश्चर्य वाटले ते डॉक्टरांनी सर्व ऐकून कसे घेतले याचेच. त्यांच्या नेहमीच्या स्वभावाने उलटून जबाब कसा दिला नाही; याचाच अचंबा वाटला. डॉक्टरांचे वागणे चुकत होते, त्यांच्यामध्ये दोष होते हे जरी खरं असलं तरी काहीही संबंध नसताना, कोणतेही कारण नसताना कुणीही यावे आणि डॉक्टरांचे बौद्धिक घ्यावे हे मला अजिबात आवडणारे नव्हते.

डॉक्टरांच्या दुहेरी व्यक्तिमत्वाची झलकही डॉक्टरांच्या सहवासात अनुभवायला मिळत होती. त्या वेळी आम्ही एका हॉटेलमध्ये उतरलो होतो. डॉक्टर एरवी कामगारवर्गाबद्दल किती आस्था, आपुलकी बाळगणारे, त्यांच्या सुखदु:खाचा विचार करणारे, त्यांचं दुखलंखुपलं तर पाहाणारे, दौऱ्यावर असताना थंडीच्या काकड्याने गारठलेल्या कामगारांना पाहून कळवळलेल्या डॉक्टरांनी रात्रीत स्वत:च्या खर्चाने ब्लँकेट्स आणून त्यांच्या अंगावर घातल्या. पण असे हे कनवाळू डॉक्टर हॉटेलमध्ये काम करणाऱ्या पोऱ्यांना मात्र अगदी धारेवर धरीत. उठसूठ पोलीस चौकीवर जाऊन हॉटेल कर्मचाऱ्यांबद्दल तक्रार करण्याची भाषा करीत. एखाद्या पंचतारांकित हॉटेलमधील शिस्तीची कोल्हापुरातील हॉटेलमध्ये अपेक्षा करीत आणि ती पूर्ण नाही झाली की चिडत. पूर्वी कोल्हापुरातीलच एका हॉटेलमध्ये काम करणाऱ्या मुलाला शिक्षणासाठी डॉक्टरांनी मदत केली होती. त्याला द्विपदवीधर होण्याइतपत आर्थिक मदत केली होती. शिक्षणासाठी हॉटेलमध्ये काम करणाऱ्या त्या कॉलेज तरुणाला डॉक्टर खूपच मानाने वागवीत. आज तो तरुण एका गावी कॉलेजमध्ये प्राध्यापक आहे.

१६५

आताचे डॉक्टरांचे वागणे, बोलणे आणि पिणे सगळेच मला असह्य होत चालले होते. त्याहीपेक्षा सर्वांच्या माझ्यावर लागलेल्या कीव करणाऱ्या नजरा मला विषारी सापासारख्या डंख मारीत होत्या. नातेवाईक, स्नेही यांच्या नजरेला नजर देण्याचे मला धाडस होत नव्हते, इतके लाजल्यासारखे व्हायचे. आम्ही उतरलो होतो त्या हॉटेलमध्ये सुप्रसिद्ध लेखक व. पु. काळे यांची भेट झाली. त्यांनी तर मला मी एकटी भेटले असता दोन्ही हात जोडीत एकच शब्द उच्चारला होता– ''सांभाळा.'' त्या एकाच शब्दानेही मला मरणप्राय वेदना झाल्या होत्या.

मी केलेल्या कुठल्याही गोष्टीचा मला त्या क्षणीही पश्चात्ताप वाटत नव्हता. पण माझे पूर्वीचे 'ते' डॉक्टर हरवल्याची खंत मात्र जरूर वाटत होती. त्यामुळे मी खचून वगैरे गेले नाही, पण हे सर्व असेच खपवून घ्यायचे नाही, चालवून घ्यायचे नाही याचा मात्र मी पूर्ण निश्चय केला होता. कारण मला इतिहासाची पुनरावृत्ती नको होती. नवऱ्यावर प्रेम करायचे म्हणजे त्याच्या लाथा खात, तो कसेही वागवेल तसे वागवून घेत आयुष्य जगणे, संसार करणे मला साफ नामंजूर होते. माझ्या पातिव्रत्याच्या कल्पना ह्या नवऱ्याशी संपूर्णपणे एकनिष्ठ राहणे ह्या कल्पनेशी निगडित होत्या. डॉक्टरांच्या बरोबरच्या त्या पहिल्याच दहा दिवसांच्या सहवासाने मला अंतर्बाह्य ढवळून काढले होते. प्रखर सत्याचा आरसा दाखविला होता. पण त्या सत्याला पाठ न दाखविता निर्धाराने सामोरे जायचे मी ठरविले.

लोक काय म्हणतील याचा बागुलबुवा प्रथम बाजूला सारला. कोल्हापूरहून निघताना फक्त बाबांच्या कानावर सर्व प्रकार घातला. कधीही कुठल्याही प्रसंगात न डगमगणारे बाबाही काही काळ तरी माझ्यासमोर सुन्नपणे बसून राहिले. लग्नाच्या दहाव्या दिवशी मी असले काही सांगेन असे बाबांनाही वाटले नसेल. ''जे काही ठरवशील ते शांतपणे विचार करून निर्णय घे. घाईघाईने घेतलेले निर्णय काही वेळेला चुकीचे ठरतात. सुलोचनालाही सर्व सांग. माझ्या अर्ध्या भाकरीतील चतकोर भाकरी तुझी असेल. तशी वेळ आली तरी केव्हाही माझ्याकडे ये.'' असं सांगून बाबांनी मला निरोप दिला.

वाटेत पुण्यात डॉक्टरांनी मला आपल्या तीन नंबरच्या बंधूंकडे भाऊसाहेबांच्याकडे नेले. भाऊसाहेब *(नरहर बी. घाणेकर)* आणि त्यांच्या पत्नी सुंदरवहिनींनी दोन्ही मुलींची लग्ने आणि नोकरीतील निवृत्तीनंतर पुण्यात येऊन स्थानिक होणे पसंत केले होते. डॉक्टरांनी माझी ओळख करून दिली– ''ही कांचन चव्हाण. हिच्याशी माझं नुकतंच लग्न झालं आहे.'' स्वयंपाकघरात कॉफी करायला निघालेल्या सुंदरवहिनी माझं नाव ऐकताच तशाच गर्रकन मागे वळत म्हणाल्या, ''ही तर माझी विद्यार्थीनी.''

वीस वर्षांपूर्वी किंग जॉर्ज शाळेत मला शिक्षिका असणाऱ्या सुंदरवहिनींना अजूनही माझे नाव आठवत होते. आज त्यांचे माझे नाते जावेचे असले तरी मी नेहमीच्या सवयीने त्यांना बाईच म्हणते.

सासरच्या मंडळींच्या दडपणाने मी गप्प असले, तरी डॉक्टर मात्र खूप बोलत होते. सुंदरवहिनींनी आमचा केलेला पाहुणचार आणि त्यांनी भरलेली ओटी घेऊन मी त्यांच्या घराबाहेर पडले, तर भाऊसाहेब दारातच डॉक्टरांना दम देत म्हणाले–

"काशिनाथ, पुन्हा एकदा चांगले आयुष्य जगण्याची संधी तुला मिळते आहे. पुन्हा काही वेडेवाकडे वागलास तर मी तुझे आयुष्यात कधीही तोंड पाहणार नाही."

भाऊसाहेबांच्या मागे उभ्या असलेल्या सुंदरवहिनी भाऊसाहेबांना सारख्या थांबवीत होत्या, "अहो, दारातच असलं काय बोलताय? आताच हे कशाला हवं?" पण भाऊसाहेब थांबत नव्हते. मग माझ्याकडेही मोर्चा वळविला आणि म्हणाले–

"आणि तुम्हीही. पहिल्यापासूनच सर्व चेकमध्ये ठेवा."

घाणेकरी परखडपणा पाहून मी आश्चर्यचकित झाले होते, तर माझ्यासमोर भाऊसाहेबांनी असली कानउघाडणी केल्यामुळे डॉक्टरांना मला कुठून नेले असे झाले होते. वैतागून डॉक्टर बडबडत होते–

"मला अजून लहानच समजतात. माझीही पन्नाशी उलटलेली आहे, हे कुणी लक्षातच घेत नाहीत."

१६६

१६ मार्चला *(१९८३)* डॉक्टर कोकणच्या दौऱ्यावर गेले आणि मी मोठ्या संयमाने मनाला घातलेला बांध फुटला. आम्ही मुंबई सोडल्यापासून ते परत इकडे येईपर्यंत घडलेल्या सगळ्या घटना मी आत्तीला सांगितल्या. आणि तिला म्हणाले–

"तुझे कर्तव्य तू पार पाडले आहेस. आता तुझ्याबद्दल माझी कोणतीही तक्रार नाही. डॉक्टरांशी मी फारकत मागत नाही. पण आताच्या ह्या अशा परिस्थितीमध्ये डॉक्टरांच्याबरोबर राहणे मी पत्करणार नाही. तुला चालत असेल तर मी इथे राहीन. पण तुझ्या प्रतिष्ठेच्या दृष्टीने तुला काही खटकणार असेल तर मी कुठेही बाहेर जाईन. वेळ आली तर मी अनाथाश्रमात राहणे पत्करीन. पण डॉक्टरांची ही सध्याची बेबंदशाही मी मुळीच खपवून घेणार नाही."

आत्ती हे सर्व ऐकून बावरलेली दिसली. पण हताश दिसली नाही. माझा आवेग थोपवीत ती मला म्हणाली–

"काशिनाथ दौऱ्याहून येईपर्यंत अगदी शांत राहा. प्रकृती सांभाळ. लग्न करून दिले म्हणजे मुलगी विकून टाकली असे होत नाही. मी तुझ्या पाठीशी आहे. जेव्हा

तू चुकीचे वागत होतीस तेव्हा मी तुला कधीच साथ केली नाही. पण आता तसा प्रश्नच नाही. तुझे म्हणणेही चुकीचे नाही. काही महाभयंकर घडले आहे अशातलाही भाग नाही. यातूनही मार्ग निघेल. काशिनाथचे दारू पिणे आपल्याला माहीत नव्हते असे नाही. सर्व माहीत असूनही हे लग्न झाले आहे. तेव्हा अगदी टोकाला जाण्याचेही कारण नाही. काशिनाथचे हे वागणे म्हणजे निव्वळ दारूचा परिणाम आहे. मूळचा तो फार चांगला आहे. काशिनाथ निव्वळ माझा जावई म्हणून नव्हे तर तो एक उत्तम कलावंत आहे म्हणूनही तो योग्य मार्गावर आला पाहिजे. आणि त्यासाठी तरी मी निश्चितपणे प्रयत्न करणार आहे.''

मी आश्चर्यचकित होऊन आत्तीकडे पाहात राहिले. गेल्या महिन्यापर्यंत डॉक्टरांचा कमालीचा तिटकारा, द्वेष करणारी हीच का ती आत्ती! असा मला संभ्रम पडत होता. किती संयमाने, किती धीराने ती बोलत होती.

गेल्या दहा-बारा दिवसांतील असह्य ताण, प्रवासाची धावपळ, दगदग या सर्वांमुळे मी सतत ग्लानीमध्ये असल्यासारखी झोपायची. उष्णतेने डोळ्यांनाही काही विकार झाला होता. त्यामुळे तर मी सारखी डोळे बंद करून पडून राहायची. अशातच एकदा डॉक्टरांचा चिपळणहून फोन आला. आत्तीने फोन घेतला होता. तिने कांचनला थोडं बरं नाही ती झोपली आहे असे सांगताच, डॉक्टरांनी कांचन आजारी आहे मला मुंबईला गेलंच पाहिजे असे सांगून सगळा पुढचा दौराच रद्द करून टाकला आणि खासगी गाडी करून ते मुंबईला यायला निघाले. निघण्यापूर्वी के.ई.एम.ला डॉ. रवी बापट यांना फोन करून माझी चौकशी करायला आणि जरूर पडल्यास घरी जाऊन बघून यायला सांगितले होते. डॉ. रवी बापट यांचा फोन मीच घेतला. मला काय आजार आहे हे कळताच वैतागलेले रवी बापट म्हणाले, ''फक्त एवढ्यासाठी चिपळूणहून ट्रंककॉल कशासाठी करायचा?''

असेच प्रभाकर पणशीकरही वैतागलेले होते. कोकणचा दौरा 'हाऊसफुल्ल' चालला होता. पंधरा-पंधरा हजार रुपयांचे उत्पन्न होत होते. डॉक्टरांचा दुसरा विवाह झालेला ऐकून त्यांची काही मित्रमंडळी पुष्पगुच्छ घेऊन डॉक्टरांचे अभिनंदन करण्यासाठी यायची. मला वाटतं हे कौतुक, ही नाटकांची 'हाऊसफुल्ल' गर्दीच नेहमीप्रमाणे बाधली आणि त्यांच्या अंगी कली संचारला.

१६७

डॉक्टर मुंबईला आले. सुरुवातीचे काही दिवस माझा असहकार त्यांच्या लक्षात आला नाही. पण नंतर नंतर तो त्यांच्या ध्यानी यायला लागला. डॉक्टरांचा बेतालपणा अधिकच वाढला. पुन्हा एकदा पूर्वीसारखी तंग परिस्थिती निर्माण झाली.

डॉक्टर आपल्या मित्रमंडळींना कांचनला वरळीच्या घरी आणा म्हणून विनवीत होते. पण कुणीही पुढे येत नव्हते. इरावतीबाईंच्याकडे मध्यस्थीसाठी सहज पोहोचू शकणारी मंडळी माझ्याकडे यायला धजावत नव्हती. कारण त्यांच्या व माझ्यामध्ये असणारे सुलोचनाबाई हे व्यक्तिमत्व त्यांच्यावर दडपण आणीत होते.

काही दिवसांनी डॉक्टर थोडेसे निवळल्यासारखे वाटायला लागले. मलाही कठोर राहणे शक्य होईना. डॉक्टरांच्यामध्ये खरंच काही बदल झाला आहे का हे अजमावण्यासाठी मी वरळीच्या घरी थांबायला लागले. मी परतल्यामुळे डॉक्टर खुषीत होते. पिणे चालू असले तरी त्याचा अतिरेक नव्हता. नाट्यसंपदा, अभिजातची नाटकं बंद होती. बऱ्याच दिवसांनी 'तुझं आहे तुजपाशी'चा प्रयोग मात्र डॉक्टरांनी घेतला होता. बऱ्याच दिवसांनी लागणारा प्रयोग म्हणून डॉक्टरांचे पाठांतर घ्यावे लागायचे. काही वेळेला डॉक्टर 'रायगडा'चे प्रवेशही करून दाखवायचे, तर काही वर्षांपूर्वी ते 'एकच प्याला' नाटकातील सुधाकराच्या भूमिकेसाठी नानासाहेब फाटकांचे मार्गदर्शन घ्यायला जायचे. नानासाहेबांनी बऱ्याचशा तालमी डॉक्टरांना दिल्या होत्या. डॉक्टर एकच प्याल्यातील स्वगतं अगदी नानासाहेबांच्या पद्धतीने म्हणून दाखवीत. डॉक्टरांचे 'एकच प्याला' हे नाटक त्या वेळी रंगभूमीवर का आले नाही ते मात्र समजू शकले नाही.

हा दिनक्रम काही दिवसच राहिला. डॉक्टरांची गाडी पुन्हा पुन्हा त्याच मार्गाला वळत होती. काही बदल झाला आहे असे म्हणेपर्यंत अपेक्षाभंग व्हायला लागला. पुन्हा माझं मन कठोर व्हायला लागलं. श्रावणातील ऊनपावसासारखा आशा-निराशेचा खेळ पुन्हा सुरू झाला. एप्रिलच्या शेवटच्या आठवड्यात आत्ती एका लग्नासाठी पुण्याला घरातील सर्वांना घेऊन गेली. डॉक्टरांना व मलाही आमंत्रण होते. पण प्रकृती बरी नाही म्हणून डॉक्टर जाणार नाही म्हणाले, आत्तीने सांगितले, ''आता काशिनाथ कुठे जाणार असेल तरच तू जायचं. नाही तर घरीच थांबायचं.''

आम्ही कोल्हापूरहून आलो त्याच वेळी तिकडून माझा धाकटा मामेभाऊ दिलीप खूपच आजारी झाल्यामुळे मुंबईत त्याला आणलेले होते. आत्ती त्याला माझ्या जबाबदारीवर सोडून लग्नाला गेली होती. मुंबईतील एका प्रख्यात डॉक्टरांचे त्याला औषध सुरू होते. पण महिना होऊन गेला तरी गुण येत नव्हता.

डॉक्टरांनाही आता दारू सोसत नसावी. त्यांनाही डायरिया झाला होता. दिलीपला सोडून मी कुठे जाऊ शकत नव्हते. म्हणून मग मी डॉक्टरांनाच प्रभादेवीच्या घरी राहायला येता का विचारले, त्यांनी माझी अडचण लक्षात घेऊन फारसे आढेवेढे घेतले नाहीत. मुख्य म्हणजे आत्तीच्या घरी दारू पिण्याची बंदी आहे हे माहीत असूनही डॉक्टर प्रभादेवीला राहायला आले. त्यांची प्रकृती बरीच खालावलेली दिसत होती. मुख्य म्हणजे खोकला भयानक झाला होता. डॉक्टर एक मिनिट

अंथरुणाला पाठ टेकवू शकत नव्हते, इतकी सारखी उबळ येत होती. खोकताना डॉक्टर मजेशीरच प्रकार करायचे. खोकल्याची उबळ आली की ते माझा उजवा हात आपल्या हृदयावर ठेवीत आणि आपले दोन्ही हात दाबून धरीत आणि मग खोकत. रात्रभर आमच्या दोघांच्याही डोळ्याला डोळा नव्हता. मी मला सुचतील ती देशी-विदेशी औषधे डॉक्टरांना देऊन बघत होते. माझी धावपळ डॉक्टरांना कुठेतरी भिडली असावी. ते अगदी मनापासून मला म्हणाले–

"मी बाहेरच्या खोलीत झोपू का? माझ्यामुळे तुझीही झोपमोड होते आहे."

इतका दुसऱ्याचा विचार करणारे डॉक्टर काही वेळेला 'तसे' का वागायचे कळत नव्हते.

"मी हे करते म्हणजे तुमच्यावर उपकार करत नाही. तुमची सेवा करणं हा माझा धर्म आहे आणि मी तुमच्यासाठी नाही करायचं तर कुणी करायचं."

औषधापेक्षा ह्या शब्दांनीच गुण आला की काय कोण जाणे. उत्तररात्री डॉक्टर शांतपणे झोपले.

१६८

डॉक्टरांनी दुसऱ्या दिवशी आपले मित्र डॉ. निळू आपटे *(डॉ. एन. व्ही. आपटे)* यांना घरी बोलावून त्यांच्याकडून उपचार करून घेतले. डॉक्टर व निळूभाऊ पुण्यापासूनचे कॉलेजमित्र. डॉक्टरांचा निळूभाऊंच्यावर खूपच विश्वास दिसला. डॉक्टरांनी दिलीपलाही निळूभाऊंना तपासायला सांगितले. तेव्हापासून दिलीपला निळूभाऊंचा औषधोपचार सुरू झाला. दिलीपच्या प्रकृतीसाठी आत्तीचा पुण्याहून रोज फोन यायचा. डॉक्टर घरी आल्याचे मी आत्तीला सांगितले. ते तिच्याकडून पुण्यातील मंडळींना समजताच चारुकाका *(चारुदत्त सरपोतदार)* वगैरे मंडळी भयंकर घाबरली. डॉक्टर आत्ती घरात नसताना कसे वागतील याच्या काळजीत पडली होती. आत्तीने मात्र आत्मविश्वासाने सर्वांना सांगितले की,

"काशिनाथ बाहेर कसा वागेल माहीत नाही. पण माझ्या घरात तो व्यवस्थित राहील याची मला खात्री आहे."

डॉक्टरांनी आत्तीचा विश्वास खोटा ठरविला नाही.

डॉक्टरांच्या पिण्यामुळे त्यांच्या शरीरप्रकृतीवर त्याचा फारसा घातक परिणाम व्हायचा नाही. ते त्या बाबतीत पूर्ण काळजी घ्यायचे. कुणाला तरी वाटेल की, डॉक्टर चोवीस तास तोंडाला दारूचा ग्लास लावून असतील. पण त्यांची ही चुकीची समजूत आहे. दिवसा डॉक्टर कितीही उशिरा उठू देत. ग्लासभर दुधात त्यांचे आवडते प्रोटिनेक्स तीन चमचे घालून ते प्यायल्याशिवाय त्यांचा दिवस सुरू

व्हायचा नाही. दिलीपसाठी डॉ. निळूभाऊ आपटे यांच्याकडे मला वारंवार जावे लागे. त्या वेळी मी त्यांच्याकडे डॉक्टरांच्या प्रकृतीविषयी चर्चा करायची. त्यावर डॉ. आपटे सांगत की त्यांच्या वैद्यकीय दृष्टिकोनातून डॉक्टरांची प्रकृती चांगली होती. त्यांचे लिव्हर रिपोर्ट्स इतके नॉर्मल असायचे की त्यांना दारू पिऊ नको म्हणणे डॉ. आपटेंना कठीण व्हायचे. कारण तसे म्हटले की डॉक्टर तो रिपोर्टच त्यांच्यासमोर टाकायचे. मात्र डॉक्टरांनी धूम्रपान वर्ज्य केले पाहिजे, ते त्यांना घातक आहे, असे डॉ. आपटेंचे मत होते.

डॉक्टर स्वत:देखील गर्वाने गर्जायचे की, "काशिनाथ घाणेकर लिव्हर खराब होऊन मेला असे तुम्हाला ऐकायला मिळणार नाही." दारूचा त्यांच्या प्रकृतीवर परिणाम होण्याऐवजी तो त्यांच्या बुद्धीवर, विचारांवर व वाचेवर अधिक झाला. त्याचीच परिणती त्यांच्या वागण्या-बोलण्यावर होई आणि म्हणूनच मला वाटे की, डॉक्टरांचे मद्यपान कायमचे वर्ज्य झाले पाहिजे. एखाद्‌दुसरा पेग तोही रात्री घेऊन व्यवस्थित जेवून झोपी जाणारी माणसं फार फार विरळा. दारूची सवय सहज म्हणून सुरू होत असली तरी ती कायमची व्यसन म्हणून चिकटते. मला सारखं वाटतं कुण्या विद्ध्वंसक बुद्धीने हे घातक रसायन तयार केले असेल? सोन्यासारख्या गुणी माणसांची ह्या व्यसनाने अक्षरश: माती करून टाकली होती. दारूच्या पहिल्याच प्याल्यापासून जो दूर राहिला तो बचावला.

१६९

डॉक्टरांसारख्या बुद्धिमान माणसाला कांचनने हा असहकाराचा मार्ग का पत्करला आहे, हे कळत नव्हतं असं नाही. पण आपण दारू वर्ज्य केली तर शरणागती पत्करल्यासारखे होईल असे त्यांना वाटत असावे. मी वरळीच्या घरी यावे म्हणून ते माझी मनधरणी करायचे. तू येऊन तर बघ म्हणायचे, पण मी दारूला शिवणार नाही असा शब्द मात्र देत नव्हते आणि तो मिळेपर्यंत मीही अडून राहिले.

डॉक्टरांच्याबरोबर बाहेर जातानाही मी त्यांना अट घातली होती की, ते न पिता जाणार असतील तरच मी त्यांच्याबरोबर कुठेही येईन आणि डॉक्टरांना ते शक्य नसेल तर डॉ. काशिनाथ घाणेकरांची पत्नी म्हणून मिरवणे मला कितीही अभिमानाचे वाटत असले तरी त्यांच्याबरोबर अशा परिस्थितीमध्ये सभा-समारंभात वावरणे मला मान्य नव्हते. त्यापेक्षा घरी बसून राहणे मी पत्करले असते.

माझी ही अट मान्य करून डॉक्टर मला लालचंद हिराचंद, माधवराव पळणीटकर इत्यादी त्यांच्या अगदी जवळच्या मित्रमंडळींच्या घरी घेऊन गेले होते. सौ. ललिताबाई लालचंद तर आपल्या देवघरात आम्हाला घेऊन गेल्या आणि देवासमोर डॉक्टरांना

उभे करीत म्हणाल्या–

"तुला पाहिजे तसे झाले ना? मिळाली ना तुला कांचन? मग आता 'तिला' सोडून दे."

डॉक्टरांनी तशी शपथ घ्यावी म्हणून त्या हटून बसल्या. पण डॉक्टरांनी तोंडातून एक शब्दही काढला नाही. श्रीफल हातात घेऊन उभ्या असलेल्या ललिताबाईंच्या हातावर थोपटीत राहिले. 'मौनं सर्वार्थसाधनम्'चा इतका सुंदर उपयोग कुणी केला नसेल.

१७०

एकदा शिवाजी मंदिराच्या दारात माझी भेट अभिनेते अरुण सरनाईक आणि डॉक्टरांचे मित्र श्रीकांत नातू यांच्याशी झाली. नातूंचा माझा परिचय नव्हता पण अरुण सरनाईक मला लहानपणापासून ओळखत होते. मी डॉक्टरांशी लग्न केलेले न आवडलेली जी अनेक मंडळी होती त्यांमध्ये अरुण सरनाईकही एक होते. त्यामुळे ते माझ्यावर घुश्श्यातच होते. रागारागाने का होईना अरुण यांनी एकदाचे तोंड उघडले आणि गुरगुरले–

"तुझं तूच करून घेतलंस ना? मग आता अशी का वागतेस?"

"मी केलेल्या कुठल्याही गोष्टीचा मला पश्चात्ताप होत नाही. मी ठरवूनच ते केलं आहे आणि हेही ठरवूनच वागते आहे. जोवर मला पाहिजे तसे होत नाही तोवर मी वाट पाहीन. मला किती पेशन्स आहेत हे तुम्हाला माहीत आहेच. इतकी वर्षे मी वाट पाहिली आहे, आणखीही पाहीन. नाटकाच्या रंगभूमीवरच्या प्रयोगांची संख्या वाढली तर चालण्यासारखे असते. पण वास्तव जीवनात तेच तेच प्रयोग वारंवार होऊन चालत नाहीत." मी अरुण सरनाईक यांना स्पष्टपणे सांगितले.

अनंत काणे, प्रभाकर पणशीकर अशांसारखी माझ्याशी बोलू शकणारी मंडळी मला अधुनमधून फोन करायची. अनंत काणे म्हणायचे–

"यातून काहीतरी मार्ग काढला पाहिजे. ही अशी परिस्थिती राहणे बरी नाही."

तर प्रभाकर पणशीकर म्हणायचे–

"तुझी सोळा वर्षांची तपश्चर्या आहे, ती अशी वाया जाता उपयोगी नाही." पण अजून ही कोंडी फुटत नव्हती.

जुलै महिना उजाडला तरी परिस्थिती तशीच होती. अशा वेळी डॉक्टरांचे एक मित्र श्रीकांत नातू यांनी आत्तीला फोन करून डॉक्टरांची व कांचनची आमनेसामने मुलाखत एकदा होणे कसे जरुरीचे आहे ते सांगितले आणि त्यासाठी कांचनला वरळीला पाठवा अशी आत्तीला गळ घातली. आत्ती म्हणाली–

''अहो, कांचन काशिनाथची बायको आहे. बायकोला भेटण्यासाठी इतक्या परवानग्या कशाला पाहिजेत! आणि काशिनाथ इथे येऊन तिला कधीही भेटू शकतो.''

पण मी वरळीला जाऊनच डॉक्टरांशी बोलले पाहिजे हे नातूंनी आत्तीला पटविले आणि माझी डॉक्टरांची भेट ठरली. त्यातून काही निष्पन्न होणार नाही याची मला खात्री होती, मी तसे आत्तीला बोलूनही दाखविले.

आत्तीने मला काय सांगावंसं वाटतं ते मी स्पष्टपणे डॉक्टरांना सांगावेच असे सांगितले; पण तिचाही त्यांना देण्यासाठीचा एक निरोप माझ्याजवळ तिने दिला. ती म्हणाली, ''काशिनाथला सांग मी त्यालाच प्रभादेवीला राहायला बोलाविले आहे.'' आत्तीचा निरोप ऐकून मी तोंडाचा आ वासून तिच्याकडे पाहातच राहिले. कारण पूर्वी आत्तीला कुणी सुचविले की, कांचन तुमची एकच मुलगी आहे तिच्यासाठी घरजावईच बघा तर आत्ती त्याला नकार द्यायची. तिला ते मुळीच पसंत नव्हते. आणि आता तर तीच आत्ती डॉक्टरांना घरी राहायला बोलावित होती.

१७१

मी डॉक्टरांना भेटले तेव्हा त्यांनी हरप्रकारे मी माझा निर्णय बदलावा यासाठी प्रयत्न करून पाहिला. पण मी विरघळले नाही. शेवटी, ''तुझं म्हणणं तरी काय आहे?'' असं अगदी हताशपणे पहिल्यांदाच डॉक्टरांनी मला विचारले. मी जास्तीत जास्त स्पष्ट शब्दात माझी बाजू मांडीत डॉक्टरांना सांगितले की–

''माझ्याशी लग्न करून तुमचा कदाचित अपेक्षाभंग झाला असेल. तुम्हाला वाटत असेल तर, तुम्ही तुम्हाला योग्य अशा तुमच्या पद्धतीने जीवन जगणाऱ्या स्त्रीशी पुन्हा विवाह करा. मी अगदी लेखी परवानगी देईन. मी घटस्फोट मागत नाही. कारण मला त्याची गरज नाही. कारण मला दुसऱ्या कुणाशी विवाह करायचा नाही. शिवाय आयुष्याच्या शेवटी तुम्हाला माझीच गरज भासणार आहे, माझ्याशिवाय तुमचे कुणीही करणार नाही, याची तुम्हालाही कल्पना आहे. म्हणूनच मी तुमच्या आधी मरणारही नाही. माझ्याशिवाय तुम्ही फार एकाकी व्हाल. त्यातूनही तुम्हाला घटस्फोट हवाच असेल तर तोही मी देईन. म्हणजे पती-पत्नीचे नाते संपवून आपण पुन्हा एकदा प्रियकर-प्रेयसी म्हणून नव्याने प्रेम करू या. ज्याला नात्यांचा, अधिकारांचा स्पर्श नसेल.

''गेली बारा वर्षे मी इतक्या तणावात काढली आहेत की आता मला शांत आयुष्य जगायचं आहे. दोन घास कमी खायला मिळाले, ऐश्वर्य नाही मिळालं तरी चालेल, पण तणावविरहित आयुष्य यापुढे जगायला मिळावं एवढीच माझी माफक

अपेक्षा आहे. आपल्यामध्ये दुरावा कोणत्या गोष्टींमुळे निर्माण झाला आहे हे तुम्ही जाणताच. तुम्ही काय करावं हे जरी मी ठरवू शकत नसले तरी मी काय करायचे हे तरी ठरवू शकते आणि ते मी ठरवलं आहे.

आत्तीचा मात्र तुम्हाला एक निरोप आहे. तिने तुम्हालाच प्रभादेवीला राहायला बोलाविले आहे.''

त्यावर डॉक्टर म्हणाले–

''तुमच्याकडे किती येणे-जाणे असते. मला स्वतंत्रपणे राहण्याच्या सगळ्या सवयी आहेत. शिवाय गेली पंचवीस-तीस वर्षे माझी कुटुंबात राहायची सवयच गेली आहे. वयाच्या पंधराव्या वर्षांपासूनच कुटुंबापासून मी दूर राहिलो आहे. एवढ्या माणसांच्या कुटुंबात मी कसा राहणार?''

''ठीक आहे. तुमचा निरोप मी आत्तीला सांगते.'' असे सांगून मी प्रभादेवीला परत आले.

आत्तीला डॉक्टरांचे म्हणणे सांगितले. आणि आता काही डॉक्टर प्रभादेवीला येत नाहीत हे मी गृहीत धरूनच चालले होते.

आत्तीने मनाशी काहीतरी निश्चयच केला असावा. तिने स्वत: डॉक्टरांना फोन करून सांगितले की, त्यांची राहण्याची सर्व स्वतंत्र व्यवस्था केली जाईल. पण डॉक्टरांनी प्रभादेवीला राहायला यावे. मात्र मद्यपान अजिबात चालणार नाही. कधी वाटलेच, कंटाळा आला तर डॉक्टरांनी अधुनमधून चार दिवस आपल्या वरळीच्या घरी जावे. त्यांना हवे तसे तेथे राहावे. मद्यपानाच्या अटीमुळे डॉक्टर येणार नाहीत याची मला खात्री वाटत होती. पण 'येतो' असे सांगून डॉक्टरांनी सुखद आश्चर्याचा धक्का दिला. डॉक्टरांना हव्या त्या सोयी करून घ्यायला आत्तीने मला सांगितलेच. पण डॉक्टर यायच्या आधी तिने आम्हा घरातील सर्वांना एकत्र बसवून अगदी बजाविले की, ''तुम्ही सर्वजण तुमच्याच घरी आहात. काशिनाथ स्वत:चे घर सोडून इथे येणार आहे. तरी त्याचा जरासुद्धा अपमान झालेला मला आवडणार नाही. प्रसंगी तुमचा अपमान झाला तरी चालेल पण काशिनाथचा मान इथे सांभाळला गेलाच पाहिजे.''

१७२

डॉक्टर राहायला तरी आले खरे. पण मी मनातून धास्तावलेलीच होते. डॉक्टर अशा गजबजलेल्या घरात राहतील का? दारूशिवाय त्यांना जमेल का? पण आत्तीचा मूळ हेतू तर तोच होता की, डॉक्टरांना कुटुंबात राहण्याची सवय लागावी आणि कुटुंबात राहायची अशी एकदा सवय लागली की, मग काही बाबतीमध्ये एकमेकांसाठी तडजोड करण्याची सवय आपोआपच लागते. घरात लहान मुलं

असतात. त्यांच्यासमोर काही गोष्टी नकोत म्हणून आपोआपच त्या टाळल्या जातात.

घरात आल्यावर डॉक्टरांचा पहिला प्रश्न. "आपण दोघेही इथे राहणार. आपल्या दोघांसाठी होणाऱ्या खर्चाचे काय? मी आत्तीकडे किती पैसे दरमहा द्यावेत?" मी डॉक्टरांना त्यांनी स्वत:च तो प्रश्न आत्तीला विचारावा असे सांगितले. त्यावर चिडून डॉक्टर म्हणाले, "मला विचारता येत नाही म्हणून तर तुला सांगतोय." पण मी पैशाचा प्रश्न आत्तीकडे काढला तर आत्ती डॉक्टरांच्याही आधी मला घराबाहेर काढेल असे मी डॉक्टरांना सांगूनही डॉक्टर या प्रश्नावर हटूनच बसले. शेवटी दोन्हीतील सुवर्णमध्य म्हणून डॉक्टरांच्या व माझ्या वैयक्तिक गोष्टी आणण्यासाठी डॉक्टरांनी माझ्याकडेच पैसे द्यावेत आणि इतर काही प्रसंगविशेषे घरखर्चाच्या पैशाची परतफेड करावी असे ठरले.

डॉ. एन. व्ही. आपटे यांच्या औषधोपचाराने खूपसा बरा होऊन दिलीप आपल्या बायकोमुलीसह गावी परत गेला होता, तर माझी मामेबहीण विजू बाळंतपणासाठी आली होती. तिला मुलगा झाला होता. माझ्यासारखाच या गोष्टीचा डॉक्टरांनाही सर्वांत अधिक आनंद झाला होता. डॉक्टरही आमच्याबरोबर उत्साहाने बाळ-बाळंतिणीला पाहायला रुग्णालयात यायचे. या बाबतीत स्वत:चे मोठे शल्य असले तरी डॉक्टरांनी दुसऱ्यांचा आनंद कधी नासवला नाही.

नेहमीप्रमाणे प्रथम नाट्यसंपदेने डॉक्टरांची नाटके सुरू केली. मात्र या वेळेपासून डॉक्टरांनी एक निर्णय घेतला होता, 'अश्रूंची झाली फुले' पुन्हा करायचे नाही. लाल्यासाठी पुन्हा उभे राहायचे नाही. कुणी विचारले तर डॉक्टर सांगत की, "कॉलेज तरुण म्हणून मी आता शोभत नाही. म्हणून मी लाल्या करत नाही." खरे कारण निराळेच होते. 'मला काही सांगायचंय'चे प्रयोग मात्र नियमित सुरू झाले.

डॉक्टर आता खरंच घरात रुळायला लागले होते. शांत व्हायला लागले होते. आपण बरे की आपले काम बरे अशी वृत्ती व्हायला लागली होती. पूर्वी डॉक्टर नाट्यगृहावर दोन-दोन तास आधी पोहोचायचे. मध्यंतरी झालेल्या काही प्रकरणांमुळे त्यांनी तसे लौकर जाणे काही वर्षांपासून कमी केलेच होते. पण आता तर जेमतेम अर्धा पाऊणतासच आधी जात. मेकअप तर ते करायचेच नाहीत. डॉक्टरांचे पूर्वी इतका वेळ नाट्यगृहात हजर राहणे, त्यांची रंगमंचाची पूजा करणे हे काहींच्या दृष्टीने टिंगलीचा विषय होता.

पण त्याचे स्पष्टीकरण देताना डॉक्टर आम्हाला सांगायचे की, डॉक्टरांचे गुरू रामचंद्र वर्दे यांची अशी शिकवण होती की, नाटकाच्या आधी थोडा वेळच धावतपळत पोहाचण्याऐवजी, बराच वेळ आधी त्या वातावरणात राहिलं पाहिजे. म्हणजे नाटकाचा एक मूड आपोआपच तयार होतो. तुमच्या डोक्यात असलेल्या अनेक विषयांचा, घरगुती कटकटींचा आपोआपच विसर पडतो. इतका वेळ आधी

नुसतं वातावरणासाठीच नाही तर सेट बरोबर लागला आहे की नाही, कपडे नीट तयार आहेत की नाहीत, नाटकाच्या प्रवेशामध्ये लागणाऱ्या वस्तू विंगेमध्ये तयार ठेवल्या आहेत की नाहीत याची प्रत्येक कलावंताने चौकशी केली पाहिजे, असे रामचंद्र वर्दे सांगत. खरं तर प्रत्येक कलावंताने याचे अनुकरण करावे अशा ह्या गोष्टी होत्या. पण काहींना तो डॉक्टरांचा 'आगाऊ उत्साह' वाटायचा. पण रंगदेवता, रंगमंच यांच्या पूजेच्या बाबतीत मात्र डॉक्टरांच्याकडून अतिरेक घडायचाच. ती पूजा स्वत:पुरती मर्यादित न ठेवता, कुणाच्या मनात ती करणे असो वा नसो, पूजेसाठी प्रत्येकाला डॉक्टर आरडाओरडा करून वेठीला धरायचे.

१७३

नाटककार शं. ना. नवरे यांचे चिरंजीव मकरंद यांनी प्रथम श्रेणीमध्ये बी.डी.एस.ची पदवी संपादन केली होती. त्यांच्या यशाचा आनंद डॉक्टरांनी स्वत: पेढे वाटून साजरा केला होता. स्वत:चा मुलगा डेन्टल सर्जन झाल्याइतका डॉक्टरांना आनंद झाला होता. डॉ. मकरंद नवरे यांनी डोंबिवली येथील आपल्या कन्सल्टिंग रूमचे उद्घाटन डॉक्टरांच्या हस्ते दसऱ्याच्या मुहूर्तावर करायचे ठरविले होते. मी त्या दिवशी डॉक्टरांच्याबरोबर जाऊ शकत नव्हते. कारण त्याच दिवशी माझ्या बहिणीच्या विजूच्या मुलाचे बारसे ठेवलेले होते. त्या वेळी क्रिकेटचा मौसम सुरू होता. मला वाटतं भारताने क्रिकेटचा विश्वचषक जिंकला होता. आत्ती व डॉक्टर क्रिकेटचे कमालीचे वेडे. कर्णधार कपिल देवच्या कामगिरीचे कौतुक म्हणून विजूच्या मुलाचे नाव कपिल ठेवण्याचा आग्रह आत्ती व डॉक्टर यांनी धरला.

बारसं म्हणजे बायकांचा कार्यक्रम, त्या गोंधळात नको म्हणून डॉक्टर सकाळी लौकरच डोंबिवलीला गेले होते. संध्याकाळी आमच्या इथेही पाहुणे मंडळी यायची होती. त्या वेळी मात्र नक्की येतो असं सांगून डॉक्टर गेले होते. कितीही झटकून टाकलं तरी एक शंका सारखी त्रस्त करत होतीच. डॉक्टर यायला सात-आठ तरी वाजणार. रात्री डॉक्टर व्यवस्थित परत येतील ना? डॉक्टर शं. नां.च्या बरोबर असतील तेव्हा काळजी नव्हती. पण डॉक्टरांच्या इतर ओळखीही कमी नव्हत्या. कुणी त्यांना आग्रह करून नेले तर? आणि नको त्या गोष्टीचाही आग्रह झाला तर? डॉक्टर परत येतील तेव्हा पाहुण्यांनी घर भरलेले असणार. त्या वेळी काही शोभा झाली तर? मन चिंती ते वैरीही न चिंती असे म्हणतात ते खोटे नाही.

रात्रीचा साडेसात-आठचा सुमार असावा. मी आतल्या खोलीत होते आणि हॉलमधून "कांचन कुठे आहे?" अशा दोन-चार हाका लागोपाठ ऐकू आल्या. त्याबरोबर चारुकाकाही मला बोलवायला आत आले. मी काहीशी धास्तावूनच

हॉलमध्ये आले तर डॉक्टर नुकतेच डोंबिवलीहून परत आले होते. विशेष म्हणजे अगदी उत्तम मूडमध्ये आणि व्यवस्थितही होते. आल्या आल्या त्यांनी, 'आमची बायको कुठं आहे?'चा घोषा लावला होता आणि ते बघून बाकीच्यांनीही मला हाका मारण्याचा सपाटा सुरू केला होता. डॉक्टरांची अधीरता बघून बिचारे चारुकाकाही मला बोलवायला आत धावत आले होते. मला सजलेली बघून डॉक्टर मला वरखाली न्याहाळीत होते. धडधडत्या हृदयावर हात ठेवीत मी म्हणाले, "एवढ्यासाठीच हा गोंधळ उडविला होता होय? केवढी मी घाबरले! उगीचच माझे हार्टबिटस् वाढवले."

"बघिलंत! आमच्या बायकोला आमचं काही कौतुकच नाही." डॉक्टर कृतककोपाने म्हणाले.

डॉक्टरांनी सारखा केलेला 'आमची बायको' हा उल्लेख अंगावर मोरपीस फिरवत होता.

१७४

नाट्यसंपदेच्या आतापर्यंतच्या सर्व नाटकांचा एक महोत्सव कोल्हापूर *(१९८३)* येथे भरविण्यात येणार होता. शिवाय आजूबाजूच्या गावी नाटकांचे दौरेही ठरवले होते. त्यासाठी डॉक्टर कोल्हापूरला निघाले होते. मलाही त्यांच्याबरोबर जायचे होते. बाबांना भेटून बरेच महिने झाले होते. पण विजू बेळगावला कधी जाणार माहीत नसल्यामुळे मी डॉक्टरांच्याबरोबर जाऊ शकले नाही. डॉक्टर एकटेच दौऱ्यावर गेले. डॉक्टर इथून गेल्यावर एक दोन-चार दिवसांतच विजूही बेळगावला गेली, आणि मी कोल्हापूरला जायचे ठरवले.

कोल्हापूर महानगरपालिकेतर्फे नाट्यसंपदेच्या कलावंतांचा सत्कारही ह्या महोत्सवाच्या निमित्ताने केला जाणार होता. डॉक्टर कोल्हापुरात हजर असूनही 'मला काही'मध्ये भूमिका करताहेत; पण 'अश्रू'मध्ये लाल्या करत नाहीत, हे बऱ्याच जणांना चमत्कारिक वाटत होते. अभिनेत्रा बेबी शंकुतला यांच्या चिरंजीवाने– सुरेश नाडगोंडे याने– तर डॉक्टरांनी कोल्हापुरात हजर असूनही 'लाल्या' केला नाही हा जसा काही माझाच गुन्हा असल्यासारखा माझी हजेरी घेतली आणि 'डॉक्टरांनी हे काही बरोबर केलं नाही हं, कांचनताई' असा डॉक्टरांच्यावरही शेरा मारून तो रिकामा झाला. सुरेश नाडगोंडे हा डॉक्टरांचा 'लाल्या' पाहणारा दुसऱ्या पिढीतील प्रेक्षक होता आणि त्याच्यावरही गेल्या पिढीइतकाच डॉक्टरांच्या लाल्याचा प्रभाव होता. दुसऱ्या लाल्याचा तो विचारच करू शकत नव्हता. गंमतीचा योग म्हणजे तिथे झालेल्या 'अश्रूंची झाली फुले' प्रयोगाच्या मध्यंतरातच डॉक्टरांचा सत्कार कोल्हापूर महापालिकेने

केला. त्यामुळे तर डॉक्टरांच्या 'लाल्याची' सर्वांना प्रकर्षाने आठवण झाली.

खरं तर मला अजून काही दिवस कोल्हापुरातच राहायचे होते. मी खूप दिवसांनी बाबांना भेटत होते. पण डॉक्टर म्हणाले, "मी एकटा मुंबईला जाऊन काय करू? तूही माझ्याबरोबर चल." आता वैयक्तिक आवडींना मुरड घालावी लागत होती. पण डॉक्टरांचा आग्रहही न मोडता येण्यासारखा गोड होता. या वेळी मी डॉक्टरांच्याबरोबर लक्झरी बसने मुंबईला आले. यापूर्वीचा लक्झरी बसचा माझा एकटीचा प्रवास म्हणजे मला संकटच वाटायचे. परक्या पुरुषांबरोबर रात्रभर शेजारी शेजारी बसून प्रवास करायचा म्हणजे दिव्यच वाटायचे. त्या दिवशी प्रथमच मी निर्धास्तपणे प्रवास केला. कारण रात्री डॉक्टरांच्या खांद्यावर माझे डोके कधी विसावले समजलेच नाही.

१७५

डॉक्टरांच्या बरोबरचा माझा संसार आता खऱ्या अर्थाने सुरू झाला होता. माझ्या आवडीनिवडी, सवयी यात मला बदल करावा लागत होता. अर्थात ती माझ्यावर जबरदस्ती अथवा मनाविरुद्ध काही करणे नव्हते. ते मी आनंदाने स्वीकारले होते. डॉक्टर तीस वर्षांच्या सवयी बदलण्याचा प्रयत्न करीत होते, तर मलाही ते अशक्य होऊ नये. पण हे बदल करताना काही गंमतीदार घटनाही घडत होत्या. केस धुवायचे म्हणजे मी आदल्या रात्री जवळ जवळ पाऊण वाटी तेल डोक्यात जिरवायची. पण डॉक्टर कोकणातील असूनही डोक्याला तेल लावायचे म्हणजे अंगावर झुरळ पडल्यासारखे करायचे. माझे डोक्याला तेल लावणे आता अगदी न्हायच्या थोडा वेळ आधी व्हायला लागले. मला केस धुवायला वेळही लागायचा. डॉक्टर सुरुवातीला राहायला आले त्या वेळची गोष्ट. बारा वाजताच्या सुमाराला मी डॉक्टरांना सांगून आंघोळीला गेले ती अर्ध्या पाऊण तासाने आले.

एक वाजला म्हणून डॉक्टरांना उठवायला गेले. ही डॉक्टरांची नेहमीची सवय होती. सकाळची सगळी वर्तमानपत्रं वाचून ते थोडा वेळ डुलकी काढायचे. मला एक वाजता उठवायला आलेली पाहून डॉक्टर वैतागून उद्‌गारले–

"इतका वेळ तुझी आंघोळ चालली होती? म्हणजे एकेक केस सोडवून धूत होतीस का?"

त्याही क्षणी मला आमच्या 'ह्यांच्या' विनोदबुद्धीचे कोण कौतुक वाटले आणि मी मनापासून दाद दिली. आळस झटकीत, जांभई देत, घड्याळाकडे पाहात डॉक्टर म्हणाले,

"छे! काय झोप लागली मला. तू आंघोळीहून आल्यावर कपडे बदलायला

आलीस तरी जाग आली नाही.''

''तुम्ही ह्या खोलीत होतात म्हणून मी दुसऱ्या खोलीत कपडे बदलले.''

मी सहज बोलून गेले.

कपाळावर हात मारून घेत डॉक्टर हताशपणे मला म्हणाले–

''मातोश्री, तुमचे पाय जरा इकडे आणता का?''

''कशाला?'' मी न कळून विचारले.

''तुम्हाला साष्टांग नमस्कार घालायचा आहे.'' डॉक्टर चेहरा गंभीर ठेवीत म्हणाले.

तेव्हा कुठे माझ्या ध्यानात आले की डॉक्टर असं का म्हणताहेत ते. पण काय करणार? अजून डॉक्टरांशी लग्न झालंय हे लक्षातच राहात नव्हते.

मंगळसूत्र आणि कुंकू या दोन्हीबद्दलही डॉक्टर फार आग्रही असायचे. हे दोन्हीही नसले तर त्यांचा रागाचा पारा क्षणात वर चढायचा. मला फार पूर्वीपासून सवय होती की, रात्री झोपताना एकदा पाण्याने स्वच्छ तोंड धुतले की, मी मग चेहऱ्याला काहीही लावायची नाही, अगदी कुंकूसुद्धा नाही. डॉक्टरांनी मला जेव्हा असे पाहिले तेव्हा काहीतरी अशुभ पाहिल्यासारखे डॉक्टर उद्‌गारले–

''हे पाहा, जोवर मी जिवंत आहे तोवर कुंकवाशिवाय कधीही माझ्यासमोर यायचे नाही आणि मी गेल्यावर कुंकू लावा म्हणून तुम्हाला आग्रह करायलाही कोणी येणार नाही.''

डॉक्टरांच्या ह्या असल्या बोलण्याने मी नखशिखान्त शहारले. डॉक्टरांच्या तोंडावर हात ठेवीत मी त्यांना सांगितले की, ''अशी चूक पुन्हा होणार नाही.'' डॉक्टरांना गंध किंवा टिकलीही आवडायची नाही. पिंजर किंवा कोरडं कुंकू लावलेलं आवडायचं.

कोल्हापूरला बाबांना भेटले असता त्यांनी जेव्हा सर्व खुशाली विचारली होती तेव्हा गेल्या काही महिन्यांपूर्वी रागाने-दुःखाने विव्हळणारी मी, या वेळी मात्र मोठ्या आनंदाने, अभिमानाने बाबांना डॉक्टर कसे छान झाले आहेत, कसे व्यवस्थित वागतात याचे रसभरीत वर्णन करून सांगितले होते. ते ऐकून बाबांनाही खूप आनंद वाटला होता. पण त्यांचे एक वाक्य मात्र टांगत्या तलवारीसारखे माझ्या डोक्यावर होते. ते म्हणाले होते–

''काशिनाथचे हे असे एकदम पिणे थांबणे धोक्याचे आहे. कुठल्याही निमित्ताने आणि कधीही ते पिणे पुन्हा सुरू होणे शक्य आहे.''

आणि म्हणूनच मी डॉक्टरांना वाचन, भेटायला येणारे पाहुणे, टी.व्ही., व्हीडिओ फिल्म्स यात गुंतवून ठेवायची. बाहेर जाण्याची शक्यतो आठवण करायची नाही. अगदी हाकेच्या अंतरावर असलेल्या वरळी सी-फेसवरही फिरायला जाऊ या

का असा मी त्यांना आग्रह केला नाही. न जाणो तिकडे गेलो आणि डॉक्टरांना आपल्या वरळीच्या घरी जाण्याची इच्छा झाली किंवा कुणा मित्राकडे जावे असे वाटले आणि त्यांनी पुन्हा त्या गोष्टीची आठवण केली तर?

पण आश्चर्याची गोष्ट म्हणजे डॉक्टरही कधी दारूच्या आठवणीने बेचैन झाले आहेत, असं घडायचं नाही. नाटक सुटल्यावर अर्ध्या तासाच्या आत ते घरी पोचायचे. फक्त रात्री त्यांना लवकर झोप यायची नाही. त्यावर उपाय म्हणून आत्ती रोज एक व्हीडिओ कॅसेट आणायला लावायची. आम्ही ती जरा उशिराच बघायचो. त्यामुळे रात्री एक वाजेपर्यंतचा वेळ सहज निघून जायचा. काही वेळेला डॉक्टर उशिरापर्यंत वाचतही बसायचे. कधीकधी मी मधूनच जागी होऊन पाहायची तर डॉक्टर शांतपणे सिगारेट ओढीत बसलेले दिसायचे. स्वत:ला झोप येत नाही म्हणून डॉक्टरांनी मला जागवत ठेवले नाही. लहान मुलाला चुचकारावे तसे मला सांगत "तू झोप." डॉक्टरांचे हे रूप पाहूनही मी संभ्रमात पडायची. कारण मदिरादेवीच्या अंमलाखाली असताना डॉक्टर स्वत: तर रात्रभर झोपायचे नाहीतच पण मलाही रात्र रात्र बसवून ठेवीत आणि अशा वेळी स्थितप्रज्ञ म्हणजे काय? स्त्री-स्वातंत्र्य मानावे की नाही? यासारख्या विषयावर चर्चा करीत बसत. त्या पार्श्वभूमीवर डॉक्टरांचे आताचे हे रूप जे खरे होते ते चक्रावून सोडायचे.

१७६

एके रात्री मात्र नेमका उलटा प्रकार घडला. त्या रात्री कधी नव्हे ते डॉक्टर अगदी पडल्याबरोबर झोपले होते आणि मला झोप येत नव्हती. अगदी प्रयत्न करूनही येत नव्हती. मन, शरीर अगदीच अधीर झाले होते. डॉक्टरांना उठवावं असं मला सारखं वाटत होतं. पण डॉक्टर एखाद्या लहान मुलासारखे शांत झोपले होते. त्यांना उठवणे अगदी जीवावर येत होते. प्रयत्नपूर्वक मी मनाला आवरले. सकाळी नेहमीप्रमाणे आम्ही दोघेही हॉलमध्ये वर्तमानपत्र वाचीत बसलो होतो. तशी मी रात्रीपासूनच त्यांच्यावर वैतागलेली होतेच. माझा वैताग त्यांना कळावा म्हणून मी त्यांना म्हणाले, "तुम्ही रात्री किती लौकर झोपलात. मी आपली जागीच." एवढे बोलून मी पुन्हा वर्तमानपत्रात माझे डोके खुपसले. पण चाणाक्ष डॉक्टरांनी माझा सूर आणि रोख दोन्हीही ओळखला. आपल्या हाताने माझा चेहरा वर करत ते हळुवारपणे म्हणाले–

"हे बघ, पुन्हा कधी असं वाटलं तर मला उठव. असं मन मारू नकोस. मी नाही तुला वेळी अवेळी उठवत? मग त्या बाबतीत तेवढाच अधिकार तुलाही आहे."

खरंच किती बदलत चालले होते डॉक्टर!

"आणि आता आपले दिवसच किती राहिलेत!" त्यांच्या या वाक्याने मी चमकून त्यांच्याकडे पाहिले. ते असं का म्हणतायेत मला कळेना. डॉक्टर खूप अस्वस्थ मात्र वाटत होते.

आत्तीही आपल्या परीने दक्ष राहण्याचा, डॉक्टरांना सांभाळण्याचा प्रयत्न करायची. अगदी सकाळच्या नाश्त्यापासूनसुद्धा कधी तिने स्वत:चे घर असून मनमानी केली नाही. "काशिनाथ नाश्ता करायचा का? काशिनाथ जेवायला उठणार का?" असं इतक्या अदबीने सर्व काम चाले. काही वेळेला नेहमीच्या सवयीने मी जेवणाच्या टेबलावरूनच सर्वांना हाक मारायची. पण आत्ती मात्र डॉक्टर जिथे बसले असतील तिथे जाऊन विचारायची. अगदी टी.व्ही.चा आवाज कमी-जास्त करायचा असला तरी ती आधी डॉक्टरांना विचारायची. जावयाचा मान, त्यांची बडदास्त ठेवावी तर आत्तीनेच. स्वत:च्या घरच्या मुलीपेक्षाही तिला जावई मंडळींची अधिक काळजी असायची आणि ती हे असं डॉक्टरांच्याबरोबरच वागायची असं नाही तर माझ्या मामेबहिणींच्या पतिदेवांशीही तिचे वागणे असेच सौजन्यपूर्ण असते.

डॉक्टरांनीही कधी असल्या कौतुकाचा गैरफायदा घेतला नाही. घरात कुणाची वादावादी चालली असली तर ते त्यात बिलकुल भाग घ्यायचे नाहीत. आगाऊपणाने कुणाला उपेदश करायला जायचे नाहीत. पण बेडरूममध्ये आम्ही दोघेच असू तेव्हा मात्र ते घडलेल्या प्रसंगाबद्दल विचारायचे किंवा आत्ती आज कशासाठी चिडली याची चौकशी करायचे.

मुलांशी तर डॉक्टरांची गट्टी लागलीच जमायची. माझी मोठी भाची चिमू *(इरावती)* त्या वेळी एस.एस.सी.ला होती. तिला अभ्यासात मदत कर, माझी मधली भाची पिटुला *(प्रीति)* घड्याळ बघायला शिकव, तेही मराठी आणि इंग्रजीतून अशांसारखे उद्योगही त्यांचे फावल्या वेळेत चालायचे. डॉक्टर खरंच हाडाचे शिक्षक होते. डेन्टल कॉलेजमध्ये असताना लेक्चरर म्हणून विद्यार्थ्यांमध्ये खूपच लोकप्रिय होते.

डॉक्टर वाचत बसले की, अडीच ते तीन तास एका जागेवरून हलायचे नाहीत. मी त्यांना म्हणालेही–

"तुम्ही एके ठिकाणी इतका वेळ बैठक मारून वाचत बसू शकता तर अभ्यास करताना या सवयीचा तुम्हाला खूप उपयोग होत असणार."

"छे! तुला कुणी सांगितलं की, मी एके ठिकाणी बसून अभ्यास करायचा म्हणून? बसच्या तिकिटाच्या मागच्या बाजूला मी पॉइंट्स लिहून ठेवायचो. एकदा त्याच्यावरून नजर फिरवली की आख्खं पुस्तक डोक्यात यायचं." डॉक्टर उत्तरले.

केवढी ही तीव्र स्मरणशक्ती आणि प्रचंड आत्मविश्वासही. नाहीतर मी अगदी कॉलेजच्या परीक्षेला जातानासुद्धा दोन्ही हातांत मावणार नाहीत एवढी वह्या-

पुस्तकं घेऊन जायची. आणि अगदी वॉर्निंग बेल होईपर्यंत पानं उलटीसुलटी करत राहायची. स्मरणशक्ती आणि आत्मविश्वास या दोन्ही गोष्टींचा अभाव हेच कारण.

१७७

प्रभादेवीला राहायला येताना डॉक्टर आपल्या आर्थिक गुंतवणुकीचे सगळे कागदपत्रही घेऊन आले होते आणि त्यांचे हे सर्व काम पाहणारे पी. एम. फाटक यांना बोलावून इरावतीबाईंच्या नावाच्या ठिकाणी माझं नाव बदलून घ्यायचं काम सुरू केले. आश्चर्य म्हणजे डॉक्टरांनी सर्व कागदपत्रांवर आपला वरळीचा पत्ता बदलून प्रभादेवीचा पत्ता घालायला सुरुवात केली. म्हणजे प्रभादेवीला राहणे त्यांनी मनापासून मान्य केले होते तर. मला कधी कधी वाटायचे डॉक्टर मनाविरुद्ध तर प्रभादेवीला राहात नसतील ना? पण आता त्याचे उत्तर मिळाले होते.

जसे जसे कागदपत्र बदलून यायचे तसे तसे डॉक्टर त्याची माहिती आत्तीला द्यायचे. पैशांचे व्यवहार म्हणजे आत्तीला अवघडल्यासारखे व्हायचे. कारण तिला पैसे मिळवून आणायचे आणि ते सर्वांवर खर्च करून टाकायचे एवढाच पैशांचा उपयोग माहीत होता. त्यामुळे डॉक्टर पैशांच्या गुंतवणुकीबद्दल काही सांगायला लागले की, ती म्हणायची–

''काशिनाथ, काय घाई आहे हे सर्व करण्याची? सावकाश करा ना.'' त्यावर डॉक्टर आत्तीला म्हणायचे–

''कांचनसाठी तुम्ही काही प्रॉपर्टी ठेवा अगर न ठेवा. पण माझी बायको माझ्यानंतरही माझ्याच पैशावर जगली पाहिजे. तिला कुणासमोर हात पसरावा लागू नये, एवढीच माझी इच्छा आहे आणि म्हणूनच हे करून ठेवणे आवश्यक आहे.''

ह्या कागदपत्रांबरोबरच डॉक्टरांनी एकदा आणखी एक कागदही माझ्या हातात ठेवला. त्याच्यावरचा मजकूर पाहून माझे डोळे आश्चर्याने फाटायची वेळ आली. कारण सी. एस. चव्हाण *(प्रसिद्ध जॉकी शामू चव्हाण यांचे चिरंजीव)* यांनी डॉक्टरांच्याकडून एक लाख सत्तावीस हजार रुपये हातउसने घेतले होते. व्याज न आकारता दिलेले हे पैसे सी. एस. चव्हाण यांनी ताबडतोब द्यायचे होते. त्याचेच ते कबुलीपत्र होते. याशिवाय आणखी तीस हजार रुपये 'कॅटेलॉन्' या घोड्याच्या एकतृतीयांश मालकीपोटी चेकने डॉक्टरांनी सी. एस. चव्हाण यांना दिले होते. म्हणजे एकूण दीड लाखाच्यावर रक्कम सी. एस. चव्हाण यांना दिली गेली होती. डॉक्टरांचा घोड्यांच्या रेसचा शौक मी मध्यंतरी ऐकला होता. त्या वेळीही त्यांना भरपूर नुकसान आले होते. पण त्याने शहाणे न होता डॉक्टर पुन्हा विस्तवाशी खेळ

खेळले होते. त्यामुळे हात पोळणे अपरिहार्य होते. पण पूर्वीची गोष्ट वेगळी होती. तेव्हा तरुण असलेल्या डॉक्टरांना कितीही नुकसान आले तरी ते सोसण्याची ताकद होती. पण आता पन्नाशी उलटल्यावर हे असले नुकसान ते कसे सोसणार होते?

सगळ्यात धक्कादायक गोष्ट म्हणजे डॉक्टरांनी स्वत:ची नॅशनल सेव्हिंग्ज सर्टिफिकेट्स मोडून, बँकेतील डिपॉझिटवर लोन घेऊन सेव्हिंग्जच्या खात्यावरील पैसे काढून हे सगळे पैसे चव्हाणांना दिले होते. ज्याच्याकडे भरपूर काळा पैसा असेल त्याने ही अशी गोष्ट केली तर एकवेळ चालण्यासारखे आहे. डॉक्टरांचा आता ज्या पैशावर यापुढे चरितार्थ चालणार होता, त्याच पैशांची त्यांनी अशी विल्हेवाट लावली होती, याचेच आश्चर्य वाटत होते. एरवी नाटकाच्या मानधनाचे सर्व पैसे डॉक्टर माझ्याकडे ठेवायला देत असले तरी खर्च होणाऱ्या पाच रुपयांचाही त्यांना पूर्ण हिशेब लागायचा. तेच हिशेबी डॉक्टर बेहिशेबी कसे झाले असतील याचे नवल वाटत होते. चव्हाण मंडळींनी डॉक्टरांच्यावर कोणती जादू केली असेल न कळे.

सी. एस. चव्हाणांचे ते पैसे घेतल्याबद्दलचे पत्र डॉक्टरांच्यासमोर धरीत मी डॉक्टरांना विचारले, "काय केलेत हे?"

"आमचा गाढवपणा दुसरं काय?" डॉक्टरांनी उत्तर दिले. डॉक्टर सदैव त्या अनावधानाने दिलेल्या पैशाच्या चिंतेत असायचे, अस्वस्थ असायचे. दारूच्या व्यसनाने डॉक्टरांचे केलेले हे आणखी एक मोठे नुकसान. हा वेड्यासारखा केलेला व्यवहार, डॉक्टर त्या वेळी दारूच्या अंमलाखाली नसते तर चव्हाण मंडळींची ही असली मागणी त्यांनी कधीच मान्य केली नसती.

१७८

डॉक्टर प्रभादेवीला राहायला गेले आहेत असे बघून इरावतीबाईंनी वरळीच्या ब्लॉकमध्ये असलेला टी.व्ही. परत मागितला होता. तशा इरावतीबाईंनी घर सोडताना आपल्या सगळ्या चीजवस्तू बरोबर नेल्या होत्याच. पण डॉक्टर दौऱ्यावर गेले असताना इरावतीबाईंनी ते सर्व नेले याचा त्यांना खूप राग आला होता. इतकंच काय इरावतीबाईंनी माहेरहून आणलेला *(लग्नात)* बाळकृष्णही परत मागितला होता. त्या वेळी तर डॉक्टर फार चिडले होते आणि आता बाळकृष्णच काय पण त्या घरातील साधा खिळाही त्यांना मिळणार नाही, असे सांगितले होते. पण आता डॉक्टर खूपच शांत झाले होते. टी.व्ही. इरावतीबाईंना देण्यापूर्वी डॉक्टरांनी ती गोष्ट प्रथम मला विचारली आणि डॉक्टर मला म्हणाले, "तो ब्लॅक अॅन्ड व्हाईट टी.व्ही. आहे. आता आपण तिथे नवीन रंगीत टी.व्ही. घेऊ या.

डॉक्टरांनीही इरावतीबाईंना कांचनचे दागिने परत पाहिजेत असा निरोप पाठविला होता. डॉक्टरांनी पूर्वी मला वाढदिवसाला दिलेल्या पैशातून मी हे दागिने घेतले होते. मध्यंतरी डॉक्टरांनी ठेवायला दिलेल्या पैशाबरोबरच मी ते दोन-चार दागिनेही डॉक्टरांना परत केले होते. त्यांच्या सांगण्याप्रमाणे इरावतीबाईंनीही माझी त्या दागिन्यांची छोटी बॉक्स आणि एक मोठे ब्राऊन पेपरचे जाडजूड पाकीट पाठविले होते. त्यामध्ये डॉक्टरांच्या नावे असलेले वरळीच्या ब्लॉकचे खरेदीखत आणि त्यांच्याच नावाच्या ब्लॉकचे पैसे भरल्याच्या पावत्याही त्यात होत्या. ते सर्व माझ्या हातात देत डॉक्टर म्हणाले–

"घ्या मालकीणबाई, सांभाळा तुमच्या नवऱ्याची एकमेव स्थावर प्रॉपटी. हे एवढे तुमच्या नावावर ट्रान्सफर करायचे राहिले आहे. ते केले की, तुझ्या जबाबदारीतून मोकळा झालो."

दागिने डॉक्टरांनी परत मागविलेले पाहून मी त्यांना म्हणाले–

"अहो, माई मंगेशकरांनी तुमचा गारंबीच्या वेळी सत्कार केला होता, त्या वेळी त्यांनी तुम्हाला एक सोन्याची पोची दिली होती. ती का नाही इरावतीबाईंच्याकडून मागून घेत? मला काही ते मोडून दागिने करायचे नाहीत. पण नाट्यसृष्टीतील नाट्यसूर्य मानल्या जाणाऱ्या दीनानाथ मंगेशकरांसारख्या कलाकाराच्या पत्नीने, त्यांच्या कुटंबियांनी तुमच्या हातात मानाचे कडे घालावे तशी ती पोची तुमच्या हाती घातली आहे. एवढा सन्मान फार कमी लोकांच्या वाट्याला येतो. म्हणून ते मागून घ्या म्हणते. तुम्ही त्यांना दिलेल्या बाकीच्या दागिन्यांच्याबद्दल मी काहीच म्हणत नाही."

व्यथित झाल्यासारखे डॉक्टर म्हणाले–

"ती पोचीच काय, पण माझ्या आईचा दागिनाही परक्या घरात गेलेला आहे."

आपल्या शेवटच्या दिवसांत डॉक्टरांच्या आईने आपल्या जवळची चांदीची भांडी आणि दागिने आपल्या सर्व मुलांत व सुनांमधे वाटून टाकले होते. इरावतीबाईंना मूलबाळ नाही म्हणून जरा अधिक वजनाचा दागिना आणि चांदीची भांडी डॉक्टरांच्या आईने त्यांना दिली होती, त्याला उद्देशूनच डॉक्टर बोलत होते. ते सांगताना डॉक्टरांचा गळाही भरून आला होता. त्यांच्या फारच जिव्हारी लागणारा तो विषय मी पुन्हा म्हणून कधीही काढला नाही. कारण कांचनच्या अंगावर मंगळसूत्राखेरीज आपण कोणताच दागिना घालू शकलो नाही, याचे डॉक्टरांना फार दुःख होते.

१७९

आता आमच्या घरात कसलेच ताणतणाव नव्हते. आत्ती समाधानी होती. नुकतेच तिने माझ्या एका विधवा मामीचा पुनर्विवाह करून देण्याचे सत्कार्यही केले

होते. फक्त माझ्या धाकट्या मामेभावाच्या दिलीपच्या प्रकृतीची काळजी एवढीच काय ती विवंचना होती. दिलीपची प्रकृती बिघडल्यामुळे त्याला कोल्हापूरला डॉ. वझे यांच्या हॉस्पिटलमध्ये दाखल केले होते. डॉ. वझे यांच्या उपचाराने दिलीपची प्रकृती झपाट्याने सुधारायला लागली होती. थोड्या दिवसांतच दिलीप विश्रांतीसाठी म्हणून मुंबईला येणार होता. म्हणूनच आत्तीने स्वत: दिलीपच्या बायकोला आणि त्याच्या छोट्या सव्वा वर्षाच्या मुलीला मुंबईला आणले होते.

रेश्मा घरात आल्यावर मी तिची ओळख डॉक्टरांशी करून द्यावी म्हणून तिला म्हटले, "रेश्मा, हे सांग कोण आहेत?" पण माझे वाक्य पूर्ण व्हायच्या आतच रेश्मा डॉक्टरांच्याकडे पाहात उद्गारली "बाबा." क्षणभर काय बोलावे तेही मला सुचेना. खरं तर रेश्माला डॉक्टरांना काका, मामा, असं काहीतरी हाक मारायला शिकवावं या विचारात मी होतो. डॉक्टरही रेश्माच्या त्या हाकेने थरारले. त्यांनी आपले मोठे मोठे डोळे रेश्मावर रोखले. ते बघून रेश्मा घाबरून आत पळाली. तेव्हापासून ती डॉक्टरांच्या आसपासही फिरकायची नाही; पण डॉक्टरांना हाक मात्र 'बाबा' अशीच मारायची. तिला डॉक्टरांच्याकडे जा असं सांगितलं की, मी बाबांना घाबरते असं म्हणण्याऐवजी ती म्हणायची "बाबा मला घाबरतात."

नेहमी लहान मुलांशी गट्टी जमायला डॉक्टरांना फारसा वेळ लागायचा नाही. पण अशक्त, किरकोळ आणि बुजऱ्या रेश्माशी त्यांचे सूर काही फारसे जुळत नव्हते. मात्र त्यांना राहून राहून आश्चर्य वाटायचे ते एका गोष्टीचे. ती म्हणजे त्यांच्या आयुष्यात कितीतरी लहान मुलं आली; पण ती सगळी काका, मामा, अंकल म्हणणारी. 'बाबा' म्हणून डॉक्टरांना साद घालणारी रेश्मा तरी पहिलीच मुलगी होती. गमतीची गोष्ट म्हणजे रेश्मा पहिल्यांदा बोलायला शिकली ते दोनच शब्द. एक 'बाबा' आणि दुसरं 'आक्का'– हे माझं स्वत:चं घरगुती नाव.

माझ्या भावाची– दिलीपची– प्रकृती सुधारते आहे म्हणेपर्यंत, एक दिवस खाण्यात काही तरी कुपथ्य झाले आणि दिलीपची प्रकृती गंभीर होत गेली. आजार उलटला. आत्तीची अस्वस्थता बघून डॉक्टरांनी तिला स्वत:हून सांगितले की, मी कांचनला घेऊन कोल्हापूरला जातो आणि त्याची प्रकृती स्वत: पाहून येऊन तुम्हाला सांगतो. ते आणि मी त्या रात्री मिळेल ती गाडी पकडून कोल्हापूरला गेलो. दिलीपची गंभीर झालेली प्रकृती थोडीशी स्थिरावली होती. डॉक्टरांनी स्वत: तेथील दिलीपवरील उपचार डोळ्याखालून घातले. डॉ. वझे यांची त्यांच्या घरी जाऊन त्या संबंधात भेट घेतली. दिलीपची परिस्थिती त्यांनी डॉ. वझे यांच्याकडून समजावून घेतली. डॉ. वझे यांनी दिलेल्या ट्रिटमेंटबद्दल समाधानही व्यक्त केले. डॉ. वझे यांनाही डॉक्टरांची सुधारलेली प्रकृती पाहून आनंद वाटला. तसे डॉ. वझे खूपच स्पष्ट वक्ते. त्यांनी प्रत्यक्ष डॉक्टरांनाच सांगितले की,

"तुम्ही दारू घेणे बंद केले हे फार उत्तम झाले. आम्हाला वाटायचे एवढा मोठा सोन्यासारखा नट पण दारूमुळे आम्हाला दुरावतोय की काय?"

"घाबरू नका. मी काही एवढ्यात जात नाही." डॉक्टरही मनमोकळं हसत म्हणाले.

चार दिवस दिलीपजवळ थांबून आम्ही मुंबईला परत आलो.

१८०

डॉ. वझे यांनी शिकस्तीचे प्रयत्न केले. पण दिलीपची प्रकृती ढासळतच चालली. डॉ. वझे यांना पुढची सर्व कल्पना आली होतीच. तसे त्यांनी डॉक्टरांना फोनवर कल्पना दिली होतीच. पण आत्तीच्या आग्रहाखातर दिलीपला मुंबईला नेण्याची परवानगी दिली. माझे मामा दिलीपला घेऊन मुंबईत आले. डॉक्टरांनी डॉ. रवी बापट यांच्या मदतीने के.ई.एम. हॉस्पिटलमध्ये दिलीपला वाचवण्याचा आटोकाट प्रयत्न केला पण यश आले नाही. बघता बघता बत्तीस वर्षांचा तरणाबांड दिलीप कायमचा नाहीसा झाला.

आत्ती तर संपूर्णतया कोलमडून पडली. सर्व मुलांत दिलीप हा तिचा सर्वांत लाडका होता. त्याचे दिलीप हे नाव तिनेच हौसेने ठेवले होते. चार मुलींच्या नंतर झालेला घरातील पहिला मुलगा म्हणून तर त्याचे फारच लाड माझ्या आजीने केले होते. तसा तो होताही खूप हुषार, चुणचुणीत. शालान्त परीक्षेच्या पुढे शिकला नाही. पण खूप हरहुन्नरी आणि सगळ्यात रस घेणारा होता. जीवन भरभरून जगणारा होता.

तरुण मुलाच्या अचानक होणाऱ्या मृत्यूने त्याच्या आईला काय यातना, वेदना होतात, त्या मी दिलीपच्या मृत्यूने प्रत्यक्षच अनुभवल्या. माझ्या आजीच्या मृत्यूनंतर ह्या सगळ्या छोट्या भावंडांचे सुखदुःख सांगण्याचे एकमेव ठिकाण मी झाले. या मुलांची आई म्हणजे माझी मामी खूपच लवकर वारली होती. माझ्या आजीनेच त्यांचे सर्वांचे संगोपन केले. तिच्या मृत्यूनंतर तिची जागा मी घेतली आणि या सर्वांची आई झाले.

दिलीपची पत्नी सुप्रिया हिचे दुःख तर कल्पनातीत होते. तिच्याबद्दल खूप वाईट वाटायचे. जेमतेम अडीच वर्षांचा संसार. पदरात एक सव्वा वर्षाची मुलगी. तिच्या बाबतीत जे झाले त्यावर कुणाचाच काही उपाय नव्हता. पण तिच्यासमोर तिचे सगळे आयुष्य अजून उभे होते. आत्तीने तिला पुढे शिक्षण घ्यायचे असल्यास शिकविण्याची तयारी दाखविली, नोकरी करायची असल्यास तोही प्रयत्न करायला सांगितले आणि मन खंबीर करून पुनर्विवाह करायचा असल्यास त्याचीही परवानगी दिली आणि रेश्माची संपूर्णतया जबाबदारी स्वीकारली.

१८१

रेश्मा आणि प्रिया मुंबईतच आमच्याजवळ राहिल्या. विस्कटलेली घडी पुन्हा बसविण्याचा प्रयत्न चालला होता. घरातील व्यवहार पूर्ववत व्हायला लागले. सततच्या सहवासाने असेल पण रेश्मा आता डॉक्टरांच्या जवळ जायला लागली होती. बापलेकीचं नातं आकार घेत होतं. डॉक्टर हळूहळू रेश्मामध्ये गुंतत चालले होते. रेश्माला दिलीपचा फोटो दाखविला तर ती तो आपला काका आहे असं सांगायची आणि तिला कुणी तिच्या बाबांचे नाव विचारले तर सांगायची– ''डॉक्टर काशिनाथ.''

सकाळच्या वेळी डॉक्टरांचे पेपर वाचणे, रेश्माची भातुकली आणि माझे साफसफाईचे काम चालू असायचे. पण मी तिथे असूनही रेश्मा माझे अस्तित्वही कधी लक्षात घ्यायची नाही. तिचे जग फक्त तिचे आणि तिच्या बाबांचेच असायचे. त्यामुळे भातुकली खेळताना ती तिच्या बाबांनाही त्यात गृहीत धरायची आणि मग भातुकलीतील प्रत्येक गोष्ट बाबांना सांगून विचारून व्हायची. वर्तमानपत्र वाचता वाचताही डॉक्टर रेश्माच्या प्रश्नांना हुंकार भरायचे. मी रेश्माला कितीदा तरी सांगायची की, बाबांना शांतपणे वाचू दे. तुझी तू खेळ. पण रेश्मा ते ह्या कानानी ऐकून त्या कानाने सोडून द्यायची. रेश्मा डॉक्टरांनाही हुकूम सोडायची.

''बाबा, मी पाणी भलते. तुम्ही भाकल्या कला. बाबा, मी भाजी आणते. तुम्ही भांडी घासा.''

काही वेळेला तर डॉक्टर मूकाभिनयाने ते सर्व करूनही दाखवीत.

काही काही वेळेला मात्र डॉक्टर रेश्माच्या भातुकलीच्या खेळण्याने वैतागत. मग ते तिला दोन्ही हाताला धरून गदागदा हलवीत आणि म्हणत–

''सारखी स्वयंपाक करतेस? स्वयंपाकीण होणार आहेस का?''

रेश्मा बिचारी घाबरून गप्प व्हायची. मग डॉक्टर तिला सांगत. ''म्हण. मी डॉक्टर होणार. खूप शिकणार.''

मग रेश्माही ती पोपटपंची करायची. काही वेळेला डॉक्टर तिला आवाज लावायला शिकवायचे, वेगवेगळे मुद्राभिनय करून दाखवायचे आणि तसं करायला लावायचे. ते पाहिले की मला शोभना समर्थ यांची एक मुलाखत वाचलेली आठवायची. शोभनाबाईंनी त्यात लिहिले होते की, अभिनेते मोतीलाल हे त्यांची मुलगी नूतन हिला तिच्या लहानपणी अभिनयाचे धडे द्यायचे. डॉक्टर व रेश्मा यांची शिकवणी पाहिली की रेश्मा डॉक्टरांच्या पावलावर पाऊल टाकणार याची खात्री वाटायची.

डॉक्टर रेश्मासाठी काय काय करायचे. तिला नाचूनही दाखवीत. दोन्ही

हाताच्या चिमटीत विजारीची टोके पकडून डॉक्टर राज कपूरसारखे नाचायचे. आपल्या बाबांचा हा अफलातून नाच बघून रेश्मा कौतुकाने व आनंदाने टाळ्या पिटायची आणि स्वत:ही तसंच नाचून दाखवायची. तिच्या दृष्टीने बाबांचा नाच हाच खरा नाच होता. डॉक्टरांच्या नृत्यकौशल्यातील आनंद जगजाहीरच आहे. पण आमच्या खोलीत ते व मी एकटे असताना कधी कधी डॉक्टरांच्या त्यांना प्रिय असलेल्या तमाशाचा विषय निघाला की डॉक्टर वेगवेगळ्या लावण्यांच्यावर दिलखुलासपणे बोलत राहात. इतकंच काय, बैठकीच्या लावणीचं प्रात्यक्षिक साभिनय करून दाखवीत. स्वत: लावणी गाऊन त्यावर नाजूक हावभावात अदा करणारे डॉक्टर पाहून मी थक्क व्हायची. एखादी स्त्री नृत्यांगना काय करेल असा सुरेख अदा डॉक्टर करायचे.

गाणारणींच्या कोठीवर अथवा तमाशाच्या थिएटरमध्ये जाण्यात डॉक्टरांनी कधी गैर मानलं नाही. ते उघडपणे जात आणि त्यावर उघडपणे बोलतही. पण त्यातूनच त्याविषयी अनेक कथा-पटकथा जन्माला येत. त्या अधिक चमचमीत करून ऐकविल्या जात. डॉक्टर त्या ठिकाणी जाऊन गैर वागत असे म्हटले जाई. पण डॉक्टरांच्याबरोबर त्या ठिकाणी प्रत्यक्ष जाऊन आलेल्या श्री. प्रमोद नवलकर यांना मात्र त्या कोठीवरील स्त्रीने सांगितले की–

''गेली सोळा वर्षे मी या बाजारात गाते आहे. पण गाण्याला दाद देणारे असे गिऱ्हाईक कोणाला कधी मिळणार नाही आणि इतका सज्जन माणूसही आमच्या बाजारात सापडणार नाही. पैसा देतानाही हाताला स्पर्श न करणारा हा एकमेव इन्सान आहे.''

पुण्याचे एक पत्रकार श्री. पंडीत मांडके हे हनुमान थिएटर्स, मुंबई येथे तमाशाची बारी करणाऱ्या शकुंतला भूमकर ह्या गोड गळ्याच्या सौंदर्यवतीची दिवाळी अंकासाठी मुलाखत घ्यायला गेले असता त्या बाईंनी डॉक्टरांविषयी बोलताना सांगितले की–

''खरं सांगते, साहेब! इतक्या लोकांसमोर आमच्या बैठका व्हायच्या, अजून होतात. पण डॉक्टर साहेबांच्या बैठकीचा आनंद काही वेगळाच. कधीही असभ्य वर्तन नाही. अंगचटीला येणं नाही. उलट लावणीतील किंवा गाण्यातील भाव कसे व्यक्त करायचे. 'अदा' कशी करायची हे मोठ्या तळमळीने ते सांगायचे. आमच्याकडून तसे करून घ्यायचे.''

डॉक्टरांच्याकडून अशा ठिकाणी एक गैरवर्तन व्हायचे. ते म्हणजे तिथे ते वेळी-अवेळी जायचे आणि बैठक करा म्हणून हट्ट धरायचे. डॉक्टरांना नकार देण्याचे धाडस कुणी करायचे नाहीत. पण काही वेळेला थिएटर अथवा त्या जागेला वेळेचे बंधन असले तर मात्र त्या मंडळींचा नाइलाज व्हायचा. अशा वेळी मात्र डॉक्टर

आरडाओरडा करून सर्व डोक्यावर घेत. तसे डॉक्टरांचे नेहमीच तिथे उत्साहाने स्वागत होई. डॉक्टर एखाद्या बादशहासारखे त्या मैफिलीचा आनंद घ्यायचे. आपल्या एकट्यासाठी नियम मोडून बैठक मांडली गेली, या विचाराने खूष व्हायचे.

डॉक्टरांचा तो 'अदा' पाहताना मला आमचे सुरुवातीचे दिवस आठवत होते. इतर सर्व गोष्टींबरोबर आपली 'ही आवड'ही डॉक्टरांनी माझ्यापासून लपविली नव्हती. त्या वेळी अती उत्साहाने मी डॉक्टरांना म्हणाले होते की–

''मी पण तुमच्या बरोबर गाणं ऐकायला येईन.''

मी असं काही म्हणेन अशी कल्पना नसलेले डॉक्टर क्षणभर गप्पच राहिले. पण माझा हिरमोड न करता डॉक्टर मला म्हणाले–

''तुला एवढंच गाणं ऐकायचं असेल तर आपण इथे घरात बैठक करू. माझ्यासाठी ती मंडळी धावत येतील. आपली तेवढी 'वट' तिथे आहे.'' ते ऐकल्यावर डॉक्टरांनी मला नकळत करून दिलेली परिस्थितीची जाणीव लक्षात आली. मग मीही वरमून म्हणाले–

''बरं बाई, पूर्वीच्या बायका चिकाच्या पडद्याआडून कार्यक्रम बघत. तशी मी बेडरूममध्ये बसून तो मुजरा पाहीन. त्या वेळी मी हॉलमध्ये बसल्यामुळे तुमच्या रंगात भंग नको व्हायला.''

आज मात्र डॉक्टर स्वत: नजाकतीने करून दाखवीत असलेला 'अदा' पाहताना मी विस्मयीत होत होते. डॉक्टरांचा हा नवाच रंग मी पाहात होते.

डॉक्टर आता रेश्माला 'मनू' अशी हाक मारायचे. मला तर सुरुवातीला ते 'गुंतता' नाटकातील 'मनू' या नावासारखे वाटायचे. पण नंतर कळले की, डॉक्टरांच्या मोठ्या बहिणीचे– ताईचे– घाणेकरांच्या घरातील ते नाव होते. डॉक्टरांचे वडील ताईंना तशी हाक मारायचे. डॉक्टर आता रेश्माला तशी हाक मारायला लागले.

रेश्माच्या आईला मिळालेली तात्पुरती नोकरी, तिचा क्लास, या सगळ्या कार्यक्रमामुळे रेश्मा अधिकतर माझ्या व डॉक्टरांच्या जवळच असायची. मग तिला कधी आंघोळ घाल, फिरायला ने हेही डॉक्टर हौसेनं करायचे. वरळी सी फेसला तर रेश्माने 'बाबांचा समुद्र' असे नाव दिले होते. दुपारच्या वेळी सर्व आवरून मी बेडरूममध्ये येईपर्यंत रेश्मा डॉक्टरांच्या पोटावर नाही तर शेजारी झोपलेली असायची. डॉक्टरांच्या एका हातात वाचायचे पुस्तक तर दुसऱ्या हाताने रेश्माला थोपटणे चालू असायचे.

सहवासाची छाप असेल पण रेश्मा आता बऱ्याच जणांना डॉक्टरांच्यासारखीच दिसायला लागली होती. एका लग्नाला आम्ही गेलो होतो. तिथे डॉक्टरांच्या मागे 'बाबा, बाबा' करीत हिंडणाऱ्या रेश्माला बघून डॉक्टरांच्या एका ओळखीच्या प्रौढ स्त्रीने विचारलेही की, ती त्यांची मुलगी आहे का म्हणून? डॉक्टरांनीही पटकन हो

म्हणून सांगितलं. त्यावर त्या बाई म्हणाल्या–

"अगदी तुझ्यासारखी दिसते हं."

रेश्माचे नावही त्या स्त्रीने विचारून घेतले. हा प्रसंग डॉक्टर इतक्या उत्साहाने सांगत होते की, बाप झाल्याचा आनंद त्यांच्या चेहऱ्यावरून नुसता ओसंडत होता. एकदा त्यांनी मला रेश्माला दत्तक घेण्याविषयीही सुचविले. कारण रेश्मा आता आपलं नाव सांगायची– रेश्मा काशिनाथ घाणेकर.

१८२

डॉक्टर सर्वच बाजूंनी शांत स्थिर व्हायला लागले. त्यांचं बोलणंही मोजकं मुद्देसूद असायचं. हॉलमध्ये डॉक्टरांना त्यांच्या प्रिय खुर्चीवर बसलेलं पाहिलं की, बाहेरून येणारी माणसं बिचकायला लागली. डॉक्टरांच्याविषयी एक प्रकारचा दरारा जाणवायला लागला. नाट्यसंपदेबरोबरच अभिजातचे नाटकही सुरू झाले. डॉक्टर व्यावसायिकदृष्ट्याही व्यस्त राहायला लागले. मात्र डॉक्टरांना स्वत:ला आता नवीन नाटक करावंसं वाटत होतं. दर आठवड्याला एक-दोन नाटकांची हस्तलिखिते येऊन पडायचीच. पण डॉक्टरांनी त्यामध्ये भूमिका करावी असं एकही नाटक असायचं नाही. मात्र डॉक्टर कुठल्याच नाटकाला वाईट म्हणायचे नाहीत. फक्त 'मी यात बसत नाही' एवढेच संक्षिप्त उत्तर द्यायचे.

दुसऱ्यांच्या नाटकाला गेलं किंवा सभासमारंभात गेलं की डॉक्टर अगदी भारदस्त वाटायचे. पूर्वीसारखं जोरजोरात दाद वगैरे देणं प्रकार बंद झाले. त्यामुळे बऱ्याच जणांना डॉक्टर नर्व्हस आहेत असं वाटायचं. पण मला तर असेच डॉक्टर आवडत होते. पूर्वी डॉक्टर घाणेकर नाट्यगृहात आले आहेत हे न सांगताही समजायचे. वसंतराव जोगळेकर म्हणायचे, "सगळे समोर बघून दाद देतात. काशिनाथ मागे बघून दाद देतो."

एकदा आम्ही रवींद्र नाट्यमंदिर येथे, 'इथे ओशाळला मृत्यु' या नाटकाच्या पंचशतकमहोत्सवी प्रयोगाला गेलो होतो. या प्रयोगाला डॉक्टर जातील असे मला वाटले नव्हते. कारण हे नाटक म्हणजे डॉक्टरांचे फार मोठे शल्य होते. प्रभाकर पणशीकरांचे अभिनंदन करायला म्हणून डॉक्टर आवर्जून गेले. या नाटकातील पहिला संभाजी नाटकाला हजर आहे हे पाहून प्रेक्षकांच्यामध्येही थोडी खळबळ होतीच. मी मात्र नाटक बघायच्याऐवजी डॉक्टरांच्या चेहऱ्यावरील प्रतिक्रिया न्याहाळीत होते. पण डॉक्टरांच्या चेहऱ्यावर कसलाही फेरफार दिसत नव्हता. दोन्ही तळहाताच्या पालथ्या मुठीवर आपली हनुवटी टेकवून डॉक्टर शांतपणे ते नाटक पाहात होते.

पुढच्या रांगेत बसलेल्या ललिताबाई लालचंद डॉक्टरांनीही केलेल्या या नाटकाचे

प्रयोग पाहिलेल्या होत्या. त्यामुळे समोर चाललेले नाटक बघून त्या अस्वस्थ व्हायच्या. डॉक्टरांनी घेतलेल्या अभिनयाच्या जागा आठवून बेचैन व्हायच्या. त्यामुळे माझ्यासारख्याच त्याही मागे वळून डॉक्टरांच्या चेहऱ्याकडे पाहायच्या. डॉक्टर दोन्ही हातांनी बाईंचे खांदे पकडून त्यांचा चेहरा समोर रंगमंचाकडे वळवायचे. डॉक्टरांच्या मनात, डोक्यात प्रचंड खळबळ माजली असणार, हे मी अनुभवू शकत होते; पण डॉक्टर शतांशानेही ते चेहऱ्यावर प्रकट करीत नव्हते. मध्यंतरामध्ये रंगपटात जाऊन सर्व कलावंतांचे ते अभिनंदनही करून आले.

१८३

प्रभाकर पणशीकरांना डॉक्टरांची जुनी नाटकं सुरू करायची होती. अगदी 'रायगडला जाग येते'सुद्धा. पण डॉक्टर जुनी नाटकं करायला तयार नव्हते. ते पणशीकरांना सांगायचे की, नवं नाटक करत असशील तर करतो. इतकंच काय डॉक्टर दौऱ्याला जायचाही कंटाळा करायचे. मला तर याचेही आश्चर्य वाटायचे. कारण दौरा म्हणजे 'आजादी'. पण पणशीकर दौरा काढतो म्हणाले की, डॉक्टर त्यांना त्यांची दुसरी नाटकं घेऊन दौऱ्याला जायला सांगायचे. डॉक्टर दाद देत नाहीत असं पाहिलं की, पणशीकर मला डिवचत– "कसली बायको तू? त्याला जरा बाहेर काढ." पण मलाही डॉक्टरांचे घरी राहणेच आवडायचे. कारण डॉक्टर मला अजूनही स्थिर व्हायला हवे होते. एकदा ते मनानेच खंबीर झाले की, पुन:पुन्हा वाहवत जाण्याचे भय उरणार नव्हते. शिवाय डॉक्टरांना अंतर्बाह्य जाणणारे डॉक्टरांचे ज्येष्ठ-घनिष्ठ मित्र बाळासाहेब कुडतडकरही मला सांगायचे, "डॉक्टर घरात बसला तरी चालेल. पण त्याला दौरे करायच्या भरीस पाडू नको. तिथेच त्याचा तोल, संयम सुटतो." डॉक्टर कुणाच्या थांबवण्याने थांबणारे नव्हते. पण त्यांच्याच मनाने हा घरी राहण्याचा निर्णय घेतला होता. मुंबई-पुणे आणि त्याच्या जवळपासची गावं यापलीकडे डॉक्टर नाटकासाठी जात नव्हते.

बाकी कुठलं नाही तरी निदान 'रायगड' तरी डॉक्टरांनी पुन्हा करावं, असं मला वाटायचं. एकदा मी तसं त्यांना बोलूनही दाखवलं होतं. त्यावर अत्यंत मोजक्या आणि ठाशीव शब्दात आपलं म्हणणं मांडीत डॉक्टर म्हणाले–

"हे बघ, 'रायगड' करायचं सोडून मला वीस वर्षं होऊन गेली. जेमतेम शंभर प्रयोगामध्ये मी काम केलं. पण अजूनही प्रेक्षक माझा संभाजी विसरायला तयार नाहीत. मी 'रायगड' पुन्हा करतोय हे ऐकल्यावर प्रेक्षक पुन्हा तशीच गर्दीही करतील, पण आज माझ्याजवळ वीस वर्षांपूर्वीचं वय, आवाज आणि दमही राहिलेला नाही. त्यामुळे प्रेक्षकांच्या वाट्याला अपेक्षाभंग आला तर? त्यापेक्षा त्यांनी

माझ्या आधी पाहिलेल्या संभाजीच्या आठवणीमध्येच त्यांना राहू दे ना.''

हे ऐकल्यावर मात्र पुन्हा म्हणून कधीही मी डॉक्टरांना 'रायगड' करायचा आग्रह केला नाही.

'गारंबीचा बापू'च्या बाबतीत मात्र डॉक्टर म्हणायचे, माझी मावशी आणि विठोबा दोघेही नाहीत. कसा बापू करायचा? मला वाटतं त्या वेळी 'गारंबीत' मावशीची भूमिका करणाऱ्या सरस्वतीबाई बोडस यांचे निधन झाले होते, तर सखाराम भावे डॉक्टरांशी बोलत नव्हते. एकदा डॉक्टर व मी नाटकाची तिकिटं काढायला रवींद्र नाट्यमंदिरावर चाललो होतो. त्या रस्त्यावर सखाराम भावे रस्ता ओलांडताना दिसले. त्यांना बघून डॉक्टरांनी गाडीचा स्पीडही कमी न करता जवळ जवळ अर्धे शरीर गाडीच्या खिडकीबाहेर काढीत डॉक्टर हात हलवीत जोरात ओरडले, 'सख्या.' सखाराम भावे यांनी मागे वळून पाहिले. त्यांचाही हात उंचावला. पण त्यामध्ये डॉक्टरांसारखा उत्साह नव्हता. डॉक्टरांनाही सखाराम भाव्यांचा थंडपणा जाणवला. नर्व्हस होत डॉक्टर म्हणाले–

''हे साहेब आमच्याशी बोलत नाहीत. पण म्हणून मी बोलायचं नाही असं कशाला करायचं? आपली-त्याची दोस्ती आणि त्याचा विठोबा दोन्हीही आपण विसरू शकत नाही.''

१८४

त्या दिवशी आम्ही डॉ. श्रीराम लागू यांच्या नाटकाचे तिकीट काढायला गेलो होतो. नाटकाचा पहिला अंक झाल्यावर डॉक्टर सर्वांना भेटायला आत गेले. दुसरा अंक सुरू व्हायच्या आधी डॉक्टर खुर्चीवर बसायला आले ते धुसफुसतच. आल्या आल्याच डॉक्टर सांगायला लागले,

''लागूला मी भेटायला गेलो तर तो मला खवचटपणे म्हणतो कसा, की तू दुसऱ्यांची नाटकं बघतोस तर? मला हा असा म्हणतो तर लागूनं माझी किती नाटकं पाहिली आहेत?''

''हे सर्व तुम्ही मला ऐकवण्यापेक्षा लागूंनाच तिथे ऐकवायचं नाही का? तिथल्या तिथं असल्या वाकड्या प्रश्नांचा निकाल लावावा. असं नंतर जीवाचा संताप करून घेण्यात काय अर्थ आहे?'' मी डॉक्टरांना म्हणाले. डॉक्टर काही बोलले नाहीत. एवढ्यात दुसरा अंकही सुरू झाला.

डॉक्टर लागूंनी असा प्रश्न डॉक्टरांना कसा विचारला या विचाराने मीही शंकेत पडले. कारण डॉक्टर नेहमी दुसऱ्यांच्या नाटकांना वेळात वेळ काढून जात. वाजवीपेक्षा जास्तच दाद देत. या वेळी मला आठवत होतं ते 'नटसम्राट' नाटक

पाहिल्यावरचं डॉक्टरांचं वाक्य. डॉक्टर म्हणाले होते– "लागू काय काम करतो नाही?"

त्यानंतरच्या रविवारी आम्ही पुन्हा डॉ. लागूंचेच 'कन्यादान' हे नाटक पाहायला गेलो. या वेळी मात्र डॉक्टरांना अगदी गोड गुदगुल्या व्हाव्यात असा प्रसंग घडला. आमच्या मागच्या रांगेत डॉक्टरांच्या जुन्या ओळखीची एक बंगाली गायिका बसली होती. सुहास जोशी यांची ती मैत्रीण. 'आनंदी गोपाळ'च्या वेळी सुहास जोशी यांनी या गायिकेची डॉक्टरांशी ओळख करून दिली होती. डॉक्टरांना बघितल्यावर त्या बाईंना किती बोलू आणि किती नको असे होऊन गेले. डॉक्टरांनी माझीही त्या बाईंशी ओळख करून दिली. डॉक्टरांची तारीफ करताना त्या बाईंचे तोंड काही मिटत नव्हते. त्यामुळे डॉक्टरही संकोचत होते. त्या बाई मलाही सारख्या पटवून सांगत होत्या की, डॉक्टरांसारखा जोडीदार मला लाभला आहे म्हणजे मी फार भाग्यवान आहे. मी मनात म्हणत होते की, "बाई ग! हातच्या कांकणाला आरसा कशाला हवा? मी निश्चितच भाग्यवान आहे." त्या बाईंचा मुंबईत कुठे तरी गाण्याचा कार्यक्रम होता. त्या बाईंनी आम्हाला दोघांनाही त्या कार्यक्रमाचे अगदी आग्रहाचे आमंत्रण दिले होते.

१८५

डॉक्टरांना दुसऱ्यांची नाटकं बघायला आवडत असली तरी हल्ली मात्र दुसऱ्यांच्या नाटकाला जाताना ते फार अवघडल्यासारखे असत, अस्वस्थ होत. कारण अशा वेळी भेटणारी मंडळी हटकून डॉक्टरांना विचारायची की, 'डॉक्टर! आता तुमचं नवीन नाटक कधी बघायला मिळणार? फार दिवस झाले बुवा, तुमचं नवीन नाटक येऊन.' हा प्रश्न डॉक्टरना अपमानास्पद वाटायचा. मी डॉक्टरांना विचारायची इतका का तुम्हाला या प्रश्नाचा बागुलबुवा वाटतोय? माझ्या मनासारखं नाटक अजून मला मिळत नाही, म्हणून मी नवं नाटक घेत नाही, हे खरं कारण तुम्ही का नाही सांगत? आणि ती गोष्ट खरीच होती. भाराभर नाटकांची हस्तलिखिते येऊन पडत होती. पण डॉक्टरांनी करण्यासारखं एकही नव्हतं. मला मात्र वाटायचं की, डॉक्टरांनी आता चरित्र-अभिनेत्याच्या भूमिकेत प्रेक्षकांसमोर यावे. ती भूमिका मात्र मध्यवर्ती असावी. त्या दृष्टीने योग्य असे एक नाटक डॉक्टरांच्या हातून निसटले. ते म्हणजे– 'गगनभेदी' हे नाटक.

वास्तविक पाहता ते नाटक कानेटकरांनी डॉक्टरांसाठी लिहायला घेतले. जवळ जवळ पंधरा-सोळा वर्षांपूर्वी वसंत कानेटकरांनी या नाटकाची संकल्पना केली होती. त्या वेळीच डॉक्टर मला सांगायचे की, हॅम्लेट, ऑथेल्लो आणि किंग लियर अशा तीन शेक्सपीयरच्या नाटकांच्या मध्यवर्ती कल्पना एकत्र करून कानेटकर त्यांच्यासाठी

नाटक लिहिणार आहेत. गगनभेदी नाटकाचे टी.व्ही.वर नाट्यावलोकन पाहताना टी.व्ही.कडे बोट दाखवीत डॉक्टर म्हणत होते हे, हे नाटक कानेटकरांनी माझ्यासाठी लिहिलं होतं आणि एखाद्या लहान मुलासारखे भरून येणारे डोळे पुसत होते. जसा एखादा लहान मुलगा त्याचं आवडतं खेळणं हरवल्यावर सैरभैर होतो, तसे डॉक्टर त्या दिवशी वाटत होते.

वयाची चाळिशी उलटली की प्रत्येक माणसाने आपल्या राहण्या, जेवणाच्या सवयीत बदल करावा असे वैद्यकशास्त्र सांगते. त्याप्रमाणे डॉक्टरांनीही आता पन्नाशी उलटल्यावर आपल्या अभिनयशैलीत फरक करावा असे मला वाटे. त्यांच्या अँग्री यंग मॅनच्या भूमिकांसाठी डॉक्टरांचा अभिनय योग्य होता. पण आता भूमिकांचा साचा बदलताना, चरित्र अभिनेत्याची भूमिका करताना बदल आवश्यक आहे असे मला वाटायचे. पण डॉक्टरना ते फारसे पटायचे नाही.

मी त्यांना विचारायची आता पूर्वीसारखी खुल्या पटांगणात, अपुऱ्या प्रकाशात अफाट जनसमुदायासमोर नाटकं करावी लागत नाहीत. टाचणी पडली तरी आवाज ऐकू येईल इतकी नाट्यगृहे ध्वनिक्षेपणाच्या दृष्टीने अद्ययावत झाली आहेत. आठशे ते साडेआठशे इतकाच प्रेक्षक बसेल अशीच बहुतेक नाट्यगृहे आहेत. प्रकाशयोजनाही अद्ययावत आहे. चेहऱ्यावरचे बारीकसारीक फेरफार बऱ्याच अंतरावरूनही प्रेक्षक पाहू शकतो. मग पूर्वीसारखे आवाज लावणे, आवाजाचे खेळ करणे, लांब बसलेल्या प्रेक्षकांसाठी फारच ठसठशीत मुद्राभिनय करणे आता आवश्यक आहे का? डॉक्टरांना माझे म्हणणे पटायचे आणि नाहीही पटायचे. "छे! ते तसं नाही." एवढे बोलून डॉक्टर पुढची चर्चा टाळायचे.

नाटकाच्या कुठल्याही बाजूवर अधिकारवाणीने बोलण्याइतका माझा फार मोठा अभ्यास नव्हता. पण केवळ एक प्रेक्षक आणि डॉक्टरांशी संबंधित म्हणून मी माझ्या शंका डॉक्टरांना विचारायची. पण त्या शंका डॉक्टरना अडचणीत टाकणाऱ्या दिसायला लागल्या, म्हणून मग मी त्यावर चर्चा करायची सोडून दिली.

माझ्या मते पुन्हा तेच जुने कारण होते. असा अभिनयातील बदल करून प्रेक्षक आपल्याला स्वीकारतील का? तीच लोकप्रियता आपल्याला लाभेल का? या द्वंद्वातच डॉक्टर अडकले होते. नाहीतर डॉक्टरांसारख्या सुबुद्ध, सुशिक्षित, चाणाक्ष नटाच्या मनात असे बदल करण्याचे विचार आले नसतीलच असे म्हणणे चुकीचे होईल.

१८६

प्रसिद्ध हिंदी नाट्य-चित्रपट अभिनेते शफी इनामदार यांनी एक मराठी नाटक डॉक्टरांनी करावे म्हणून त्यांच्याकडे पाठविले होते. शफी इनामदार हे डॉक्टरांच्या

कोकणातील. दापोलीजवळचे. शफी इनामदार गाववाले शिवाय नाटकवाले म्हणून डॉक्टरांना त्यांच्याबद्दल विशेष ममत्व. एकदा शफी इनामदार यांनी स्टार अँड स्टाईल या सिनेपाक्षिकामध्ये एका कुठल्यातरी त्यांच्या भूमिकेच्या संदर्भात त्यांनी डॉक्टरांचा लाल्या डोळ्यासमोर ठेवला होता, असे आपल्या मुलाखतीमध्ये ते म्हणाले होते. आपल्याविषयीचा हा मजकूर वाचताना अगदी एखाद्या नव्या नवरीसारखे लाजत डॉक्टर म्हणाले, "काय हे शफीने माझ्याबद्दल लिहिलंय." नव्या पिढीतील तरुण मंडळीही आपल्याला मानतात ही जाणीव डॉक्टरांना कुठे तरी सुखवीत होती.

तर अशा ह्या शफींनी सुचविलेलं नाटक करावं असं डॉक्टरांना फार वाटत होतं. तसं ते नाटक मध्यवर्ती भूमिका असलेल्या पात्रावरच केंद्रित होते. डॉक्टरांच्या वयालाही ती भूमिका योग्य होती. त्या नाटकात काही फेरबदल करून ते नाटक करावं, असं डॉक्टरांना वाटत होतं. पण ते नाटक इतकं शब्दबंबाळ होतं की वाचतानाही धाप लागत होती. त्यामध्ये किती कटछाट करणार. शिवाय हे नाटकही परकीय कल्पनेवर आधारित होतं. ती कल्पनाही मराठी मातीत न रुजणारी होती आणि सर्वांत महत्त्वाची घटना म्हणजे डॉक्टर बऱ्याच दिवसांच्या अवधीनंतर नव्या नाटकात उभे राहणार होते. त्याला अपशकुन व्हावा असे मला वाटत नव्हते आणि मला तर ह्या नाटकाचे भवितव्य खरे दिसत नव्हते. त्याची प्रचीती ते नाटक दुसऱ्या कुणी तरी ती भूमिका करून रंगभूमीवर आल्यावर आली. जेमतेम दोन-चार प्रयोगही त्याचे नीट होऊ शकले नाहीत. ते नाटक डॉक्टरांना करू न देण्यात माझा विरोध अधिक होता. कारण डॉक्टरांची लोकप्रियताही त्या नाटकाला तारू शकली नसती.

१८७

एक नाटक मात्र डॉक्टरांनी करावे असा धोषा मी डॉक्टरांच्या मागे लावला. ते नाटक म्हणजे पु. ल. देशपांडे यांची सदासतेज, सदाबहार, सुखान्तिका 'ती फुलराणी'. या नाटकाचेही मूळ परकीय असले तरी पु. लं.च्या कसबी लेखणीने अगदी नैसर्गिकपणे ते मराठी मातीत रुजले होते. असे हे सर्वांग सुंदर देखणे नाटक सतीश दुभाषींच्या अकाली निधनानंतर आणि अरविंद देशपांडे यांच्या हृदयविकारामुळे थांबले होते. डॉक्टर व भक्ती बर्वे यांनीही अजून एकत्र काम केले नव्हते. त्या दृष्टीने अजूनपर्यंत कुणीच कसा प्रयत्न केला नाही हे कळत नव्हते. डॉक्टर व भक्ती बर्वे यांनी कधी तरी एकदा एकत्र काम करावे असे मला वाटे. 'फुलराणी'तील नायकाची भूमिका निश्चितच डॉक्टरांना शोभणारी होती.

कसे कुणास ठाऊक डॉक्टरही 'फुलराणी' करायला तयार झाले. डॉक्टर मला वाटतं 'तुझे आहे तुजपाशी'तील शामची भूमिका वगळता दुसऱ्यांनी केलेली भूमिका

करायचे नाहीत. त्यांना कोरी करकरीत भूमिका हवी असायची. त्यामुळे फुलराणी करायला डॉक्टरांनी होकार दिला म्हणजे एखादी लढाई जिंकल्याचा मला आनंद झाला. आय.एन.टी.चे भाऊसाहेब सप्रे यांनाही हे ऐकून खूप आनंद वाटला. पण त्यांच्या मते डॉक्टरांनी हे सांगायला उशीर केला, कारण दुसऱ्या एका नटाला त्या भूमिकेसाठी निश्चित केलेले होते. ते ऐकून डॉक्टरांना काय वाटले माहीत नाही, मी मात्र फार फार निराश झाले.

सतीष दुभाषी यांनीच अभिनीत केलेले आणखी एक नाटक म्हणजे 'सूर राहू दे.' हेही आणखी एक अप्रतिम नाटक दुभाषींच्या अकाली निधनाने बंद पडले होते. 'अभिजात'चे अनंत काणे ते नाटक पुन्हा सुरू करणार आहेत असं कळल्यावर या वेळी डॉक्टरांनी आपणहून त्यातील नायकाची भूमिका करायला तयार असल्याचे सांगितले. पण अनंत काणे यांनी डॉक्टरांना सांगितले म्हणे की, "डॉक्टर, तुम्हाला उष्ट्या ताटावर कसं बसवू!" बिचारे डॉक्टर हे ऐकून गप्प बसले. कारण त्यांनीच पूर्वी दुसऱ्यांनी केलेल्या भूमिका मी करत नसतो, असे सांगितले होते. अनंत काणे यांनी कमलाकर सारंग यांना घेऊन हे नाटक रंगभूमीवर आणले.

माऊली प्रॉडक्शनच्या उदय धुरत यांनाही डॉक्टरांच्याबद्दल विलक्षण आदर. तेही डॉक्टरांना घेऊन नाटक काढू इच्छित होते. पण योग्य नाटक मिळत नव्हते. पण ते रंगभूमीवर आणीत असलेल्या सई परांजपेलिखित आणि दिग्दर्शित 'सोयरीक' नाटकाचा मुहूर्तमात्र त्यांनी डॉक्टरांच्या हस्ते करविला. ते नाटक पाहायलाही आम्ही गेलो होतो. नाटक बघून घरी परतल्यावर विषण्णपणे हसून डॉक्टर म्हणाले–

"ह्या नाटकाचा मुहूर्त माझ्या हातून केला जातो. पण यातील दोन म्हाताऱ्यांपैकी एकाच्या भूमिकेसाठी मात्र माझा विचार केला जात नाही. या नाटकात भूमिका करायला मला नक्की आवडलं असतं."

या काळात डॉक्टरांनी नवीन नाटक केलं नसलं तरी एका जुन्या नाटकात पाहुणे कलाकार म्हणून मात्र ते चमकले. मच्छिंद्र कांबळींच्या 'वस्त्रहरण' नाटकाचा एक प्रयोग अशोक सराफ, सचिन, नाना पाटेकर इत्यादी नामवंतांच्या संचात होणार होता. मच्छिंद्र कांबळी आपले 'वस्त्रहरण' नाटक घेऊन लंडनला निघाले होते. त्यांच्या मदतीसाठी हा प्रयोग जाहीर झालेला होता. या एका दिवसासाठी होणाऱ्या प्रयोगाच्या तालमीही रवींद्र नाट्यमंदिरावर सुरू होत्या आणि डॉक्टर प्रामाणिकपणे तालमीला जात होते. मला त्यांचे पाठांतर घ्यायला सांगत होते.

१८८

अशातच एक दिवशी संध्याकाळी बातमी आली की मा. दत्ताराम यांचे निधन

झाले. तसे डॉक्टर हाकेच्या अंतरावर तालीम करत होते. पण मी त्यांना सांगायला गेले नाही. कारण अशी काही बातमी ऐकली की डॉक्टर खूप अपसेट होतात, गोंधळ घालतात असे ऐकले होते. घरी आल्यावर शांतपणे सांगावे म्हणून मी गप्प राहिले. पण त्या दिवशी डॉक्टरांना यायला जरासा उशीरच झाला होता. आता रात्री कशाला सांगायचे म्हणून मी गप्प राहिले. डॉक्टर तसे जरा गंभीरच आणि थकलेले वाटत होते. जेवणं झाल्यावर मी तालीम कशी काय झाली असं विचारताच जड आवाजात डॉक्टरांनी उत्तर दिले, "आज दत्ताराम बापू गेले. एक देवमाणूस नाहिसा झाला." एवढं बोलून डॉक्टर पुन्हा गप्प झाले. मी त्यांच्याकडे पाहातच राहिले. त्यांची आई गेल्याची बातमी समजल्यावर ते जसे अबोल झाले होते तसेच आजही वाटत होते. मी जे ऐकले होते की, जवळच्या मंडळींच्या मृत्यूची बातमी ऐकली की डॉक्टर नुसता उच्छाद मांडतात, मग ती खरी की खोटी? का मदिरेच्या अमलाखाली तसे होत होते? आज मात्र डॉक्टर पुरुषाने दुःख ज्या पद्धतीने सोसायचे असते तसे बापूंच्या त्या बातमीला सामोरे गेले होते.

डॉक्टरांना बोलतं करावं म्हणून त्यांना विचारले की, "दत्तारामबापूंचा तुमचा परिचय 'रायगड'च्या वेळेचा की त्याही आधीचा?" हे विचारायचा अवकाश. डॉक्टर जुन्या आठवणीत शिरले आणि बापूंच्याबद्दल भरभरून बोलायला लागले. डॉक्टर सांगत होते–

"दत्तारामबापूंना मी १९५३ सालापासून ते एक नट आणि मी एक प्रेक्षक असा बघत होतो. त्या वेळी मी ग्रँट मेडिकलचा विद्यार्थी होतो. स्पर्धेच्या नाटकातून बापू माझी उमेदवारी बघत होते. बक्षिसं मिळविली की शाबासकी देत. पण त्याबरोबरच आधी अभ्यास करा, मग नाटकं करा असा दमही द्यायचे. मी डॉक्टर झाल्यावर ते माझ्याकडे पेशंटही पाठवीत. अशी आमची घसट वाढत होती.

"अनुरूप शरीरयष्टी, चेहरा नसतानाही भूमिका गाजविण्याचे बापूंचे कसब विलक्षण होते. त्याचे कारण म्हणजे भूमिकेचे मर्म जाणण्याची त्यांना देवदत्त देणगी होती. ते भूमिकेच्या गाभ्यालाच हात घालून ती इतकी समर्थपणे पकडून ठेवीत की, त्यांच्या बाह्यरूपाचा आपोआप विसर पडायचा. अभिनयाचा अभ्यास करण्याची त्यांची विलक्षण ताकद पाहिली की अभिनयाचा आणि शिक्षणाचा संबंध नसतो असंच वाटायला लागतं. त्यांचे स्वच्छ आणि स्पष्ट शब्दोच्चार ऐकल्यावर दत्तारामबापू फारच अल्पशिक्षित होते यावर विश्वास बसायचा नाही. 'रायगड' पूर्वीही मी व्यावसायिक रंगभूमीवर वाटचाल करीत होतो. ती बापू पाहात होते. वा! वा! करून दादही देत होते. पण कॉलेजची नोकरी सोडून नाटकात येऊ नका, हे काही खरं नाही असा उपदेशही करत. माझी 'रायगड'साठी निवड करण्याचे धाडस धी गोवा हिंदु असोसिएशनच्या मंडळींनी दाखविले असले तरी ते आव्हान पेलण्याचे धाडस बापूंनी

दाखविले. दहा-पंधरा दिवस तालमी केल्यानंतरही मला ही भूमिका जमणार नाही. मी संभाजी दिसणार नाही असे म्हणताच; आपल्या नेहमीच्या शांत वृत्तीने बापू म्हणाले–

"कुणी तुम्हाला सांगितले की सतरा-अठरा वर्षांचा संभाजी सहा फूट उंच आणि बेचाळीस इंच छातीचा होता म्हणून? आणि अभिनय जमत नसेल तर ते माझ्यावर सोपवा. मी सांगतो तेवढे मन लावून करा म्हणजे झालं."

"बापूंनी माझे शब्दोच्चार नीट सुधारले. माझी घाईघाईने बोलण्याची सवय बदलली. तालमीव्यतिरिक्त बापू माझ्या घरी येऊनही मला दोन दोन तास शिकवायला लागले. तालमीच्या ठिकाणाप्रमाणेच माझ्या घरीही एक तलवार आणून ठेवली. ती तलवार कमरेला बांधून ते मला तालीम करायला लावीत. त्यामुळे चालण्या-बोलण्याला ग्रेस येई. वाक्यं बोलताना त्याचा उपयोग होई. इतका बारीकसारीक विचार बापू करीत. स्वत:ची वाक्ये पूर्ण म्हणून दाखवीत आणि त्या वजनाने माझी वाक्ये म्हणून घेत. चुकलं तर परत परत वाक्ये म्हणत, म्हणवून घेत. कधीही चिडत नसत, कंटाळत नसत. मुख्य म्हणजे माझी उमेद फुलवीत राहात.

"नाटकाचा पहिला प्रयोग संपला आणि विंगेत उभे असलेल्या बापूंच्या मिठीत शिरत मी त्यांना म्हटले 'हे तुमचे श्रेय' त्यावर आनंदाने बापू उद्‌गारले–

"घाणेकर, तुम्हाला संभाजी म्हणून घडवायचा ही माझी जिद्द होती, तसा माझा यात स्वार्थही होता. तुमच्या ठिकाणी खरंच सहा फुटाचा ताडमाड नट संभाजी म्हणून उभा राहिला असता तर माझा शिवाजी त्याच्यासमोर फार थिटा वाटला असता. तुम्ही-मी बघा कसे बाप-लेक म्हणून छान शोभून दिसतो. आपली जुगलबंदी एका पातळीवर रंगते." या उद्‌गारावरूनच समजते बापू किती विनयी, निर्मळ आणि सच्च्या मनाचे होते.

"दत्तारामबापू स्वत:च्या कामाव्यतिरिक्त इतर कुठल्याही उचापती करत नसत. कुणाबद्दल हेवेदावे नाहीत, असभ्य बोलणे नाही, वाद करणे नाही. एकदा मी कुणाशीतरी तावातावाने भांडत होतो. तो माणूस गेल्यावर बापू मला म्हणाले–

"घाणेकर, किती चिडता. तो एक मूर्ख होता. आपणही कशाला व्हायचे?"

"त्या वेळी मला ते पटायचं नाही. पण वीस वर्षांनंतर जेव्हा आता मी शांत व्हायला लागलोय, त्याचे श्रेय बापूंच्या त्या वेळी केलेल्या संस्काराला आहे. 'इथे ओशाळला मृत्यु'च्या वेळी मी आजारी झालो तेव्हा प्रभाकरनी माझे काम करण्याविषयी बापूंना विचारले. तर डॉक्टर बरे होईपर्यंतच मी पंधरा-वीस दिवस काम करीन असे बजावूनच ते काम करायला तयार झाले. नाईट मिळते म्हणून भूमिका लाटण्याचा प्रकार ते करत नसत. दुसऱ्याला जास्त यश मिळते म्हणून कधी खंत केली नाही. कुणाचे नाटक चालले, कुणाचे पडले याच्या कधी चौकशा केल्या नाहीत. कुणाच्या पाठीमागे त्यांची निंदा केली नाही. ह्या

निर्मळ अजातशत्रू देवमाणसाचा आदर्श प्रत्येक नटाने आपल्यासमोर ठेवला पाहिजे, एवढी त्याची योग्यता श्रेष्ठ दर्जाची आहे.

" 'रायगड'च्या वेळी बापू ज्येष्ठ नट तर मी नवागत होतो. ते गुरू तर मी शिष्य होतो. माझा आत्मविश्वास डळमळतोय असं पाहिल्यावर ते एखाद्या पित्याने पुत्राच्या पाठीशी खंबीरपणे उभे रहावे तसे ते माझ्या पाठीशी उभे राहिले. बघता बघता आम्ही शिवाजी-संभाजी सारखे होऊन गेलो. हे पितापुत्राचे नाते पुढेही कायम टिकले. लोभ तसाच राहिला. मी वसईला दुसऱ्या नाटकासाठी गेलो तरी बापू थिएटरवर येत. मला घरी फराळाला घेऊन जात. स्वत: गावात नसले तरी स्वत:च्या मुलांना माझ्यासाठी सूचना देऊन जात. शिवाय डॉक्टर मासे खात नाही ही आठवण द्यायलाही विसरत नसत.

" 'रायगड'च्या तालमी संपल्या की बापू माझ्याबरोबर गाडीतून येत. पण वरळीला उतरत आणि तिथून बसने जात. मी त्यांना लालबागला सोडून येतो असे विनवून सांगायचा, तर ते म्हणायचे–

"घाणेकर, तुम्ही इतके शिकलेले डॉक्टर आहात. माझ्यासारख्या अशिक्षित माणसासाठी तुम्ही असले काही करावे हे मला योग्य वाटत नाही. तुम्हाला असले काही सांगण्याचाही मला संकोच वाटतो."

"एखादे फळाफुलांनी लगडलेले पण खाली वाकलेले झाड पाहिले की मला हटकून दत्तारामबापूंची आठवण येते." हे सांगत असताना डॉक्टरांच्या डोळ्यात पाणी तरळत होते.

१८९

नवीन नाटकाची उणीव सोडली तर बाकी डॉक्टर मजेत होते. कुणीतरी मला सांगितले होते की, फेब्रुवारी, मार्च महिना आला की डॉक्टरांच्यामध्ये काहीतरी बदल होतो. ते झपाटल्यासारखे विचित्रपणे वागायला लागतात. पण या वेळी तसा काही प्रकार घडला नाही. माझा भाऊ दिलीप गेला तेव्हा घरात खूपच गर्दी झाली होती. सुतक असल्यामुळे डॉक्टरांना हवे तसे जेवणही करता येत नव्हते. पण सगळ्यांबरोबरचे जेवण डॉक्टर जेवत होते. त्या गर्दीत शांतपणे राहातही होते.

मी न राहवून एकदा डॉक्टरना विचारलेही की, दिलीपचे दिवस वगैरे आटोपेपर्यंत, सर्व पाहुणे मंडळी जाईपर्यंत वरळीला राहायला जाता का? त्यावर डॉक्टर म्हणाले–

"आता मीही या घरापैकीच एक आहे ना? तुम्ही सर्व अशा परिस्थितीमध्ये राहू शकता. मग मी का राहू शकत नाही?"

मात्र दिलीपच्या तेराव्याला जेवण केल्याबद्दल आणि जेवायला माणसं

बोलावल्याबद्दल मात्र डॉक्टर फार नाराज होते. ते म्हणत एवढा माणूस कायमचा दृष्टीआड झाला आहे आणि जेवणावळी काय उठवताय? त्या वेळी डॉक्टरांनी मला सांगूनही टाकले की, त्यांच्या मृत्यूनंतर असलं काही करायचं नाही. दिवस नाही करायचे. जेवणावळी घालायच्या नाहीत. अग्निसंस्कारसुद्धा विद्युत्‌दाहिनीत करायचा.

डॉक्टरांना आपल्या मृत्यूनंतर नेत्रदान करण्याची तर इच्छा होतीच; पण आपल्या देहाचा मेडिकल कॉलेजच्या मुलांनाही उपयोग व्हावा, असे त्यांना वाटे. त्याबद्दल सांगताना मात्र डॉक्टर म्हणाले–

''पत्नी म्हणून तुझा माझ्या देहावर प्रथम अधिकार आहे. तेव्हा माझा देह मेडिकल कॉलेजला द्यायचा की नाही हे पूर्णत: तुझ्या इच्छेवर राहील.''

दिलीपच्या मृत्यूने मन आधीच हळवं झालं होतं आणि त्यात ही डॉक्टरांची त्यांच्या मृत्यूनंतर काय करावे आणि काय करू नये याची माहिती देणे चालले होते. मला सगळे असह्य व्हायला लागले. मी डॉक्टरांच्या तोंडावर हात ठेवीत, रडवेली होत त्यांना म्हणाले–

''ह्या सगळ्यांची चर्चा आताच हवी कशाला?'' तेव्हाच डॉक्टर बोलायचे थांबले.

१९०

डॉक्टरांचे मित्र असणारे आणि त्यांच्यावर उपचारही करणारे डॉ. निळू आपटे त्या वेळी दोनदा येऊन गेले होते. डॉक्टरांना तपासायला नव्हे तर एकदा त्यांची मुलगी डॉक्टर झाल्याबद्दलचे पेढे घेऊन आणि दुसऱ्यांदा त्यांनी नवी फियाट गाडी घेतली होती ती दाखवायला आले होते. डॉक्टरांनी निळूभाऊंना प्रकृती तपासतोस का असे विचारले. त्यावर डॉ. आपटे म्हणाले, ''कशाला तपासायची? सगळा बरा आहेस ते चेहरा आणि प्रकृतीही सांगते आहे. सध्या तू सगळी औषधंही बंद केली असणार?''

ते खरंच होतं. भरमसाट औषधाच्या गोळ्या खाणारे डॉक्टर आता औषधांच्याकडे ढुंकूनही पाहात नव्हते. दारू तर बंदच होती. पण सिगारेट्‌सही दिवसाला मोजून सात-आठ व्हायच्या. कधी अधुनमधून त्यांना सर्दी झालीच तर ते मी घ्यायची ती आयुर्वेदिक औषधं घ्यायचे. त्या बाबतीत मी त्यांची डॉक्टर व्हायची. त्यांच्यावर उपचार करायची. मी सांगेन ती औषधं *(देशी)* ते घ्यायचे. अर्थात मला दोन-तीन औषधं माहीत होती. सर्दी-पडसे आणि खोकला आणि यातीलच एखादा आजार कधी तरी हवामान बदलले तर डॉक्टरना व्हायचा. दृष्ट लागण्यासारखी डॉक्टरांची प्रकृती झाली होती. डॉक्टरांच्या घाणेकर कुटुंबातही दीर्घायुष्याचे वरदान होते. त्यामुळे वार्धक्य डॉक्टरांच्यापासून कितीतरी वर्षे लांब असणार याची मला खात्री

होती आणि म्हणूनच डॉक्टरांच्या व माझ्या वैवाहिक जीवनाचा रौप्यमहोत्सव आपण सहज साजरा करू, असे मला निश्चितपणे वाटायचे.

डॉक्टरांचा एकसष्टी समारंभ त्यांच्या नातेवाईक, स्नेही, चाहत्यांच्या उपस्थितीमध्ये अगदी थाटात साजरा करायचा असं मी अगदी केव्हापासून ठरवून ठेवलं होतं. हे जेव्हा मी डॉक्टरना सांगितलं तर ते काळजीत पडले की, त्यांचे वय लोकांना समजून ते डॉक्टरना म्हातारा समजणार. मग मी त्यांना समजावीत म्हणाले–

"अहो, साठी उलटली तरी तुम्ही किती तरुण दिसता, तरुणांच्या भूमिका करता याचं उलट सर्वांना कौतुक वाटेल."

हे ऐकल्यावर मात्र डॉक्टर खुषीत आले. आणि म्हणाले–

"अनंत काणे *(अभिजात संस्थेचे निर्माते)* तर म्हणतो, डॉक्टर तुमच्या एकसष्टी समारंभाला हॉल, थिएटर पुरायचे नाहीत. आम्ही ती शिवाजी पार्क मैदानावर साजरी करू."

आत्ती तर डॉक्टरांच्यावर भलतीच खूष होती. ती समाधानाने सर्वांना सांगायची की, आता मला कांचनची कसली काळजी वाटत नाही. डॉक्टरांच्यामध्ये झालेला बदल खरंच आश्चर्यकारक होता. तसे त्यांच्यावर कसलेही बंधन नव्हते. सक्ती नव्हती. अनेकदा संधी मिळूनही डॉक्टरांना पूर्वीच्या 'त्या गोष्टी' करायची इच्छा होत नव्हती. आत्तीच्या इन्कमटॅक्सच्या कामासाठी, गावी जाण्यासाठी, बाबांना भेटण्यासाठी मला काही वेळेला आत्तीबरोबर कोल्हापूरला जावे लागे. नाटकं असल्यामुळे डॉक्टरांना आमच्याबरोबर यायला जमायचं नाही. पण मी घरात नाही म्हणून डॉक्टर वरळीला राहायला जायचे नाहीत. नाटक संपले की, लागलीच घरी परत यायचे. नाटकाचे चार-पाच तास सोडले तर डॉक्टर घरीच राहात.

१९१

एकदा डॉक्टर एका गुजराथी नाटकाचा प्रयोग पाहायला गेले होते. पणशीकर त्या नाटकावरून मराठी नाटक करणार होते. तिथे बरेच पत्रकार आले होते. त्यांनी बऱ्याच दिवसांनी डॉक्टरांना पाहिले होते. डॉक्टरांची सुधारलेली प्रकृती, त्यांचे शांतपणे वागणे-बोलणे पाहून प्रभावित झालेल्या त्या पत्रकार मंडळींनी ज्येष्ठ पत्रकार इसाक मुजावर यांच्याकडून मला निरोप पाठविला की, कांचनला आमचे अभिनंदन कळवा. पूर्वीचा काशिनाथ आम्हाला बऱ्याच दिवसांनी पाहायला मिळाला.

पण मी हे डॉक्टरांना सांगितले नाही. ते डॉक्टरांना आवडले नसते. कारण डॉक्टर स्वत:चे बदलणे हे स्वत:चे कर्तृत्व मानीत. कुणामुळे आपण बदललो आहोत, हे त्यांना मान्य नसायचे. ते स्वत:बद्दल फार अहंकारी होते. एकदा थोडंसं

घाबरतच मी डॉक्टरांना विचारलं होतं की, आपण अल्कोहोलिक ॲनॉनिमस या संस्थेमध्ये जाऊ या का? ते ऐकून डॉक्टर खूपच भडकतील असं वाटलं होतं. पण एखादी गोष्ट समजावून सांगावी तसे डॉक्टर मला म्हणाले,

"त्या संस्थेत जे जातात ज्यांचे दारूचे व्यसन सुटत नाही. एक तर दारू मला स्वत:ला आवडते म्हणून मी पितो आणि स्वत: ठरवूनच ती सोडू शकतो, हे तू स्वत:च पाहिलं आहेस. आत्तीने फक्त या घरात दारू प्यायची नाही असं सांगितलं आहे. मी नाटकाच्या निमित्ताने बाहेर जातो, तेव्हा बाहेरून पिऊन येऊ शकत नाही का? वरळीच्या ब्लॉकवर जाऊन पीत बसलो तरी मला कोण अडवणार आहे? पण मी स्वत: ते करायचं नाही असं ठरवलं आहे. कुणी सांगितलं म्हणून मी हे करत नाही. याचे सारे श्रेय माझ्या एकट्याचे आहे."

डॉक्टरांचे हे मत मला माहीत असल्यामुळेच पत्रकारांनी माझे केलेले अभिनंदन मी डॉक्टरांना कधीच सांगितले नाही.

डॉक्टर आपला निग्रह कसोशीने पाळायचे. त्यामुळे येणारे मोहाचे प्रसंगही टाळले जायचे. ऑगस्टमध्ये आत्ती नेपाळला शूटिंगसाठी जाणार होती. तिने डॉक्टरांना आणि मला चलण्याचा आग्रह केला. नाटकं आहेत म्हणून डॉक्टरांनी ते स्वत: येऊ शकत नाहीत, हवे तर कांचनाला घेऊन जा असे सांगितले. मी खूपच नाराज झाले, पण माझी नाराजी दूर करत डॉक्टर म्हणाले,

"हे बघ, नेपाळला जायचे म्हणजे फाईव्ह स्टार हॉटेलवर उतरणे आले. चित्रपटसृष्टीतील मंडळीही तशी ओळखीची असणार. अशा ठिकाणी 'त्या गोष्टीचा' आग्रह होणारच. तो मला टाळता येणार नाही आणि आत्तीला नवाच प्रॉब्लेम होऊन बसेल. यापेक्षा न जाणे बरेच. तू अवश्य जा. पण तुझा खर्च तू कर. आत्तीला किंवा त्या निर्मात्यालाही भुर्दंड नको. मी आलो असतो तर मी माझा खर्चही केला असता."

नेपाळचे शूटिंग फारच महागात पडले. आत्तीला तिथेच नागिणीचा विकार *(हर्पीस ॲटॅक)* झाला. कधी नसणाऱ्या ब्लड प्रेशरची व्याधी जडली. नागीण आत्तीच्या अर्ध्या चेहऱ्यावर उठली आणि आत्तीचा सबंध चेहरा विद्रुप झाला. एखाद्या महारोग्याचा दिसावा तसा आत्तीचा चेहरा भयानक वाटत होता. आत्तीचे सुंदर डोळे आणि चाफेकळीसारखे नाकच त्या नागिणीच्या विळख्यात सापडले. माझ्या आजीच्या मृत्यूनंतर जशी मी डॉक्टरांच्या कुशीत आधारासाठी शिरले होते, तशीच त्या दिवशीही आत्तीला पाहून मी पुन्हा एकदा असहाय्यपणे डॉक्टरांच्या छातीवर डोके टेकले आणि अश्रूंना मुक्त वाट करून दिली. डॉक्टर एकच वाक्य परत परत बोलून मला थोपटत होते.

"अगं, मी आहे ना? कशाला काळजी करतेस?"

त्या दोन वाक्यांनीही मला किती तरी बळ दिले.

आत्तीला नेत्रतज्ञ डॉक्टर उर्सेकर यांच्या हॉस्पिटलमध्ये दाखल करण्यापासून ते ती घरी आल्यावर तिच्या डोळ्याचे आणि चेहऱ्याचे ड्रेसिंग करण्यापर्यंत डॉक्टरांनी आत्तीची सेवा केली. आत्ती बरी झाल्यावरही काही दिवसांच्या अंतराने तिला डॉक्टर उर्सेकरांच्या कन्सल्टिंग रूमवर न्यावे लागे. तिथे इतकी गर्दी असायची की, काही वेळेला बसायलाही जागा मिळायची नाही. डॉक्टर व मी मधल्या पॅसेजमध्ये उभे राहात असू. मलाच डॉक्टरांना असं उभं राहिलेलं पाहून संकोच वाटायचा. पण डॉक्टर त्या बाबतीत कधीही तक्रार करायचे नाहीत.

१९२

याचा अर्थ आमचा संसार अगदी गोड गोड चालला होता असं नाही. आमचे दोघांचे वादविवादही भरपूर व्हायचे. मात्र समर प्रसंग निर्माण झाले नाहीत. डॉक्टर वाद घालण्यात कधीच कुणाला हार जायचे नाहीत. नव्हे आपले नेहमीच बरोबर असते असे त्यांचे म्हणणे असायचे. मीही वाद घालायची. पण डॉक्टर चिडायला लागले की मात्र मी थांबायची आणि म्हणायची, "जाऊ दे ना. तुमचा माझा वाद संपायचा नाही. कारण ब्राह्मण-मराठा वाद पूर्वापार चालत आलेला आहे." मी स्वत:ला मराठा म्हणवून घेतले की डॉक्टर आणखीनच वैतागायचे आणि पुन्हा तावातावाने पटवीत राहायचे की तू आता मराठा नाहीस, तर चित्पावन कोकणस्थ ब्राह्मण आहेस. सदतीस वर्षे मराठा म्हणून वावरल्यावर लग्न होताच मी कोकणस्थ ब्राह्मण झाले आहे, हे माझ्या लक्षात राहायचे नाही. डॉक्टर आणखी चिडू नयेत म्हणून मी गप्प बसायची. अशा वेळी मला दादांनी *(राजा परांजपे)* माझा हात पाहून सांगितलेले भविष्य आठवायचे. दादांनी सांगितले होते–

"तुझे व तुझ्या नवऱ्याचे एकमेकांवर खूप प्रेम असेल. पण तुमची भांडणंही फार होतील."

डॉक्टरांचा काही बाबतीत उदार दृष्टिकोनही होता. आमच्या लग्नानंतर माझा एक लेख 'चित्रानंद' या सिनेमा साप्ताहिकात छापून आला होता. तो लेख वाचून डॉक्टरांनी माझे कौतुक वगैरेही केले होते. पण त्या लेखावर माझे लेखिका म्हणून नाव कांचन घाणेकर असे दिलेले होते. डॉक्टर म्हणाले, "हे असं नाव कशाला दिलं. आपल्या लग्नाच्या आधीपासून तू लिहिते आहेस. तेव्हा तुझे कांचन चव्हाण हे नावच सर्वांना परिचित आहे. ह्या लेखावरही तेच नाव असायला पाहिजे होते." डॉक्टरांचा समजुतदारपणा मी नव्यानेच अनुभवीत होते. मी हा जो लेख जिच्यावर लिहिला होता ती पडद्यामागील कलावंत होती. चाँदबीबी तिचं नाव. रंगभूषा-वेशभूषा यासाठी स्त्री-कलावंतांना मदत करणारी सहाय्यिका. तिच्या मोठ्या मुलाच्या

कॉलेजशिक्षणाला डॉक्टरांच्या मदतीचा हातभार लागलेला होता. 'एकटी' चित्रपटाच्या वेळी डॉक्टरांनी ही मदत केली होती.

मध्यंतरीच्या काळात डॉक्टर आणि त्यांच्या नातेवाईकांमध्ये काहीसा दुरावा आलेला होता. कुणी कुणाकडे जायचे आणि ही कोंडी फोडायची असा प्रश्न होता. पण ते काम डॉक्टरांचे चार नंबरचे भाऊ परशुरामभाऊंची मोठी कन्या शीला हिने केले. शीला नायजेरियातून परत आली होती. तिचे लग्न ठरले होते. सर्वांना भेटून जायलाच ती आली होती. लग्नानंतर ती हॉलंड येथे जाणार होती. मुंबईत आल्यावर एक दिवशी तिने आईवडिलांच्याकडून आमचा प्रभादेवीचा पत्ता घेतला आणि आपल्या 'लाडक्या काशू अंकल'ला भेटायला हजर झाली. लहानपणापासून परदेशात राहिल्यामुळे शीलाचा मराठी भाषेचा संपर्क सुटला होता. पण डॉक्टर मात्र तिला जसे येईल तसे मराठीतच बोलायला भाग पाडीत होते. एका हातावर रेशमाला घेऊन आणि दुसरा हात शीलाच्या खांद्यावर ठेवून, डॉक्टरांनी तिला सगळे घर फिरून दाखविले. लेकुरवाळे डॉक्टर बघून गंमत वाटत होती.

शीला येऊन गेली आणि सगळी कोंडी फुटली. शीलाच्या आईंनी कुमुदवहिनींनी त्यांच्या पाली हिलवरील आपल्या ब्लॉकवर आम्हाला जेवायला बोलाविले. डॉक्टरांचे नाशिकचे भाऊ भार्गवरामही तिथे आलेले होते. त्यांचीही भेट झाली. त्यानंतर ती मंडळी 'दसऱ्या'च्या दिवशी प्रभादेवीला आली. मनं मोकळी झाली. तिथून जाताना परशुरामभाऊंनी मोठ्या समाधानाने डॉक्टरांना मिठी मारली. ते पाहून सगळ्यांचेच डोळे पाणावले होते.

१९३

दसऱ्याच्या दोन-तीन दिवस आधी *(१९८४)* माधवीताई देसाई *(रणजीत देसाईंच्या पत्नी)* आमच्याकडे आल्या होत्या. दुसऱ्या दिवशी सकाळीच त्या पुण्याला जायला निघाल्या होत्या. त्यांना स्टेशनवर पोहोचविण्यासाठी डॉक्टर व मी गाडी घेऊन गेलो होतो. मी साडी वगैरे न नेसताच अंगातल्या मॅक्सीवरच गाडीत जाऊन बसले. त्यामुळे डॉक्टर माझ्यावर वैतागले होते. त्यांच्या मते घरात मॅक्सी वगैरे ठीक आहे. पण बाहेर जाताना अंगावर साडीच हवी. त्यामुळे वाटेत गाडीतसुद्धा माझ्यावर टीका करणे चालूच होते. डॉक्टरांचे हे एखाद्या म्हाताऱ्या माणसासारखे आधुनिक फॅशनवर टीका करणे ऐकून मला व माधवीताईंना हसू येत होते. पण आम्ही ते प्रयत्नपूर्वक दाबीत होतो. नाही तर डॉक्टर अधिकच भडकले असते.

माधवीताईंना स्टेशनवर सोडून आम्ही टिळक ब्रिजवर आलो आणि डॉक्टरांनी डावीकडे वळण्याऐवजी उजवीकडे प्लाझा शिवाजी मंदिराच्या दिशेने गाडी वळवली.

मी आश्चर्याने विचारले, "इकडे कुठे?"

"आज सीमोल्लंघन. पूर्वीची माणसं आजच्या दिवशी युद्धभूमीवर जाऊन सोनं लुटून यायची. मला निदान माझ्या कर्मभूमीचे दर्शन तरी घेऊ दे."

डॉक्टरांनी शिवाजी मंदिरसमोर गाडी थांबविली आणि भक्तीभावाने हात जोडले व मगच पुढे निघाले. मला वाटलं आता डॉक्टर तिथूनच मागे वळतील. मी प्रश्नार्थक नजरेने त्यांच्याकडे पाहिले.

"आज दसरा आणि मराठी माणसाच्या अभिमानाचे स्थान सेनाभवनाची भेट घ्यायची नाही असं कसं होईल?" शिवसेना भवनाच्या भगव्या झेंड्याकडे पाहात कौतुकाने डॉक्टर उत्तरले.

बघता बघता डॉक्टरांनी शिवाजी पार्ककडे गाडी घेतली. सेनाभवनाला वळसा घालून डॉक्टर डाव्या हाताने गोखले रोडकडे वळतील असं मला वाटलं होतं. पण गाडी शिवाजी पार्ककडे वळली होती. हे मुंबई दर्शन किती वेळ चालणार हे काही मला समजेना म्हणून मी पुन्हा विचारले–

"आता कसलं दर्शन राहिलंय?"

"आज मराठ्यांचा सण आणि मराठ्यांच्या राजाचं दर्शन नाही घ्यायचं?" ऐतिहासिक थाटात डॉक्टर म्हणाले. शिवाजी महाराजांच्या पुतळ्याजवळ येताच डॉक्टर संभाजीच्या आवेशात उद्गारले–

"मुजरा, आबासाहेब."

त्यानंतर मात्र वीर सावरकर मार्गावरून गाडी थेट प्रभादेवीच्या दिशेने धावायला लागली. प्रभादेवीहून निघताना सिद्धिविनायकाला प्रथम नमस्कार झालेलाच होता. वाटेत डॉक्टर बराच वेळ गप्प होते. आणि मग माझ्याकडे पाहात म्हणाले–

"शिवाजीमहाराजांचे सगळीकडेच किती पुतळे उभे करतात. पण अजून कुणी संभाजीचा पुतळा उभा करीत नाही. संभाजी व्यसनी असेल, वडिलांसारखा धोरणी, मुत्सद्दी नसेल, पण धर्मांतर करून ऐश्वर्य भोगण्याऐवजी, धर्मासाठी प्राण देऊन हौतात्म्य पत्करलेल्या त्याच्या त्यागाचा तरी गौरव नको का करायला?"

१९४

आणखी एका गोष्टीवरून आमचा सारखा वाद होत होता. ते म्हणजे आमचे लग्न अजून रजिस्टर झाले नव्हते. डॉक्टरांच्या मते ते माझ्या भावंडांनी किंवा माझे मेहुणे अशोक यांनी करून आणावे, तर मला वाटायचे ते डॉक्टरांनी करावे, आणि या वादातच ते राहून गेले होते. एक दिवस हा वाद आत्तीच्या कानी गेला. सासूबाईंनी पुन्हा एकदा जावईबापूंच्यासमोर पडते घेतले. डॉक्टरांची समजूत काढताना आत्तीने त्यांना सांगितले

की, हे खरं तर तिनेच करून आणायला हवे होते. पण दिलीपच्या आजारपणात, नंतरच्या घटनेत ते राहून गेले होते. आम्हा दोघांपेक्षा आत्तीलाच ते लग्न रजिस्टर होणे महत्त्वाचे वाटत होते. कारण त्यासाठीच तर सगळा वाद होता. तेव्हा डॉक्टरांनी कोणताही गैरसमज करून घेऊ नये अशी डॉक्टरांची समजूत घालून आत्तीने ते काम आमच्या अगदी घरचेच असणारे आणि डॉक्टरांचेही जुने मित्र असलेले श्री. बाप्पा *(विनायक ठाकूर)* यांच्यावर ही कामगिरी सोपवली आणि जवळ जवळ दीड वर्षांनी आमचे लग्न रजिस्टर झाले.

डिसेंबर, १९८४ची तेरा-चौदा तारीख असावी. त्या दिवशी डॉक्टरांचा 'मला काही सांगायचंय'चा शिवाजी मंदिरवर सकाळी प्रयोग होता. दुपारी चार वाजता 'पर्याय'चा प्रयोग होता. त्या प्रयोगाला आम्ही जायचे असे ठरविले होते. त्या वेळी चारुकाकाही पुण्याहून आलेले होते. सकाळी स्वत:च्या नाटकाच्या वेळीच डॉक्टरांनी दुपारच्या नाटकाची तिकिटेही ताब्यात घेतली होती. त्या दिवशी माझ्या तीन धाकट्या भावांच्या बायकांना मी डॉक्टरांचे नाटक पाहायला पाठविले होते. मी रेश्माला सांभाळीत घरीच थांबले होते.

अकरा साडेअकराचा सुमार असावा. प्रभाकर पणशीकरांच्या सौभाग्यवतींचा विजयावहिनींचा आमच्या घरी फोन आला आणि त्यांनी सांगितले की, नाट्यसंपदेच्या ऑफिसमध्ये थोड्या वेळापूर्वी फोन करून कुणी तरी सांगितले होते की त्या दिवशी ते डॉ. काशिनाथ घाणेकरांचा खून करणार आहेत. ते ऐकताच आत्तीने विजयावहिनींना सांगितले की मी कांचनला पाठवते. विजयावहिनी घाईघाईने म्हणाल्या–

"अहो, ह्या गडबडीत कांचनला आणि कशाला पाठवता? आम्ही योग्य ती खबरदारी घेतली आहे. पोलिसांना कळविले आहे. शिवसेनेला सांगितले आहे. इथे अगदी कडेकोट बंदोबस्त आहे. तुमच्या कानावर घालावे एवढ्याचसाठी फोन केला आहे."

आत्तीने दोन-चार ठिकाणी फोन करून चारुकाकांना शोधून काढले आणि त्यांना सर्व कल्पना देऊन शिवाजी मंदिरवर पाठविले.

पणशीकर वहिनींनी फोनवर दिलेला वृत्तान्त आत्तीने मला सांगितला. कुणाचा तरी खोडसाळपणा म्हणून मी ते उडवून लावले. कारण गेली दोन वर्षं तरी मी पाहात होते की, डॉक्टर आपण बरे नि आपले काम बरे असेच राहात होते. जास्तीत जास्त घरातच राहात होते. तेव्हा त्यांच्या हातून काही आगळीक घडली असावी तर तसाही प्रश्न नव्हता. पण जसे जसे बारा वाजल्यानंतर घड्याळाचे काटे पुढे पुढे सरकायला लागले, तसे तसे मन अस्वस्थ व्हायला लागले. एकदा वाटायला लागले शिवाजी मंदिरवर जावे, तर रेश्मा मागे लागणार. पण आत्तीने चारुकाका तिथे गेल्याचे सांगितले. त्यामुळे जरा धीर आला. पण एका ठिकाणी बसवेना. माझ्या आतबाहेर फेऱ्या सुरू झाल्या.

इतकी माणसं आहेत. थिएटर गच्च भरलेले असणार. पोलीस बंदोबस्त. शिवसैनिकांची उपस्थिती एवढं सगळं असल्यावर डॉक्टरांना काहीसुद्धा होणार नाही अशी मी मनाला समजावीत होते; पण नाटक संपले की डॉक्टरांची ती प्रेक्षकांच्यामधून जाण्याची सवय. ती वेळ कुणी साधली तर? शेकडो शंका हैराण करीत होत्या. त्यापेक्षा शिवाजी मंदिरवरच जायला पाहिजे होतं असं राहून राहून वाटत होतं. आता मात्र अर्धवट वेळ झाली होती. डॉक्टर कुठल्याही क्षणी येऊन पोहोचले असते. म्हणजे ते घरी आणि मी शिवाजी मंदिरवर अशीही परिस्थिती झाली असती. शिवाय अशा परिस्थितीमध्ये मी शिवाजी मंदिरवर एकटी गेले म्हणून डॉक्टर चिडले असते ते निराळेच.

शिवाजी मंदिरवर तर वातावरण आणखीनच ताणलेले होते. एक डॉक्टर सोडले तर सर्वांनाच ती बातमी समजली होती. डॉक्टरांच्याबरोबर काम करणारी इतर कलावंत मंडळीही बावरलेली होती. नाटक संपल्यावरही पणशीकर, सुधाताई करमरकर यांच्यापासून सगळेजण डॉक्टरांना थांबवून बोलण्यात गुंतवत होते. सगळे प्रेक्षक बाहेर जाऊन नाट्यगृह रिकामे होईपर्यंत सगळेजण वाट पाहात होते. एवढ्यात इन्स्पेक्टर्स, पोलीस, शिवसैनिक आणि चारुकाका या सर्वांनीच डॉक्टरांना घेरले होते. पोलिस खात्यातील एवढी माणसं ड्यूटी सोडून नाटक पाहायला आली म्हणून डॉक्टर आश्चर्यचकित आणि खूषही होते. पोलिसांनी डॉक्टरांना सर्व प्रकार समजावून सांगितला आणि पोलीस जीपमधून डॉक्टरना घरापर्यंत येण्यास सुचविले. डॉक्टर गाडी कुणाच्या ताब्यात द्यायला तयार नव्हते आणि गाडी स्वत:च चालविण्याचाही त्यांनी हट्ट धरला. मग शेवटी पोलीसच डॉक्टरांच्या गाडीत बसले.

मागे-पुढे पोलिसांची जीप आणि मधे डॉक्टरांची गाडी अशी वरात आमच्या कंपाऊंडमध्ये येऊन उभी राहिली. पोलिसांच्या गर्दीने हॉल नुसता भरून गेला. डॉक्टर झाल्या प्रकाराने खूपच 'थ्रील्ड' आणि 'एक्सायटेड' झालेले होते. एक तर डॉक्टरना का कुणास ठाऊक पोलीसखात्याचे अनावर आकर्षण होते. शिवाय एवढ्या संख्येने पोलीसखाते आपल्या संरक्षणासाठी आलेले पाहून तर ते फारच सुखावले होते. पोलीसखात्याचे मन:पूर्वक आभार मानून आम्ही त्या सर्वांना निरोप दिला. दुपारच्या नाटकाला जाण्याचा बेत आत्तीने रद्द करून टाकला. डॉक्टर आग्रह करीत होते. जाऊ या, काय होणार आहे म्हणत होते. पण विषाची परीक्षा हवीच कशाला असे म्हणत आत्तीने ठाम फर्मान काढले. कुणी कुठेच जायचे नाही. सर्वांनी घरातच थांबायचे. संकट टळले म्हणून आत्तीने जेवणात काहीतरी गोड करायला सांगितले.

बेडरूममध्ये गेल्यावर डॉक्टर विचारीत होते,

"तुझा नवरा कुणीतरी विशेष आहे हे तुला निदान आज तरी पटले असेल. कदाचित आज तुझा नवरा हुतात्माही झाला असता."

मला तर काहीसुद्धा बोलावंसं वाटत नव्हतं. डॉक्टरांना अगदी घट्ट घट्ट मिठी मारून मी बसले होते. मी त्यांना जणू काही मृत्यूपासून दूर दूर ठेवायचा प्रयत्न करीत होते.

१९५

१९८५ची संक्रांत आमच्यासाठी दुप्पट गोडवा घेऊन आली. त्या दिवशी दुपारी बाबांचा कोल्हापूरहून फोन आला. माझ्याशी एक शब्दही न बोलता बाबांनी डॉक्टरांना फोन द्यायला सांगितला. मी बुचकळ्यात पडले होते. बाबांचे डॉक्टरांच्याकडे कसले काम असावे? डॉक्टर बाबांशी बोलत होते. हो-नाही एवढीच उत्तरं देत होत. पण कसलातरी आनंद प्रयत्नपूर्वक आतल्या आत रोखू पाहात होते. डॉक्टर माझ्या हातात फोन देत म्हणाले, ''बघ, बाबा काय म्हणताहेत.'' बाबांनी सांगितलेली बातमी ऐकून मी मात्र माझा आनंद रोखू शकले नाही.

दोन वर्षांपूर्वी बाबांनी स्वत:च्या कथेवरच एका ध्येयवेड्या डॉक्टरची कथा सांगणारी 'शपथ' ही चित्रसंहिता तयार केलेली होती. त्यावर बाबा चित्रपट तयार करणार होते. त्यातील नायकाच्या भूमिकेसाठी बाबांनी डॉक्टरांना निश्चित केले होते आणि ते सांगण्यासाठीच बाबांचा फोन आला होता. नायिका होत्या आशा काळे.

ही बातमी ऐकून आत्तीलाही खूप आनंद वाटला. शिवाय बाबांच्या चित्रपटातून डॉक्टरांचे पुनरागमन होणं ही फार चांगली गोष्ट आहे, असं तिला वाटत होतं. डॉक्टर व आशा काळे ही जोडीही 'लकी' आहे असे तिचे म्हणणे होते. माझ्या दृष्टीने डॉक्टरांना योग्य वयात योग्य भूमिका मिळाली होती. बाबा हा चित्रपट सलगपणे चित्रित करून दीड-दोन महिन्यांत पूर्ण करणार होते. बाबांच्या सहवासात इतके दिवस डॉक्टर राहणार हेच माझ्या दृष्टीने महत्त्वाचे होते.

मी मोठ्या उत्साहाने तयारीला लागले. यापूर्वी इच्छा असूनही डॉक्टरांच्या ज्या गोष्टीकडे मी लक्ष पुरवू शकले नाही, त्या गोष्टी म्हणजे वेशभूषा, केशभूषा आणि मेकअपही या सर्वांकडे अगदी स्वत: लक्ष द्यायचे असे ठरविले होते. 'गुंतता'मध्ये डॉक्टर केसांचा टोप शेवटच्या अंकात घालायचे. तो त्यांना इतका भयानक दिसायचा म्हणून सांगू आणि गंमत म्हणजे सुरुवातीला डॉक्टर आपल्या स्वत:च्या नैसर्गिक केशरचनेत यायचे. डॉक्टरांचे केस तसे पातळच. पण तिसऱ्या अंकात डॉक्टर जो पांढऱ्या नकली केसाचा टोप लावायचे तो अगदी दाट केसांचा होता. म्हातारपणी केस दाट होतात हा नवाच शोध यामुळे लागत होता. डॉक्टरना ते सांगून मी तो टोप बदलायला सांगण्याचा इतक्यांदा प्रयत्न केला म्हणून सांगू? पण ज्याचं नाव ते. डॉक्टर दर वेळी अनंत काणे यांना सांगून तो बदलून घेतो म्हणायचे. पण ते कधीच व्हायचे नाही.

पण या वेळी मात्र मी सगळं नीट लक्ष घालून सर्व करून घ्यायचं ठरवलं. तसा शूटिंगला दोन महिने अवकाश होता. पण आता व्यायाम करायला लावून डॉक्टरांचे सुटलेले पोट कमी करायला पाहिजे होते. पूर्वतयारीसाठी बाबांच्याकडून चित्रपटसंहिताही आणायला हवी होती. तसे मी बाबांना विचारलेही. पण ती चित्रसंहिता मुंबईतच होती. बाबा आपले लिखाण पूर्ण झाले की, ते आपले ज्येष्ठ साहित्यिक मित्र विश्राम बेडेकर यांच्याकडे अवलोकनार्थ पाठवीत. विश्राम बेडेकरही त्यावर बारकाईने विचार करून आवश्यक वाटल्यास त्यात फेरबदल सुचवीत आणि बाबाही ते मान्य करीत. विश्राम बेडेकर यांच्या घरी तेच काम चालू होते. बाबांचे चिरंजीव प्रभाकर पेंढारकर त्यासाठी बेडेकर यांच्या घरी जात असत. बाबांच्या मार्गदर्शनाखाली चित्रपटाचे दिग्दर्शन प्रभाकर पेंढारकरच करणार होते.

सगळी तयारी अगदी जय्यत चालली होती. डॉक्टरांनी नाट्यसंपदा व अभिजात या दोन्ही संस्थांना चित्रीकरणामुळे मार्च महिन्यात तारखा नसल्याचे सांगून टाकले होते. एकंदरीत डॉक्टर खुषीत होते. बाबांचा चित्रपट डॉक्टरांना मिळाला हे एका दृष्टीने फार बरं झालं होतं. आशालता, आशा काळे यांच्या चित्रपटांच्या चित्रीकरणामुळे 'गुंतता'चे प्रयोग रेंगाळले होते. नाट्यसंपदेच्या 'मला काही सांगायचंय'चे प्रयोग फार कमी लागायचे. नवीन चांगले नाटक मिळत नव्हते. तसे डॉक्टर आता नाटकाच्या दौऱ्यांना वगैरेही कंटाळत होते. नाटकाशिवाय ते राहू शकले नसते. पण आता पूर्वीइतकी नाटकांची धावपळ न करता चित्रपटात पुन्हा कामे करावीत, असं डॉक्टरांना वाटत होतं. टी.व्ही. सीरियल हे नवे माध्यमही हाताळायला डॉक्टर उत्सुक होते. पण त्यांचा चित्रपटसृष्टीशी संपर्क सुटल्यासारखाच झाला होता. काही मंडळींना तर आता डॉक्टर चित्रपटात कामच करणार नाहीत असं वाटत होतं. त्या दृष्टीने बाबांचा चित्रपट त्यांना पुन्हा चित्रपटसृष्टीशी जोडणारा दुवा ठरला असता.

१९६

बाबांचे *(भालजी पेंढारकर)* मराठी चित्रपट टी.व्ही.वर दाखविण्याचे काम माझ्याकडे असल्यामुळे, त्या संदर्भात बऱ्याचदा मला दूरदर्शन केंद्रावर जावे लागे. काही वेळा डॉक्टरही माझ्याबरोबर येत. त्या वेळी नाट्यकलावंतांच्या मुलाखती 'मुखवटे आणि चेहरे' या कार्यक्रमासाठी करणाऱ्या डॉ. किरण चित्रे डॉक्टरांची मुलाखत या कार्यक्रमासाठी व्हावी म्हणून खूप प्रयत्नशील असायच्या. डॉक्टरांना खूप आग्रह करायच्या. पण डॉक्टर मी काही अजून म्हातारा झालो नाही मुलाखत द्यायला, असे म्हणून दर वेळी ते टाळीत. दत्ताराम बापूंसारखी विस्मृती झालेल्या अवस्थेत मुलाखत घेण्यापेक्षा आताच ती घेतली तर प्रेक्षक तुम्हाला चांगल्या

अवस्थेत पाहू शकतील, असे परोपरीने समजावूनसुद्धा डॉक्टर मुलाखत द्यायला तयार व्हायचे नाहीत.

इतकेच काय सध्या सुरू असलेल्या डॉक्टरांच्या नाटकांच्या व्हिडिओ टेप्स करून ठेवू या म्हटले की डॉक्टर म्हणायचे, "नाटक चालू असताना नाट्यगृहात कॅमेरे लागले की, प्रेक्षक डिस्टर्ब होतात." आणि म्हणून तेही डॉक्टर करू द्यायचे नाहीत. मात्र डॉक्टरांनी दूरदर्शन केंद्रावरील 'ज्ञानदीप' कार्यक्रमाचे निर्माते आकाशानंद यांच्या आग्रहावरून ज्ञानदीपच्या वर्धापन दिनाला प्रमुख पाहुणे म्हणून जाण्याचे मान्य केले. या कार्यक्रमाच्या निमित्ताने डॉक्टरांच्याबरोबर प्रथमच मी रंगमंचावरील आसनावर विराजमान झाले. कारण यापूर्वी माझी खुर्ची प्रेक्षागृहातील प्रेक्षकांची असायची.

स्वत: दूरदर्शनवरील कार्यक्रमांना डॉक्टर नकार देत असले तरी दूरदर्शनवरील 'पालवी' या शैक्षणिक कार्यक्रमाच्या निर्मात्या नीना राऊत यांना मात्र डॉक्टर सांगायचे की, कांचनला एखाद्या कार्यक्रमाचे संचालन करायला बोलवा. त्यांची ही बरीच जुनी हौस होती की, आपल्या बायकोने दूरदर्शनवरील कार्यक्रमात भाग घ्यावा. इरावतीबाईंनीही अशा शैक्षणिक, वैद्यकीय कार्यक्रमासाठी दूरदर्शनवर जावे, असं डॉक्टरांना प्रकर्षाने वाटे. पण इरावतीबाईंनी कधी त्याला संमती दिली नाही. पण आमच्या लग्नानंतर मला वाटतं दोन महिन्यांनी दूरदर्शनवर 'सुंदर माझं घर' या कार्यक्रमात सुहासिनी मुळगावकर यांनी एक चर्चा आयोजिली होती. विषय होता– 'विधवा, विधुर आणि घटस्फोटित यांना पन्नाशी उलटल्यावर पुन्हा विवाह करण्याची आवश्यकता आहे का?' या कार्यक्रमात इरावतीबाईंनी आपले पती माधव भिडे यांच्याबरोबर भाग घेतला आणि अशा तऱ्हेने डॉक्टरांची इच्छा उशिरा का होईना पूर्ण केली. या कार्यक्रमाची माहिती मला डॉक्टरांनीच दिली. डॉक्टर विषण्णपणे उद्‌गारीत म्हणाले, "यापूर्वी मी इरावतीला दूरदर्शनच्या कार्यक्रमात भाग घेण्याविषयी किती आग्रह करायचो तेव्हा तयार झाली नाही आणि आता तयार झाली ती अशा कार्यक्रमासाठी." त्यांनी तो कार्यक्रम मात्र एकट्याने वरळीच्या घरात बसून पाहिला. मलासुद्धा प्रभादेवीलाच थांबायला सांगितले.

१९७

बाबांचे चित्रीकरण कधी सुरू होणार याचा फोन कधी येतो याची प्रतीक्षा करीत आम्ही राहिलो होतो. या दरम्यान माझे मेहुणे अशोक कोरगावकर यांची एक महिन्याच्या अंतराने तीन मोठी पोटावरील ऑपरेशन्स डॉ. श्रीखंडे यांच्या रुग्णालयात पार पडली. डॉक्टर दर वेळी त्या ऑपरेशन्सना ऑपरेशन थिएटरमध्ये स्वत: जातीने हजर राहिले. पहिल्या ऑपरेशनच्या वेळी तर ते ऑपरेशन संपल्यावर, ऑपरेशनच्या

वेळी डॉक्टर्सनी घालावयाचे हिरवे कपडे घालूनच बाहेर आले. डॉक्टरना यापूर्वी ऑपरेशनच्या वेळी हजर असलेले मी पाहिलेले नव्हते. त्यामुळे मला दाखविण्यासाठी म्हणून त्याच कपड्यात ते बाहेर आले होते. अभिनेता न होता डॉक्टर सर्जन वगैरे झाले असते तर ते कसे दिसले असते, याचा विचार मी करत होते आणि त्याच वेळी डॉक्टर माझ्यासमोर त्या वेषामध्ये उभे होते.

डॉ. श्रीखंडे यांचे शल्यक्रियाकौशल्य आणि डॉ. घाणेकर व डॉ. ज्ञानेश्वरी फडके *(अशोक यांच्या फॅमिली फ्रेंड आणि डॉक्टरही)* यांनी वेळ न दवडता आवश्यक ती संमती दिली, त्यामुळेच आपण या प्राणसंकटातून सुखरूप वाचलो असे माझे मेहुणे अशोक कृतज्ञतेने सांगतात. एखादे वेळी कुणी नसेल आणि अगदीच अडचण असेल तर डॉक्टर अशोकचा जेवणाचा डबा घेऊनही जात. एका हातात जेवणाचा डबा, दुसऱ्या हाताशी रेश्माला घेऊन जाणाऱ्या डॉक्टरांना कौतुकाने बघत मी गॅलरीत किती वेळ तरी तशीच उभी राहायची. रुग्णालयात अशोकना भेटायला जी त्यांची मित्रमंडळी येत त्यांमध्ये एकजण इरावतीबाईंचे भाऊ होते. पहिल्या दिवशी ते गृहस्थ आले असता डॉक्टर थोडेसे अवघडल्यासारखे झाले होते; पण त्या गृहस्थानी कुठलेही असभ्य असे वर्तन केले नाही. अगदी पूर्वीच्यासारखेच ते त्यांच्याशी मनमोकळेपणाने वागले.

१९८

एखाद्या मोठ्या पातेल्यातील दूध एवढ्याशा मिठाच्या खड्याने नासून जावे, तसे डॉक्टरांचा उत्साह, आनंद क्षणात नासून गेला. बाबांनी 'शपथ' हा चित्रपट रद्द करून 'शाब्बास सूनबाई' हा चित्रपट तयार करायचा निर्णय घेतला; पण या चित्रपटात डॉक्टरांना करता यावी अशी भूमिका नव्हती. या प्रकारानंतर डॉक्टर अगदी गप्प गप्प आणि चिडचिडे झाले. पुन्हा दर वेळी कुणी विचारले की, डॉक्टर तुमचे शूटिंग कधी सुरू होणार तर ते अधिकच दुखावले जात. डॉक्टरांना परत मूडमध्ये कसे आणावे काही सुचेना. बाबांनी चित्रपट रद्द केला हा जसा काही माझाच गुन्हा असल्यासारखा त्यांनी किती तरी दिवस माझ्याशी अबोला धरला.

यात आणखी एका कडवट प्रसंगाची भर पडली. रेश्माची आई रेश्माला घेऊन आपल्या माहेरी सांगलीला राहायला निघून गेली. ती पुन्हा लवकर येण्याचे चिन्ह दिसेना. रेश्माची सवय, तिचा विरंगुळा असलेले डॉक्टर त्या बाजूनेही दुःखी झाले. मला मात्र आपण मूल होऊ दिले नाही ही फार मोठी चूक केल्याचे आता वाटायला लागले. रेश्माला जवळ करताना आमचा दोघांचा कसला स्वार्थ होता? उलट रेश्माच्या पोरक्या आयुष्यावर सावली धरण्याचाच आम्ही प्रयत्न करीत होतो.

आम्हालाही रेशमापासून आनंद, समाधान सगळेच मिळत होते. पण प्रेम करण्यासाठी, तेही लहान मुलावर, आम्हाला दुसऱ्यांच्या मर्जीवर अवलंबून राहावे लागले.

ह्या विचित्र मन:स्थितीमधून बाहेर पडायला डॉक्टरना बरेच दिवस जावे लागले. पण कुठे तरी सूर, ताल आणि तोलही बिघडायला लागला; एवढं खरं. जून महिन्यात माझ्या एका लांबच्या नात्यातील मेहुण्यांचे जसलोकमध्ये बायपासचे ऑपरेशन होते. ऑपरेशनकरिता ताज्या रक्ताची जरुरी होती. पेशंटचा ब्लड ग्रुप 'ए' असल्यामुळे आणि आमचा ज्यांचा ब्लड ग्रुप 'ए' होता ते सर्वजण आदल्या दिवशी जसलोकमध्ये गेलो होतो. डॉक्टरांचा ब्लड ग्रुप 'ओ' असूनही ते आले होते. ब्लड बँकेत आत्ती व तारूचे रक्त देणे चालले होते. एवढ्यात डॉक्टर कुठे तरी गायब झाले आणि थोड्या वेळानी परत आले ते एका अनोळखी माणसाला बरोबर घेऊनच. डॉक्टरांनी आपले रक्त त्या माणसाच्या पेशंटला दिले आणि त्या माणसाचा ब्लड ग्रुप 'ए' असल्यामुळे त्याला त्याचे रक्त आमच्या पेशंटला द्यायला लावले. १४ जूनला सकाळी ऑपरेशन होते. जसलोकच्या ऑपरेशन थिएटरमध्ये काही डॉक्टरना जायला मिळणार नाही असे वाटत होते. पण त्या बाबतीत डॉक्टर माझ्याशी पैज लावून गेले होते आणि त्याप्रमाणे त्यांनी जसलोकच्या मुख्य डॉक्टरांशी ओळख आणि परवानगी काढून डॉक्टर ऑपरेशन थिएटरमध्ये पोहोचलेसुद्धा. सकाळी दहा वाजता जसलोकमध्ये गेलेले डॉक्टर दुपारी चार-साडेचारला पेशंटला रूममध्ये पोहोचवूनच घरी आले आणि मगच जेवले. ऑपरेशन यशस्वी झाल्याचा सगळ्यात अधिक आनंद डॉक्टरनाच झालेला होता.

कुणालाही वैद्यकीय मदत देण्याबाबतीत डॉक्टरांचे पाऊल नेहमी पुढेच असायचा. मग त्या वेळी ती व्यक्ती जवळची की दूरची, मित्र की अनोळखी, गरीब-श्रीमंत असा भेदभाव त्यांच्याजवळ नसायचा. खूप वर्षांपूर्वीची गोष्ट आहे. आमचा व डॉक्टरांचा परिचय होऊन फार दिवस झाले नव्हते. त्या वेळी एकदा अभिनेत्री लीला गांधी आपल्या मुलाची प्रकृती खूपच चिंताजनक झाल्यामुळे त्याला घेऊन उपचार करण्यासाठी मुंबईला आल्या होत्या. मुंबईत त्यांचा आमच्याशिवाय कुणाशी विशेष परिचय नव्हता. त्या आत्तीकडे आल्या. आत्तीने डॉक्टरांची मदत घेतली. त्यांनी लीलाबाईंच्या मुलाला सायन हॉस्पिटलमध्ये दाखल केले आणि या मुलावर बालरोगतज्ज्ञ डॉ. आठवले यांचे उपचार सुरू झाले. शिकस्तीचे प्रयत्न करूनही त्या प्रयत्नांना यश मिळाले नाही. शेवटच्या दिवशी तर डॉक्टर रात्रभर लीलाबाईंच्या मुलाबरोबर सायन हॉस्पिटलमध्ये थांबले. पहाटे त्या छोट्या जीवाने अखेरचा श्वास घेतला आणि निराश होऊन डॉक्टर घरी परत आले. त्या वेळी डॉक्टरांनी केलेल्या मदतीचा लीलाबाई गांधी आजही कृतज्ञतेने उल्लेख करतात.

९९

१४ जूनला दर वर्षी नाट्यकलावंतांचा वार्षिक मेळावा असतो. नाट्यपरिषदेतर्फे त्या वर्षीच्या *(१९८५)* कलावंतांना पारितोषिकेही दिली जातात. सबंध दिवस जसलोक रुग्णालयात घालवून दमून आलेले असूनही, डॉक्टर संध्याकाळी त्या कार्यक्रमासाठी जायला निघाले. प्रभाकर पणशीकर दुसऱ्यांदा नाट्यसंमेलनाध्यक्ष म्हणून निवडून आले होते. प्रभाकरसाठी गेलं पाहिजे असं म्हणून डॉक्टर त्या दिवशी संघात गेले. आश्चर्य म्हणजे मला तू येणार का असं नेहमीप्रमाणे विचारलेही नाही, पण त्याचे कारण मला नंतर समजलेच. त्या दिवशी पहाटे पाच वाजले तरी डॉक्टरांचा पत्ता नव्हता. आत्तीचा नियम माहीत असलेले डॉक्टर त्या दिवशी वरळीलाच गेले. पण फोन करून सांगायला मात्र विसरले नाहीत.

डॉक्टरांचे आता वरळीला जाऊन अधुनमधून राहणे सुरू झाले होते. त्यांची काही मंडळी मला सांगायची की, डॉक्टरांना प्रभादेवीला म्हणजे त्यांच्या सासुरवाडीला जाऊन राहणे म्हणजे फार अवघडल्यासारखे वाटत होते. पण ते स्वत: कधीच या बाबतीत माझ्याशी बोलायचे नाहीत. डॉक्टर तसे कुणाची भीडभाड न ठेवणारेच होते आणि प्रत्यक्ष पत्नीशी असे औपचारिकपणे वागण्याचे त्यांना काहीच कारण नव्हते. त्यांनी प्रभादेवी येथील ब्लॉकवर स्वत:च्या नावाची पाटीही लावायला सांगितली होती आणि पुण्याहून चारुकाकांचे जावई नरेंद्र मुंदडा यांच्या प्रेसमधून स्वत:च्या नावाची जी लेटरहेडस् आणि व्हिजिटिंग कार्डस् छापून आणली होती, त्यावर वरळी आणि प्रभादेवी असे दोन्ही घरांचे पत्ते छापून घेतले होते आणि त्या दोन्ही वस्तू प्रभादेवीच्या घरीच ठेवल्या होत्या.

प्रभादेवीला आल्यापासून डॉक्टरांचा मध्यंतरी सुटलेला वाचनाचा व्यासंग पुन्हा सुरू झाला होता. मराठीतील उत्तमोत्तम पुस्तकांची आमच्याकडे वानवा नव्हती. पुस्तकं विकत घेऊन वाचण्याचा आत्तीचा पूर्वीपासूनचा छंद होता. घरात पुस्तकांचा छोटासा संग्रहच तयार झाला होता. नव्या नव्या पुस्तकांची त्यात प्रत्यही भर पडायची. डॉक्टरांना वाचताना चांगल्या चांगल्या कल्पना वाक्ये यांच्यावर खूण करायची सवय होती. काही वेळेला काही मजकूर खूप आवडला की ते मला वाचूनही दाखवीत. मी ते पुस्तक वाचू शकते किंवा वाचणार आहे याचाही त्यांना विसर पडायचा. विश्राम बेडेकरांचे 'एक झाड दोन पक्षी' हे पुस्तक निम्मे अधिक त्यांच्याकडून ऐकावे लागले होते.

एकदा डॉक्टरांच्या डोक्यात एक कल्पना आली की, सगळीच पुस्तकं सगळ्यांच्याकडून वाचली जात नाहीत. पण जीवनाचं सार सांगणारी, वेगळे अनुभव व्यक्त करणारी, कल्पनाविलास दाखविणारी, चमत्कृतिपूर्ण कल्पना व्यक्त करणारी

वेगवेगळ्या पुस्तकातील वाक्ये, वेगवेगळे उतारे यांचा एक संग्रह पुस्तकरूपाने प्रसिद्ध करायचा. मलाही ती कल्पना आवडली. अर्थात लिहिण्याचा कंटाळा या सवयीमुळे डॉक्टर पुस्तकावर तो तो भाग अधोरेखित करणार आणि मी तो वहीत उतरवून काढायचा असे ठरले; पण बाबांचा चित्रपट रद्द झाल्यावर डॉक्टरांच्यामध्ये जो बदल व्हायला लागला त्यात ही कल्पनाही मागे पडली.

त्या दरम्यानच रणजित देसाई यांची राजा रविवर्मा ही कादंबरी डॉक्टरांच्या हाती आली. डॉक्टर प्रभादेवीला आल्यापासून घरात नवीन कुठलेही पुस्तक आले की ते प्रथम डॉक्टर वाचून काढीत. मगच बाकीच्यांच्या हाती ते यायचे. पण राजा रविवर्मा कादंबरीच्या प्रेमात डॉक्टर विशेषच पडले. डॉक्टरांच्या केलेल्या अधोरेखित खुणांनी सगळे पुस्तक भरून गेले. डॉक्टरांचे वाचनही खूप जलद होते. राजा रविवर्मा त्यांनी इतक्यांदा वाचून काढले की, पुस्तकाच्या पत्रावळ्या झाल्या. तेवढ्यात रणजित देसाई आमच्याकडे राहायला आले असता त्यांच्याकडून समजले की, अशोक समेळ ह्या नाट्यव्यवसायातील व्यक्तीने राजा रविवर्मा कादंबरीवरूनच त्याच नावाचे नाटक तयार केलेले होते आणि रणजित दादांच्या मताने नाटकाची भट्टीही नीट जमलेली होती. प्रत्यक्ष कादंबरीकाराकडूनच समाधानाचे बोल ऐकल्यावर त्या कादंबरीच्या प्रेमात असणाऱ्या डॉक्टरांनी ठरवून टाकले की रविवर्माची भूमिका ते स्वत: करणार. प्रभाकर पणशीकरांनीही त्यात रस दाखविला होता. जाणकार निर्मात्याच्या दृष्टिकोनातून काही सूचनाही दिल्या होत्या. बहुतेक नाट्यसंपदेच्या वतीनेच ते नाटक रंगभूमीवर येणार होते.

राजा रविवर्मा होऊन रंगभूमीवर यायचे ह्या एकाच विचाराने डॉक्टर झपाटल्यासारखे झाले होते. अशोक समेळ यांच्या अक्षरश: पाठीशी लागून नाटकाचे परत परत परिष्करण करून घेत होते. काही वेळेला अशोक समेळ यांच्या घरीही राहायला जात. तसे अशोक समेळ हे डॉक्टरांच्या जुन्या ओळखीचे होते. 'मला काही सांगायचंय' या नाटकात ते डॉक्टरांच्याबरोबर कामही करत. डॉक्टरांच्या खोलीत दौऱ्यावर असताना फक्त अशोक समेळ यांनाच राहायची परवानगी असायची. अशोक समेळही अगदी धाकट्या भावासारखे डॉक्टरांशी वागत, त्यांचा मान ठेवीत, काळजी घेत.

२००

या सर्वांबरोबरच डॉक्टरांचे दोन-अडीच वर्षे थांबलेले पिणेही पुन्हा सुरू झाले होते. आता दौऱ्यावरून परत आले की डॉक्टर आधी वरळीला जात आणि मग तिथे थोडा मुक्काम करून नंतर प्रभादेवीला येत. डॉक्टरांना स्वत:लाही आपण बदलत

चाललोय याची कल्पना असणारच. त्यावर पांघरूण घालण्यासाठी आणि आपण वरळीला का जातो आणि राहतो याचे कारण पुढे करताना डॉक्टर मला सांगायचे की, जॉकी शामू चव्हाण व त्यांच्या चिरंजीवांना दिलेल्या पैशाच्या तगाद्यासाठी आपण वरळीला जातो. कारण चव्हाण मंडळी डॉक्टरांच्या जवळच वरळीला राहात. शामू चव्हाणांचा आलिशान बंगला पुण्यालाही होता. तेव्हा तिकडे ट्रंक-कॉल करण्यासाठीही आपण वरळीच्या घरी जातो, असे डॉक्टर सांगायचे. आत्तीच्या घरातून हा पैशाचा तगादा लावणे डॉक्टरांना योग्य वाटत नव्हते. शामू चव्हाण यांना दिलेल्या पैशाबद्दल डॉक्टर खरंच अस्वस्थ असायचे. काही वेळेला मी वरळीच्या घरी असताना माझ्यासमोरही ते पुण्याला अथवा मुंबईच्या घरी चव्हाणांना फोन करीत आणि पैशांची मागणी करीत. डॉक्टरांना अगदी पूर्ण पश्चात्ताप झाला होता. डॉक्टरांनी उघडपणे स्वत:ची चूक कबूल करण्याची ही एकमेव घटना.

कुठल्याही गोष्टीचा उच्चांक गाठायचा ही तर डॉक्टरांच्या स्वभावाची ठळक विशेषता होती आणि त्याचा निर्देशांक त्याप्रमाणे रोजच्या रोज वाढताना दिसत होता. डॉक्टरांच्या दोन्ही निर्मात्यांनाही फरक जाणवायला लागला होता. डॉक्टर प्रभादेवीच्या घरी असलेच की ते व्यवस्थित असतात, याचा त्या दोघांना अनुभव आला होता. त्यामुळे वरळीहून डॉक्टरांनी फोन करून काही विचारले की, पणशीकर व काणे दोघेही डॉक्टरांना सांगत की तुम्ही आधी प्रभादेवीला चला. मगच आम्ही तुमच्याशी बोलू आणि याच गोष्टीचा डॉक्टरांना त्रास व्हायला लागला. आपण मध्यंतरी जे व्यवस्थित वागलो, राहिलो याचे श्रेय आपल्याला न देता ही मंडळी मी प्रभादेवीला असतो म्हणून नीट राहतो असे मानतात, याचा डॉक्टरांना राग यायला लागला आणि या रागाचे पर्यावसान म्हणजे परिस्थिती अधिकच बिघडायला लागली. गेल्या अडीच वर्षांच्या आमच्या प्रयत्नांवर पाणी *(दारू)* पडताना दिसत होते. पण विरोध केला तर डॉक्टर त्या बाबतीत आणखी अतिरेक करतील याची खात्री होती. म्हणून मी जास्तीत जास्त शांत राहून ही लाट कधी ओसरते, याची वाट पाहात होते.

माझ्याशी आधी बोलणे करूनच पणशीकरांनी, आपण एवढ्यात रविवर्मा रंगभूमीवर आणू शकत नाही असे डॉक्टरांना सांगितले. मग डॉक्टरांनी स्वत: नाट्यसंस्था काढायची असा निर्णय घेतला आणि त्या तयारीला लागले. राजा रविवर्मा नाटकासाठी दिग्दर्शक, नेपथ्यकार, कलावंताची निवड डॉक्टर करायला लागले. नायिकेची भूमिका कुणाला द्यावी ह्या विचारावर गाडी सारखी अडत होती. नेहमीप्रमाणे आशा काळे हे नाव समोर होतेच. पण मला मात्र आशा काळे ती भूमिका करतील असे वाटत नव्हते. कारण नायिकेचे मॉडेल म्हणून रविवर्म्यासमोर उभे राहताना तिने विवस्त्र होण्याचा प्रसंग होता. तो प्रसंग गाळता येण्यासारखाही नव्हता. त्यामुळे ती भूमिका करायला आशा काळे तयार होणार नाहीत असे मला

वाटत होते. म्हणून मी डॉक्टरांना एका अभिनेत्रीचे नाव सुचविले. ती अभिनेत्री डॉक्टरांची जुनी 'सखी'ही होती. पूर्वी मीच डॉक्टरांना त्या सखीचे नाव कायमचे टाकायला सांगितले होते. मी डॉक्टरना मुद्दाम खिजवण्यासाठी त्या सखीचे नाव घेते आहे असे त्यांना वाटले आणि माझ्याकडे बघत दुखावल्या स्वरात ते म्हणाले, "चेष्टा करताय आमची?" एखाद्याच्या उणिवांवरून परत परत डिवचत राहणे या गोष्टीचा मला मनस्वी तिटकारा होता. त्या सखीचे नाव मला आठवण्याचे कारण म्हणजे तिला रंगभूमीवर कमी कपड्यांत येण्याची सवय होती, असा जेव्हा मी खुलासा केला तेव्हा डॉक्टरांचा गैरसमज दूर झाला.

२०१

या अशा गोंधळाच्या परिस्थितीमध्येच एक दिवस राजेश खन्ना यांच्या सेक्रेटरीचा आत्तीला फोन आला की, बी. आर. चोप्रा यांच्या 'आवाम' या चित्रपटामध्ये एक चांगली भूमिका आहे. त्यासाठी राजेश खन्ना यांनी डॉ. घाणेकरांचे नाव सुचविले आहे, तरी डॉक्टरसाहेबांना बी. आर. चोप्रा यांना भेटायला सांगा. डॉक्टर दौऱ्यावर गेले आहेत असे सांगून आत्तीने चार दिवसांचा अवधी मागून घेतला आणि डॉक्टरांच्याबरोबर चोप्रा यांच्याकडे जाताना कुणाला पाठवावे, या विचारात आत्ती पडली.

राजकपूरनंतर आवडता अभिनेता म्हणून डॉक्टरांची दुसरी पसंती राजेश खन्ना ही होती. राजेश खन्नाचा चित्रपट पाहायचा असला की डॉक्टरना कोण उत्साह असायचा. त्यामुळेच आत्ती राजेश खन्नाबरोबर भूमिका करीत असलेल्या 'अधिकार' या चित्रपटाच्या शूटिंगच्या वेळी डॉक्टर आत्तीबरोबर फिल्मसिटीमध्ये गेले होते. डॉक्टरांना राजेश खन्ना त्याच्या कॉलेजजीवनापासून ओळखत होता. स्वत: राजेश खन्नाही रंगमंच कलावंत होता. त्यामुळे त्याने डॉक्टरांची त्या काळी काही नाटकंही पाहिली होती. हृषिकेश मुखर्जींच्या 'आनंद' या चित्रपटात डॉक्टर राजेश खन्नाबरोबर काम करणार होते. पण त्या वेळी आमचे युरोपला जायचे ठरताच डॉक्टरांना तो चित्रपट सोडून द्यावा लागला होता. नंतर ती भूमिका रमेश देव यांनी केली.

बऱ्याच वर्षांनी भेटूनही राजेश खन्नाने डॉक्टरांची ओळख कायम ठेवली होती. मोठ्या आदराने त्याने डॉक्टरांचे स्वागत केले. सबंध वेळ डॉक्टर त्याच्याबरोबर राहिले. डॉक्टरांसारखा चांगला नट हिंदी चित्रपटापासून दूर का राहिला, याचे आश्चर्य राजेश खन्ना सारखा व्यक्त करीत होता आणि यापुढे तो स्वत: डॉक्टरांसाठी प्रयत्न करील असे आश्वासनही त्याने डॉक्टरांना दिले होते. ते लक्षात ठेवून राजेश खन्नाने बी. आर. चोप्रांकडे शब्द टाकला होता आणि त्याप्रमाणे सेक्रेटरीला सांगून आत्तीकडे फोन करायला सांगितला होता. बऱ्याच विचारान्ती आत्तीने डॉक्टरांच्याबरोबर जाण्याची

जबाबदारी बाप्पा *(विनायक ठाकूर)* यांच्यावर टाकली होती. डॉक्टर बाप्पांच्याबरोबर बी. आर. चोप्रा यांच्याकडे जाऊन त्यांना भेटून आले. डॉक्टरांचे त्यांच्याशी बराच वेळ बोलणे झाले. आम्ही तुम्हाला नंतर कळवू असे सांगून चोप्रांनी डॉक्टरना निरोप दिला. डॉक्टर चोप्रांकडे जाताना अगदी व्यवस्थित गेले होते. मद्यपान अजिबात केलेले नव्हते. पण मद्य न घेताही डॉक्टरांच्यावर मद्याचा अंमल पुढे तीन-चार दिवस राहायचा. त्यामुळे ते खूप एक्साईटेड मूडमध्ये राहात. ते बोलतही खूप. बी. आर. चोप्रांसारख्या अनुभवी, जाणकार व्यक्तीच्या नजरेतून ती गोष्ट सुटली नसावी. आमच्या अपेक्षेप्रमाणे चोप्रांच्याकडून कधीच निरोप आला नाही. पण तो निरोप नक्की येणार अशा खात्रीने डॉक्टरांनी आपण चोप्रांच्या चित्रपटात काम करतोय, असे आधीच जाहीर करून टाकले होते.

२०२

अशोक समेळ यांनी रविवर्म्यावर बांधलेले नाटक चांगले झाले होते. सध्याच्या डॉक्टरांच्या परिस्थितीमध्ये इतके खर्चिक निर्मितीमूल्ये असलेले नाटक त्यांच्या ताब्यात देणे योग्य नाही. जरा परिस्थिती निवळल्यानंतर त्या नाटकाचा विचार करावा या हेतूने पणशीकरांनी रविवर्मा नाटकाचे हक्क आपण आधीच घेतल्याचे सांगून ते नाटक आपण डॉक्टरांना देऊ शकत नाही असे सांगून टाकले. त्यामुळे मात्र अधिकच आगीत तेल ओतल्यासारखे झाले. डॉक्टरांनी नाट्यसंस्था काढायची असे निश्चित करून टाकले होते, पण नाटक हातात नव्हते. त्यांची परिस्थिती अगदी सैरभैर झाली. अशा वेळी बाळासाहेब कुडतडकरांनी त्यांची कशीतरी समजूत घालून त्यांना फक्त नाट्यसंस्थेचा मुहूर्त करायला सांगितला आणि नाटक कुठले करायचे ते नंतर ठरवू असे सांगितल्यामुळे डॉक्टर थोडे तरी शांत झाले.

कोल्हापूरच्या बाबांच्याकडून डॉक्टरांनी नाट्यसंस्थेसाठी नावं मागविली होती. त्यातील 'लोकमान्य' हे नाव सर्वानुमते संस्थेला द्यावं असं ठरलं. मुहूर्ताचा दिवस सोळा सप्टेंबर हा ठरवला. सर्वांना फोनवरूनच आमंत्रणं दिली गेली. चारुकाका पुण्याहून खास मुहुर्ताच्या व्यवस्थेसाठी आले होते. चौपाटीच्या बिर्ला क्रीडाकेंद्रामध्ये मुहूर्त ठेवला होता. नुसत्या फोनच्या आमंत्रणावरसुद्धा सर्व थरांतील डॉक्टरांच्या मित्रमंडळींनी, नातेवाईकांनी त्या प्रसंगी हजेरी लावली. श्रीमान लालचंद हिराचंद यांच्या हातून मुहुर्ताचा नारळ वाढविला गेला. नाटकाशिवाय नाट्यसंस्था आणि नाट्यवाचनाशिवाय मुहूर्त पार पडला.

नाट्यसंस्थेचा उत्साह मुहुर्तापुरताच राहिला. अर्थात मीही त्या बाबतीत डॉक्टरांना कधी आठवण केली नाही. डॉक्टरांनी निर्माता व्हावं हे मला मान्य नव्हतं. कारण निर्मात्याला आवश्यक ती कोणतीच गोष्ट डॉक्टरांपाशी नव्हती. त्यांना अगदीच न झेपणारी ती गोष्ट होती. नाट्यसंस्थेचा सगळा व्यवहार तू बघितला पाहिजे असं मला

डॉक्टर म्हणायचे. त्यांच्या समाधानासाठी मी हो म्हणायची. पण घरसंसार चालवण्याइतकं नाट्यसंस्था चालवणं सोपं नाही याची मला खात्री होती आणि जे मला पूर्ण समजलेलं नाही ते करण्याची अतिमहत्त्वाकांक्षाही माझ्यात नव्हती. त्यामुळे नाट्यसंस्थेची गोष्ट आपोआपच बाजूला पडली हे बरं झालं.

२०३

या वेळी डॉक्टरना आपली लोकप्रियता आजमाविण्याचा छंद जडला होता. त्यासाठी त्यांना तशी संधीही लौकरच उपलब्ध झाली. आमच्या ओळखीतील एका पोलिओने अपंग झालेल्या मुलीला मेडिकलसाठी ॲडमिशन हवी होती. फक्त एक टक्का गुण कमी मिळाल्यामुळेच तिला मुंबईत ॲडमिशन नाकारली जात होती आणि तिच्या अपंगत्वामुळे बाहेरगावी होस्टेलवर राहणे तिला त्रासाचे होते. अभिनेत्री उषाकिरण यांचे पती डॉ. मनोहर खेर यांच्या प्रयत्नाने हे ॲडमिशनचे काम होऊ शकले असते; पण त्या वेळी त्यांच्या मुलीचा परधर्मीय विवाह झाला होता. त्या बाबतीत उलटसुलट बातम्या कळत होत्या. नेमक्या अशा परिस्थितीमध्ये उषाकिरण यांच्या घरी फोन करणे आत्तीला प्रशस्त वाटत नव्हते *(माझ्या वेळी सगळ्यांनी आत्तीला कसे टोचून हैराण केले ते मला आठवले. आत्ती मात्र इतरांच्या मनःस्थितीचा विचार करीत होती.).*

डॉक्टरांनी ॲडमिशन मिळवून देण्याची जबाबदारी स्वीकारली आणि त्यांच्या मंत्रालयाच्या वाऱ्या सुरू झाल्या. त्या वेळी डॉक्टर ह्या मुलीच्या ॲडमिशनच्या संदर्भात ज्यांना भेटणे आवश्यक होते त्यांना तर भेटत होतेच, पण इतरही मंत्र्यांच्या, त्यांच्या खात्यांच्या सचिवांच्या केबिनमध्येही डोकवायचे. डॉ. घाणेकर आले आहेत म्हणून मंत्रिमहोदय अगदी अगत्यपूर्वक त्यांचे स्वागत करीत. डॉक्टरांनाही त्याची अपूर्वाई वाटायची. डॉक्टर त्या आगतस्वागताचे अगदी इत्यंभूत वर्णन करून सांगायचे. पण उठल्यासुटल्या मंत्रालयात जाण्याची डॉक्टरांना सवयच व्हायला लागली– एका अपंग मुलीच्या ॲडमिशनचे काम होते आणि ते होणे जरुरीचे होते म्हणूनच मी गप्प राहात होते.

एके दिवशी अभिनेते सूर्यकांत मांढरे यांचे चिरंजीव किरण मांढरे यांनी डॉक्टरांच्या मंत्रालयात वारंवार जाण्याच्या आणि प्रत्येक खात्यात बेधडकपणे घुसण्याच्या सवयीबद्दल नापसंती व्यक्त केली होती. तेव्हा मात्र मी सावध झाले. कारण किरणसारख्या तरुण मुलाला जर ही गोष्ट खटकत होती तर सचिवालयातील बुजुर्ग मंडळी नक्कीच नाराज होत असतील. डॉक्टरांसारख्या मान्यवर व्यक्तीसमोर ती मंडळी गप्प राहत असतील, पण त्यापैकी कुणी डॉक्टरांचा एखादे दिवशी

अपमान केला तर? आणि मी एक डाव मनाशी योजला आणि त्यानुसार डॉक्टरना सांगितले की त्यांच्या मंत्रालयातील अशा पद्धतीने येण्याबद्दल बऱ्याच जणांनी नापसंती व्यक्त केली असून चुकून कुणाच्या हातून डॉक्टरांचा अपमान झाला तर आम्हाला जबाबदार धरू नका, अशा आशयाचा निनावी फोन मंत्रालयातून आल्याचे खोटेच मी डॉक्टरांना सांगितले.

त्या दिवसापासून मात्र डॉक्टरांनी मंत्रालयात पाऊल ठेवले नाही. मात्र डॉक्टरांच्या प्रयत्नाने त्या पोलिओग्रस्त अपंग मुलीला मेडिकलला ॲडमिशन मिळाली. ह्या घटनेनंतर आणि काहीसे आधीही माझ्या लक्षात यायला लागले होते की, डॉक्टर 'उन्हं कलली' आहेत ह्या नुसत्या कल्पनेनेही अस्वस्थ झालेले आहेत. 'संध्याछाया' अजून दूर होत्या, पण त्या आता आपल्याला कधीतरी घेरून टाकणार या कल्पनेनेही भ्यायले होते आणि म्हणूनच परत परत डॉक्टर आपली लोकप्रियता चाचपून पाहात होते. कलावंत अशा बाबतीत अधिक भावुक असतो हे जरी खरं असलं तरी ही गोष्ट अपरिहार्य होती. कालचक्राची गती कशी थांबविता येणार? परंतु डॉक्टरना मात्र सदासर्वकाळ 'तळपते ऊन', 'प्रखर सूर्यप्रकाश' याचीच अपेक्षा होती.

एकाच वेळी, एकाच घरात दोन कलावंतांच्यामधील ही मानसिक स्थिती मी अनुभवीत होते. एका बाजूला होते अस्वस्थ डॉक्टर तर दुसऱ्या बाजूला होती माझी शांत आई. चाळीस वर्षे 'स्पॉटलाईटच्या' प्रखर प्रकाशात राहिल्यानंतर कालमानानुसार मंद दिव्याच्या प्रकाशाकडे 'शांतपणे' जाणारी, हे स्वीकारणे अपरिहार्य आहे हे गृहीत धरणारी, कलावंताच्या भूमिकेतून हळूहळू प्रेक्षकाच्या भूमिकेत जाणारी. त्यामुळेच डॉक्टरांच्यामध्ये जाणवणारी अस्वस्थता तिच्यामध्ये जाणवत नव्हती.

या सर्वांमुळे डॉक्टरांची मला फार फार काळजी वाटायची. कधी तरी निश्चितपणे येणारे निवृत्तीचे जीवन डॉक्टर कसे स्वीकारतील या विचाराने मन भयभीत व्हायचे. कारण प्रसिद्धीच्या वलयाशिवाय डॉक्टर राहूच शकत नव्हते.

२०४

त्या वेळी डॉक्टरांनी 'तुझे आहे तुजपाशी'चे प्रयोग करायला सुरुवात केली. त्या नाटकाचा मुंबईच्या उपनगरात एक प्रयोग होता. त्या नाटकात काम करणाऱ्या इतर पात्रांची नावे जेव्हा मी वाचली, त्या वेळी डॉक्टरांना हात जोडीत मी विनंती केली की–

"कृपा करून पैसे मिळतात म्हणून कुणाबरोबरही काम करू नका. चांगली नटमंडळी, चांगले सेटिंग वगैरे असले तरच त्या नाटकात काम करा. नाहीतर घरी थांबा. आहे त्या पैशात भाजी-भाकरी खाऊन आपण राहू."

त्या वेळी डॉक्टर काही बोलले नाहीत. पण त्या नाटकात काम करून परत आले ते तणतणतच. कारण नाटकाला उत्पन्न चांगले झाले नव्हते. त्याचा सगळा दोष ते मला देत होते. कारण डॉक्टरांच्या मते सकाळीच मी तसले बोलून नाट लावला होता आणि त्यामुळेच नाटकाला कमी उत्पन्न झाले होते. पण यातून एकच बरं झालं की, डॉक्टरांनी पुन्हा अशा प्रयोगातून काम करणे सोडून दिले. पुण्याच्या बेहरे नावाच्या कंत्राटदाराने मात्र 'तुझं आहे तुजपाशी'चा दौराच आखला होता. तो मात्र व्यवस्थित पार पडला.

मुंबईत अनंत काणे यांनी 'गुंतता'मधील 'कल्याणी'साठी अभिनेत्री फैयाजची निवड केली होती आणि पुन्हा त्या नाटकाच्या तालमी सुरू झाल्या होत्या.

नोव्हेंबरमध्ये माझ्या सगळ्यांत धाकट्या मामेभावाचे, अनुपचे लग्न बेळगाव येथे ठरले होते. डॉक्टर त्या लग्नात आले तर व्यवस्थित येतील ना, नीट वागतील ना, याची मला काळजी वाटत होती. मुख्य म्हणजे आत्तीचा आणि त्यांचा त्यावरून काही खटका उडायचा नाही ना? याचीच चिंता वाटत होती. कारण अशा बाबतीत ती कुणाचीच गय करायची नाही. त्यासाठीच आधीपासून डॉक्टरांची नाटकं आहेत, ते कसे येऊ शकतील असा सूर मी लावला होता. पण आत्तीने निक्षून सांगितले की–

''हे ह्या घरातील शेवटचे लग्न आहे. घरातील सर्वांनी यायचे आहे. काशिनाथ जावई म्हणून त्याला मी आमंत्रण देणे आणि त्याने येणे तितकेच आवश्यक आहे. त्यातूनही काशिनाथची नाटकं असतील तर इथले पैसे घे आणि त्याचे जाता-येताचे विमानाचे तिकीट काढून आण.''

माझ्या भावाचे लग्न चोवीस नोव्हेंबरला *(१९८५)* होते. त्याआधीच डॉक्टर कोकणामध्ये 'तुझे आहे तुजपाशी'च्या दौऱ्यावर जाणार होते. तिथून स्वतंत्र गाडी करून बेळगावला येण्याचे त्यांनी कबूल केले होते. लग्नाच्या आदल्या दिवशी मी बेळगावला पोहोचले होते. दुपारच्या वेळी हॉटेल सन्मानवर डॉक्टर सांगितल्याप्रमाणे हजर झाले आणि माझ्या डोळ्यांवर विश्वास बसत नव्हता इतके ते व्यवस्थित होते. उलट त्यांना पोहोचवायला म्हणून बरोबर आलेला त्या नाटकाचा कंत्राटदार मात्र पिऊन तर्रर होता. हॉटेलपासून थोड्या अंतरावर डॉक्टरांचे शंकर कुलकर्णी नावाचे मित्र पक्षाघाताने आजारी होते. संध्याकाळी त्यांना भेटायला म्हणून डॉक्टर पायी पायीच बाहेर पडले. मला वाटलं आता ते मध्यरात्रीशिवाय यायचे नाहीत. पण अर्ध्या तासातच परत आले. खोलीतच आमच्या सर्वांच्याबरोबर जेवले. त्यांनी स्वत:ला आवडते म्हणून सिझलर्सची डिश मागविली होती, पण स्वत: खाण्याऐवजी त्यातले चांगले कोंबडीचे तुकडे काढून एखाद्या लहान मुलाला भरवावे तसे मला भरवत राहिले. आजुबाजूला सगळे बघताहेत याचीही त्यांना फिकीर नव्हती.

डॉक्टरांची ही साखरपेरणी का चालली होती ते मला माहीत होते. कारण मी

मुंबईत असल्यापासूनच त्यांच्यावर चिडलेले होते. त्याचे कारण म्हणजे सहा नोव्हेंबरला संजीवकुमारच्या निधनाची बातमी कुणीतरी फोन करून कळवली होती. ती ऐकल्यावर पटकन् डॉक्टर म्हणाले–

"आता माझा नंबर लागणार."

ते ऐकल्यावर मी खूपच संतापले होते. मृत्यू अटळ आहे हे खरंच. पण तो कधी येणार हे उगीचच आपण कशाला ठरवीत बसायचं. शिवाय मृत्यू बोलावून येत नाही आणि कितीही थांबवला तरी थांबत नाही, हे जरी खरं असलं तरी असलं बोलून आपण आपल्यावर प्रेम करणाऱ्या, जवळच्या असणाऱ्या माणसांचा जीव उगीचच टांगणीला लावतो, हे कसं असं बोलणाऱ्यांच्या लक्षात येत नाही कुणास ठाऊक? त्या वेळी डॉक्टरनाही मी माझी तीव्र नापसंती बोलून दाखविली होती. माझा हा राग डॉक्टरांच्यावर बरेच दिवस टिकला होता आणि माझा तो राग काढण्याचा प्रयत्न डॉक्टर त्या दिवशी बेळगावमध्ये करत होते.

दुसऱ्या दिवशी लग्नाच्या वेळीही डॉक्टर खूप मजेत होते. त्यांच्या विशेष खुषीचे कारण म्हणजे त्यांची लाडकी रेश्मा त्यांना तिथे भेटली होती. त्यांनी मुंबईहून निघतानाच तिच्यासाठी फ्रॉक घेऊन यायला सांगितले होते. त्या दिवशी दिवसभर डॉक्टर तिला गाडीतून फिरवून आण, तिला आईस्क्रीम खायला घाल, तिच्याबरोबर फोटो काढून घे यातच मश्गुल होते. लग्नाच्या दुसऱ्या दिवशी रेश्मा आपल्या आईबरोबर सांगलीला आणि नाटक असल्यामुळे डॉक्टर विमानाने परत मुंबईला गेले. लग्नाची आवराआवर करण्यासाठी आत्ती व मी मागे राहिलो. डॉक्टरांच्या व्यवस्थित वागण्याने आत्ती त्यांच्यावर बेहद्द खूष होती.

२०५

डिसेंबरमध्ये *(१९८५)* तब्बल नऊ वर्षांनंतर डॉक्टर 'गुंतता'चा दौरा घेऊन कोकणामध्ये उतरले. या वेळी त्यांचा उत्साह विशेष होता. कारण त्यांच्या चिपळूण या गावी नुकतेच एक नवे अद्ययावत बंदिस्त नाट्यगृह बांधून तयार झाले होते. पूर्वी हे नाट्यगृह खुले होणार होते, पण चिपळूणचा पावसाळा लक्षात घेता डॉक्टरांनी ते नाट्यगृह बंदिस्त करण्याचा आग्रह धरला. ते कसे बांधावे याची रूपरेषा तर आखलीच, पण ते पूर्ण होण्यासाठी सरकारदरबारी परवानगी काढण्यापासून आवश्यक ती सर्व मदत केली. चिपळूणकरांच्या व डॉक्टरांच्या अथक परिश्रमाने हे नाट्यगृह उभे राहिले. त्यांनी हे नाट्यगृह उभे करण्यासाठी जी धडपड केली होती ती पाहता डॉक्टरांचे नाव ह्या नाट्यगृहाला द्यावे असे बऱ्याच जणांना वाटत होते. पण शेवटी त्या नाट्यगृहाला इंदिरा गांधींचे नाव दिले गेले.

डॉक्टरांना त्याचाही विशेष आनंद होता. कारण इंदिरा गांधी व यशवंतराव चव्हाण हे दोन्ही नेते त्यांचे अतिशय लाडके होते. इंदिरा गांधी व आय काँग्रेसशिवाय देशाला दुसरा पर्याय नाही असे त्यांचे ठाम मत होते. या दोघांच्या मृत्यूने तर डॉक्टर घरातील कुणीतरी जवळचे दुरावेत तसे व्यथित झाले होते. यशवंतरावांशी तर त्यांची विशेष जवळीक होती. यशवंतरावांनी त्यांची जवळ जवळ सर्वच नाटकं आवर्जून पाहिली होती. १९५८ साली नागपूर येथील काँग्रेस अधिवेशनाच्या वेळी 'धुळीचे कण' या डॉक्टरांच्या नाटकाचा प्रयोग तेथे झाला होता. ते नाटक पाहून यशवंतरावांनी मुद्दाम डॉक्टरांची चौकशी केली आणि– "हा मुलगा पुढे येणार." अशी भविष्यवाणी उच्चारली. 'रायगडाला जेव्हा जाग येते' या नाटकाच्या शतकमहोत्सवी प्रयोगाला यशवंतराव आपल्या पत्नी वेणूताईसह हजर होते. नाटक पाहून रंगपटात यशवंतराव आल्यावर– "वा! शंभूराजे" असं म्हणत त्यांनी डॉक्टरांना मिठीत घेतलं. दिल्लीत मुंबईहून गेलेली डॉक्टरांशी संबंधित मंडळी भेटली की यशवंतराव त्यांची आठवणीने चौकशी करत. त्यांच्या नाटकातील भूमिकांची आठवण काढीत. विशेषतः डॉक्टरांच्या संभाजीची. त्यामुळेच त्यांना यशवंतरावांच्या घराचे दरवाजे सदैव उघडे असत आणि कितीही व्यापात ते असले तरी डॉक्टरांची भेट घेतच.

डॉक्टरांचे व्यक्तिमत्व म्हणजे एक अजब मिश्रण होते. कारण इंदिरा गांधी, यशवंतराव चव्हाण, आय काँग्रेस यांच्यावर त्यांची जशी मर्जी तसेच आणि तेवढेच बाळासाहेब ठाकरे आणि शिवसेनेवरही त्यांचे प्रेम होते. एवढेच नव्हे तर सावरकरांचेही ते भक्त होते. हिंदुत्वनिष्ठा आणि रा. स्व. संघाची बांधिलकी मानणाऱ्या भालजी पेंढारकरांशीही त्यांचे जमत होते. कलावंत मुक्त मनाचा, मुक्त विचारांचा असतो, हे डॉक्टर म्हणजे बोलके उदाहरण होते.

चिपळूणच्या इंदिरा गांधी सांस्कृतिक कलाकेंद्रामध्ये 'गुंतता'चे रोज ओळीने पाच प्रयोग हाऊसफुल्ल गेले. पुन्हा लौकरच 'गुंतता'चा दौरा घेऊन परत येऊ असे आश्वासन देऊनच मंडळी मुंबईला परत आली. चिपळूणकरांनीही त्यांचे ऋण लक्षात ठेवून त्या नाट्यगृहातच डॉक्टरांचा जाहीर सत्कार केला. मानाची शाल पांघरली. गावकऱ्यांच्या प्रेमाने डॉक्टर गुदमरले. चिपळूणच्या वृत्तपत्रातून कौतुकाची पाने भरली. गुंतताचा पंधरा दिवसांचा दौरा कमालीचा यशस्वी ठरला. मुंबईला परत आल्यावर मला सर्व सांगण्याइतकाही डॉक्टरांना धीर धरवला नाही. चिपळूणहून फोन करून ते सर्वच्या सर्व वृतान्त मला कळवायचे.

२०६

२५ डिसेंबरला नाट्यदिग्दर्शक नंदकुमार रावते यांच्या मुलीचे पोदार कॉलेज

येथे लग्न होते. अभिजात संस्थेच्या सर्वच संबंधितांनी सकाळपासूनच हजेरी लावली होती. आशा काळेकडे पाहात डॉक्टर मला म्हणाले–

"बायको कसली साडी नेसून आलीस तू? माझी हिरॉईन बघ कशी डोक्यापासून पायापर्यंत झगमगते आहे."

मी मनात म्हटलं, 'मी तुमची पत्नी आहे आणि ती तुमची हिरॉईन आहे. इतका फरक दोघींच्यामध्ये असायचाच.' मी नर्व्हस होऊन गप्प बसलेली आहे असं वाटून आशा काळे मला म्हणाल्या, "नाही हं. तुमचीही साडी छान आहे." जेवताना आशा काळे मला सांगत होत्या की, "कांचन, तुम्ही असलात की बघा डॉक्टर कसे छान जेवतात. नाहीतर उगीचच चार घास खाल्ले न खाल्ले करतात."

त्या लग्नात नुकत्याच पार पडलेल्या दौऱ्यावर गप्पा चाललेल्या होत्या. खरं म्हणजे मुंबईहून जाताना डॉक्टरांची प्रकृती बरी नव्हती. ब्रॉंकायटीसचा त्रास खूपच वाढला होता; पण प्रयोगांना होणारी हाऊसफुल्ल गर्दी, डॉ. एन. व्ही. आपटे यांची औषधे आणि चिपळूणला स्वत:च्या घरी झालेली देखभाल यांनी डॉक्टरांचा आजार कुठच्या कुठे पळाला होता. त्यामुळेच पुन्हा एकदा 'गुंतता' घेऊन कोकणात दौऱ्याला जायला डॉक्टर खूपच उत्सुक होते. त्या लग्नसमारंभातच डॉक्टरांनी अनंत काणे *(अभिजात संस्थेचे निर्माते)* यांना सांगितले की, पुढील महिन्यात पुन्हा 'गुंतता'चा दौरा कोकणात करणार असाल तर मी यायला तयार आहे. पण अनंत काणे यांनी त्यांना सांगितले की, 'गुंतता'चा जुना सेट बदलल्याशिवाय ते दौरा वगैरे काढणार नाहीत.

त्या वेळी डॉक्टरांनी गंमतीने अनंत काणे यांना विचारले की– "बाबुलही बदलणार का?" डॉक्टरांना वाटले होते की काणे म्हणतील की, "डॉक्टर, बाबुल बदलण्याची भाषा करू नका. तुम्ही बाबुल नसाल तर 'गुंतता' नाटकच होणार नाही." पण त्याऐवजी प्रत्यक्षात मात्र काणे म्हणाले–

"बाबुललाच बदलायची इच्छा असेल तर तसं सांगा."

कुणी तरी तोंडात चपराक द्यावी तसा डॉक्टरांचा चेहरा झाला. मलाही तो पाहवेना आणि मी काही ऐकलेच नाही असे दाखविण्यासाठी माझा चेहरा दुसरीकडे वळविला. कारण माझ्यासमोर काणे यांनी असे बोलावे याचेच डॉक्टरांना अधिक दु:ख झाले असणार.

लग्नाच्या हॉलमधून आम्ही जेवून बाहेर पडलो तर शेजारी रुईयाच्या जिमखान्यावर ग्रंथालीचा वार्षिक दिन समारोह चाललेला दिसला. बाहेरच्या उघड्या जागेवर पुस्तकांचे प्रदर्शनही भरले होते. डॉक्टरांनी मला काही पुस्तकं घेण्यासाठी आत नेले. आम्ही काही पुस्तकंही निवडली. बिल करण्याच्या टेबलावर आम्ही गेलो तर ग्रंथालीच्या कार्यकर्त्यांने डॉक्टरांना सांगितले की ते जर वर्गणी भरून सभासद झाले

तर त्यांना पुस्तकांच्या किंमतीमध्ये सूट मिळेल. त्याप्रमाणे त्यांनी करायला सांगितले. तर त्या कार्यकर्त्याने डॉक्टरांना विचारले की, त्यांचे नाव काय लिहायचे. डॉक्टरांनी त्या कार्यकर्त्याकडे रोखून पाहिले आणि शांतपणे आपले नाव सांगितले– डॉ. काशिनाथ घाणेकर.

२०७

जानेवारीमध्ये डॉक्टर पुन्हा एकदा 'तुझे आहे तुजपाशी'च्या दौऱ्यावर जाणार होते. दौरा कोल्हापूर विभागामध्ये होता. पुण्याच्या 'लालित्य' ह्या संस्थेतर्फे तीन महिन्यांसाठी या नाटकाची परवानगी पु. ल. देशपांडे यांच्याकडून घेण्यात आली होती. या वेळी नाटकाचा प्रयोग सांगली या गावीसुद्धा होता. तिथे रेश्मा भेटणार या आनंदात डॉक्टर होते. डॉक्टर रेश्मा परत येण्याची फार वाट पाहात होते. कुणी ज्योतिषी भेटला की डॉक्टर पहिला प्रश्न त्या ज्योतिषाला विचारायचे, रेश्मा कधी परत येईल? मध्यंतरी नाट्यनिर्मात्या लता नार्वेकर ह्या मधुसुदन कालेलकरांचे एक नाटक डॉक्टरांनी करावे म्हणून त्यांच्याकडे यायच्या. त्याही भविष्य सांगायच्या तेव्हा त्यांनाही हाच प्रश्न डॉक्टरांनी विचारला होता.

सांगलीला डॉक्टरांना रेश्मा भेटेलच याची मला खात्री नव्हती. कारण ती स्वत: कुठे जाऊ शकत नव्हती. तिच्या आईने तिला डॉक्टरांच्याकडे भेटायला नेले तरच ती डॉक्टरांना भेटू शकणार होती. मी तसे डॉक्टरांना म्हणालेही. पण डॉक्टर मात्र ठामपणे सांगत होते की, ते सांगलीत आले आहेत हे कळल्यावर रेश्मा आपल्या आईच्या मागे लागून त्यांना भेटायला आल्याशिवाय राहायची नाही आणि डॉक्टरांचे म्हणणे खरे ठरले. नाट्यप्रयोगाच्या दिवशी सकाळपासून दुपारपर्यंत सांगलीभर डॉक्टर रेश्माला घेऊन फिरत होते. रेश्मा त्यांना नुसती भेटलीच नाही तर रात्री ती त्यांच्या नाटकालाही गेली. रेश्माचा बडबड्या स्वभाव माहीत असल्यामुळे डॉक्टरांनी तिच्या सीट्स तिसऱ्या रांगेत ठेवल्या होत्या. पण रेश्माने बाबा आपल्याला नीट दिसत नाहीत असे सांगून पहिल्या रांगेतच बसून नाटक पाहण्याचा हट्ट धरला. डॉक्टरांनी तोही पुरविला. रात्रीचा प्रयोग असूनही जवळ-जवळ सगळा प्रयोग रेश्माने न झोपता पाहिला. मुख्य म्हणजे पहिल्या अंकात तिने जेव्हा पहिल्यांदाच डॉक्टरांना रंगमंचावर पाहिले तेव्हा नेहमीच्या सवयीने, 'अहो बाबा' म्हणून हाकाही मारल्या. सगळ्या नाट्यगृहात खसखस पिकली. डॉक्टर शामच्या भूमिकेत आणि रेश्मा त्यांना बाबा म्हणून हाक मारते आहे, हे चित्र कल्पनेतसुद्धा मजेशीर वाटत होते.

नाट्यगृहात रेश्माने 'बाबा' म्हणून हाक मारल्याने डॉक्टर भलतेच रोमांचित झालेले होते. एखादे नवल झाल्यासारखे तोंडावर हात ठेवीत रेश्माने त्यांना नाटक

चालू असताना 'बाबा' म्हणून कशी हाक मारली हे मोठ्या कौतुकाने अगदी रंगवून रंगवून कित्येक दिवस तरी सर्वांना डॉक्टर सांगत होते.

ह्या दौऱ्याहून परत येताना डॉक्टरांनी बरोबर डॉ. र. म. शेजवलकरांची 'वांझोळ' ही कांदबरी वाचायला म्हणून बरोबर आणली होती. 'लालित्य' ह्या संस्थेतर्फे त्यावर चित्रपट होणार होता. अर्थात त्यामध्ये डॉक्टरांनी भूमिका करावी ही त्यांची अपेक्षा होतीच. त्याबरोबर पुण्याचे एक नाट्य अभिनेते किरण भोगले यांनीही 'हरलेली केस' *(मूळ नाव)* या नाटकाचे एक हस्तलिखित डॉक्टरांना वाचायला दिले होते. ह्या नाटकाचे लेखक प्रा. सुभाष सावरकर मुंबईच्या व्ही.जे.टी.आय्.चे प्राध्यापक होते. बऱ्याच दिवसांनी एक चांगले नाटक वाचायला मिळाले होते. त्यामध्ये डॉक्टर करणार असलेली भूमिकाही मध्यवर्ती आणि मला हवी तशी चरित्र अभिनेत्याची होती. डॉक्टरांनी ती भूमिका करायचे ठरविले.

त्या नाटकासाठी म्हणजे त्याच्या तालमीसाठी मात्र डॉक्टरना महिनाभर पुण्याला राहावे लागणार होते. कारण किरण भोगले यांची बँकेची नोकरी होती. ती सांभाळून त्यांना तालमीसाठी मुंबईत राहणे शक्य नव्हते. किरण भोगले यांच्या पत्नीही त्यामध्ये भूमिका करणार होत्या. ह्या सर्व गोष्टींमुळे तालमी पुण्यालाच होणार होत्या. डॉक्टरांची राहण्याची व्यवस्था किरण भोगले यांच्या घरीच होणार होती, त्यामुळे ती एक काळजी नव्हती. पुण्याहून फोन करून किरण भोगले डॉक्टरांचा निर्णय विचारणार होते. शक्य झाल्यास मुंबईला येऊन प्रत्यक्षच डॉक्टरना भेटणारही होते. त्यांना होकार देण्याचा डॉक्टरांचा निर्णय नक्की झाला होता.

२०८

'गुंतता'चे प्रयोगही अधुनमधून सुरू होते. संक्रांतीच्या आदल्या दिवशी अलिबागला त्याचा प्रयोग करून डॉक्टर पहाटे पहाटे वरळीला येऊन पोहोचले होते. झोप वगैरे झाल्यावर डॉक्टरांनी मला फोन करून कळविले की, त्यांना काही तरी जरुरीचे काम होते. कुणी तरी त्यांच्याकडे यायचे होते. तेव्हा ते प्रभादेवीला सकाळी येणार नव्हते, तर मलाच दुपारी वरळीला बोलावले होते. त्या दिवशी चारुकाका, माझे मामा हेही घरी आलेले होते. दुपारी मी वरळीला गेले. संध्याकाळी डॉक्टरांचा शिवाजी मंदिर येथे बऱ्याच दिवसांनी प्रयोग असल्यामुळे 'मला काही सांगायचंय'ची तालीम होती. रात्री यायला उशीर होईल म्हणून शिवाजी मंदिरवर जाण्याआधीच डॉक्टर प्रभादेवीला येऊन आत्तीला नमस्कार करून तिळगूळ वगैरे देऊनच तालमीला निघाले.

शिवाजी मंदिरवर डॉक्टरांना पोहोचविण्यासाठी मीही गाडीतून गेले होते. शिवाजी मंदिरच्या आत गाडी न घेता बाहेर मुख्य रस्त्यावरच डॉक्टरना मी नेहमी सोडून पुढे जायची. आज मात्र डॉक्टरनी गाडी आत घ्यायला सांगितली. सुरुवातीला माझ्या लक्षात आले नाही, पण संध्याकाळी शिवाजी मंदिरच्या प्रांगणात नाट्यव्यावसायिकांची नेहमीच गर्दी असते आणि म्हणूनच डॉक्टरांनी गाडी आत घ्यायला सांगितली असावी. कारण आताशा डॉक्टर वरचेवर वरळीला राहायला असत. त्यामुळे त्यांच्या व माझ्यात काही बेबनाव होऊनच ते वरळीला राहायला जातात, असा काहींचा समज झाला असण्याची शक्यता होती आणि तसा तो झाला असेल तर तो दूर व्हावा आणि आपण व कांचन आजही एक आहोत हेच सर्वांना त्यांना बहुधा दाखवायचे असावे.

२०९

सतरा जानेवारी १९८६ रोजी अभिनेत्री उषाकिरण यांच्या मुलाचे लग्न होते. डॉक्टरांचे त्या दिवशी दुपारी शिवाजी मंदिरवर नाटक होते. लग्न तर संध्याकाळी सात वाजता होते. डॉक्टरांनी हट्ट धरला की, मी नाटक सुटायच्या वेळी शिवाजी मंदिरवर जायचे आणि नंतर आम्ही दोघांनी मिळून लग्नाला जायचे. त्यामुळे आत्ती माझी बहीण बेबीला बरोबर घेऊन आधी लग्नाला गेली. नाटक संपल्यावर पाच मिनिटांत डॉक्टर कपडे करून तयार झाले. रंगपटात मला उभी असलेली बघून पणशीकर माझ्याजवळ येत म्हणाले, "अगं, याच्या आवाजाचं काय झालंय ते पाहिलंस का? निदान गुळण्या वगैरे तरी करायला लाव." पणशीकरांचं बोलणं आवडलं नसल्याचे डॉक्टरांचा चेहराच सांगत होता. "टॅक्सी उभी आहे. चल लौकर." असे म्हणत डॉक्टरांनी मला तिथून निघण्याची घाई केली.

प्रेक्षक अजून बाहेर पडत होते. टॅक्सीपर्यंत आम्हाला पोहोचायला दहा मिनिटं लागली. कारण पावलापावलावर प्रेक्षक डॉक्टरना थांबवीत होते आणि प्रशंसोद्‌गार काढीत होते–

"काय सुंदर नाटक हो! तुमच्या अभिनयाबद्दल तर प्रश्नच नाही. अठरा वर्षांपूर्वी मी हे नाटक पाहिले होते. त्या वेळी जसे तुम्ही अभिनय करीत होतात, दिसत होतात तसेच आजही वाटता." एक मध्यमवयीन प्रेक्षक उद्‌गारला.

एखाद्या सम्राटाने मुजरे झेलीत जावे, तसे डॉक्टर प्रेक्षकांचे, चाहत्यांचे कौतुक झेलीत चालले होते. मी मनात म्हणत होते हे जर नेहमी असं घडत असेल तर पायाखालची जमीन सुटायला वेळ लागणार नाही. शेवटी डॉक्टर तरी काय हाडामांसाचे, भावभावना असणारे माणूसच होते. कुणी देवत्व पावलेले किंवा

स्थितप्रज्ञ नक्कीच नव्हते.

टॅक्सीत बसल्यावर डॉक्टरनी पहिले काम केले असेल तर सिगारेट शिलगावली. मनापासून दम मारीत डॉक्टरनी मागच्या सीटवर डोके टेकले. मी ते बघत डॉक्टरना विचारले,

"मघाशी पणशीकर काय म्हणत होते ते ऐकलंत ना? सिगारेट वाढलीय ना? त्यामुळेच खोकला वाढलाय आणि आवाजाचं खोबरं झालंय."

"त्याचं काय ऐकतेस? सदोष बोलणं हे आमच्या सगळ्याच घाणेकर बंधूंच्यामध्ये आहे. त्यात काय नवीन आहे?" डॉक्टर बेफिकीरपणे उद्गारले.

डॉक्टरांची काही वेळेला अशी विचित्र उत्तरं असायची. खूप वर्षांपूर्वी एकदा आकाशवाणीवरून 'रायगडाला जेव्हा जाग येते' या नाटकाचं नभोनाट्य प्रसारित होणार होतं. डॉक्टरांनी ते ऐकावं म्हणून डॉक्टरना फोन करून सांगितलं तर डॉक्टरांनी फटकन् उत्तर दिले–

"मी काही ते ऐकणार नाही. मला माझा आवाज ऐकायला आवडत नाही."

डॉक्टरांची जी अनेक वैशिष्ट्ये लोकांना मोहवीत होती त्यामध्ये त्यांचा आवाज ही गोष्ट सामील होती आणि तोच त्यांना आवडत नव्हता. काय म्हणावं या चमत्कारिकपणाला?

सगळ्याच घाणेकर बंधूंच्या सदोष वाणीचा डॉक्टरांनी उल्लेख केला असला तरी सगळे घाणेकर बंधू काही त्यांच्यासारखे नट नव्हते. त्यांच्याइतकी त्या सर्वांना आवाजाची काळजी घेणे जरुरीचे नव्हते. डॉक्टरांचा आवाज खराब होण्याचे मुख्य कारण म्हणजे सिगारेटच होती. या वेळी त्यांनी ब्रँडही बदललेला होता. नेहमीची सिगारेट का ओढत नाही विचारल्यावर आत्ताच्या सिगारेटस् आकाराने लहान आहेत त्यामुळे कमी ओढल्या जातात हे उत्तरही त्यांच्याजवळ तयार होते. मी सहज विचारावे म्हणून विचारले–

"हल्ली किती सिगारेटस् ओढता?"

"चाळीस." डॉक्टरांनी सहजपणे उत्तर दिले.

डॉक्टरांचे उत्तर ऐकून मी थंडच झाले. घरी असले की सात-आठ सिगारेट्स दिवसाला ओढणारे डॉक्टर कुठे? आणि हे दौरे सुरू झाल्यावर चाळीस सिगारेट्स ओढणारे डॉक्टर कुठे? आवाज आणि छाती कशी बरी राहायची?

डॉक्टरना या बाबतीत कुणी काही सांगितलेलेही चालत नव्हते. हल्लीच कधी तरी दूरदर्शनवर हृदयरोगतज्ज्ञ डॉ. अशोक तुळपुळे यांचा मद्यपान व धूम्रपान याचे दुष्परिणाम सांगणारा कार्यक्रम सुरू होता. डॉक्टरही तो बघत होते. मद्यपानाचे दुष्परिणाम सांगून झाल्यावर डॉक्टर तुळपुळे त्या कार्यक्रमात सहभागी झालेल्या तरुण मुलांना धूम्रपानाचे दुष्परिणाम सांगत होते. त्याच वेळी नेमकी डॉक्टरनी

सिगारेट पेटवली. तिथे हॉलमध्येच बसलेल्या कमलताई भोसले *(राजा परांजपे यांच्या भगिनी)* डॉक्टरना म्हणाल्या की, "अहो डॉक्टर, टी.व्ही.वर कोणता कार्यक्रम चाललाय तो तरी बघा आणि निदान ह्या वेळी तरी सिगारेट ओढू नका." चेहऱ्यावरची रेघही न हलविता डॉक्टरांनी शांतपणे उत्तर दिले–

"डॉ. तुळपुळे ते सर्व त्या तरुण मुलांसाठी माहिती सांगताहेत. मी ते वय केव्हाच ओलांडलं आहे. तेव्हा ती माहिती माझ्यासाठी नाही."

भाईदास येथे विवाहस्थळी पोहोचताच डॉक्टर उद्गारले, "टॅक्सीचे पैसे तू दे हं मी नाही देणार." डॉक्टरांचा बालिशपणा ऐकून मला हसायला आले. आता माझ्याजवळचे पैसेही त्यांचेच होते ना? ते खर्च झालेले त्यांना चालत होते. मात्र स्वत:जवळचे पैसे खर्च करायला ते तयार नव्हते.

२१०

हॉलवर प्रथम भेट झाली ती उषाकिरण यांचे पती डॉ. मनोहर खेर यांच्याशी. डॉक्टरांचे अगदी प्रेमाने स्वागत करीत डॉ. मनोहर खेर यांनी डॉक्टरना विचारले–

"तुमच्या हिरॉईनला *(गारंबीच्या बापूमध्ये उषाकिरण राधेची म्हणजे डॉक्टरांची हिरॉईनची भूमिका करायच्या त्यांना उद्देशून डॉ. खेर म्हणाले)* भेटलात की नाही? आधी त्यांना भेटा. मग मला भेटलात तरी चालेल." डॉ. खेर यांचा हा उमदा स्वभाव पाहून डॉक्टरनी अगदी खळाळून हसत दाद दिली, तर एका नटीचा नवरा इतका खेळकर असतो, हे पाहून मी आश्चर्यचकित झाले.

डॉक्टर कुणाबद्दल तरी मला सांगत उभे होते. त्या वेळी उषाकिरण केव्हाच्या आमच्या मागे येऊन उभ्या राहिल्या होत्या. डॉक्टरना मी त्या आल्याचे खुणविताच डॉक्टरांनी उषाबाईंच्याकडे आपला मोर्चा वळविला. उषाबाई डॉक्टरना कौतुकाने चिडवीत म्हणाल्या–

"अहो डॉक्टर, बायकोच्या कौतुकातून तुम्हाला वेळ तरी मिळणार आहे का माझ्याशी बोलायला?" आज डॉक्टरांची विकेटवर विकेट पडत होती. स्वत:ची लेक-जावई कौतुकाने बघावे तशा उषाबाई आमच्याकडे बघत होत्या. त्या क्षणी तरी माझ्या आईच्या दृष्टीत आणि उषाबाईंच्या दृष्टीत मला कसलाही फरक जाणवत नव्हता.

"कांचन, तुला लग्न भलतंच मानवलेलं दिसतंय. तुझी इतकी चांगली तब्येत यापूर्वी मी कधीही पाहिली नव्हती." उषाबाईंचे कौतुक अजूनही सरत नव्हते.

डॉ. मनोहर खेरही तिथे आले. त्यांचा डॉक्टरना एकच आग्रह चालला होता

की, डॉक्टरांनी व उषाबाईंनी पुन्हा 'गारंबीचा बापू' नाटक करावं. उषाबाई मिश्किलपणे म्हणाल्या–

"प्रेक्षक घाणेकरना बापू म्हणून अजूनही बघतील. पण माझी आताच्या परिस्थितीमधली राधा कोण पाहणार?"

"माझी खात्री आहे. अजूनही तुम्हा दोघांना बघायला प्रेक्षक नक्की गर्दी करतील. अशी राधा-बापूची जोडी पुन्हा होणार नाही." डॉ. मनोहर खेर मनापासून म्हणाले.

आम्ही परत निघालो तेव्हा विजय तेंडुलकर आपल्या कुटुंबियांबरोबर आत येताना दिसले. डॉक्टर तेंडुलकरांशी बोलण्यात गुंतले, तर आत्ती व मी प्रियाशी बोलत थांबलो. तीनएक वर्षांपूर्वी आत्ती व प्रियाने 'माळावरचं फूल' या मराठी चित्रपटात काम केले होते. त्या वेळी माझी प्रियाशी थोडीफार दोस्ती झाली होती. त्या वेळी माझा जोगिणीचा अवतार प्रियाने पाहिला होता. पण माझ्या लग्नानंतर प्रथमच प्रिया मला भेटत होती. मला सजलेली पाहून प्रिया म्हणाली–

"आता कशी छान दिसतेस. अशीच नेहमी राहात जा."

हे असं कुणी मला छान वगैरे दिसतेस म्हटलं की, मी भलतीच नर्व्हस होते.

काही बोलणं न सुचून, नुसती मान हलवूनच मी प्रियाचा निरोप घेतला.

डॉक्टर अजूनही विजय तेंडुलकरांशी बोलत होते. म्हणजे डॉक्टर बोलत होते आणि तेंडुलकर त्यांच्या नेहमीच्या सवयीप्रमाणे ऐकण्याचे काम करीत होते. गाडीकडे जाताना डॉक्टरनी विचारले, "तू कुणाशी बोलत होतीस?" मी म्हणाले, "रजनीशी." डॉक्टर काहीसे ओरडूनच म्हणाले,

"काय, ती प्रिया होती? किती लौकर मोठ्या होतात ह्या मुली? पूर्वी मी तेंडुलकरांच्या घरी जायचा तेव्हा ही प्रिया, सुषमा एवढ्याशा होत्या. आता अभिनेत्री म्हणूनही दोघींनी आपली जागा निर्माण केली आहे. पण माझ्या डोळ्यांसमोर मात्र त्या फ्रॉकमधल्या छोट्या छोट्या सुषमा, प्रियाच अजून आहेत."

डॉक्टर जुन्या आठवणीत हरवून गेले होते.

२११

पुण्याच्या पिंपरी-चिंचवड येथील लायन्स क्लबतर्फे मराठी जुन्या-नव्या नाट्य-चित्रपट कलावंतांचा सत्कार आयोजित करण्यात आला होता. त्यामध्ये आत्ती व डॉक्टरांचीही नावे होती. हा समारंभ पुण्याच्या टिळक स्मारकमध्ये १ फेब्रुवारी १९८६ रोजी आयोजित करण्यात आला होता. पुण्यातूनच डॉक्टर २ फेब्रुवारी रोजी विदर्भात 'तुझे आहे तुजपाशी'च्या दौऱ्यावर जाणार होते, तर आत्ती व मी आठ

दिवसांसाठी कोल्हापूरला जाणार होतो. पण काही कारणाने डॉक्टरांचा विदर्भ-दौरा रद्द झाला आणि डॉक्टरांनी मला सांगितले की, तेसुद्धा आमच्याबरोबर कोल्हापूरला येणार आहेत. ते ऐकून मला खूपच आश्चर्य वाटले. कारण दौऱ्याच्या निमित्ताने डॉक्टरांचे अलीकडे वारंवार कोल्हापूरला जाणे व्हायचे. त्यामुळे आत्ती व मी कोल्हापूरला गेलो तरी डॉक्टर मुंबईतच राहात. शिवाय आता आमच्या बरोबर यायचे म्हणजे काही बंधने पाळणेही आवश्यक होते. तरीसुद्धा डॉक्टर आमच्याबरोबर कोल्हापूरला यायचं म्हणत होते आणि त्यामुळेच अधिक आश्चर्य वाटत होते.

डॉक्टरांनी महिन्यापूर्वी आपले काही महत्त्वाचे कागदपत्र वरळीला आम्हा दोघांच्या नावे एका बँकेत लॉकर घेऊन त्यात ठेवायचे म्हणून ते घेऊन गेले होते. लॉकर उघडण्यासाठी लागणाऱ्या फॉर्मवर माझ्या सह्याही नेल्या होत्या. पण तो उत्साह तेवढाच राहिला होता. लॉकर काही उघडले गेले नाही. पुणे-कोल्हापूरला जाण्यापूर्वी डॉरक्टरांनी ते कागदपत्र पुन्हा माझ्या हवाली केले. मात्र घरात ते न ठेवता आत्तीच्या बँकेतील लॉकरमध्ये ठेवण्याविषयी मला बजावले. गेले अडीच वर्षे ते कागदपत्र घरातच होते. पण आताच का कुणास ठाऊक ते चोरी होतील, गहाळ होतील, अशी त्यांना भीती वाटत होती. डॉक्टरना असे अचानक कधी काय वाटेल ते सांगता यायचं नाही. डॉक्टरांच्या सांगण्याप्रमाणेच करून मी मुंबई सोडली.

लायन्स क्लबच्या समारंभाच्या निमित्ताने दोन-तीन दिवस आम्ही पुण्यात हॉटेल सारसवर राहिलो. तिथे व्यवस्था फारशी चांगली नव्हती. पण या वेळी डॉक्टरांचे तिथे एकदाही कुणाशी भांडण झाले नव्हते. तिथे काम करणाऱ्या कर्मचाऱ्यांबरोबर डॉक्टर भलतेच सौजन्याने वागत होते. हॉटेल सारसवर योगासनाचे वर्ग चालत. पहाटेपासूनच ओम्काराच्या ध्वनीने आसमंत घुमायचा. डॉक्टर मला लौकर उठवायचे. आम्ही दोघेही त्या प्रसन्न वातावरणात फेऱ्या घालत असू. समारंभाच्या दिवशी तर डॉक्टरनी आत्तीला वाकून नमस्कार केला आणि म्हणाले–

"आज मी माझं भाग्य समजतो की तुमच्या बरोबरीने एकाच रंगमंचावर माझाही सत्कार होतोय."

समारंभाचे सूत्रसंचालन सुधीर गाडगीळ यांनी केले होते. एकोणसत्तर कलावंतांचा अत्यंत खुमासदार शैलीत परिचय करून दिल्यानंतर सुधीर गाडगीळांनी रंगमंचावर एकटेच राहिलेल्या डॉक्टरांच्या नावाचा पुकारा केला. आता आणि डॉ. काशिनाथ घाणेकर. जवळ जवळ मिनिटभर टाळ्यांनी सगळं सभागृह दणाणून गेलं. दोन्ही हातांची अंजली मस्तकावर टेकवून डॉक्टर उभे होते. वाटत होतं डॉक्टर आता कुठल्याही क्षणी रडायला लागतील. लोकांचं कौतुक झेलणं आज डॉक्टरांनाही कठीण जात होतं.

प्रेक्षागृहात बसलेल्या माझ्या डोळ्यांसमोरही पाण्याचा अंतरपाट उभा होता.

माझ्याशेजारी बसलेल्या सौ. सुमनताई सरपोतदार माझ्या कानाशी लागत म्हणाल्या–

"बघा,बघा. आमच्या पुणेकरांचं तुमच्या नवऱ्यावर किती प्रेम आहे ते? अजूनही टाळ्या थांबत नाहीत.आज सगळ्यांत जास्त टाळ्या डॉक्टरनाच मिळाल्या आहेत."

ती रात्र माझ्या आयुष्यातील अत्यानंदाची होती. आत्ती व डॉक्टरना एका रंगमंचावर सत्कार होण्यासाठी एकत्र पाहणं यासारखं दुसरं भाग्य नव्हतं. अर्थात अशा तऱ्हेचा राष्ट्रपतींच्या हस्ते सन्मान पाहण्याची इच्छा अजून अपुरीच राहिलेली होती. आज तो सन्मान जनताजनार्दनांच्यातर्फे होत होता एवढाच फरक होता. तोही तितकाच महत्त्वाचा होता. पण दिल्लीही काही दूर नव्हती.

सत्कारसमारंभानंतर भोजनसमारंभही तिथेच आयोजला होता. खूप जुनी जुनी माणसं भेटायला मिळाल्याचा आनंद मिळत होता. एकंदरीत प्रसन्न वातावरण होतं. शाहू मोडक, चंद्रकांत मांढरे, अनंत मराठे ही खूप पूर्वीपासूनची आत्तीची सहकारी कलावंत मंडळी. मला तर त्यांनी अगदी माझ्या जन्मापासून पाहिलेले होते. माझ्या लग्नानंतर मी माझे लिखाण पूर्णपणे सोडून दिले होते. म्हणजे डॉक्टरांचा विरोध नव्हता. मलाच वेळ होत नव्हता. त्याबद्दल चंद्रकांतदादा तक्रार करीत होते. शाहूराव मोडक आपल्या मृदू भाषेत लिखाणाचे कौशल्य असेल तर ते असं दुर्लक्षित करू नका असे सांगत होते. हे सर्व ऐकत असलेल्या डॉक्टरनी मध्ये मला चेष्टेच्या सुरात विचारले–

"तू माझ्यावर लेख लिहिशील ना ग?"

"अहो डॉक्टर, तुमच्यावर लेख लिहून कसा चालेल? तुमच्यावर तर पुस्तक लिहायला पाहिजे. डॉक्टरांच्यावर पुस्तक लिहून ती डॉक्टरेटही मिळवू शकेल." अनंत मराठे विनोदाने म्हणाले.

पुण्याच्या दोन दिवसांच्या वास्तव्यातही डॉक्टर किरण भोगले यांची वाट पाहात होते. ते मुंबईलाही आले नव्हते, की त्यांचा काही फोनही आला नव्हता. निदान डॉक्टर पुण्यात आले आहेत हे कळल्यावर तरी ते येऊन भेटतील असं डॉक्टरांना वाटत होते. पण ते अजिबात फिरकले नाहीत.

जॉकी शामू चव्हाणांच्यापैकीही कुणी भेटले नव्हते. सप्टेंबरमध्ये अनंत चतुर्थीला पूना गेस्ट हाऊसच्या वर्धापन दिनासाठी डॉक्टर बाप्पांच्या *(विनायक ठाकूर)* व त्यांच्या कुटुंबियांसमवेत पुण्यात गेले होते. माझ्या कानाच्या ऑपेरशनमुळे मला त्या दिवशीचा तिथला आवाज सोसणार नाही म्हणून मी गेले नव्हते. डॉक्टरही पुण्याला जाऊन आल्यावर कान पकडीत म्हणाले होते, "आता पुन्हा म्हणून गेस्ट हाऊसच्या वाढदिवसाला मी तिथे पाय ठेवणार नाही." इतका त्यांनीही तिथल्या आवाजाचा धसका घेतला होता. त्या वेळीच डॉक्टर बाप्पा ठाकुरांना घेऊन जॉकी शामू चव्हाण यांच्या बंगल्यावर पैसे कधी देणार हे विचारायला गेले होते. शामू चव्हाण यांनी त्या

वेळी नोव्हेंबरचा वायदा केला होता. त्यावर दोन महिने उलटून गेले होते. पैसेच काय पण भेटून अथवा फोन करून दिलगिरी व्यक्त करण्याचे सौजन्यही शामू चव्हाण आणि त्यांचे कुटुंबीय दाखवीत नव्हते.

२१२

सत्कार-समारंभ आटपून आम्ही तिघे कोल्हापूरला आलो. एक-दोन दिवसांनी चारुकाकाही पुण्याहून येऊन पोहोचले. सतरा वर्षांनी पुन्हा ते पूर्वीचे दिवस अवतरले. फक्त काही नाती बदलली होती. गप्पा, जेवणं, हिंडणं-फिरणं यांची गर्दी उडाली. सौ. माई पेंढारकर आणि डॉक्टरांचे नेहमीप्रमाणे इंग्रजी शिकवणी व संभाषण सुरू झाले. डॉक्टरांच्या आईसाहेब धोंडीराम रोज आठवणीने डब्यातून दुधाची साय घेऊन यायचा. आत्ती आणि मी गावी जाऊन येईपर्यंत डॉक्टर खा. उदयसिंगराव गायकवाडांच्या बरोबर शिकारीलाही जाऊन आले. गायकवाडांचा राधानगरी येथील बंगला पाहून डॉक्टर इतके प्रभावित झाले होते की, गायकवाडांना त्यांनी सांगितले होते की, मी माझ्या बायकोला घेऊन या बंगल्यावर पुन्हा एकदा येईन. तेव्हा तिथल्या माणसाला देण्यासाठी खा. गायकवाडांचे संमतिपत्रही डॉक्टर घेऊन आले होते.

डॉक्टरांनी हल्ली मला व आत्तीला घेऊन येत्या जूनमध्ये अमेरिकेला जाण्याचा बेत आखला होता. त्या दृष्टीने पत्ते जमविणे वगैरे त्यांचे उद्योग सुरू होते. आत्ती म्हणायची, "मी कशाला यायला हवं! तुम्ही दोघेच जाऊन या."

तर डोळे मिचकावीत डॉक्टर आत्तीला म्हणायचे– "कांचनला तुमच्या ताब्यात दिली की मी हिंडायला मोकळा आणि आम्ही दोघेच गेलो तर मला सारखंच अडकून पडायला लागणार."

आशालता किंवा आशा काळे यांच्यापैकी कुणाच्या तरी मदतीने डॉक्टरांच्या गाजलेल्या सर्व नाटकांतील महत्त्वाचे प्रसंग एकत्र करून एक कार्यक्रम तयार करूनही बरोबर न्यायचा, अशीही एक कल्पना माझ्या डोक्यात होती. कारण अशा तऱ्हेच्या डॉक्टरांच्या भूमिकांच्या नाट्यदर्शनाचा कार्यक्रम डॉक्टरांनी अमेरिकेत येऊन करावा अशी बऱ्याच लोकांची इच्छा होती. डॉक्टर दौऱ्यांच्या गडबडीतून रिकामे झाल्यावरच या सर्वांचा विचार करता येणार होता.

जवळ जवळ आठ दिवस डॉक्टर आमच्याबरोबर राहिले. पण आता त्यांचे नाशिक, पुणे, मुंबई असे नाटकांचे प्रयोग होते आणि आत्तीचा सांगली आकाशवाणी केंद्रावर मुलाखतीचा कार्यक्रम होता. त्यामुळे डॉक्टर व चारुकाका आधी दोन दिवस पुण्याला गेले. या वेळी आणखी एक सुखद आश्चर्याचा धक्का रेश्माच्या आईने

दिला. तिला आता बँकेत नोकरी लागली होती. रेश्माकडे पूर्ण वेळ लक्ष देणे तिला शक्य होणार नव्हते. रेश्माची प्रकृतीही सांगलीला चांगली राहायची नाही. तिच्या शिक्षणाचीही आबाळ होऊ नये या सर्व दृष्टींनी तिने आम्हाला रेश्माला मुंबईला नेण्याविषयी सांगितले. खुद्द रेश्माही आईशिवाय एकटी मुंबईला यायला तयार झाली.

डॉक्टर पुण्याला गेल्यावर बाबा गंमतीने म्हणालेही, ''लीलाबाईंना आता करमत नसणार. त्यांचा इंग्रजीचा मास्तर पुण्याला गेला.'' खुद्द बाबांना डॉक्टरांची त्या आठ दिवसांत इतकी सवय झाली होती की, डॉक्टर पुण्याला गेले त्या रात्री बाबांना झोपेत डॉक्टरांनी हाक मारल्याचा भास झाला होता. या वेळेला सगळ्यांनाच त्यांच्यामध्ये बदल जाणवत होता. बाबांच्यापासून सगळेच त्यांच्यावर खूष होते. एकदा डॉक्टरांविषयी मी काही तरी तक्रार बाबांच्याजवळ करत होते, तर बाबा मला थांबवीत म्हणाले–

''हे बघ, इतके दिवस तू त्याची बायको म्हणून राहिलीस. आता त्याची आई हो.''

२१३

डॉक्टरांच्यामध्ये होणारा बदल निश्चितच आनंददायक होता. खुद्द त्यांच्याजवळ त्यांची काही तक्रार केली तर डॉक्टर तिरसटून काही उत्तर देत नव्हते तर 'मी बदलतोय ना? मला थोडा वेळ तरी द्या.' असे सांगायचे. गेल्या चार-पाच महिन्यांत डॉक्टर जे अंगात संचारल्यासारखे वागत होते, ते कमी व्हायला लागले होते. वास्तविक पाहता फेब्रुवारी-मार्चमध्ये त्यांच्यामध्ये काहीतरी विचित्र बदल होतात असे म्हटले जायचे. गेल्या तीन-तार वर्षांत ते घडले नव्हतेच. पण या वेळेला तर फेब्रुवारीमध्येच डॉक्टरांच्यामध्ये चांगला बदल होताना दिसत होता, आणि आता तर रेश्मा घरी येणार म्हणजे डॉक्टरांचे हरवलेलं खेळणं त्यांना आता परत मिळणार होतं. तेव्हा आता डॉक्टर सतत प्रभादेवीलाच राहतील याची खात्री वाटायला लागली. 'हे बंध रेशमाचे' त्यांना अगदी जखडून ठेवायला समर्थ होते.

आमच्या लग्नाच्या आधीपासून डॉक्टरांनी असाच उत्पात मांडला होता. दोन-तीन महिन्यांच्या धुमश्चक्रीनंतर ते स्थिरावले होते. पुर्वानुभवाने आताही डॉक्टर तसेच होतील याची खात्री होती. ते बदलत आहेत याचा प्रत्यय अधुनमधून येत होताच. आम्ही लायन्स क्लबच्या समारंभाला जाण्यापूर्वीची गोष्ट. अभिजात संस्थेच्या 'हसत हसत फसवुनी' या नाटकाच्या मुहूर्ताला जाण्यासाठी मी वरळीच्या घरी तयार होत होते. वरळीच्या घरात प्रत्येक खोलीत सतराशेसाठ दिवे आहेत. पण सगळीकडे अंधुक प्रकाश देणाऱ्या काचेच्या हंड्या

लावलेल्या आहेत. अगदी ड्रेसिंग टेबल, बेसिन यावरदेखील. तीन-चार दिवे लावले तरी दिसायचे नाही. केस विंचरताना मी वैतागून उद्गारले, "काय तरी दिवे लावून ठेवलेत. आरशात चेहरा दिसेल तर शपथ." मागून डॉक्टरांचे शब्द आले, "तुला पाहिजे तशी लाईट्सची व्यवस्था करून घे." मी स्वत:शीच गर्रकन वळले आणि त्यांच्याकडे अविश्वासाने पाहात राहिले. कारण आमचे लग्न झाले होते तेव्हा मी एकदा वरळीचे घर आवरत होते तेव्हा डॉक्टर मला म्हणाले होते–

> "गेली पंचवीस वर्षे मला अशीच राहायची सवय आहे. त्यात काही बदल करू नका."

आणि तेच डॉक्टर आज मला हवा तो बदल करून घ्यायला सांगत होते. माझ्या चेहऱ्यावरचा अविश्वास न्याहाळीत डॉक्टर म्हणाले–

"आय मीन इट. मी मनापासून सांगतोय. अशी अविश्वासाने बघू नकोस."

मी केस विंचरत असताना, ते माझ्या मागे येऊन उभे राहिले. माझ्या कमरेला पाठीमागून मिठी घालत डॉक्टरांनी माझ्या खांद्यावर हनुवटी टेकवली आणि आरशातील आमच्या प्रतिबिंबाला निरखत म्हणाले, "आपला जोडा छान दिसतो ना?" त्या दिवशी डॉक्टर मला धक्क्यावर धक्के देत होते.

२१४

रेश्माला घेऊन आम्ही मुंबईला पोहोचलो तेव्हा खूपच रात्र झाली होती. डॉक्टरही नाशिकचा प्रयोग आटोपून त्याच दिवशी सकाळी परतले होते, आणि रात्री त्यांचा मुंबईत प्रयोग होता. सकाळी त्यांना फोन करायचा ठरवलं असताना सकाळी लौकर डॉक्टरनी फोन केला. अधीरतेने डॉक्टरांनी विचारलेला पहिला प्रश्न होता, "रेश्मा आली का?" डॉक्टरना सरप्राईझ देण्याच्या माझ्या बेतावर पाणी पडले. त्यांना कुणी तरी घरात बोललं असावं. "मी लागलीच येतो." असं म्हणून त्यांनी फोन खाली ठेवला. डॉक्टरांचे लौकर म्हणजे अकरा-बारा वाजणार अशा अंदाजात मी होते.

मी रेश्माला आंघोळ घालीत होते. दारावरची बेल दोनदा वाजली आणि रेश्मा ओरडली, "बाबा आले." मी तिला सांगत होते, 'एवढ्यात कुठले बाबा यायला?' तर दारातूनच डॉक्टर ओरडून सांगत होते–

"रेश्मा, मी आलोय ग."

"बाबा, इकले येऊ नका. मी आंघोल कलते."

बाथरूमचा दरवाजा उघडा असूनही रेश्मा ओरडून सांगत होती. पण बाबा

(डॉक्टर) कुठले थांबायला? ते आले ते सरळ बाथरूममध्येच घुसले आणि रेश्माला आंघोळ घालायचा चार्ज त्यांनी आपल्या हाती घेतला. इतक्या दिवसांचा सगळा विरह डॉक्टर धुऊन काढीत होते.

त्या दिवशी साहित्य संघात 'अभिजात' संस्थेच्या 'हसत हसत फसवुनी'चा प्रथम प्रयोग होता. आत्ती, मी आणि डॉक्टर असे आम्ही तिघे गेलो होतो. हाजी अलीला वल्लभभाई स्टेडियमवर फ्रीस्टाईल कुस्त्यांचे मोठे मोठे फलक लागले होते. तिकडे बघत डॉक्टर म्हणाले, "बरेच दिवस झाले कुस्त्या बघून, एकदा जायला हवे." त्यावर मीही त्यांना सांगितले की, "तुम्ही मलाही घेऊन जा. मलाही कुस्त्या बघायच्या आहेत." डॉक्टर आश्चर्याने विचारीत होते, "तुला कुस्त्या आवडतात?" स्त्री असून कुस्त्या, त्याही फ्रीस्टाईल कुस्त्या बघायला मला आवडतात, यावर त्यांचा विश्वास बसत नसावा. गाडीत पुढे बसलेली आत्ती डॉक्टरांना सांगत होतो, "अहो, तिला खेळातील दोन प्रकार आवडतात. एक कुस्त्या आणि दुसरी घोड्यांची रेस." डॉक्टरांच्या चेहऱ्यावर आता माझ्याबद्दलचे कौतुक मावत नव्हते. ते मला म्हणाले, "मी दौऱ्याहून परत आलो की तुला दोन्ही ठिकाणी घेऊन जाईन. मला माहीत नव्हतं माझ्यासारखी तुलाही याची आवड आहे म्हणून." गंमत म्हणजे इतके आवडीचे प्रकार असूनही मी दोन्हीही पाहिले नव्हते. एकतर कुस्त्या हा स्त्रियांनी बघायचा प्रकार मानला जात नाही आणि रेस म्हणजे चांगला नाद नाही हे आमच्या घरातील मत. त्यामुळे हे दोन्हीही प्रकार सिनेमा किंवा टी.व्ही.वर पाहण्यातच मी समाधान मानले होते.

नाटकाच्या मध्यंतरामध्ये वरच्या गॅलरीकडे बघत डॉक्टर म्हणाले, "एकदा गॅलरीत बसून नाटक बघायची इच्छा आहे." मी पटकन् म्हणाले, "मलाही बघायचं आहे. पण चांगलं पहिल्या रांगेतून नाटक बघायची संधी मिळते, तर हे असले डोहाळे कशाला? असं कुणी म्हणतील म्हणून मला सांगायचं धाडस झालं नाही. आता तुम्हीच गॅलरीतून नाटक बघणार म्हटल्यावर मला कसलीच अडचण येणार नाही." आज मी डॉक्टरांना धक्क्यावर धक्के देत होते. डॉक्टर मला परत परत विचारीत होते, "तू खरंच माझ्याबरोबर गॅलरीत बसून नाटक पाहशील? मी दौऱ्यावरून परत आलो की आपण नक्की एखादं नाटक गॅलरीत बसून पाहू."

२१५

दोन दिवसांनी डॉक्टर कोकण आणि विदर्भ अशा दोन दौऱ्यांसाठी सलग वीस दिवस जाणार होते. 'गुंतता'चा दौरा करून आल्यापासून डॉक्टरना हा आत्मविश्वास आला होता. खरं म्हणजे हा दौरा महिन्याला आठ दिवस असाच होणार होता. पण

फेब्रुवारीत रद्द झालेल्या विदर्भ-दौऱ्यामुळे आता १७ फेब्रुवारी ते १० मार्च असा हा सलग दौरा ठरविण्यात आला होता. पु. ल. देशपांडे यांच्याकडून ३१ मार्चपर्यंतच प्रयोग करण्याची परवानगी होती. एक बरं होतं, की इतर नाटकांसारखी 'तुझं आहे तुजपाशी'मधील भूमिका ही डॉक्टरना ताण देणारी नव्हती. प्रवासाचा त्रास मात्र होणार होता. पण मी आतापर्यंत पाहिले होते की, डॉक्टरांनी ज्या ज्या संस्थांमध्ये कामे केली, तिथे तिथे डॉक्टरांची अगदी राजासारखी बडदास्त ठेवली गेली आणि जिथे अशी व्यवस्था झाली नाही तिथे डॉक्टरनी आरडाओरडा करून सगळ्यांना धारेवर धरले. नाही तर डॉक्टर ती संस्था तरी सोडून देत. त्यांची बडदास्त ठेवण्यात 'लालित्य' ही संस्थाही मागे नव्हती. शिवाय आता तर 'लालित्य'चे रवींद्र डिसा यांच्याबरोबर डॉक्टरांची मैत्री जुळलेली होती.

फेब्रुवारी-मार्च हे दोन्ही महिने डॉक्टरांची फारच धावपळ होणार होती. कारण ११ मार्चला दौऱ्याहून परत आल्यावर, १२ मार्चपासून पुन्हा 'गुंतता'चा दौरा होता. ह्या दौऱ्यांच्या पायी डॉक्टरांनी दोन महत्त्वाचे कार्यक्रम पुढे ढकलले होते. त्यांतील एक होता 'चतुरंग'तर्फे होणारा डॉक्टरांच्या जाहीर मुलाखतीचा कार्यक्रम, तर दुसरे एक चित्रीकरण होते. डॉ. जब्बार पटेल महाराष्ट्र राज्याच्या रौप्यमहोत्सवी वर्षानिमित्त एक माहितीपट तयार करीत होते. त्यासाठी डॉक्टरांच्या 'रायगड'मधील एका प्रवेशाचे आशालता यांच्याबरोबर चित्रीकरण व्हायचे होते. त्यासाठी रवींद्र नाट्यमंदिर आगाऊ राखूनही ठेवले होते. हे दोन्हीही कार्यक्रम आता मार्चच्या शेवटच्या आठवड्यात व्हायचे होते.

मी डॉक्टरना विचारले–

"ही एवढी धावपळ करायलाच हवी का?"

"आता करायलाच हवी. आता रेश्माची जबाबदारी आपल्यावरच नाही का? तिचे शिक्षण, तिचे लग्न. त्याला पैसे नकोत का?" एखाद्या जबाबदार पित्यासारखे डॉक्टर मला विचारीत होते.

"मात्र एक गोष्ट मला सांगू नकोस, रेश्माचा अभ्यास घ्यायला. पाहिजे तर शिकवणी ठेव तिला. तिच्यासाठी लागणारे पैसे मला सांग. मी ते देईन. पण मला तिचा अभ्यास घ्यायला जमणार नाही."

किती तरी दिवसांनी त्या दिवशी डॉक्टर प्रसन्न, शांत वाटत होते. खरं म्हणजे आदल्या दिवशी नाटकाच्या वेळी मला डॉक्टर सांगत होते की, एवढ्या मोठ्या दौऱ्याला जाण्यापूर्वी डॉ. आपटे यांनी त्यांना चेकअपसाठी बोलावले होते. मी त्यांना म्हणालेही होते की, "नाटक संपल्यावर आपण सरळ सायनला डॉ. आपटे यांच्याकडे जाऊ या. आजच गेलं पाहिजे. नाहीतर उद्या रविवार. परवा तर तुम्ही जाणार." डॉक्टर मला अडवीत म्हणाले–

"छे! मी अगदी बरा आहे. प्रकृती बरी नसली की माझं मलाच कळतं. मी तशी रिस्क घेत नाही. शिवाय दौऱ्याहून आल्यावरच प्रकृती दाखविण्याची अधिक जरुरी पडणार आहे. आल्यावरच आपटेंकडे जाऊ. तसं काय उद्या रविवार असला तरी काय प्रश्न आहे. मी आपटेंकडे घरी जाऊ शकतो. पण तशी काही जरुरी नाही. आणि गरज पडली तर मागच्या वेळी आपटेंनी दिलेली औषधं आहेतच."

२१६

१७ फेब्रुवारी, १९८६ला डॉक्टरांचा दौरा अलिबाग येथून सुरू होणार होता. दौऱ्याची गाडी पुण्याहून यायची होती. खोपोलीला ती मंडळी त्यांची वाट पाहणार होती. म्हणून खोपोलीपर्यंत डॉक्टरांना पोहोचवून यायचं ठरलं. डॉक्टर, रेश्मा, मी आणि माझी बहीण बेबी असे आम्ही त्या दिवशी निघालो. गाडीत रेश्मा व डॉक्टरांची खूप मस्ती चालली होती. माझ्या मांडीवर कुणी झोपायचं यासाठी दोन लहान मुलं आपापसात मारामारी करत होती. मी एक पाहिलं होतं की, आम्ही बेडरूममध्ये दोघेच असलो की, डॉक्टर माझ्याशी समोरासमोर बसून बोलताहेत, किंवा कॉटवर आडवे होऊन गप्पा मारताहेत असं कधी व्हायचं नाही. बोलता बोलता डॉक्टर कधी माझ्या मांडीवर येऊन निजायचे हे समजायचंदेखील नाही. मी काहीतरी सांगण्यात रंगलेली असायची, तर ते माझा उजवा हात स्वत:च्या हाताने आपल्या गालावर थोपटून घेत असायचे. तेव्हा कुठे ते माझ्या ध्यानात यायचे. डॉक्टरांचे बालपण कधी सरलेच नाही. पण आज मात्र त्यांच्यामध्ये भागीदार निर्माण झाला होता. पण डॉक्टर आणि रेश्माने आता मारामारी थांबवून दोघांनीही एकदमच माझ्या मांडीवर निजायचा समझोता केला होता. डॉक्टर माझ्या मांडीवर निजले तर रेश्मा त्यांच्या गळ्याला मिठी घालून त्यांच्या गालावर आपला गाल ठेवीत निजली आणि मी दोघांना दोन हातांनी थोपटीत होते. सुख-सुख म्हणतात ते याहून दुसरं असं कोणतं असेल?

वाटेत फ्रुटी पीत असलेल्या रेश्मानं डॉक्टरांना विचारले–

"बाबा, फुल्टी पिता?"

"तुझा बाबा व्हिस्की पितो. फुल्टी नाही." डॉक्टरांनी उत्तर दिले. बिचाऱ्या रेश्माला काहीच समजले नाही. आता तिने व्हिस्की म्हणजे काय असं विचारू नये म्हणून मी विषय बदलीत रेश्माला म्हणाले–

"रेश्मा, तुझे बाबा काय करतात सांग?"

"माझे बाबा नाटकात काम कलत्यात." रेश्माने क्षणाचाही विलंब न लावता उत्तर दिले.

ते ऐकून डॉक्टरांनी कपाळावर हात मारून घेतला. ते रेश्माला म्हणाले–

"अगं, बाबा म्हणून तू एका ब्राह्मणाचं नाव लावतेस आणि इतकं अशुद्ध बोलतेस?"

आता डॉक्टर रेश्माच्या भाषाशुद्धीच्या मागे लागले. डॉक्टरांचा बराच वेळ तो प्रयत्न चालला होता. पण रेश्मा दाद देत नव्हती. डॉक्टर तिला सांगत होते की तिने म्हणावं तिचे बाबा नाटकात काम करतात, तर रेश्मा डॉक्टरांनाच समजावून सांगितल्यासारखी सांगत होती.

"तसं नाही बाबा, माझे बाबा नाटकात काम कलत्यात हेच बलोबल आहे. तुम्हीही तसंच म्हणा."

शेवटी डॉक्टरांनी रेश्मापुढे हात टेकले. त्यांनी प्रथमच शरणागती पत्करलेली पाहिली आणि डॉक्टरांनी रेश्माला म्हणून दाखवले–

"बरं बाई! रेश्माचे बाबा– नाटकात काम कलत्यात."

आपण जिंकल्याचा आनंद रेश्माने टाळ्या पिटून व्यक्त केला. सांगलीला डॉक्टरांचे नाटक पाहिल्यापासून रेश्माला डॉक्टरांच्या नाटकाबद्दल खूपच आकर्षण वाटायला लागले होते. त्यामुळे डॉक्टर नाटकाला चालले आहेत असं समजल्यावर तिनेही त्यांच्याबरोबर दौऱ्यावर जायचा हट्ट धरला. तिची समजूत घालीत मी म्हणाले–

"रेश्मा, बाबा गावाहून परत आले की, आपण रोज त्यांचं नाटक पाहायला जाऊ या." रेश्माला मांडीवर घेऊन डॉक्टरांचे नाटक बघायचे ही माझीही हौस होती.

"पण रेश्मा, थिएटरमध्ये बसून मला बाबा म्हणून स्टेजवर हाक नाही हं मारायची. नाहीतर सगळे मला हसतील." रेश्माला लाडी कदम देत डॉक्टर सांगत होते.

२१७

कोकणचा दौरा संपवून डॉक्टर पुण्यात आले आणि त्यांनी मला फोन केला. २८ फेब्रुवारीला परत विदर्भ-दौऱ्यासाठी निघायचे होते. दोन-तीन दिवसांसाठी मुंबईला यावे की पुण्यातच राहावं या विचारात डॉक्टर होते. मी त्यांना मुंबईला या म्हणताच त्यांनी त्यांच्याकडे खूप सामान असल्याचे सांगितलं आणि मुंबईला आल्यावर मात्र ते परत पुण्याला जायला तयार नव्हते. ट्रेनने एकटे दौऱ्याला जायचे म्हणत होते. ते ऐकल्यावर मात्र मी घाबरले. कारण आताच्या परिस्थितीमध्ये डॉक्टरांना एकट्याने दौऱ्यावर पाठविणे धोक्याचे हाते. दौऱ्याच्या बसमधून सर्वांनी एकत्र बसून प्रवास करणे त्यांच्या दृष्टीने योग्य होते. शिवाय सव्वीस तारखेला भारत बंदचा आदेश होता. तो शांतपणे पार पडला तर ठीक. नाही तर त्याच्या दंगलीचे पडसाद पुढे दोन-तीन दिवस तरी उमटतच राहातात.

हा सगळा विचार करून मी डॉक्टरांना पुण्यातच राहा म्हणाले. शिवाय डॉक्टर

चारुकाकांच्याकडे 'पुना गेस्ट हाऊस'वर असणे म्हणजे घरी असल्यासारखेच माझ्या दृष्टीने तरी होते. त्या दिवशी डॉक्टरांना त्यांच्या प्रकृतीविषयी विचारले तर त्यांनी चांगली असल्याचे सांगितले. नेहमीप्रमाणे रेश्माची आधी चौकशी झाली. अठ्ठावीस तारखेला तर डॉक्टरांच्या बरोबर सकाळी दुपारी असे दोनदा फोनवर बोलणे झाले. सकाळची वेळ असूनही डॉक्टरांचा आवाज कमालीचा मोकळा, स्वच्छ वाटत होता. त्यांची प्रकृती कशी आहे असं विचारल्यावर क्षणाचाही वेळ न दवडता डॉक्टरांनी सांगितले–

"फर्स्ट क्लास."

त्या वेळी मी रेश्माला बालवाडीत दाखल केले होते. पण तिथे जायलाही ती फार त्रास देते असं डॉक्टरांना सांगितल्यावर ते म्हणाले–

"तू काय लहानपणी कमी त्रास दिला आहेस शाळेत जाताना? मी परत आलो की बघतो तिच्याकडे. दोन दिवसांनी चारु मुंबईला यायचा आहे. त्याच्याकडे तीन हजार रुपये दिले आहेत. तुझ्या आणि रेश्माच्या नावाने बँकेत खातं उघड आणि त्यामध्ये ते पैसे ठेव. आता रेश्मासाठी स्वतंत्रपणे सेव्हिंग केलं पाहिजे."

मला हसायला आलं. डॉक्टर भलतेच जबाबदार पित्याच्या भूमिकेत वावरत होते. अनंत काणे यांना 'गुंतता'चा दौरा तेरा मार्चपासून ठेवायला सांग असे डॉक्टर परत परत सांगत होते. कारण अकरा तारखेला दौऱ्यावरून आल्यावर एक दिवस तरी पूर्ण विश्रांती त्यांना पाहिजे होती. प्रकृती सांभाळा असे मी डॉक्टरांना सांगत होते आणि मी अकरा तारखेला नक्की येतो असे डॉक्टर परत परत सांगत होते. दौऱ्यावर जाताना लौकर परत या म्हटलेलं डॉक्टरांना आवडायचं नाही. त्यामुळे ठरलेला दौरा आधीच संपवून यावं लागेल असं त्यांना वाटायचं. काही बाबतीत डॉक्टर फारच अंधश्रद्धाळू होते.

२१८

१ मार्चला *(१९८६)* सायंकाळी दूरदर्शनवर हिंदी 'रायगडाला जेव्हा जाग येते' हे नाटक होते. त्या दिवशी सायंकाळीच दिल्लीच्या संगीत नाटक अकादमीचा पुरस्कार वितरण समारंभ होता. त्या समारंभात भेटणाऱ्या प्रत्येकाने 'रायगड'ची आवर्जून आठवण काढली. त्या दिवशी डॉक्टरांचे कौतुक ऐकून मीच तरंगत होते. डॉक्टर दौऱ्यावरून परत आले, की त्यांना हे सर्व सांगायचं असं ठरवतच मी घरी आले.

रात्रीच्या जागरणाने दोन मार्चचा रविवार *(१९८६)* आळसावतच उजाडला. अकरा वाजायच्या सुमाराला अभिनेत्री नीलमचा मला फोन आला की, नागपूरहून नाट्यनिर्माते यशवंत पगार यांना डॉक्टरांच्या संबंधात काही तरी फोन आला होता.

त्यांना नीटसे काही समजले नव्हते, तरी त्यांनी दिलेल्या फोन नंबरवर फोन करून चौकशी करायला ती मला सांगत होती. त्या दोन नंबरपैकी एक नागपूरचा होता, तर दुसरा नंबर अमरावतीचा होता. मी चक्रावले. डॉक्टर जाताना तर सांगून गेले होते की, दौरा अकोल्याहून सुरू होणार होता. तिथल्या हॉटेलचा फोन नंबरही त्यांनी देऊन ठेवला होता आणि कालच तर डॉक्टर तिथे पोहोचले होते. मग त्यांची चौकशी नागपूर आणि अमरावतीला का करायची? काही समजत नव्हते. दौरा सुरू होऊन एक दिवसही झाला नव्हता आणि डॉक्टर एवढ्यातच काही करून बसले असतील का?

नागपूर अमरावतीचा फोन काही केल्या लागत नव्हता. डॉक्टर आजारी तर नसतील? त्यांना हॉस्पिटलमध्ये तर ठेवले नसेल? अठरा वर्षांपूर्वी 'इथे ओशाळला मृत्यु'च्या वेळी त्यांना नागपूरलाच प्रकृतीचा त्रास झाला होता. विदर्भ आणि नागपूर डॉक्टरांना लाभत नाहीत हेच खरं. डॉक्टरांच्या बाबतीत जे काही वाईटसाईट प्रकार, प्रसंग घडले, गदारोळ उठले ते विदर्भ-दौऱ्यातच. मनात नाना शंकांचे, प्रश्नांचे मोहोळ उठत होते. नागपूर अमरावतीचा फोन झाला की, नागपूरला जाणाऱ्या विमानाचीही चौकशी करायची असं ठरवलं होतं. दुसऱ्या दिवशी चारुकाका पुण्याहून यायचे होते. पण आजच जायचे ठरले तर कुणाला बरोबर न्यावे? शामराव, अशोक की उल्हास? पण आज रविवारच आहे. तिघांपैकी कुणीही बरोबर येईल. माझा माझ्याशीच संवाद चालला होता आणि त्याबरोबरच फोन फिरवणेही चालू होते. डिमांड नंबर फिरवूनही दोन्ही नंबर लागत नव्हते.

नाट्यसंपदेतून चित्रे यांचा आणि अभिजातच्या अनंत काणे यांचा बारा वाजायच्या सुमारास पाठोपाठ फोन आले. दोघांनीही माझ्याबरोबर न बोलता सुलोचनाबाईंना फोनवर बोलवा असे सांगितले. दोघांशीही फोनवर बोलणे होताच आत्ती नीलमने दिलेले दोन्ही फोन नंबर घेऊन अक्षरशः धावतच तिसऱ्या मजल्यावर असलेल्या कमलताई भोसल्यांच्या घरी धावली! जाताना तिने बेबीला मात्र सांगितले की, कांचनला येणारा कुठलाही फोन घेऊ देऊ नका. आता तर माझ्या जीवाने ठावच सोडला. डॉक्टर नक्कीच आजारी असणार? काय झालं असेल? हार्ट ॲटॅक की पॅरालिसीस? पण गंभीर आजाराशिवाय दुसरी कसलीच शंका येत नव्हती.

थोड्याच वेळात आत्ती आणि कमलताई भोसले वरून खाली आल्या. मी चिडून आत्तीला म्हणाले–

"काय झालंय डॉक्टरांना? तुम्ही मला काही सांगत का नाही?" आत्तीला शब्द जुळत नव्हते, तर माझ्या शेजारी बसलेल्या वृद्ध अनुभवी कमलताईंनाही मला कसे सांगावे सुचत नव्हते. आत्ती सगळे धैर्य एकवटून, आवंढा गिळत कापऱ्या आवाजात मला म्हणाली–

"हे बघ, धीराने घे."

आता आत्तीने अधिक काही सांगायची गरजच नव्हती.

म्हणजे डॉक्टर...

डोकं एकदम सुन्नच झालं. वर्तमानाशी संपर्क तुटल्यासारखाच झाला. सगळे शरीर ताठल्यासारखे झाले असले तरी एक सूक्ष्म कंप सबंध शरीरामध्ये जाणवत होता. माझाच श्वासोच्छ्वास मला थंडगार निर्जीव वाटत होता.

एक संवेदना मात्र जागी होती. कानांची. ते सारखे फोनकडे लागले होते. वाटत होतं अजूनही एखादा फोन येईल. आणि सांगेल की, 'ती बातमी' खोटी आहे. डॉक्टर आजारी आहेत. त्यांना रुग्णालयात ठेवलं आहे. कांचनला इकडे ताबडतोब पाठवा.

पण वाईट बातम्या कधीच खोट्या ठरत नाहीत....

■

अखेरचं पत्र

॥ श्री ॥

२ मार्च, १९८८

माझेच प्रिय कॅश,

दोन वर्षं झाली तुम्हाला जाऊन. तुम्ही बऱ्याच दिवसांसाठी बाहेरगावी निघालात की, तुम्हाला पत्रं लिहायचं असं आपलं ठरलेलं असायचं. मला पत्र लिहायचा कंटाळा असूनही मी आज तुम्हाला पत्र लिहायला घेतलं आहे. कारण तुमच्या माघारी काय काय घडलं हे वाचायला तुम्हालाही उत्सुकता असणार. खरं म्हणजे पत्ता काय लिहावा म्हणून खोळंबले होते. आणि मग लक्षात आलं अरे, नुसतं डॉ. काशिनाथ घाणेकर असं लिहिलं तरी ते पत्र तुमच्यापर्यंत पोहोचेल.

तुमची ती बातमी २ मार्च १९८६ रोजीची. पण तुम्हाला माहीत आहे का तुमचा देह मुंबईत प्रभादेवीला पोहोचला ३ मार्च रोजी– दुपारी सत्तावीस तासांनी. एरवी तुमची वाट पाहण्यात मी वर्षांनुवर्षे घालविली. पण तुमच्या प्रतीक्षेचा हा दीड दिवस आणि एक रात्र युगायुगासारखे भासले. आत्तीने तर तुम्हाला विमानानेच आणायला सांगितले होते. पण त्या सोपस्कारापेक्षा ॲम्ब्युलन्सने तुम्ही लवकर याल असे सर्वांना वाटले. ॲम्ब्युलन्समुळे तुमची वैद्यकीय व्यवसायाशी अखेरपर्यंत साथ राहिली. कायद्याच्या चौकटीतून बाहेर पडायलाच तुम्हाला त्या दिवशी संध्याकाळ झाली. तुम्ही स्वत: तिथे हजर असतात आणि तुम्हाला कुणी असं ताटकळत ठेवलं असतं तर काश्मीरपासून कन्याकुमारीपर्यंत तुम्ही सर्वांना दे माय धरणी ठाय करून सोडलं असतं. तुमच्या आत्म्याने स्वतंत्र झाल्याचा आनंद भोगला. पण तुमच्या नश्वर देहाला किती यातना भोगाव्या लागल्या, याची तुम्हाला कल्पना तरी आहे का?

धर्माचा भाऊ म्हणून श्री. दाजी भाटवडेकर यांनी दिवसभराच्या धडपडीनंतर तुमचा देह ताब्यात घेतला. पण मुंबईपर्यंत तुमच्या देहाला साथ करण्याचे मानसिक बळ त्यांच्यामध्ये राहिले नाही आणि त्यांनी अर्ध्या वाटेमधूनच तुमच्या ॲम्ब्युलन्समधून उतरून लालित्य संस्थेच्या बसचा आसरा घेतला. त्यांचे ॲम्ब्युलन्समध्ये राहिलेले सामान मात्र तुम्हालाच आणावे लागले. दाजींना ते आपले सामान प्रभादेवीला येऊन गिरगावात आपल्या घरी घेऊन जाणेही शक्य नव्हते इतका त्यांच्यावर सगळा ताण पडला होता. म्हणून दोनदा त्यांनी फोन करून *(आपल्याकडे)* त्यांचे सामान तेवढे कुणाकरवी तरी पाठवून देता का असे विचारले. पण डॉक्टरांच्या दुखवट्यामुळे आम्हा कुणाचीच मन:स्थिती ठीक नाही तरी तुमचे सामान तुम्हालाच न्यावे लागेल,

असे जास्तीत जास्त नम्र आवाजात तारू व नीलमने दाजींना सांगितले आणि त्यांचे सामान त्यांनीच नेण्याची व्यवस्था करावी अशी कळवळून विनंती केली. दाजींनी तिसऱ्यांदा फोन केला नाही हे बरं झालं. नाहीतर फटकळ तारूकडून त्यांची फट म्हणता ब्रह्महत्त्या घडली असती. बिचाऱ्या दाजींना केवळ सामान नेण्यासाठी गिरगावातून प्रभादेवीला यावे लागले.

तुमची बातमी समजल्यावर नाशिकहून घाणेकर मंडळी, कोल्हापूरहून मदन फोन करून विचारीत होते की, आम्ही अमरावतीला जाऊन डॉक्टरांना आणू का? पण ही मंडळी अमरावतीला जाऊन मग तिथून त्यांनी तुम्हाला आणायचे म्हणजे आणखी दीड दिवस गेला असता. शिवाय ज्या 'ललित्य'ने तुम्हाला जपून नेले होते तेच तुम्हाला तसेच जपून परत आणतील याची खात्री होती.

तुम्ही ज्यांची सदैव आस्था बाळगली त्या पडद्यामागच्या कामगारांनी मात्र तुम्हाला सोबत करून घरी आणलं. तुम्हाला पाहण्यासाठी किती गर्दी लोकांनी केली. मला तर आपल्या लग्नाच्या वेळेची आठवण झाली. घरात तशीच तुडुंब गर्दी होती. तुमच्या एकसष्ठीला असं सर्वांना बोलवायचं ठरवलं होतं. पण तुमची नेहमीची घाई नडली आणि आधीच सर्वांना यावं लागलं. तुमच्या अचेतन देहालाही सामोरे जाताना मंगळसूत्र व कुंकू याशिवाय जाण्याचे मनाला धाडस होत नव्हते.

पण तुम्हाला बघून मला किती धक्का बसला म्हणून सांगू? त्या धक्क्याने मला रडूही फुटत नव्हते. तुमच्या देखण्या राजसरूपाचे काय होऊन बसलं होतं? माझी मामी तर विचारीत होती म्हणे की, हे नक्की डॉक्टरच आहेत ना? आणखी दुसऱ्या कुणाला तरी आणलेलं नाही ना? इतका तुमचा चेहरा बदलून गेला होता. तुमच्या मुखी गंगोदक घालण्यासाठी रेश्माला जेव्हा तुमच्याजवळ आणलं तेव्हा तिनेसुद्धा तुम्हाला ओळखलं नाही.

दिल्लीहून विठ्ठलराव गाडगीळ, वसंत साठे, पी. नरसिंह राव इत्यादींनी प्रत्यक्ष अथवा संदेशाद्वारे तुम्हाला श्रद्धांजली वाहिली, तर तुमच्या आवडत्या सुशीलकुमार शिंदेंनी प्रत्यक्ष येऊन तुमची शेवटची भेट घेतली. मला विषेश वाटले ते ज्यांचे दर्शन दुर्मिळ अशा ज्येष्ठ साहित्यिक विश्राम बेडेकरांनीही येऊन तुम्हाला डोळे भरून पाहून घेतले. सौ. इरावतीबाईंनी तर आपले पती श्री. माधव भिडे यांच्यासह येऊन तुम्हाला श्रद्धांजली वाहिली. चोवीस वर्षांच्या अखंड सहवासानंतर तुमच्यापासून विभक्त झालेल्या इरावतीबाईंना एक परकी स्त्री म्हणून तुमच्या देहाजवळ बसताना काय वाटले असेल? कुठलीही कटुता न ठेवता त्या आल्या हे पाहून सर्वच भारावले.

दौऱ्याची बस बिघडल्यावर कितीदा तरी तुम्ही नाटकाचे सामान वाहून नेणाऱ्या ट्रकने प्रवास केला आहे. तुमच्या अनंताच्या प्रवासासाठी बॅकस्टेजच्या गफूरबाई आणि त्यांच्या सहकाऱ्यांनी कुठलीही अपेक्षा न ठेवता दारात ट्रक आणून उभा केला, तर शिवाजी मंदिरमधील वृंदावनचे दादा नायक यांनी तो फुलांनी सुशोभित करून दिला. सर्व घाणेकर बंधूंनी तर तुमच्याइतकीच माझ्यावरही मायेची सावली धरली. त्या सर्वांनी सगळीच जबाबदारी उचलली. मुलासारख्या असणाऱ्या लहान भावाला खांदा द्यावा लागणे यासारखे भयानक दुःख त्या सर्वांनी कसे पचविले ते त्यांचे त्यांनाच माहीत, पण घाणेकर बंधू सर्वच जबाबदारी उचलताहेत हे कळल्यावर नाट्यव्यावसायिकांनी घेतलेल्या शोकसभेचे वर्तमानपत्रातील जाहिरातीचे बिल तब्बल वर्षाने त्यांच्याकडे पाठविण्यात आले. आणि पुन्हा 'चुकून' ते बिल पाठविण्यात आल्याबद्दल दिलगिरीही व्यक्त करण्यात आली. मला माहीत आहे की, तुम्हाला कुणाचे पैसे देणे बाकी ठेवलेलं आवडत नाही. तुम्ही कुणाचे तसे देणे ठेवलेही नव्हते. फक्त प्रकाश फोटो-दादारचे उदय मिटवाबकर यांनी मात्र, ''डॉक्टर जाऊन आमचे किती नुकसान झाले आहे हे तुम्हाला कळायचे नाही.'' असे म्हणत त्यांचे फोटो-बिलाचे पैसे घेण्याचे नाकारले. तर तुमचे प्रिय जॉकी चव्हाण आणि त्यांचे चिरंजीव चंदू चव्हाण हे मात्र तुम्ही त्यांना दिलेले पैसे मी त्याच वेळेला मागीन असे वाटून सांत्वनाचे दोन शब्द सांगण्यासाठीही त्यांनी मला भेटण्याचे टाळले.

सर्वांत दुःख वाटतंय तुमच्याबरोबर काम करणाऱ्या छोट्या कलावंताचं, जे डॉ. काशिनाथ घाणेकर नाटकात आहेत म्हणजे आपला 'हाऊसफुल्ल' दौरा होणार आणि आपण चांगली मिळकत घेऊन घरी जाणार या आनंदात होते, त्यांचा मात्र फार मोठा अपेक्षाभंग झाला असणार. ललित्य या संस्थेचेही दौरा रद्द झाल्यामुळे नुकसान झालेच. आजवर तुमच्यामुळे काही नाट्यसंस्थांचे आधीमधी नुकसान झाले होते. पण त्याच्या चौपट तुम्ही त्यांना मिळवूनही दिले. पण आता...? तुम्ही ज्या ज्या संस्थांमध्ये पाऊल ठेवले, त्या त्या संस्था यशाच्या शिखरावर पोहोचल्या आणि आर्थिकदृष्ट्या मजबूतही झाल्या. अपवाद फक्त 'ललित्य–' कुठलाही नियम किंवा सिद्धान्त अपवादानेच सिद्ध होतो. तुम्हाला येथवर आणण्याचा सर्व खर्च किती झाला माहीत आहे. ३००० रुपये आणि तुम्ही चारुकाकांच्याबरोबर नेमके तेवढेच पैसे पाठविले होते. आपला एवढाही खर्च निर्मात्याला करावा लागू नये असं तर तुम्हाला वाटत नव्हतं ना? मी तेच पैसे डिसा यांना देणार होते. पण मघाशीच सांगितलं त्याप्रमाणे सगळ्या घाणेकर बंधूंनी ती सगळी जबाबदारी उचलली.

म्हणून मी आता ते तुम्ही पाठविलेले पैसे आणि तुमच्या वडिलांनी तुमच्या नावे पोस्टात ठेवलेले तेवढेच पैसे असे दोन्ही मिळून पैसे रेशमाच्या नावे ठेवले आहेत.

सुशीलकुमार शिंदे, सूर्यकांत जोग अशांसारखी उच्च सरकारी पातळीवरील मंडळी हजर असूनही केवळ एक डेथ सर्टिफिकेटचा कागदाचा तुकडा नसल्यामुळे मंत्राग्नीसाठी तुम्हाला ताटकळावं लागलं आणि श्रद्धांजलीची भाषणं करायची नाहीत असं तुम्ही सांगूनही ठेवलं असलं तरी परवानगी मिळेपर्यंत वेळ काढण्यासाठी नाईलाजाने श्रद्धांजलीची सभा घ्यावी लागली.

"मला आयुष्यभर शिव्या घालणाऱ्यांनी, मी मेल्यावर, मी फार चांगला होतो हे गळा काढून सांगावं, हे मला अजिबात नको." असं तुम्ही म्हणायचे. पण सगळीच माणसं तशी नाहीत हं. अगदी आपल्या रक्ताचं कुणी तरी जावं तशी मंडळी तळमळत होती, हळहळत होती. तुमच्याशी फारशी जवळीक नसलेल्या निळू फुले यांची प्रतिक्रिया खूपच बोलकी होती. ते म्हणाले–

"हा माणूस जिवंत होता तेव्हा आम्हाला सतत त्याच्याबद्दल काळजी वाटायची. वाटायचं या कलंदर माणसाचं कसं होणार? पण आज मात्र कसलीच चिंता वाटत नाही. वाटतंय सारं काही शांत झालंय."

तुमच्या इच्छेप्रमाणे एकही गोष्ट घडली नाही. तुम्हाला नेत्रदान करायचे होते पण तुम्ही अमरावतीमध्ये आणि मी मुंबईत काय करू शकणार होते? आता माझे नेत्रदान करून मी ती उणीव भरून काढण्याचा प्रयत्न करणार आहे. तुमची इच्छा होती तरी तुम्ही दिलेल्या परवानगीनुसार मी तुमचा देह मेडिकल कॉलेजला देऊ दिला नाही– आधीच तुमच्या शरीराची इतकी विटंबना झाली होती, त्यात पुन्हा ही चिरफाड करण्याची कल्पना मला असह्य होत होती. तुम्हाला तुमचा अंत्यसंस्कार विद्युतदाहिनीत करून हवा होता; पण गेली कित्येक महिने ती विद्युतदाहिनी बंदच आहे. आपल्या भाऊसाहेबांच्याकडून बाँड लिहून घेतल्यावरच पारंपारिक पद्धतीने तुमचा अंतिम संस्कार करण्याची परवानगी मिळाली. तुमच्या सांगण्याप्रमाणे तेराव्या दिवसाच्या जेवणावळी घातल्या नाहीत. तेच पैसे वरळीच्या अंधमुलांच्या आनंद संस्थेला दिले. हे ऐकून मात्र तुम्हाला नक्कीच समाधान वाटलं असणार.

लालित्य संस्थेचे रवींद्र डिसा व आशू यांना मी भेटायला खूप आतुर होते. कारण अमरावतीला प्रत्यक्ष काय घडले ते ऐकायला मी उत्सुक होते. पण वाटेत खूप उशीर झाल्यामुळे फक्त दाजी तेवढे नाशिकला उतरून मुंबईला आले आणि दौऱ्याची बस तिथूनच पुण्याला गेली. पुढे दोन दिवसांनी डिसा व आशू भेटायला आले. तोवर इथून तिथून सर्व माहिती मिळाली

होतीच. डेथ सर्टिफिकेट अमरावतीहूनच येताना का आणले नाही असे विचारता त्या दोघांनी सांगितले की, अजूनपर्यंत त्यांच्या घरी यापूर्वी कुणाचाही मृत्यु न झाल्यामुळे अशा वेळी डेथ सर्टिफिकेट लागते याची त्यांना माहिती नव्हती. डिसा व आशू यांनी तुमची फार हेळसांड केली, असा पुण्याच्या श्रद्धांजली सभेतही त्यांच्यावर आरोप झाला. पण अशी हेळसांड झाली असती तर तुम्ही तिथे क्षणभरही थांबला नसता याची मला खात्री आहे. डिसांनी वेळोवेळी केलेली तुमची सेवा तुम्ही मला सांगितलेली होती.

पण एक विचारू, प्रकृती बिघडल्याचे तुमचे तुम्हालाही लक्षात आले नाही का? कारण अशोक समेळ तर सांगत होते की एकदा रत्नागिरीला असताना रात्री दोन वाजता तुम्हाला अस्वस्थ वाटायला लागले होते तेव्हा तुम्ही समेळना उठवून, त्यांना बरोबर घेऊन तेवढ्या रात्री डॉक्टरकडे गेला होतात. मग अमरावतीमध्येच तुम्हाला डॉक्टरकडे जावं असं का नाही वाटलं? की काळसर्पाने तुम्हाला आपल्या विळख्यातून हालचालच करू दिली नाही?

अमरावतीला पोहोचेपर्यंत तुम्ही डायरियाने हैराण झाला होतात. पण विदर्भाचा दौरा तुम्ही बऱ्याच वर्षांनी करत होतात. काशिनाथ घाणेकरमुळे तो दौरा रद्द झाला असा समज होऊ नये म्हणून तुम्ही त्या परिस्थितीमध्येही रंगभूमीवर उभे राहिला होतात. हा सगळा दौरा दारू व सिगारेट याशिवाय करण्याचा तुमचा निश्चय झाला होता. किती उशिरा घेतलात हा निर्णय. तुमचा आवाज बसला होता. त्यामुळे वाक्ये कळत नाहीत असा प्रेक्षकांनी गिल्ला करताच, ब्रॉंकायटीस, सिगारेट यांनी जर्जर झालेली तुमची फुफ्फुसे आणि हृदयही हा ताण सोसू शकणार नाहीत, हे माहीत असूनही तुम्ही तर सरळ सरळ हाराकिरी केलीत. न पेलवणारा टिपेचा सूर लावलात. प्रेक्षक शांत झाले. पण मृत्यूचा धोका माहीत असूनही तुम्ही हे वीर मरण पत्करलं.

तुमच्यावर तुमच्या चाहत्यांनी केलेल्या अमर्याद प्रेमाची, तुमच्या अफाट लोकप्रियतेची किंमत तुम्हाला कधी ना कधी तरी द्यावी लागली असतीच. पण ती इतकी जबर, आयुष्याचे मोल देऊन द्यावी लागेल असं वाटलं नव्हती. रणजित देसाई म्हणाले, ''डॉक्टरला खऱ्या कलावंताचं मरण आलं. सर्वांना हवाहवासा असताना तो गेला. त्याच्या आयुष्याचं सोनं झालं. एखाद्या नटसम्राटासारखा त्याला मृत्यु आला.''

''काशिनाथ घाणेकर लिव्हर खराब होऊन मेला, असं कुणाला ऐकायला मिळणार नाही.'' असे तुम्ही अहंकाराने गर्जायचे. पण तो अहंकार अस्थानी ठरला नाही. तुमचे शब्द तुम्ही खरे करून दाखविलेत. अमरावतीचा आदल्या

दिवशीचा प्रयोग हाऊसफुल्ल होता. दुसऱ्या दिवशीचा नागपूरचा प्रयोग हाऊसफुल्ल होता. नागपूरच्या प्रवासाला जाण्यासाठी सामानाची आवराआवर करून, स्नान वगैरे करून शुचिर्भूत होऊन तुम्ही कपडे बदलत असताना, अचानक न परतीच्या वाटेला निघून गेलात. तुमच्या पोस्टमार्टमचा रिपोर्ट होता–'लंग्ज कंजेस्टेड.'

वरळीच्या आपल्या बिल्डिंगमधील डॉ. जोशी यांनी त्याची तुम्हाला कल्पना दिली होती. पण आम्हाला कुणाला कळू न देता केवळ ब्लडप्रेशर नॉर्मल आहे, एवढ्या निदानावर तुम्ही दौऱ्यावर गेलात. गेल्या तीन वर्षांत ज्याची तुम्हाला फारशी निकड भासली नव्हती ते जाण्याच्या आदल्या दिवशीच व्हावे, असे तुम्हाला तीव्रतेने वाटत होते. तुम्ही जयूचा मेहुणा शरद टिंबले यांच्या मागे लागला होतात की, ब्लॉक कांचनच्या नावावर करूया. ब्लॉक ट्रान्सफरचे काम इतक्या जलद होऊ शकत नाही हे कळल्यावर मात्र तुमचा नाईलाज झाला. पण गेल्या तीन वर्षांत तुमची व इरावतीबाईंच्या नावाची न बदललेली दारावरची पाटी बदलून त्या ठिकाणी आपल्या व कांचनच्या नावाची पाटी लागली पाहिजे तेही तुम्ही दौऱ्यावरून परत येण्यापूर्वी असा दम शाली आणि तिच्या नवऱ्याला– शरदला– भरून गेला होतात. आणखी एक विचित्र कामगिरी त्या दोघांवर सोपविताना तुम्ही त्यांना सांगितले होते की, बेडरूमच्या कॉटवर तुम्ही निजलेले सर्वांना दिसता, म्हणून बेडरूमला काळा रंग लावून घ्यायला तुम्ही त्यांना सांगितले होते. ही कसली विचित्र गोष्ट असे म्हणत वरळीच्या मंडळींनी केवळ दारावरची पाटी बदलली.

रवींद्र डिसा व आशू यांनी तुमची हेळसांड केली याबद्दल सर्वांत अधिक आकांडतांडव किरण भोगले यांनी केले असे ऐकले. तुम्ही त्यांची वाट पाहताय तेव्हा भेटण्याचे तर राहोच; पण साधे फोन करून काही कळविण्याचे सौजन्यही भोगले यांनी दाखविले नाही. तुम्हाला वाचायला दिलेले त्यांचे स्क्रिप्ट मी चारुकाकांच्याकडून परत पाठविले तेव्हा किरण भोगले यांनी चारुकाका यांना सांगितले की, डॉक्टरना त्या नाटकात भूमिका देण्याचा आमचा विचारच नव्हता. मग नाटकाचे स्क्रिप्ट तरी किरण भोगले यांनी तुम्हाला कशाला दिले होते? नुसते वाचायला दिले होते का? बाकी सर्व तुम्ही तुमच्या कल्पनेनेच ठरवून मला सांगितले होते का? आणि किरण भोगले यांच्या फोनची तरी प्रतीक्षा तुम्ही का करीत होतात?

तुमच्या माघारी मात्र मच्छिंद्र कांबळीसारखी तुमची नव्याने जोडलेली मित्रमंडळी जमेल त्या वेळी माझी आठवणीने चौकशी करतात, तर तुम्ही असेपर्यंत 'अहो वहिनी' म्हणणारी काही अती उत्साही मंडळी आता नुसती

'अगं, कांचनताई' म्हणायला लागली आहेत. डॉक्टर निळूभाऊ आपटे तर डॉक्टर आणि तुमचे मित्र ह्या दुहेरी नात्याने आमच्याकडे लक्ष पुरवितात, तर बी. वाय. पाध्ये आणि त्यांच्या कुटुंबियांनी जुने ऋणानुबंध असल्यासारखे अगत्य आपुलकी दाखविली. दिलीप पाध्ये तर तुमचा चाहता आणि भक्तही. तुमच्या स्मृतीमध्ये तो अजून जगतोय. आपल्या दिलीपची जागा आता त्याने घरात घेतली आहे. तुमचा सर्वांत वयाने छोटा मित्र किशोर जाधव, आपल्या बॉसच्या *(म्हणजे तुमच्या)* आठवणीत हरवून जातो. बाळासाहेब कुडतडकरांना तर तुम्ही 'माझ्या कांचनला अंतर देऊ नकोस,' असे सांगितले होते. बाळकाका आजही तो शब्द त्याच निष्ठेने पाळतात. ते मला आपल्या मित्राची नुसती पत्नी न समजता, आपली मुलगी समजून माझे हित जपतात.

दीनानाथ नाट्यमंदिराचे तुमचे आवडते आणि तुमचे चाहते आर्टिस्ट जाधव यांनी मुंबई महानगरपालिकेत प्रयत्न करून तुमचे छायाचित्र दीनानाथ नाट्यमंदिरमध्ये लावले. खरं म्हणजे पार्ले हे सतीश दुभाषींचे; दत्ता भटांचे पण दीनानाथ मंगेशकरांच्या तैलचित्रानंतर दीनानाथ नाट्यगृहात नटाचे छायाचित्र लागण्याचा पहिला मान तुम्हाला मिळाला.

श्री. वामनराव महाडिकांनी मुंबईतील एखाद्या रस्त्याला अथवा चौकाला तुमचे नाव देण्याची कल्पना मांडली आणि आत्तीने त्यासाठी पुढाकार घेतला. मुंबईचे महापौर, पालिका आयुक्त श्री. छगन भुजबळ यांचे सहाय्य घेऊन ती कल्पना प्रत्यक्षात उतरवली. प्रभादेवीच्या रवींद्र नाट्यमंदिर आणि सिद्धिविनायकाजवळील चौकाला तुमचे नाव देण्याचे मुंबई महानगरपालिकेने मान्य केले. ''काशिनाथच्या नावाला साजेसा कार्यक्रम झाला पाहिजे.'' असा आत्तीने आग्रह धरला आणि तुम्ही गेल्यापासून बरोबर नऊ महिने बारा दिवसांनी पुन्हा एकदा तुमचे बारसे समारंभपूर्वक साजरे झाले. श्रीमान लालचंद हिराचंद यांच्यासारख्या वयोवृद्धापासून ते नव्या दमाचे कलावंत सचिन, महेश कोठारे यांच्यापर्यंत सर्वांनी कृतज्ञतापूर्वक या समारंभाला हजेरी लावली.

ही तर सगळी तुमची जवळची मंडळी होती. पण निव्वळ तुमच्यावर तुम्ही नट म्हणून प्रेम करणाऱ्यांनीही मला ओळखदेख नसतानाही खूप साहाय्य केले. रोजची शेकड्यांनी डेथ सर्टिफिकेट्स देणारी महिला ऑफिसर तुमचे डेथ सर्टिफिकेट हातात घेऊन कितीतरी वेळ रडत होती– तुमचे सौभाग्य मिरविणे हे जसे भाग्याचे होते तसेच तुमची विधवा म्हणूनही तितकाच आदर मला अनोळखी लोकांच्याकडूनही मिळतो. कमीत कमी वेळात आणि त्रास न देता माझी कामे करून दिली जातात. मी काशिनाथ घाणेकरांची पत्नी आहे, हे समजताच आजही मंडळी आसन सोडून उभी

राहतात. तुमच्या अवेळी जाण्याने हळहळतात, हळुवार होतात.

प्रभाकर पणशीकरांनी तुम्ही हयात नसतानाही तुमच्या मैत्रीचे इमान राखले. तुमचा पहिला स्मृतिदिन भव्य रीतीने साजरा करण्याची कल्पना मांडली. सर्व कलावंतांचा उत्स्फूर्त सहभाग राहिला. विभाकर बिवलकर, गिरीश दाबके, प्रमोद पवार, नीलम प्रभू आणि बाळासाहेब कुडतडकरांनी अथक परिश्रमाने तुमचा जीवनपट साकार केला.

बाबांचा कार्यक्रम म्हणजे बाबा नाटकात काम करणार आणि बाबा भेटणार असे वाटून मोठ्या उत्सुकतेने आलेल्या रेश्माला तुम्ही कुठेच दिसला नाहीत म्हणून ती खूपच हिरमुसली आणि घरी आल्यावर बाबा नाटकात नसतील तर मला कधीही नाटकाला न्यायचे नाही, असे डोळ्यात पाणी आणून तिने सांगितले. ही एका छोट्या मुलीचीच प्रतिक्रिया नव्हती, तर त्या कार्यक्रमाला आलेला प्रत्येकजण म्हणत होता की, अजून काही वर्षे तरी काशिनाथच्या भूमिका कुणी करू नयेत. कोल्हापूरच्या आपल्या बाबांच्या पत्नी सरलामावशींनी तर दुसऱ्या दिवशी मुद्दाम फोन करून मला सांगितले की, डॉक्टरांच्या-बरोबरचे तुझे लग्न मला पसंत नव्हते; पण काल सारे ऐकले, पाहिले आणि वाटले तू एका फार मनस्वी माणसावर प्रेम केलं आहेस. मी माझे आधीचे शब्द मागे घेते. आता डॉक्टरांचा मृत्यु म्हणशील तर ती गोष्ट काही आपल्या हातातील नाही.

मोठ्या वयाची माणसं, 'मरण कल्पनेशी थांबे तर्क जाणत्याचा' असे म्हणून गप्प राहू शकतात. पण छोट्या रेश्माची कशी समजूत घालायची? तुम्ही कुठे गेलात म्हणून सांगायचे? खोपोलीला तुम्हाला सोडून आल्यापासून तुम्ही नाटकाच्या दौऱ्यावर गेला आहात असे तिला वाटत होते. पण आठ-दहा दिवसांत परत येणारे बाबा-आता कसे येत नाहीत? आपल्या मुलीला न भेटणारे हे असले कसले बाबा– असं ती विचारीत राहते. आता मात्र मी तिला सांगितलंय की, तुझे बाबा समुद्राच्या पलीकडे खूप खूप दूर कॉलेजमध्ये शिकायला गेले आहेत. तू मोठी झालीस की ते परत येणार आहेत. तुमच्यासारखेच तुमच्या रेश्मालाही म्हातारपण आवडत नाही. ती विचारते बाबा आता आहेत तसेच परत आल्यावर असतील ना? की त्यांचे केस पांढरे होतील? ते म्हातारे होतील? मी तिला सांगते आम्ही सगळे म्हातारे होऊ पण तुझे बाबा कधीच म्हातारे होणार नाहीत.

काही जणांच्या मते तिला सर्व आत्ताच सांगून टाकावे. पण जिला खरे वडील माहीत नाहीत, जिची आई तिच्यापासून दूर आहे आणि आता तिचे बाबाही कधीच परत येणार नाहीत असं कळलं तर त्या एवढ्याशा जीवाच्या

मनाची काय अवस्था होईल? किती अत्याचार करायचे तिच्यावर? थोडी मोठी झाली, समज आली की तिला आपोआप कळेलच आणि खरं सांगू तिला अज्ञानात ठेवण्यात माझाही स्वार्थ आहे. तुम्ही आता कधीच येणार नाही ही गोष्ट स्वीकारणे अजून मलाही कठीण जातंय. त्यामुळे तुम्ही कधी तरी येणार आहात अशा समजुतीने माझा रेश्माशी चाललेला संवाद मलाही समाधान देतो. एकाकीपणाची जाणीव थोडी तरी बोथट होते.

रेश्माचे तुटून पडल्यासारखे प्रेम करणे, माझ्यावर सत्ता गाजवणे, तिच्या सवयी तिचं मधूनच चमकावणारे एखादे वाक्य, खाण्या-जेवणाच्या सवयी, सुक्या बाजाराच्या वासाने तिचे नाक चिमटीत धरणे हे सर्व पाहिले की, वाटतं तिच्या शरीरात तुमच्या आत्म्याने प्रवेश तर केला नसेल? लहान मुलं पोलिसांना घाबरतात. पण गाडीतून जाताना एखादा पोलीस पाहिला की, रेश्मा त्यांना हाक मारते, "ओ पोलीस हवालदार, सलाम." तुम्हाला पोलीस खात्याचं असलेलं आकर्षण आठवून, रेश्माचं हे वागणं पाहिलं की दचकायला होतं. आत्तीने तर तिचं नाव 'मिनी घाणेकर' ठेवलंय. माझ्यासारखीच तीही तुम्हाला पत्र लिहायला बसते आणि मग काहीसं आठवल्यासारखं विचारते "बाबांना इंग्लिश येतं ना? मला मराठी फक्त अआईईच येतं. मग पत्र इंग्लिशमध्ये लिहिलं तर चालेल ना?" कुणावर ती चिडली तर सांगते, "माझे बाबा दातांचे डॉक्टर आहेत. तुमचे दातच पाडतील." तर मलाही "तुझं नाव बाबांना सांगेन म्हणून दम देते." तुमच्या खोलीत दुसऱ्या कुणी गेलेलं तिला आवडत नाही. तुमच्या कॉटवर कुणी झोपलेले तिला पसंत नसत. बाबा आल्यावर बघून काय म्हणतील म्हणून तुमची खोली स्वच्छ करत राहते. वरळीच्या घरात बेडरूममध्ये असाल म्हणून शोधीत राहते.

तुमच्याबरोबर चिपळूणला जाणे कधी जमले नाही. पण मध्यंतरी परशुरामभाऊ व कुमुदवहिनी यांच्याबरोबर जाण्याचा योग आला. काही कारणामुळे जाताना मी एस.टी.ने गेले होते. तुमच्याशी लग्न झाल्यावर चैत्रातील हळदीकुंकवासाठी इरावतीबाईही अशाच एस.टी.ने पुण्याहून चिपळूणला एकट्याच गेल्या होत्या, त्याची आठवण झाली. घरात ड्रायव्हर गाडी असतानाही परशुरामभाऊ स्वत: मला न्यायला भर दुपारचे एस. टी. स्टँडवर येऊन उभे होते. सासरी जायचे म्हणून खूप दडपण आले होते. पण तुम्ही सांगितलेले होते तसे बापूसाहेब देवमाणूस तर विद्यावहिनी आईसारख्या वाटल्या. रत्नाकरची छोटी सायली कधी येऊन चिकटली ते समजलंसुद्धा नाही. रत्नाकरचा विक्रमही आता दोन-एक वर्षांत कॉलेजला जाईल. त्या वेळी तुम्ही सांगितल्याप्रमाणे त्याला पैसे देणार आहे. तुमच्या अपेक्षेप्रमाणे आणि इच्छेप्रमाणे तो मेडिकलला जाईल

असं वाटतंय. विक्रमचे पैसे तुम्हाला त्याला नव्वद साली द्यायचे होते. "ते तू त्याला दे असं तुम्ही मला सांगितलं होतं." तेव्हा मी म्हणालेही होते, "नव्वद साल किती दूर आहे. तुम्हीच ते पैसे विक्रमला द्या." तर त्या वेळी तुम्ही एकदम गप्प झाला होतात. त्याचं कारण आज कळतंय.

चिपळूणकरांनी मोठ्या श्रद्धापूर्वक तुमचं संभाजीच्या वेषातील तैलचित्र नव्या नाट्यगृहात विराजमान केलंय आणि हे नाट्यगृह काशिनाथ घाणेकरांच्या कल्पनेतून साकारलं आहे म्हणून अभिमानपूर्वक सांगतात. तुमच्या मित्रमंडळींनी, तुमच्या चाहत्यांनी एकत्र येऊन तुमच्या नावे ट्रस्टची स्थापना केली आहे. श्री. लालचंद हिराचंद यांनी त्याचे अध्यक्षपदही भूषविले आहे. या ट्रस्टतर्फे दर वर्षी तुमच्यासारखे एकट्याच्या खांद्यावर सबंध नाटक पेलून नेणाऱ्या कलावंताला मानचिन्ह दिले जाणार आहे. तुमचा अधिक ओढा लक्षात घेऊन बॅक स्टेज वर्कर्स आणि अगदी दुय्यम भूमिका करणाऱ्या कलावंतांचाही सन्मान केला जातो. या कामगारांच्या मुलांसाठी शैक्षणिक मदत, त्यांच्यासाठी मोफत वैद्यकीय सेवा, कोकणामध्ये वैद्यकीय शिबिरे अशा तऱ्हेचे उपक्रम करण्याचे डॉ. रवी बापट व डॉ. निळूभाऊ आपटे यांनी ठरविले आहे. तुमच्या नावे दिल्या जाणाऱ्या मानचिन्हांची प्रतिकृती घडविली आहे कल्पक मोहन वाघ यांनी. त्यांनीच फार पूर्वी टिपलेल्या तुमच्या देखण्या छायाचित्रावरून. चारुदत्त सरपोतदार यांचे कष्ट तर शब्दात न मावणारे. दाजी पणशीकर, अरविंद चित्रे, तरंगिणी पणशीकर अशांसारख्या कितीतरी जणांचे कसलीही अपेक्षा नसताना केले सहाय्य या ट्रस्टला लाभत आहे.

भारतीय विद्याभवनाच्या आंतरमहाविद्यालयीन स्पर्धा, तुम्ही कॉलेजमध्ये असताना गाजवल्या होत्या. त्याच स्पर्धेमध्ये आता उत्कृष्ट नटाचे पारितोषिक तुमच्या नावे दिले जाते. ते विजेत्याला देण्यासाठी मला बोलाविले होते. त्या समारंभाच्या निमित्ताने मी कितीतरी वर्षांनी भारतीय विद्याभवनामध्ये पाऊल ठेवले होते. तुमचे रायगड आणि तुम्हालाही मी प्रथम इथेच पाहिले होते. रंगपटात जाताच संभाजीच्या वेषातील तुम्ही माझ्यासमोर येणार असं वाटत होतं आणि त्यापाठोपाठ 'आता तरी ओळख झाली का? चहा घेणार का?' हे शब्दही येतील, अशी वेडी आशा वाटत होती.

तुम्हाला तुमच्या कपाटाला कुणी हात लावलेलं आवडायचं नाही. त्यामुळे तुम्ही नसताना ते उघडणं जड जात होतं. माझ्यावर केवढं तरी दडपण आल्यासारखं वाटत होतं. कपाट उघडल्यावर मला तर वाटलं होतं त्यात तुमच्या सख्यांची पत्रं असणार आणि म्हणूनच तुम्ही कपाटाला हात लावू देत नसाल. पण तिथे दुसऱ्या-तिसऱ्या कुणाचीही पत्रं नव्हती. होती ती

फक्त माझी जपून ठेवलेली जुनी पत्रं. डॉ. काशिनाथ घाणेकरांच्या कपाटातील तिजोरी मात्र माझ्या अपेक्षेप्रमाणेच निघाली. त्यात होती तुमच्या वेगवेगळ्या नाटककारांनी त्यांच्या सह्या करून तुम्हाला दिलेली, तुम्ही काम केलेल्या नाटकांची पुस्तकं आणि बक्षिस मिळालेली चांदीची नटराजाची मूर्ती. आणखीही एक होते. ते म्हणजे निरनिराळ्या ज्योतिषांनी लिहून दिलेले तुमच्या भविष्याचे कागद. तुम्ही म्हणाला होतात तसं जवळजवळ प्रत्येक ज्योतिषाने सत्तर साली तुम्हाला पुत्रयोग असल्याचे लिहून दिले होते. सत्तर सालीच आपले लग्न करायचे चालले होते ना? पण... तसं झालं असतं तर काही वेगळं चित्र तयार झालं असतं का? बाकी मी दुसरं काही जाणत नाही. पण निदान तुमचा सहवास तरी तब्बल बारा वर्षे अधिक लाभला असता. पण तपश्चर्येशिवाय अनमोल गोष्टी कुठल्या लाभायला?

एक गोष्ट मात्र ह्या सर्व भविष्यनिदानावरून लक्षात आली ती म्हणजे प्रत्येकानेच तुमची आयुर्मर्यादा अठ्ठावन्न वर्षांच्या आसपास वर्तवली होती. मग ही मृत्यूची टांगती तलवार घेऊनच तुम्ही वावरत होतात? आणि अठ्ठावन्नऐवजी अठ्ठ्याहत्तर वर्षे जगणार असे म्हणत राहिलात. आठ आकडा तुम्हाला अशुभ आहे असं म्हणत होतात. त्यामुळेच 'इथे ओशाळला मृत्यु' हे नाटक आपल्याला लाभले नाही. त्या वेळीच आपण आजारी पडलो असे तुम्ही सांगत होतात. मग 'तुझे आहे तुजपाशी'ही आठ अक्षरीच आहे, हे कसं तुमच्या लक्षात आलं नाही?

तुमच्या वाटेने तुमच्या ताईही काही महिन्यांच्या अवधीत तुमच्या पाठोपाठ निघून गेल्या. आयुष्याची संध्याकाळ भावंडांच्या सहवासात घालवायची म्हणून नायजेरिया कायमचा सोडून आलेले परशुरामभाऊ आणि कुमुदवहिनी आपण भारतात परत कशासाठी आलो म्हणून भांबावलेले आहेत. स्वत:पेक्षा लहान वयाच्या भावाचे वर्षश्राद्ध पार पाडताना पहाडासारखे परशुरामभाऊ ढासळून गेले होते. तुम्हाला आठवतं एकदा जेवणाच्या टेबलावर सासू-सुनांच्या भांडणाचा विषय चालला होता. तुमचे जेवण आटपून तुम्ही हॉलमध्ये सिगारेट ओढत बसला होतात. तुम्हाला ऐकू जाईल अशा आवाजात माझा भाऊ मदन म्हणाला होता, "कांचनताई, तुमचं आपलं बरं आहे बघा, डॉक्टरनी तुम्हाला सासू वगैरे काही त्रासाची भानगड ठेवली नाही." हे ऐकून बसल्या जागेवरूनच तुम्ही ओरडला होतात– "थँक्यू, थँक्यू मदन." पण वात्रट मदनने हळूच म्हणलेलं नंतरचं वाक्य मात्र तुम्ही ऐकले नव्हते. तो म्हणाला होता, "पण नाही तरी सासू आणि नवरा या दोघांची भूमिका डॉक्टर एकटेच पार पाडत असतात." मदनच्या बोलण्यावर मी हसले. पण मनात

मात्र म्हणाले, ''नाही रे बाबा! सासूच काय पण सवतही मला नाही.''

पण तुमच्याशी कायदेशीर फारकत घेतली असूनही, चार वर्षांच्या अवधीनंतरही इरावतीबाईंनी आता सवतीचे नाते प्रस्थापित करण्याचा पुन्हा एकदा प्रयत्न चालविला आहे. तेही तुम्ही नसताना. तुमच्या बाबतीत इरावतीबाईंनी कधी काळी माझ्याबरोबर कौतुकास्पद भागीदारी पत्करली होती, त्याची आज श्री. माधव भिडे यांच्या सौभाग्यवती झाल्यावरही त्यांना विस्मरण झालेले नाही आणि म्हणूनच तुम्ही नसलात तरी तुमच्या प्रॉपर्टीमध्ये माझ्याशी भागीदारी पत्करण्याची त्यांनी तयारी चालविली आहे. त्यासाठी जरूर पडली तर त्या माझे तुमच्याशी झालेले लग्नही बेकायदेशीर ठरविण्याचा प्रयत्न करणार आहेत. केवळ पैशासाठी माझे लग्न बेकायदेशीर ठरविण्याचा इरावतीबाई प्रयत्न करणार, हे ऐकून तर मी सुन्नच झाले आहे. ''इरावतीसारखी सज्जन, सुशील बाई, असं काही म्हणू शकते, करू शकते यावर माझा अजून विश्वास बसत नाही.'' असं फार मोठा धक्का बसलेली आत्ती म्हणते.

आत्तीला मी वैतागून म्हणालेही, ''तुला कायदेशीर लग्न हवं म्हणून आयुष्याची महत्त्वाची बारा वर्षे मी कापरासारखी जाळून काढली. पण इतकं करून आणि ते लग्न कायदेशीर ठरूनही आज इरावतीबाई माझं लग्न जर बेकायदेशीर ठरवणार असतील तर ह्या सर्वांची जरुरीच काय होती? मग मी त्याच वेळी माझ्या डॉक्टरांच्याकडे गेले असते तर माझ्या डॉक्टरांचा मला सहवास तरी अधिक लाभला असता.''

आत्तीने मला समजावीत सांगितले, ''इरावती पैशांसाठी तुझे कायदेशीर लग्नही आज बेकायदेशीर ठरवण्याची भाषा बोलते, जर तू तशीच काशिनाथबरोबर राहिली असतीस तर आज काशिनाथ नसताना इरावतीने तुला रस्त्यावर आणले असते. तुझे जाहीर धिंडवडे काढले असते. तुला मानही वर करता आली नसती. पण आज तुझी मान ताठ आहे. काशिनाथची पत्नी म्हणून, त्याची एकमेव वारस म्हणून अधिकार तुझ्याजवळ आहेत. आणि मुख्य म्हणजे आभाळाएवढं मोठं काशिनाथाचं नाव तुझ्याजवळ आहे. जे आता कितीही रुपयांचे मोल दिलं तरी इरावतीला परत कधीच मिळू शकणार नाही. पैशाने इरावती तुझ्याहून अधिक श्रीमंत असेल, पण काशिनाथच्या नावाची तुझ्याजवळ असलेली श्रीमंती त्याहून अधिक आहे.'' आत्तीच्या ह्या शब्दाने मला खूप धीर दिला आहे. माझ्या अधिकारांसाठी लढता यावं म्हणून बळही दिलं आहे.

काय गंमत आहे नाही? कधी काळी इरावतीबाई दाता होत्या आणि मी याचक आणि आज मी दाता आणि...

तुमचा काटकसरी स्वभाव बघून मी नेहमी वैतागून म्हणायची की, "आता जर हे पैसे खर्च करायचे नाहीत तर त्या पैशाचा उपयोग कधी व्हायचा?" त्यावर तुम्ही म्हणायचे, "माझ्यानंतर तुला त्या पैशांचा उपयोग होईल." ते ऐकून मी हसून म्हणायची, "तुमच्यानंतर म्हणजे, माझ्या म्हातारपणी मी अंथरुणाला खिळेन त्या वेळी औषधोपचारा-साठीच त्या पैशांचा मला उपयोग व्हायचा."

कुठलीही अट न घालता इरावतीबाईंनी तुमच्यापासून घटस्फोट मागितला होता. पण आता मात्र मी एकटी आहे बघून त्या अटी घालायला लागल्या आहेत. कुठलाही संबंध नसताना. पण मला वाटतं माझीच बत्तिशी वठली असावी. कारण इरावतीबाईंच्या कोर्टकचेऱ्यातून सुटून, त्यांच्या सगळ्या भानगडी निस्तरेपर्यंत मी म्हातारी होऊन अंथरुणावर खिळलेली असेन.

माझी बायको माझ्याच पैशांवर जगली पाहिजे असं म्हणणाऱ्या एका स्वाभिमानी खऱ्या पुरुषाशी माझं लग्न झालेलं आहे, याचा मला अभिमान आहे. यापुढे तुमची पत्नी म्हणून, तुमची वारस म्हणून तुमच्या रेश्माचे संगोपन करणे, पुस्तकरूपाने तुमचे चरित्र लिहिणे, तुमचा चरित्रपट तयार करणे आणि मुंबईतील एखाद्या नाट्यगृहाला तुमचे नाव दिलेले पाहणे, हे माझ्या आयुष्याचे ध्येय आहे. त्यासाठीच तुम्ही रक्त आणि घाम गाळून मिळविलेला पैसा खर्ची पडावा असं वाटतं. इरावतीबाई ते ध्येय कितपत पुरे करू देतात ते पाहायचे.

आता मात्र यापुढे मी तुम्हाला पत्र लिहिणार नाही. कारण तुम्हाला पत्र लिहायचे म्हणजे तुमच्याजवळच्या असणाऱ्या, तुम्हाला प्रिय असणाऱ्यांची कृष्णकृत्ये तुम्हाला कळवीत राहायचे आणि तुमच्या मनाला क्लेष द्यायचे. आणि मला तरी वाटतं भविष्यात याच्याशिवाय निराळं काही लिहिता येईल असं वाटत नाही. पूर्वी काही मंडळींशी तुम्ही जे वागत होतात ते पाहून मला वाईट वाटायचं. तुमचा राग यायचा. तुमचं चुकतंय असं वाटायचं. पण आता मात्र त्यांचे सर्व व्यवहार पाहिले, अनुभवले की वाटतं तुम्ही त्यांच्याशी वागत होतात तेच बरोबर होतं.

तुम्हाला सांगण्यासारखी, आवडण्यासारखी एक सुखद कोवळी घटना मात्र घडली आहे. यंदाच्या इंदूर येथे भरलेल्या नाट्यसंमेलनामध्ये त्याचा एक भाग म्हणून अनेक कर्तृत्ववान नाटककार, कलावंतांच्या नावे वृक्षारोपण केले गेले. प्रख्यात समीक्षक ज्ञानेश्वर नाडकर्णी यांच्या हस्ते तुमच्या नावाचे 'गुलमोहराचे' रोपटे लावले गेले. या वर्षीच्या नाट्यसंमेलनाचे अध्यक्ष कोण होते माहीत आहे? तुमचे वडीलबंधू श्री. चित्तरंजन कोल्हटकर. मला खात्री

आहे तुम्ही इथे त्या वेळी असतात तर आपण नक्की त्या संमेलनाला गेलो असतो. माझी खूप दिवसांची इच्छा होती की, एकदा तुमच्याबरोबर इंदूर-देवास पाहायला जायचे. विशेषत: मांडूगड– राणी रुपमती आणि बाजबहाद्दरचा मांडूगड. तिथे शिव-पार्वती यांचे एक अवर्णनीय संकेतस्थल आहे म्हणे. ते तुमच्या संगतीनं पाहायचं होतं. ठीक आहे. आता नाही तर पुढच्या जन्मी पाहू. आपण हिंदू आहोत. आपण पुनर्जन्म घेणारच.

तुम्ही इथून गेल्यापासून परमेश्वराजवळ मी एकच प्रार्थना करते की पुढच्या जन्मी तरी आम्हाला सुरुवातीपासून एकत्र येऊ दे. दीर्घकाळ एकत्र राहू दे. एक दिवस उलटला की, आयुष्य एक दिवसाने कमी झाल्याचा आनंद होतो. तुम्ही मात्र लौकर जन्म घेऊ नका हं. नाहीतर पुन्हा तीच जीवघेणी ओढाताण आपल्या वाट्याला येईल.

मला माहीत आहे तुम्ही माझी वाट पाहाताय. इथून गेल्यावर तुम्हीच तर माझा निरोप घ्यायला स्वप्नात आला होतात. आपल्या वरळीच्या घराखालीच तुम्ही नाटकाचं सामान भरलेल्या गाडीजवळ उभे होतात. मला जवळ घेत *(त्या वेळी कुणी बघत नाही ना म्हणून मी आजूबाजूला पाहिलं होतं.)* म्हणालात, "मला उशीर झालाय. मी पुढे जातो. तू नंतर ये. मी तुझी वाट पाहतोय." मी तुम्हाला विचारलंही, "तुम्ही ह्या गाडीत बसणार कुठे? किती सामान आहे?" तुम्ही नाक फुगवीत म्हणालात, "माझ्यासाठी आत स्पेशल खुर्ची ठेवलेली आहे." काय गंमत आहे नाही? तुम्ही माझी वाट बघताय आणि मी तुमची वाट बघते आहे. जीवनमृत्यूचा हा लपंडावच म्हणायचा.

आभाळ धरणीचं मीलन होत नाही म्हणतात. पण कधीतरी इंद्रधनूने ह्या मीलनाचे तोरण अल्पकाळ बांधले जाते. तीन वर्षांच्या विवाहबंधनाने काशिनाथ घाणेकर नावाचे एक असेच मोहक देखणे इंद्रधनुष्य माझ्या आयुष्यावर उमटले आणि अल्पकाळात अंतर्धानही पावले. इंद्रधनुष्य मावळल्यावर वर्षा होत नाही म्हणतात. माझ्याही आयुष्यातील सौख्याची, आनंदाची बरसात संपली आहे.

उर्दू कवी बहादूरशहा जफरचा एक शेर आहे–

उम्रे दराजसे माँग के लाए थे चार दिन ।
दो आरजूमें कट गये, दो इंतजारमे ।

माझ्या बाबतीत हा शेर तंतोतंग लागू पडतो नाही? तुम्ही लाभावेत ही तळमळ मनात घेऊन अर्धे आयुष्य उलटले आणि आता तुमची प्रतीक्षा करण्यात उरलेले आयुष्य सरणार.

तुम्हाला पाठविलेल्या पत्रातून मी तुम्हाला, मला आवडणारी दुसऱ्यांची

एखादी कविता लिहून पाठवायची. आज मात्र मी माझीच कविता तुम्हाला पाठवते आहे. किती वर्षांनी कविता शब्दातून उमटली. निमित्त तुम्ही जाण्याचे. वेदनेतून कविता स्फुरते म्हणतात.

माझ्या विसाव्याची तीन ठिकाणं आहेत
एक दार बंद केलेली खोली....
दुसरं रात्रीचा अंधार...
आणि तिसरी माझी उशी...
हे तिघे माझे जिवलग आहेत.
कारण तिघेही–
अबोल आहेत.
तटस्थ आहेत.
निर्विकार आहेत.
यातील कुणीही मला–
सहानुभूती दाखवीत नाही.
मला गोंजारीत नाही.
माझी कीव करीत नाही.
पण माझं दुःख पोरकं मात्र नाही.
आईनं बाळाला जसं छातीशी कवटाळावं
तसं मी त्याला काळजाशी धरलं आहे.
कारण–
मी स्वतःहून स्वीकारलेलं हे सतीचं वाण आहे.
सांभाळा......

तुमचीच,
कांचन.

खुलासा व कृतज्ञता

अमरावतीच्या 'दैनिक हिंदुस्थान' वृत्तपत्राचे संपादक श्री. उल्हास मराठे यांनी अलीकडेच म्हणजे २००४ मध्ये माझे 'नाथ हा माझा' पुस्तक वाचले. त्यामध्ये डॉक्टरांच्या २ मार्च १९८६ रोजी घडलेल्या अंत्यकालीन घटनांच्या वर्णनात मी अमरावतीकरांच्यावर अन्याय केल्याची तक्रार श्री. मराठे यांनी केली असून, डॉ. घाणेकरांचा मृतदेह त्यांनी केलेल्या धावपळीमुळेच ३ मार्च १९८६ रोजी मुंबईत पोहोचू शकला. त्यासंबंधीचे विस्तृत वर्णनही त्यांनी पत्रात केले आहे. ते म्हणतात की, ही हालचाल त्यांनी त्वरित केली नसती, तर डॉक्टरांचा मृतदेह आणखी दोन दिवस उशिरा पोहोचला असता. तरी 'नाथ हा माझा' पुस्तकात या सर्वाचा खुलासा करून अमरावतीकरांच्यावरील अन्याय दूर करावा अशी त्यांची अपेक्षा आहे.

२ मार्च १९८६ रोजी अमरावती येथे घडलेल्या घटना मला संबंधितांच्याकडून कळल्या होत्या. तर ३ मार्च १९८६ रोजी डॉक्टरांना मुंबईत आणल्यावरही, काही कागदपत्रांच्या अभावी त्यांच्या अंत्यविधीस झालेल्या विलंबाचा मनस्ताप मी प्रत्यक्ष अनुभवला आहे. त्याची प्रतिक्रिया माझ्या लिखाणातून उमटली आहे.

तरीही श्री. उल्हास मराठे यांनी माणुसकीच्या दृष्टीकोनातून केलेल्या मदतीबद्दल मी त्यांची शतशः आभारी आहे. १९८९ मध्ये हे पुस्तक प्रसिद्ध झाले होते. त्याच वेळी हा सर्व वृत्तांत कळविला असता, तर तीन महिन्यातच निघालेल्या दुसऱ्या आवृत्तीमध्येच मी हा खुलासा केला असता. असो.

पुनश्च एकदा श्री. उल्हास मराठे व अमरावतीकरांना मन:पूर्वक धन्यवाद!

२ मार्च २००५ **कांचन काशिनाथ घाणेकर**

नाट्य वैभव

क्र.	नाट्यसंस्था	नाटक	नाटककार	दिग्दर्शक	भूमिका	साल
१	गोगटे कॉलेज, रत्नागिरी	उद्याचा संसार	आचार्य प्र. के. अत्रे	—	रसूल	१९५१
२	रुईया कॉलेज, मुंबई	साष्टांग नमस्कार	आचार्य प्र. के. अत्रे	—	मल्लीनाथ	१९५२
३	ग्रँट मेडिकल कॉलेज, मुंबई	राणीचा बाग	डॉ. अ. आ. वर्टी	रामचंद्र वर्दे	मनोहर	१९५४
४	भारतीय विद्याभवन, मुंबई आंतरमहाविद्यालयीन स्पर्धा	पाहुणचार	रामचंद्र वर्दे	रामचंद्र वर्दे	यशवंत	१९५४
५	ग्रँट मेडिकल कॉलेज, मुंबई	संशयकल्लोळ	गो. ब. देवल	भालचंद्र पेंढारकर	फाल्गुनराव	१९५५
६	भारतीय विद्याभवन, मुंबई आंतरमहाविद्यालयीन स्पर्धा	बाळाचं औषध	द. पां. खांबेटे	रामचंद्र वर्दे	बाबुराव	१९५५
७	अभिनय निकेतन संस्था, मुंबई	एकच प्याला	राम गणेश गडकरी	रामचंद्र वर्दे	तळिराम	१९५५
८	ललितकला केंद्र, मुंबई	माणूस नावाचे बेट	विजय तेंडुलकर	दामू केंकरे	काशिनाथ	१९५६
९	भारतीय विद्याभवन, मुंबई आंतरमहाविद्यालयीन स्पर्धा	जसा हुकूम	रामचंद्र वर्दे	रामचंद्र वर्दे	शाम	१९५६

क्र.	नाट्यसंस्था	नाटक	नाटककार	दिग्दर्शक	भूमिका	साल
१०	इंडियन अकादमी ऑफ ड्रॅमॅटिक आर्ट्‌स, मुंबई	शितू	गो. नी. दांडेकर	विजया मेहता	विसू	१९५७
११	ग्रँट मेडिकल कॉलेज, मुंबई	चोर आले पाहिजेत	वसंत सबनीस	रामचंद्र वर्दे	रामभाऊ	१९५७
१२	ग्रँट मेडिकल कॉलेज, मुंबई	तुझे आहे तुजपाशी	पु. ल. देशपांडे	राजा पटवर्धन दाजी भाटवडेकर	शाम	१९५८
१३	मुंबई मराठी साहित्य संघ	सुंदर मी होणार	पु. ल. देशपांडे	पु. ल. देशपांडे	राजेंद्र	१९५८
१४	पुणे	वेड्याचं घर उन्हात	प्रा. वसंत कानेटकर	—	दादासाहेब	१९५९
१५	इंडियन नॅशनल थिएटर, मुंबई	फोन नं. ३३३३३	वसंत कामत	आत्माराम भेंडे	माधव	१९५९
१६	लिटल् थिएटर, मुंबई	मधुमंजिरी	रत्नाकर मतकरी	सुधा करमरकर	राजपुत्र चंद्रानन	१९५९
१७	इंडियन नॅशनल थिएटर, मुंबई	नरो वा कुंजरो वा	विश्राम बेडेकर	आत्माराम भेंडे	प्रकाश	१९६०
१८	लिटल् थिएटर, मुंबई	जादूचा वेल	सुधाकर करमरकर	सुधाकर करमरकर	चंदाराजा	१९६०
१९	इंडियन नॅशनल थिएटर, मुंबई	माते तुला काय हवंय?	रवींद्रनाथ टागोर अनु : गो. के. भट	आत्माराम भेंडे	राजशेखर	१९६१

क्र.	नाट्यसंस्था	नाटक	नाटककार	दिग्दर्शक	भूमिका	साल
२०	ग्रँट मेडिकल कॉलेज, मुंबई	साक्षीदार	विद्याधर गोखले	स्नेहप्रभा प्रधान	मधुकर मोहिले	१९६१
२१	व्यावसायिक संस्था	लग्नाची बेडी	आचार्य प्र. के. अत्रे	—	अवधूत	१९५९
२२	दि गोवा हिंदु असोसिएशन, मुंबई	रायगडाला जेव्हा जाग येते	प्रा. वसंत कानेटकर	मा. दत्ताराम	शंभूराजे	१९६२
२३	रंगदर्शन, मुंबई	गारंबीचा बापू	श्री. ना. पेंडसे	पुरुषोत्तम बाळ	बापू	१९६५
२४	नाट्यसंपदा, मुंबई	अश्रूंची झाली फुले	प्रा. वसंत कानेटकर	पुरुषोत्तम दारव्हेकर	लाल्या	१९६६
२५	चंद्रलेखा, मुंबई	गारंबीचा बापू	श्री. ना. पेंडसे	नंदकुमार रावते	बापू	१९६७
२६	नाट्यसंपदा, मुंबई	इथे ओशाळला मृत्यु	प्रा. वसंत कानेटकर	पुरुषोत्तम दारव्हेकर	छत्रपती संभाजी	१९६८
२७	नाट्यसंपदा, मुंबई	मला काही सांगायचंय	प्रा. वसंत कानेटकर	पुरुषोत्तम दारव्हेकर	राहुल	१९७०
२८	नाट्यसंपदा, मुंबई	अंधार माझा सोबती	रत्नाकर मतकरी	कांती मढिया	सय्यद	१९७२
२९	अभिजात, मुंबई	सुरुंग	शं. ना. नवरे	नंदकुमार रावते	महेश	१९७३
३०	अभिजात, मुंबई	गुंतता हृदय हे...	शं. ना. नवरे	नंदकुमार रावते	बाबुल	१९७४

क्र.	नाट्यसंस्था	नाटक	नाटककार	दिग्दर्शक	भूमिका	साल
३१	ललितकलादर्श-अभिजात सहयोग	आनंदी-गोपाळ	राम जोगळेकर	नंदकुमार रावते	गोपाळराव	१९७५
३२	अभिजात, मुंबई	दिवसेंदिवस	शं. ना. नवरे	नंदकुमार रावते	अनंता	१९७५
३३	नाट्यसंपदा, मुंबई	गारंबीचा बापू	श्री. ना. पेंडसे	सखाराम भावे	बापू	१९७९
३४	अभिजात, मुंबई	वर्षाव	शं. ना. नवरे	नंदकुमार रावते	मी	१९८२
३५	भद्रकाली, मुंबई	वस्त्रहरण	गंगाराम गव्हाणकर	कै. रमेश रणदिवे	दुर्योधन	१९८४

चित्रसंपदा				
क्र.	**चित्रपटसंस्था**	**चित्रपट**	**दिग्दर्शक**	**नायिका**
१	महाराष्ट्र फिल्म इं. कं.	पाहू रे किती वाट	राजा ठाकूर	सीमा, उमा
२	कीर्तीमंदिर चित्र	सुखाची सावली	गजानन जहागिरदार	जयश्री गडकर, लक्ष्मी छाया
३	जयभवानी चित्र	मराठा तितुका मेळवावा	भालजी पेंढारकर	सुलोचना, जीवनकला
४	श्रीपाद चित्र	पाठलाग	राजा परांजपे	भावना
५	शिर्डी फिल्म	धर्मपत्नी	राजा ठाकूर	कामिनी कदम, रत्ना
६	श्रीपाद चित्र	पडछाया	राजा परांजपे	रत्ना
७	सुरेल चित्र	लक्ष्मी आली घरा	माधव शिंदे	सुलोचना, उमा
८	मधुवसंत चित्र	मधुचंद्र	राजदत्त	उमा, नीलम
९	कारसाझ चित्र	एकटी	राजा ठाकूर	सुलोचना, कानन कौशल
१०	रंजन चित्र	प्रीत शिकवा मला	बाळ कोरडे	आशा पोतदार
११	एस. डी. कलगुटकर प्रॉडक्शन	मानला तर देव	दत्ता चव्हाण	आशा नाडकर्णी
१२	चित्रसंसार	घर गंगेच्या काठी	माधव भोईटे	जयश्री गडकर, आशा काळे
१३	ए. के. एम. प्रॉडक्शन	देवमाणूस	राजदत्त	अनुपमा, सरला येवलेकर
१४	सुचिंद्र आर्ट्स	झेप	राजदत्त	दर्शना *(पुष्पा भोसले)*
१५	सदाशिव चित्र	अन्नपूर्णा	सदाशिव जे. रावकवि	सुलोचना

क्र.	चित्रपटसंस्था	चित्रपट	दिग्दर्शक	नायिका
१६	शिवसागर चित्र	चंद्र होता साक्षीला	राजदत्त	कानन कौशल
१७	मनोरम फिल्म्स्	अजब तुझे सरकार	राजा ठाकूर	सुलोचना, सुरेखा
१८	श्रीसत्यसाई फिल्म	गारंबीचा बापू	बाबा माजगावकर	गीता सिद्धार्थ
१९	मधु मूव्हीज	हा खेळ सावल्यांचा	वसंत जोगळेकर	आशा काळे
		हिंदी चित्रपट		
१	प्रसाद प्रॉडक्शन, मद्रास	दादी माँ	एल. व्ही. प्रसाद	बीना रॉय, तनुजा
२	आर. डी. दवे प्रॉडक्शन	अभिलाषा	अमित बोस	मीनाकुमारी, नंदा

श्रीमती कांचन काशिनाथ घाणेकर या ज्येष्ठ सिनेअभिनेत्री सुलोचना यांची कन्या आणि सिने-नाट्य अभिनेते काशिनाथ घाणेकर यांच्या पत्नी. त्यांचा जन्म १६ सप्टेंबर १९४७ रोजी झाला. त्यांनी मराठी व तत्त्वज्ञान या विषयांत मुंबई विद्यापीठातून बी.ए. ही पदवी संपादन केली आणि त्याच विद्यापीठातून एम.ए. ही पदवी मराठी व भाषाशास्त्र या विषयांसह संपादन केली. १९६९ पासून विविध वृत्तपत्रांतून, सिनेसाप्ताहिकांतून आणि दिवाळी अंकांतून त्यांचे लेख प्रसिद्ध झाले आहेत. 'नाथ हा माझा' या मेहता पब्लिशिंग हाऊसने प्रकाशित केलेल्या त्यांच्या चरित्रग्रंथाला वाचकांचा उदंड प्रतिसाद मिळाला असून, आतापर्यंत त्याच्या अकरा आवृत्त्या प्रकाशित झाल्या आहेत. 'महाराष्ट्र टाइम्स'तर्फे केलेल्या गेलेल्या दशकातील १०१ मराठी पुस्तकांच्या यादीत चरित्र विभागात या पुस्तकाची नोंद झाली आहे. भालजी पेंढारकर, लता मंगेशकर, सुलोचना, राजा परांजपे यांच्यासह चित्रपटसृष्टीतील १५ दिग्गजांवरील व्यक्तिचित्रांवर आधारित 'रेशीमगाठी' हा लेखसंग्रहही मेहता पब्लिशिंग हाऊसने प्रकाशित केलेला असून, त्याच्याही चार आवृत्त्या प्रकाशित झाल्या आहेत. ज्येष्ठ अभिनेत्री सुलोचना यांच्या प्रदीर्घ चित्रपट कारकिर्दीवर आधारित आठवणींचं पुस्तक 'माझी माणसं' याचं लेखन सध्या त्या करत आहेत.

नाट्यविषयक लोकप्रिय ग्रंथ गौरव पुरस्काराने त्यांना सन्मानित करण्यात आलं आहे. भालजी पेंढारकर सांस्कृतिक केंद्र आणि डॉ. काशिनाथ घाणेकर स्मृती विश्वस्त प्रतिष्ठानच्या त्या सदस्य आहेत. अखिल भारतीय मराठी नाट्य परिषदेतर्फे आयोजित व्यावसायिक नाटकांच्या स्पर्धेकरिता, म.टा. सन्मान - महाराष्ट्रतर्फे आयोजित स्पर्धेकरिता (चित्रपट विभागासाठी), महाराष्ट्र राज्य चित्रपट महोत्सवाकरिता, चित्रपती व्ही. शांताराम पुरस्कारासाठी दोनदा आणि महाराष्ट्र राज्य मराठी चित्रपट महोत्सवासाठी त्यांनी परीक्षक म्हणून काम पाहिलं आहे.